AF758542

ಈ ಹೊತ್ತಿನ ಕಥೆಗಳು

ದೀಪಾವಳಿ ಕಥಾಸ್ಪರ್ಧೆ 2023

ಆಯ್ದ ಕಥೆಗಳ ಸಂಕಲನ

ಸಂಪಾದಕರು

ಸುದರ್ಶನ ಚನ್ನಂಗಿಹಳ್ಳಿ

ವೀರಕಪುತ್ರ ಶ್ರೀನಿವಾಸ

ವೀರಲೋಕ

ವೀರಲೋಕ ಬುಕ್ಸ್ ಪ್ರೈ.ಲಿ.

207, 2ನೇ ಮಹಡಿ, 3ನೇ ಮೇನ್, ಚಾಮರಾಜಪೇಟೆ

ಬೆಂಗಳೂರು-560018. ಮೊಬೈಲ್: 70221 22121

ಇಮೇಲ್: veeralokabooks@gmail.com

ವೆಬ್‌ಸೈಟ್: www.veeralokabooks.com

EE HOTTINA KATHEGALU
Edited by **Vijaya Karnataka**
Editorial Team:
C.J. Rajeeva, Rajesh Hegde, Natesh Babu, Dheeraj Poyyekanda, Kaligananatha Gudadooru, Keerthi Kolgar, Vijay C.V., Vidyarashmi Pelathadka, Harshavardhan Sullia.

Published by:
VEERALOKA BOOKS PVT. LTD.
207, 2nd Floor, 3rd Main
Chamarajpet, Bengaluru-560018

Mobile: +91 7022122121
E-mail: veeralokabooks@gmail.com
Website: www.veeralokabooks.com

Price: Rs. 250/-
Pages: 212
First Impression: 2023

Paper used: 70 GSM NS Maplitho
Book size: 1/8th Demy

ISBN: 978-93-94942-90-5

Cover page design by:
Purushottham K.

Inner pages design by:
Vijaya Vikram

crew

Anand Rach
Anantha Kunigal
RajVishnu
Govind Vishnu
Vishwajith
Mamatha
Parvathi
Sai Raghav

ಋತಕ್ಕೆ ಎದುರಾಗುವ ಕಥೆಗಳು

ಕಥೆಗಾರನಿಗೆ ಕಥಾವಸ್ತು ಯಾವುದೇ ಆದರೂ ಸಮಕಾಲೀನ ಸ್ಪಂದನೆ ಅತ್ಯಂತ ಮುಖ್ಯವಾದ ಸಂಗತಿ. ನಮ್ಮದು ಅತ್ಯಂತ ಸಂಕೀರ್ಣ ಕಾಲಘಟ್ಟ. ಹಳ್ಳಿಗಳ ಮತ್ತು ಪಟ್ಟಣಗಳ ನಡುವೆ ಇನ್ನೂ ಜೀಕಾಡುತ್ತಾ, ಯಾವುದನ್ನೂ ಸಂಪೂರ್ಣ ಒಪ್ಪಿಕೊಳ್ಳಲಾರದವರಾಗಿದ್ದೇವೆ. ಹಾಗಾಗಿ ನಮ್ಮ ಮನೋಲೋಕದಲ್ಲಿ ಒಂದು ಸಂಘರ್ಷ ತಾನಾಗೇ ಏರ್ಪಟ್ಟಿದೆ. ನಮ್ಮ ಪ್ರಜ್ಞೆಯ ತೀವ್ರತೆಯನ್ನು ಹೆಚ್ಚಿಸುತ್ತಿರುವ ಇದೇ ಸಂಗತಿಯು ನಮ್ಮ ಕಾಲದ ಪ್ರಫುಲ್ಲತೆಯನ್ನು, ತಲ್ಲಣಗಳನ್ನು, ಹಿಂಸೆಯ ಸ್ವರೂಪವನ್ನು, ಸಾಂಸ್ಕೃತಿಕ ಆಯಾಮಗಳನ್ನು ನಿರ್ಧರಿಸುತ್ತಿವೆ.

ಕಥೆಗಳು ಕಾಲಬದ್ಧವಾದವು ಹೇಗೋ ಹಾಗೇ ಪ್ರಾದೇಶಿಕವಾದವು ಕೂಡ. ತಾವು ಬದುಕುತ್ತಿರುವ ಪರಿಸರದ ದಟ್ಟ ಚಿತ್ರಣವೇ ಕಥೆಗಳ ಜೀವಾಳ. ನಂತರ ಕಥೆ ಹೇಳುವ ಕ್ರಮ, ಅದರ ಶಿಲ್ಪ, ಬಂಧ ಇತ್ಯಾದಿ ಎಲ್ಲವೂ. ಭಿನ್ನ ಪರಿಸರದ ಕಥೆಗಾರರು ಅವರವರ ಕಾಲಕ್ಕನುಗುಣವಾಗಿ ತಮ್ಮ ಬದುಕಿನಲ್ಲಿ ಹಾಸುಹೊಕ್ಕಾಗಿರುವ ಜೀವನ ಕ್ರಮಗಳನ್ನು ಒಳಗೊಂಡಂತೆ ನಮ್ಮ ಅರಿವಿನ ವಿಸ್ತಾರವನ್ನು ಮಾಡುತ್ತಲೇ ಬಂದಿದ್ದಾರೆ. ಕಾಲಕ್ಕನುಗುಣವಾದಂತೆ ವಸ್ತು, ವಿಷಯ, ಅನುಭವ ಜಗತ್ತು ಬೆಳೆಯುತ್ತಲೇ ಇದೆ. ಹೇಳುವ ಕ್ರಮ ಕೂಡಾ ಬದಲಾಗುತ್ತಲೇ ಇದೆ. ಆಕರ ಮತ್ತು ಇಂಗಿತಜ್ಞಾನ ಹೆಚ್ಚಾಗುತ್ತಿರುವ ಈಚಿನ ದಿನಗಳಲ್ಲಿ ಬರೆಯುವವರು ಹೆಚ್ಚಾದಂತೆ ಅದನ್ನು ಓದುವವರ ಮತ್ತು ಅವಗಾಹಿಸುವವರ ಸಂಖ್ಯೆ ಕಡಿಮೆಯಾಗುತ್ತಾ ಬರುತ್ತಿದೆ. ಆಶ್ಚರ್ಯಕರ ರೀತಿಯಲ್ಲಿ ಯಾವುದನ್ನೂ ಲೆಕ್ಕಕ್ಕೆ ತೆಗೆದುಕೊಳ್ಳದೆ ಹೊಸಬರು ಬರವಣಿಗೆಗೆ ತೊಡಗಿಕೊಂಡಿದ್ದಾರೆ. ನಮ್ಮ ಕಾಲದ ಆರ್ಟಿಫಿಷಿಯಲ್ ಇಂಟೆಲಿಜೆನ್ಸ್‌ನಷ್ಟು ಮುಂದುವರೆದಿರುವ ತಂತ್ರಜ್ಞಾನ, ಚಂದ್ರನನ್ನು ಮೀರಿ ಮಂಗಳನ ಅಂಗಳದಿಂದ ಸೂರ್ಯನೆಡೆಗೆ ಸಾಗುತ್ತಿರುವ ವಿಜ್ಞಾನ–ಎಲ್ಲವನ್ನೂ ಒಳಗೊಂಡಂತೆ ಭಿನ್ನ ಸಂಸ್ಕೃತಿ, ಪ್ರಾದೇಶಿಕತೆಯನ್ನು ಒಳಗೊಂಡಂತೆ ಮನುಷ್ಯ ಭಾವಗಳ ತಾಕಲಾಟಗಳ ಸುಕೃತಿ–ವಿಕೃತಿಗಳು ತಮ್ಮ ವಿರಾಟ್

ಸ್ವರೂಪವನ್ನು ಮೆರೆಯುತ್ತಲೇ ಇವೆ. ಇಷ್ಟಾಗಿಯೂ ಅಕ್ಷರವೇ ಕಾಣದ ಅನೇಕ ಸಮುದಾಯದ ಜನರ ಮಾತುಗಳು ಇನ್ನೂ ಬಾಕಿಯಿವೆ. ಆಧುನಿಕ ಜಗತ್ತು ಸಂಬಂಧಗಳಲ್ಲೇ ಒಡಕನ್ನು ಹುಟ್ಟು ಹಾಕುತ್ತಿರುವ ದಿಗ್ಭ್ರಮೆ ಒಂದೆಡೆಯಾದರೆ,. ಈಗಲೂ ಅಲೆಮಾರಿಗಳಾಗೇ ಇರುವ, ಕಾಡುಗಳಲ್ಲಿ ಬದುಕನ್ನು ಕಟ್ಟಿಕೊಂಡ ಸಮುದಾಯದವರಿಗೆ ಎರವಾಗುವಂತೆ ಅಭಿವೃದ್ಧಿಯ ಹೆಸರಿನಲ್ಲಿ ಕಾಡುಗಳೇ ನಾಶವಾಗಿ, ಇರುವಿಕೆಯ ಬುಡವೇ ಅಲುಗಾಡುತ್ತಿದೆ. ಮನುಷ್ಯ ಮನುಷ್ಯರು ಮತ್ತು ಪ್ರಕೃತಿ ನಡುವಣ ಸಂಬಂಧಗಳನ್ನು ಉಳಿಸಿಕೊಳ್ಳಬೇಕಿರುವ ಈ ಹೊತ್ತಿನಲ್ಲಿ ಬರಹಗಾರರು ತಮ್ಮ ಅನುಭವ ಜಗತ್ತನ್ನು ಕಥೆಗಳಲ್ಲಿ ಒಮ್ಮೆಗೆ ತೆರೆಯುತ್ತಿದ್ದಾರೆ. ಇಂಥವನ್ನು ನೋಡಲಿಕ್ಕೆ ನಮಗೆ ವಿಶೇಷವಾದ ಆಸ್ಥೆ ಮುಖ್ಯ.

ಸಾಮಾನ್ಯ ವಸ್ತುಗಳಿಂದ ಹಿಡಿದು ಕಡೆಯವರೆಗೂ ಉಳಿದುಬಿಡುವ ವಿಸ್ಮಿತ ಚಿತ್ರಗಳು ಇಲ್ಲಿನ ಅನೇಕ ಕಥೆಗಳಲ್ಲಿವೆ. ಹಳೆ-ಹೊಸ ಕಥನಗಳು ಕಾಲದ ಹರಹಿನಲ್ಲಿ ಮತ್ತೆ ಮತ್ತೆ ಋತಕ್ಕೆ ಎದುರಾಗಿ ಜೀವಕಾರುಣ್ಯದಲ್ಲಿ ಪಕ್ಕಾಗಿ ಹೊಸದೇ ಬಂಧ ನೇಯ್ಗೆಯಲ್ಲಿ ಪ್ರಮಾಣೀಕರಿಸುತ್ತಿರುತ್ತವೆ. ಅಂಥ ಕಥೆಗಳು ಭೂತ ಮತ್ತು ವರ್ತಮಾನಗಳ ಕೊಂಡಿಯಾಗಿಬಿಡುತ್ತವೆ. ಬರೆಯುವ ಉಮೇದಿಗೆ ಬಿದ್ದ ಎಲ್ಲರದ್ದು ಒಂದೊಂದು ಪ್ರಯತ್ನ. ಸರಿ-ತಪ್ಪುಗಳ, ಚೆನ್ನಾಗಿರುವ-ಚೆನ್ನಾಗಿಲ್ಲದಿರುವ ಪ್ರಶ್ನೆ ಬೇರೆ. ಅದು ಎಲ್ಲ ಕಾಲದಲ್ಲೂ ಇರುತ್ತದೆ. ಇಷ್ಟು ಜನ ಬರೆಯುತ್ತಿದ್ದಾರೆ ಎನ್ನುವ ಕೌತುಕದ ಮಧ್ಯೆಯೂ ತಾರ್ಕಿಕ ಮತ್ತು ಭಾವನಾತ್ಮಕತೆಯ ಬೆಸುಗೆಯನ್ನು ಹೊಂದಿದ ಕಥೆಗಳ ಆಯ್ಕೆ ಕಷ್ಟಕರವೂ ಹೌದು. ಅಂಥಾ ಅನೇಕ ಕಥೆಗಳು ಈ ಸ್ಪರ್ಧೆಗೆ ಬಂದಿದ್ದವು ಎನ್ನುವುದು ಸಂತಸದ ಸಂಗತಿ.

ಒಟ್ಟು ಆಯ್ಕೆಯಾದ 24 ಕಥೆಗಳೂ ಒಂದಿಲ್ಲೊಂದು ಬಗೆಯಲ್ಲಿ ವಿಶಿಷ್ಟವೇ. ವಿಭಿನ್ನ ಸಾಂಸ್ಕೃತಿಕ ಪಾತಳಿಯ ಮೇಲೆ ಕಟ್ಟಲ್ಪಟ್ಟ 'ದೇವರು ನಾಪತ್ತೆ' ಕಥೆ ಬರಿಯ ನಂಬಿಕೆ ಮತ್ತು ಧರ್ಮದ ಮಧ್ಯೆ ಓಲಾಡದೆ ಭಾವನಾತ್ಮಕತೆಯನ್ನೂ ಒಳಗೊಂಡು ಹೃದಯದ್ರಾವಕವಾಗಿದೆ. ತಾಯ ಆಸೆಯಂತೆ ಮನೆಯಲ್ಲಿಟ್ಟುಕೊಂಡ ಮೂರ್ತಿಯು ಮಗಳ ಮದುವೆಗೆ ಅಡ್ಡಿಮಾಡುವಾಗ ಅದನ್ನು ತ್ಯಜಿಸುವುದಲ್ಲದೆ ಬೇರೆ ದಾರಿ ಏನಿದೆ ಎಂದು ಹೇಳುತ್ತಲೇ ಯಾವ ಕಾಲದಿಂದಲೂ ಈ ನೆಲದ ಬಹುದೊಡ್ಡ ಗುಣ ಎಲ್ಲವನ್ನೂ ನಮ್ಮದಾಗಿಸಿಕೊಳ್ಳುವ ಕೊನೆಗೆ ಧರ್ಮವನ್ನೂ -ಬಂದ ಬಹುದೊಡ್ಡ ಆಶಯವೊಂದರ ಅವಸಾನವಾಗಿ ಕೂಡ ನಿಂತುಬಿಡುವ ರೂಪಕವಾಗುತ್ತದೆ. ಇಂಥದ್ದೇ ಇನ್ನೊಂದು ಕಥೆ 'ಶರೀಫ ಮತ್ತು ಜನಿವಾರ'. ತನ್ನ ಹೆಸರು ಶರೀಫ ಎಂದಾದರೂ ಅದು ಜಾತಿ ಸೂಚಕ ಅಲ್ಲ ಎಂದು ಹೇಳಲಾಗದ ಹುಡುಗ ಸುಳ್ಳು ಹೇಳುವುದಿಲ್ಲ ಎಂದು ದುಡಿಮೆಗೆ ದಾರಿ ಮಾಡಿಕೊಡಬಹುದಾದ

ಬ್ರಾಹ್ಮಣರ ಮದುವೆ ಮನೆಯಿಂದ ಓಡಿ ಹೋಗುತ್ತಾನೆ. 'ಮೀಸೆಬಣ್ಣದ ಹುಡುಗ' ಮುಸಲ್ಮಾನ ಸಮುದಾಯದ ಹುಡುಗಿಯೊಬ್ಬಳ ಕಷ್ಟಕ್ಕೆ ಒದಗಿಬರುವ ಹಿಂದೂ ಹುಡುಗನ ನಡುವೆ ಉದ್ದೇಶಗಳೇ ಇಲ್ಲದ ಶುದ್ಧ ಮಾನವೀಯ ಅಂತಃಕರಣದ ಕಥೆ.

ಅಂತೆಯೇ 'ಪಡ್ಡಲಗಿಯೊಳಗಿನ ಪೆನ್ನು' ಕಥೆಯು ವ್ಯವಸ್ಥೆಯ ಭಾಗವಾದ ದೇವದಾಸಿಯಂಥ ಕೆಟ್ಟ ಆಚರಣೆಗಳಿಗೆ ಯಾರೋ ಕಡಿವಾಣ ಹಾಕುತ್ತಾರೆಂದು ಕಾಯುವುದಲ್ಲ. ಬದಲಾವಣೆ ನಮ್ಮ ಬಳಿಯೇ ಇದೆ ಎನ್ನುವುದನ್ನು ಶಕ್ತವಾಗಿ ಧ್ವನಿಸಿದರೆ, 'ನಿಮ್ಮಿಯ ಏಳ್ಕೆ' ನಮ್ಮ ಮಕ್ಕಳನ್ನು ಕಾನೂನಿನ ಮೂಲಕ ಕಾಪಾಡಿಕೊಳ್ಳಬಹುದೆಂದುಕೊಳ್ಳುತ್ತೇವೆ. ಆದರೆ ಅಲ್ಲಿರುವವರೂ ಮನುಷ್ಯರೇ ಎನ್ನುವುದನ್ನು ಮರೆತುಬಿಡುತ್ತೇವೆ. ನಮ್ಮ ಮಕ್ಕಳನ್ನು ಯಾರ ಮೇಲೋ ನಂಬಿಕೆಯಿಟ್ಟು ಬಿಟ್ಟು ಹೋಗುವಾಗ ಆ ಮಗುವಿನ ಮೇಲೆ ನಡೆದ ಅತ್ಯಾಚಾರವಷ್ಟೇ ನಮ್ಮ ಮುಂದಿರುತ್ತದೆ. ಆದರೆ ನ್ಯಾಯಕ್ಕಾಗಿ ನಾವು ಯಾರನ್ನು ನಂಬಿ ಹೋಗುತ್ತೇವೆಯೋ ಅವರೇ ಮಗುವಿನ ಮೇಲೆ ಅತ್ಯಾಚಾರ ಮಾಡಬಹುದು ಎನ್ನುವ ಸಣ್ಣ ಕಲ್ಪನೆ ಕೂಡ ನಮಗಿರುವುದಿಲ್ಲ. ಹಾಗಾದರೆ ನಾವು ಎಲ್ಲಿ ಎಡುವುತ್ತೇವೆ ಎನ್ನುವ ಸಂಗತಿಗಳನ್ನು ಅತ್ಯಂತ ಮನೋಜ್ಞವಾಗಿ ಈ ಕಥೆ ಬಿಡಿಸಿಡುತ್ತದೆ. ಇಂಥದ್ದೇ ಇನ್ನೊಂದು ಕಥೆ 'ಬಾಯ್ ಟೇಕ್ ಕೇರ್'. ಹುಡುಗನೊಬ್ಬನ ಮನೋಲೋಕದ ವಿಕಸನದ ಕತೆಯಾಗಿ ಇದು ಗಮನ ಸೆಳೆಯುತ್ತದೆ. ಕಲರ್ ಕಲರ್ ಬಲೂನಿನಲ್ಲು ತನ್ನ ಮೇಲೆ ಚಿಕ್ಕಮ್ಮನಿಂದ ಆಗುತ್ತಿದ್ದ ನಿರಂತರ ಶೋಷಣೆಯಿಂದ ಬಿಡುಗಡೆಯನ್ನು ಕಂಡುಕೊಳ್ಳುವ ಹುಡುಗ ಬಲೂನಿನ ವ್ಯಾಪಾರ ಮಾಡುತ್ತಾ ಮಾಡುತ್ತಾ ಹೊರಟುಬಿಡುತ್ತಾನೆ. ಕಾಡಿನಲ್ಲಿ ಅನಿವಾರ್ಯವಾಗಿ ಆದಿಮ ಸ್ಥಿತಿಯಲ್ಲಿ ಬದುಕುವ ಕುಟುಂಬವೊಂದರಲ್ಲಿ ತಾಯಿಯಿಲ್ಲದ ಹೆಣ್ಣುಮಗು ದೊಡ್ಡವಳಾದರೆ ಏನು ಮಾಡಬೇಕು? ಅವಳು ಎಲ್ಲವನ್ನೂ ಹೇಗೆ ಸ್ವೀಕರಿಸಬೇಕು ಎನ್ನುವುದನ್ನು ಕಲಿತುಕೊಳ್ಳುವ ಕಥೆ. ಎಲ್ಲವನ್ನೂ ಮೊದಲಿನಿಂದಲೂ ಕಟ್ಟಿಕೊಳ್ಳಬೇಕಾದ ಮನುಷ್ಯನ ಬದುಕಿನ ಪಯಣವನ್ನು ಆ ಹೆಣ್ಣುಮಗುವಿನ ಮೂಲಕ ತೆರೆದಿಡುತ್ತಾ ಹೋಗುತ್ತದೆ 'ಕೇದಿಗೆಯ ಕೂಸು'.

ಸಾವಯವ, ಬಿಡುಗಡೆ, ಕಾಫಿ ಡೇಟ್, ಕುಲುಮೆ, ದಾರಿಗಳು ಮುಗಿಯುವುದಿಲ್ಲ, ಬಿಡುಗಡೆ, ದೂರ ದೇಶದ ದೇವರು ಇವತ್ತಿನ ಕಾಲದ ಬಹುದೊಡ್ಡ ತಾಕಲಾಟವಾದ ಸಂಬಂಧಗಳ ನಡುವಣ ಬಿರುಕು ಮತ್ತು ಅದರಿಂದ ನಾವು ಕಳೆದುಕೊಂಡ ಸಂಬಂಧಗಳನ್ನು ಕುರಿತಂತೆ ಮಾತಾಡುತ್ತವೆ. ಮುಖ್ಯವಾಗಿ ಹೆಣ್ಣುಗಂಡಿನ ನಡುವಣ ಪ್ರೇಮ, ಕಾಮ, ಮೋಹಗಳ ಒಟ್ಟು ಕಥನಗಳಾಗಿ, ಹೊಸಕಾಲದ ಹೊಸ ಸಮಸ್ಯೆಗಳಿಗೆ ಪರಿಷ್ಕಾರವನ್ನು ಕೊಡುವತ್ತ

ಮುಖಮಾಡುತ್ತವೆ. 'ದೂರದೇಶದ ದೇವರು' ಕಥೆ ಕಾಲ್ಪನಿಕ ಮತ್ತು ಪುರಾಣಗಳ ನಡುವೆ ಕೆಲ ಚಿತ್ರಗಳನ್ನು ಕಟ್ಟಿಕೊಡುತ್ತಾ ಬೇರೆಯದೇ ಜಗತ್ತನ್ನು ಸೃಷ್ಟಿಸಿಬಿಡುತ್ತದೆ. ಬದುಕನ್ನು ಕಟ್ಟಿಕೊಡುವ ಭರವಸೆಯ ದೂರದೇಶದ ಕಾನೂನು ವ್ಯವಸ್ಥೆಗಳು ದಿಗ್ಭ್ರಾಂತಿಯನ್ನು ಹುಟ್ಟುಹಾಕುವುದು, ಅಲ್ಲೇ ಅಲ್ಲೇ ಹುಟ್ಟಿಕೊಳ್ಳುವ ಕಾಪಾಡುವ ಯಾವುದೋ ಶಕ್ತಿ ಹೀಗೆ ಪುರಾಣ ಮತ್ತು ವಾಸ್ತವದ ಪಾತಳಿಯನ್ನು ಒಳಗೊಂಡು ಬೆಳೆಯುತ್ತ ಹೋಗುತ್ತದೆ. 'ಚಂದ್ರಿ ಕೊಳ' ಯಾವತ್ತಿನಿಂದಲೂ ಹೆಣ್ಣಿನ ಮೇಲಿನ ಹಿಡಿತವನ್ನು ಸಾಧಿಸಿದ ಗಂಡಿನ ಅಹಮಿಕೆಯಲ್ಲಿ ನರಳಿದ ಚಂದ್ರಿ ಎನ್ನುವ ವೇಶ್ಯೆಯನ್ನು ನೆಪಮಾಡಿಕೊಂಡ ಯಾವತ್ತಿನ ಹೆಣ್ಣಿನ ಬದುಕನ್ನು ನೆನಪಿಸುತ್ತದೆ.

ಮನುಷ್ಯ ಅನಾದಿ ಕಾಲದಿಂದಲೂ ಭೂಮಿಯ ಪ್ರಶ್ನೆಗಳನ್ನು ಕೇಳಿಕೊಳ್ಳುತ್ತಲೇ ಬಂದಿದ್ದಾನೆ. ಅವನದೇ ಲಾಲಸೆಗೆ ಕಾಡುಗಳು ನಾಶವಾಗಿವೆ, ಕೆಲವೊಮ್ಮೆ ಅಭಿವೃದ್ಧಿಯ ಹೆಸರಲ್ಲಿ ಭೂಮಿಯನ್ನು ಕಳಕೊಂಡಿದ್ದಾನೆ. ಭೂಮಿಯನ್ನು ಆಸ್ತಿಯಾಗಿಯಲ್ಲ, ಉತ್ಪಾದಕ ನೆಲೆಯಿಂದ ನೋಡಬೇಕು ಮತ್ತು ಅತಿಯಾದ ಕೊಳ್ಳುವಿಕೆ ಮಾರುವಿಕೆಗೆ ಎಡೆಮಾಡಿಕೊಡಬಾರದು ಎನ್ನುವ ಶಾಂತವೇರಿ ಗೋಪಾಲಗೌಡರ ಚಿಂತನೆಯು ಇವತ್ತಿಗೆ ಬಹುಮುಖ್ಯವಾದದ್ದು. ಈ ಬಗೆಯ ಹುಡುಕಾಟವನ್ನು ಮಾಡುವ, ಒಡೆತನ ಮತ್ತು ಹಕ್ಕಿನ ಪ್ರಶ್ನೆಗಳನ್ನು ಎತ್ತಿಕೊಂಡ ಕಥೆಗಳು 'ಗೇಣಿ', 'ಜ್ವಾಳದ ಸಸಿ' ಕಥೆಗಳು. ಭೂಮಿಯ ಕಾರಣಕ್ಕಾಗಿ ಹೊರಗಿನ ಶೋಷಣೆ ಒಂದೆಡೆಯಾದರೆ, 'ನಿರ್ಬಾಧ್ಯ' ಮನೆಯ ಒಳಗೆ ನಡೆಯುವ ಹಕ್ಕಿನ ಹೋರಾಟದ ಕಥೆಯಾಗಿದೆ. 'ಟವರ್ ಮಾರ ವಾಕಿ ಕಾಲಿಂಗ್ ಟೈಗರ್ ಟೈಗರ್' ಕಥೆಗಳು ಕಾಡು ಮತ್ತು ಅಧಿಕಾರ ರಾಜಕಾರಣವನ್ನು ಹೇಳಿದರೆ, 'ಧ್ಯಾನಕ್ಕೆ ಕೂತ ಮನಸ್ಸು' ಮುಳುಗಡೆಯಾದರೂ ತಾನಿಲ್ಲೆ ಸಾಯುವೆನೇ ಹೊರತು ತನ್ನ ಜಾಗವನ್ನು ಬಿಡಲಾರೆ ಎನ್ನುವ ಭಾವುಕ ನೆಲೆಯದ್ದು. ಇನ್ನು ಈ ನಡುವೆ ಮನುಷ್ಯ ಮತ್ತು ಭೂಮಿಯ ನಡುವೆ ಅವಿಭಾಜ್ಯ ಅಂಗವೇ ಆಗಿದ್ದ ಹಸುವಿನ ಮೂಲಕ ಹುಡುಗನೊಬ್ಬನ ಭಾವಕೋಶಗಳ ವಿಸ್ತಾರ, ಆ ಅನುಬಂಧ ಹೀಗೆ...

ಈ ಕಥೆಗಳಲ್ಲಿ ಒಂದು ಸಾವಯವ ನಿರೂಪಣೆಯನ್ನು ಎಲ್ಲ ಕಥೆಗಾರರೂ ಸಾಧಿಸುತ್ತಾರೆ. ಭಾಷೆಯ ಬಳಕೆಯ ವೈವಿಧ್ಯ ಬೆರಗು ಹುಟ್ಟಿಸುತ್ತದೆ. ತಂತ್ರಗಾರಿಕೆಯಲ್ಲಿ ಜಿಗಿತ ಎನ್ನುವುದಕ್ಕಿಂತ ವಿವರಗಳಲ್ಲಿ ಭಿನ್ನವಾದ ಜಗತ್ತನ್ನು ಕಟ್ಟಿಕೊಡುವ ಶಕ್ತಿ ಇವುಗಳಿಗಿದೆ. ಮಾಗುವಿಕೆಗಾಗಿ ಸ್ವಲ್ಪ ಕಾಯುವ, ಬರೆದದ್ದನ್ನು ಮತ್ತೆ ಮತ್ತೆ ತಿದ್ದುವ ತಾಳ್ಮೆ ಮೈಗೂಡಿಸಿಕೊಳ್ಳುವ ಜರೂರು ಸ್ವಲ್ಪ ಇದೆ ಎನ್ನುವುದನ್ನು ಬಿಟ್ಟರೆ ವಸ್ತು ಆಶಯಗಳಿಂದ, ಭಾಷೆ ಮತ್ತು ನಿರೂಪಣೆಯಿಂದ ಕಥೆಗಳು ಗಟ್ಟಿತನವನ್ನು ಸಾಧಿಸಿವೆ ಎಂದೇ ಹೇಳಬಹುದು. ಜಗದ ಕಥೆಯನ್ನು

ನನ್ನದಾಗಿಸಿಕೊಂಡು ಮತ್ತೆ ನನ್ನ ಕಥೆಯನ್ನು ಜಗತ್ತಿಗೆ ಹೇಳುವ ಕಥನ ಕುತೂಹಲ ಯಾವತ್ತೂ ಹೊಸತಿಗಾಗಿ ಹಂಬಲಿಸುತ್ತಲೇ ಇರುತ್ತದೆ.

ಮತ್ತೆ ಮತ್ತೆ ಬರೆಯುವ ಆಸಕ್ತಿಯನ್ನು ಹೆಚ್ಚಿಸುವ ಇಂಥಾ ಸ್ಪರ್ಧೆಗಳು ಕಥಾಲೋಕವನ್ನು ಆರೋಗ್ಯಕರವಾಗಿರಿಸಿವೆ. ಇಲ್ಲಿಂದ ನಮ್ಮ ಕಾಲಮಾನ ನಿರ್ಧರಿಸುವ ಕಥೆಗಾರರು ಎದ್ದು ಬಂದರೆ ಪ್ರಯತ್ನ ಸಾರ್ಥಕ. ವಿಜಯ ಕರ್ನಾಟಕ-ವೀರಲೋಕದ ಈ ಕಾಳಜಿ ಶ್ಲಾಘನೀಯ.

ಪಿ. ಚಂದ್ರಿಕಾ
ತೀರ್ಪುಗಾರರ ಪರವಾಗಿ

ಕಥೆ ಹೇಳುವ ಉತ್ಸಾಹ ನಿತ್ಯ ಹಸಿರಾಗಿರಲಿ

ಕಥೆ ಹೇಳಲು ಯಾರಿಗೆ ಗೊತ್ತಿಲ್ಲ ಹೇಳಿ? ಮನೆಯ ಎಲ್ಲರೂ ಕೂತು ಜತೆಯಾಗಿ ಹರಟುವಾಗ ಅಥವಾ ಗೆಳೆಯರು ಸೇರಿ ಲೋಕಾಭಿರಾಮವಾಗಿ ಮಾತಾಡುತ್ತೇವಲ್ಲ, ಅದಕ್ಕೆ ಹೇಳುವುದು 'ಕಥೆ ಹೊಡೆಯುವುದು' ಎಂದೇ. ಸುಸಂಬದ್ಧವಾಗಿ ಸಂಗತಿಯೊಂದನ್ನು ನಿರೂಪಿಸುವ ಕಲೆ ಇದು ಅಷ್ಟೇ. ಅದನ್ನು ಯಾರು ಎಷ್ಟು ಆಸಕ್ತಿಕರವಾಗಿ ಹೇಳುತ್ತಾರೆ ಎಂಬುದರ ಮೇಲೆ ನಿರ್ಧರಿತವಾಗುತ್ತದೆ ಆ ಕಥೆಯ ಗುಣಮಟ್ಟ. ಇದನ್ನು ಅಳೆಯುವ ಕುತೂಹಲಕ್ಕಾಗಿ ಇರುವುದು ಕಥಾಸ್ಪರ್ಧೆಗಳು.

ಕನ್ನಡದ ಆಧುನಿಕ ಕಥಾಲೋಕ ಬಹಳ ಶ್ರೀಮಂತ. ಮಾಸ್ತಿಯವರಿಂದ ತೊಡಗಿ ಇಂದು ಬರೆಯುತ್ತಿರುವ ಯುವ ಕಥೆಗಾರರವರೆಗೆ ಇಲ್ಲಿ ಸಾವಿರಾರು ಕಥೆಗಾರರು ಬಂದಿದ್ದಾರೆ, ಇಲ್ಲಿ ಹಲವು ಪ್ರಯೋಗಗಳೂ ಆಗಿವೆ. ಪ್ರತಿವರ್ಷವೂ ಇಲ್ಲಾಗುತ್ತಿರುವ ನಿರಂತರ ಕೃಷಿ ಕೊಡುತ್ತಿರುವ ಸಮೃದ್ಧ ಬೆಳೆಗೆ, ಅದರಲ್ಲಿನ ವೈವಿಧ್ಯತೆಗೆ ವಿಜಯ ಕರ್ನಾಟಕ-ವೀರಲೋಕ ಸಹಯೋಗದ ದೀಪಾವಳಿ ಕಥಾಸ್ಪರ್ಧೆಯೂ ಸಾಕ್ಷಿಯಾಗಿದೆ.

ಸಾಹಿತ್ಯವೆಂದರೆ ಕನ್ನಡ ಮೇಷ್ಟರುಗಳು ಬರೆಯುವುದು ಎಂಬ ಸೀಮಿತತೆ ಇಲ್ಲವಾಗಿ ಎಷ್ಟೋ ಕಾಲವಾಯಿತು. ಬಗೆಬಗೆಯ ವೃತ್ತಿ, ಜೀವನಧಾರೆಗಳಿಂದ ಬಂದ ಕಥೆಗಳು ಕನ್ನಡ ಕಥಾಲೋಕವನ್ನು ಶ್ರೀಮಂತಗೊಳಿಸುತ್ತಿವೆ ಎಂಬುದಕ್ಕೆ ಈ ಸಂಕಲನದಲ್ಲಿಯೂ ನಿದರ್ಶನಗಳಿವೆ.

ಕನ್ನಡ ಕಥಾಪರಂಪರೆಯಲ್ಲಿ ಪತ್ರಿಕೆಗಳ ಪಾತ್ರ ಮಹತ್ವದ್ದು. ಅವು ಕಥೆಗಳನ್ನು ಪ್ರಕಟಿಸುತ್ತ ಬಂದಿವೆ, ಕಥಾ ಪ್ರಶಸ್ತಿಗಳನ್ನೂ ನೀಡುತ್ತ ಬಂದಿವೆ. ವಿಜಯ ಕರ್ನಾಟಕದ ಈ ಸಾಹಿತ್ಯ ಕೈಂಕರ್ಯದಲ್ಲಿ ಈಗ ಎರಡನೇ ಬಾರಿ ಕೈಜೋಡಿಸಿರುವ ವೀರಲೋಕ ಪ್ರಕಾಶನದ ವೀರಕಪುತ್ರ ಶ್ರೀನಿವಾಸ್ ಕಳೆದ ವರ್ಷದಂತೆ 2023ರ ಸಾಲಿನ ಸ್ಪರ್ಧೆಯಲ್ಲೂ ಬಹುಮಾನದ ಮೊತ್ತವಾಗಿ ಪ್ರಥಮ ಬಹುಮಾನಿತ ಕಥೆಗೆ ರೂ.51,000, ದ್ವಿತೀಯ ಬಹುಮಾನಿತ ಕಥೆಗೆ ರೂ.25,000 ಹಾಗೂ ತೃತೀಯ ಬಹುಮಾನ ಪಡೆದ ಕಥೆಗೆ ರೂ.10,000ವನ್ನೂ

ನೀಡಿದ್ದಾರೆ. ಜೊತೆಗೆ ಸ್ಪರ್ಧೆಗೆ ಬಂದ ಆಯ್ದ ಕಥೆಗಳು ಪುಸ್ತಕವಾಗಿ ಕಥಾಸಕ್ತರಿಗೆ ಸಿಗುವಂತಿರಲಿ ಎಂಬ ವಿಕ ಒತ್ತಾಸೆಗೆ ಬೆಂಬಲವನ್ನೂ ನೀಡಿದ್ದಾರೆ. ಫಲವಾಗಿ 'ಈ ಹೊತ್ತಿನ ಕಥೆಗಳು' ಕೃತಿ ನಿಮ್ಮ ಕೈಸೇರುತ್ತಿದೆ. ಈ ಸಂಕಲನದ 24 ಕಥೆಗಳು ಕೃತಿಯ ಶೀರ್ಷಿಕೆಯೇ ಹೇಳುವಂತೆ ವರ್ತಮಾನದ ಸವಾಲುಗಳು, ತಲ್ಲಣಗಳು, ದ್ವಂದ್ವಗಳೆಲ್ಲವಕ್ಕೂ ವಿವಿಧ ರೀತಿಯಲ್ಲಿ ಕನ್ನಡಿ ಹಿಡಿದಿವೆ.

ಈ ಬಾರಿಯ ದೀಪಾವಳಿ ಕಥಾಸ್ಪರ್ಧೆಗೆ ತೀರ್ಪುಗಾರರಾಗಿ ಒದಗಿ ಬಂದವರು ರೋಚಕ ಕಥನಗಳ ಡಾ. ಕೆ.ಎನ್. ಗಣೇಶಯ್ಯ, ಕವಯಿತ್ರಿ, ಕಾದಂಬರಿಗಾರ್ತಿ ಡಾ. ಪಿ. ಚಂದ್ರಿಕಾ ಹಾಗೂ ವಿಮರ್ಶಕ ಡಾ.ಎಚ್. ಎಸ್.ಸತ್ಯನಾರಾಯಣ. ಈ ಸೂಕ್ಷ್ಮ ಸಂವೇದನೆಯ ಸಾಹಿತಿಗಳು ಸ್ಪರ್ಧಾ ವಿಜೇತರನ್ನು ತಮ್ಮ ಮೌಲಿಕ ತೀರ್ಪಿನಿಂದ ನಿರ್ಧರಿಸಿದ್ದಲ್ಲದೆ ಸಂಕಲನಕ್ಕೆ ಸೂಕ್ತವಾದ ಉತ್ತಮ ಕಥೆಗಳನ್ನು ಆಯ್ದು ಕೊಟ್ಟಿದ್ದಾರೆ.

ಇಲ್ಲಿನ ಕಥೆಗಳಲ್ಲಿ ಹೊಸ ಕಥೆಗಾರರ ಮುಗ್ಧತೆಯಿದೆ. ಅನುಭವಿ ಕಥೆಗಾರರಾಗುವ ಪಯಣದಲ್ಲಿರುವವ ನೈಪುಣ್ಯವಿದೆ. ಅನುಭವವೋ, ಅನನುಭವವೋ... ಒಟ್ಟಿನಲ್ಲಿ ಬರೆಯುವ ಉತ್ಸಾಹವೇ ಇವುಗಳು ಕಥೆಗಳಾಗಲು ಕಾರಣ. ಈ ಹುಮ್ಮಸ್ಸು ಸದಾ ನಿರಂತರವಾಗಿ ಕನ್ನಡ ಸಾಹಿತ್ಯಲೋಕವನ್ನು ಪೊರೆಯಲಿ.

–ಸುದರ್ಶನ ಚನ್ನಂಗಿಹಳ್ಳಿ

ಸಂಪಾದಕ, ವಿಜಯ ಕರ್ನಾಟಕ

ಪ್ರಕಾಶಕರ ನುಡಿ

ಪುಸ್ತಕ ಲೋಕದಲ್ಲಿ ಹೊಸತನ ತರಲು ಹುಟ್ಟಿಕೊಂಡ ವೀರಲೋಕ ಸಂಸ್ಥೆ ಕಡಿಮೆ ಅವಧಿಯಲ್ಲೇ ಅತ್ಯಂತ ಪರಿಣಾಮಕಾರಿಯಾಗಿ ಪುಸ್ತಕ ಪ್ರೇಮಿಗಳನ್ನು ತಲುಪಿದೆ. ಇದು ಸಾಧ್ಯವಾಗಿದ್ದು ನಿಮ್ಮಿಂದ ಎಂದು ಹೇಳಲು ಹೆಮ್ಮೆ ಅನಿಸುತ್ತದೆ. ಇದೀಗ ನಾವು 2023ರ ಅಂತ್ಯಕ್ಕೆ ಬಂದು ತಲುಪಿದ್ದೇವೆ. ಈ ಒಂದು ವರ್ಷದಲ್ಲಿ ನಲ್ವತ್ತಕ್ಕೂ ಹೆಚ್ಚು ಪುಸ್ತಕಗಳನ್ನು ಕನ್ನಡ ಸಾರಸ್ವತ ಲೋಕಕ್ಕೆ ನೀಡಿದ್ದೇವೆ. ಗ್ರಾಮೀಣ ಪ್ರತಿಭೆಗಳ ಉತ್ತೇಜನಕ್ಕಾಗಿ ದೇಸಿಜಗಲಿ ಹೆಸರಿನಲ್ಲಿ 25ಕ್ಕೂ ಹೆಚ್ಚು ಜಿಲ್ಲೆಗಳಲ್ಲಿ ಕಥಾಶಿಬಿರ ಆಯೋಜನೆ ಮಾಡಿದ್ದು ಹೆಗ್ಗಳಿಕೆ. ಸರಕಾರ, ಅಕಾಡೆಮಿಯಂತಹ ಸಂಸ್ಥೆಗಳು ಮಾಡಬೇಕಿದ್ದ ಕೆಲಸವನ್ನು ವೀರಲೋಕ ಮಾಡಿದೆ ಎನ್ನುವ ನಿಮ್ಮ ಮೆಚ್ಚುಗೆಯ ಮಾತುಗಳಿಗೆ ಧನ್ಯವಾದಗಳು. ಅಕ್ಷರ ಕ್ರಾಂತಿಯನ್ನು ವಿಸ್ತರಿಸುವ ಮತ್ತು ಉತ್ತರ ಕರ್ನಾಟಕ ಬರಹಗಾರರ ಪ್ರೋತ್ಸಾಹಿಸುವ ನಿಟ್ಟಿನಲ್ಲಿ ಉತ್ತರಪರ್ವ ಹೆಸರಿನ ಮತ್ತೊಂದು ಕಾರ್ಯ ಸಿದ್ಧವಾಗಿದೆ. ರಾಜಧಾನಿಗೆ ಅಲ್ಲಿನ ಪ್ರತಿಭೆಗಳನ್ನು ಕರೆಸಿಕೊಂಡು ಸಮ್ಮಿಲನಗೊಳಿಸುವ ಮಹತ್ವದ ಉದ್ದೇಶ ಈ ಕಾರ್ಯದ್ದು. ಜನರು ಒಂದೆಡೆ ಸೇರುವ ಸ್ಥಳಗಳಲ್ಲಿ ಪುಸ್ತಕ ಕಾಣುವಂತೆ ಮಾಡುವ ಉದ್ದೇಶದಿಂದ ನಗರದ ಜನದಟ್ಟಣೆಯ ಹೋಟೆಲ್, ಮಾಲ್, ಉದ್ಯಾನವನಗಳಲ್ಲಿ ಪ್ರತಿ ಭಾನುವಾರ ಕನ್ನಡ ಪುಸ್ತಕಗಳನ್ನು ಮಾರಾಟಕ್ಕಿಡುವ "ಸ್ವಯಂಕೃಷಿ" ಮತ್ತೊಂದು ಮಹತ್ತರ ಕನಸು. ಆ ಮೂಲಕ ನೂರಕ್ಕೂ ಹೆಚ್ಚು ವಿದ್ಯಾರ್ಥಿಗಳಿಗೆ ಪಾರ್ಟ್ ಟೈಂ ಉದ್ಯೋಗ ಮತ್ತು ಸೂಕ್ತ ವೇತನವೂ ದೊರಕಲಿದೆ. ಪುಸ್ತಕಗಳ ಮೂಲಕ ದುಡಿಮೆಯನ್ನೂ ಸಾಧ್ಯವಾಗಿಸುತ್ತಿರುವ ಖುಷಿ ನಮ್ಮದು. ಈ ಎಲ್ಲದಕ್ಕೂ ಕಳಶಪ್ರಾಯವಾಗಿ ಎರಡು ವರ್ಷಗಳಿಂದ ಪುಸ್ತಕರಾತ್ರಿ ಎಂಬ ಕಾರ್ಯಕ್ರಮ ಆಯೋಜಿಸಿ ಗೆದ್ದಿದ್ದೇವೆ. ದೇಶದಲ್ಲಿಯೇ ಪ್ರಪ್ರಥಮ ಎಂಬ ಹೆಗ್ಗಳಿಕೆ ಇದರದ್ದು. ಹೊಸ ವರ್ಷದಂದು ಕೈಯಲ್ಲಿ ಬಾಟ್ಲು ಬದಲು ಪುಸ್ತಕ ಕೊಟ್ಟಿದ್ದೇವೆ ಅನ್ನುವ ಕಾರಣಕ್ಕಾಗಿ ನಾಡಿನ ಯುವ ಸಾಹಿತಿಗಳು ಬೆಂಬಲ ತುಂಬಿದ್ದಾರೆ. ನೂರಾರು ಜನ ಮಧ್ಯರಾತ್ರಿ ತನಕ ಸಾಹಿತ್ಯ ಜಾತ್ರೆಯಲ್ಲಿ ಪಾಲ್ಗೊಂಡಿದ್ದಾರೆ. ಇಂತಹ

ಹೊಸತನಗಳ ಮೂಲಕವೇ ವೀರಲೋಕವು ಪುಸ್ತಕಲೋಕದತ್ತ ಯುವ ಮನಸ್ಸುಗಳನ್ನು ಸೆಳೆಯುವ ಪ್ರಯತ್ನಗಳನ್ನು ನಡೆಸುತ್ತಿದೆ.

ಜೊತೆಗೆ ವಿಜಯ ಕರ್ನಾಟಕ ಪತ್ರಿಕೆಯ ಸಹಯೋಗದಲ್ಲಿ ನಾವು ಕಳೆದ ಎರಡು ವರ್ಷದಿಂದ ನಡೆಸುತ್ತಿರುವ ಕಥಾಸ್ಪರ್ಧೆ ಅತ್ಯಂತ ಜನಪ್ರಿಯ ಹಾಗೂ ಅತೀ ಹೆಚ್ಚು ಮೊತ್ತದ ಬಹುಮಾನ ಕೊಟ್ಟಿದ್ದೇವೆ ಎನ್ನುವ ಖ್ಯಾತಿ ಇದೆ. ಕಥಾ ಸ್ಪರ್ಧೆಯಲ್ಲಿ ಭಾಗವಹಿಸುವವರ ಸಂಖ್ಯೆಯೂ ಹೆಚ್ಚಾಗಿದೆ ಎನ್ನುವ ಹೆಮ್ಮೆ ನಮಗಿದೆ. ಸ್ಪರ್ಧೆ ಕೇವಲ ಸ್ಪರ್ಧೆಯಾಗಿ ಮರೆಯಾಗದೇ, ಅದಕ್ಕೊಂದು ಕೃತಿಯ ರೂಪ ನೀಡಲಾಗಿದೆ. ಅದಕ್ಕೆ ಸಾಕ್ಷಿ ಎನ್ನುವಂತೆ ನಿಮ್ಮ ಕೈಯಲ್ಲಿರುವ ಈ ಹೊತ್ತಿನ ಕಥೆಗಳು ಕೃತಿಯೇ ಆಗಿದೆ.

ಈ ಸ್ಪರ್ಧೆ, ಕೃತಿಯಲ್ಲಿ ಮಹತ್ತರ ಪಾತ್ರವನ್ನು ವಹಿಸಿದ ಸಂಪಾದಕರೂ ಆತ್ಮೀಯರೂ ಆದ ಸುದರ್ಶನ್ ಚನ್ನಂಗಿಹಳ್ಳಿ ಅವರಿಗೆ, ಪುರವಣಿ ಮುಖ್ಯಸ್ಥರಾದ ವಿದ್ಯಾರಶ್ಮಿ ಅವರಿಗೆ, ಯಾವುದೇ ವಿವಾದಗಳಿಗೆ ಆಸ್ಪದವಿಲ್ಲದಂತಹ ತೀರ್ಪನ್ನು ನೀಡಿದಂತಹ ಡಾ. ಕೆ.ಎನ್. ಗಣೇಶಯ್ಯ, ಡಾ. ಪಿ. ಚಂದ್ರಿಕಾ ಮತ್ತು ಡಾ. ಎಚ್.ಎಸ್. ಸತ್ಯನಾರಾಯಣ ಅವರಿಗೆ ನನ್ನ ಪ್ರೀತಿಯ ಕೃತಜ್ಞತೆಗಳು. ಕೊಂಡು ಓದುತ್ತಿರುವ ನಿಮಗೆಲ್ಲ ಋಣಿ.

ಈ ಕೃತಿ ಓದುವ ಸುಖ ನಿಮ್ಮದಾಗಲಿ.

ನಿಮ್ಮ

ವೀರಕಪುತ್ರ ಶ್ರೀನಿವಾಸ

ಪ್ರಕಾಶಕ

ವೀರಲೋಕ ಬುಕ್ಸ್

ಪರಿವಿಡಿ

ಕಲರ್ ಕಲರ್ ಬಲೂನ್

■ ಸಂಜಯ್ ಚಿತ್ರದುರ್ಗ

sanjayctgm@gmail.com

ಅಲ್ಲಿ ಜಗಮಗಿಸುವ ದೀಪಗಳು, ಸಾಲು ಸಾಲು ಅಂಗಡಿಗಳು, ಅದಕ್ಕೆ ಮುಗಿಬಿದ್ದ ಜನ. ಎಲ್ಲಿ ನೋಡಿದರೂ ಜನವೋ ಜನ. ಎಲ್ಲರೂ ಹೊಸ ಬಟ್ಟೆ ತೊಟ್ಟು, ಇಡೀ ಕುಟುಂಬದ ಜೊತೆಯಲ್ಲಿ ಜಾತ್ರೆ ಸುತ್ತುತ್ತಿದ್ದರೆ, ಸೊಂಚ ಮಾತ್ರ ಜಾತ್ರೆಯ ಜನರನ್ನೇ ನೋಡುತ್ತಾ ಜಗದ ಪರಿವೆಯೇ ಇಲ್ಲದವನಂತೆ ಏನನ್ನೂ ಯೋಚಿಸುತ್ತಾ ನೆಲದಲ್ಲೇ ಕುಳಿತು ಮತ್ತೆ ಮತ್ತೆ ಜಾತ್ರೆಯನ್ನು, ಜನರನ್ನು ನೋಡುತ್ತಾ ಕುಳಿತಿದ್ದ.

ತಾನು ಯಾರು, ಯಾವ ಊರು, ಹುಟ್ಟಿಸಿದವರು ಯಾರು ಎನ್ನುವುದು ಸೊಂಚನಿಗೆ ಗೊತ್ತಿರುವುದು ಹೋಗಲಿ ಅವನನ್ನು ಜಾತ್ರೆಯಲ್ಲಿ ಭಿಕ್ಷೆ ಬೇಡಲೊ, ಬಲೂನು ಮಾರಲೊ ಕಳಿಸುತ್ತಿದ್ದ ಹುಲಿಗ್ಯವ್ವನಿಗೂ ಕುಲಗೊತ್ರ ಗೊತ್ತಿರಲಿಲ್ಲ. ಗೊತ್ತಾಗಿ ಕೂಡ ಅವಳಿಗೆ ಏನೂ ಆಗಬೇಕಾಗಿ ಇಲ್ಲದೆ ಇರುವುದರಿಂದ ಅವಳು ಕೂಡ ಅದರ ಬಗ್ಗೆ ತಲೆ ಕೆಡಸಿಕೊಂಡಿರಲೇ ಇಲ್ಲ.

**

ಕೆಲವು ವರ್ಷಗಳ ಹಿಂದೆ ಯಾವುದೊ ಜಾತ್ರೆಯಲ್ಲಿ ಭಿಕ್ಷೆ ಬೇಡಲು ಹೋಗಿದ್ದ ಅಕ್ಕಮ್ಮ, ರಾತ್ರಿ ಗಂಡನ ಜೊತೆಯಲ್ಲಿ ಮಲಗಿದ್ದವಳು ಸರಿ ರಾತ್ರಿಯಲ್ಲಿ ಒಂದಕ್ಕೆ ಬಂದು ಎಚ್ಚರವಾಗಿ

ಆ ಮುರುಕಲು ಗುಡಿಸಲಿನ ಹಿಂದೆ ಇದ್ದ ತಿಪ್ಪೆಯ ಬಳಿ ಹೋದಳು. ಉಚ್ಚೆ ಮಾಡಲು ಸೀರೆ ಎತ್ತಬೇಕು ಎನ್ನುವಷ್ಟರಲ್ಲಿ ಯಾವುದೊ ಸಣ್ಣ ಮಗು ಮೆಲ್ಲನೆ ಅಳುತ್ತಿರುವುದು ಕೇಳಿಸಿ ಅಕ್ಕಮ್ಮ ಒಮ್ಮೆಲೆ ಬೆಚ್ಚಿ ಬಿದ್ದಳು. ಆದರೂ ಧೈರ್ಯದಿಂದ ಸ್ವಲ್ಪ ಮುಂದೆ ಹೋಗಿ ಕಸದ ತೊಟ್ಟಿ ನೋಡುತ್ತಾಳೆ, ಅದರಲ್ಲಿ ಆರೇಳು ದಿನಗಳ ಒಂದು ಪುಟ್ಟ ಮಗು ಮೆಲ್ಲನೆ ಅಳುತ್ತಾ ಕಸದ ಜೊತೆಯಲ್ಲಿ ಬಿದ್ದಿದೆ. ಮಗುವನ್ನು ನೋಡಿದ್ದೆ ತಡ, ಮಗುವಿಲ್ಲದ ಅವಳಿಗೆ ದೇವರೇ ಅದನ್ನು ತಂದು ತಿಪ್ಪೆಯಲ್ಲಿ ಬಿಟ್ಟು, ನೀನು ಸಾಕು ಎಂದು ಹೇಳಿದಂತೆ ಭಾಸವಾಗಿ, ಅಕ್ಕಮ್ಮ ಅದನ್ನು ಕಸದತೊಟ್ಟಿಯ ಒಳಗಿನಿಂದ ಹೊರತೆಗೆದು ಗುಡಿಸಿಲಿಗೆ ಕರೆತಂದಳು.

ಗುಡಿಸಲಿನ ಮೂಲೆಯಲ್ಲಿ ಇದಾಗಲೇ ಈ ಲೋಕದ ಎಲ್ಲಾ ಸಂಕಟಗಳಿಂದ ಮುಕ್ತಿ ನೀಡುವ ಕಡಿಮೆ ರೇಟಿನ ಶರಾಬು ಕುಡಿದು ಕಕ್ಯಾ ಅಡ್ಡಾಗಿದ್ದ. ರಾತ್ರಿಯಾದರೆ ಸಾಕು, ದಿನದ ಎಲ್ಲಾ ನೋವುಗಳನ್ನು ಮರೆಯುವನಂತೆ ಅಥವಾ ರಾತ್ರಿಯಾದರೂ ಈ ಜಗತ್ತಿನ ಚಿಂತೆ ಬಿಟ್ಟು ಬದುಕಬೇಕು ಎಂಬಂತೆ ಕಕ್ಯಾ ಶರಾಬಿನ ದಾಸನಾಗಿಬಿಟ್ಟಿದ್ದ. ರಾತ್ರಿಯ ವೇಳೆ ಅವನು ಹೆಂಡತಿ ಜೊತೆಯಲ್ಲಿ ಮಲಗಿದ್ದಕ್ಕಿಂತ ಹೆಚ್ಚು ಶರಾಬಿನ ಅಮಲಿನಲ್ಲಿ ಬಿದ್ದುಕೊಂಡಿರುತ್ತಾನೆ ಎನ್ನುವುದು ಜೊತೆಯಲ್ಲಿ ದಿನದೂಡುತ್ತಿದ್ದ ಎಲ್ಲಾ ಅಲೆಮಾರಿಗಳಿಗೂ ಗೊತ್ತಿತ್ತು. ಗೊತ್ತಿಲ್ಲದ ವಿಷಯವೆಂದರೆ, ಈ ಕಕ್ಯಾ ಎಲ್ಲಿಯವನು, ಅವನ ಚರಿತ್ರೆ ಏನು ಎಂಬುದು ಮಾತ್ರ. ಶರಾಬಿನ ನಶೆಯಲ್ಲಿ ಒಮ್ಮೊಮ್ಮೆ 'ಚಿಕ್ಕವನಿದ್ದಾಗ ಯಾವುದೊ ಸರ್ಕಸ್ ಕಂಪನಿಯಲ್ಲಿದ್ದೆ, ಅದು ನುಕ್ಸಾನಾದಾಗ ಯಜಮಾನ ನನ್ನ ಹೊರಗಟ್ಟಿದ. ಸರ್ಕಸ್ ಕಂಪನಿಯ ಜೊತೆ ನನ್ನ ಜೀವನನೂ ಮುಳುಗಿತು ಅನ್ಕೊಂಡೆ. ಆದ್ರೆ ನಾನು ಅಲ್ಲಿಂದ ಬಿಟ್ಟು ಬರ್ಬೇಕಾದ್ರೆ, ಯಜಮಾನ ಕರೆದು ಮುಂದೆ ಕೂರಿಸ್ಕೊಂಡು, ಈ ಜೀವ್ನನೇ ಸರ್ಕಸ್ ಕಣಾ... ಆ ಕೋತಿ ನಾವು ಹೇಳಿದಕ್ಕೆ ಎಲ್ಲಾ ಯಾಕೆ ಬಾಲ ಆಡ್ಸುತ್ತೆ ಗೊತ್ತಾ... ಅದ್ಕೆ ನಾವು ಹೇಳೊದು ಅರ್ಥ ಆಯ್ತು ಅಂತನೊ, ಯಜಮಾನನ ಮಾತು ಕೇಳ್ಕೊಂಡು ಬಿದ್ದಿರಬೇಕು ಅಂತನೊ ಅಲ್ಲಾ, ಅದ್ಕೊ ಗೊತ್ತು. ಬಾಲ ಆಡ್ಸಿದ್ರೆ ಮಾತ್ರ ಬದುಕು ಅಂತ. ಈ ಜಗತ್ತು ಇನ್ನೂ ದೊಡ್ಡ ಸರ್ಕಸ್ ಕಂಪನಿ, ಇಲ್ಲಿ ನೀನು ದಿನಾ ಸತ್ತು ಮತ್ತೆ ಮತ್ತೆ ಹುಟ್ಟಿಯಾ. ಕೊನೆ ಸಲ ಸಾಯೊ ತನ್ಕನೂ ಬದುಕಬೇಕು" ಅಂದಿದ್ದ ಎನ್ನುತ್ತಾ, ಕೈಯಲ್ಲಿದ್ದ ಶರಾಬಿನ ಬಾಟಲ್ ಎತ್ತಿ, ಈ ಅಮೃತನೇ ಸತ್ತೋಗಿರೊ ನನ್ನ ಮತ್ತೆ ಮತ್ತೆ ಬದುಕಿಸುತ್ತೆ...' ಅಂದಾಗ. ಎದುರಿಗಿದ್ದವರಿಗೆ, ಕಕ್ಯಾ ಹೇಳ್ತಿರೊದು ನಿಜಾನಾ, ಸುಳ್ಳಾ ಎನ್ನುವುದು ಗೊತ್ತಾಗದಿದ್ದರೂ ಶರಾಬಿನ ನಶೆಯಲ್ಲಿ ಏನೋ ಬಡಬಡಿಸ್ತಿದಾನೆ ಅನ್ಕೊಂಡುಬಿಡೋರು. ಅದು ಬಿಟ್ರೆ ಅವನ ಕುಲ-ಜಾತಕ ಯಾರಿಗೂ ಗೊತ್ತಿರಲಿಲ್ಲ.

ಜಾತ್ರೆಗಳಲ್ಲಿ ಹೋಗಿ ಚಿಕ್ಕ ಪುಟ್ಟ ಮ್ಯಾಜಿಕ್ ಮಾಡಿ, ಅದರಲ್ಲಿ ಬಂದ ಪುಡಿಗಾಸಿನಲ್ಲಿ ಕಕ್ಯಾ ಜೀವನ ಸಾಗಿಸ್ತಿದ್ದ.

ಒಂದು ಸಲ ಹೀಗೇ ಜಾತ್ರೆಯಲ್ಲಿ ಮ್ಯಾಜಿಕ್ ಮಾಡಲು ಹೋದವನು, ಒಂದು ಹೆಣ್ಣನ್ನು ಜೊತೆಗೆ ಕರ್ಕೊಂಡು ಬಂದ. ಅವಳೇ ಅಕ್ಕಮ್ಮ. ಅಕ್ಕಮ್ಮನ ಹೆಸರು ಬಿಟ್ರೆ ಬೇರೆ ಏನೂ ಯಾರಿಗೂ ಗೊತ್ತಿರಲಿಲ್ಲ, ಕೇಳಿದವರಿಗೆಲ್ಲಾ ಜಾತ್ರೆಯಲ್ಲಿ ಅಳುತ್ತಾ ಮಲಗಿದ್ಲು ಪಾಪಾ ಅನ್ಸಿ ಕರ್ಕೊಂಡು ಬಂದೆ ಎಂದು ಕಕ್ಯಾ ಹೇಳ್ತಿದ್ದ.

ಅಕ್ಕಮ್ಮ ಬಂದ ನಂತರ ಕಕ್ಯಾನ ಕೆಲಸ ಕಡಿಮೆ ಆಯ್ತು.

ಜಾತ್ರೆಯಲ್ಲಿ ಕಕ್ಯಾ, ಹಲ್ಲಿಲ್ಲದ ಹಾವನ್ನು ಬುಟ್ಟಿಯಿಂದ ತಗೆದು ವಿಷ ಸರ್ಪ ಎಂಬಂತೆ ಜನರನ್ನು ನಂಬಿಸುತ್ತಿದ್ದರೆ, ಅಕ್ಕಮ್ಮ ಅವರ ಮುಂದೆ ಚಿಲ್ಲರೆ ಕಾಸಿಗಾಗಿ ತಟ್ಟೆ ಹಿಡಿದು ಸಾಗುತ್ತಿದ್ದಳು. ನಂತರ ಜಾತ್ರೆಯಿದ್ದ ಊರಿನಲ್ಲಿ ಮನೆ ಮನೆಗೆ ಹೋಗಿ ಊಟವನ್ನು ಬೇಡಿ ತರುತ್ತಿದ್ದಳು. ಹೇಗೋ ಮೊದಲಿಗಿಂತ ಚೆನ್ನಾಗಿ ಕಕ್ಯಾ, ಅಕ್ಕಮ್ಮ ಇದ್ದರು.

ಆಗಲೇ ಅಕ್ಕಮ್ಮನಿಗೆ ಕಸದತೊಟ್ಟಿಯಲ್ಲಿ ಮಗು ಸಿಕ್ಕಿದ್ದು.

ಮಗು ಇರದ ಕಕ್ಯಾ ಕೂಡ ಗಂಡು ಮಗುವನ್ನು ನೋಡಿ ಖುಷಿಯಾಗಿ ಬಿಟ್ಟಿದ್ದ. ಆದರೆ ಆ ಮಗುವಿನ ಎಡಗೈ, ಬಲಗೈಗಿಂತ ಸ್ವಲ್ಪ ಚಿಕ್ಕದಾಗಿತ್ತು. ಹಾಗಾಗಿ ಆ ಮಗುವನ್ನು ನೋಡಿದವರು ಯಾರೋ ಸೊಂಚ ಎಂದುಬಿಟ್ಟರು. ಅದೇ ಆ ಮಗುವಿನ ಹೆಸರಾಗಿಬಿಟ್ಟಿತು. ಆದರೆ ಅಕ್ಕಮ್ಮ ಮಾತ್ರ ದೇವರೇ ಮಗುವನ್ನು ತಿಪ್ಪೆಯಲ್ಲಿ ಬಿಟ್ಟುಹೋಗಿದ್ದಾನೆ ಎಂದು ನಂಬಿ, ತಿಪ್ಪೇಸ್ವಾಮಿ ಎಂದು ಪ್ರೀತಿಯಿಂದ ಕರೆಯುತ್ತಿದ್ದಳು. ಕಕ್ಯಾ ಮಾತ್ರ, ಹೆಸರು ಯಾವುದಾದರೆ ಏನು, ಹೆಸರು ಇರೋದು ಗುರುತಿಸೊದಕ್ಕೆ ಅಷ್ಟೇ ಎಂದು ಮಗುವನ್ನು ಸೊಂಚ ಎಂದೇ ಕರೆಯುತ್ತಿದ್ದ. ಯಾಕೆಂದರೆ ಶರಾಬು ಮೈಯೊಳಗೆ ಬಿದ್ದ ಗಂಟಲಿಂದ ತಿಪ್ಪೇಸ್ವಾಮಿ ಎಂದು ಉಚ್ಚರಿಸಲು ಬರುತ್ತಿರಲಿಲ್ಲ. ಹಾಗಾಗಿ ಅಕ್ಕಮ್ಮನ ತಿಪ್ಪೇಸ್ವಾಮಿ, ಎಲ್ಲರಿಗೂ ಸೊಂಚನಾಗಿ ಬೆಳಕಿನ ಜಾತ್ರೆಯ ಕತ್ತಲ ಲೋಕದಲ್ಲಿ ಬೆಳಕು ಹುಡುಕುವ ಮತ್ತೊಂದು ಮಿಂಚುಹುಳವಾಗಿ ಬೆಳೆಯುತ್ತಿದ್ದ.

ಆದರೆ ಎಲ್ಲಾ ಸರಿದಾರಿಯಲ್ಲಿ ಸಾಗಿದರೆ ಅದು ಜೀವನ ಆಗಲ್ಲ. ಕಥೆ ಆಗಿಬಿಡುತ್ತೆ. ಹಾಗೇ ಎಲ್ಲವೂ ಸರಿಯಿದೆ ಎನ್ನುವಾಗಲೇ ಕಕ್ಯಾನ ನಸೀಬು ಕೈ ಕೊಟ್ಟಿತ್ತು. ಅದೊಂದು ದಿನ ಶರಾಬಿನ ಅಮಲಿನಲ್ಲಿ ಎಡತಾಕುತ್ತಾ ಕಕ್ಯಾ ಗುಡಿಸಲಿನ ಹತ್ತಿರ ಬರುವುದಕ್ಕೂ, ಅವನ ಹಿಂದೆಯೇ ಬಜಾರಿ ಹೆಂಗಸೊಬ್ಬಳು ಕೂಗಾಡುತ್ತಾ ಕುಲ ಗೊತ್ರವೇ ಇರದ ಕಕ್ಯಾನಿಗೂ, ಅವನ ಕುಲಕ್ಕೂ ಹಿಗ್ಗಾಮುಗ್ಗಾ ಬೈಯುತ್ತಾ ಬಂದಳು. ಜಗಳ ನೋಡಲು ಹೊರ ಬಂದ ಕಕ್ಯಾನ ಜೊತೆಗಾರರಿಗೆ ಆ ಕತ್ತಲೆಯಲ್ಲಿ ಆಕೃತಿ ಕಾಣದಿದ್ದರೂ, ಬೈಗುಳ ಕೇಳಿಸಿಕೊಂಡವರೇ ಇದು

ಹುಲಿಗ್ಯವ್ವ ಎನ್ನುವುದು ಅರಿವಿಗೆ ಬಂದು ಅಲ್ಲಿಂದ ಕಾಲ್ಕಿತ್ತರು. ಎದುರು ಗುಡಿಸಲಿನ ಮುಂದೆ ಮಲಗಿದ್ದ ಮುದುಕಿ "ಹುಲಿ ಬಾಯಿಂದ ಬೇಕಾದ್ರೂ ತಪ್ಪಿಸಿಕ್ಕೊಂಡು ಬರ್ಬೋದು, ಈ ಹುಲಿಗ್ಯವ್ವನ ಬಾಯಿಂದ ಅಲ್ಲ. ಕಟ್ಗೊಂಡನ್ನ ಬಿಟ್ಟು ಹೊಂಟೋದ್ರೊಳು ಮತ್ತೆ ಅವ್ನ ಹತ್ತಿರಾನೆ ಬಂದಿದಾಳೆ ಅಲಾ... ಈ ಕಕ್ಯಾನ ನಸೀಬೇ ಸರಿ ಇಲ್ಲ. ಪಾಪಾ, ಆ ಅಕ್ಕಮ್ಮ ಇನ್ನೂ ಹೇಗೆ ಹುಲಿಗ್ಯವ್ವನ ಜೊತೆಗೆ ಏಗ್ತಾಳೊ..." ಅಂತ ಸಂತಾಪ ಸೂಚಿಸುವ ರೀತಿಯಲ್ಲಿ ಹೇಳಿದ್ದು, ಗಲಾಟೆ ಕೇಳಿ ಗುಡಿಸಲಿನ ಹೊರಗೆ ಬಂದ ಅಕ್ಕಮ್ಮನ ಕಿವಿಗೂ ಬಿತ್ತು.

ಶಾಂತ ಸ್ವಭಾವದ ಅಕ್ಕಮ್ಮನಿಗೆ ಹುಲಿಗ್ಯವ್ವನ ಜೊತೆಗೆ ಜಗಳವಾಡುವುದು ಸಾಧ್ಯವಿರಲಿಲ್ಲ, ಹಾಗಾಗಿ ಅವಳನ್ನು ಸಮಾಧಾನ ಮಾಡಿ ಗುಡಿಸಲಿನ ಒಳಗೆ ಕರೆದೊಯ್ದಳು.

ಈ ಹುಲಿಗ್ಯವ್ವ ಕಕ್ಯಾನ ಮೊದಲ ಹೆಂಡತಿ.

ಕಕ್ಯಾ ಯಾವುದೊ ಊರಿನ ಜಾತ್ರೆಗೆ ಹೋದಾಗ, ರಾತ್ರಿ ಶರಾಬಿನ ನಶೆಯಲ್ಲಿದ್ದವನು ಬೀದಿ ಬದಿಯಲ್ಲಿ

ತೂರಾಡುತ್ತಾ ಘುಟ್‌ಪಾತಿನ ಮೇಲೆ ಮಲಗಿದ್ದ ಹುಲಿಗ್ಯವ್ವನನ್ನು ಎಡವಿ ಅವಳ ಮೇಲೆ ಬಿದ್ದಿದ್ದಾನೆ ಅಷ್ಟೇ. ಮಲಗಿದ್ದ ಹುಲಿಗ್ಯವ್ವ ಒಮ್ಮೆಲೇ ಏನೊ ಭಯಂಕರ ಅನಾಹುತ ಆದವಳ ರೀತಿ ಚೀರಾಡಿ, ಪಂಚಾಯತಿ ಕರೆದಿದ್ದಾಳೆ. ಪಂಚಾಯತಿ ಕಟ್ಟೆಯ ಮೇಲೆ ಕುಳಿತಿದ್ದ ಗೌಡರೂ ಕೂಡ ಒಂದೆರಡು ಬಾರಿ ಹುಲಿಗ್ಯವ್ವನ ದೇಹದ ರುಚಿ ಸವಿದಿದ್ದ ಕಾರಣ, ಏನಾದರೂ ಎಡವಟ್ಟಾದರೆ ತನ್ನ ಮರ್ಯಾದೆ ಕೂಡ ಮಣ್ಣುಪಾಲು ಮಾಡ್ತಾಳೆ ಎಂದುಕೊಂಡು, ಕಕ್ಯಾನಿಗೂ–ಹುಲಿಗ್ಯವ್ವನಿಗೂ ಪಂಚಾಯತಿಯಲ್ಲೇ ಮದುವೆ ಮಾಡಿಬಿಟ್ಟರು. ಮದುವೆಯ ನಂತರವೂ ಹುಲಿಗ್ಯವ್ವನ ಬಾಯಿಯ ಎದುರು ಕಕ್ಯಾನ ಶರಾಬು ನಶೆ ಕಳೆದುಕೊಂಡಿತ್ತು. ಎಲ್ಲಾ ಗುಡಿಸಲಲ್ಲೂ ಕುಡಿದು ಬಂದ ಗಂಡ ಹೆಂಡತಿಗೆ ಹೊಡೆದರೆ, ಕಕ್ಯಾನಿಗೆ ಮಾತ್ರ ದಿನಲೂ ಪೊರಕೆಯಿಂದಲೊ, ಒನಕೆಯಿಂದಲೊ ಮಂಗಳಾರತಿಯಾಗುತ್ತಿತ್ತು. ಕಕ್ಯಾನಿಗಂತೂ ಹುಲಿಗ್ಯವ್ವ ನುಂಗಲೂ ಆಗದ ಉಗುಳಲೂ ಆಗದ ತುತ್ತಾಗಿ ಬಿಟ್ಟಿದ್ದಳು. ಬೇರೆ ಊರಿನ ಜಾತ್ರೆಗೆಂದು ಕಕ್ಯಾ ಮತ್ತು ಅವನ ಸಂಗಡಿಗರು ತಯಾರಾಗಿ ನಿಂತಿದ್ದರೆ. ಹುಲಿಗ್ಯವ್ವ ಇದ್ದಕ್ಕಿದ್ದಂತೆ ಮಾಯವಾಗಿಬಿಟ್ಟಳು. ಹುಲಿಗ್ಯವ್ವ ಎಲ್ಲಿದ್ದಾಳೆ ಎನ್ನುವುದು ಕಕ್ಯಾನಿಗೆ ಗೊತ್ತಿದ್ದರೂ, ಮತ್ತೆ ಮಾರಿಯನ್ನು ಬಿಟ್ಟುಕೊಳ್ಳುವುದು ಅವನಿಗೆ ಬೇಕಿರಲಿಲ್ಲ. ಹಾಗಾಗಿ ಗುಡಿಸಲಿನಿಂದ ಅವಳು ಬಟ್ಟೆ ಗಂಟು ತಗೊಂಡು ಯಾವಾನೊ ಜೊತೆ ಓಡೋಗಿದಾಳೆ ಎಂದು ಕತೆ ಕಟ್ಟಿ ಬಿಟ್ಟ. ಹುಲಿಗ್ಯವ್ವನಂತಹ ಜಗಳಗಂಟಿಯ ಸವಾಸ ಯಾರಿಗೂ ಬೇಡದೇ ಇದ್ದುದ್ದರಿಂದ ಯಾರೂ ಅವಳ ಬಗ್ಗೆ ತಲೆ ಕೆಡಿಸಿಕೊಳ್ಳಲೂ ಇಲ್ಲ.

ಆದರೆ ಇದೀಗ ಮತ್ತೆ ಹುಲಿಗ್ಯವ್ವ ಪ್ರತ್ಯಕ್ಷವಾಗಿ ಬಿಟ್ಟಿದ್ದಳು.

ಹುಲಿಗ್ಯವ್ವ ಮತ್ತೆ ವಕ್ಕರಿಸಿಕೊಂಡಿದ್ದು ನೋಡಿ, ಕಕ್ಯಾ ಯಾರಿಗೂ ಹೇಳದೇ ಗುಡಿಸಲು ಬಿಟ್ಟು ಓಡಿಹೋಗಿಬಿಟ್ಟ. ವಿಷಯ ಗೊತ್ತಾದಾಗ ಹುಲಿಗ್ಯವ್ವ ಬಾಯಿಗೆ ಬಂದಂತೆ ಕಕ್ಯಾನನ್ನು 'ಎದುರುಪುಕ್ಕಲ' ಎಂದು ಬೈದು ಬೈದು ಸುಮ್ಮನಾದಳು. ಆದರೆ ಅಕ್ಕಮ್ಮ ಮಾತ್ರ, ಗುಡಿಸಲಿನ ಮೂಲೆಯಲ್ಲಿ ಕುಳಿತು ಬಿಕ್ಕಲು ಶುರು ಮಾಡಿದಳು. ಅವಳಿಗೆ ತನ್ನ ಜೀವನದ ಜೊತೆಗೆ ಸೊಂಚನ ಜೀವನದ ಚಿಂತೆ ಕೂಡ ತಲೆ ಮೇಲೆ ಬಿತ್ತು. ಕಕ್ಯಾನ ಜೊತೆಗೆ ಹೇಗೊ ಜೀವನ ಮಾಡುತ್ತಿದ್ದ ಅಕ್ಕಮ್ಮನಿಗೆ ಮುಂದಿನ ದಾರಿ ಕಾಣಲಿಲ್ಲ. ಮನೆಗಳಲ್ಲಿ ಭಿಕ್ಷೆ ಬೇಡಿ ಊಟ ತಂದರೂ, ಕೆಲವೊಮ್ಮೆ ಉಪವಾಸವೇ ಗತಿಯಾಗುತ್ತಿತ್ತು. ಹುಲಿಗ್ಯವ್ವ ಮಾತ್ರ ಮೈಮೇಲೆ ಕುಂಕುಮ ಅರಿಷಿಣ ಸುರುವಿಕೊಂಡು, ತಲೆ ಮೇಲೆ ಸಿರುಬೆ ಕಟ್ಟಿ ಅದರಲ್ಲಿ ಯಾವುದೊ ಹೆಣ್ಣು ದೇವರ ಮುಖವಾಡ ಇಟ್ಟು, ಜಾತ್ರೆಯಲ್ಲಿ ತುಂಬಾ ಜನರು ಸೇರಿದ ಕಡೆ ನಿಂತು ದೇವರು ಮೈಮ್ಯಾಲೆ ಬಂದವರಂತೆ ತೂರಾಡುತ್ತಿದ್ದಳು. ಜಾತ್ರೆಗೆ ಬಂದ ಜನರು, ಭಕ್ತಿಯ ಅಮಲಿನಲ್ಲಿದ್ದವರು ದೇವರು ಮೈಮ್ಯಾಲೆ ಬಂದಿದ್ದಾನೆ ಎಂದು ನಂಬಿ ಹತ್ತೋ-ಐವತ್ತೋ ಕಾಣಿಕೆ ಕೊಡುತ್ತಿದ್ದರು. ಅಷ್ಟರಲ್ಲಿ ಆ ಮೂವರ ಜೀವನ ಸಾಗುತ್ತಿತ್ತು.

ಆದರೆ ಮಗುವಿರದ ಹುಲಿಗ್ಯವ್ವನಿಗೆ ಸೊಂಚನನ್ನೂ, ಅಕ್ಕಮ್ಮನ್ನೂ ಕಂಡರೆ ಏನೋ ಅಸೂಯೆ. ಆದರೆ ಆ ಅಸೂಯೆಗೆ ಕಾರಣ ಮಗು ಹಡೆಯದೇ ತಾಯಿಯಾದ ಅಕ್ಕಮ್ಮನ ಮೇಲೊ, ಸೊಂಚನ ಮೇಲೊ, ಓಡಿ ಹೋದ ಕಕ್ಯಾನ ಮೇಲೊ ಅಥವಾ ಕಿತ್ತು ತಿನ್ನುವ ಬಡತನದ ಮೇಲೊ ಎಂಬುದು ಹುಲಿಗ್ಯವ್ವನಿಗೂ ಸರಿಯಾಗಿ ಗೊತ್ತಿರಲಿಲ್ಲ. ಆದರೆ ಅಕ್ಕಮ್ಮ ಮತ್ತು ಸೊಂಚನನ್ನು ಜೊತೆಯಲ್ಲಿ ಕಂಡರೆ ಮಾತ್ರ ಸುಮ್ಮನೆ ಸಿಡುಕಿಬಿಡುತ್ತಿದ್ದಳು. ಅಕ್ಕಮ್ಮನಿಗೂ ಏನೂ ಗೊತ್ತಾಗುತ್ತಿರಲಿಲ್ಲ, ಹುಲಿಗ್ಯವ್ವ ಹೇಳಿದಂತೆ ಕೇಳುತ್ತಿದ್ದಳಷ್ಟೇ.

ಹುಲಿಗ್ಯವ್ವ ಬೇರೆ ಬೇರೆ ಜಾತ್ರೆಗೆ ಹೋಗಿ, ಅಲ್ಲಿ ಚಿಕ್ಕ ಮಗು ಸೊಂಚನನ್ನು ಸೊಂಟದಲ್ಲಿ ಸಿಕ್ಕಿಸಿಕೊಂಡು ಜಾತ್ರೆ ತುಂಬಾ ಅಪ್ಪ ಇಲ್ಲದ ಮಗು ಅಂತಲೊ ಅಥವಾ ಸೊಂಚನ ಸುರುಟಿದ್ದ ಎಡಗೈ ತೋರಿಸಿಯೊ ಎದುರಿಗಿದ್ದವರ ಅನುಕಂಪ ಗಿಟ್ಟಿಸಿ ದುಡಿಯುವ ಹೊಸ ದಾರಿ ಕಂಡುಕೊಂಡಿದ್ದಳು. ಅಕ್ಕಮ್ಮನಿಗೆ ಸೊಂಚನನ್ನು ಹುಲಿಗ್ಯವ್ವನ ಜೊತೆ ಕಳಿಸಲು ಇಷ್ಟವಿರದಿದ್ದರೂ ಅವಳಿಗೆ ಮರು ಮಾತನಾಡಲು ಆಗದೆ ಮೊದಲಿನಂತೆ ಮನೆ ಮನೆಗೆ ತೆರಳಿ ಊಟವನ್ನು ಭಿಕ್ಷೆ ಬೇಡಿ ಬರುತ್ತಿದ್ದಳು.

ಆದರೆ, ಹುಲಿಗ್ಯವ್ವನ ಆಸೆ ಅಷ್ಟಕ್ಕೇ ಇರಲಿಲ್ಲ. ಯಾರು ಯಾರನ್ನೂ ಗುಡಿಸಲಿನ ಹತ್ತಿರ ಕರೆದುಕೊಂಡು ಬಂದು ನೂರೊ, ಇನ್ನೂರಕ್ಕೂ ಅಕ್ಕಮ್ಮನನ್ನು

ಕಂಡ ಕಂಡವರ ಜೊತೆ ಮಲಗಲು ಬಿಡುತ್ತಿದ್ದಳು. ತಿಂಗಳುಗಟ್ಟಲೆ ಮನೆ ಬಿಟ್ಟು ಜಾತ್ರೆಯಲ್ಲಿ ಅಂಗಡಿ ಹಾಕಿದವರು, ಕೂಲಿಗಳು ಮತ್ತೆ ಯಾರ್ಯಾರೊ ಬರುತ್ತಿದ್ದರು. ಅಕ್ಕಮ್ಮನಿಗೆ ಅವರು ಗುಡಿಸಲಿನ ಒಳಗೆ ಬರುತ್ತಿದ್ದು ಅಷ್ಟೇ ಗೊತ್ತು, ದೇಹವೆಲ್ಲಾ ನೋವಾಗಿ ಎಚ್ಚರವಾದಾಗ ದೇಹದ ಮೇಲೆ ತುಂಡು ಬಟ್ಟೆಯೂ ಇರುತ್ತಿರಲಿಲ್ಲ. ಬಂದವರು ತಮ್ಮ ಕೆಲಸ ಮುಗಿಸಿಕೊಂಡು ಹುಲಿಗ್ಯವ್ವನ ಜೊತೆಗೆ ವ್ಯವಹಾರ ಮುಗಿಸಿ ಹೋಗಿಬಿಡುತ್ತಿದ್ದರು.

ಅಷ್ಟರಲ್ಲಿ ಸೊಂಚ ಸ್ವಲ್ಪ ದೊಡ್ಡವನಾಗಿದ್ದ. ಅಂದರೆ ಇನ್ನೂ ತೊದಲು ಮಾತನಾಡುತ್ತಾ, ಅಂಬೆಗಾಲಿನಿಂದ ನಡೆಯುವುದನ್ನು, ಓಡುವುದನ್ನೂ ಕಲಿತಿದ್ದನಷ್ಟೇ. ಸೊಂಚನನ್ನು ಬಗಲಲ್ಲಿ ಇಟ್ಟುಕೊಂಡು ಭಿಕ್ಷೆ ಬೇಡಿದರೆ ಈಗ ಯಾರೂ ಭಿಕ್ಷೆ ಹಾಕುತ್ತಿರಲಿಲ್ಲ ಎನ್ನುವುದು ಹುಲಿಗ್ಯವ್ವನ ಗಮನಕ್ಕೂ ಬಂದಿತ್ತು. ಚಿಕ್ಕ ಸೊಂಚ ಜನರನ್ನು ಸೆಳೆದಷ್ಟು, ಈಗ ಸೊಂಚ ಬೇರೆಯವರ ಮನಸ್ಸಿಗೆ ತಾಗುತ್ತಿರಲಿಲ್ಲ. ಜನರಿಗೆ ಅವನ ಮೇಲೆ ಮೊದಲಿನಷ್ಟು ಕರುಣೆಯೂ ಉಕ್ಕುತ್ತಿರಲಿಲ್ಲ. ಹುಲಿಗ್ಯವ್ವನ ಮುಖ ನೋಡಿ ಯಾರೂ ಭಿಕ್ಷೆಯನ್ನೂ ಹಾಕುತ್ತಿರಲಿಲ್ಲ. ಹೀಗೆ ಬಿಟ್ಟರೆ ಮುಂದೊಂದು ದಿನ ಉಪವಾಸದಲ್ಲಿ ಸಾಯಬೇಕಾಗುತ್ತದೆ ಎನ್ನುವುದು ಹುಲಿಗ್ಯವ್ವನ ಹರಿವಿಗೆ ಬರತೊಡಗಿತು.

ಹಾಗಾಗಿ ಹುಲಿಗ್ಯವ್ವ ಬೇರೆ ದಾರಿ ಹಿಡಿದಳು. ಸೊಂಚನ ಬಲಗೈಗೆ ಐದಾರು ಬಣ್ಣಬಣ್ಣದ ಬಲೂನಿನ ದಾರ ಕಟ್ಟಿ, ಅವನಿಗೆ ಕಂಡ ಕಂಡವರ ಮುಂದೆ ನಿಲ್ಲಲು, ನಿಲ್ಲದಿದ್ದರೆ ಹೇಗೆ ಅವರ ಕಾಲು ಹಿಡಿಯಬೇಕು. ಅವರ ಮುಂದೆ ಬಲೂನು ತೋರಿಸಿ, ಸೊಟ್ಟವಿದ್ದ ಎಡಗೈಯಲ್ಲಿ ಹಣ ಹೇಗೆ ಕೇಳಬೇಕು. ಬಲೂನ್ ಖಾಲಿಯಾದ ನಂತರ ಗುಡಿಸಲಿನ ಹತ್ತಿರ ಬರಬೇಕು ಎಂದೆಲ್ಲಾ ಹೇಳಿ ಜಾತ್ರೆಯೊಳಗೆ ಬಿಡುತ್ತಿದ್ದಳು. ಆದರೆ ಪುಟ್ಟ ಮಗು ಸೊಂಚನಿಗೆ ಜಾತ್ರೆಯ ನಡುವೆ ಸಾಗುವುದೇ ಕಷ್ಟವಾಗುತ್ತಿತ್ತು. ಅಷ್ಟು ಜನರ ಮಧ್ಯೆ ಆ ಪುಟ್ಟ ಜೀವ ಜಾತ್ರೆಯ ಜನರ ನಡುವೆ ಕಾಲಲ್ಲಿ ಸಿಲುಕಿ ಹಿಂದೆ-ಮುಂದೆ ಹೋಗದೇ ಪರದಾಡಿಬಿಡುತ್ತಿತ್ತು.

ಹಾಗಾಗಿ ಅಕ್ಕಮ್ಮನೂ, ಹುಲಿಗ್ಯವ್ವನೂ ಒಂದೆರಡು ದಿನ ಸೊಂಚನ ಬಳಿಯೇ ಇದ್ದು ಅವನು ಜಾತ್ರೆಯಲ್ಲಿ ಕಳೆದು ಹೋಗದ ರೀತಿ ನೋಡಿಕೊಂಡರು. ಸೊಂಚನ ಪುಟ್ಟ ಜೀವ, ಅದಕ್ಕೂ ಪುಟ್ಟದಾಗಿದ್ದ ಅವನ ಎಡಗೈ ಜನರ ಕರುಳನ್ನು ಚುರುಕ್ ಎನಿಸಿ ಬಲೂನು ಕೊಂಡಂತೆ ಮಾಡಿ, ಅವನ ಪುಟ್ಟ ಎಡಗೈಗೆ ಹತ್ತು-ಇಪ್ಪತ್ತರ ನೋಟಿಟ್ಟು ಹೋಗುತ್ತಿದ್ದರು. ಕೆಲವೇ ದಿನಗಳಲ್ಲಿ ಸೊಂಚನಿಗೂ ವ್ಯಾಪಾರ ಸ್ವಲ್ಪ ಸ್ವಲ್ಪ ಅರ್ಥವಾಗಿತ್ತು. ಜನರು ಜಾಸ್ತಿ ಇರುವ ಜಾಗ ನೋಡಿ, ಒಂದು ಬದಿಯಲ್ಲಿ ನಿಂತು 'ಕಲರ್ ಕಲರ್‌ಬಲೂನ್, ಬಲೂನ್ ತಗೊಲಿ ಕಲರ್ ಕಲರ್‌ಬಲೂನ್ ತಗೊಲಿ' ಎಂದು ಪುಟ್ಟ ಧ್ವನಿಯಲ್ಲಿ ಹೇಳುತ್ತಿದ್ದರೆ

ಜನರೂ ಮರುಳಾಗಿ ಸೊಂಚನ ಕಲರ್ ಕಲರ್ ಬಲೂನು ಜಾತ್ರೆಯಲ್ಲಿ ರೆಕ್ಕೆ ಇಲ್ಲದೇ ಹಾರಿ ಹೋಗುತ್ತಿದ್ದವು.

ಹೀಗೆ ಸೊಂಚನ ಬಲೂನ್ ವ್ಯಾಪಾರ ಸಾಗುತ್ತಿತ್ತು. ಆದರೆ ಅಕ್ಕಮ್ಮ ಮಾತ್ರ ಅದೇನೊ ಕಾಯಿಲೆಯಾಗಿ ಮಲಗಿದವಳಿಗೆ ಮೇಲೆ ಏಳಲೂ ಆಗುತ್ತಿರಲಿಲ್ಲ. ಹುಲಿಗ್ಯವ್ವನಿಗೆ ಅಕ್ಕಮ್ಮನ ಕಾಯಿಲೆ ಅರ್ಥವಾಗಿತ್ತು, ಯಾವನೊ ಆ ಕಾಯಿಲೆ ಅಂಟಿಸಿಕೊಂಡು ಬಂದಿದ್ದವನು ಅದನ್ನು ಅಕ್ಕಮ್ಮನಿಗೂ ಕೊಟ್ಟು ಹೋಗಿದ್ದ. ಹಾಗಾಗಿ ಅಕ್ಕಮ್ಮನಿಂದ ಹುಲಿಗ್ಯವ್ವನಿಗೆ ಏನೂ ಉಪಯೋಗ ಇರಲಿಲ್ಲ. ಇನ್ನೂ ಕೆಲವು ದಿನಗಳಲ್ಲಿ ಅವಳು ಸತ್ತರೆ, ಇಲ್ಲೇ ಹೆಣ ಬಿಟ್ಟು ಬೇರೆ ಕಡೆ ಹೋಗುವುದು. ಸಾಯದಿದ್ದರೆ ಹತ್ತಿರದ ನದಿಯಲ್ಲಿ ಮುಳುಗಿಸಲು ಕೂಡ ಹುಲಿಗ್ಯವ್ವ ಸಂಚು ರೂಪಿಸಿದ್ದಳು. ಇಲ್ಲದಿದ್ದರೆ ಅಕ್ಕಮ್ಮನ ಕಾಯಿಲೆ ವಿಷಯ ಹೊರಗೆ ಗೊತ್ತಾದರೆ ಅವಳ ಗಿರಾಕಿಗಳು ಕೂಡ ಅವಳ ಹತ್ತಿರ ಬರುವುದಿಲ್ಲ ಎನ್ನುವುದು ಹುಲಿಗ್ಯವ್ವನಿಗೆ ಗೊತ್ತಿತ್ತು. ಈ ವಿಷಯ ಹೇಗೊ ಅಕ್ಕಮ್ಮನಿಗೂ ಗೊತ್ತಾಯ್ತು. ಆದರೆ ಏನನ್ನೂ ಮಾಡುವ ಸ್ಥಿತಿಯಲ್ಲಿ ಅವಳಿರಲಿಲ್ಲ.

ಒಂದು ದಿನ ಬಲೂನು ಮಾರುತ್ತಾ ಸೊಂಚ ಜಾತ್ರೆಯ ನಡುವೆ ಕಲರ್ ಕಲರ್ ಬಲೂನ್ ಎನ್ನುತ್ತಾ ಸಾಗುತ್ತಿದ್ದ. ಪಾರ್ಕಿಂಗ್‌ನಲ್ಲಿ ನಿಂತಿದ್ದ ಕಾರಿನ ಬಳಿ ಹೋಗಿ, ಎಂದಿನಂತೆ ಕಲರ್ ಬಲೂನ್ ಕಲರ್ ಬಲೂನ್ ಎನ್ನುತ್ತಾ ತನ್ನ ಬಲಗೈಯಲ್ಲಿದ್ದ ಬಲೂನು ತೋರಿಸಿ, ಎಡಗೈ ಮುಂದೆ ಚಾಚಿದ. ಅಷ್ಟರಲ್ಲಿ ಕಾರಿನ ಒಳಗಿದ್ದ ಮಗು, ಪಪ್ಪಾ ಕಲರ್ ಬಲೂನ್ ಬಲೂನು ಎಂದು ಕೂಗಿಕೊಳ್ಳಲೂ ಶುರು ಮಾಡಿತು. ಪಾರ್ಕಿಂಗ್ ಟ್ರಾಫಿಕ್‌ನಿಂದ ಕಾರನ್ನು ಹೊರಗೆ ತೆಗೆಯುವ ಟೆನ್ಷನ್‌ನಲ್ಲಿದ್ದ ಆತ, "ನೋಡು ನೀನು ಶಾಲೆಗೆ ಸರಿಯಾಗಿ ಹೋಗದಿದ್ರೆ, ಈ ಹುಡ್ಗನ ತರ ಜಾತ್ರೆಲಿ ಬಲೂನು ಮಾರ್ಕೊಂಡು ಇರಬೇಕಾಗುತ್ತೆ. ಅದ್ಕೆ ಜಾತ್ರೆ ಎಲ್ಲಾ ಸಾಕು, ಮನೆಗೆ ಹೋಗಿ ಇನ್ನೂ ನೀನು ಹೋಮ್‌ವರ್ಕ್ ಮಾಡ್ಬೇಕು" ಎಂದೇನೊ ಮುಂದೆ ಹೇಳುತ್ತಿದ್ದರು. ಆದರೆ ಅಷ್ಟರಲ್ಲಿ ಸೊಂಚನಿಗೆ ಏನೋ ಅನ್ನಿಸಿ ಅಲ್ಲಿಂದ ಮಾಯವಾಗಿ, ಗುಡಿಸಲಿನ ಒಳಗೆ ಬಂದು ಅಲ್ಲಿ ಮಲಗಿದ್ದ ಅಕ್ಕಮ್ಮನ ಎದುರು ಪ್ರತ್ಯಕ್ಷವಾಗಿಬಿಟ್ಟ. ಸೊಂಚನ ಮುಖ ನೋಡಿ ಅಕ್ಕಮ್ಮನಿಗೆ ಏನೋ ಜರುಗಿರುವುದು ಅರಿವಿಗೆ ಬಂತು. ಹುಲಿಗ್ಯವ್ವ ಸೊಂಚನಿಗೆ ಹೊಡೆದಿರಬಹುದು ಎಂದುಕೊಂಡು, ಸೊಂಚನಿಗೆ ಕೇಳಿದರೆ ಅವನು ಇಲ್ಲ ಎಂದು ತಲೆ ಅಲ್ಲಾಡಿಸಿದ. ಮತ್ತೆ ಏನಾಯ್ತು ಎಂದು ಗಾಬರಿಯಾಗಿ, ಕೇಳಿದಾಗ "ಅವ್ವಾ, ಶಾಲೆ ಅಂದ್ರೆ ಏನೂ... ನಮ್ಮಪ್ಪ ಎಲ್ಲಿ... ನನ್ನ ಯಾವಾಗ ಶಾಲೆಗೆ ಸೇರಿಸ್ತಿಯಾ... ನಾನೂ ಹೋಮ್‌ವರ್ಕ್ ಮಾಡ್ಬೇಕು..." ಎಂದು ಅಕ್ಕಮ್ಮನ ಮುಖವನ್ನೇ ನೋಡುತ್ತಾ ನಿಂತ. ಅಕ್ಕಮ್ಮನೂ ಈ ಪ್ರಶ್ನೆಗಳನ್ನು ಎದುರು

ನೋಡಿರಲಿಲ್ಲ. ಅಲ್ಲೊಂದು ಕ್ಷಣ ಸ್ಮಶಾನ ಮೌನ ಆವರಿಸಿತು. ಅಕ್ಕಮ್ಮ ಮಾತನಾಡದೇ ಇದ್ದುದ್ದನ್ನು ಗಮನಿಸಿ, ಸೊಂಚ ಅವಳ ಕೈ ಜಗ್ಗಿದ.

ವಾಸ್ತವಕ್ಕೆ ಬಂದ ಅಕ್ಕಮ್ಮ "ತಿಪ್ಪೇಸ್ವಾಮಿ, ನಿಮ್ಮಪ್ಪ ದೇವರ ಹತ್ತಿರ ಹೋಗಿದಾನೆ. ಅವನು ವಾಪಾಸು ಬಂದು ನಿನ್ನ ಶಾಲೆಗೆ ಸೇರಿಸ್ತಾನೆ..." ಎನ್ನುತ್ತಾ ಬಿಕ್ಕಲು ಶುರು ಮಾಡಿದಳು.

ಅಷ್ಟರಲ್ಲಿ ಹೊರಗಿನಿಂದ ಬಂದ ಹುಲಿಗ್ಯವ್ವ, ಸೊಂಚ ಗುಡಿಸಲಿನಲ್ಲಿ ಇದ್ದದ್ದು ನೋಡಿ ಅವನನ್ನು ಗದರಿಸಿ ಮತ್ತೆ ಜಾತ್ರೆಗೆ ಬಲೂನು ಮಾರಲು ಕಳಿಸಿದಳು. ಅಕ್ಕಮ್ಮನ ಅಳು ಇನ್ನಷ್ಟು ಜೋರಾಯಿತು. ಸಂಜೆಯಾದರೂ ಸೊಂಚ ಮನೆಗೆ ಬರಲಿಲ್ಲ, ರಾತ್ರಿಯಾದರೂ ಅವನ ಪತ್ತೆಯಿಲ್ಲ. ಗಾಬರಿಯಾದ ಅಕ್ಕಮ್ಮ, ಹುಲಿಗ್ಯವ್ವನಿಗೆ ನಡೆದ ವಿಷಯ ಹೇಳಿದಳು. ಹುಲಿಗ್ಯವ್ವ ಗಾಬರಿಯಿಂದ ಸೊಂಚನನ್ನು ಹುಡುಕುತ್ತಾ ಜಾತ್ರೆಯ ಒಳಗೆ ಹೋದಳು.

ಸೊಂಚನು ಒಂದು ಕೈಯಲ್ಲಿ ಬಲೂನುಗಳ ದಾರ ಹಿಡಿದು, ಜಾತ್ರೆಯಲ್ಲಿ ಸಿಕ್ಕ ಸಿಕ್ಕವರ ಹತ್ತಿರ "ದೇವ್ರ ಹತ್ರ ಹೆಂಗೆ ಹೋಗೊದು... ನಮ್ಮಪ್ಪ ದೇವ್ರ ಹತ್ರ ಇದಾನೆ. ಅವ್ನು ನನ್ನ ಶಾಲೆಗೆ ಸೇರಿಸ್ತಾನೆ..." ಎಂದು ಬೇಡುತ್ತಾ ಜಾತ್ರೆಯ ಮಧ್ಯ ಭಾಗಕ್ಕೆ ಬಂದ. ಯಾರೂ ಸೊಂಚನ ಪ್ರಶ್ನೆಗೆ ಉತ್ತರಿಸಲಿಲ್ಲ. ಅವರ್ಯಾರಿಗೂ ದೇವರು ಎಲ್ಲಿದ್ದಾನೆ ಎನ್ನುವುದು ಗೊತ್ತಿಲ್ಲ ಎಂದುಕೊಂಡು, ಸಿಕ್ಕ ಸಿಕ್ಕವರನ್ನು ಕೇಳುತ್ತಾ ಹೋದ. ಹೊಟ್ಟೆ ಹಸಿದು, ಬಾಯಿಯೂ ಒಣಗಿ ಮಾತೇ ಬಾರದೆ ಒಂದು ಕಡೆ ಕುಸಿದು ಕುಳಿತುಬಿಟ್ಟ.

ಇಡೀ ಜಾತ್ರೆಗೆ ಜಾತ್ರೆಯೇ ಸಂಭ್ರಮದಲ್ಲಿ ತೇಲುತ್ತಿದ್ದರೆ, ಸೊಂಚ ಮಾತ್ರ ಆ ಜನರನ್ನು, ಅವರ ಸಡಗರವನ್ನು ನೋಡುತ್ತಾ ಕುಳಿತುಬಿಟ್ಟಿದ್ದ. ಸೊಂಚನನ್ನು ಹುಡುಕಿ ಹುಡುಕಿ ಸುಸ್ತಾಗಿದ್ದ ಹುಲಿಗ್ಯವ್ವನ ಕಣ್ಣಿಗೆ ಬಲೂನು ಹಿಡಿದು ಕುಳಿತ ಸೊಂಚ ಕಂಡಿದ್ದೆ ಅವನ ಬೆನ್ನಿಗೆ ಚಟಾರ್ ಎಂದು ಕೊಡದಿದ್ದರೆ ಮುಂಜಾನೆವರೆಗೂ ಸೊಂಚ ಹಾಗೇ ಇದ್ದುಬಿಡುತ್ತಿದ್ದ. ಆದರೆ, ಹುಲಿಗ್ಯವ್ವ ಹೊಡೆದ ರಭಸಕ್ಕೆ ಸೊಂಚನ ಹರಿದ ಬನೀನ್ ಒಳಗಿನಿಂದ ಅವನ ಬೆನ್ನ ಮೇಲೆ ಬಿದ್ದ ಬಾಸುಂಡೆ ಕಾಣುತ್ತಿತ್ತು. ಕೈಲಿದ್ದಬಲೂನಿನ ದಾರ ಒಮ್ಮೆ ಕೈ ತಪ್ಪಿ, ಹೇಗೊ ಅದನ್ನು ಮತ್ತೆ ಹಿಡಿದುಕೊಂಡ.

ಅವಳಿಂದ ತಪ್ಪಿಸಿಕೊಂಡರೆ ಸಾಕು ಎನ್ನುವಂತೆಯೋ ಅಥವಾ ದೇವರನ್ನು ಹುಡುಕಲೊ ಎಂಬಂತೆ ಸೊಂಚಬಲೂನುಗಳನ್ನು ಎತ್ತಿಕೊಂಡು ಓಡಿದಂತೆ ನಡೆಯುತ್ತಾ ಜಾತ್ರೆಯ ಜನಗಳ ಮಧ್ಯೆ ಮರೆಯಾಗಿಬಿಟ್ಟ.

ಮತ್ತೆ ಮರಳಿ ಬಾರದವನಂತೆ...!!

ಹುಲಿ ಮನೆ ಆಟ

■ **ಶರಣಬಸವ ಕೆ. ಗುಡದಿನ್ನಿ**

sharanumaddy007@gmail.com

ನಮ್ಮೂರಿಗೆ ಶಿವರಾಜಪ್ಪ ಮಾಸ್ತ್ರು ನೌಕರಿ ಮಾಡಾಕ ಬಂದಾಗ ಅವರಿಗಿನ್ನೂ ಸರಿಯಾಗಿ ಮೀಸೆ ಮೂಡಿರಲಿಲ್ಲ. ತೆಳ್ಳಗ ಚಾಕೂ ಹಾಗಿದ್ದ ಶಿವರಾಜಪ್ಪ ಮಾಸ್ತ್ರು ಹನಮಂದೇವರು ಅಂಗ್ಳದಾಗ ಊರು ಹುಡ್ರು ಕಬಡ್ಡಿ ಆಡ್ತಿದ್ರ ಉಟ್ಗಂಡ ಅಂಗಿ ಬಿಚ್ಚಿ ಪ್ಯಾಂಟ್ ಮ್ಯಾಕೇರಿಸಿ ಕಬಡ್ಡಿ, ಕಬಡ್ಡಿ ಅಂತ ನನ್ ಹುಲಿ–ಮನಿ ಆಟದಾಗೀನ ಹುಲಿಯಂಗ ನುಗ್ಗುತಿದ್ದ. ಅಮಾಸಿ ಹುಣ್ಣೀಮೀಗಿ ಊರಾಗ ಭಜನೀ ನಡದ್ರ 'ಗೂಳಿ ಬಂತು ಗೂಳಿ ಬಂತಣ್ಣಾ' ಅಂಬೋ ಪದವನ್ನು ಸ್ವರ ತಗದು ಹಾಡಿ ಹೌದ ಗಣಮಗ ಮಾಸ್ತರ ಅನಿಸಿಗೆಂತಿದ್ದ.

ಆವಾಗ ನನಗ ಹೆಚ್ಚೆಂದ್ರ ಇಪ್ಪತ್ತು ವರ್ಸದ ಮ್ಯಾಲ ಇರಬೇಕು. ಈಗ ಮೂವತ್ತರ ಮ್ಯಾಲ ಅದಾವ ಅನಿಸುತ್ತ. ಯಾಕಂದ್ರ ನನ್ನ ಹಿಂದ್ಲ ತಮ್ಮ ಬೀರಪ್ಪನ ಮಗಳು ಸಾಂತಿ ಸಾಲಿಗಿ ಬರತಾದ.

ತನಗ ಒಂಬತ್ತೊರ್ಸ ಮೂರನೆತ್ತು 'ದೊಡಪ್ಪ' ಅಂತಾದ. ನಾನಂತೂ ಇಪ್ಪತ್ತು ವರ್ಸದಿಂದ ಈ ಸಾಲಿಗುಡಿ ಮತ್ಯ ದುರುಗಮ್ಮನ ಗುಡಿ ಅಂಗ್ಳದಾಗೀನ ಬೇನೆಗಿಡಕ ಗಂಟು ಬಿದ್ದೀನಿ.

ಮಂದಿ ಮದುವಿ ಆಗು ಅಂದ್ರು ನಾ ವಲ್ಯ ಅಂದೆ.

ಕಣ್ಣಿದ್ರ ಕಂತ್ರಾಟಿ ನೋಡಬಹುದು ನನಗ ಸರಿಯಾಗಿ ಕಣ್ಣು ಕಾಣುವುದಿಲ್ಲ. ಇಲ್ಲೇ ಕುಂದ್ರತೀನಿ, ಮಲಗ್ತೀನಿ ಊರು ಮಂದಿ ಮಾತಾಡಿದ್ರ ಆ ಸುದ್ದಿ ಕೇಳ್ತೀನಿ.

ಮುಂಜಾನಿ ಮುಲ್ಲಾ ಸಾಬುನ ಹೋಟ್ಲದಾಗ ಯಾರಾರ ಕೊಡಿಸಿದ್ರೆ ಎಲ್ಡು ಪೂರಿ.

ಇಲ್ಲಂದ್ರ ವರ್ಸದ ಉದ್ರಿಗಿ ಒಂದ್ ಚಾ ಕುಡ್ದು ಬಂದು ಬೇನಿಗಿಡ್ದ ಕಟ್ಟೀಗಿ ಕುಂತ್ರ ಮುಗೀತಿ! ಮದ್ಯಾಹ್ನ ಶಿವರಾಜಪ್ಪ ಮಾಸ್ತ್ರಾ ಕರದು 'ಗಡ್ಯಾಗ ಒಂದ್ಚೆಮಿಚ್ಯಾ ರೈಸ್ ಹಾಕ್ರೀ' ಅಂದಾಗಲೇ ಹೊಟ್ಟಿಗಿ ಎಲ್ಡು ತುತ್ತು ಅನ್ನ. ಸಾಲ್ಯಾನ ಅನ್ನ ಉಂಡು ದುರುಗಮ್ಮನ ಗುಡಿ ಕಟ್ಟಿಗಿ ಕುಂತಾಗ ಯಾರಾದ್ರೂ ಸಿಕ್ರ ಹುಲಿ–ಮನಿ ಆಟ. ಲುಂಗಿ ಬಟ್ಯಾಗ ಹೊಲಿಸಿದ್ ಪಟ್ಟಾಪಟ್ಟಿ ಚಣ್ಣದೊಳ್ಗ ದುಂಡನವು ಅಳ್ಳು ಯಾವ್ಹಾನ ಕೇಳು ಇರತಿದ್ವು.

'ಗಡ್ಯಾನ ಹುಲಿ ಬಾಳ ಬೆರಿಕಿ ಯಾರನ್ನೂ ಬುಡಾದಿಲ್ಲ' ಅಂತ ಊರಾಗ ಮಂದಿ ಮಾತಾಡ್ತಿದ್ರು.

ಹಂಗ್ ಹುಲಿ–ಮನಿ ಆಟ್ದಾಗ ನನ್ನುಲಿ ಎದುರು ಆಡೋರು ಕುರೀನ ಐದು ನಿಮಿಷದಾಗ ತಿಂದು ಹಾಕ್ತಿತ್ತು.

ಶನಿವಾರ ಬಂದ್ರ ಸಾಕು, ಡಬ್ ಡಬ್ ಅಂತ ಡೊಳ್ಳಿನಗತ್ಯ ಇರೋದನ್ನ ತಗಂಡು ಡ್ರಿಲ್ ಮಾಡಿಸ್ತಿದ್ದ ಶಿವರಾಜಪ್ಪ ಮಾಸ್ತ್ರು ಸಂಜೀಮುಂದಾ ಬೀರಪ್ಪನ ಗುಡಿ ಅಂಗ್ಳದಾಗ ಕೋಕೋ ಆಡಿಸ್ತಿದ್ರು.

ನನಗ ಕಣ್ಣು ಸರೀಗಿ ಕಾಣಂಗಿಲ್ಲ. ಕಂಡಿದ್ರ ಶಿವರಾಜಪ್ಪ ಮಾಸ್ತ್ರು ಆಡ ಹುಡುಗ್ರ ಕುಂಡಿ, ಎದೀ ಮುಟ್ಟದನ್ನ ಕಂಡಿಡೀತಿದ್ದೆ!

ಯಾವ್ದರ ಇರಲಿ ಎಲ್ಲದಕ್ಕೂ ಎತ್ತಿದ ಕೈ ಆಗಿ ಊರಾಗ ಮನೀ ಮಾತಾಗಿದ್ದ ಶಿವರಾಜಪ್ಪ ಮಾಸ್ತ್ರಗ ಅದ್ಯಾಕ ದುರುಗಮ್ಮನ ಗುಡೀನ ಸಾಲೀ ಒಳಗ ಸೇರಿಸ್ಕ್ಯಾಬೇಕು ಅನಿಸ್ತೇನು?

ಆವತ್ತಿಂದ ಊರಿಗಿ ಊರಾ ಹೊಟ್ಯಾಗ ಬೆಂಕಿ ಬಿದ್ದಾಂಗ ಒಳಗ ನಳ್ಯಾಡಾಕತ್ತಿ.

ಆವತ್ತು ಸಾಲ್ಯಾಗೊಂದು ಫಂಕ್ಷನ್ ಇತ್ತು. ಮುಂಜಾನಿಂದ ಮೈಕಚ್ಚಿ ಒದರಸಾಕತ್ತಿದ್ರು.

ಎಲ್ಲಾರೂ ಬಂದು ಕುಂತ ಮ್ಯಾಲ ಮೊದಲಾ ಪಾಠ ಗಟ್ಟಿಮಾಡಿದ ಸಾಲೀ ಹುಡುಗನ ತರ ಶಿವರಾಜಪ್ಪ ಮಾಸ್ತ್ರು ಮಾತು ಒಪ್ಪಿಸಿದ್ರು.

'ಊರ ದುರುಗಮ್ಮವ್ವಗ ಇದ್ದೋಟು ಜಾಗ ಸಾಲಿ ಹುಡುಗ್ರಿಗಿಲ್ಲ, ಅದ್ಕ ನಮ್ಮವ್ವನ ಸಾಲಿ ಒಳ್ಗ ಕರ್ಕಮ್ರೀ ಆಕಿ ಜಾಗದಾಗ ಮಕ್ಳು ಆಟ ಆಡ್ಲಿ, ಬುಳ್ಳಿ–ಏಳ್ಳೀ ಇರಾ ಕಂಪೌಂಡು ಬುಳಿಸಿ ಗುಡಿ ಒಳ್ಗಾ ಮಾಡಿ ಹೊಸ ಕಂಪೌಂಡ್

ಕಟ್ಟಮ್ರೀ, ಪೂಜಾ-ಜಾತ್ರೀ, ಅಮಾಸಿ ಉಣ್ಣಿಮ್ಮೀ ಎಲ್ಲಾ ನಡೀಲಿ ಯಾರ ಬ್ಯಾಡಂತಾರ" ಅಂತ ಭಾಷಣ ಮಾಡಿಬಿಟ್ಟ.

ಹಸೀ ಗ್ವಾಡೀಗಿ ಹಳ್ಳು ಒತ್ತಿದ್ಹಂಗ ಶಿವರಾಜಪ್ಪನ ಮಾತು ಬಂದ ಮಂದಿ ಎದಿಯಾಗ ನಟುಗೊಂಡ್ವು. ಆದ್ರ ಆ ದಿನ ಊರ ಮಂದಿ ಆಡಾಕ ಮಾತು ಹೊಳೀಲಾರದಾ ದಿಕ್ಕ ಪಾಲಾಗಿ ಮನೀ ಸೇರಿದ್ರು.

ಯಾರಿಗೂ ಹೌದಂಬೋ, ಇಲ್ಲಂಬೋ ದನಿ ಇದ್ದಿಲ್ಲ.

ಆರು ವರ್ಸಕ್ಕೊಮ್ಮೀ ಜಾತ್ರೀ ಆಗಿ ಬ್ಯಾಟೀ ಬುಳ್ತಿದ್ದ ದುರುಗಮ್ಮನನಕಿನ ಆಕಿ ಪೂಜಾರಿ ಮಲ್ಡಿ ಭೀಮಗ ಮಂದಿ ಅಂಜಿದ್ರು. ಎತ್ತರ-ದಪ್ಪದಾಗ ಬಯಲಾಟದ ಶುಂಭ-ನಿಶುಂಭರಂಗಿದ್ದ ಮಲ್ಡಿ ಭೀಮ ಮುಖದ ತುಂಬಾ ಮೀಸಿ ಬಿಟ್ಟಿದ್ದ.ತಲೆಗೂದಲು ಬೆನ್ನಿನತನ ಬಿದ್ರ ಅವುಕ ಎರದು, ಎಣ್ಣೆ ಹಚ್ಚಿ ಬಾಚಿ ತುರುಬಿನಂಗ ಕಟ್ಟಿ ಜತನ ಮಾಡ್ತಿದ್ದ. ಕೂದ್ಲ ಕಟ್ಟಿದ್ರ ಕಟ್ಟ್ಯಾಕಿದ ಆಕಳ ಇದ್ದಂಗಿರತಿದ್ದ ಮಲ್ಡಿ ಭೀಮ ತಲೀ ಕೆಟ್ರ ತುರುಬ ಬಿಚ್ಚಿ ಒದರಾಡಾಕ ನಿಲ್ತಿದ್ದ.

"ಮನೀ ಮುಂದಾ ತಿರಗ್ಯಾಡಾಕ ಬುಡ್ಲಾರದ ಸುಳೇಮಕ್ಳು ಇವತ್ತು ನಾ ಗುಡಿ ಪೂಜಾರಿ ಆಗೀನಂತ ನಮ್ಮನೀತಾನ ಬಂದು ನಿಂದ್ರತಾರ, ನಮವ್ವ ದುರುಗವ್ವ ಸಣ್ಣಾಕೆಲ್ಲ" ಅಂತ ಸದಾ ಹೇಳುತ್ತಿದ್ದ ಮಲ್ಡಿ ಭೀಮನಿಗೆ ಯಾರಾದರೂ ದುರುಗಮ್ಮನ ಗುಡಿ ತಂಟ್ಯಾಕ ಬಂದ್ರ ಮೈಯಾಗ ದೇವ್ರು ಬಂದಂಗಾತಿತ್ತು.

ಆರು ವರ್ಷಕ್ಕೊಮ್ಮೆ ಜಾತ್ರೆ ನಡೆಯುವಾಗ ಮಾತ್ರ ನಾನು ಮನೆಗೋಗುತ್ತಿದ್ದೆ. ನನ್ನ ಪಾಲಿನ ಎರಡೆಕರೆಯ ಲೀಜಿನಲ್ಲಿ ಮೂರು ಚೊಣ್ಣದ ಬಟ್ಟೆ, ಎರಡು ಲುಂಗಿ, ಎರಡು ಅಂಗಿ ಕೊಡಿಸುತ್ತಿದ್ದ ನನ್ನೊತೆ ಹುಟ್ಟಿದವನು ಅದಿಷ್ಟು ಲೆಕ್ಕ-ಪತ್ರ ಮುಗಿಯುವವರೆಗೆ ಹೊಟ್ಯಾನ ಅಳ್ಳು ಕರಗುವ್ಹಂಗ ಮಾತಾಡುತ್ತಿದ್ದ. ರೊಕ್ಕ ರೂಪಾಯಿ ಕೊಡುವುದಿರಲಿ ಮುಲ್ಲಾಸಾಬನ ಹೋಟ್ಲದ ಬಾಕಿ ಕಟ್ಟಲೂ ಕೆಲವೊಮ್ಮೆ ಕಾಡುತ್ತಿದ್ದ. ನನಗೆ ಕಣ್ಣು ಸರಿಯಾಗಿ ಕಾಣುವುದಿಲ್ಲ ಕಂಡಿದ್ದರೆ ಎರಡೆಕರೆ ಹೊಲದಲ್ಲಿ ಬಿಜವಾಡದವರಂತೆ ಮೂರು ಬೆಳೆ ತೆಗೆದು ತೋರಿಸುತ್ತಿದ್ದೆ. ದುರುಗಮ್ಮನ ಜಾತ್ರೆಗೆ ಊರ ತುಂಬಾ ಬ್ಯಾಟಿ ಬೀಳುತ್ತಿದ್ದವು.

ನಮ್ಮ ಮನೆಯಲ್ಲೂ ಕುರಿ ಕೊಯ್ಯುತ್ತಿದ್ದರಾದರೂ ನನಗೆ ದುರುಗವ್ವನ ಗುಡಿ ಮುಂದ ಬೀಳೋ ಕ್ವಾಣದ ಮೇಲೆಯೇ ಕಣ್ಣು. ಹೋದ ಜಾತ್ರೆ ದಿನ ದೇವರಿಗೆ ಬಿಟ್ಟಿರುತ್ತಿದ್ದ ದೇವರ ಕ್ವಾಣ ನನಗಿಂತ ಪಸಂದಾಗಿ ಮೇಯ್ದು ಈಟು ದಪ್ಪ ಆಗಿ ಥೇಟ್ ಯಮಧರ್ಮರಾಯನ ಕೈಯಾಗಿರೋ 'ಸವಾರಿ ಕ್ವಾಣ'ವಾಗಿ ಕಾಣುತ್ತಿತ್ತು. ಮೇಯುತ್ತ ಬಾಳ ದೂರ ಹೋಗಿ ಜಾತ್ರೆ ಸಮಯದಲ್ಲಿ ಸಿಗದೇ ಯಡವಟ್ಟು ಆಗಬಾರದು ಅಂತ ಕ್ವಾಣದ ಕಾಲಿಗೆ ದೊಡ್ಡದೊಂದು ಕಬ್ಬಿಣದ ಗುದೀಗಿ ಬಿಗಿಸುತ್ತಿದ್ದರು.

ಅದು ಕಾಲಿಗೆ ಬಡಿಯದಂತೆ ನಿಧಾನವಾಗಿ ನಡಿಯಬಹುದಿತ್ತೇ ಹೊರತು ಓಡುವುದು ಕಷ್ಟವಿತ್ತು. ಆದರೆ ಡಾಂಬರು ರೋಡಿಗೆ ಬಿದ್ದರೆ ಮಾತ್ರ ಸಾಲಿಗುಡಿಯ ಗಂಟೆಯನ್ನ ಲಯವಾಗಿ ಬಡಿದಂತೆ ಸೌಂಡ್ ಬರುತ್ತಿತ್ತು. ಬಾಳ ಸಲಾ ಜಾತ್ರೆಗೆ ಮುಂಚೆಯೇ ಕೋಣ ಊರೊಳಗೆ ಬರುತ್ತಿತ್ತು.

ಆವಾಗ ಊರ ಪುಡಾರಿ ಹುಡುಗರೆಲ್ಲ ಅದು ಊರು ದಾಟಿ ಅಡವ್ಯಾಗ ಹೋಗತನ ಬೆನ್ನತ್ತಿ ಕಾಡಿಸ್ತಿದ್ರು.

ಇದೇನಾದರೂ ಮಲ್ಡಿ ಭೀಮನ ಕಣ್ಣಿಗೆ ಬಿದ್ದರೆ 'ಶಕ್ತಿವುಳ್ಳಾಕಿನ ಕ್ವಾಣಾದ, ಅದ್ಕ ಕಾಡಿದ್ರಾ ಹುಳ ಬಿದ್ದು ಸಾಯ್ತೀರಲೇ ಲಂಗಾ ಸುಳೇಮಕ್ಳ್ಯ" ಅಂತ ಬಯ್ಯುತ್ತಿದ್ದ. ಜಾತ್ರೆಗೆ ಮೂರು ದಿನ ಇದ್ದಾಗ ಕ್ವಾಣ ಹುಡ್ಕಿಕೊಂಡು ಬರುತ್ತಿದ್ದ ಮಲ್ಡಿ ಮನೆಯವರು ಸುತ್ತ ನಾಕಗ್ಗ ಹಾಕಿ ಹಳ್ಳದ ದಂಡೀಗೆ ಇಡ್ಕೊಂಡೋಗಿ ನೆಲ್ಲಲ್ಲು ಹಾಕಿ ಮೈಯೆಲ್ಲ ತಿಕ್ಕಿ ತೊಳ್ದು ಮೈಯಂಬುದು ಪಾಲಿಸ್ ಮಾಡಿದಾಗ ಮಿಂಚುತ್ತಿದ್ದ ಜೋಸೆಫ್ ಫಾಸ್ಟರ್‌ನ ಬೂಟಿನಂಗ ಮಿರಮಿರ ಮಿಂಚಂಗ ಮಾಡಿ ಗುಡಿ ಮುಂದ ತಂದು ಕಟ್ತಿದ್ರು.

ಜಾತ್ರೀ ದಿನ ಕ್ವಾಣದ ಕೊಳ್ಳಿಗಿ ಚೆಂಡುವ್ವಿನ ದೊಡ್ಡ ಹಾರ ಹಾಕಿ ಅದರ ಕೊಂಬು ಮತ್ತೆ ಹಣೀಗಿ ಕುಂಕುಮ ತಿಕ್ಕಿ ಗುಡಿ ಸುತ್ತ ಮೂರು ಸುತ್ತು ಸುತ್ತಿಸಿ ಗುಡ್ಯಾಗಿನ ಗಂಡುಗೊಡ್ಲೀ ತಂದು ಅದ್ಕಾ ಪೂಜಾ ಮಾಡ್ಸೀ ಊರ ಮಾಲಿ ಗೌಡನ ಕರೆಸಿ ಆತನ ಕೈಲೇ ಕ್ವಾಣಾನ ಬಲಿ ಕೊಡ್ತಿದ್ರು.

ಕ್ವಾಣದ ರಗತ ನನಗ ಸರೀಗಿ ಕಾಣದಿದ್ರೂ ಅದ್ರ ಹಸೀ ವಾಸ್ನೀ ಮೂಗೀಗಿ ಬಡ್ದು ಹಸಿ ಕೊಬ್ರಿಯಂಗಿರೋ ಕ್ವಾಣದ ಖಂಡ ಯಾವಾಗ ತಿಂದೀನಪೋ ಸಿವ್ನೇ ಅನಂಗಾಗಿ ಬಾಯಾಗ ನೀರು ಬರತಿದ್ವು. ಮೊದಲ ಪಂಥ್ಯಾಗ ಊರ ಗೌಡ ಖಂಡದ ಸಾರಿನ ಮೊದ್ಲ ತುತ್ತು ಉಂಡು ಮ್ಯಾಗನ ಜಾತ್ರೀ ಸುರುವಾಗಿ ಊರಾಗಿನ ಕುರಿ ಕೋಳಿ ಬ್ಯಾಟಿ ಬುಳಾಕ ಸುರುವಾತಿತ್ತು. ಗುಡಿ ಪೂಜಾರಿ ಮಲ್ಡಿ ಭೀಮ ಮತ್ತೆ ಅವನ ಮನೆಯವ್ರು ಇದ್ರು ಗೌಡ ಯಾಕ್ ಕ್ವಾಣ ಕಡೀತಾನ? ಅಂದ್ರ.

'ಗಡ್ಯಾ ಯಾಕ ಮುಕುಳಿ ಕಡೀತಾದೇನು' ಅಂತ ಭೀಮ ನನಗೊಮ್ಮಿ ಗದರಿಸಿದ್ದ.

ಬ್ಯಾಟಿ ತಿನೋರನ್ನ ನಾಯಿಗತಿ ನೋಡೋರಿಗೆ ಕ್ವಾಣದ ಖಂಡ ತಿನ್ನೋಟು ನಮವ್ವ ಶಕ್ತಿವಾನ್ ಅದಾಳಲೇ ಗಡ್ಯಾ ಅಂತ ರಾತ್ರೀ ಕುಡ್ದಾಗ ಬಾಜು ಕುಂತು ಹಲಗೀ ಬಾರಿಸಿಗ್ಯಾಂತ ಕೊಕಾಸಿ ನಗುತ್ತಿದ್ದ.

ಹುಲಿ-ಮನಿ ಆಡಂಬಾರಲೇ ನಿನ್ ಹುಲಿ ಏನ ಶಂಟ ಮಾಡ್ತಾದ ಅಂತ ದೊಬ್ಬಿ ದುಂಬಾಲು ಬುಳ್ತಿದ್ದ.

ಜಾತ್ರೆ ಒಂದೊರ್ಸ ಐತೆ ಅನುವಾಗ್ಲೇ ಶಿವರಾಜಪ್ಪ ಮಾಸ್ತ್ರು ಸಾಲಿವೊಳಗ ಗುಡಿ ಇರಲಿ ಅಂಬೋ ಮಾತಾಡಿ ಪುಟ್ಟಿವೊಳಗಿನ ಹಾವನ್ನ ಊರೊಳಗೆ ಬುಟ್ಟು ಬುಟ್ಟಿದ್ದ. ಮಾಸ್ತಾರ ಹೇಳದ್ರಾಗೂ ನ್ಯಾಯ ಇತ್ತು.ಆ ಕಡೆ ಬೀರಪ್ಪನ ಗುಡಿ, ಅದರ ಮೂಲಿಗಿ ಉಟ್ಗನೂರು ತಾತಪ್ಪನ ಗದ್ದಿಗಿ, ಈ ಕಡೀ ದುರುಗಮ್ಮನ ಗುಡಿ ಆಗಿ ಸಾಲಿ ಅಂಗ್ಳ ಅಂಬೋದು ಅಂಗೈಯೋಟು ಅಗಲ ಆಗಿತ್ತು. ಸಾಲೀಗಿ ಬರಾ ಮಕ್ಳು ಆಟ ಆಡದಿರಲಿ ಕೈ-ಕಾಲು ಅಗಲ ಮಾಡಿ ನಿಲ್ಲಾಕು ಜಾಗಿಲ್ದ ಇರೋಟು ಜಾಗದಾಗ ಕೋಳಿ ಗೂಡಿನ್ಯಾಗಿನ ಮರಿಗಳ್ಹಂಗ ಮಕ್ಳು ಗಿಜಿಗಿಜಿ ಅಂತಿದ್ವು. ಆದ್ರೆ ಅವ್ವೆಲ್ಲು ಗುಡೀ ವಾರೀ ಸರೀಗಿ ಇದ್ವು. ಸಾಲಿ ಮುಂದ್ಲ ಕಂಪೌಂಡಿನ ಮುಂದಿದ್ದ ದುರುಗಮವ್ವನ ಗುಡಿ ಒಳಗೋದ್ರು ಸಾಲಿ ಓದ ಮಕ್ಳೀಗಿ ಆಟಾಡಾಕ, ಮುಂಜಾಲೆ-ಚಂಜಾಲೆ ಪ್ರಾರ್ಥ್ನಾ ಹಾಡಾಕ ಚೊಲೊ ಆತದ ಅಂಬೋದು ಬರೋಬ್ಬರಿ ಮಾತಿತ್ತು. ಆದ್ರ ನಮ್ಮೂರು ಜನ ಯಾರಾದರೂ ಹೊಸ ಮಾತಾಡಿದ್ರ ಪಟ್ ಅಂತ ನಂಬೋದು ಬಿಟ್ಟು ಬಾಳ ವರ್ಸಾತು. ಅದು ನಮಗ ಜೋಸೆಫ್ ಫಾಸ್ಟರ್ ಕಲಿಸಿದ ಪಾಠ! ಇಲ್ಲಂದ್ರ ಶಿವರಾಜಪ್ಪ ಮಾಸ್ತ್ರು ನಂಬಿ ಆತನ ಬೆನ್ನಿಗೆ ನಿಂದ್ರತಿದ್ರೇನೊ!?

ಜೋಸೆಫ್ ಫಾಸ್ಟರ್ ನಮ್ಮೂರ ಮರಿಲಿಂಗನ ಹತ್ನೇತ್ತು ಓದುತ್ತಿದ್ದ ಮಗಳನ್ನು ಓಡಿಸ್ಕ್ಯಂಡು ಹೋದಾಗಿನಿಂದ ಯಾರ ಮಾತನ್ನೂ ಜನ ಬೇಗ ನಂಬ್ತಿದ್ದಿಲ್ಲ.ಜೋಸೆಫ್ ಫಾಸ್ಟರ್ ಮೊದಲು ಊರಿಗಿ ಬಂದಾಗ ಶಿವರಾಜಪ್ಪ ಮಾಸ್ತ್ರು ಇದ್ದಂಗನೇ ಚಿಗುರು ಮೀಸೆ ಹುಡುಗ ಆಗಿದ್ದ. ಆತ ಹಾಕ್ತಿದ್ದ ಚೌಕಳಿ ಅಂಗಿ.ಮಿರ, ಮಿರ ಮಿಂಚತ್ತಿದ್ದ ಕರೀ ಪ್ಲೇಟಿದ್ದ ಬೆಲ್ಟು. ಬಿಗ್ಗಬಿಗಿ ಪ್ಯಾಂಟು ಮದುವ್ಯಾಗ ಮಾರೋಡ್ಯೋರು ಹಾಕುವಂತ ಬೂಟು ಯಪ್ಪಾ ನೋಡಾಕ ಥೇಟು ಸಿನೀಮಾ ಹೀರೋ ಅನಬೇಕು ಹಂಗಿದ್ದ.

ಆತ ಬಂದ ಮ್ಯಾಲ ಮೈಕ್ ಆಶಣ್ಣನ ಹನಮಂದೇವರ ಗುಡಿ ಮ್ಯಾಲಿಂದ ಬರತಿದ್ದ 'ಗಜಮುಖನೆ ಗಣಪತಿಯೇ ನಿನಗೆ ವಂದನೆ' ಹಾಡು ನಿಂತೋಗಿ ಕೆಳಗಿನ ಓಣ್ಯಾಗಿಂದ 'ದಯಾಮಯನಾದ ತಂದೆಯೇ... ಎಂಬ ಸ್ತೋತ್ರಗಳು ಕೇಳಾಕತ್ತಿದ್ವು. ಸಾಲಿ ಹುಡುಗ್ರೆಲ್ಲ ಹೊಸ ಪದ ಕಲಸ್ತಾರ, ಇಂಗ್ಲೀಸ್ ಹೇಳ್ತಾರ, ಗುರುವಾರ್ದಿನ ಗಿಟಾರ್ ಬಾರಸ್ತಾರ ಅಂತ ಹುಯ್ ಅಂತ ಜೇನ್ನುಳಗಳ ರೀತಿ ಅವನ ಗುಡಿಸಲಕ ಗಂಟು ಬಿದ್ವು, ನಮ್ ಸಾಂತೀನೂ ಹೋತಿತ್ತು.

'ದೊಡ್ಡಪ್ಪ ನಿನ್ ಸಲುವಾಗಿ ಆ ದೇವರಲ್ಲಿ ಪಾರ್ಥಿಸ್ಲೇನು ನಿನಗ ಕಣ್ಣು ಬರ್ತಾದ' ಅಂತ ದುರುಗಮ್ಮನ ಗುಡೀ ಮುಂದ ಬಂದು ಕಲೇಬುಳ್ತಿತ್ತು. ಫಾಸ್ಟರ್‌ನ ಗುಡಿಸಲಿಗಿ ಕಸ ಬಳ್ಯಾದ್ರಿಂದ ಅವನ ಬಟ್ಟೆ ತೊಳೇತನ ಸೇವಾಕ ನಿಂತಿದ್ದ ಮರಿಲಿಂಗನ ಮಗಳು ರಾಗವ್ವನ ರಾತ್ರೋ ರಾತ್ರಿ ಓಡಿಸ್ಕ್ಯಂಡು ಹೋದ

ದಿನ ಆತನ ಗುಡಿಸಲಿನಿಂದ ಮಟಮಟ ಮದ್ಯಾಹ್ನಾದ್ರೂ 'ದಯಾಮಯನಾದ ತಂದೆಯೇ... ಸ್ತೋತ್ರ ಬರುತ್ತಿತ್ತು. ಆವತ್ತೇ ಕೊನೆ ಜನ ಸಟಕ್ಕಂತ ಯಾರಾರ ಮಾತ್ನ ನಂಬೋದನ್ನ ಬಿಟ್ಟು ಬಿಟ್ರು.

ನನಗ ಸರೀಗಿ ಕಣ್ಣು ಕಾಣೋದಿಲ್ಲ ಕಣ್ಣಿದ್ರ ನಡಾ ರಾತ್ರಿ ಪಾಸ್ಟರ್ ಹರೇದು ಹುಡುಗೀನ ಹಾರಿಸ್ಕೆಂಡು ಓಡಿ ಹೋಗೋದನ್ನ ನಾ ನೋಡ್ತಿದ್ದೆ.

**

ಮೂರಾ ಮುಂಜಾಲೆ ಮುಲ್ಲಾಸಾಬನ ಹೋಟ್ಲದಾಗ ಎಲ್ಡು ಪೂರಿ ಮ್ಯಾಗ ಚಟ್ನಿ ಹಾಕಿಸ್ಕಳಾ ಹೊತ್ನ್ಯಾಗ ಐದತ್ತು ಪಟಾಪಟಿಗಳು ರೋಡು ತುಂಬಾ ಧೂಳೆಬ್ಬಿಸಿಗೆಂತ ಸಾಲಿಗುಡಿ ಮುಂದಕ್ಕೊಂಟದ್ದು ನೋಡಿ ಇವತ್ತೇನ ಐತೆಪ ಅನಿಸ್ತು.

ಔಸರಬೌಸುರಲಿ ಪೂರಿ ತಿಂದು ಮಲ್ಲಯ್ಯಾತನ ಪೂಜಾರಿ ಇರುಪ ಕುಡಿಸಿದ ಚಾ ಕುಡ್ದು ಗುಡೀ ಮುಂದ ಬರೋಟಿಗಿ ಊರಾಗಿನ ಜನೆಲ್ಲ ದುರುಗಮ್ಮನ ಗುಡಿ ಅಂಗ್ಳದಾಗ ನಿಂತಿದ್ರು.

ಬೈಕಿನಾಗ ಬಂದೋರದ್ರಾಗ ಒಬ್ಬಾತ ದುರುಗಮ್ಮನ ಗುಡೀವು, ಮತ್ತೆ ಸಾಲೀವು ಫೋಟೋ ತೆಗ್ಯಾಕತ್ತಿದ್ದ.

ಉಳ್ದವರು ತಮ್ಮತಮ್ಮಲ್ಲೇ ಮಾತಾಡಿಕ್ಯಾಂತ 'ಸುಮ್ಕ್ಯ ಬುಡ್ತೀವೇನು ಸುಳೇಮಕ್ಳೀಗಿ ಕಟ್ ಮಾಡ್ತೀವಿ' ಅಂತ ಸಣ್ ದನ್ಯಾಗ ಅಂದು ದೊಡ್ಡ ದನಿವೊಳಗ ನಗುತ್ತಿದ್ದರು. ಇವರು ಯಾರು ಎತ್ತ ಅಂತ ಜನವೆಲ್ಲ ತಲೆ ಕೆಡಿಸ್ಕೊಳ್ಳೋ ಹೊತ್ತಿಗಿ ಮಲ್ಡಿ ಭೀಮನ ಅಲ್ಲಿಗೆ ಬಂದು ತಕ್ಷಣ ಜನರ ತಲೆಯಲಿ ಒಂದು ಹೊಸ ಆಲೋಚನೆ ಹೊಳೆದು ಎಲ್ಲರ ಮೆದುಳಲಿ ಸ್ಥಿರವಾಯಿತು. ಬೆಳ್ಳನ ಅಂಗಿ-ಪ್ಯಾಂಟು ಹಾಕಿದ್ದ ನಿಗಿನಿಗಿ ಕೆಂಡದಂತ ವಯಸ್ಸಿನ ಹುಡುಗರು ಆಗಷ್ಟೇ ಮೂಡಿದ್ದ ಮೀಸೀ-ಗಡ್ಡಗಳನ್ನ ಉರಿ ಮಾಡೀ ಚಾಚಿದ್ದರು. ಆ ಹುಡುಗರಿಗೆ ವಿಪರೀತವಾಗಿ ಸಿಗುತ್ತಿದ್ದ ಗೌರವವನ್ನು ನೋಡಿ ಹಲವರು ಅಚ್ಚರಿಗೊಂಡರು.

ಮಲ್ಡಿ ಭೀಮ ಅವರ ಕಿವಿಯಲ್ಲಿ ಸುಮಾರು ಹೊತ್ತು ಏನೋ ಹೇಳಿದ ಮೇಲೆ ಅವರೆಲ್ಲ ಒಂದು ನಿರ್ಧಾರಕ್ಕೆ ಬಂದವರಂತೆ ಧ್ವನಿ ಎತ್ತರಿಸಿ 'ಸಾಲಿ, ಗುಡಿ, ಗುಂಡಾರ ಮಾಸ್ತಾರ ಅಂದ್ರ ಇದು ಆಟು ಸೆನ್ಸಿಟಿವ್ ಆಗಾದಿಲ್ಲ. ಯಾವ್ದರ ಮಸೀದಿ, ಚರ್ಚುನೋರು ಇಲ್ಲ ಯಾರಾರ ಪರಮಂದಿ ಕಾಡಿದ್ರ ನಾವೇನರ ಮಾಡ್ಬೋದು' ಅಂತ ಅಂದು ಎದ್ದು ನಿಂತು ಬೊಕ್ಕಣದಲ್ಲಿ ಅಷ್ಟೊತ್ತು ಮಲಗಿದ್ದ ಬೈಕಿನ ಕೀಲಿ ಕೈಗಳನ್ನ ಹೊರಗ ತೆಗ್ದು ತೋರು ಬೆರಳಿಗಾಕಿ ತಿರುಗಿಸತೊಡಗಿದರು.

'ನಮ್ಮೂರಾಗ ಮಸೀದಿ ಇಲ್ಲಪೋ, ಅಲಾಯಿ ದೇವರು ಗುಡಿ ಐತೆ ನಾವೇ ದೇವ್ರು ಹಿಡೀತೀವಿ ಮುಲ್ಲಾಸಾಬು ದೋಸ್ತಾರ ವೋದೀನ್ ಓದ್ತಾನ, ಚರ್ಚಿಲ್ಲ ಆದ್ರ ಮೂರು ತಿಂಗ್ಳ ಅದ್ರ ಹೆಸ್ರೇಳಿ ಬಂದಾವ ಮರಿಲಿಂಗನ ಮಗ್ಳ ಜೊತೀ ಓಡ್ಯೋದ' ಅಂತ ಇದ್ದೆಲ್ಲವನ್ನ ಭೀಮ ಹಲುಬುವ ಹೊತ್ತಿಗೆ ಬಂದಿದ್ದ ವಯಸ್ಸಿನ ಅಷ್ಟೂ ಹುಡುಗರು ತಮ್ಮ, ತಮ್ಮ ಬೈಕತ್ತಿ ಬುರ್ರ್ ಅಂತ ಹೊರಟು ಬಿಟ್ಟರು. ಬಂದವರು ನಮ್ಮೂರಲ್ಲಿ ದೊಡ್ಡದೊಂದು ಜಗಳವೋ ಮತ್ತೊಂದು ಮಾಡಿ ಇಡೀ ದಿನವನ್ನು ಜಂಬರವನ್ನಾಗಿಸುತ್ತಾರೆ ಅಂತ ಕಾಯ್ದಿದ್ದ ಸುಮಾರು ಜನಕ್ಕೆ ನಿರಾಶೆಯಾಗಿ ಥತ್ ಇವನೌನ ನಮ್ಮೂರಾಗ ಜಗ್ಳ ಸಮೇತಿಗಿ ಸರೀಗಿ ಆಗವಲ್ವು ಅಂತ ನೊಂದುಕೊಂಡರು.

ನಿನ್ನೆಯಿಂದ ಮಾನವಿಯ ತುಂಬಾ ಓಡ್ಯಾಡಿ ಹುಡುಗರನ್ನು ಹಿಡ್ದು ಅವರಿಗೆ ಚಾ-ಪಾಣಿ ಮಾಡಿಸಿ ಬಂದೋಬಸ್ತ್ ಮಾಡಿಸಿ ಕರೆಸಿದ್ದ ಭೀಮನ ಸಹನೆಯ ಕಟ್ಟೆ ಒಡೆದು ಸಿಟ್ಟಿಗೆದ್ದು ದುರುಗವ್ವನ ಕ್ವಾಣದಂತೆ ಬುಸುಗುಡುತ್ತ ಸಾಲಿ ಕಡೆಗೆ ಹೊಂಟನು.

ಇನ್ನೇನು ಎಲ್ಲಾ ಮುಗಿಯಿತು ಅಂತ ಹಲವು ದಿಕ್ಕಿನ ಕಡೆ ಹೊಳ್ಳಿದ್ದ ಊರವರ ಹೆಜ್ಜೆಗಳು ಈಗ ಹೊಸ ಹುರುಪಿನಿಂದ ಮಲ್ಡಿ ಭೀಮನನ್ನು ಹಿಂಬಾಲಿಸಿದವು. ನನಗೆ ಕಣ್ಣು ಅಷ್ಟಾಗಿ ಕಾಣುವುದಿಲ್ಲ ಕಂಡಿದ್ದರೆ ಆತನ ಮುಖದ ಪ್ರತೀ ಗೆರೆ ಕದಲುವುದನ್ನೂ ನಿಮಗೆ ತಿಳಿಸಿ ಹೇಳುತ್ತಿದ್ದೆನು.

ಆದರೆ ಕಿವಿ ಕೇಳಸ್ತಾವ. ಗುಡಿ ಮುಂದ್ಲಾ ರೋಡಿನ್ಯಾಗ ಹೋಗೋರು ತಮ್‌ತಮ್ಮಲ್ಲೇ ಮೆಲ್ಲಗ ಮಾತಾಡಿದ್ರು ನನಗ ಕೇಳ್ತಾದ ಅಷ್ಟು ಸುಲಾ-ಸೂಕ್ಷ್ಮೀ ಅದಾವ ಕಿವಿ. ಇನ್ನಾ ಮಲ್ಡಿ ಭೀಮ ಸಾಲಿ ಒಳಗಾ ಹೊಂಟಾನಂದ್ರ ಇವತ್ತು ಏನಾರ ಒಂದು ಆಗ್ತಾದ ಅನಿಸಿ ಆಡುತ್ತಿದ್ದ ಆಟ ಬಿಟ್ಟು ಹೋಗಬೇಕು ಎನಿಸಿತು. ನನ್ನ ಹುಲಿ ಆಗಲೇ ಮೂರು ಮನೆ ದಾಟಿ ತಳವಾರ ದ್ಯಾವಪ್ಪನ ಎರಡು ಕುರಿಗಳನ್ನು ಬಲಿ ತಗಂಡಿತ್ತು.

'ಹೇ ಮಾಸ್ತರ ನಿನಗ ಬ್ಯಾರೇ ಯಾರೂ ಕಾಣಲಾರದಾ ದುರುಗವ್ವನೇ ಕಂಡ್ಲೇನು?

ಈ ಗುಡಿ ಕಟ್ಟಾಕ ನಾನು ನನ ಮಕ್ಳು ಏಟು ತಿಪ್ಲಾ ಪಟ್ವೀ ಗೊತ್ತೈತೇನು? ಮಣಬಾರದ ಕಲ್ಲು ಹೆಗಲ ಮ್ಯಾಲ ಹೊತ್ತೀವಿ, ಹೆಗಲಂಬವು ಬಾತು ಕಂದಾಗಿದ್ವು. ಬೆಳ್ದ ಕಾಳು ಮಾರೀ ಮೂರ್ತಿ ಮಾಡ್ಸೀ ಉಪಾಸ ಬಿದ್ದೀವಿ. ನಮ್ಮನ್ನ ಸಮೀಪ ಕರಕಳ್ಳಾಲಾರದವ್ರು ಇವತ್ತು ನಮ್ ಪಂಥ್ಯಾಗ ಕುಂತು ಉಣಾಂಗ ಮಾಡ್ಯಾಳ ನಮವ್ವ ಅಂತಾಕಿನ ನಮ್ಮಿಂದ ದೂರ ಮಾಡಾವಿದ್ದೀ ನೀನು. ಇವತ್ತು ಗುಡಿ ಸಾಲಿ ಒಳಗ ಬರಲಿ ಅಂತಿದೀ ನಾಳೆ ಸಾಲಿ ಗೌರ್ಮೆಂಟಿಂದು ಅಂತ ಗುಡಿ ಬುಳುಸ್ತೀದಿ" ಅಂತ ಕಂಪೌಂಡಿಗೆ ನಿಂತು ಒದರಾಡತೊಡಗಿದ.

ಜನ ಈಗ ಶಿವರಾಜಪ್ಪ ಮಾಸ್ತರನ ಮಾತಿಗೆ ಕಾಯತೊಡಗಿದರು. ಆತ ತನ್ನ ಮೊಬೈಲಿನಲಿ ಮೂರು ನಂಬರ್ ಒತ್ತಿ ಪೊಲೀಸರನ್ನು ಕರೆಸಬಹುದು. ಮಲ್ಡಿ ಭೀಮನ ಕೈಗೆ ಉದ್ದ ಚೈನಿರುವ ಬೇಡಿ ಹಾಕಿ ಇದೇ ದುರುಗಮ್ಮನ ಗುಡಿ ಮುಂದ ಕರೆದುಕೊಂಡು ಹೋಗಬಹುದು.

ಆಗ ಮಲ್ಡಿ ಭೀಮ ಬಲಿಗೆ ಕೊಡುವಾಗ ಕ್ವಾಣದ ಕೊರಳಿಗೆ ಹಾರ ಹಾಕಿ ಕರೆದುಕೊಂಡು ಹೋಗುವಂತೆಯೇ ಥೇಟ್ ಕಾಣಬಹುದು ಅಂತ ಕನಸು ಕಂಡರು. ಆದರೆ ಸಾಲಿವೊಳಗಿಂದ ಬಂದ ಶಿವರಾಜಪ್ಪ ಮಾಸ್ತ್ರು ಸ್ವಲ್ಪ ಹೊತ್ತು ಮಾತೇ ಆಡದೇ ನಿಂತರು. ಅವರ ಮುಖದಲ್ಲೂ ರಕ್ತ ಒಟ್ಟುಗೂಡಿತ್ತು.

ಕಣ್ಣು ಕೆಂಪಗಿದ್ದವು. ಕೈಕಾಲು ಒಂದು ಲೆಕ್ಕಕ್ಕೆ ನಡುಗುತ್ತಿದ್ದವು. ಇನ್ನೂ ಸ್ವಲ್ಪ ಹೊತ್ತು ತಡೆದಿದ್ದರೆ ಉಳಿದಿದ್ದ ಐದು ಕುರಿಗಳನ್ನೂ ನನ್ನ ಹುಲಿ ತಿಂದು ಬಿಡುತ್ತಿತ್ತು ಅಂತ ನನಗೆ ಅನಿಸುತ್ತಿತ್ತು.

ತಳವಾರ ದ್ಯಾವಪ್ಪನೂ ಚೊಲೋ ಹುಲಿ-ಮನಿ ಆಡ್ತಿದ್ದ. ಆತನ ಅದಿಷ್ಟು ಕುರಿಗಳನ್ನು ನನ್ನ ಹುಲಿ ತಿಂದು ಖಲಾಸು ಮಾಡಿತು ಎಂಬುದು ಇವತ್ತು ಊರಲ್ಲಿ ಪುಕಾರಾಗುವುದನ್ನ ಈ ಇಬ್ಬರ ಜಗಳ ಪುಜೂಲು ತಪ್ಪಿಸಿತಲ್ಲ ಅಂತ ಮನದು ಸಣ್ಣದಾಯಿತು.

'ನೋಡು ಭೀಮಣ್ಣ ದುರುಗಮ್ಮವ್ವಗ ಏನೂ ಆಗದಿಲ್ಲ, ನೀ ಗುಡೀ ಕಟ್ಟಿ ಪೂಜಾ ಮಾಡಿ ಪಡ್ದಾ ಮರಿಯಾದಿಗಿಂತ ಸಾವ್ರ ಪಾಲು ಹೆಚ್ಚು ವಿಧ್ಯಾ ಗಳಿಸಿದ್ರಾ ಸಿಗತಾದ ನಿನ್ ತಲ್ಯಾಗ ಏನಾದ ಅದ್ನ ತೆಗೀ ನಿನಗ ಹೆಂಗ್ ಹೇಳಬೇಕೊ ನನಗ ತಿಳಿವಲ್ದು' ಅಂದವನೇ ಉದ್ದಕ ಕಾಲಿಗೆ ಬಿದ್ದು ಬಿಟ್ಟ.

ದುರುಗಪ್ಪನಾದಿಯಾಗಿ ಅಲ್ಲಿ ನೆರೆದಿದ್ದ ಸಮಸ್ತರೂ ತಮ್ಮ ಕಣ್ಣು, ಕಿವಿಗಳನ್ನು ನಂಬದೇ ಕಲ್ಲಾಗಿ ನಿಂತುಬಿಟ್ಟರು. ಬಾಯ್ಗಳನ್ನು ಯಾರೋ ಹೊಲೆದಂತೇ ಯಾರ ಬಾಯಿಂದಲೂ ಮಾತೇ ಬರಲಿಲ್ಲ. ನನ್ನ ಹುಲಿಗಿಂತ ಶಿವರಾಜಪ್ಪನ ಹುಲಿ ಶ್ರೇಷ್ಠವೆಂದು ಅದೂ ಒಂದೇ ಏಟಿಗೆ ಎಲ್ಲರನ್ನು ತಿನ್ನಬಲ್ಲದು ಅಂತ ನನಗನಿಸತೊಡಗಿತು...

ಚಂದ್ರಿಕೊಳ

▪ ಜಯರಾಮಾಚಾರಿ

jayaramchari.v@gmail.com

"ನಮ್ ಜಾತಿ ಮೇಲ್ಜಾತಿಗೆ ಬರುತ್ತಾ ಇಲ್ಲ ಕೆಳಜಾತಿಗೆ ಬರುತ್ತಾ?" ಎಂದು ಕೇಳಿದೆ, ರಘು ಏನು ಉತ್ತರಿಸೋದು ಗೊತ್ತಾಗದೇ, ಏನೋ ಹೇಳಲು ಬಂದು ತಡೆದು ಹೇಗೆ ಹೇಳೋದು ಅಂತ ಯೋಚಿಸುವಾಗ, ನಾನೇ "ಅದೇ, ಈ ರಿಚ್ ಈ ಪೂರ್ ಮಧ್ಯೆ ಮಿಡಲ್ ಕ್ಲಾಸ್ ಅಂತೀವಲ್ಲ ಆ ಥರ ಆಗುತ್ತೆ ಅಲ್ವ?" ಅಂದೆ, "ಕರೆಕ್ಟು ಮಗ" ಎಂದು ಗಾಡಿಯ ಕಿಕ್ ಹೊಡೆದ. ಒಂಟಿಕೊಪ್ಪಲಿನಿಂದ ಕೆ.ಆರ್. ಪೇಟೆಗೆ ಹೋಗುವ ಸಣ್ಣ ಟಾರು ರೋಡಿನಲ್ಲಿ ರಘುವಿನ ಸ್ಪ್ಲೆಂಡರ್ ಪ್ಲಸ್ ಗಾಡಿ ಹೋಗುತ್ತಿತ್ತು. ರಘು ಗಾಡಿ ಓಡಿಸುತ್ತಿದ್ದ, ನಾನು ಹಿಂದೆ ಕೂತು ಅವನ ಮಾತಿಗೆ ಕಿವಿಯಾಗುತ್ತಿದ್ದೆ. ನನ್ನ ಕೈಯಲ್ಲಿ ಅಂಬಿಕಾ ಜ್ಯುಯೆಲ್ಲರ್ಸ್, ಬೆಂಗಳೂರು ಎಂದು ಬರೆದ ಕವರಿತ್ತು, ಕವರಿನ ಒಳಗೆ ಅಪ್ಪನ ಎಂಭತ್ತು ತಿಥಿ ಕಾರ್ಡುಗಳು, ಅಪ್ಪ ಸತ್ತು ವಾರವಾಗಿದೆ. ಇನ್ನೊಂದು ನಾಲ್ಕು ದಿನಕ್ಕೆ ಹನ್ನೊಂದನೇ ದಿನದ ತಿಥಿ, ನಾನು ಮತ್ತೆ ಚಿಕ್ಕಪ್ಪನ ಮಗ ರಘು ತಿಥಿ ಕಾರ್ಡ್ ಸಂಬಂಧಿಕರುಗಳಿಗೆ ಕೊಡಲು ಬೆಳಗ್ಗೆಯೇ ಹೊರಟಿದ್ದವು.

ಹತ್ತು ವರ್ಷ ಈ ಊರಿಗೆ ನಾನು ತಲೆ ಹಾಕಿರಲಿಲ್ಲ, ಊರಿನ ತುಂಬಾ ನಮ್ಮ ಜಾತಿಯವರೇ ಮೆಜಾರಿಟಿ ಇರುವ ಊರು, ಊರಿನಲ್ಲಿದ್ದ ಮನೆ, ಭೂಮಿಯನ್ನ ಅಪ್ಪ ನುಂಗಿ

ನೀರು ಕುಡಿದಿದ್ದ. ಗಲಾಟೆಯಲ್ಲಿ ಸಂಬಂಧಿಕರು ದೂರವಾಗಿದ್ದರು, ಮತ್ತೆ ಇಲ್ಲಿಗೆ ಅಪ್ಪನಾಗಲಿ ಅಮ್ಮನಾಗಲಿ ನಾನಾಗಲಿ ಬರಲು ಕಾರಣಗಳಿರಲಿಲ್ಲ, ಆದ್ರೆ ಕೊನೆಕೊನೆಗೆ ಸಾಯೋ ಹೊತ್ತಲ್ಲಿ ಅಪ್ಪನಿಗೆ ಈ ನೆಲದ ಹುಚ್ಚು ಬಂದಿತ್ತು, ಸದಾ ಕುಡಿಯುತ್ತಿದ್ದ ಅಪ್ಪನ ಲಿವರ್ ಹಾಳಾಗಿ ಎದೆಯಲ್ಲಿ ಕಫ ಕಟ್ಟಿಕೊಂಡು, ದೇಹ ಸೊರಗಿ, ಮುಖ ಕಪ್ಪಾಗಿತ್ತು.

ಸಾಯುವ ದಿನ ಆಸ್ಪತ್ರೆಯ ವಿಸಿಟಿಂಗ್ ಟೈಮಲ್ಲಿ ನನ್ನ ಕೈ ಹಿಡಿದು "ನಾನ್ ಸತ್ರೆ ಊರಲ್ಲಿ ಮಣ್ಣು ಮಾಡು, ಕರೆಂಟ್‌ಗೆ ನೂಕಬೇಡ ನನ್ನ" ಎಂದು ಕೆಮ್ಮುತ್ತ ಹೇಳಿದ್ದ, ಕೈಹಿಡಿದು ಬೇಡಿಕೊಂಡ ಮೇಲೆ ಕರೆಂಟಿಗೆ ತಳ್ಳಿ ಕೈತೊಳೆದುಕೊಳ್ಳುವುದು ಕಷ್ಟವಾಗಿ, ಹತ್ತು ವರ್ಷಗಳ ನಂತರ ಚಿಕ್ಕಪ್ಪನ ನಂಬರು ತೆಗೆದುಕೊಂಡು ಕಾಲ್ ಮಾಡಿದೆ, "ಅಪ್ಪ ಹೋಯ್ತು" ಎಂದಾಗ, ಒಂದೆರಡು ಸೆಕೆಂಡ್ ಸುಮ್ಮನಿದ್ದು ಆಮೇಲೆ "ಇದ್ದಿದ್ ಒಬ್ಬ ಬಡ್ಡಿಮಗ, ಅವನು ಹೋದ್ನ" ಎಂದರು. ಅವರ ಧ್ವನಿಯಲ್ಲಿ ಎಷ್ಟೋ ಸಾವುಗಳನ್ನು ಕಂಡ ಅನುಭವವಿತ್ತು. ನಾನು ಅಪ್ಪನ ಕೊನೆಯ ಆಸೆ ಹೇಳಿ "ಇದೊಂದ್ ಸಲ ಹೆಲ್ಪ್ ಮಾಡಿ" ಅಂದೆ. "ಹೆಲ್ಪ್ ಏನು ಬಂತು ಮಗ, ಅವನು ನಮ್ಮಣ್ಣ. ಒಂದೇ ಹೊಟ್ಟೇಲಿ ಉಟ್ಟಿದೋನು, ಇರಕಂಟ ಕಿತ್ತಾಡ್ಕೊಂಡು ದೂರ ಇದ್ದ, ಇವಾಗ ಸತ್ ಮೇಲೆ ಪಕ್ಕ ಬರ್ತೀನಿ ಅಂದಿದ್ದಾನೆ. ಬೇಡ ಅನ್ನಕ್ಕಾಗುತ್ತ" ಎಂದು ಹೇಳಿ, "ಸೀದಾ ಬಾಡಿಯನ್ನ ತಗೊಂಡ್ ಬಾ" ಅಂತ ಹೇಳಿದ್ದರು. ಅಪ್ಪನ ಕೊನೆ ಆಸೆಯಂತೆ ಅಪ್ಪನನ್ನು ಅವನ ಹುಟ್ಟಿದ ಊರಿನಲ್ಲೇ ಮಣ್ಣು ಮಾಡಿ ಆಯಿತು.

ಊರು ಮೊದಲಿನ ತರ ಇಲ್ಲ. ನನ್ನ ನೆನಪಿನ ಪಾತಾಳದಲ್ಲಿದ್ದ ಹಳೆ ಊರಿಗೂ ಈಗಿನ ಊರಿಗೂ ಆದ ಬದಲಾವಣೆ ನೋಡುತ್ತಿದ್ದೆ, ಮಣ್ಣಿನ ರಸ್ತೆಗಳು ಟಾರಿನ ರಸ್ತೆಗಳಾಗಿವೆ, ಹೆಂಚಿನ ಮನೆಗಳು ಮೋಲ್ಡ್ ಮನೆಗಳಾಗಿವೆ, ಎತ್ತಿನಗಾಡಿಗಳು ಎಲ್ಲೋ ಒಂದು ಇಲ್ಲ ಎರಡು, ಊರಿನ ತುಂಬಾ ಪಲ್ಸರ್ ಸ್ಪ್ಲೆಂಡರ್ ಗಾಡಿಗಳು, ಮನೆ ಮನೆಗೂ ಟಿವಿಗಳು, ದೇವಸ್ಥಾನದಲ್ಲಿ ಆಟೋಮ್ಯಾಟಿಕ್ ಡ್ರಮ್ ಬಡಿತ, ಅಲ್ಲಲ್ಲಿ ಲೇಔಟುಗಳು, ಅರ್ಧಗಂಟೆಗೆ ನಾಲ್ಕು ಬಸ್ಸುಗಳು, ರೋಡಿಗೊಂದು ಓಣಿಗೊಂದು ನಿಂತ ಇಂಡಿಕಾ ಕಾರುಗಳು, ಕೃಷಿಯನ್ನೇ ನಂಬಿ ಬದುಕುವ ಕುಟುಂಬಗಳು ಕಮ್ಮಿ ಆಗಿವೆ, ಇಲವಾಲದಲ್ಲೊಂದು ಗಾರ್ಮೆಂಟ್ಸ್ ಬಂದು ಊರಿನ ಹೆಂಗಸರು ಬೆಳಗ್ಬೆಳಗ್ಗೆಯೇ ಬ್ಯಾಗು ತೋಳಿಗೇರಿಸಿಕೊಂಡು ಒತ್ತೊತ್ತಾಗಿ ಆಟೋದಲ್ಲಿ ಕೂತುಕೊಂಡು ಹೋಗಿಬಿಡುತ್ತಾರೆ.

"ಇಲ್ಲೇ ಮುಂದೆ ಪುಟ್ಟಿ ಗಂಡನ ಟೈಲರ್ ಅಂಗಡಿ ಇದೆ ಕೊಟ್ಟು ಹೋಗೋಣ" ಎಂದು ರಘು ಹೇಳಿದ, ಪುಟ್ಟಿ ನನ್ನ ಅತ್ತೆಯ ಮಗಳು, ನನಗೂ ಅವಳಿಗೂ ಒಂದು ವರ್ಷ ಅಂತರವಷ್ಟೇ, ಸಿಟಿಯಲ್ಲಿದ್ದ ಅವಳನ್ನ ಇಲ್ಲಿಗೆ ಮದುವೆ ಮಾಡಿಕೊಟ್ಟಿದ್ದರು, ಮದುವೆಯಾಗಿ ಎಷ್ಟೋ ತಿಂಗಳಾದ ಮೇಲೆ

"ಅಜ್ಜಿಯನ್ನ ಮಾತಾಡ್ಸಬೇಕಿತ್ತು" ಎಂದು ನನ್ನ ನಂಬರಿಗೆ ಕಾಲ್ ಮಾಡಿದ್ದಳು, ಆಮೇಲೆ ಆಗಾಗ ಮೆಸೇಜು ಮಾಡುತ್ತಿದ್ದಳು, ನಾನು ಅದ್ಯಾವ ಸಮಯದಲ್ಲೋ ನಾಚಿಕೆ ಬಿಟ್ಟು ಅವಳ ಲೈಂಗಿಕ ಜೀವನದ ಬಗ್ಗೆ ಕೇಳಿದ್ದೆ, ಅವಳು ಖುಲ್ಲಂಖುಲ್ಲ ಎಲ್ಲ ಹೇಳಿಕೊಂಡು ಬಿಸಿ ಮಾಡಿದ್ದಳು, "ಬೆಂಗಳೂರಿಗೆ ಬಂದ್ರೆ ನಿಂಗೂ ಅದ್ರ ರುಚಿ ತೋರಿಸ್ತೀನಿ. ಈ ಸುಡುಗಾಡು ಹಳ್ಳಿ ಗಂಡನಿಗೆ ಅದರ ಗಂಧಗಾಳಿ ಗೊತ್ತಿಲ್ಲ, ನಾನೇ ಏನಾದ್ರು ಮಾಡಕ್ ಹೋದ್ರೆ ಅನುಮಾನಪಡ್ತಾನೆ, ಬಡ್ಕೊಂಡೇ ಮನೇಲಿ ಹಳ್ಳಿಗೆ ಮದ್ವೆ ಮಾಡಿಕೊಡಬೇಡಿ ಅಂತ. ಕೇಳಿಲ್ಲ, ಹಣೆಬರಹ ಇವನ ಕಟ್ಕೊಂಡು ಏಗ್ತಾ ಇದ್ದೀನಿ" ಎಂದಿದ್ದಳು. ಅವಳ ಮನೆಗೆ ಹೋಗುವುದು ನನಗೂ ಅಷ್ಟಾಗಿ ಇಷ್ಟವಿರಲಿಲ್ಲ. ಇಷ್ಟವಿಲ್ಲ ಎನ್ನುವುದಕ್ಕಿಂತ ಮೆಸೇಜಿನಾಚೆಗೆ ಅವಳ ಮುಂದೆ ಹೋಗಿ ಹೇಗೆ ಮುಖ ತೋರಿಸುವುದು ಗೊತ್ತಾಗಲಿಲ್ಲ, ನಮ್ಮಿಬ್ಬರ ಮಾತು ನಿಂತು ಎರಡು ವರ್ಷವಾಗಿ ಹೋಗಿತ್ತು. ಆಗಾಗಿ ಅವಳ ಗಂಡನ ಟೈಲರ್ ಅಂಗಡಿಯಲ್ಲೇ ಕಾರ್ಡ್ ಕೊಟ್ಟರೆ ಒಳ್ಳೆಯದು ಅನಿಸಿತು.

ಗಾಡಿಯನ್ನ ನಿಲ್ಲಿಸಿದ, ಎದುರುಗಡೆ ಕಾಳಿಕಾಂಬಾ ಟೈಲರ್ಸ್ ಅಂತ ಚಿಕ್ಕ ಅಂಗಡಿಯಿತ್ತು, ಎರಡು ಟೈಲರ್ ಮಿಶೀನಿತ್ತು. ಒಂದನ್ನು ಕೂದಲು ಉದುರಿ ಬೋಳಾದ ತೆಳ್ಳನೆಯ ನಡುವಯಸ್ಸಿನೊಬ್ಬ ತುಳಿಯುತ್ತಿದ್ದ, ಇನ್ನೊಂದನ್ನು ವಯಸ್ಸಾದ ಮುದುಕರೊಬ್ಬರು ತುಳಿಯುತ್ತಿದ್ದರು, ನಡುವಯಸ್ಸಿನವನು ಪುಟ್ಟಿಯ ಗಂಡ ಎಂದು, ಇನ್ನೊಬ್ಬರು ಅವನ ಅಪ್ಪ ಎಂದು ಗೊತ್ತಾಯ್ತು, ದೈಹಿಕ ವಾಂಛೆಯ ರಸಿಕತೆಯ ಅಮಲು ಏರಿಸಿಕೊಂಡ ಪ್ರಾಯದ ಪುಟ್ಟಿ ಇವನಿಂದ ಎಷ್ಟರ ಮಟ್ಟಿಗೆ ಸುಖವನ್ನು ದಕ್ಕಿಸಿಕೊಂಡಿರಬಹುದು ಎಂಬ ಅಂದಾಜು ದಕ್ಕಲೇ ಇಲ್ಲ. "ಓಹ್ ಬನ್ನಿ ರಘು ತುಂಬಾ ಅಪರೂಪ ಆಗೋಯ್ತು ಬರೋದು, ನೀವು ಬರ್ತಾ ಇದ್ದೀರಾ ಅಂತ ಪುಟ್ಟಿ ಹೇಳುದ್ಲು" ಎಂದು ನನ್ನ ಕಡೆ ತಿರುಗಿ "ಅಮ್ಮ ಹೇಗಿದ್ದಾರೆ?" ಎಂದು ಕೇಳಿದರು, ನಾನು "ಪರವಾಗಿಲ್ಲ" ಎಂದೆ, ರಘು ನನ್ನ ನೋಡಿದ, ನಾನು ಕವರಿನಿಂದ ಕಾರ್ಡ್ ತೆಗೆದು ಕೊಟ್ಟೆ, ಅದನ್ನು ನೋಡಿದ ಕೂಡಲೇ ಪುಟ್ಟಿಯ ಗಂಡ "ಮನೆಗೆ ಹೋಗಿ ಕೊಡಿ, ಅವಳು ನಿಮ್ಮನ್ನೇ ಕಾಯ್ತಾ ಇದ್ದಾಳೆ" ಎಂದರು, ರಘು "ಆಗೋಲ್ಲ ಇನ್ನು ಎರಡು ಮನೆ ಇದೆ, ಲೇಟಾಗುತ್ತೆ" ಅಂದರೂ ಕೇಳಲಿಲ್ಲ, ಅವರ ಬಲವಂತಕ್ಕೆ ಮಣಿದು ರಘು ಪುಟ್ಟಿ ಮನೆ ಕಡೆಗೆ ಗಾಡಿ ತಿರುಗಿಸಿದ

ಸುಮ್ಮನೆ ಕೂತರೆ ಹಾಳು ನೆನಪುಗಳು ಅಂದುಕೊಂಡು "ಅವ್ನು ಯಾವ ಬೈಕು ಮುಟ್ಟಿದ್ದು?" ಎಂದು ರಘುವನ್ನ ಕೇಳಿದೆ, ರಘುವಿಗೆ ನಾನು ಏನು ಕೇಳಿದೆ ಗೊತ್ತಾಗದೇ "ಯಾರು?" ಎಂದ, "ಅದೇ ಅವನು ಕರಿಯ, ಸತೀಶನ ಬೈಕು ಮುಟ್ಟಿದ ಅಂತ ಹೇಳುದ್ಯಲ್ಲ" ಎಂದೆ, ರಘು "ಓಹ್ ಅದಾ ಪಲ್ಸರ್ 220 ಹೊಸದು, ಹೊಸ ಬೈಕು ಅಲ್ವ ಮುಟ್ಟಿದರೆ ಯಾರಿಗೆ ಕ್ಯಾನ ಬರೋಲ್ಲ ಹೇಳು

ಅದು ಕೆಳಬೀದಿಯವರು ಅಂದ್ರೆ ಸುಮ್ನೆ ಬಿಡ್ತಾರಾ ಸರಿಯಾಗಿ ಇಕ್ಕುದ್ರು" ಎಂದು ಹೇಳಿದ. ಅಷ್ಟರಲ್ಲಿ ಪುಟ್ಟಿಯ ಮನೆ ಬಂತು. ಒಳಕ್ಕೆ ಹೋದಾಗ ಹಾಲಿನಲ್ಲೇ ನೇತಾಡುತ್ತಿದ್ದ ತೊಟ್ಟಿಲಿತ್ತು, ಅದರ ಒಳಗೆ ಪುಟ್ಟಿಯ ಮಗುವಿತ್ತು, ಪುಟ್ಟಿ ನಮ್ಮನ್ನು ನೋಡಿ ಅಡುಗೆಮನೆಯಿಂದ ಬಂದಳು, "ಬಂದ್ರ ಬನ್ನಿ ಹೆಂಗಿದ್ದೀಯ ರಘು ಅಣ್ಣ, ಹೆಂಗಿದ್ದೀಯ ಅಶೋಕ" ಎಂದು ಕೇಳಿದಳು, ಅವಳ ಕಪ್ಪು ದೇಹಕ್ಕೆ ವಿರುದ್ಧವಾದ ಹಳದಿ ನೈಟಿ ಧರಿಸಿದ್ದಳು, ಅದರ ಮೇಲೆ ಪಿಂಕ್ ಬಣ್ಣದ ಹಳೆ ಸ್ವೆಟ್ಟರ್ ಹಾಕಿದ್ದಳು, ತಲೆಯಿಂದ ಕಿವಿ ಮುಚ್ಚುವಂತೆ ಕರ್ಚಿಫ್ ಹಾಕಿಕೊಂಡಿದ್ದಳು, ಟೀ ಮಾಡಲು ಒಳಕ್ಕೆ ಹೋದಳು. ಎರಡು ವರ್ಷಗಳ ಹಿಂದೆ ನನ್ನನ್ನು ಬೆಚ್ಚಗೆ ಮಾಡುತ್ತಿದ್ದ ಪುಟ್ಟಿ ಇವಳೇನಾ? ಎಂದು ನೆನಸಿಕೊಂಡು ಸಣ್ಣಗೆ ನಡುಗಿದೆ.

ಟೀ ಮಾಡಿಕೊಟ್ಟು ಅದು ಇದು ಮಾತಾಯ್ತು, ಮಾತು ಅಪ್ಪ ಸತ್ತ ಕಡೆ ತಿರುಗಿತು, ಅಲ್ಲಿಂದ ಮೊನ್ನೆ ಊರಲ್ಲಿ ಕೆಳಬೀದಿಯ ಮಾದಿಗರ ಹುಡುಗ ಕರಿಯ ಮೇಲ್ ಬೀದಿ ಸತೀಶನ ಹೊಸ ಬೈಕು ಮುಟ್ಟಿದ್ದಕ್ಕೆ, ಸತೀಶ ಮತ್ತು ಅವನ ಮನೆಯವರು ಅವನನ್ನು "ಬೋಳಿಮಕ್ಳ ನಮ್ ಬೈಕು ಮುಟ್ಟೋ ಅಷ್ಟು ಧೈರ್ಯ ಬಂತಾ" ಎಂದು ಆ ಹುಡುಗನನ್ನು ರಕ್ತ ಬರುವಂತೆ ಹೊಡೆದಿದ್ದು ಅದು ಮರುದಿನ ಪೇಪರಲ್ಲಿ ಬಂದಿದ್ದು ಕಡೆ ತಿರುಗಿ, ಆಮೇಲೆ ನನಗರ್ಥವಾಗದ ತೋಟ, ಬೆಳೆ, ಮಾರ್ಕೆಟ್ಟು ಕಡೆ ತಿರುಗಿತು, ಸ್ವಲ್ಪ ಹೊತ್ತಿನ ನಂತರ "ಟೈಮ್ ಆಯ್ತು ಪುಟ್ಟಿ" ಎಂದು ರಘು ಎದ್ದನು, ನಾನು ತಟ್ಟನೆ ಎದ್ದು ನಿಂತೆ, "ಅಜ್ಜಿನೂ ಕರ್ಕೊಂಡ್ ಬಾ ತಿಥಿಗೆ ಬರ್ತಿಯಲ್ಲ" ಎಂದು ಬಾಗಿಲಲ್ಲಿ ನಿಂತಳು, ತೊಟ್ಟಿಲಲ್ಲಿ ಮಲಗಿದ್ದ ಮಗು ಎಚ್ಚರವಾಗಿ ಅಳತೊಡಗಿತು, ಅದನ್ನು ಎತ್ತಿಕೊಂಡೆ ಸಮಾಧಾನ ಮಾಡುತ್ತ ನಮಗೆ ಟಾಟಾ ಮಾಡಿದಳು. ನನಗೆ ಹಿಂದೆ ತಿರುಗಿ ನೋಡುವ ಮನಸಾಗಲಿಲ್ಲ. ಬಾಗಿಲಲ್ಲಿ ಹಳದಿ ನೈಟಿಯಲ್ಲಿ ಮಗುವನ್ನು ಎತ್ತಿಕೊಂಡು ಟಾಟಾ ಮಾಡುತ್ತಿದ್ದ ಕಪ್ಪನೆಯ ಪುಟ್ಟಿಯ ಚಿತ್ರ ನೆನಪಾಗುತ್ತಿತ್ತು, ಆಸ್ಪತ್ರೆಯಲ್ಲಿ ಬೈಕು ಮುಟ್ಟಿದ್ದಕ್ಕೆ ಬಡಿಸಿಕೊಂಡು ಮಲಗಿದ ಅಸ್ಪಷ್ಟ ರೂಪದಲ್ಲಿ ಕರಿಯನು ನೆನಪಾದ.

**

ಚಿಕ್ಕ ವಯಸ್ಸಿನಲ್ಲಿ ಈ ಊರಿಗೆ ಬರುವಾಗ ಕೆಳಬೀದಿಯವರು ನಡುಬೀದಿಯ ದೇವಸ್ಥಾನಕ್ಕೆ ಬರುವಂತಿರಲಿಲ್ಲ, ಮೇಲ್ ಬೀದಿಯ ಬೋರೆವೆಲ್ ಮುಟ್ಟೋ ಹಾಗಿರಲಿಲ್ಲ, ಮನೆಯ ಮುಂದೆ ಬಂದು ನಿಂತು ಮನೆಯಲ್ಲಿ ಉಳಿದಿದ್ದ ಅನ್ನ ಸಾರು ಹಿಟ್ಟು ಅವರು ಹಿಡಿದುಕೊಳ್ಳುತ್ತಿದ್ದ ಪಾತ್ರೆಗಳಿಗೆ ಸುರಿಯುತ್ತಿದ್ದ ಚಿತ್ರ ಕಣ್ಣಿಗೆ ಬಂತು, ಅದಾಗಿ ದಶಕಗಳೇ ಆದರೂ ಅಂತ ದೊಡ್ಡ ಬದಲಾವಣೆ ಏನು

ಆಗಿಲ್ಲ ಅನಿಸಲು ಶುರುವಾಯ್ತು, ಎಲ್ಲ ಬೀದಿಗೂ ಕಾರ್ಡ್ ಕೊಡುವಷ್ಟರಲ್ಲಿ ಸಂಜೆ ಆಗಿ ಹೋಯ್ತು, ಊರಿನ ಅಂಚಿಗೆ ಇರುವ ರಾಜಮ್ಮನ ಮನೆಗೆ ಕಾರ್ಡ್ ಕೊಡುವಾಗ "ಇಲ್ಲೇ ಕಣಪ್ಪ ನೀನು ರಘು ರಾಜೀವ ಎಲ್ಲ ಆಟ ಆಡ್ತಾ ಇದ್ದುದು ರಾಜೀ ಮನೇಲಿ ಊಟ ಮಾಡ್ತಾ ಇದ್ರಲ್ಲ ಗ್ಯಾಪ್ನ ಇದ್ಯಾ?" ಎಂದು ಊರೊಳಗೆ ಕಾರ್ಡ್ ಹಂಚಲು ಜೊತೆಗೆ ಬಂದಿದ್ದ ಚಿಕ್ಕವ್ವ ಕೇಳಿದ್ಳು. ರಾಜೀ ಮನೆ ಊರಿನ ಅಂಚಿಗೆ ಇದ್ದ ನೀಲಗಿರಿ ತೋಪಿನ ಬಳಿಯಿತ್ತು, ಆ ಕಾಲಕ್ಕೆ ಅದು ಊರ ಹೊರಗಿನ ಮನೆ, ತೋಪಿನ ಮಧ್ಯದಲ್ಲಿ ಚಂದ್ರಿಕೊಳ ಇತ್ತು, ಆ ಕೊಳದಲ್ಲಿ ದೆವ್ವವಿದೆ ಎಂಬ ಸುದ್ದಿ ಇದ್ದ ಕಾರಣ ಸಂಜೆ ಬೇಗ ಮನೆಗೆ ಸೇರ್ಕೋಬೇಕಿತ್ತು, ರಾಜೀ ಮನೆಯ ಹಿಂದೆ ನಾಲ್ಕು ಹುಣಸೇಮರವಿದ್ದು ಅದಕ್ಕೆ ಹಗ್ಗ ಹಾಕಿ ಹಗ್ಗದ ತುದಿಗೆ ಟೈರು ಕಟ್ಟಿ ಜೋಗುಯ್ಯಾಲೆ ಆಡುತ್ತಿದ್ದೆವು, ಕೆಳಗೆ ಬಿದ್ದ ಹುಣಸೆಹಣ್ಣುಗಳಲ್ಲಿ ಅದೆಂತ ರುಚಿ ಇತ್ತು.

ಚಿಕ್ಕವ್ವ ಕೇಳಿದ ಪ್ರಶ್ನೆಗೆ "ಗೊತ್ತೇ ಆಗಲಿಲ್ಲ" ಅಂದೇ, ಅಲ್ಯಾವ ನೀಲಗಿರಿ ತೋಪು ಇರಲಿಲ್ಲ, ಎಲ್ಲ ಕಡೆ ಮನೆಗಳು, ರೋಡುಗಳು, ದೀಪದ ಕಂಬಗಳು ಇದ್ದವು, ರಾಜೀ ಮನೆಯೂ ಹೆಂಚಿನ ಮನೆ ಆಗಿರದೇ ಮೊಲ್ಡ್ ಮನೆಯಾಗಿತ್ತು. ಕಾರ್ಡ್ ಕೊಟ್ಟು ವಾಪಸು ನಡೆಯುವಾಗ ಚಿಕ್ಕವ್ವನನ್ನು "ಚಂದ್ರಿಕೊಳ, ಈಗ್ಲೂ ಇದ್ಯಾ?" ಎಂದು ಕೇಳಿದೆ, "ಅದು ಯಾವಾಗಲೋ ಮುಚ್ಬಿಟ್ರು ಕನ್ಲಾ ಮಗ, ಅದರ ಮೇಲೇನೆ ಮನೆ ಕಟ್ಕೊಂಡಿದ್ದಾರೆ ಇವಾಗ" ಎಂದಳು. ಸೂರ್ಯ ಮುಳುಗಿದರೆ ಅಲ್ಲಲ್ಲಿ ದೀಪ ಹೊತ್ತುಕೊಂಡು ಗವ್ವೆಂದು ಕತ್ತಲು ಆವರಿಸಿ ತೋಪಿನ ಕಡೆ ನೋಡಲು ಕೂಡ ಭಯವಾಗುತ್ತಿದ್ದ ಜಾಗದಲ್ಲಿ ಈಗ ಟಾರು ರೋಡು ಬಂದು ಟಾರಿಗೆ ಮರ್ಕ್ಯುರಿ ದೀಪ ಬೆಳಕು ಚೆಲ್ಲಿತ್ತು, ನಾನು ಚಿಕ್ಕವ್ವ ಮನೆ ಕಡೆಗೆ ಹೆಜ್ಜೆ ಹಾಕುತ್ತಿದ್ದೆವು, ಊರಿಂದ ಪೂರ್ವಕ್ಕೆ ಕಾಣುವ ಗೊಮ್ಮಟಗಿರಿಯ ಗೊಮ್ಮಟೇಶನ ಮೇಲೆ ಉರಿಯುತ್ತಿದ್ದ ಬಲ್ಬಿನ ಬೆಳಕು ಕಾಣಿಸುತ್ತಿತ್ತು.

ಚಂದ್ರಿ ಇದೇ ಊರಿನ ನಾಲ್ಕು ತಲೆಮಾರು ಹಿಂದಿನ ಮೇಲುಗೇರಿಯ ಜಮೀನ್ದಾರು ಮನೆಯ ಹುಡುಗಿ. ಆಕೆ ತನ್ನ ಮನೆಯಲ್ಲಿ ಕೆಲಸ ಮಾಡುತ್ತಿದ್ದ ಜೀತದಾಳುವಿನ ಪೊಗರಾದ ಮೈಗೆ ಮರುಳಾಗಿ ಅವನ ಜೊತೆ ತೋಪಿನಲ್ಲಿ ಬೆತ್ತಲಾಗಿ ಮಲಗಿದ್ದಾಗ ಜಮೀನುದಾರನ ಮನೆಗೆ ವಿಷಯ ಗೊತ್ತಾಗಿ ಅವರ ಕಡೆಯ ಗಂಡಸರು ಬಂದು ಬಾಳೆಹಣ್ಣಿನ ಚಿಪ್ಪು ಕುಯ್ದಂತೆ ಆ ಹುಡುಗನ ಕತ್ತು ಕುಯ್ದುಬಿಟ್ಟಿದ್ದರು, ಅವಳು ಭಯಭೀತಳಾಗಿ ತೋಪು ಮಧ್ಯದ ಕೊಳ ಬಳಿ ನಿಂತು "ಥೂ ಮುಂಡೇಮಕ್ಳ ಎಲ್ರುನೂ ಸಾಯ್ರಿ, ಯಾರನ್ನು ಬಿಡೋಲ್ಲ, ನನ್ನ ರಾಜನನ್ನ ಕೊಂದವರನ್ನ ಯಾರನ್ನು ಬಿಡೋಲ್ಲ" ಎಂದು ಕೊಳಕ್ಕೆ ಹಾರಿಬಿಟ್ಟು ಸತ್ತು ಹೋಗಿದ್ದಳು. ಅವಳು ಸತ್ತ ಒಂದು ವರ್ಷದೊಳಗೆ ಚಂದ್ರಿಯ ರಾಜನನ್ನ ಕೊಂದ ಅಷ್ಟೂ ಗಂಡಸರು ವಿಚಿತ್ರ ರೀತಿಯಲ್ಲಿ ಸತ್ತಿದ್ದರು. ಚಂದ್ರಿ ದೆವ್ವವಾಗಿ

ಕೊಳದ ಪಕ್ಕ ತೋಪಿನ ಸುತ್ತ ಸುತ್ತುತ್ತಿದ್ದಾಳೆ ಎಂಬ ವಿಷಯ ಹರಡಿತು. ಚಂದ್ರಿ ಬಿದ್ದು ಸತ್ತ ಕೊಳ 'ಚಂದ್ರಿಕೊಳ'ವಾಗಿತ್ತು. ರಾತ್ರಿ ವೇಳೆ "ಬಂದೆ ಬರ್ತಾನೆ ನನ್ ರಾಜ ಬಂದೆ ಬರ್ತಾನೆ' ಎಂಬ ಹೆಣ್ಣು ಧ್ವನಿ ಮತ್ತು ಅಳು ಕೇಳಿಸಲು ಶುರುವಾದ ಮೇಲೆ ರಾತ್ರಿ ಹೊತ್ತಲ್ಲಿ ತೋಪು ಮತ್ತು ಕೊಳದ ಬಳಿ ಜನ ಹೋಗಲು ಬಿಟ್ಟುಬಿಟ್ಟಿದ್ದರು.

**

ಚಿಕ್ಕ ವಯಸ್ಸಿನಲ್ಲಿ ಊರಿಗೆ ಕರೆದುಕೊಂಡು ಬರುತ್ತಿದ್ದ ಅಪ್ಪ, ಊರು ಸೇರಿದ ಕೂಡಲೇ ಸಾರಾಯಿ ಕುಡಿದು ಗಲಾಟೆ ಶುರುಮಾಡುತ್ತಿದ್ದ ಅವನ ಗಲಾಟೆಗೆ ಸಾವಿರ ಕಾರಣಗಳಿದ್ದವು. ಆ ಗಲಾಟೆಯಿಂದಲೇ ಊರಿನವರಿಗೆ "ಓಹ್ ಶಿವಲಿಂಗಯ್ಯ ಬಂದಿದ್ದಾನಂತೆ" ಅನ್ನೋ ಸುದ್ದಿ ಹರಡುತ್ತಿತ್ತು, ಮಧ್ಯರಾತ್ರಿ ತೂರಾಡುತ್ತ ಬಂದು ಚಿಕ್ಕವ್ವನ ಮನೆ ಜಗುಲಿಯಲ್ಲಿ ಮಲಗುತ್ತಿದ್ದ, ಊರಿನಲ್ಲಿ ಏನಾದರು ಸ್ನೇಹಿತರೋ ಗೊತ್ತಿರುವವರೋ ಸತ್ತು ಹೋದರೆ ತಪ್ಪದೇ ರೈಲು ಹತ್ತಿ ಬಂದುಬಿಡುತ್ತಿದ್ದ. ಬಂದು ಅವನೇ ನಿಂತುಕೊಂಡು ಎಲ್ಲವನ್ನು ಹೇಳಿ ಮಾಡಿಸಿ, ಎಲ್ಲ ಮುಗಿದ ಮೇಲೆ ಕಾಸು ತಗೊಂಡು ಕುಡಿದು ತೂರಾಡುತ್ತಿದ್ದ "ಮನ್ಶ ಒಳ್ಳೆಯವನೇ. ಆದರೆ ಕುಡಿತ ಕೆಟ್ಟದ್ದು" ಎಂದು ಮಾತಾಡುತ್ತಿದ್ದರು. ಎಷ್ಟೋ ಸಲ ಹೀಗೆ ತಿಥಿಗೆ ಬಂದು ಕುಡಿದು ಅಣ್ಣತಮ್ಮಂದಿರರಿಗೆ ಮಾತು ಮಾತು ಬೆಳೆದು ಜಗಳ ಆಗಿ ಕೂಗಾಡಿ ಅರಳಿಕಟ್ಟೆ ಮೇಲೆ ಮಲಗುತ್ತಿದ್ದ, ಯಾವಾಗ ಚಿಕ್ಕಪ್ಪ ಸಹನೆ ಕಳಕೊಂಡು ಒಂದು ಸಲ ಜಗುಲಿ ಹತ್ತಿರ ಬಿದ್ದಿದ್ದ ರಿಪೀಸ್ ಪಟ್ಟಿಯಲ್ಲಿ ಅಪ್ಪನ ತಲೆಗೆ ಹೊಡೆದು ರಕ್ತ ಬಂತೋ ಅಪ್ಪ ಅವತ್ತಿನಿಂದ ಆ ಊರಿಗೆ ಕಾಲಿಡೋದು ಬಿಟ್ಟನಲ್ಲದೆ ಊರಿನವರ ಹತ್ರ ಮಾತಾಡೋದು ಬಿಟ್ಟಿದ್ದ, "ಏನೆಲ್ಲಾ ಮಾಡಿದೆ ಕೊನೆಗೆ ಇಟ್ರು ಗೂಟ" ಎಂದು ಬೈಯುತ್ತಿದ್ದ, ಯಾಕೋ ಅದೆಲ್ಲ ನೆನಪಾಯಿತು.

ತಿಥಿಯ ಎರಡು ಪಂಕ್ತಿ ಬಡಿಸಿ ಕಾಲು ನೋವು ಬಂತು, ರಘು "ಮಗ ನೀನು ರೆಸ್ಟ್ ಮಾಡು ಇನ್ನೇನು ಒಂದು ಪಂಕ್ತಿ ಇದೆ ಆಮೇಲೆ ನೀನು ದೊಡ್ಡವ್ವನು ಸೇರಿ ಊಟ ಮಾಡುವಿರಂತೆ" ಎಂದು ಕಳಿಸಿದ, ನಾನು ಅಲ್ಲಿಂದ ಬಂದು ಅಲ್ಲೇ ಹೊಂಗೆ ಮರವಿತ್ತು ಅದರ ಕೆಳಗಿನ ಚಪ್ಪಡಿ ಕಲ್ಲು ಮೇಲೆ ಕೂತೆ, ಶಿಲ್ಪ ನಾಲ್ಕು ಸಲ ಕಾಲ್ ಮಾಡಿದ್ದಳು, ವಾಪಸು ಮಾಡಿದೆ, ಎಲ್ಲ ಸರಿಯಾಗಿ ಆಗ್ತಾ ಇದ್ಯಾ ಅದು ಇದು ಕೇಳಿ, "ಬೆಸ್ಕಾಮ್ ಎಲಿಜಿಬಲ್ ಲಿಸ್ಟ್ ಬಿಟ್ಟಿದಾರಂತೆ ಚೆಕ್ ಮಾಡೋ" ಅಂದ್ಲು. ನಾನು "ಸರಿ, ರಿಜಿಸ್ಟರ್ ನಂಬರ್ ಕಳಿಸು" ಎಂದೆ, ಅವಳು ಕಳಿಸಿ 'ಮಿಸ್ ಯು' ಎಂದು ಮೆಸೇಜ್ ಮಾಡಿದ್ದಳು, ನಾನು 'ಮಿಸ್ ಯು ಟೂ' ಎಂದು ಮಾಡಿದೆ. ಬೆಸ್ಕಾಮ್ ವೆಬ್ ಸೈಟಲ್ಲಿ 1:3 ಅನುಪಾತದಲ್ಲಿ

ಲಿಸ್ಟ್ ಬಿಟ್ಟಿದ್ದರು, ನಾನು ಶಿಲ್ಪಾಳ ರಿಜಿಸ್ಟರ್ ನಂಬರ್ ಹಾಕಿ ಅವಳ ಹೆಸರು ಹಾಕಿ ಸರ್ಚ್ ಮಾಡಿದಾಗ ಸಿಕ್ತು, ಎಸ್.ಟಿ ಕ್ಯಾಟಗರಿಯಲ್ಲಿ ಮೂವತ್ತೆರಡು ಅಂಕ ಬಂದಿತ್ತು, ಅಲ್ಲಿವರೆಗೂ ನಾನು ಅವಳ ಜಾತಿಯನ್ನು ಅವಳು ನನ್ನ ಜಾತಿಯನ್ನು ಕೇಳಿರಲಿಲ್ಲ, ಜಾತಿಯಲ್ಲಿ ಧರ್ಮದಲ್ಲಿ ಅಂತ ನಂಬಿಕೆ ನನಗೆ ಇರಲಿಲ್ಲ, ಅದು ಅವಳಿಗೂ ಗೊತ್ತಿತ್ತು, ಅವಳು ಎಸ್.ಟಿ ಕ್ಯಾಟಗರಿ ಎಂದು ಅಮ್ಮನಿಗೆ ಗೊತ್ತಾದರೆ ಅವಳ ಪ್ರತಿಕ್ರಿಯೆ ಹೇಗಿರುತ್ತದೆ ಎಂದು ನೆನೆದು ಕೋಪ ಬರುವ ಬದಲು ಜೋರು ನಗು ಬಂತು. ರಿಸಲ್ಟನ್ನು ಶಿಲ್ಪಾಳಿಗೆ ಮೆಸೇಜ್ ಮಾಡಿದೆ.

ಜನರೆಲ್ಲ ಕರಗಿ ಹೋದ ಮೇಲೆ ನಾನು ಅಮ್ಮ ಚಿಕ್ಕವ್ವ ರಘು ರಾಜೀವ ಇನ್ನೊಂದಿಬ್ಬರು ಕೂತು ನಾವು ನಾವೇ ಬಡಿಸಿಕೊಂಡು ತಿನ್ನುತ್ತಿದ್ದೆವು. ಊರಿಗೆ ಹೋಗುವವರಲ್ಲಿ ಕೆಲವು ಸಂಬಂಧಿಕರು ಎಲೆ ಅಡಿಕೆ ಹಾಕಿಕೊಂಡು ಅಮ್ಮನನ್ನು ಮಾತಾಡಿಸಿ, "ಬನ್ನಿ ಮನೆಗೆ ಇವತ್ತು" ಎಂದು ಮಾತಾಡಿ ಹೋಗುತ್ತಿದ್ದರು, ಒಂದಿಬ್ರು ನನ್ನ ಮದುವೆ ಬಗ್ಗೆ ಕೇಳಿ ಅವರ ಊರಿನಲ್ಲಿದ್ದ ಒಂದೆರಡು ಹುಡುಗಿಯರ ಬಗ್ಗೆಯೂ ಕಿವಿಗೆ ಹಾಕಿ ಹೋದರು, ಅಮ್ಮ "ನಂದೇನು ಇಲ್ಲ ಅವನು ನೋಡಿ ಒಪ್ಕೋಬೇಕು" ಎಂದು ಸುಮ್ಮನಾದರು. ತಿಥಿಯಲ್ಲಿ ಪುಟ್ಟಿ ಕಾಣಿಸಲಿಲ್ಲ.

ಊಟ ಮುಗಿಸಿ ಎಲೆ ಅಡಿಕೆ ಹಾಕಿಕೊಂಡು ಆರಾಮಾಗಿ ಕೂತು ಅದು ಇದು ಮಾತಾಡುವಾಗ ರಘುವಿಗೆ ಕಾಲ್ ಬಂತು ಅವನು "ಓಹ್ ಹೌದ, ಯಾವಾಗ, ಛೇ... ಸರಿ... ಊರಿಗ್ ತರ್ತಾರಂತ?... ಸರಿಬಿಡು ಸಿಗೋಣ" ಎಂದು ಹೇಳಿ ಫೋನಿಟ್ಟ, ನಾನು ಏನು ಎಂದು ಕಣ್ಣ ಸನ್ನೆಯಲ್ಲೇ ಕೇಳಿದೆ, "ಅದೇ ಆ ಕೆಳಬೀದಿ ಕರಿಯ ಆಸ್ಪತ್ರೇಲಿ ತೀರ್ಕೊಂಡ್ನಂತೆ, ಬಾಡಿ ಸಂಜೆ ತರ್ತಾರಂತೆ, ಅದೇನೋ ಸ್ಟೇಷನ್ ಹತ್ರ ಬಾಡಿ ತಕ್ಕಂಡ್ ಹೋಗಿ ಸ್ಟ್ರೈಕ್ ಮಾಡ್ತಾರಂತೆ, ನಮ್ ಜಾತಿಯವನೇ ಇನ್ಸ್‌ಪೆಕ್ಟರ್, ಅಂತದೇನು ಆಗೋಲ್ಲ" ಎಂದು ಹೇಳಿದ, ಕರಿಯನ ಸಾವು ರಘುವನ್ನ ತಟ್ಟಿಯೇ ಇಲ್ಲದ್ದು ಕಂಡು ಆಶ್ಚರ್ಯವಾಯ್ತು.

ಮಿಕ್ಕ ಅಡುಗೆಯನ್ನ ಚಿಕ್ಕವ್ವ ಅಕ್ಕಪಕ್ಕದ ಮನೆಯವರಿಗೆ ಬಲವಂತ ಮಾಡಿ ಕಳಿಸಿಕೊಟ್ಟಳು, ತನ್ನ ಮನೆಗೂ ಒಂದೆರಡು ಹೊತ್ತಿಗಾಗುವಷ್ಟು ಎತ್ತಿಟ್ಟುಕೊಂಡಳು, ಇನ್ನೂ ಮಿಕ್ಕಿದ ಅಡುಗೆಯನ್ನ ನೋಡಿ, "ಇದೆಲ್ಲ ಏನು ಮಾಡೋದು? ಎಸೆಯೋದ?" ಎಂದು ನಾನು ಕೇಳಿದೆ, "ಎಸೆಯೋದ್ ಯಾಕೆ, ಬೆಳಗ್ಗಿನಿಂದನು ಕಾಯ್ಕೊಂಡ್ ಕೂತ್ತಾವೆ ಬಡ್ಡೇತವು ಅವುಕ್ಕೆ ಕೊಟ್ಬಿಡೋಣ" ಎಂದ ರಘು, ನಾನು ಯಾರು ಎಂದು ನೋಡುವಾಗ "ಅದೇ ಕೆಳಬೀದಿ ಮಕ್ಳು, ಹಿಂದೆ ಚಪ್ಪರದತ್ರ ಕೂತವೆ, ಬೆಳಗ್ಗಿನಿಂದಾನೇ ವರಾತ ಹಚ್ಕೊಂಡಾವೆ,

ಎಲ್ಲರದು ಆಗಲಿ ಕೊಡ್ತೀವಿ ಅಂತ ಸಮಾಧಾನ ಮಾಡಿದ್ದೂ ಆಯಿತು, ಇಲ್ಲ ಅಂದ್ರೆ ಒಳಗೆ ಬಂದು ಮುಟ್ಟಿಸ್ಕೊಂಡು ಮೈಲಿಗೆ ಮಾಡ್ತಾವೆ" ಎಂದ.

ಒಂದು ಪಾತ್ರೆಗೆ ಮಿಕ್ಕ ಅಡುಗೆಯನ್ನ ಹಾಕಿಕೊಂಡು ಚಪ್ಪರದ ಹಿಂಭಾಗಕ್ಕೆ ಹೊರಟ, ನಾನು ಅವನ ಹಿಂದೆ ಹೊರಟೆ. ಸುಮಾರು ಆರು ಏಳು ಹುಡುಗರು, ಮಾಸಿದ ಟೀಶರ್ಟು ಹರಿದ ಶರ್ಟು ಚಡ್ಡಿ ಧೂಳಿಡಿದ ಕೂದಲು, ಕಪ್ಪು ಕಪ್ಪು ಮುಖ ಇಟ್ಟುಕೊಂಡ ಚಿಕ್ಕ ಹುಡುಗರು, ರಘು "ದೂರ ನಿಂತ್ಕೊಳಿ" ಎಂದು ಅಸಡ್ಡೆಯಲ್ಲಿ ಪಾತ್ರೆ ಎತ್ತಿದ, ಆ ಹುಡುಗರೆಲ್ಲ ಕೈಲಿ ಹಿಡಿದ ಪಾತ್ರೆ ಚೌರಿಗೆ ಲೋಟಕ್ಕೆ ತುಂಬಿಸಿಕೊಂಡು ನಗುತ್ತ ಓಡುತ್ತಿದ್ದರು, ಕೆಲವೇ ಕ್ಷಣಗಳಲ್ಲಿ ಖಾಲಿ ಪಾತ್ರೆಗಳಲ್ಲಿ ಮತ್ತೆ ಇನ್ನೂ ಎರಡು ಮೂರು ಹುಡುಗರ ಸಮೇತ ಓಡಿಬಂದರು, ರಘು ಎಲ್ಲವನ್ನೂ ಕೊಟ್ಟು ಖಾಲಿ ಮಾಡಿದ. ದಶಕದ ಹಿಂದೆಯೂ ಇವರುಗಳು ಹೀಗೆ ಕೊಳದಪ್ಲೆ ಚೌರಿಗೆ ಹಿಡಿದು ನಿಂತಿದ್ದರು.

**

ಮರುದಿನ ರಾತ್ರಿ ಕೊನೆಯ ಬಸ್ಸಿಗೆ ಮೈಸೂರಿಗೆ ಹೊರಡಲು ಹತ್ತಿ ಕೂತೆವು, ಊರು ದಾಟಿದ ಕೂಡಲೇ ಗವ್ವೆಂದು ಕವಿದ ಕತ್ತಲು, ರಸ್ತೆಯನ್ನ ನುಂಗಿ ಹಾಕಿದ್ದ ಕತ್ತಲನ್ನು ಸೀಳಿಕೊಂಡು ಬಸ್ಸು ಹೋಗುತ್ತಿತ್ತು. ಹಿಂದೆ ತಿರುಗಿ ನೋಡಿದರೆ ಊರು ಕೂಡ ಕಪ್ಪಾಗಿತ್ತು.

ಗೇಣಿ

■ **ಪರಮೇಶ್ವರ್ ಕರೂರ್**

parameshkarur22@gmail.com

ಕಾಗೋಡಿಗೆ ಇನ್ನೂ ಬೆಳಕು ಹರಿದಿರಲಿಲ್ಲ. ಹಾಳು ಮುಖಕ್ಕಿಷ್ಟು ನೀರು ಉದುರಿಸಿಕೊಂಡ ಗಿಡ್ಡಣ್ಣ ಮುಸೆರೆ ತಿಕ್ಕುವ ಹೆಂಡತಿಯನ್ನು ಕರೆದು “ಬೀರಿ ನಾನ್ ಅಂಕ ಒಡೇರ್ ಮನೆ ಕಡೆ ಹೋಗ್ ಬತ್ನಿ, ತಮ್ಮ ಹಸಕಂಡ್ ಕುಂತವ್ನೆ, ಹತ್ ಕೊಳಗ ಬತ್ತ ಕೇಳ್ಕೊಂಡ್ ಬೇಗ್ ಬತ್ನಿ, ಒಲೇಗ್ ಎಸರ್ ಇಡು ಕೇಳ್ತಾ” ಎಂದು ಹೊರಟುಬಿಟ್ಟ. ಬಹಳ ದಿನದಿಂದ ಮುಲ್ಲೆ ಸೇರಿದ್ದ ಕರಿ ಗಡಿಗೆ ತೆಗೆದು ತೆಗೆದ ಬೀರಕ್ಕ ಬೂದಿಹಾಕಿ “ಕಸಕ್, ಕಸಕ್” ಎಂದು ತಿಕ್ಕಿ ತಂದು ಎಸರಿಟ್ಟಳು. ಒಲೆಯ ಬೆಂಕಿ ಏರುತ್ತಾ ಹೋಗಿ ನೀರಿನ ಆವಿ ಬುಸುಗುಡತೊಡಗಿತು. ಕಿಚ್ಚಿನ ಯಾವುದೋ ಕೊಳ್ಳಿ ‘ಪಟಾರ್’ ಎಂದು ಹೊಡೆದುಕೊಂಡು ಚಟಗುಟುತಿತ್ತು. ಗಂಡನ ದಾರಿ ನೋಡಿದ ಬೀರಕ್ಕ” ಇದೊಂದ್ ಗಂಡ್ಸ್ ಎಲ್ಲೋತೋ, ಇನ್ ಬರಾಕ್ ಬೈಗಾತೆತೋ ಏನೋ” ಎಂದು ಉರಿಯನ್ನು ಹಿಂದೆಳೆದು, ಕೆಂಪಿ ದನದ ಹಾಲು ಹಿಂಡಲು ಹೊರ ನಡೆದಳು.

ಒಡೇರ ಮನೆಯ ಹತ್ತಿಪ್ಪತ್ತು ಮಾರು ದೂರದಲ್ಲೇ ಗಿಡ್ಡಣ್ಣ ಕಾಲಿನ ಚಪ್ಪಲಿ ಕೈಯಲ್ಲಿ ಹಿಡಿದು ಒಳನಡೆದ. ಒಡೇರ ಎದುರು ಒಕ್ಕಲು ಮಕ್ಕಳು ಚಪ್ಪಲಿ, ಕಾಲು ಮಟ ಪಂಚೆ, ಉದ್ದ ತೋಳಿನ ಅಂಗಿ, ಬಂಗಾರ, ಬೆಳ್ಳಿ ಹಾಕುವಂತಿಲ್ಲ ಎಂಬ ಆಜ್ಞೆ ಹಿಂದೆಯೇ

ಆಗಿತ್ತು. ದಣಿಗಳ ಮನೆಯ ಸೂರಂಚಿಗೆ ಹೋದ ಗಿಡ್ಡಣ್ಣ ಕುಕ್ಕರು ಕಾಲಲ್ಲಿ ಕೂತು ಕಾಯತೊಡಗಿದ. ಕರೆಯುವ ಹಕ್ಕೂ ಇಲ್ಲದ ಇವ 'ಪಿಳಿ ಪಿಳಿ' ಕಣ್ಣು ಹೊಳೆಸುತ್ತಾ ಬಾಗಿಲನ್ನೇ ನೋಡುತ್ತಿದ್ದ. ಕೂತಲ್ಲಿಯೇ ತಲೆ 'ಪಿರಕ್' ಎಂದು ಯೋಚಿಸಿ "ಹಸ್ದ್ ಹುಡ್ಗ ಒಂದ್ ಮನೇಲ್ ಐತೆ, ಈ ಸುಡ್ಗಾಡ್ ಒಡೇರ್ ಎಷ್ಟ್ ಹೊತ್ತಿಗ್ ಬತಾರೋ ಏನೋ, ಇವನ್ ಹೆಣ ತೆಗಿಯಾಕ್, ಇನ್ನೂ ಬರ್ಲುಲ್ಲ" ಎಂದು ಮನಸ್ಸಲ್ಲಿಯೇ ಬೈದುಕೊಂಡ. ಕುಂತಲ್ಲಿಯೇ ಕಣ್ಣು 'ಪಿಟಕ್' ಎಂದು ರೆಪ್ಪೆ ಬಡಿದು ತೆರೆದುಕೊಂಡಾಗ ಒಡೇರ ದೇಹ ಜಗುಲಿಯ ಮೇಲೆ ನಿಂತುಕೊಂಡಿತ್ತು.

"ಏನೋ ಗಿಡ್ಡ, ನಮ್ ಒಕ್ಲ್ ಮಕ್ಕಳಿಗೆಲ್ಲ ಸೊಕ್ ನೆತ್ತೀಗ್ ಏರಿತಂತಲ್ಲೋ, ಗೇಣಿ ಎಪ್ಪತ್ ಕೊಳಗ ಆಗ್ವಲ್ದು ಅಂತ ಅದ್ಯಾವನಂದೋ ಜೊತೇಲಿ ಚಳ್ವಳಿ ಮಾಡಾಕ್ ಹತ್ಯಾರಂತೆ" ಎಂದು ಕೂಗಾಡಿದರು. "ಬುದ್ಧೀ ಇದ್ಯಾವ್ದೂ ನನ್ಗ ತಿಳಿವೊಲ್ದು, ಮನೆ ಹುಡ್ಗ ಉಪಾಸ ಕುಂತವ್ನೆ, ಏನಾರ ಮಾಡಿ" ಎಂದು ಅಂಗಲಾಚಿದ. "ಗಿಡ್ಡಾ ನೋಡು ಎಕರೀಗ್ ಎಪ್ಪತ್ ಕೊಳಗ ಗೇಣಿ ಆದ್ರೆ ಭತ್ತ ಕೊಡ್ತೀನ್ ನೋಡ್, ಇಲ್ಲಾ ಅಂದ್ರ ನಡಿ ಸುಮ್ನೆ" ಎಂದು ಗದರಿದರು. ಹಸಿದ ಮಗನನ್ನು ನೆನೆದುಕೊಂಡ ಗಿಡ್ಡಣ್ಣ "ಆತು ಬುದ್ಧಿ, ನಾನ್ ನಿಮ್ಮ ಇರೋದಾ ಮಡ್ಲುಲ್ಲ, ಯಾರ್ ಏನಾರ ಸಾಯ್ಲಿ" ಎನ್ನುತ್ತಾ ಕಂಕುಳಲ್ಲಿದ್ದ ಚೀಲ ಬಿಚ್ಚುತ್ತಾ ಒಡೇರ ಮನೆಯ ಪಣತದ ಕಡೆ ನಡೆದ. ಕಾರು ಗದ್ದೆ ಕೊಯ್ಲು ಮಾಡಿ ಆದ ಬತ್ತವನ್ನೆಲ್ಲ ಇವರ ಗೇಣಿಗೇ ಕೊಟ್ಟು, ಉಳಿದ ಜಳ್ಳು, ಜರೆ ಒಂದಿಷ್ಟು ಮನೆಗೆ ಒಯ್ದಿದ್ದ. ಗಂಜಿ ನೀರು ಅಂತ ಇಲ್ಲಿಯವರೆಗೆ ಸಾಗುಹಾಕಿ ಈಗ ಬರಿದಾಗಿ ವಾರ ಕಳೆದುಹೋಗಿತ್ತು. "ಈ ಸುಡ್ಗಾಡ್ ಗೇಣಿ ಕಾಲ್ದಾಗ್ ಬದಕಂಗೆ ಇಲ್ಲ" ಎಂದು ಬೈದುಕೊಂಡು ಚೀಲದ ಬಾಯಿ ಅಗುಲಿಸಿದ. "ಆಳ್ಮಕ್ಳು ಬರುಲುಲ್ಲ ತಡಿ ಅಂಕ" ಎಂದು ಒಳಗಿನ ಕೊಳಗ ಹೊರಗಿಟ್ಟು ಒಳಹೋದ ಒಡೆಯರು ಹೊರ ಸುಳಿಯಲಿಲ್ಲ.

ಒಡೇರು ಇಟ್ಟು ಹೋದ ಕೊಳಗವನ್ನೇ ನೋಡುತ್ತಾ ಕುಳಿತ ಗಿಡ್ಡಣ್ಣನಿಗೆ ಕಣ್ಣು ಸೆಟೆಯತೊಡಗಿದವು. ಮೂರು ದಿನದಿಂದ ಅನ್ನ ಕಾಣದ ದೇಹದಲ್ಲಿ ಬೇಸಿದ ಪಪ್ಪಳೆಕಾಯಿ, ಗೆಣಸು, ಸೂರನಗಡ್ಡೆಗಳೇ ಹೊಯ್ದಾಡಿಕೊಂಡು ಕೊಸರಾಡುತ್ತಾ 'ಗೊರ್, ಗೊರಕ್' ಎಂದು ಸಬುದ ಮಾಡುತ್ತಿದ್ದವು. ಮತ್ತೆ ಕಣ್ಣು ಪಿಳುಕಿಸಿ ನೋಡಿ "ನಾನ್ ಗೇಣಿ ಕೊಟ್ ಕೊಳಗ ಇದಲ್ಲ ಬಿಡು, ಅದು ಹಮಾ ದೊಡ್ದ್ ಐತೆ, ಇದ್ ಈಟೆ ಐತೆ, ಈ ಕೊಳ್ಗಾದ್ಗ್ ಏನೋ ಆತೈತೆ" ಎಂದು ಕೊಳಗವನ್ನು ಕಣ್ಣಲ್ಲೇ ಅಳೆದು ತೂಗಿ ಎಸ್ಟಿಮೇಟ್ ಮಾಡಿದ. ಗಿಡ್ಡಣ್ಣ ಶಾಲೆಯ ಮೆಟ್ಟಿಲು ತುಳಿಯದಿದ್ದರೂ, ಊರಿನೊಳಗೆ ಬಲು ಬುದ್ಧಿವಂತ ಎನ್ನುವಲ್ಲಿ ಎರಡು ಮಾತಿರಲಿಲ್ಲ. ಅಷ್ಟರಲ್ಲೇ ಆಳುಮಗ

ಚೌಡ ಬಂದು ಹತ್ತು ಕೊಳಗ ಭತ್ತವನ್ನ ಚೀಲಕ್ಕೆ ಸುರಗಿದ. ಗೇಣಿ ಕೊಟ್ಟ ಹತ್ತು ಕೊಳಗಕ್ಕೆ ಚೀಲ ತುಂಬಿಹೋಗಿತ್ತು, ಇವತ್ತು ಇನ್ನೂ ಮುಕ್ಕಾಲ್ ಚೀಲ ಆಗ್ವಲ್ದು ಎಂದು ಗೊತ್ತಾದರೂ ಬಾಯಿ ಬಿಡಲಾಗದೆ ಮನೆ ಕಡೆ ತಿರುಗಿದ.

ಇತ್ತ ಬೀರಕ್ಕ ಒಲೆಗಿಟ್ಟ ಎಸರು ಬತ್ತಿ ಹೋಗಿ ಮಡಕೆಯ ತೂರಿಗೆ ಇಳಿದಿತ್ತು. ಹೊತ್ತು ತಂದ ಚೀಲವನ್ನ ಅಂಗಳದಲ್ಲೇ "ಉಸ್" ಎಂದು ಹೊತಾಕಿದ. ಚೀಲ ಬಿದ್ದ ಶಬುದಕ್ಕೆ ಅಲ್ಲೇ ಕೂತು ಬಾಯಿ ಚಪ್ಪರಿಸುತ್ತಿದ್ದ ಬೆಕ್ಕು "ಮಿಯಾವ್" ಎಂದು ಕೂಗಿಕೊಂಡು ಹೆಜ್ಜೆಕಿತ್ತಿತು. ಇತ್ತ ಅಂಗಳದ ಒರಳಿಗೆ ಬತ್ತ ಹಾಕಿ ಒನಕೆ ಹಿಡಿದ ಬೀರಕ್ಕ "ಭತ್ತ ಕುಟ್ಟವ ಕೈಗ್ ಬದನಿ ಮುಳ್ ಹೊಡದ್, ಮದ್ದಿಗ್ ಹೋದಣ್ಣ ಬರುವಲ್ಲ" ಎಂದು ಹಾಡು ಮುಗಿಸುವುದರೊಳಗೆ ಒಂದಿಷ್ಟು ಅಕ್ಕಿ ಕೇರಿ ತೆಗೆದಳು. ಜಗುಲಿಯಲ್ಲಿಯೇ ಕುಳಿತು ಕೊಳಗದ ಬಗ್ಗೆಯೇ ಯೋಚಿಸುತ್ತಿದ್ದ ಗಿಡ್ಡಣ್ಣನಿಗೆ ತಲೆಯ ಹುಳ ಕೊರೆಯುತ್ತಲೇ ಇತ್ತು. ಆಚೆ ಮನೆಯ ಹುಚ್ಚಣ್ಣನ ಮನೆಗೆ ಹೋಗಿ "ಹುಚ್ಚಣ್ಣಾ ಒಂದ್ ಇಸ್ಯಾ ಇತ್ತು ಮಾರಾಯ" ಎಂದ. ಮಂಡೆ ಕೆದರಿ, ಹೆಗಲ ಶಾಲು ಕೊಡಗಿ "ಯಂತದ ಹುಡ್ಗಾ, ನನ್ ತಲೆ ಬಿಸಿ ನನ್ಗೆ, ನಿಂದೊಂದ್ ಬೇರೆ. ಒಡೇರು ಗೇಣಿ ಬೇರೆ ಏರಸ್ಕಂಡ್ ಕುಂತ್ಯಾರೆ, ಗದ್ದೀಗ್ ಗಳ ಹಾಕಾಕ್ ಕೊಡುವಲ್ರು, ಏನ್ ಹೇಳಾ ಗಿಡ್ಡಾ" ಎಂದ. ಹುಚ್ಚಣ್ಣನ ಕಿವಿಯ ಹತ್ತಿರ ಹೋಗಿ ಬಾಯಿ ತೊದಲುತ್ತಾ ಗಿಡ್ಡಣ್ಣ "ಹುಚ್ಚಣ್ಣಾ... ಒಡೇರು ಗೇಣಿ ಅಳಿಯಾ ಕೊಳಗ... ನಮ್ದು ಅಳಿಯಾದು ಹಮಾ ದೊಡ್ದು ಕಾಣಾ, ಅವರ್ ಕೊಡಾ ಕೊಳಗ ಇಟೇ ಐತೆ" ಎಂದು ಪಿಸುರಿದ. ನಸುನಕ್ಕ ಹುಚ್ಚಣ್ಣ "ಏ ಗಿಡ್ಡಾ ಅವಗಿಂದ್ಲೂ ಅದು ಹಂಗೆ ಕಾಣಾ, ಅಳ್ಕಳಾದು ನಾಲ್ಕ್ ಸೇರಿಂದು, ಕೊಡಾದ್ ಮೂರ್ ಸೇರಿಂದ್ ಕೊಳಗ ಕಾಣಾ" ಎಂದದ್ದಕ್ಕೆ ಗಿಡ್ಡಣ್ಣ ಹೌಹಾರಿ" ಹೌದೆನಾ ಮಾರಾಯಾ" ಎಂದು "ಈ ಮುಂಡೆಗಂಡ್ರು ನಮ್ದ್ ತಿಂದ್ ಬದ್ಕ್ತ್ವೆ, ಬಡಾರ್ ಹೊಟ್ಟೇಗ್ ಹೊಡ್ದ್ ಬದ್ಕ್ಯಾರ್ದ್ರು, ಇವರ್ ಸಂತಾನ ನಾಸ ಆಗಾಕೆ" ಎಂದು ಶಾಪಹಾಕಿದ. ಅಷ್ಟರಲ್ಲೇ ಬೀರಕ್ಕ "ಗಂಜಿ ಕಾಯ್ಸೀನಿ, ಬನ್ನಿ ಅಂಕ" ಎಂದು ಕರೆದ ಕೂಗು ಹೊಟ್ಟೆಗೆ ಬಡಿದು ಒಳನಡೆದ.

ಗಂಜಿ ಕುಡಿದು ಹೊರಬಂದ ಗಿಡ್ಡಣ್ಣನಿಗೆ ಒಡೆಯರ ಮನೆಯ ಕಡೆ ದೊಡ್ಡ ಗಲಾಟೆ ಕೇಳಿಸಿತು. ತಾನೂ ಓಡೋಡಿ ಬಂದ. ಊರಿನ ರೈತರೆಲ್ಲಾ ಬಂದು ಜಮಾಯಿಸಿದ್ದರು. ಮೀಸೆ ಕೆದರಿ ಸಿಟ್ಟು ನೆತ್ತಿಗೇರಿಕೊಂಡಿದ್ದ ಒಡೆಯರು, "ನನ್ ಅನ್ನ ತಿಂದ್ ಬದ್ಕೋ ನಾಯಿಗಳಾ,ನಿಮ್ಗೇ ಸೊಕ್ಕ್ ಬಂದ್ಯೆತೆ, ಗೇಣಿ ಯಕ್ರಿಗ್ ಎಪ್ಪತ್ ಕೊಳಗ ಕೊಡ್ದೇ ಗದ್ದೀಗ್ ನೊಗ ಊರಂಗಿಲ್ಲ, ನೋಡು ದ್ಯಾವ ತಿಳಕಂಡ್ ಹೆಜ್ಜಿ ಹಾಕು" ಎಂದು ನಲ್ಲೂರು ದ್ಯಾವಣ್ಣನಿಗೆ ಹೆದರಿಸುತ್ತಾ "ನನ್ಗ

ಗೊತ್ತು ಕಣಾ, ಅವ್ವ್ಯಾವನೋ ಮೇಸ್ಟ್ ಬಂದ್ ನಿಮ್ ತಲೆ ಕೆಡ್ಸಿ ಹಿಂಗ್ ಮಾಡ್ಯಾನೆ ಅಲಾ, ಆ ಮೇಸ್ಟ್ರಗೂ ಒಂದಿನ ಐತೆ, ಅವನಾ ಕಟ್ಕೊಂಡ್ ನೀವ್ ಕುಣೀರಿ, ನಿಮ್ ಗತೀನೂ ನೋಡ್ರಂಕ" ಎನ್ನುತ್ತಾ ವೀರಾವೇಷದಲ್ಲಿ ಆಚೀಚೆ ತಿರುಗುತ್ತಿದ್ದರು. ಅಲ್ಲಿಯವರೆಗೂ ಬಾಯಿಮುಚ್ಚಿ ಕೂತಿದ್ದ ಮಂಡಗಳಲೆ ರಾಮಣ್ಣ ಎದ್ದು ನಿಂತು" ಒಡೇರೆ ನೀವು ಏನಾರ ಹೇಳ್ರಿ, ನಮ್ಗ ಎಪ್ಪತ್ ಕೊಳ್ಗಾ ಗೇಣಿ ಕೊಡಾಕ್ ಆಗುವಲ್ದು, ಅದೇನ್ ಮಾಡೀರಿ ಮಾಡ್ರಿ, ಗದ್ದೀಗ್ ನಾವ್ ನಾಳಿಗಳ ಹಾಕ್ತೀವಿ, ನೀವು ಮಾಡಾದ್ ನೋಡಾನೆ" ಎಂದು ನಡೆದೇ ಬಿಟ್ಟ. ಒಡೆಯರ ಮುಖ ಕಪ್ಪೇರಿತು. ಹಲ್ಲು ಕಡಿಯುತ್ತಾ ಗಿಡ್ಡಣ್ಣನ ಹತ್ತಿರ ಬಂದು "ಈ ರಾಮ ನನ್ ಎದ್ರೀಗ್ ನಿಂತ್ ಮಾತಾಡಂಗೆ ಆಗ್ಬಿಟ್ಟ. ಇಡೀ ಊರಾಗ್ ಯಾವ್ ಬಡ್ಡಿ ಮಗ್ನೂ ನನ್ ಎದುರ್ ನಿಂತ್ ತುಟಿ ಒಡ್ದೀರಲುಲ್ಲ, ಈ ಬದ್ಮಾಶ್ನನ್ ಮಗ ನನ್ ಗದ್ದೀಗ್ ಗಳೇ ಹಾಕ್ತಾನಂತೆ, ಅವನ್ ಚರ್ಮಾ ಸುಲ್ಸಿ ಮಾಯನ್ ಮರಕ್ ಕಟ್ದಿದ್ರೆ ನಾನ್ ಒಡೀನೆ ಅಲ್ಲ ನೋಡು" ಎಂದು ಗದರಿ ಒಳನಡೆದರು. ಊರಿನ ಜನರೆಲ್ಲಾ ಗುಸುಗುಸು ಎಂದು ಚದುರಿ ಹೋದರು.

ಮೈಯ ರೋಮವೆಲ್ಲ ಬೆವರಿಸಿಕೊಂಡ ಒಡೆಯರು ತಮ್ಮಷ್ಟಕ್ಕೆ ತಾವೇ "ಇವೆಲ್ಲಾ ಆದ್ದು ಆ ಹಡ್ಬೆ ಮೇಸ್ಟ್ನ ಕಾಲ್ಗತಿಯಾಗೆ, ಆ ಬಿಳಿಟೊಪ್ಪಿ ಮೇಸ್ಟಾ ಜನಾನೆಲ್ಲಾ ಎತ್ಕಟ್ಟಿ ಹಿಂಗ್ ಮಾಡ್ತೈದಾನೆ, ಅವನ್ನೊಂದ್ ಊರ್ ಬಿಡ್ಸಾ ತಂಕಾ ಈ ಊರ್ ಉದ್ದಾರ ಆಗಾಕಿಲ್ಲಾ" ಎಂದುಕೊಳ್ಳುತ್ತಾ ಮತ್ತೆ ಜಗುಲಿಗೆ ಬರುವಾಗ ಗಿರಿಮನೆ ಚೌಡಣ್ಣ ಬಂದು ನಿಂತಿದ್ದ. ಅವನ ಮುಖ ನೋಡಿದ ಒಡೇರು "ಏ ಚೌಡಾ, ನಿಮ್ದೆಲ್ಲಾ ಗೊತಾಗೈತೆ, ಎಲ್ಲರ್ಗಿಗೂ ಒಂದ್ ಗತಿ ಕಾಣಿಸ್ತಿ. ನಿನ್ ಮಗನ್ ಏನ್ ಓದ್ಸಾಕ್ ಹತ್ತೀಯಂತೆ, ಅವೇನ್ ಮುಂದ್ ಡಾಟ್ರೋ, ಇಂಜೀನಾರೋ ಆತಾನೆ ನೋಡು, ನಮ್ಮನೆ ಶಗಣಿ ತೆಗಿಯಾಕ್ ಓದ್ ಬೇರೆ ಕೇಡು, ನಿಂದೂ ಊರ್ ಅದಿಕಾ ಆತು, ಎಲ್ರೂನ್ನೂ ನೋಡ್ಕತೀನಿ" ಎಂದು ಗದರಿದರು. ಚೌಡಣ್ಣ ಸಣ್ಣ ಧ್ವನಿಯಲ್ಲಿ "ಬುದ್ದೀ... ಒಂದ್ ಹತ್ತ್ ರೂಪಾಯಿ ಬೇಕಿತ್ತು" ಎಂಬ ವಾಕ್ಯ ಮುಗಿಯುವುದರೊಳಗೆ ಒಡೇರು 'ಹೂಂಕ್' ಎಂದು" ಒಂದ್ ಪೈಸೇನೂ ಇಲ್ಲ, ನೀವೆಲ್ಲಾ ನನ್ ಮೇಲ್ ಸೆಟದ್ ನಿಂತೀರಿ, ಸೆಟೀರಿ, ನನ್ ಏನ್ ಕಿತ್ಕಂತೀರಿ ನೋಡ್ತಿನಿ, ನಡೀ ಮನೀಗ್" ಎಂದು ಒಳನಡೆದು ನಡುಮನೆಯ ಬಾಗಿಲನ್ನು ದಡಾರನೆ ಹಾಕಿಕೊಂಡರು.

ಊರ ಅರಳಿಕಟ್ಟೆಯಲ್ಲಿ ಮೀಟಿಂಗು ಸೇರಿದ ಜನರೆಲ್ಲಾ "ನಮ್ ಗಣಪ್ ಮೇಸ್ಟ್ರು ಹ್ಯಂಗ್ ಹೇಳ್ತಾರೋ ಹಂಗೇ ಆಗ್ಲೀ" ಎಂದರು. ಮೇಸ್ಟರು ಬರುವ ತನಕ ಕಾದು ಕುಳಿತು, ನಾಳೆ ಉಳಮೆ ಮಾಡೋದೆ ಎಂಬ ನಿರ್ಧಾರಕ್ಕೆ ಬಂದು

ಎಲ್ಲಾ ಮನೆ ಕಡೆ ಹೊರಟರು. ನೂರಾರು ವರುಷಗಳಿಂದ ಅನುಭವಿಸಿದ ಜೀತತನ ಜನರಿಗೆ ಬೇಸರ ತಂದಿತ್ತು. ಎಷ್ಟು ಬೆಳೆದರೂ ಒಡೇರ ಹೊಟ್ಟೆ ತುಂಬೋದು ಬಿಟ್ಟರೆ ಏನೂ ಪ್ರಯೋಜನವಿರಲಿಲ್ಲ. ಮಕ್ಕಳ ಹಸಿವು, ಹೆಂಗಸರ ನೋವು, ರೈತರ ಕಷ್ಟ ಇವೆಲ್ಲವೂ ಕಾಗೋಡಿನಲ್ಲಿ ಬುಗಿಲೆದ್ದು ಊರಿಗೆ ಊರೆ ಹತ್ತಿ ಉರಿದು ಕೆಂಡವಾಗಿತ್ತು. ಮನದೊಳಗಿನ ನೋವಿನ ಕಟ್ಟೆ ಒಡೆದು ರೋಷ ಉಕ್ಕುತಿತ್ತು. ಬಹಳ ವರ್ಷಗಳಿಂದ ರೈತರನ್ನು ಗುಲಾಮರಂತೆ ನಡೆಸಿಕೊಂಡ ಒಡೆಯರಿಗೆ ಮಾತ್ರ ಮಂಡೆಯ ಪಿತ್ತವೆಲ್ಲಾ ಕೆದಕಿ ಹೊರಳಾಡುತ್ತಿತ್ತು. ಊರನ್ನೆಲ್ಲಾ ಹುಣ್ಣಿಮೆಯ ಚಂದ್ರ ಆವರಿಸಿಕೊಂಡಿದ್ದ. ವರದೆಯ ಜುಳು ಜುಳು ಬಿಟ್ಟರೆ ಬೇರೆ ಸಪ್ಪಳವಿರಲಿಲ್ಲ.

ಕಾಗೋಡು, ನಲ್ಲೂರಿನ ಜಮೀನುದಾರರಿಗೆಲ್ಲಾ ನಿದ್ರೆ ಆವರಿಸಿಕೊಂಡಿತ್ತು. ಆದರೆ ಹೊಟ್ಟೆಗೆ ಗಂಜಿಯಿಲ್ಲದ ಜೀತರೈತರಿಗೆ ಮಾತ್ರ ನಿದ್ರೆ ಕೊಸರುವುದಾದರೂ ಹೇಗೆ. ಅದರಲ್ಲೂ ಒಡೆಯರ ಮುಂದೆ ಪೌರುಷ ತೋರಿಸಿ ಬಂದ ಮೇಲೆ ನಿದ್ದೆ ಬರುವುದಾದರೂ ಎಲ್ಲಿಯಮಾತು. ರೈತ ಮುಖಂಡರು, ರೈತರು ಎಲ್ಲಾ ಸೇರಿ ಊರ ಮುದುಕವ್ವನ ಗುಡಿಸಲೊಳಗೆ ಸೇರಿಕೊಂಡು ಮತ್ತೆ ಮಾತು ಶುರುಮಾಡಿದರು. ಗಣಪ ಮೇಸ್ಟರ ಮಾತುಗಳಿಗೆ ಯಾರೂ ತುಟಿ ಪಿಟಕ್ ಎನ್ನದೆ ಕಿವಿಯೊಳಗೆ ತೂರಿಕೊಂಡು "ನೀವ್ ಹೇಳ್ದಂಗೆ ಮಾಡ್ತ್ವಿ. ಆ ರಕ್ತಾ ಹಿಂಡಾ ಒಡೇರಿಗೆ ಒಂದ್ ಗತಿ ಕಾಣ್ಸಾನೆ" ಎಂಬ ಹುಚ್ಚಣ್ಣನ ಮಾತಿನೊಂದಿಗೆ ಸಭೆ ಮುಗಿಯುವಷ್ಟರಲ್ಲೇ ಮುದುಕಜ್ಜಿಯ ಕೆಂಬೇರ ಕೋಳಿ ಕೂಗು ಹೊಡೆದಿತ್ತು.

**

ಊರ ಬೀದಿಯ ತುಂಬ ಎತ್ತುಗಳ ಸಾಲುಗಳೆ ಹೊತ್ತ ರೈತರ ದಂಡು, ಗುರುಬು ತೊಟ್ಟ ಮಹಿಳೆಯರ ಕಣ್ಣೋಟ, ಅಂತೂ ಕಾಗೋಡಿನ ಗದ್ದೆಗೆ ಇಳಿದು ರೈತರು ಊಳತೊಡಗಿದರು. ನೇಗಿಲು ಹಿಡಿದವರ "ಹೂ... ಲೇಲೋ... ಹೂ...ಲೇ..." ಕೂಗು ಒಡೆಯರ ಮನೆಯವರೆಗೆ ಬಡಿದು, ಒಡೇರು ಹೊರಬಂದು ನೋಡಿ, ಹಾಕಿದ ಟ್ರಾಯರಿಗೆ ಪಂಚೆಯೂ ಸಿಕ್ಕಿಸದೆ ಓಡೋಡಿ ಹೊರಬಂದರು. "ಹಲ್ಕಾ ನನ್ ಮಕ್ಳು, ಗದ್ದೀಗ್ ನೊಗಾ ಊರವಷ್ಟ್ ಪೌರುಸಾ ಇವ್ಕೆ" ಎಂದು ರೇಗಾಡಿ, ಆಳು ಮಕ್ಕಳಿಗೆಲ್ಲ ಕರೆ ಕೊಟ್ಟು, ಎಲ್ಲರೂ ಸೇರಿ ಗದ್ದೆಗೆ ಇಳಿದರು. ಊಳುತಿದ್ದ ಸಿಕ್ಕ ಸಿಕ್ಕವರಿಗೆಲ್ಲ ಬಡಿಯತೊಡಗಿದರು, ನೇಗಿಲು, ನೊಗಗಳನ್ನೆಲ್ಲ ಮುರಿದು ಬಿಸಾಕಿದರು, ಮನಬಂದಂತೆ ಜಪ್ಪಿದರು. "ನಾವು ಯಾವ್ ಕಾರಣಕ್ಕೂ ಕೈ ಮಿಲಾಯಿಸ್ ಬಾರ್ದು" ಎಂಬ ಮೇಸ್ಟರ ಮಾತನ್ನ ಪಾಲಿಸಿದ ರೈತರು ಪೆಟ್ಟು ತಿಂದು ಸುಮ್ಮನಾದರು. ಒಡೆಯರ ಗುಂಪು ಮಹಿಳೆಯರು,

ಮಕ್ಕಳು ಎಂದೂ ಕಾಣದೆ ಮನಬಂದಂತೆ ಥಳಿಸಿತು. ಕೆಲವರನ್ನ ಹಿಡಿದು ತಂದು ಮರಕ್ಕೆ ಕಟ್ಟಿ ಹಾಕಿ ಬಿಸಿನೀರು ಸುರಿದರು. ಕಬ್ಬಿಣದ ಸರಳು ಕಾಸಿ ಬರೆ ಹಾಕಿದರು. ಬಟ್ಟೆ ಬಿಚ್ಚಿ ಚಗುಳಿ ಕೊಟ್ಟೆ ಸುರಿದರು. ಬೆತ್ತದಿಂದ ಕೈ ಸೋಲುವಷ್ಟು ಬಡಿದರು. ಆದರೆ ಯಾವ ರೈತರೂ ಜಗ್ಗಲಿಲ್ಲ. ರೈತ ಮುಖಂಡರಾದ ಹುಚ್ಚಣ್ಣ, ರಾಮಣ್ಣರಿಗೆ ಮಾತ್ರ ಬಹಳ ಚಿತ್ರ ಹಿಂಸೆ ಕೊಟ್ಟರು. ಅಷ್ಟಕ್ಕೂ ಬಿಡದ ಕ್ರೂರಿ ಒಡೆಯರು ಕೆಲವರ ಹೆಬ್ಬೆರಳಿನ ಉಗುರು ಕೂಡ ಕಿತ್ತು ಬಿಸಾಕಿದರು. ರೈತರು ಒಳಗೇ ಕುದಿಯುತ್ತಿದ್ದ ರಕ್ತವನ್ನು ತಡೆದು ನಿಲ್ಲಿಸಿ ಸಮಾಧಾನಿಕೊಂಡರು. ಸೂರ್ಯ ಮುಳುಗುತ್ತಾ ಬಂದು ಇನ್ನು ಮನೆಗ್ ಬಿಟ್ ಕಳುಸ್ತಾರೆ ಎಂದು ನೋವುಗಳನ್ನ ನೀಗುತ್ತಾ ನಿಂತಿದ್ದರು. ಸ್ವತಂತ್ರವಾಗಿ ಗೂಡುಸೇರಿದ ಕಾಗೆಗಳು 'ಕಾವ್... ಕಾವ್...' ಎನ್ನುತ್ತಿರುವಾಗಲೇ ಬರಬರನೆ ಶಬ್ದವಾಗತೊಡಗಿತು. ಎಲ್ಲರಿಗೂ ಆಶ್ಚರ್ಯ. ಅಷ್ಟರಲ್ಲೇ ಬಂದ ನಾಲ್ಕೈದು ಪೊಲೀಸ್ ಜೀಪುಗಳು ರೈತರನ್ನೆಲ್ಲ ಹತ್ತಿಸಿಕೊಂಡು ನಡೆದೇ ಬಿಟ್ಟರು. ಬಾಸುಂಡೆಗಳ ಬಿರುಕುಗಟ್ಟಿದ ಅನ್ನದಾತರಿಗೆ ಜೀಪು ಹತ್ತಲೂ ಆಗಲಿಲ್ಲ. ಕಾಕಿ ಬಟ್ಟೆಯ ಬೂಟುಗಳು "ಏ ಬದ್ಮಾಶ್ಗಳ, ನಡೀರಿ ನಿಮ್ಗೆ ಐತ್ ಈಗ, ಒಡೇರ್ ಜಮೀನ್ ಹೇಳ್ದೇ ಕೇಳ್ದೇ ಊಳಾಕ್ ಹತ್ತೀರಾ" ಎಂದು ಮುಷ್ಟಿ ಕೈಯಲ್ಲಿ ತಿವಿಯತೊಡಗಿದರು. ಜೀಪಲ್ಲಿ ಕರೆತಂದ ಎಲ್ಲರನ್ನೂ ಕಾನ್ಲೆಯ ರೈಲ್ವೆ ಸ್ಟೇಷನ್ನಿನಲ್ಲಿ ಇಳಿಸಲಾಯಿತು. ಮನಸೋಯಿಚ್ಛೆ ಲಾಟಿಗಳು ಆಡತೊಡಗಿದವು. ಹಿಂಸೆಯ ಕರಾಳ ವರ್ತನೆ ಪೊಲೀಸರಿಂದ ವ್ಯಕ್ತವಾಯಿತು. ಕಣ್ಣು, ಮುಖ, ಕೈ ಕಾಲುಗಳನ್ನು ನೋಡಲಿಲ್ಲ. ಇವರ ಕ್ರೂರ ವರ್ತನೆಗೆ ಅನ್ನದಾತ ಅಂಗಲಾಚಿದರೂ ಬಿಡಲಿಲ್ಲ. ಬಡಿದು ಬಡಿದು ಪೊಲೀಸರ ಕೈಗಳೇ ಸೋತ ಮೇಲೆ ಎಲ್ಲರನ್ನೂ ಕಪ್ಪು ಕೋಣೆಗೆ ನೂಕಿದರು.

ರೈತರ ಬಂಧನದ ಸುದ್ದಿ ನಾಡಿಗೆಲ್ಲಾ ಹಬ್ಬಿತು. ಚಳುವಳಿ ನಿಲ್ಲಲಿಲ್ಲ. ರೈತ ಮುಖಂಡ ಮನೋಹರಣ್ಣ, ತೀರ್ಥಹಳ್ಳಿಯ ಗೋಪಾಲಣ್ಣ ಕಾಗೋಡಿಗೆ ದೌಡಾಯಿಸಿದರು. ಬಂದ ಬಂದವರ ಮೇಲೆ ಪೊಲೀಸರ ದೌರ್ಜನ್ಯ ನಿಲ್ಲಲಿಲ್ಲ. ಅಧಿಕಾರಿಗಳೆಲ್ಲಾ ಒಡೆಯರ ಕುಮ್ಮಕ್ಕಿಗೆ ಕಿವಿಕೊಟ್ಟು ರಾಕ್ಷಸ ರೂಪ ತೋರಿದರು. ಊರೂರು ತಿರುಗಿ ಸಂಘಟಿಸುತ್ತಿದ್ದ ಗಣಪ ಮೇಸ್ಟರನ್ನೂ ಕೂಡ ಬಂಧಿಸಿಯಾಗಿತ್ತು. ದೂರದಿಂದ ಬಂದ ಮನೋಹರಣ್ಣ, ಗೋಪಾಲಣ್ಣ ಪೊಲೀಸರ ಕಣ್ಣು ತಪ್ಪಿಸಿ ಅಲ್ಲಲ್ಲಿ ಓಡಾಡಿ ಚಳುವಳಿ ಮುಂದುವರಿಸಿದರು. ಆದರೂ ಒಡೆಯರ ಆಳು ಮಕ್ಕಳ ಕಣ್ಣು ತಪ್ಪಿಸಿ ಓಡಾಡುವುದು ಅಷ್ಟು ಸುಲಭವಾಗಿರಲಿಲ್ಲ. ಒಂದಿಷ್ಟು ಸಲಹೆ ನೀಡಿ ಊರಿಗೆ ಹೊರಟ ಮನೋಹರಣ್ಣನನ್ನು ಜಂಬುಗಾರಿನಲ್ಲಿ ಪೊಲೀಸರು ಬಂಧಿಸಿಯೇಬಿಟ್ಟರು. ಅಷ್ಟರಲ್ಲೆ ಕೆಂಪುಧೂಳಿನಲ್ಲಿ ಬಂದ ಪೊಲೀಸರ ಜೀಪು ಊರ ಕೆಂಚವ್ವನ ಮನೆಗೆ

ಆವರಿಸಿಕೊಂಡರು. ಇವಳ ಜಗುಲಿಯಲ್ಲಿ ಕೂತು ಚಳುವಳಿಯ ಕರಪತ್ರ ಬರೆಯುತ್ತಿದ್ದ ಗೋಪಾಲಣ್ಣನಿಗೆ ಇತ್ತಿನ ಪರಪಂಚ ಇರಲಿಲ್ಲ. ಸಟಕ್ಕನೇ ಬಂದು ಗೋಪಾಲಣ್ಣನನ್ನು ಒಳದೂಡಿ ಬೀಗ ಜಡಿದು ಕೆಂಚವ್ವ ಎಲ್ಲಿ ಹೋದಳೋ ಗೊತ್ತಾಗಲಿಲ್ಲ. ಪೊಲೀಸರ ಲಾಟಿಯಿಂದ ಬಾಗಿಲು ಬಡಗುಟ್ಟತೊಡಗಿದವು. ಮನೆಯೊಳಗೇ ಅಟ್ಟ ಹತ್ತಿದ ಗೋಪಾಲಣ್ಣಾ ನಟ್ಟಿ ಗುರುಬಿನ ಅಡಿಸೇರಿ ಕೂತುಬಿಟ್ಟಳು. ಕೆಂಚವ್ವನನ್ನು ಹಿಡಿದು ತಂದು ಒಳನುಗ್ಗಿದ ಬೂಟುಕಾಲುಗಳು ಹಿಲಿಗಿಟ್ಟ ಕೋಳಿಯನ್ನೂ ಬಿಡದೆ ಸಂದು ಮೂಲೆಯನ್ನೆಲ್ಲಾ ಜಪ್ತಿ ಮಾಡಿದರು. ಹ್ಯಾಟೆಯ ಹದಿಮೂರು ಮೊಟ್ಟೆಗಳೆಲ್ಲಾ ಚಲ್ಲಾ ಪಿಲ್ಲಿಯಾಗಿ ಬಿದ್ದು ಗೌಲು ವಾಸನೆ ಗಮ್ಮೆಂದು ಹರಡಿಕೊಂಡಿತು. ಒಬ್ಬ ದಘೂತಿ ಪೊಲೀಸಪ್ಪನ ಕಣ್ಣು ಅಟ್ಟದ ಮೇಲೆ ಹೋಗಿ, ಎದ್ನೋ ಬಿದ್ನೋ ಎಂದು ಕಷ್ಟ ಪಟ್ಟು ಅಟ್ಟಾ ಹತ್ತಿದ. ಅಟ್ಟದಲ್ಲಿ ಕಿತ್ತೂ ಮಗುಚಿ ಗೋಪಾಲಣ್ಣನನ್ನು ಅಂತೂ ಹಿಡಿದೇ ಬಿಟ್ಟ. ಇಲ್ಲಿಗೆ ಎಲ್ಲಾ ಮುಖಂಡರನ್ನೂ ಒಳನೂಕಿಸಿದ ಒಡೇರು ಗತ್ತಿನಿಂದ ಮೀಸೆ ತಿರುಗಿಸಿ ಜಗುಲಿಯಲ್ಲಿ ಜಗ್ಗಿ ಕೂತುಬಿಟ್ಟರು.

ಚಳುವಳಿಯ ಕತೆ ಮುಗಿಸಿ, ತಾನೇ ಸರ್ವಾಧಿಕಾರಿ ಎಂದು ಬೀಗಿದ ಒಡೆಯರಿಗೆ ಹೆಚ್ಚು ದಿನ ನೆಮ್ಮದಿ ಸಿಗಲಿಲ್ಲ. ಜಾಮೀನಿನ ಮೇಲೆ ಹೊರಬಂದ ಮುಖಂಡರೆಲ್ಲಾ ಸತ್ಯಾಗ್ರಹ ಮುಂದುವರಿಸಿದರು. ಅರಸನಂತೆ ಬೀಗುತ್ತಿದ್ದ ಒಡೆಯನಿಗೆ ನಿದ್ದೆ ಹಾಕಲೂ ಬಿಡಲಿಲ್ಲ. ಒಳಗೊಳಗೇ ಕತ್ತಿ ಮಸೆದ ಒಡೆಯ, ರೈತರನ್ನು ಮಟ್ಟಹಾಕುವ ಹುನ್ನಾರ ಮಾಡತೊಡಗಿದ. ಜಮೀನುದಾರರೆಲ್ಲಾ ಒಂದಾಗಿ ರೈತರ ವಿರುದ್ಧ ಸಿಡಿದೆದ್ದರು. ಎಲ್ಲರೂ ಸಭೆ ಕರೆದು ಗುಪ್ತ ಸಮಾಲೋಚನೆ ಮಾಡಿದರು. ಮೊನ್ನೆಯಷ್ಟೆ ಈಶ್ವರ ದೇವಸ್ಥಾನದಲ್ಲಿ ತಮಗಾದ ಅವಮಾನವನ್ನೂ ಮೆಲುಕು ಹಾಕಿದರು. ಇದೆಲ್ಲದಕ್ಕೂ ಕಾರಣನಾದ ಆ ಗಣಪ ಮೇಸ್ಟರಿಗೆ ಬುದ್ಧಿ ಕಲಿಸಲು ಮುಂದಾದರು. ಮೇಷ್ಟರಿಗೆ ಮನೆ ಕೊಟ್ಟ ಕರಿಯಣ್ಣನ ಮನೆಗೆ ರಾತ್ರಿ ಬೆಂಕಿ ಹಚ್ಚುವ ಹುನ್ನಾರ ತಯಾರಾಯಿತು. ಆ ರಾತ್ರಿಯೇ ಬೆಂಕಿ ಹಿಡಿದು ಓಣಿಯೊಳಗೆಲ್ಲಾ ಹಾದುಕೊಂಡು ಬರತೊಡಗಿದರು. ರಾತ್ರಿಯೆಲ್ಲಾ ಚಳುವಳಿಯ ಬಗ್ಗೆ ಸಭೆ ಮಾಡುವ ರೈತರಿಗೆ ಇವರು ಕಣ್ಣಿಗೆ ಬೀಳದೆ ಹೋಗಲಿಲ್ಲ. ಕೆಂಚವ್ವನ ಮನೆಯೊಳಗಿಂದ ಸಭೆಯ ಮಧ್ಯೆಯೇ ಮೂತ್ರ ಮಾಡಲು ಹೊರಬಂದ ರಾಮಣ್ಣ ದೂರದ ದೊಂದಿ ಬೆಳಕನ್ನು ನೋಡಿ "ಯಾರ್‍ರೋ... ಎಲ್ ಹೋಗಾಗ್ ಹತ್ತೀರಿ" ಎಂದು ಕೂಗುಹಾಕಿದ. ಕಸಕ್ಕನೆ ಹಿಂದಿರುಗಿ ದೊಂದಿ ಆರಿಸಿಕೊಂಡು ಓಡಿ ನಡೆದರು. "ಮಾಡ್ದಾ ಯಾವ ಪಿಲಾನೂ ಆಗುವಲ್ದು" ಎಂದು ಜಮೀನ್ದಾರ ಈರಭದ್ರ ಗೌಡ್ರು ಹೇಳುವಾಗ ಒಡೆಯರ ಮುಖ ಕಪ್ಪೇರಿ ಹಲ್ಲು ಕಡಿಯುತ್ತಿದ್ದರು.

ಕಾಗೋಡು ರೈತರ ಚಳುವಳಿ ಹೀಗೆ ಮುಂದುವರಿಯಿತು. ರೈತರ ಸತ್ಯಾಗ್ರಹ ನಿಲ್ಲಲಿಲ್ಲ. ನಾಡಿನ ರೈತ ಮುಖಂಡರ ಆಗಮನ, ಪೊಲೀಸರ ದರ್ಪ, ತುಂಡು ತುಂಡಾದ ನೊಗಗಳ ರಾಶಿ, ಪುಟಿಯಾದ ಲಾಟಿಗಳು ಇವೆಲ್ಲವೂ ಸಾಕ್ಷಿಯಾಗಿ ನಿಂತಿದ್ದವು. ಹೀಗೆ ವರುಷಗಳೇ ಕಳೆದು ಹೋದವು. ನಿರಂತರ ಚಳುವಳಿ, ಸತ್ಯಾಗ್ರಹ ನೋಡಿದ ಸರ್ಕಾರಕ್ಕೂ ಮುಜುಗರವಾಗತೊಡಗಿತು. ಜಮೀನುದಾರರ ಪರವಾಗಿಯೇ ನ್ಯಾಯ ಕೊಡುತ್ತಿದ್ದ ಸರ್ಕಾರವನ್ನು ವಿರೋಧಿಸುವ ಗುಂಪು ದೊಡ್ಡದಾಗಿ ಬೆಳೆಯುತ್ತಾ ಹೋಯಿತು. ಹಲವಾರು ಪತ್ರಿಕೆಗಳ ಬರಹ ನೋಡಿ ರಾಜಕೀಯದವರಿಗೆ ನಾಚಿಕೆ ಆಗತೊಡಗಿತು. ಗಣಪ ಮೇಸ್ಟರಂತೂ ಹಿಡಿದ ಹಠವನ್ನು ಬಿಡಲೇ ಇಲ್ಲ. ಮನೋಹರಣ್ಣ, ಗೋಪಾಲಣ್ಣರ ಸಹಕಾರ ರೈತರಿಗೆ ಹೆಚ್ಚು ಬಲವನ್ನು ತುಂಬಿತು. ಒಡೆಯರ ಗುಂಪು ಮಾಡಿದ ಎಲ್ಲಾ ಯೋಚನೆಗಳು ಮುಗ್ಗರಿಸಿ ಹೋದವು. ರೈತರ ಹೋರಾಟಕ್ಕೆ ಜಯ ಸಿಕ್ಕುವ ಕಾಲ ಹತ್ತಿರವಾಗುತ್ತಾ ಬಂತು. ಆದರೆ ಚಳುವಳಿ ಮಾತ್ರ ನಿಲ್ಲಲಿಲ್ಲ.

ಊರಿನ ತುಂಬಾ ಲಾಟಿ ಬೀಸಿ ಕಾಸಿದ ಕಳಬಟ್ಟಿ, ಗೂಡಿನ ಕೋಳಿಗಳನ್ನೆಲ್ಲಾ ಕಾಲಿ ಮಾಡಿದ ಪೊಲೀಸರಿಗೆ ಮೋಜು ಮಾಡಲು ಇನ್ನು ಏನೂ ಉಳಿದಿರಲಿಲ್ಲ. ರೈತರಿಗೆಲ್ಲಾ ಜೈಲು ಎಂಬುದು ತವರು ಮನೆಯಾಗಿ ಭಾಸವಾಗಿತ್ತು. ಸುಮಾರು ಹನ್ನೆರಡರ ಸೂರ್ಯ ರವುಸುತ್ತುದ್ದ. ಅಷ್ಟರಲ್ಲೇ ಕಂಬತ್ಲು ಮರಿಯಣ್ಣ ಓಡಿಬಂದು "ನಮ್ಮ ಮನೋಹರಣ್ಣ, ಗೋಪಾಲಣ್ಣ ಬಂದ್ಯಾರೆ, ಅಳ್ಳಿ ಕಟ್ಟೀಗ್ ಬರ್ರ್ಯೋ" ಎಂದು ಕೂಗು ಹಾಕಿದ. ಕ್ಷಣ ಮಾತ್ರದಲ್ಲೇ ಊರ ರೈತರ ಇಡೀ ಮನೆಯ ಚಯ್ಯಾ ಪಿಳ್ಳೆಗಳೂ ಸೇರಿ ಎಲ್ಲರೂ ಕಟ್ಟೆಗೆ ಬಂದು ಸೇರಿದರು. ಎಲ್ಲರ ಮುಖದಲ್ಲೂ ಮಂದಹಾಸದ ಚಿಲುಮೆ ಹರಿಯುತ್ತಿತ್ತು. ಇಬ್ಬರ ಮಾತಿಗೆ ಎಲ್ಲರ ನೋಟ ಕಾಯುತ್ತಿದ್ದವು. ಮಾತು ಶುರುಮಾಡಿದ ಮನೋಹರಣ್ಣ ಬಂಧುಗಳೇ ನಮ್ಮ ಹೋರಾಟಕ್ಕೆ ಒಂದು ಜಯ ಸಿಕ್ಕಿದೆ. ನಮ್ಮ ಪಕ್ಷದ ಮುಖಂಡರಾದ ದೇವಣ್ಣ 'ಉಳುವವನಿಗೇ ಬೂಮಿ' ಎಂದು ಆದೇಶ ಮಾಡಿದ್ದಾರೆ. ನಾಳೆಯಿಂದಲೇ ನೀವು ಉಳುಮೆ ಮಾಡಬಹುದು. ಇನ್ನು ಮುಂದೆ ಗೇಣಿ ಕೊಡುವ ಹಂಗು ನಿಮಗಿಲ್ಲ. ನಾಳೆಯಿಂದ ನೀವೇ ಜಮೀನಿನ ಒಡೆಯರು" ಎನ್ನುವ ಪದ ಮುಗಿಯುವಷ್ಟರಲ್ಲಿ ಜನ ಶಿಳ್ಳೆ ಹೊಡೆದುಕೂಗತೊಡಗಿದರು. ತಮಟೆ ಪಿರ್ಲಾ "ಢಮ್ಮ... ಡಮ್ಮಾ..." ಎಂದು ಬಡಿಯ ತೊಡಗಿದ. ಊರ ತುಂಬಾ ಮೆರವಣಿಗೆ ನಡೆಯಿತು. ಮೆರವಣಿಗೆ ಒಡೆಯರ ಮನೆಹತ್ತಿರ ಬರುವಾಗ ಕತ್ತಲು ಆವರಿಕೊಂಡಿತ್ತು. ಮುಂದೆ ಸಾಗಿದ ಜನರ ತಂಡ ಚದುರಿ ಮನೆ ಸೇರಿದರು. ರೈತ ಮುಖಂಡ ರಾಮಣ್ಣ, ಹುಚ್ಚಣ್ಣ ಮಾತ್ರ ಕತ್ತಲೆಯಲ್ಲೇ ನಾಳಿನ ಉಳುಮೆಗೆ ನೊಗ ಹುಡುಕುತ್ತಿದ್ದರು. ಮೆಲುಕು ಮೇಯುತ್ತಿದ್ದ ಕರೆಹಂಡ, ಬಿಳಿಹಂಡಗಳು ಬಾಲ ತೂಗುತ್ತಿದ್ದವು.

ನಡು ರಾತ್ರಿಯಾದರೂ ಪಿರ್ಲಾನ ತಮಟೆ ಮಾತ್ರ ನಿಂತಿರಲಿಲ್ಲ. ಮೇಸ್ಟರನ್ನು ಕೂಡಿಕೊಂಡು ಕೆಂಚವ್ವನ ಮನೆಯಲ್ಲಿ ನಡೆಯುತ್ತಿದ್ದ ಮಾತುಗಳು ಬೆಳಕು ಹರಿಸಿತ್ತು. ಇಡೀ ಊರಿಗೆ ಕೇಳುತಿದ್ದ ಶಬ್ದ ಮಾತ್ರ ಅದೇ ಆಗಿತ್ತು "ಢಮ್ಮ... ಡಮ್ಮ". ಬೆಳಕು ಹರಿದರೂ ಕಾಗೋಡಿನಲ್ಲಿ ಕೋಳಿ ಕೂಗಲಿಲ್ಲ. ಪೊಲೀಸರ ಅಟ್ಟಹಾಸದ ಮುಂದೆ ಗೂಡಿನ ಕೋಳಿಗಳೆಲ್ಲಾ ಬರಿದಾಗಿದ್ದವು. ಊಳುವ ರೈತನ ಕೂಗು ಮುಗಿಲು ಮುಟ್ಟಿತ್ತು.ತಲೆಗೊಂದು ಟೊಪ್ಪಿ ಸೇರಿಸಿಕೊಂಡು ಊರ ಬೀದಿಯಲ್ಲಿ ನಡೆದು ಬರುತ್ತಿದ್ದ ಗಣಪ ಮೇಸ್ಟರು ಗದ್ದೆಯ ಕಡೆ ಸಾಗಿದರು. ಒಡೆಯರ ಮನೆಯ ಕಡೆ ಮಾತ್ರ ಮೌನ ತುಂಬಿಕೊಂಡಿತ್ತು. ಊರಿಗೆ ಊರೆ ಸಿಂಗಾರಗೊಂಡು ಕಂಗೊಳಿಸುತ್ತಿತ್ತು.

ಇದ್ ಒಂದ್ ಹಸು

■ ಪುನೀತ್ ಕುಮಾರ್ ವಿ.ಎನ್.

puni.kumar1408@gmail.com

ಗಂಗೆ, ತುಂಗೆ, ಕಪಿಲಾ, ಕೃಷ್ಣೆ, ಲಕ್ಷ್ಮಿ ಈ ಯಾವ ಹೆಸರೂ ಆ ಹಸುವಿಗೆ ಇರಲಿಲ್ಲ. ನೋಡಲು ಕಂದು ಬಣ್ಣ, ಹಣೆಯ ಮೇಲೆ ತಿಲಕದಂತೆ ಕಾಣುತ್ತಿದ್ದ ಬಿಳಿಯ ಗುರುತು, ಕೊಂಬಿಲ್ಲದಿದ್ದರಿಂದ ಅದೊಂದು ಬೋಳು ಹಸು. ಏಳೆಂಟು ವರ್ಷದ ಅಥರ್ವಗೆ ಮೊದಲು ಹಸುವನ್ನು ನೋಡಿದಾಗ ಅನಿಸಿದ್ದು ಮಾಮೂಲಿಯಂತೆ ಎಲ್ಲ ಹಸುಗಳ ಹಾಗೆ 'ಇದ್ ಒಂದ್ ಹಸು'.

ಅಥರ್ವ ಬೇಸಿಗೆ ರಜೆ, ದಸರಾ ರಜೆ ಕಳೆಯುತ್ತಿದ್ದಿದ್ದು ತನ್ನ ತಾಯಿಯ ಊರಿನಲ್ಲಿ. ಅಥರ್ವನ ತಾಯಿಯ ತಂದೆ ಪಟೇಲ್ ಚಿನ್ನಸ್ವಾಮಪ್ಪನ ಮುದ್ದಿನ ಹಸುವೇ ಆ ಬೋಳು ಹಸು. ದಿನವೂ ಆ ಹಸುವನ್ನು ಹೊಲಕ್ಕೆ ಕರೆದೊಯ್ದು ಮೇಯಿಸುವುದು, ಅದನ್ನು ಲಾಲಿಸಿ ಪೋಷಿಸುವುದೇ ಪಟೇಲರ ಕೆಲಸ. ಪಟೇಲರು, ಮಾತು ಕಡಿಮೆಯ ಸಾಧು ಸ್ವಭಾವದ ವ್ಯಕ್ತಿತ್ವದವರು.

ಒಮ್ಮೆ ಬೇಸಿಗೆ ರಜದಲ್ಲಿ ಅಥರ್ವ, ತನ್ನ ತಾತ ಮತ್ತು ಹಸುವಿನೊಂದಿಗೆ ಹೊಲಕ್ಕೆ ಹೊರಟ ದಾರಿಯಲ್ಲಿ ಹಸು ಆಕಡೆ ಈಕಡೆ ಹೊರಟಾಗ "ಇದ್ಯಾಕ ಬಡ್ಡಿದೇ ಹಿಂಗ್ ಒದ್ಲೈ" ಎಂದು ತಾತ ಗದರಿಸುತ್ತಿದ್ದರು. ಅಥರ್ವ ನಕ್ಕು "ತಾತ, ಅದು ಹಸು

ನೀವ್ ಹೇಳಿದ್ದು ಅದಕ್ಕೆ ಅರ್ಥ ಆಗುತ್ತ?" ಎಂದು ಕೇಳಿದ. ತಾತ ಅದಕ್ಕೆ "ಇಗ್ ಸರಿಗ್ ವೈತೈತಲ್ವಾ ನೋಡು?" ಎಂದು ಪ್ರಶ್ನೆ ಇಟ್ಟರು. ಹಸು ಆಕಡೆ ಈಕಡೆ ಹೋಗದೆ ಸೀದಾ ಹೋಗುತ್ತಿರುವುದನ್ನು ನೋಡಿ, ಅಥರ್ವನ ಬಾಯಿ ತಾನಾಗಿಯೇ ಹೂ... ಎಂದು ಉತ್ತರಕೊಟ್ಟಿತು.

ಹೊಲದಲ್ಲಿ ಹಸು ಮೇಯಲು ಬಿಟ್ಟು ತಾತ, ಮತ್ತು ಅಥರ್ವ ಒಂದೆಡೆ ಕುಳಿತರು. ಹಸು ಮೇಯುತ್ತಾ ಮೇಯುತ್ತಾ ಪಕ್ಕದ ಜಮೀನಿನ ಬೆಳೆಗೆ ಬಾಯಿ ಹಾಕಲು ಹೋಗುತ್ತಿದ್ದಾಗ, ತಾತ ಅಥರ್ವನಿಗೆ 'ಹೋಗ್ ಹಸುನ ಈ ಕಡ್ಗ್ ಓಡ್ಸು' ಎಂದರು. ಅಥರ್ವ ಓಡಿ ಹೋಗಿ, ದೂರದಿಂದಲೇ ಅದನ್ನು 'ಹೇ ಹೇ' ಎಂದು ಗದರಲು ಪ್ರಯತ್ನಿಸಿದ. ಅದು ಒಂದೆಡೆ ಜಮೀನಿನಿಂದ ಆಚೆ ಬಂದು, ಇನ್ನೊಂದೆಡೆ ನುಸುಳುತ್ತಿತ್ತು. ಎಷ್ಟೇ ಆದರೂ ಅಥರ್ವ ಅದನ್ನು ಬೆಳೆ ಜಮೀನಿನಿಂದ ಓಡಿಸಲು ಆಗಲಿಲ್ಲ, ಸುಸ್ತಾದ. 'ತಾತ ಅದು ಅಲ್ಲಿಂದ ಇಲ್ಲಿಗೆ, ಇಲ್ಲಿಂದ ಅಲ್ಲಿಗೆ ಹೋಗ್ತಾ ಇದೆ' ಎಂದು ತಾತನಿಗೆ ಹಸುವಿನ ಬಗ್ಗೆ ದೂರು ನೀಡಿದ. ತಾತ ಕುಳಿತ ಜಾಗದಿಂದಲೇ, "ಬಂದ್ರ ನೋಡ್ಕ ಬಡ್ಡಿದೇ, ಇತಾಗ ಬಂದ್ ಮೇಯ್ದ್ರೆ ಆಗಲ್ವ, ಬಾ ಇತಾಗ" ಎಂದು ಕಿರುಚಿದರು. ಹಸು ತಾನಾಗಿಯೇ ನಿಧಾನವಾಗಿ ಈ ಕಡೆ ಮೇಯುತ್ತಾ ಬರಲು ಶುರುಮಾಡಿತು, ಅಥರ್ವನ ಆಶ್ಚರ್ಯಕ್ಕೆ ಮಿತಿ ಇರಲಿಲ್ಲ.

ಸ್ವಲ್ಪ ಸಮಯದ ನಂತರ ತಾತ ನಿಧಾನವಾಗಿ 'ಬಾ ಬಾ' ಎಂದು ಹಸುವನ್ನು ಕರೆಯುತ್ತಿದ್ದರು ಹಸು ನಿಧಾನವಾಗಿ ಮೇಯುತ್ತಾ ಮೇಯುತ್ತಾ ತಾತನೆಡೆಗೆ ಬರುತ್ತಿತ್ತು. ಅಥರ್ವ 'ಏಕೆ ತಾತ' ಎಂದಾಗ "ಇನೇನ್ ಟೈಮ್ ಆಯ್ತಲ್ಲ, ಒಂದ್ ಗಂಟ, ಹಟ್ಟಿಗೆ ವಾಗವ್" ಎಂದರು. 'ಹೇಗೆ ಗೊತ್ತಾಯ್ತು ಟೈಮು ವಾಚ್ ಇಲ್ಲವಲ್ಲ' ಎಂದ ಅಥರ್ವ. ತಾತ ಒಮ್ಮೆ ಸೂರ್ಯನನ್ನು ನೋಡಿ, 'ಇನ್ನೇನ್ ಟ್ರೈನ್ ಸೌಂಡ್ ಬತ್ತ ನೋಡ್ಕ' ಎಂದರು. ಪಕ್ಕದ ಊರಿನಲ್ಲಿ ರೈಲ್ವೇ ನಿಲ್ದಾಣ ಇತ್ತು, ಅಲ್ಲಿಗೆ ಪ್ರತಿದಿನ 12:45ಕ್ಕೆ ಟ್ರೈನ್ ಬರುತ್ತಿತ್ತು. ಅದರ ಹಾರ್ನ್ ಸುತ್ತ ಮುತ್ತ ಹಳ್ಳಿಗಳಿಗೆ ಕೇಳುತ್ತಿತ್ತು. ತಾತ ಹಾಗೆ ಹೇಳಿದ ಎರಡು ಮೂರು ನಿಮಿಷಗಳಲ್ಲಿ ಟ್ರೈನ್‌ನ ಹಾರ್ನ್ ಸೌಂಡ್ ಆಯ್ತು. ಅಷ್ಟರಲ್ಲಿ ಆ ಹಸು ತಾನಾಗಿಯೇ ತಾತನ ಬಳಿ ಬಂದು ನಿಂತಿತ್ತು. ಮೂವರು ಅಲ್ಲಿಂದ ಮನೆಗೆ ನಡೆದರು.

ಸಾಯಂಕಾಲ ಪಟೇಲರು ಮತ್ತು ಅವರ ಪತ್ನಿ ಹಸುವಿನ ಹಾಲು ಕರೆಯಲು ಸಿದ್ಧಗೊಳ್ಳುತ್ತಿದ್ದರು. ಅಥರ್ವ ಓಡಿ ಹೋಗಿ ಅಲ್ಲಿ ನಿಂತು, ಹಾಲು ಕರೆಯುವುದನ್ನು ನೋಡಿ, "ಅಜ್ಜಿ ನಾನು ಕರೆತೀನಿ, ನಾನು ಹಾಲು ಕರೆತೀನಿ" ಎಂದು ಹಠ ಹಿಡಿದ ಅಥರ್ವ ಹಸುವಿನ ಕೆಚ್ಚಲಿಗೆ ಕೈ ಹಾಕಿದಾಗ ಹಸು ಒಮ್ಮೆ ಕಾಲು ಅಲುಗಾಡಿಸಿತು. ಅಲ್ಲೇ ಇದ್ದ ತಾತ 'ಸುಮಗ್ ನಿಂತ್ಕ'

ಎಂದಾಗ ಹಸು ಸುಮ್ಮನಾಯಿತು ಅಥರ್ವ ಕೆಚ್ಚಲು ಹಿಡಿಯಲು ಹೋದಾಗ ಕೈಎಣ್ಣೆ ಸವರಿರುವುದರಿಂದ ಕೆಚ್ಚಲಿನಿಂದ ಕೈ ಜಾರುತ್ತಿತ್ತು, ಹಾಗೋ ಹೀಗೋ ಮೂರ್ನಾಲ್ಕು ಬಾರಿ ಹಾಲು ಕರೆದ, ಖುಷಿಗೊಂಡ. "ನಾನು ಹಾಲು ಕರೆದೆ ಗೊತ್ತಾ? ಇನ್ಮೇಲೆ ನಾನೇ ಹಾಲು ಕರೆಯತ್ತೇನೆ". ಎಂದು ಓಡಿ ಬಂದು ಇನ್ನೊಂದೆಡೆಗೆ ಇದ್ದ ಅವನ ಮಾವ, ದೊಡ್ಡಮ್ಮನಿಗೆ ಹೇಳತೊಡಗಿದ. ಹಾಲು ಕರೆದ ನಂತರ ಅಜ್ಜಿ ಅಥರ್ವನನ್ನು ಕರೆದು ಆಗ ತಾನೆ ಕರೆದ ನೊರೆ ಹಾಲನ್ನು ಕೊಟ್ಟು 'ಕುಡ್ಕೊ ಗಟ್ಟಿಗೆ ಆಯ್ತಿಯ' ಎಂದರು ಅಥರ್ವ ನೊರೆ ಹಾಲನ್ನು ಮೊದಲಬಾರಿ ಕುಡಿದನು. ತುಟಿಯ ಮೇಲ್ಭಾಗವೆಲ್ಲ ನೊರೆ ಮೆತ್ತಿತು. ಇದನ್ನು ನೋಡಿ ತಾತ 'ಆಗಲೇ ನಮ್ ಗಂಡ್ಗೆ ಮೀಸೆ ಬಂದ್ಬಿಟಿದೆ' ಎಂದರು. ಅಥರ್ವ ನಗುತ್ತಾ ತನ್ನ ಕೈಯಿಂದ ಮೂತಿ ವರೆಸಿದ.

ಇನ್ನೊಂದು ಬಾರಿ ರಜೆಗೆ ತಾತನ ಊರಿಗೆ ಬಂದ, ಅಥರ್ವ ಬಸ್ ಇಳಿಯುತ್ತಿದ್ದಂತೆ ತನ್ನ ಗೆಳೆಯರನ್ನು ಕಂಡು, ಗೆಳೆಯರೊಂದಿಗೆ ಆಟವಾಡಲು ಓಡಿಹೋದ ಅಲ್ಲಿ ಮೊನ್ನೆ ನಡೆದ ಹಸುವಿನ ಗುದ್ದಾಟದ ಬಗ್ಗೆ ಚರ್ಚೆ ನಡೆಯುತ್ತಿತ್ತು. ಅಥರ್ವನ ಚಿಕ್ಕ ಮಾವನಾದ ಪ್ರಶಾಂತ್ "ಮೊನ್ನೆ ದೊಡ್ಡಪ್ಪಾಜಿ ಹಸುನುವೇ, ನಾಗ್ಮಾರಮ್ಮ ಹಸುನುವೇ ಗುದ್ದಾಡ್ತಿದ್ವು, ದೊಡ್ಡಪ್ಪಾಜಿ ಹಸು ಒಂದು ಗುತ್ತು ನೋಡು ನಾಗ್ಮಾರಮ್ಮನ ಹಸುನ ಒಂದು ಕೊಂಬು ಮುರ್ದೋಯ್ತು, ಬೋಳ್ ಹಸ ಆದ್ರು ಹೇಂಗ್ ಗುತ್ತು ಗೊತ್ತ, ಕೊಂಬು ಇಲ್ದೆ ಇದ್ರು, ಆ ಹಸ ಬರೀ ಗಟ್ಟಿ" ಎನ್ನುತ್ತಿದ್ದ.

ಈ ಮಾತನ್ನು ಹೇಳಿದ ಅಥರ್ವನಿಗೆ ಏನೋ ಒಂಥರ ಖುಷಿ ಹಸುವಿನ ಬಗ್ಗೆ ಹೆಮ್ಮೆ, ತಕ್ಷಣ ತಾತನ ಬಳಿ ಓಡಿದ "ತಾತ ನಮ್ಮ ಹಸು ಯಾರದೋ ಹಸುನ ಕೊಂಬು ಮುರಿದು ಹಾಕ್ತಂತಲ್ಲ" ಎಂದ ತಾತ ಅದಕ್ಕೆ "ನಿಂಗ್ ಯಾರ್ ಯೋಳ್ದೋರು, ಹೂ ಮುರಿದ್ ಹಾಕ್ತು, ಪಾಪ ಆ ಹಸ" ಎಂದು ಕೊಂಬು ಮುರಿದು ಹೋದ ಹಸುವಿನ ಬಗ್ಗೆ ನೆನೆದು ಅನುಕಂಪ ತೋರಿಸಿದರು. ಅಥರ್ವ 'ನಮ್ಮ ಹಸುಗೆ ಏನೂ ಆಗಿಲ್ಲವಲ್ಲ' ಎಂದು ಹಸುವಿನ ತಲೆ ಮೇಲೆ ಕೈ ಇರಿಸಿದ. ತಾತ "ಯಾನು ಇಲ್ಲ ಕಣ್ ಬುಡು, ಏನಾರ ತಿನ್ಕ ಬೊಗು ಈಗ ಬಂದಿದ್ನೈ" ಎಂದು ಹೊಲಕ್ಕೆ ಹೊರಟರು.

ಮಧ್ಯಾಹ್ನ ಬ್ಯಾಂಕ್‌ನವರು ಮನೆಗೆ ಬಂದು 'ಹಸುವಿನ ಕಿವಿಗೆ ಓಲೆ ಹಾಕಬೇಕು. ಲೋನ್ ತೀರಿದಮೇಲೆ ಇದನ್ನ ತೆಗಿತೀವಿ' ಎನ್ನುತ್ತಿದ್ದರು ತಾತ 'ಓಲೆ ಹಾಕದೆ ಇರಕ್ಕಾಗಲ್ವೆ' ಎಂದು ಬ್ಯಾಂಕಿನವರನ್ನು ಕೇಳುತ್ತಿದ್ದರು. ಬ್ಯಾಂಕ್‌ನವರು 'ಲೋನ್ ತೆಗೆದುಕೊಂಡಮೇಲೆ ಹಸುವಿನ ಕಿವಿಗೆ ಓಲೆ ಹಾಕಲೇಬೇಕು' ಎಂದರು. 'ಬ್ಯಾಂಕ್ ಲೋನ್ ಏತಕ್ ಬೇಕಿತ್ತು ಈ ಬಡ್ಡಿ ಮಗನ್ಗೆ' ಎಂದು ತಾತ ತನ್ನ ಮಗನ ಮೇಲೆ ರೇಗುತ್ತಿದ್ದರು. ಅದಕ್ಕೆ ಅಥರ್ವನ ಮಾವ "ಮನೆ

ಖರ್ಚು ಸುಮ್ನೆ ಆದ್ದ, ಬರಿ ಈ ಹಸ ಹಾಲ ನಂಬಕೊಂಡು ಮನೆ ನಡೆಸಕ್ ಆಗಲ್ಲ. ಲೋನ್ ತೀರಿಸೋದ್ ಬಿಡು" ಎಂದರು. ತಾತ "ಏನಾರ ಮಾಡ್ಕ ನೀನು" ಎಂದು ಅಲ್ಲಿಂದ ಹೊರನಡೆದರು. ಬ್ಯಾಂಕ್‌ನವರು ಹಸುವಿನ ಕಿವಿಗೆ ಕಬ್ಬಿಣದ ಇಕ್ಕಳದಲ್ಲಿ ಓಲೆಯನ್ನು ಚುಚ್ಚಿದರು. ಹಸು ಅರಚುತ್ತಾ ಓಡಾಡಲು ಶುರು ಮಾಡಿತು ಹಸುವಿನ ಪರಿಸ್ಥಿತಿಯನ್ನು ನೋಡಿ, ತಾತ ಏಕೆ ಸಿಟ್ಟಾಗಿ ಹೊರನಡೆದಿದ್ದು ಎಂದು ಅಥರ್ವನಿಗೆ ಅರ್ಥ ಆಯ್ತು.

ಎರಡು ಮೂರು ದಿನಗಳ ನಂತರ, ತಾತನಿಗೆ ಹುಷಾರಿರಲಿಲ್ಲ. ಹಸುವನ್ನು ಹೊಲಕ್ಕೆ ಅಥರ್ವನ ಮಾವ ಕರೆದೊಯ್ಯಲು ತಯಾರಾಗುತ್ತಿದ್ದರು. ಅಥರ್ವ ಓಡಿಹೋಗಿ, ಮಾವ ನಾನು ಬರ್ತೀನಿ ಎಂದ ಇಬ್ಬರು ಹಸುವಿನೊಂದಿಗೆ ಹಿತ್ತಲಿನಿಂದ ಮನೆ ಮುಂದೆ ಬಂದರು. ಹಸು ಅರಚಲು ಶುರುಮಾಡಿತು. ಮಾವ 'ಅವನಿಗೆ ಹುಷಾರಿಲ್ಲ ಕಣ್ ನಡಿ' ಎಂದು ಹಸುವನ್ನು ಎಳೆಯಲು ಶುರುಮಾಡಿದ. ಅಥರ್ವ 'ಯಾಕ್ ಮಾವ' ಎಂದಾಗ 'ನಿಮ್ಮ ತಾತ ಬಂದಿಲ್ಲವಲ್ಲ ಹೊಲಕ್ಕೆ ಕರ್‍ಕೊಂಡ್ ಹೋಗಕ್ಕೆ ಅದ್ಕೆ' ಎಂದ. ಅಥರ್ವ 'ಹಸುವಿಗೆ ಅದು ಗೊತ್ತಾಗುತ್ತಾ' ಎಂದ ಮಾವ "ಮತ್ತೆ" ಎಂದು, ಅದರೆಡೆಗೆ ತಿರುಗಿ "ಬಾ ಬಾ ನಾಳ ಬತ್ತಾನ ಅವ" ಎಂದು ಹೇಳಿದಾಗ ಹಸು ಅಲ್ಲಿಂದ ಹೆಜ್ಜೆ ಕಿತ್ತಿತು.

ದಾರಿಯಲ್ಲಿ ಮಾವನಿಗೆ ಅಥರ್ವ "ಮಾವ ನಿನ್ ಮಾತನ್ನ ಹಸು ಕೇಳುತ್ತಾ" ಎಂದ ಅದಕ್ಕೆ ಮಾವ "ಮತ್ತ, ನಾನ್ ಸೋಗ ಬಿಡಿಸಿಕೊಂಡ್ ಬಂದು ಹಾಕಲ್ವ, ನಾನು ಅದನ್ ತೊಳಿಯಲ್ವ, ನಿಮ್ಮ ತಾತನಿಗೆ ಹುಷಾರಿಲ್ದೆ ಇದ್ದಾಗ ಕರ್‍ಕೊಂಡ್ ಬಂದು ಮೇಯಸಲ್ವ, 'ನಾನೂ ನೋಡ್ಕೋತಿನಿ' ಎಂದ, ಮುಂದುವರಿಯುತ್ತಾ 'ಒಂದ್ ಸತಿ ನೋಡ್ಕೊಂಡರೆ ಸಾಕು ಅದು ಮರಿಯದೇ ಇಲ್ಲ. ನಮ್ಮವರು ಯಾರು ಅಂತ ಗೊತ್ತಾಗುತ್ತೆ ಅದಕ್ಕೆ" ಎಂದ. ಅಥರ್ವ ಆ ದಿನ ಮನಸ್ಸಿನಲ್ಲಿ ಏನೋ ನಿರ್ಧರಿಸಿದಂತೆ ಮಾವನಿಗೆ "ನಾನು ಹಸು ಮೇಯಿಸುತ್ತೇನೆ" ಎಂದು ಹೇಳಿ ಆ ಇಡೀ ದಿನ ಹಸುವಿನೊಂದಿಗೆ ಮಾತನಾಡಲು ಪ್ರಯತ್ನಿಸಿದ. ಅದರ ಅಕ್ಕ ಪಕ್ಕದಲ್ಲೇ ನಿಲ್ಲುತ್ತಿದ್ದ, ತಲೆ ಸವರುತ್ತಿದ್ದ. ಮಧ್ಯಾಹ್ನ ವಾಪಾಸ್ ಹೊರಟಾಗ ಹಸುವಿನ ಹಗ್ಗ ಹಿಡಿದು, ಹೈ ಹೈ ಎಂದು ಹೊರಟ ಅಲ್ಲಿ ಇಲ್ಲಿ ಹಸು ಹೊರಟಾಗ, 'ಈ ಕಡೆ ಬಾ ಬಾ' ಎನ್ನುತ್ತಿದ್ದ. ಅಥರ್ವ ಅಂದಿನಿಂದ ಮನಸ್ಪೂರ್ವಕವಾಗಿ ಹಸುವಿನೊಡನೆ ತಾತನಂತೆ ಮಾತಾಡಲು ಶುರುಮಾಡಿದ.

ಸ್ವಲ್ಪ ದಿನಗಳ ನಂತರ ಪಟೇಲರು ತಮ್ಮ ಊರಿನ ಜಾತ್ರೆಗೆ ಕರೆಯಲು, ಅಥರ್ವನ ತಂದೆಯ ಮನೆಗೆ ಬಂದಿದ್ದರು. ಎಲ್ಲರೂ ಜಾತ್ರೆಗೆ ಬನ್ನಿ ಎಂದು ಕರೆದು ಊಟ ಮಾಡಿ ಹೊರಟರು. ಅಥರ್ವನ ತಂದೆಯ ತಾಯಿಗೆ ಪಟೇಲರ ಮೇಲೆ ಅಪಾರ ಗೌರವ, "ಅಯ್ಯೋ ಪಾಪ, ಒಂದ ಹಸು ಇಟ್ಕೊಂಡು ಸಂಸಾರ

ನಡೆಸ್ತಾವ್ರೆ. ಅವರು ಆಯ್ತು, ಅವರ ಕೆಲ್ಸ ಆಯ್ತು ಆ ಹಸುನು ಒಂದೇ ಅವರು ಒಂದೇ, ಮಾತ್ ಕಮ್ಮಿ ಒಂಥರಾ ಮೌನಿ" ಎಂದಿದ್ದನು ಅಥರ್ವ ನೆನಪಿನಲ್ಲೇ ಇಟ್ಟಿಕೊಂಡಿದ್ದಾನೆ.

ಪಟೇಲರ ಸಂಸಾರ ನಡೆಸುವುದಕ್ಕೆ ಹಸುವೊಂದೆ ಮೂಲ. ಅದರ ಹಾಲನ್ನು ಮಾರಿ ತುಂಬು ಸಂಸಾರ ನಡೆಸುತ್ತಿದ್ದರು. ಪಟೇಲರು, ಪಟೇಲರ ಹೆಂಡತಿ, ಮಗ, ಸೊಸೆ, ಅಂಗವಿಕಲ ಮಗಳು, ಎರಡು ಹೆಣ್ಮೊಮ್ಮಕ್ಕಳು. ಪಟೇಲರದ್ದು ತುಂಬು ಸಂಸಾರ. ಹಸು ತೆನೆಯ ಕಾರಣ ಹಾಲು ಡೈರಿಗೆ ಹಾಕದೇ ಇರುವುದರಿಂದ, ಹಣಕಾಸಿನ ವಿಷಯದಲ್ಲಿ ಸ್ವಲ್ಪ ಕಷ್ಟದ ಪರಿಸ್ಥಿತಿ, ಪಟೇಲರೆ ಡೈರಿಯ ಅಧ್ಯಕ್ಷರಾದ್ದರಿಂದ ವಿಶ್ವಾಸದ ಮೇರೆಗೆ ಡೈರಿಯಲ್ಲಿ ಮನೆಗೆ ಹಾಲು ಸಿಗುತ್ತಿತ್ತು ಅಷ್ಟೆ.

ಊರಿನ ಜಾತ್ರೆಗೆ ಹತ್ತಿರವಿರುವಂತೆ ಅಥರ್ವ ತಾತನ ಊರಿಗೆ ಬಂದ, ಪಟೇಲರು ಹಸು ತೆನೆಯಾದುದರಿಂದ ರೇಷ್ಮೆ ಹುಳು ಸಾಕುತ್ತಿದ್ದರು. ಹೊಲದಲ್ಲಿ ಹಿಪ್ಪನೇರಳೆ ಸೊಪ್ಪು ತಂದು ಅದನ್ನ ಕತ್ತರಿಸಿ ಹುಳುಗಳಿಗೆ ಹಾಕುವುದು. ಹೀಗೆ... ರೇಷ್ಮೆ ಮರಿ ಗೂಡಾದ ನಂತರ ರೇಷ್ಮೆ ಮಾರಲು ನಗರಕ್ಕೆ ಹೋಗಬೇಕಿತ್ತು. ನಗರಕ್ಕೆ ಹೊರಡುವಾಗ ಅಥರ್ವ ಪಟ್ಟುಹಿಡಿದು ತಾತನೊಂದಿಗೆ ಹೊರಟ. ರೇಷ್ಮ ಮೂಟೆ ಬಸ್‌ಗೆ ಹಾಕಿ ನಗರಕ್ಕೆ ತಲುಪಿ, ಮೂಟೆಯನ್ನು ರೇಷ್ಮೆ ಮಾರುಕಟ್ಟೆಗೆ ತಂದು, ಅದನ್ನು ಒಂದೆಡೆ ಹರಡಿ ರೇಟ್ ಫಿಕ್ಸ್ ಮಾಡಲು ಬರುವವರೆಗೆ ಕಾಯುತ್ತಿದ್ದರು. ಎಷ್ಟೋತ್ತಾದರೂ ಯಾರು ಬರಲೇ ಇಲ್ಲ. ಅಥರ್ವ ತಾತನಿಗೆ ಕೇಳಿದ, ತಾತ ಅದಕ್ಕೆ "ಕೂಗವ್ರು ಬರಬೇಕು ಇರು, ನಾ ಯೋಳಿಲ್ವ ನಿಂಗೆ ಲೇಟ್ ಆಯ್ತದ ಅಂತ, ಅದಕ್ಕೆ ನಿನ್ ಊರ್ಲೆ ಬ್ಯಾಡ ಅಂದದು" ಎಂದರು. ಸ್ವಲ್ಪ ಸಮಯದ ನಂತರ ಕೂಗವವರು ಬಂದರು, ಅವರೇ ರೇಷ್ಮೆ ನೋಡಿ ಅದಕ್ಕೆ ಬೆಲೆ ಫಿಕ್ಸ್ ಮಾಡುವವರು ಕೂಗಲು ಶುರುಮಾಡಿದರು. ರೇಷ್ಮೆ ರೇಟ್ ತಾತ ಜಾಸ್ತಿಯಾಗ್ಲಿ ಎಂದು ಬೇಡಿಕೊಳ್ಳುತ್ತಿದ್ದರು, ರೇಟ್ ಫಿಕ್ಸ್ ಆಯಿತು. ಆದರೆ ಅದು ತುಂಬ ಕಡಿಮೆಯೆಂದು ತಾತನಿಗೆ ಅನಿಸಿತ್ತು. "ಸಾರ್, ನೋಡಿ ಸಾರ್ ಚೆನ್ನಾಗಿದೆ ಇನ್ನೊಂದ್ ಸ್ವಲ್ಪ ಕೂಗಿ ಸರ್" ಎಂದು ರೇಷ್ಮೆಯನ್ನು ಎತ್ತಿ ಎತ್ತಿ ತೋರಿಸುತ್ತಿದ್ದರು. ಕೂಗುವವರು 25 ಪೈಸೆ ಜಾಸ್ತಿ ಮಾಡಿ ಅಲ್ಲಿಂದ ಹೊರಟೇ ಬಿಟ್ಟರು. ತಾತನ ಕಣ್ಣಲ್ಲಿ ನೀರ್ಕಚ್ಚಿತು. ಮೌನಿ ಮೂಖನಾದ. ರೇಷ್ಮೆ ಮಾರಿ ಅಲ್ಲಿಂದ ಹಣ ಪಡೆದು, ನಗರಕ್ಕೆ ಬಂದು ಜಾತ್ರೆಗೆ ಬೇಕಾಗುವ ಸಾಮಾನನ್ನು ತಾತ ತೆಗೆದುಕೊಳ್ಳುತ್ತಿದ್ದರು. ಹಾಗೆಯೇ ಹೋಟೆಲ್‌ಗೆ ಹೋಗಿ ಅಥರ್ವಗೆ ಮಸಾಲೆದೋಸೆ ಕೊಡಿಸಿದರು. ಅಥರ್ವನು ಮೊದಲ ಮಸಾಲದೋಸೆ ಸವಿದಿದ್ದು ತನ್ನ ತಾತನ ಕೃಪೆಯಿಂದ. ಊರಿನಲ್ಲಿ ರೇಷ್ಮೆ ಮೂಟೆ ಬಸ್‌ಗೆ ಹಾಕುವಾಗ ತಾತನ ಚಪ್ಪಲಿ ಕಿತ್ತಿತ್ತು. ಅದಕ್ಕೆ ಪಿನ್ ಹಾಕಿ, "ನಗರಕ್ಕ ವದಮೇಲ

ಜೋಡ್ ತಗೋಬೇಕು" ಎಂದಿದ್ದರು. ಅಥರ್ವ ಆ ಮಾತನ್ನು ನೆನೆಸಿಕೊಂಡು, ತಾತ "ಚಪ್ಪಲಿ ಅಂಗಡಿ ಅಲ್ಲೆ ಇದೆ". ಎಂದ ಅದಕ್ಕೆ ತಾತ "ಬ್ಯಾಡ ಬಿಡು ಇದೆ ಅದಲ್ಲ" ಎಂದರು. ಅಥರ್ವ ಮತ್ತೆ "ಬಸ್ ಹತ್ ಬೇಕಾದರೆ ತಗೊಬೇಕು, ಅಂತಿದ್ದರಲ್ಲ" ಎಂದ. "ಇಲ್ಲ ಕಣ್ ಬಾ" ಎಂದ ಅಲ್ಲಿಂದ ಮುಂದೆ ನಡೆದರು.

ಮುಂದೆ ಹಗ್ಗ ಮಾರುವ ಅಂಗಡಿಯಲ್ಲಿ "ಹಸುವಿಗೆ ಮೂಗ್ ದಾರ ಕೊಡಿ" ಎಂದು ಕೇಳಿ ತನ್ನ ಜೇಬಲ್ ಇದ್ದ ಕೊನೆಯ ನೋಟ್‌ನು ತೆಗೆದು ಅಂಗಡಿಯವನಿಗೆ ನೀಡಿದರು. 'ಮೂಗುದಾರ ತೆಗೆದುಕೊಳ್ಳಲು ಚಪ್ಪಲಿ ಬೇಡ ಎಂದಿದ್ದು ತಾತ ಎಂದು ಅಥರ್ವನಿಗೆ ತಿಳಿದುಹೋಯಿತು. ತಾತನಿಗೆ ಹಸುವಿನ ಮೇಲಿದ್ದ ಪ್ರೀತಿ ಅಥರ್ವನಿಗೆ ಸಂಪೂರ್ಣ ಅರ್ಥವಾಯಿತು.

ನಗರದಿಂದ ಹೊರಡುವ ಮುನ್ನ, "ಇಲ್ಲೇ ನಿತ್ಕ" ಎಂದು ಹೇಳಿ, ಮೂಲೆ ಅಂಗಡಿಯಿಂದ ಒಂದು ಸೀಸರ್ ಸಿಗರೇಟ್ ತೆಗೆದುಕೊಂಡು ಅಥರ್ವನಿಂದ ದೂರಕ್ಕೆ ಹೋಗಿ ಸೇದಲು ತಾತ ಶುರುಮಾಡಿದರು. ಬಲಗೈಯ ತೋರ್ ಬೆರಳು, ಮಧ್ಯದ ಬೆರಳಿನ ನಡುವೆ ಸಿಗರೇಟ್ ಇರಿಸಿ, ಮುಷ್ಠಿ ಮಾಡಿ ಆ ಕೈ ಮೇಲೆ ಎಡಗೈ ಇರಿಸಿ ಸಿಗರೇಟ್ ಸೇದುವ ರೀತಿಯೆ ಚೆನ್ನ. ಪೋಷಕರು ಮಾಡುವುದನ್ನು ನೋಡಿ ಮಕ್ಕಳು ಅನುಕರಿಸುವುದು ಸಹಜ, ಆದರೆ ಇಷ್ಟಪಟ್ಟರೂ ಅನುಕರಿಸದೇ ಇದ್ದದು ಅಥರ್ವ ಇದೊಂದೇ.

ಸ್ವಲ್ಪ ದಿನಗಳ ನಂತರ, ಪಟೇಲರು ಗಿಣ್ ಹಾಲ ಇಡಿದು, ಅಥರ್ವನ ತಂದೆಯ ಊರಿಗೆ ಬಂದರು. ಅಥರ್ವ ಸಿಹಿ ಪ್ರಿಯ, ಗಿಣ್ ಹಾಲೆಂದರೆ ಅವನಿಗೆ ಪ್ರಾಣ. 'ತಿಂಡಿಪೋತ'ನಾದರಿಂದ ಅವನ ತಾತನ ಊರಿನಲ್ಲಿ ಅವನಿಗೆ 'ಪೋತ' ಎಂದೇ ಹೆಸರಿತ್ತು.

ತಾತ ಯಾವ ಕರು ಹಾಕಿದ್ದು ಎಂದಾಗ, ತಾತ 'ಹೆಂಗಾರ' ಎಂದರು. "ಮಾವನಿಗೆ ಹೇಗ್ ಗೊತ್ತಿತ್ತು, ಆ ಹಸು ಹೆಂಗಾರ ಹಾಕೊದು ಅನ್ನುತ್ತಿದ್ದರು" ಎಂದ ಅಥರ್ವ. ಅದಕ್ಕೆ ತಾತ, "ಅದ್ ಮೊದಲಿನಿಂದಲೂ ಜಾತ್ರ ಅಚ್ ಇಚ್ ತೆನೆಯಾಗಿ, ಹೆಂಗಾರ ಹಾಕ್ತಿರೋದ್ ಅಗಲಿಂದನು, ವದ್ ಸತಿ ಹೆಂಗಾರನ ನಿಮ್ ಅತ್ತೆ ಊರಿಗೆ ಹಟ್ಟಿವಿ" ಎಂದರು. ಪಟೇಲರ ಪಾಲಿಗೆ ಆ ಹಸು ಸಾಕ್ಷತ್ ಕಾಮಧೇನು.

ಮುಂದಿನ ಬಾರಿ ಜಾತ್ರೆಗೆ ತಾತ ಕರೆಯಲು ಖುದ್ದಾಗಿ ಬರಲಿಲ್ಲ. ಫೋನ್ ಮಾಡಿ ಕರೆದರು. ಅರ್ಥವ ಜಾತ್ರೆಗೆ ಮುಂಚೆಯೇ ಊರಿನಲ್ಲಿ ಇಳಿದ. ಮನೆಗೆ ಹೋದಾಗ, ತಾತ ಸಿಟ್ಟಿನಲ್ಲಿ ಎಲ್ಲರೊಡನೆ ರೇಗುತ್ತಿದ್ದರು. ತಾತ ಈ ರೀತಿ ಇರುವುದನ್ನು ಅಥರ್ವ ಮೊದಲ ಬಾರಿ ನೋಡಿದ್ದು. ತಾತ ತುಂಬಾ ಕಸಿ-ವಿಸಿಯಲ್ಲಿ ಅಥರ್ವನೊಂದಿಗೆ ಸರಿಯಾಗಿ ಮಾತನಾಡದೇ ಮನೆಯಿಂದ ಹೋರಟೇಬಿಟ್ಟರು.

"ತಾತ, ಹಸು ಮೇಯಸ್ಕ್ ಹೋಗಲ್ವ?" ಎಂದಾಗ, ಅಜ್ಜಿ ಇಲ್ಲ ಎಂಬಂತೆ ಕತ್ತ ಅಲ್ಲುಡಿಸಿ, 'ಆಟ ಅಡ್ಕೊ ಹೋಗು' ಎಂದರು. ಅಥರ್ವ ಆಟ ಆಡಲು ಹೊರಟ.

ಊರಿನ ಮಧ್ಯೆ, ಅಥರ್ವ ಸ್ನೇಹಿತರೊಂದಿಗೆ ಆಟವಾಡುತ್ತಿದ್ದ, ಆ ಕಡೆಯಿಂದ ಊರಿನೊಳಗೆ ಒಂದು ದೊಡ್ಡದಾದ ವಾಹನ ಬಂದಿತು, ಆ ಬೃಹದಾಕಾರದ ವಾಹನ ನೋಡಿ ಎಲ್ಲ ಮಕ್ಕಳಿಗೂ ಅಶ್ಚರ್ಯ, ಅದನ್ನು ನೋಡಲು ಎಲ್ಲ ಮಕ್ಕಳು ನಿಂತರು. ಅದು ಊರಿನ ಮಧ್ಯೆ ಬಂದು ನಿಂತಿತು.

ಸ್ವಲ್ಪ ಸಮಯದ ನಂತರ, ಅಥರ್ವನ ಸ್ನೇಹಿತನ ಅಪ್ಪ ಒಂದು ಹಸುವನ್ನು ಕರೆದುಕೊಂಡು ಬಂದರು. ಸುತ್ತ ಇದ್ದ ಜನರೆಲ್ಲ ಸೇರಿ ಆ ಹಸುವನ್ನು ಬೃಹದಾರದ ವಾಹನದ ಒಳಗೆ ನೂಕಿದರು, ಅಥರ್ವ 'ಯಾಕೆ'? ಎಂದು ಸ್ನೇಹಿತನ್ನು ಕೇಳಿದಾಗ, "ನಾವು ಹಸು ಮಾರ ಬಿಟ್ವಿ, ದುಡ್ಡಿಗೆ" ಎಂದ, ಹಾಗೆಯೇ ಅವರು ಆಟ ಮುಂದುವರೆಸಲು ಹೊರಟರು. ಇನ್ನೊಂದೆಡೆಯಿಂದ, ಅಥರ್ವನ ಮಾವ ಆ ಬೋಳ ಹಸು ಹಿಡಿದು, ಆ ವಾಹನದೆಡೆಗೆ ಬರುತ್ತಿದ್ದ. ಅಥರ್ವ ಸ್ತಬ್ಧನಾದ. ಆಟಕ್ಕೆ ಸ್ನೇಹಿತರು ಎಳೆದರು, ಅಥರ್ವ ಕದಲಲಿಲ್ಲ. ಸುತ್ತ ಇದ್ದ ಜನರೆಲ್ಲರೂ ಸೇರಿ ಬೋಳ ಹಸುವನ್ನು ಸಹ ವಾಹನದೊಳಗೆ ನೂಕಿದರು. ಹಸುವಿನ ಅರಚಾಟವು ಅಥರ್ವನಿಗೆ ಅವನ ತಾತನ ಕರೆದ ಹಾಗೆ ಭಾಸವಾಗುತ್ತಿತ್ತು. ಸುತ್ತಾ ನೋಡಿದರೆ ತಾತ ಇರಲಿಲ್ಲ, ಅ ಅಥರ್ವನಿಗೆ ಹೊಟ್ಟೆ ಒಳಗೆ ಏನೋ ಸಂಕಟ ಶುರುವಾಯಿತು.

ಅಥರ್ವನ ಮಾವ 'ಸಾರ್ ಜಾತ್ರೆ ಇದೆ, ಇನ್ನೊಂದ್ ಸ್ವಲ್ಪ ಸೇರಿಸಿ ಕೊಡಿ ಎಂದು ಯಾರನ್ನೊ ಕೇಳುತ್ತಿದ್ದರು'. ಅಥರ್ವನಿಗೆ ಸುತ್ತಲಿನ ಶಬ್ದ ಕೇಳಿಸುತ್ತಿದ್ದರೂ ಆ ಬೃಹದಾಕಾರದ ವಾಹನ ಕಾಣುತ್ತಿರಲಿಲ್ಲ, ಯಾಕೆಂದು ಕೈಯಿಂದ ಕಣ್ಣನ್ನು ಉಜ್ಜಿದಾಗ ಕಣ್ಣೀರಿನಿಂದ ಕೈಯೆಲ್ಲಾ ಒದ್ದೆಯಾಗಿತ್ತು.

ಅಷ್ಟರಲ್ಲಿ ವಾಹನ ಹೊರಡುತ್ತಿತ್ತು ಅಥರ್ವ ವಾಹನದ ಹಿಂದೆ ಓಡಲು ಶುರು ಮಾಡಿದ, ಬೋಳ್ ಹಸುವಿನ ಕಣ್ಣಲ್ಲೂ ನೀರ್ ಕಂಡ, ಹೃದಯ ಝಳ್ ಎಂದಿತು. ವಾಹನ ಊರನ್ನು ಬಿಟ್ಟು ಮುಂದಕ್ಕೆ ಸಾಗಿತು ಅಥರ್ವ ಹಿಂತಿರುಗಿ ಮನೆಗೆ ತಾತನನ್ನು ಹುಡುಕಿಕೊಂಡು ಓಡಿದ, ಯಾರನ್ನು ಕೇಳಿದರು ತಾತ ಎಲ್ಲೆಂದೂ ತಿಳಿಯಲೇ ಇಲ್ಲ. ದೇವಸ್ಥಾನ, ಅರಳೀಕಟ್ಟೇ, ಕೊನೆಗೆ ಹೊಲದಲ್ಲು ಹುಡುಕಿದಾ, ತಾತ ಸಿಗಲೇ ಇಲ್ಲ, ಮನೆಗೆ ಬಂದು ತಾತನಿಗೆ ಕಾಯುತ್ತಿದ್ದ, ಅವನ ಮನಸ್ಸಿನಲ್ಲಿ ಸಾವಿರಾರು ಪ್ರಶ್ನೆ ಓಡುತ್ತಿದ್ದವು.

ಇನ್ನೇನೋ ರಾತ್ರಿಯ ಸಮಯ, ಜಗತ್ತಿನ ಅರಿವೇ ಇಲ್ಲದ ಹಾಗೇ ನಿಧಾನವಾಗಿ ಹೆಜ್ಜೆ ಇಡುತ್ತಾ, ನೊಂದ ತಾತನ ಜೀವ ಮನೆಗೆ ಬಂತು. ಮುಖ ಮುದುಡಿತ್ತು, ಕಣ್ಣು ಎಷ್ಟು ಸಾಧ್ಯವೋ ಅಷ್ಟು ಕುಗಿತ್ತು ಹೆಗಲ ಮೇಲಿನ

ಟವೆಲ್‌ನ ಅಲ್ಲಲ್ಲಿ ಇನ್ನೂ ಒಣಗದ ಒದ್ದೆಯ ಕಲೆಗಳಿತ್ತು. ತಾತನ ಪರಿಸ್ಥಿತಿ ನೋಡಿ ಅಥರ್ವನಿಗೆ ಮಾತೇ ಬರಲಿಲ್ಲ.

ಅವತ್ತಿನ ರಾತ್ರಿ ಅಥರ್ವನಿಗೆ ನಿದ್ದೆ ಬರುತ್ತಿರಲಿಲ್ಲ. ರಾತ್ರಿ ಹೊತ್ತು ತಾತ ಪೇಚಾಡುವುದು ಮಾಮೂಲಿಯಾಗಿತ್ತು. ಹಿಂದೊಮ್ಮೆ "ರಾತ್ರಿ ಯಾಕೆ ತಾತ ನಿದ್ದೆಲೂ ಮಾತ್ತಾಡರಲ್ಲ?" ಎಂದು ದೊಡ್ಡಮ್ಮನನ್ನು ಕೇಳಿದಾಗ, 'ಹೊಲ್ದಲ್ಲಿ ಬಿಸಿಲು ಜಾಸ್ತಿ ಅಲ್ವಾ, ಸುಸ್ತಾಗಿರುತ್ತೆ ಹಸುನ ಮೇಯ್ಸಿ ಮೇಯ್ಸಿ ಅದರ ಜೊತೆನೆ ಇದ್ದು ಹಸುದೇ ಧ್ಯಾನ. ನಿದ್ದೇಲುವೆ ಅದಕ್ಕೆ ಹಸು ಹಟ್ಟೋ ತರ ಪೆಚ್ಚಾಡುತ್ತಾರೆ' ಎಂದಿದ್ದರು. ಸುಮಾರು ಹತ್ತನ್ನೆರಡು ವರ್ಷದ ನಂಟು ತಾತ ಹಸುವಿನದು, ದಿನಾಗಲು ಹಸುವನ್ನು ಮಾತನಾಡಿಸುವುದು, ಬಯ್ಯುವುದು ತಾತನ ರಾತ್ರಿಯ ಪೇಚಾಟದಲ್ಲಿರುತ್ತಿತ್ತು. ಆದರೆ ತಾತನ ಆ ರಾತ್ರಿಯ ನೋವಿನಿಂದ ಕೂಡಿದ ಕನವರಿಕೆ, ಅಸಹಾಯಕತೆಯ ಅಳುವಿನ ಪೇಚಾಟ ಅಥರ್ವನಿಗೆ ಇನ್ನೂ ಕಣ್ ಮುಂದೆಯೇ ಇದೆ.

"ಯಾಕ್ ಬಡ್ಡಿದ್ದು ಎಲ್ಗ್ ಒಯ್ತಿದ್ದು, ಕೈಗೆ ಸಿಗ್ತಿಲ್ವಲ್ಲಪ್ಪಾ. ಯಾರ್ ಆದ್ರು ಹಿಡ್ಕಬಂದ್ ಅದ್ನ ನಂಗ್ ಕೊಡ್ರಪ್ಪ".

ತೃತೀಯ ಬಹುಮಾನ ಪಡೆದ ಕಥೆ

ನಿಮ್ಮಿಯ 'ಏಳ್ಕೆ'

■ ಮಮತಾ ಅರಸೀಕೆರೆ

mamathaarcikere20@gmail.com

'ಮುಂದಿನ್ ವಾರ ಸುಂಠಿ ಕೀಳೋಕೋಗ್ಬೇಕು, ತಿಮ್ಮೇಶ ಕರ್ದ, ಒಂಡೋಕೇ ಮನ್ಸಿಲ್ಲ, ನಾನಾ ಆ ಕಡೀಕ್ ಓದ್ರೆ ಇಲ್ಲಿ ಈ ಪರಸಂಗಕ್ ಓರಾಡೋರ್‍ಯಾರು, ಮಗೀನಾ ನಾನೇ ಕಾಣ್ಸೋಬೇಕು, ಇದುಕ್ಕೊಂದು ಅಂತ್ಯ ಕಾನ್ಸೋತಂಕ ಬಿಡಾಕಿಲ್ಲ', ಹಲ್ಲು ಕಚ್ಚಿ ಬಾಪಾ ಹೇಳ್ತಿದ್ದ ಮಾತುಗಳನ್ನೇ ನಿರ್ಲಿಪ್ತವಾಗಿ ಕೇಳಿಸ್ಕೊತಿದ್ಲು ನಿಮ್ಮಿ ಉರುಫ್ ನಿರ್ಮಲ. ಬಾಪಾ ಮಲ್ಲೇಶನ ಮುಖ ಅವ್ಯಕ್ತ ನೋವಿನ ರಂಗಿನಲ್ಲಿ ಅದ್ದಿತೆಗೆದು ಮತ್ತೆ ಗೋಡೆಗೆ ಬಳಿದು ಬಣ್ಣ ಖಾಲಿಯಾದ ಬ್ರಶ್‌ನಂತೆ ಮುರುಟಿಕೊಂಡಿತ್ತು. ಪ್ರತೀ ಬಾರಿ ಆ ಬಣ್ಣ ಬಳಿಸಿಕೊಳ್ಳುವ ನಿಮ್ಮಿಯಲ್ಲಿ ದಿನಕ್ಕೊಂದು ಮಾರ್ಪಾಡು. 'ಯಾರ್ ಕೈಲಾಗುತ್ತೆ, ಅಪ್ಪ ಒಂಟೋದ್ರೆ ವಳ್ಳೇದು. ಮತ್ತೆಮತ್ತೆ ಅಲ್ಲಿಇಲ್ಲೀ ಅಂತ ತಿರ್ಗೋದು ತಪ್ಪುತ್ತೆ. ಇನ್ನು ಆಗಲ್ಲಪ್ಪ'. ಹೀಗೆ ಎಷ್ಟೊಂದು ಸಲ ಯೋಚಿಸಿದ್ದಾಳೆ ನಿಮ್ಮಿ. ಬಾಪಾ ಮಾತ್ರ ಹಠಹಿಡಿದ ಉಡದಂತೆ ಈ ವಿಷಯಕ್ಕೆ ಕಚ್ಚಿಕೊಂಡಿದ್ದಾನೆ. ಅವ್ವ ಕೂಡ ಹೇಳಿಹೇಳಿ ಸೋತುಹೋದಳು.

"ದೇವುಸ್ತಾನಕ್ಕೋಗುಮ ಬತ್ತೀಯೆನೆ ನಿಮ್ಮಿ" ಅಜ್ಜಿ ನಿರಿಗೆಯಿಂದ ಸುಕ್ಕುಗೊಂಡ ಮುಖದಲ್ಲಿ ನೀರಸ ಕಳೆಹೊತ್ತು ಕೇಳಿದಳು. 'ಬರಾಕಿಲ್ಲ' ಎತ್ತಲೋ ನೋಡುತ್ತಾ ಮೆಲ್ಲುಸಿರಲ್ಲಿ

ದನಿತೆಗೆದಳು ನಿಮ್ಮಿ. ಈ ಮಗೀನ ಗಾಯಗಳು ಅಷ್ಟು ಸುಲಭದಲ್ಲಿ ವಾಸಿಯಾಗಲು ಯಾಕೊ ಒಪ್ಪುತ್ತಿಲ್ಲ. ಒಂದುಕಾಲಕ್ಕೆ ತಾನೂ ಈ ಗಾಯಗಳಿಂದ ನರಳಿದವಳೆ. ಗ್ರಾಮದ ಮುಖ್ಯಸ್ಥನ ಕೆಟ್ಟತೆವಲಿಗೆ ಬಲಿಯಾಗಿ ನೋವಿನ ಸಲಾಕೆಯಿಂದ ತನ್ನನ್ನೇ ತಿವಿದುಕೊಂಡು ಆ ಗಾಯವನ್ನೆ ಇವತ್ತಿಗೂ ಹಸಿಯಾಗಿಟ್ಟುಕೊಳ್ಳುತ್ತಿದ್ದವಳಿಗೆ ಈ ಪುಟ್ಟ ಹುಡುಗಿಯ ಆಘಾತ ಅರ್ಥವಾಗುತ್ತಿತ್ತು. ಆ ಕಾಲಕ್ಕಾದರೆ ಆಕೆಗೆ ಹದಿನೆಂಟೋ ಇಪ್ಪತ್ತೊ ವಯಸ್ಸು. ಈ ಮಗೀಗೆ ಸಿಡಿಲಿನಂತಾ ಬಡಿತ ಬಡಿವಾಗ ಮುಂದಿನ ಕಾರ್ತೀಕಕ್ಕೆ ಹನ್ನೊಂದು ತುಂಬುತ್ತೆ. ಎಲ್ಲಾ ಆಘಾತಗಳೂ ಮರೆಯದಂತವು.

ಅಜ್ಜಿ ಲಚ್ಚಮ್ಮ ಈ ಹಟ್ಟಿಗೆ ಕಾಲಿಟ್ಟ ಸಮಯ. ಆ ಹಟ್ಟಿಯವರೆಲ್ಲಾ ಹೊರಗಿನಿಂದ ಸೊಸೆಯಾಗಿ ಬಂದ ಈಕೆಯನ್ನ ನೋಡಲೆಂದೇ ಮನೆಮುಂದೆ ಜಮಾಯಿಸಿದ್ದರು. ಅತ್ತೆ ಮುಗ್ಧವಾಗಿ ಎಲ್ಲರೆದುರೂ ಹೇಳಿದ್ದಳು 'ನೋಡವ್ವ ಇಡೀ ಹಟ್ಟಿಮಂದಿ ನಿಂಜೊತೆ ಇದರೆ. ಇವ್ರನ್ನೇ ನಿನ್ನ ಅವ್ವ, ಅತ್ಗೆ, ಅಕ್ತಂಗೇರು, ಅಣ್ತಮ್ಮಂದ್ರು, ಅನ್ಕಬೆಕು. ನಾವೆಲ್ಲ ಅಲೆಮಾರ್‍ಗಳಾಗಿ ಎಲ್ಲೆಲ್ಲೋ ಅಲ್ದು ಈಗ ಈ ಹಟ್ಟಿ ಕಟ್ಕಂಡ್ ಒಟ್ಗೆ ಅದಿವಿ. ಒಂದ್ಕಂಡ್ ಓಗವ್ವ' ಆ ಕಾಲಕ್ಕೆ 'ಲಚ್ಚಿ'ಯಾಗಿದ್ದ ಆಕೆಯೂ ಒಪ್ಗೆ ಅಂತ ತಲೆತೂಗಿದ್ಲು.

ಇಡೀ ಹಟ್ಟಿಯೂ ಹಾಗೇ ಇತ್ತು. ತನ್ ತವ್ರಿಗಿಂತ, ಅಲ್ಲಿನ ಬೇರ್ಪಟ್ಟ ನೆನಪಿಗಿಂತ ಇಲ್ಲಿ ಹೆಚ್ಗೆ ಪ್ರೀತಿ ಸಿಕ್ಕಿತ್ತು. ಇಷ್ಟೆಲ್ಲ ಚಂದಾಕಿದ್ದಾಗ ಆ ವ್ಯಕ್ತಿಯ ಉದ್ದೇಶ ಅದ್ಯಾವಾಗ ಬದಲಾಯ್ತೊ. ಈ ಮೊದಲೂ ಆತ ಹಾಗೆಯೇ ಇದ್ದ ಮೃಗವೊ? ಹಟ್ಟಿಯ ಮುಖ್ಯಸ್ಥ. ಅವನ ಮುಂದೆ ಲಕ್ಷ ಬಾರಿ ಪ್ರಾರ್ಥಿಸಿದ್ಲು ಲಚ್ಚಿ, ಕೈಮುಗಿದು ಕಾಲಿಗೆ ಬಿದ್ಲು. 'ನನ್ ಒಟ್ಟೆಲಿ ಉಟ್ಟಿ ಬರ್ತೀಯಂತೆ' ಅಂದ್ಲು. ಶಪಿಸಿ, ಕೂಗಿದ್ಲು, ಒದ್ದಾಡಿದ್ಲು ಕೊನೆಗೂ ಬಿಕ್ಕಳಿಸುತ್ತಾ ಉಳ್ದುಬಿಟ್ಲು. ದೇಹಕ್ಕಾದ ನೋವನ್ನೆಲ್ಲ ಆತ್ಮದಲ್ಲಿ ಹುದುಗಿಸಿ ಹುಗಿದುಬಿಟ್ಲು. ಅವನ ಆರ್ಭಟ, ಧಮಕಿ, ಅಂತಸ್ತಿನ ಬಲ ಇವ್ರ ಬಾಯಿಬಂದ್ ಮಾಡಿಸಿತ್ತು. ಮುಂದೆ ಎರಡೇ ವರ್ಷ, ಯಾವ್ದೊ ರೋಗ ಬಂದು ಅವ ಮಣ್ಣಾದಾಗ ಅಲ್ಲಿಗೇ ಬಾವಿಯಾಳದಲ್ಲಿ ಸಂಕಟಗಳನ್ನೆಲ್ಲ ಹೂತು ಬಂಡಿಗಟ್ಟಲೆಯ ಬದುಕನ್ನು ತಳ್ಳಲೇಬೇಕಾಯ್ತು. ಐದು ಮಕ್ಕಳಾದ್ವು, ಅವನ್ನೆಲ್ಲ ಸವಾರಿಸ್ತಾ ತಾಯಿ, ಅಜ್ಜಿಯೂ ಆಗಿ ದಿನಕಳೆದ್ವು. ಕಾಲಕ್ರಮೇಣ ಹಟ್ಟಿ, ಹಟ್ಟಿ ಜೊತೆ ಊರೂ ಕಟ್ಟುವ ಸಮಯವೂ ಬಂತು. ಈಗ ಮೊಮ್ಮಗಳೊಂದಿಗೂ ಅದೇ ಪದರುಗಳ ಪುನರಾವರ್ತನೆ! ಗಾಯಗಳೆಲ್ಲ ಭುಗಿಲೆದ್ದು ನಿಂತಿದ್ದವು. ನೋವುಗಳೆಲ್ಲ ಉಸಿರುಗಟ್ಟಿಸಿಕೊಂಡು ತಡವೆಮಾಡದೆ ಹಸಿರು ಚಿಗುರಿಸಿದ್ದವು. ಊರಿನ ಮುಖ್ಯಸ್ಥ, ಅದೇ ವಂಶದ ಬಿಗಡಾಯಿಸಿ ಬೀದಿಬೀದಿ ತಿರುಗುವ ಮೊಮ್ಮಗ, ಹೂವಿನಂತಹ ಈ ಹುಡುಗಿಯನ್ನ ಹೊಸಕುವ ಹೀನಾಯ ಕೆಲಸ ಮಾಡಿದ್ದ. ತಿಂಗಳು ಕಳೆಯುತ್ತಾ ಬಂತು.

ಮುಗ್ಧ ಹುಡುಗಿ ಅಳುತ್ತಾ, ಏದುಸಿರು ಬಿಡುತ್ತಾ ತೇಕುತ್ತಾ ಮನೆಗೆ ಬಂದರೆ, ದಿಗ್ಭ್ರಮೆಯಾಗುವ ಸರದಿ ಮನೆಯವರದ್ದು.

ತನಗೇನಾಗಿದೆ ಎಂದೂ ಆ ಬಡಪಾಯಿಗೆ ತಿಳಿದಿರಲಿಲ್ಲ, ದೇಹ, ಅದರ ಕೆಲಸದ ಬಗ್ಗೆ, ಗಂಡು ಹೆಣ್ಣಿನ ಸಂಬಂಧ, ದೇಹದ ಹಸಿವಿನ ಬಗ್ಗೆ, ಈ ಹೀನಾಯ ಕೆಲಸದ ಬಗ್ಗೆ, ಏನು ಗೊತ್ತಿತ್ತು ಅದಕ್ಕೆ, ಲಚ್ಚಿ ಅಜ್ಜಿ ಮನಸನ್ನು ಸಾಧ್ಯವಾದಷ್ಟೂ ಕಹಿಯಾಗಿಸಿಕೊಂಡು ಎದುರು ಕುಳಿತ ಮೊಮ್ಮಗಳು ಬಣ್ಣಬಣ್ಣದ ಬುಟ್ಟಿ ಹೆಣೆಯುವುದನ್ನು ತೇವವಾಗಿ ನೋಡುತ್ತಿದ್ದಳು. ಮೊಮ್ಮಗಳೀಗ ಮೌನ ಹೊದ್ದ ಕಪ್ಪು ಮುಗಿಲಿನಂತೆ ಸದಾ ನಿರ್ಲಿಪ್ತೆ.

ಅಜ್ಜಿ ಎಂದೂ ಆಕೆಯನ್ನು ಬೈಯುವುದಾಗಲೀ, ಹೊಡೆಯುವುದಾಗಲೀ ಮಾಡಿದ್ದಿಲ್ಲ. ಆದರೆ ಬಡತನದ ತೆಕ್ಕೆಯಲ್ಲಿ ಹೈರಾಣಾಗಿದ್ದ ಆಕೆಯ ಅಪ್ಪ ಮಲ್ಲೇಶಿ, ಅವ್ವ ರತ್ನ, ಹೇಗೆಂದರೆ ಹಾಗೆ ಗಟ್ಟಿಸುತ್ತಿದ್ರು. ತಾನೂ ಒದೆ ತಿನ್ನೋದಲ್ದೆ, ಒಬ್ಬನಿದ್ದ ತರಲೆಪೋರ ಅಣ್ಣ ನಿಮ್ಮಿಯನ್ನೂ ಸತಾಯಿಸುತ್ತಿದ್ದ. ಹೀಗಾಗಿ ನಿಮ್ಮಿಗೆ ಹೊಡೆತವೆಂದರೆ ಹೊಸ ಸಂಗತಿಯೇನಲ್ಲ. ಮಲ್ಲೇಶಿ ಹುಡುಗನಿಗೆ ಹೊಡೆಯುವಾಗ ಅವನ ಅಂಗಿ ತೆಗೆದು ನೇರವಾಗಿ ಬೆನ್ನ ಚರ್ಮದ ಮೇಲೆ ಐದೂ ಬೆರಳು ಮೊರೆಯುವ ಹಾಗೆ ಬಾರಿಸುತ್ತಿದ್ದ. ತಾವೇನೊ ತಪ್ಪು ಮಾಡ್ತಿದ್ವಿ ಒದೆ ಬೀಳ್ತಿತ್ತು. ಆದರೆ ಒದೆಯದ, ತಿವಿಯದ ಹಸುವಿನಂತಿದ್ದ ತನ್ನವ್ವನೇಕೆ ಆ ಪಾಡುಪಡ್ತಿದ್ಲು? ನಿಮ್ಮಿಗೆ ಈ ಸಂಗತಿ ಅರ್ಥವಾಗಿದ್ದಿಲ್ಲ. ಅವ್ವ ಇಡೀದಿನ ಮೂಗೆತ್ತಿನಂತೆ ದುಡಿತಿದ್ಲು, ಮನೆಕೆಲಸ ಅಲ್ದೆ ಶುಂಠಿ ಕೀಳೊ ಕೆಲ್ಸಕ್ಕೂ ತಪ್ಪದೆ ಅಪ್ಪ ಅವಳನ್ನು ಎಳ್ಕೊಂಡು ಹೋಗ್ತಿದ್ದ. ಇಷ್ಟೆಲ್ಲಾ ಆದ್ರೂ ಆಕೆ ತಿರುಗಿ ಮಾತಾಡಿದ್ದಿಲ್ಲ. ಆದರೂ ನಿಮ್ಮಿಯ ಅಪ್ಪ ಎರಡ್ಮೂರು ದಿನಕ್ಕೊಂದ್ಸಲ ಅವಳ ಬಟ್ಟೆಗಳನ್ನೆಲ್ಲ ತೆಗೆದು ಆಕೆನ ಹಿಂಡಿಹಾಕ್ತಿದ್ದ, ಮೈಮೇಲೆ ಏರಿ ಕುಳಿತು ಹೊಡೆದುಬಿಡ್ತಿದ್ದ. ಅದೂ ಸಹ ಅರ್ಧರಾತ್ರಿಯಲ್ಲಿ. ಮಾರನೇ ದಿನವೆಲ್ಲಾ ಅವ್ವ ಬಿಕ್ಕಳಿಸುತ್ತಲೇ ಮೈಕೈ ನೋವಿನಿಂದ ಒದ್ದಾಡುತ್ತಲೆ ಎಲ್ಲರ ಮೇಲೆ ಸಿಡುಕ್ತಿದ್ಲು. ನಿಮ್ಮಿಗೆ ಒದೆಬೀಳ್ತಿದ್ದಿದ್ದೂ ಆ ಸಮಯದಲ್ಲೇನೆ ಹೊರತು ಉಳಿದಂತೆ ಅವ್ವ ಶಾಂತ. ಅಪ್ಪ ಯಾಕೆ ಹೀಗೆ ಅಂತಲೇ ಅವಳ ತಿಳುವಳಿಕೆಗೆ ನಿಲುಕ್ತಿರಲಿಲ್ಲ.

ಶುಂಠಿ ಕೆಲ್ಸ ಅಲ್ಲದೇ ಬಣ್ಣಬಣ್ಣದ ಬುಟ್ಟಿಗಳನ್ನ ಹೆಣೆಯೋಕೆ ಕಲಿತಿದ್ದ, ರತ್ನ ಹೆಣೆದ ಬುಟ್ಟಿಗಳನ್ನೆಲ್ಲಾ ನಿಮ್ಮಿ ಊರುಸುತ್ತಿ ಮಾರ್ಕೊಂಡು ಬರ್ತಿದ್ಲು, ತಾನೂ ಹೆಣೆಯೋದನ್ನ ಕಲಿತಿದ್ಲು. ಊರು ಅಂದ್ರೆ ಶುಂಠಿ ಮಾರ್ಕೆಟ್ಟಲ್ಲಿ ಸ್ವಲ್ಪ ಹೆಚ್ಚಿಗೆ ಹಣಮಾಡಿ ಹಟ್ಟಿಯ ಇನ್ನೊಂದು ಮಗ್ಗುಲಲ್ಲಿ ಭರ್ಜರಿಯಾಗಿ ಎದ್ದ ಸಿಮೆಂಟ್ ಕಟ್ಟಡಗಳು. ಹಟ್ಟಿಗೂ ಊರಿಗೂ ಮಧ್ಯೆ ಜಮೀನು, ತೋಟ, ಜೋಳದ ಹೊಲಗಳು. ಊರಿನ ತಾಕತ್ತಿನ ಮಂದಿಯೆಲ್ಲ ವಾಸಿಸೋದು ಅಲ್ಲಿಯೇ. ಅವರ ಮಕ್ಕಳಿಗೆಲ್ಲಾ ಕಾನ್ವೆಂಟಿನ ನೆರಳು, ಈ ಕಡೆಯ ಹಟ್ಟಿ

ಮಕ್ಕಳಿಗೆ ಸರ್ಕಾರಿ ಶಾಲೆಯ ಹಂಗು. ದಟ್ಟ ಹೊಲಹಾದು ಊರು ತಿರುಗಿ ಬುಟ್ಟಿ ಮಾರಿದ ಹಣ ತಂದು ಅಪ್ಪನಿಗೇ ಕೊಡೋದು ನಿಮ್ಮಿ. ಪೈಸೆ ಇಲ್ಲಾ ಅಂತ ತಾನೆ ಅಪ್ಪ ಎಗರಾಡೋದು, ಹೀಗಾದ್ರೂ ತನಗೆ ಹೊಡೆತದಿಂದ ರಿಯಾಯ್ತಿ ಸಿಗುತ್ತೇನೊ ಅನ್ನೋದು ಅವಳ ಲೆಕ್ಕಾಚಾರ. ಅವಳ ಅಪ್ಪ ಮಾತ್ರ ಲೆಕ್ಕ ಕಲಿತಿರಲಿಲ್ಲ.

ನಿಮ್ಮಿ ಬುಟ್ಟಿ ಹಿಡಿದು ಬೀದಿ ಅಲೆಯುವಾಗ ಆ ದಿನ ಎದುರಾದವನು ಊರಿನ ಮುಖ್ಯಸ್ಥನ ಪುಡಿರೌಡಿಯಂತಿದ್ದ ಮೊಮ್ಮಗ ಪ್ರಭು. "ಎಲ್ಲಿಗ್ ತಗೊಂಡ್ಹೋಗ್ತಿದೀಯಾ? ಒಂದ್ ನಾಕೈದು ಬೇರೆಬೇರೆ ಬಣ್ಣದವು ಬುಟ್ಟಿನ ನಮ್ ಬಂಗ್ಲೆಗ್ ತಗೊಂಡ್ಹೋಗ್ ಕೊಡು, ಅಲಂಕಾರ ಮಾಡೋಕಿಡ್ತೀವಿ. ಅಣ ನಾನು ಕೊಡ್ತೀನಿ, ಅಲ್ಲಿ ಅಣ ಕೆಳೋಕ್ ಹೋಗ್ಬೇಡಾ" ಅಂದಾಗ ಖುಷಿ ಇವಳಿಗೆ. 'ಯಾವ್ ಕಲರ್, ಎಷ್ಟ್ ಬೆಲೆಲಿ ಬೇಕಣ್ಣಾ' ಮುಗ್ಧವಾಗಿ ಕೇಳಿತು ಹುಡುಗಿ. ಅವ ಹೇಳಿದಂತೆ ಹೆಣೆಯುವುದಾಗಿ ತಿಳಿಸಿ ಅಲ್ಲಿಂದ ಸೀದಾ ಪೇಟೆಯ ಮಾರ್ಕೆಟ್ಟಿಗೆ ಹೋಗಿ ಬುಟ್ಟಿಗೆ ಬೇಕಾದ ವಸ್ತುಗಳನ್ನೆಲ್ಲಾ ತಗೊಂಡ್ ಮನೆಗೆ ಬಂತು. ಒಟ್ಟಿಗೇ ಇಷ್ಟು ಬುಟ್ಟಿಯ ಆರ್ಡರ್ ಸಿಕ್ಕಿದ್ದು ಮನೆಯವರಿಗೂ ಸಂತೋಷ. ಹೆಚ್ಗೆ ಹಣ ಸಿಗುತ್ತಲ್ಲ. ಶಾಲೆಗೂ ಹೋಗ್ದೆ, ಊರು ತಿರುಗಲೂ ಪುರುಸೊತ್ತಿಲ್ದೆ ದಿನವೆಲ್ಲಾ ಅವ್ವನ ಜೊತೆ ಕುಳಿತು ಹೆಣೆದೇ ಹೆಣೆದಳು, ಹೆಣೆದಳು ಬಿಡುವಿಲ್ಲದಂತೆ. ಒಟ್ಟಾದ ಬುಟ್ಟಿಹೊತ್ತು ಬಂಗ್ಲೆಕಡೆ ಹೊರಟಳು. ಬಂಗ್ಲೆ ಮನೆಯಲ್ಲಿ ಬುಟ್ಟಿನೋಡಿ ಖುಷಿಯಾದ ಓನರಮ್ಮ ಸ್ವಲ್ಪ ಹೆಚ್ಚಿಗೆಯೇ ಹಣಪಾವತಿಸಿದ್ಲು. ಆವತ್ತು ನಿಮ್ಮಿಗೆ ದೆಸೆತಿರುಗಿದ ಅನುಭವ. ಗಾಳಿಯಲ್ಲಿ ತೇಲಾಡುತ್ತಲೆ ಜೋಳದ ಗದ್ದೆಹಾದು ಇನ್ನೇನು ಮನೆಕಡೆ ಹೊರಟಿದ್ಲು.

ದಟ್ಟ ಜೋಳದ ಗದ್ದೆಯ ನಡುವೆ ಅಡಗಿದ್ದ ಪ್ರಭು ಅವಳನ್ನ ಸರ್‍ರನೆ ತನ್ನಕಡೆ ಎಳೆದುಕೊಂಡ. 'ಅಣನಾ ಮನೆಯಲ್ಲಿ ಇಸ್ಕೋಬೇಡ ಅಂದಿದ್ನಲ್ವಾ? ಯಾಕಿಸ್ಕೊಂಡೆ" "ಅವ್ವಾರು ಕೊಟ್ರು, ನಾನೇನ್ಮಾಡ್ಲಿ ಅಣಾ" "ಈಗ್ಲೂ ನಾನೇ ಕೊಡ್ಬೇಕೂಂತಿದೀನಿ. ಏನ್ಮಾಡ್ತೀಯ ಕೊಡ್ಬೇಕೂಂತ ಮನ್ಸಾಗಿದೆ ಇಸ್ಕೋತೀಯಾ" ಕೆಟ್ಟದಾಗಿ ನಗುತ್ತಾ ದಾಳಿ ಮಾಡಿಯೇಬಿಟ್ಟ.

ನಿಮ್ಮಿ ಚಡಪಡಿಸಿದಳು, ಕೈಮುಗಿದು ಕ್ಷಮೆ ಕೇಳಿದಳು. ಅಳುತ್ತಾ ಬೇಡಿಕೊಂಡಳು. ಆದರೂ ಅವಳ ಮೈಮೇಲಿದ್ದ ಒಂದೊಂದೆ ಬಟ್ಟೆ ಕಳಚಿಕೊಳ್ಳುತ್ತಾ ಹೋದವು. ತನ್ನಪ್ಪ ಅವ್ವಂಗೆ, ಅಣ್ಣಂಗೆ ಬಟ್ಟೆಬಿಚ್ಚಿ ಹೊಡೆದಂಗೆಯೇ ಈವ್ನೂ ನಂಗೀಗ ಹೊಡಿತಾನೆ ಅಂತಲೇ ಆ ಬಾಲೆ ಭಾವಿಸಿದ್ಲು. ತನ್ನ ಮೇಲೇನಾಗ್ತಿದೆ ಎಂಬುದೂ ಗೊತ್ತಾಗದ ಹಾಗೆ ಹಿಸುಕಿ ಹೊಸಕುವ ಅನುಭವ. ಇಲ್ಲೀವರೆಗೂ ಯಾರೂ ಈರೀತಿ ಹೊಡೆದಿರಲಿಲ್ಲ. ತೊಡೆಗಳ ನಡುವೆ ಉಕ್ಕಿಬರುವ ರಕ್ತಧಾರೆ. ದೇಹವೆಲ್ಲ ಭಯಂಕರ ನೋವು. ತನ್ನನ್ನು ಹೊಡೆದದ್ದೋ ಅರೆದು ಹಾಕಿದ್ದೋ

ಎಂಬುದೂ ತಿಳಿಯಲಿಲ್ಲ. ಬಲತ್ಕಾರವೆಂದರೇನೆಂದಾದರೂ ಆಕೆಗೆ ತಿಳಿದಿತ್ತೆ? ಎಷ್ಟೋ ಹೊತ್ತು ಮೇಲೇಳಲಾಗದೆ ಹಾಗೆಯೆ ಬಿದ್ದಿದ್ದಳು, ಕೈಹಿಡಿದು ಎಬ್ಬಿಸುವುದಾದರೂ ಯಾರು?

ರಾತ್ರಿಯಾಗುತ್ತಾ ಬಂತೆನಿಸಿದಾಗ ಕೊಂಚ ದಿಗಿಲಾಗಿ ಬಲವಂತವಾಗಿ ಮೇಲೆದ್ದಳು. ಅವಳ ಮನಸ್ಸಿನಲ್ಲಿ ಭಯಂಕರ ಗೊಂದಲ. 'ಅವನ್ಯಾಕೆ ನನ್ನ ಈ ಪರಿ ಒಡ್ದಾ?ತಾನ್ ಕೊಟ್ಟ ಬುಟ್ಟಿ ಬಣ್ಣ ಇಸ್ಕಾಗ್ಲಿಲ್ವಾ? ಅವ್ವಾರ ಅತ್ರ ಅಣ ಇಸ್ಕೊಂಡಿದ್ದಕ್ ಕ್ವಾಪ ಬಂತಾ?' ತೂರಾಡುತ್ತಾ ತಟ್ಟಾಡುತ್ತಾ ಅಂತೂ ಮನೆ ತಲುಪಿದ್ಲು. ಅವ್ವ ರತ್ನಳ ಗಮನ ಇವಳ ಮೇಲೆ ಬಿದ್ದಿದ್ದೆ ತಡ, ಆಕೆ ಓಡಿಬಂದು ಮಗಳನ್ನು ಬಾಚಿ ತಬ್ಬಿ ಸೆರಗಿನ ಮರೆಯಲ್ಲಿ ಅಡಗಿಸಿಕೊಂಡುಬಿಟ್ಲು. ಕಣ್ಣುಗಳಲ್ಲಿ ಭೀತಿ ಮನೆಮಾಡಿತು. ಅಳುಅಳುತ್ತಲೆ ಅವಳನ್ನು ತನ್ನೆಡೆ ಮತ್ತಷ್ಟು ಬಿಗಿಯಾಗಿ ಅವುಚಿಕೊಂಡಳು. ಅಪ್ಪ, ಅಣ್ಣ, ಅಜ್ಜಿ ಅವಳ ದೇಹದಿಂದ ಹರಿತಿದ್ದ ರಕ್ತ ನೋಡಿ ಗಾಬರಿಗೊಳ್ಳುತ್ತಲೆ ಕಣ್ಣೀರಾಕತೊಡಗಿದರು. 'ಯಾರವ್ವ ನಿಂಗೀಗತಿ ಮಾಡಿದ್ದು'. ಅಜ್ಜಿ ಲಚ್ಚಿ ತಲೆಯಲ್ಲಿ ನೆನಪುಗಳ ಕೆಟ್ಟ ಬಿರುಗಾಳಿ. 'ಅವ್ನೆ, ಪ್ರಭು ಬಂಗ್ಲೆಯವ್ನು'. ಹೆಸರು ಕೇಳುತ್ತಲೆ ಮಲ್ಲೇಶಿ ಕೆರಳಿ ಹೂಂಕರಿಸಿಬಿಟ್ಟ. ಆವತ್ತಿನಿಂದ ನಿಮ್ಮಿಯನ್ನು ಯಾರೂ ಯಾವುದೇ ಕಾರಣಕ್ಕೂ ಮನೆಯಿಂದ ಹೊರಕಳಿಸಲಿಲ್ಲ. ಶಾಲೆಯೂ ಅವಳ ಪಾಲಿಗೆ ಬಂದಾಗಿಬಿಟ್ಟಿತು. ಇತ್ತ ಈ ಗೂಳಿ ಯಾವುದೇ ಅಂಕೆಯಿಲ್ಲದೆ ಊರಿಡೀ ತಿರುಗುತ್ತಲೇ ಇತ್ತು.

ಒಂದಿನ ನಿಮ್ಮಿಯ ಅಪ್ಪ ಅವಳ ಬಳಿ ಬಂದು ಹೇಳಿದ 'ನಡೀ ನಿಮ್ಮಿ, ಊರಿನ ಪಂಚಾಯ್ತಿ ಸೇರ್ಸಿದೀನಿ. ಅವ್ರು ನಿನ್ನ ಏಳ್ಕೆ ತಗಬೇಕಂತೆ, ಅದೇನೇನಾಯ್ತೊ ಒಂದೂ ಬಿಡ್ದಂಗೆ, ಭಯಪಡ್ದೆ ಏಳುವಂತೆ. ನಾನಿದೀನಿ ಜೊತ್ಗೆ. ಬಿಡಲ್ಲ ಇದ್ನ, ಕೊರ್ಟುಗೂ ಓಗುದಾಗ್ಲಿ... ಅವ್ರು ದೊಡ್ಡೋರಿದ್ರೆ ಅವ್ರ್ ಪಾಲ್ಗೆ. ಜೈಲ್ಗೆ ಕಳ್ಸೋತನ ಬಿಡಲ್ಲ'. ನಿಮ್ಮಿ ತೆಪ್ಪಗೆ ತಲೆಯಾಡಿಸುತ್ತಲೆ ಅಪ್ಪನನ್ನ ಹಿಂಬಾಲಿಸಿದ್ಲು.

ಪಂಚಾಯತಿ ಮುಖ್ಯಸ್ಥ ತನ್ನ ವಿಶಾಲ ದೇಹವನ್ನರಡಿ ಕಟ್ಟೆ ಮೇಲೆ ಕುಳಿತಿದ್ದ. ಆ ಹುಡುಗಿಯ ತಲೆಯನ್ನ ಪ್ರೀತಿಯಿಂದ ಸವರಿ ಏಕಾಂತ ಕೋಣೆಯೊಂದಕ್ಕೆ ಕರೆದೊಯ್ದು ಅವಳ 'ಏಳ್ಕೆ' ತಗೊಂಡ. ಅವಳ ತಂದೆಗೆ 'ಎರಡ್ಮೂರು ದಿನ ಬಿಟ್‌ಬಾರಪ್ಪ' ಅಂದ. ಮೂರು ದಿನದ ನಂತರ ಬಂಗ್ಲೆಯ ಮಾಲೀಕ, ಪ್ರಭುನ ಅಪ್ಪ ಅವರನ್ನು ಕರೆಸಿದ. ಮಲ್ಲೇಶಿಗೆ ತಾನು ಕೊಟ್ಟ ದೂರಿನ ಪರಿಣಾಮ ಅಂತ ಭೋ ಕುಷಿ, 'ಆ ನನ್ಮಗಂಗೆ ಜೈಲಾಗೇ ಆಗುತ್ತೆ' ಅಂತಲೇ ನಂಬಿಬಿಟ್ಟ. ಬಂಗ್ಲೆಯ ಮಾಲೀಕ 'ಹುಡುಗಿಯನ್ನು ಏಕಾಂತದಲ್ಲಿ ಏನೋ ಕೇಳ್ಬೇಕು ಅಂತ' ಕೋಣೆಯೊಂದಕ್ಕೆ ಕರ್ಕೊಂಡು ಹೋದ. ಮೈಮೇಲೆಲ್ಲ ಪ್ರೀತಿಯಿಂದ ಕೈಯಾಡಿಸುತ್ತಾ ಅವಳ 'ಏಳ್ಕೆ' ತಗೊಂಡ.

ಹೀಗೇ ವಾರ ಕಳೆದೋಯ್ತು. ಅಮ್ಮ ರತ್ನ ಮಲ್ಲೇಶಿಗೆ ತಾಕೀತು ಮಾಡತೊಡಗಿದಳು. 'ಇದುನ್ ಇಲ್ಗೇ ಬುಟ್ಬುಡು, ಆ ಉಡ್ಗಿಯ ಏಟೊಂತ ಅಲ್ಲಾಡುಸ್ತಿಯ. ಬಲ್ವಂತ ಮಾಡ್ಬೇಡ. ಅವ್ಗ್ಳು ಶಿಕ್ಸೆ ಆಗೋದಿರ್ಲಿ ನಮ್ ಮರ್ವಾದೆನೆ ಓಗಿದ್ದು. ನಾವೆಲ್ಲ ಸೇರಿ ಉಡ್ಗಿನ ಕಾಪಾಡನ. ಯಾರೊ ಸಾಕ್ಸಿ ಕೇಳ್ತಾರೆ, ಯಾರೋ ಏಳ್ಕೆ ತಗಂತಾರೆ, ಬಡವ್ರ್ ದುಕ್ಕ ಯಾರ್ ತಾನೆ ಕೇಳ್ತಾರೆ? ಈಗ ನ್ಯಾಯ ಸಿಗುತ್ತೆ ಅನ್ಕಳಕೆ ನಮ್ಗ್ಯಾವಾಗ್ ತಾನೆ ನ್ಯಾಯ ಸಿಕ್ಕದೆ?" ಅಜ್ಜಿ ಲಚ್ಚಿ ಎತ್ತಲೊ ನೋಡ್ತಿತ್ತು. ನಿಧಾನವಾಗಿ ಬಾಯ್ತೆರೆಯಿತು. 'ಎಲ್ರೂ ಮನೆತನಾ ಆ ಉಡ್ಕಿ ಕರ್ಕಂಡ್ ಯಾಕ್ ಅಲಿತಿದೀಯಪ್ಪಾ, ನಿಮ್‌ನಿಮ್ ಕೆಲ್ಸ ನೋಡ್ಕಳ್ಳಿ, ಇನ್ನೊಂದೆರ್ಡು ವರ್ಸ ಆದಮ್ಯಾಕೆ ಉಡ್ಗಿ ಮದ್ವೆ ಮಾಡ್ ಕಳ್ಸುಬಡಣ, ಸುಕ್ವಾಗಿರ್ತದೆ. ಈ ಉಡ್ಗನ್ ಬಗ್ಗೆನೂ ಯೋಚಿಸ್ಬೇಕು ತಾನೆ. ಅದುಕ್ಕೋಸ್ಕರ ಕೆಲ್ಸ, ಬವುಸ್ಯ ಬಿಡಕಾಯ್ತದಾ? ನಮ್ ಮರ್ವಾದೆ ಎಲ್ಲ ದೊಡ್ ಜನ್ಗಳತ್ರನೆ ಇರಾದು."

ಮಲ್ಲೇಶಿ ಬಿಲ್ಕುಲ್ ಬಿಟ್ಕೊಡೋಕೆ, ಮುಂದಿಟ್ಟ ಹೆಜ್ಜೆ ಹಿಂದಿಟ್ಟು ಸೋಲೋಕೆ ಇಷ್ಟವಿರಲಿಲ್ಲ. ಮಗಳಿಗೆ ನರಕ ತೋರಿಸಿದ ಅವರನ್ನೆಲ್ಲ ಜೈಲ್‌ಪಾಲು ಮಾಡಬೇಕಿತ್ತವನಿಗೆ. ನಿಮ್ಮಿ ಈ ಮೂವರ ಮುಖವನ್ನು ಬದಲಿಸಿ ಬದಲಿಸಿ ನೋಡುವಾಕೆ. ಇಲ್ಲೇನೋ ತಪ್ಪಾಗಿದೆ. ಅದಕ್ಕೇನೆ ಊರವ್ರು, ಮನೆಯವ್ರು ಇಷ್ಟೊಂದು ಕಾಳಜಿ ಮಾಡ್ತಿದಾರೆ ಅನಿಸತೊಡಗಿತ್ತು. ಇತ್ತ ಅವಳ 'ಏಳ್ಕೆ' ತಗೊಳ್ಳೊರ ಸಂಖ್ಯೆ ಹೆಚ್ಚುತ್ತಲೇ ಇತ್ತು. ತೊಡೆಗಳ ನಡುವಿನ ಗಾಯ, ಸ್ವಂತಕ್ಕಾಗುತ್ತಿದ್ದ ನೋವು ವಾಸಿಯಾಗಲೇ ಇಲ್ಲ. ಅವಳು ಹಾಗೂ ಅವಳ ಇಡೀ ದೇಹ ಮನಸು ಕಿವುಡು, ಮೂಕವಾಗತೊಡಗಿತ್ತು. ಏನಾದರೂ ಹೇಳಿಕೇಳಿ ಮಾಡಿದರೆ ಅವಳ ಕೈಗಳು, ತಲೆಯಷ್ಟೆ ಅಲ್ಲಾಡಿಸಿ ಉತ್ತರಿಸತೊಡಗಿದ್ದವು. ನಾಲ್ಕು ದಿನಗಳ ಹಿಂದೆಯಷ್ಟೆ ಜಿಲ್ಲಾ ಆಡಳಿತ ಮುಖ್ಯಸ್ಥರ ಬಳಿಯೂ ಅವಳ 'ಏಳ್ಕೆ' ಮುಗಿದಿತ್ತು. ಒಬ್ಬರು ಲೇಡಿ ಲಾಯರ್ ಹತ್ರ ಹೋಗೋಣ ಅಂತ ಅವರ ಅಪ್ಪ ಕಟ್ಟಕಡೆಗೆಂಬಂತೆ ನಿರ್ಧರಿಸಿದ್ದ.

ಹತಾಶೆಯ ಪರಮಾವಧಿಯಲ್ಲಿ ನಿಮ್ಮಿ ಹೇಳಿದಳು 'ಎಲ್ಲೂ ಓಗದು ಬ್ಯಾಡ ಬಾಪಾ. ಇನ್ನು ನನ್ನಿಂದ 'ಏಳ್ಕೆ' ಕೊಡಾಕಾಗಲ್ಲ. ಸಾಕಾಗದೆ. ಪುಸಲಾಯಿಸುತ್ತಾ ಅಪ್ಪ ಹೇಳಿದ. 'ಇದೊಂದ್ ಸಲ ಬಾ ಮಗ, ಮತ್ತಿನ್ನೆಲ್ಲೂ ಕರ್ಕೊಂಡ್ ಓಗಾಕಿಲ್ಲ. ವಕೀಲಿ ಅಮ್ಮೋರು ಬಾಳ ಒಳ್ಳೋರು. ಕಂಡಿತಾ ನ್ಯಾಯ ಕೊಡುಸ್ತರೆ." ತಾನು ಒಪ್ಪಿರೋದು ಅರೆಮನಸ್ಸಿನಿಂದ ಅನ್ನುವ ಕಾನ್ಸೆಪ್ಟ್ ಕೂಡ ಅವಳ ಮೆದುಳಿಗೆ ಗೊತ್ತಾಗದಂತೆ, ಸರಿಯೆನ್ನುವಂತೆ ಆಕೆ ತಲೆಯಾಡಿಸಿದಳು. ಇಬ್ಬರೂ ಮಾರನೆ ದಿನ ಪೇಟೆಕಡೆ ಹೊರಟರು. ತಟಾಡುತ್ತಾ ನೆಟ್ಟಗೆ ನಡೆಯಲೂ ಆಗದ ಸ್ಥಿತಿಯಲ್ಲಿದ್ದ ನಿಮ್ಮಿಯನ್ನು ಬಸ್ಸಿನಲ್ಲಿದ್ದ ಎಲ್ಲರೂ ಮರುಕದಿಂದ ದಿಟ್ಟಿಸುವವರೆ.

ತಾನೇನೊ ಮಹಾ ಅಪರಾಧ ಮಾಡಿದವನಂತೆ ಮಲ್ಲೇಶಿ ಗುಬರಾಕಿಕೊಂಡು ಸ್ವಲ್ಪ ಹೊತ್ತು ಮುದುಡಿ ಕುಳಿತ. 'ಮಗಳಿಗೆ ಉಸಾರಿಲ್ಲ ಡಾಕುಟ್ರಗ್ ತೋರ್ಸಕೆ ಪ್ಯಾಟೆಗ್ ಕರ್ಕಂಡ್ ಓಯ್ತಿದೀನಿ' ಪೇಲವ ನಗೆನಗುತ್ತಾ ತನ್ನ ಅಕ್ಕಪಕ್ಕ ಕುಳಿತವರೊಂದಿಗೆ ತನ್ನ ಹೊಯ್ದಾಟಗಳನ್ನು ಮುಚ್ಚಿಡುತ್ತಾ, ನಂಬಿಸುವ ಪ್ರಯತ್ನ ಮಾಡಿದ.

ಹೇಳಿದ ಸಮಯಕ್ಕಿಂತ ಮೊದಲೇ ಇಬ್ಬರೂ ವಕೀಲರ ಆಫೀಸಿನ ಬಳಿ ಕುಳಿತು ಕಾದರು. ಅಲ್ಲಿನ ಸಿಬ್ಬಂದಿಯೊಬ್ಬ ಇವರ ಹೆಸರನ್ನು ದಾಖಲಿಸಿಕೊಂಡು, ವಕೀಲರ ಬಳಿ ಕೊಂಡೊಯ್ದು ಸ್ವಲ್ಪ ಹೊತ್ತು ಕಾಯಲು ಹೇಳಿದ. ನಿಮ್ಮಿಯೇಕೊ ಹೆದರಿಕೊಂಡಂತೆ ಕಂಡಿತು. ಅದೆಷ್ಟು ಮಂದಿಗೆ "ಏಳ್ಕೆ" ಕೊಟ್ಟೂ ಕೊಟ್ಟೂ ಈಗ ತನಗೆ ತಾನೆ ಬೆಚ್ಚಿಬೀಳಲು ಆರಂಭಿಸಿದ್ದಳು. ಪ್ರತೀ ಬಾರಿಯೂ ಆ ದುರ್ಭರ ಸಂಜೆಯ ನೆನಪಾಗುತ್ತಿತ್ತು. 'ಇನ್ಯಾರ್ಗೂ ಏಳ್ಕೆ ಕೊಡಕಿಲ್ಲ. ಇದೇ ಕೊನೆ. ಈ ಅಪ್ಪಂಗ್ಯಾಕ್ ಅರ್ತ ಆಗ್ತಿಲ್ಲ, ನಂಗ್ಯಾವ ನ್ಯಾಯನೂ ಬೇಕಾಗಿಲ್ಲ. ಏಳ್ಬಿಡ್ತೀನಿ. ಯಾವ್ ಸಲನೂ ಗಾಯ ಮಾಯದೇ ಇಲ್ಲ. ಅಂತ ನ್ಯಾಯ ಯಾಕ್ ಬೇಕು? ಇನ್ಮೇಲೆ ರಾಜಿ ಮಾಡ್ಕಳಕಿಲ್ಲ. ನಾನ್ ಓಡೋಗ್ತಿನಷ್ಟೆ.' ಅವಳ ತಲೆ ಕೆಟ್ಟುಹೋಯ್ತು. ಮಲ್ಲೇಶಿಗೆ ಈಗಿನ ವಕೀಲರು ಹೆಣ್ಮಗಳಾದ್ದರಿಂದ ನ್ಯಾಯ ಸಿಕ್ಕೇಸಿಗುತ್ತೆ ಅನ್ನೋ ನಂಬಿಕೆ.

ಅಪ್ಪ ಮಗಳಿಬ್ಬರು ಕುಳಿತಿದ್ದಷ್ಟೂ ಹೊತ್ತು ತಮ್ಮದೇ ನೋವು ಸಂಕಟಗಳ ಸಾಗರದಲ್ಲಿ ತೇಲಿ ಮುಳುಗಿ ಹೊಯ್ದಾಡುವಾಗಲೆ ವಕೀಲಮ್ಮ ಅವರನ್ನು ಒಳಗೆ ಬರಹೇಳಿದರು. ದೊಡ್ಡ ಕೊಠಡಿ, ಮೂರ್ನಾಲ್ಕು ಕುರ್ಚಿಗಳು. ದೊಡ್ಡದೊಂದು ಮೇಜಿನ ತುದಿಯಲ್ಲಿ ವಕೀಲಮ್ಮ ಏನೊ ಬರೆಯುತ್ತಾ ಕುಳಿತದ್ದು ಕಾಣಿಸಿತು.

'ಬನ್ನಿ ಕೂತ್ಕೊಳ್ಳಿ, ನೀರು ಬೇಕಾ?' ತನ್ನ ಸಹಾಯಕರಿಗೆ ನೀರು ತರಲು ಹೇಳಿದರು ಆಕೆ. 'ಮೇಡಮ್ ನನ್ ಊವಿನಂತಾ ಮಗಳಿಗೆ ನ್ಯಾಯ ಬೇಕು, ಎಲ್ರು ಎದ್ರು ಏಳ್ಕೆ ಕೊಟ್ಟೂ ಮಗು ಕಲ್ಲಾಗ್ಬಿಟ್ಟದೆ. ಪೆಟ್ಟು ತಿಂದು ನಮ್ಗೆ ಸಾಕಾಗದೆ. ನೀವೇ ನಮ್ಗೀಗ ಆಸ್ರೆ. ದಯ್ಮಾಡಿ'... ಅವನ ಮಾತನ್ನ ತುಂಡರಿಸ್ತಾ ಆಕೆ ಹೇಳಿದರು. 'ಖಂಡಿತಾ ಮಲ್ಲೇಶ್ ಅವ್ರೆ. ನನ್ಮೇಲೆ ಭರವಸೆ ಇಡಿ. ಅವರನ್ನೆಲ್ಲ ಜೈಲಿಗೆ ಕಳಿಸೇ ತೀರುವ. ಅದಕ್ಕೂ ಮುನ್ನ ಈ ಮಗುನ ಕೆಲವೊಂದು ಪ್ರಶ್ನೆ ಕೇಳ್ಬೇಕು ನಾನು.'

ನಿಮ್ಮಿ ಅದುರಿಹೋದಳು. ಲಘುವಾಗಿ ಕಂಪಿಸಿದಳು. 'ಮಗು ಹತ್ರ ಮಾತಾಡಬೇಕು. ತಾವು ಸ್ವಲ್ಪ ಹೊರಗಡೆ ಕಾಯ್ತೀರಾ?' ವಕೀಲಮ್ಮ ಮಲ್ಲೇಶಿಯನ್ನು ಕೊಠಡಿಯ ಹೊರಗಿರಲು ಹೇಳಿದರು. ದಯನೀಯವಾಗಿ ಎರಡೂ ಕೈಗಳನ್ನು ಜೋಡಿಸಿ ಮಲ್ಲೇಶಿ ಹೊರತೆರಳಿದ. ಇಲ್ಲೀವರೆಗೆ ಏಳ್ಕೆ ಕೊಟ್ಟಿದ್ದೆಲ್ಲಾ ಏಕಾಂತದಲ್ಲೇ ಆಗಿದ್ರಿಂದ ನಿಮ್ಮಿಗೆ ಇದೇನೂ ಹೊಸದಾಗಿರಲಿಲ್ಲ.

ಆದರೆ ಕೊಂಚ ಆಶ್ಚರ್ಯವಾಯ್ತು. ಈ ವಕೀಲಮ್ಮ ಹೆಂಗಸಾಗಿ 'ಏಳ್ಕೆ ಎಂಗ್ ತಗಳಕ್ ಸಾಧ್ಯ?'

ವಕೀಲಮ್ಮ ನಿಧಾನವಾಗಿ ನಿಮ್ಮಿಯ ಬಳಿ ಬಂದರು. ಹೆಗಲ ಮೇಲೆ ಕೈಯಿಟ್ಟು ಪ್ರೀತಿಯಿಂದ ಮಾತನಾಡಿಸಿದರು. ಅಲ್ಲಿದ್ದ ಸೋಫಾದ ಮೇಲೆ ಕರೆದುಕೂರಿಸಿ ಕೆಲವು ಪ್ರಶ್ನೆಗಳನ್ನು ಕೇಳೋಕೆ ಶುರು ಮಾಡಿದರು.

'ಅವತ್ತು ಏನೇನಾಯ್ತು ಹೇಳು? ನಿಂಜೊತೆ ಯಾರಾದ್ರೂ ಇದ್ರಾ? ನಿಂಗವನು ಪರಿಚಯವಾ? ಎಷ್ಟು ಗಂಟೆಯಾಗಿತ್ತು? ನೀನು ಯಾವ ಬಟ್ಟೆ ಹಾಕ್ಕೊಂಡಿದ್ದೆ? ನಿಮ್ಮನೆಯವ್ರಿಗೂ ಆ ಮನೆಯವ್ರಿಗೂ ಜಗಳ ಏನಾದ್ರೂ ಆಗಿತ್ತಾ?'

ಕೇಸು ನಡೆಸಬೇಕಾದರೆ ಕೆಲವಾದರೂ ಮೂಲ ಮಾಹಿತಿಗಳಿರಬೇಕು ಎಂಬುದಕ್ಕಾಗಿಯೇ ಪ್ರಶ್ನಿಸಿದ್ದರು. ಪ್ರಶ್ನೋತ್ತರ ಮುಗಿದ ನಂತರ ವಕೀಲಮ್ಮ ಎದ್ದು ತಮ್ಮ ಮೇಜಿನ ಬಳಿ ಹೊರಟರು. 'ಇನ್ನೂ ಮಾಹಿತಿ ಕೇಳೋಕಿದೆ ನಿಮ್ಮಿ, ಇಲ್ಲೇ ಕುಳಿತಿರು' ಎನ್ನುತ್ತಾ ಏನೋ ಬರೆಯಲು ತೊಡಗಿದರು. ಸ್ವಲ್ಪ ಸಮಯದ ನಂತರ ಹಿಂದಿರುಗಿ ನೋಡುತ್ತಾರೆ! ಅವರ ಮೈನ ರಕ್ತವೆಲ್ಲಾ ತಣ್ಣಗಾದಂತಾಯ್ತು. ನಿಮ್ಮಿ ತನ್ನ ಚೂಡಿದಾರದ ಪ್ಯಾಂಟನ್ನು ಸರಿಸಿಕೊಂಡು ಸೋಫಾ ಮೇಲೆ ಹಾಗೆ ಅಡ್ಡಾಗಿದ್ದಳು. 'ನಿಮ್ಮಿ ಇದೇನಿದು'? ದಂಗಾಗಿ ಕೇಳಿದರು. 'ಮೇಡಮ್ಮೇರೆ ನೀವಿನ್ನೂ ನನ್ನ ಏಳ್ಕೆ ತಗಂಡೇ ಇಲ್ಲಾ?"

ವಕೀಲಮ್ಮ ಸರ್ರನೆ ಎದ್ದು ಅವಳ ಬಳಿಗೆ ಧಾವಿಸಿದರು. ನೆಲದ ಮೇಲೆಯೇ ಕುಳಿತು ಗಾಬರಿಯಲ್ಲಿ ಬೇಗಬೇಗನೆ ಅವಳ ಪ್ಯಾಂಟಿನ ಲಾಡಿ ಬಿಗಿದರು. ಇದೇ ರೀತಿ ಅದೆಷ್ಟು ಮಂದಿಗೆ ಈ ಮಗು ಏಳ್ಕೆ ಕೊಟ್ಟಿರಬಹುದು, ಯೋಚಿಸುತ್ತಾ ಅವರ ಕಣ್ಣಲ್ಲಿ ನೀರು ತುಂಬತೊಡಗಿದವು.

ಗಿರ್ಮಿಟ್

▪ ಮಂಜುನಾಥ ಹಿಲಿಯಾಣ

manjusanatani@gmail.com

ಅಲ್ಲಲ್ಲಿ ಹರಿದು ತೇಪೆ ಹಚ್ಚಿದ ಮಣಬಾರದ ಶಾಲಾ ಬ್ಯಾಗನ್ನು ಹೆಗಲಿಗೇರಿಸಿಕೊಂಡು ತರಗತಿ ಕೋಣೆಯೊಳಗೆ ಕಾಲಿಟ್ಟ ಸಿದ್ರಾಮ. ಹರಿದ ತನ್ನ ಬ್ಯಾಗನ್ನು ತರಗತಿಯ ಸ್ನೇಹಿತರು ನೋಡಿ ಅಪಹಾಸ್ಯ ಮಾಡಿ ನಕ್ಕರೆ ತನ್ನ ಮರ್ಯಾದೆ ಹರಾಜಾಗುದೆಂದು ಗಿರೇಸಿದವನೇ ತನ್ನ ಬ್ಯಾಗನ್ನು ಕಳಚಿ ಎದೆಗವಚಿ ದೇಹವನ್ನು ಹಿಡಿಹಿಡಿ ಮಾಡಿಕೊಂಡು ಹೋಗಿ ತನ್ನ ಸ್ಥಾನದಲ್ಲಿ ಕುಕ್ಕರಿಸಿದ. ಬೆವರಿನಿಂದ ತೋಯ್ದು ನುಪ್ಪೆಯಾಗಿದ್ದ ತನ್ನ ಪುಟ್ಟ ದೇಹವನ್ನು ಶಾಲಾ ವಾತವರಣಕ್ಕೆ ಹೊಂದಿಸಿಕೊಳ್ಳಲು ಅವನಿಗೆ ಸುಮಾರು ನಿಮಿಷಗಳು ಬೇಕಾದವು. ತನ್ನ ಖಾಸ ದೋಸ್ತು ನಿಂಗನ ಕಡೆ ತಿರುಗಿ 'ಇವತ್ತು ಪಸ್ಟ್ ಪಿರೇಡ್ ಯಾರದ್ದೋ?' ಎಂದು ಪಿಸು ದನಿಯಲ್ಲಿ ಕೇಳಿದ 'ಇನ್ಯಾರದ್ದೂ... ಅದೇ ಜಾಂಟೀ ಕೈಕಾಲು ಶಾಲಿನಿ ಟೀಚರದ್ದು. ಮ್ಯಾಸು' ಎಂಬ ನಿಂಗನ ಉತ್ತರ ಕೇಳಿ ಸಿದ್ರಾಮನಿಗೆ ಕುಳಿತಲ್ಲೆ ಚವುಳಿ ಕಚ್ಚಿದಂತಾಯ್ತು.

ಇಂದು ಬೆಳಿಗ್ಗೆ ಸಿದ್ರಾಮ ಶಾಲೆಗೆ ಹೊರಡುವಾಗಲೇ 'ಇವತ್ತೊಂದಿನ ಶಾಲಿನಿ ಟೀಚರ್ ಸ್ಕೂಲಿಗೆ ಬರದಂತೆ ತಡೆ ಮಾಡು ದ್ಯಾವ್ರೆ. ಬೇಕಾದ್ರೆ ಅವರು ಬರುವ ಬಸ್ಸಿನ ಟಯರೇ ಪಂಚರ್ ಆಗ್ಲಿ' ಎಂದು ದೇವರ ಪಟಕ್ಕೆ ನೂರು ಸಲ ಅಡ್ಡ ಬಿದ್ದಿದ್ದ. ಅವನಬ್ಬೆ ರುದ್ರಿ ಪ್ಯಾಟೆ ಬದೀಗೆ ಹೋಗುದಾದ್ರೆ ಜರೂರು

ಬೇಕು ಎಂದು ಕಪಾಟಿನ ಮೂಲೆಯಲ್ಲಿ ಇಟ್ಟಿದ್ದ ಕುಂಕುಮ ಕರಟಿಕೆಯನ್ನು ಹುಡುಕಿ ತೆರೆದು ಹಣೆಗೆ ಉದ್ದ ನಾಮ ಬಳಿದುಕೊಂಡಿದ್ದ. ಆದರೆ ಸಿದ್ರಾಮನ ದುರಾದೃಷ್ಟ... ದಿನವೂ ಟೇಮಿಗೆ ಸರಿಯಾಗಿ ಬರುವ ಗಜಾನನ ಬಸ್ಸಿನಲ್ಲಿ ಶಾಲಿನೀ ಟೀಚರ್ ಇಂದು ಅದೇ ಗತ್ತಿನಲ್ಲಿ ಇಳಿದು ಬಂದಿದ್ದರು. ಕರುಣೆಯ ಕೃಪಾಕಟಾಕ್ಷ ಬೀರದ ದೇವರಿಗೆ ಮನಸ್ಸಿನಲ್ಲೆ ಬೈಯ್ದು ಸಿಟ್ಟಿನಲ್ಲಿ ಹಣೆಯ ನಾಮವನ್ನು ತಿಕ್ಕಿ ಒರೆಸಿಕೊಂಡು ಕೂತ.

ನಿನ್ನೆಯ ಗಣಿತದ ತರಗತಿಯಲ್ಲಿ ಅದೇ ಹಳೆಯ ಹರಿದ ನೋಟು ಬುಕ್ಕು ಹಿಡಿದು ಕೂತಿದ್ದ ಸಿದ್ರಾಮ. ಆದಷ್ಟು ಶಾಲಿನಿ ಟೀಚರ ದೃಷ್ಟಿಯಿಂದ ಮರೆಯಾಗಲು ತನ್ನ ಪೀಚಲು ದೇಹವನ್ನು ಇನ್ನಷ್ಟು ಹಿಗ್ಗಿಸಿ ಮರೆಯಾಗಲು ಯತ್ನಿಸಿದ್ದ. ಇಂತಹ ಹಲವು ಮಂಗನಾಟವನ್ನು ನೋಡಿ ಮಾಗಿದ್ದ ಶಾಲಿನಿ ಟೀಚರ್ ಧಡ ಧಡನೇ ಸಿದ್ರಾಮನ ಬಳಿ ಧಾವಿಸಿ ಬಂದವರೇ ಎದ್ದು ನಿಲ್ಲಿಸಿ 'ಒಂದು ಹೊಸ ನೋಟು ಬುಕ್ಕು ತಗೊಳ್ಳೋಕೆ ಆಗಲ್ವಾ? ಗಾಳಿಪಟದ ತರಹ ಊರೆಲ್ಲ ಹಾರಾಡುತ್ತಾ ಉಂಟಲ್ಲ...ಚೀ... ಇದ್ರಲ್ಲಿ ನೀನು ಲೆಕ್ಕೆ ಬರಕೊಂಡ್ರೆ ವರ್ಷದ ಕೊನೆ ತನಕ ಉಳಿಯುತ್ತಾ? ನಾಳೆ ಬೈಂಡ್ ಹಾಕಿರುವ ಹೊಸ ನೋಟು ಬುಕ್ಕು ತರಬೇಕು' ಎಂದು ತಾಕೀತು ಮಾಡಿ ಕಿವಿಯನ್ನು ಕೆಂಪಗಾಗುವ ತನಕ ಹಿಂಡಿ ಹಿಪ್ಪಿದ್ದರು. ತರಗತಿಯಲ್ಲಿ ಹೋಗುತ್ತಿರುವ ಮರ್ಯಾದೆ ತಡೆಯಲು ಆಯ್ತೆಂದು ತಲೆ ಅಲ್ಲಾಡಿಸುದಕ್ಕೇನೋ ಸುಲಭವಾಗಿ ಸಿದ್ರಾಮ ಆಡಿಸಿದ್ದ. 'ಅವ್ವೋ... ಲೆಕ್ಕ ಟೀಚರು ಹೊಸ ನೋಟು ಬುಕ್ಕು ತರೋಕೆ ಹೇಳಿರು. ತಂದು ಕೊಡು. ಇಲ್ದಿದ್ರೆ ನನ್ನ ಬೆನ್ನು ಕೋಲು ಮುರಿದು ಹಾಕ್ತು' ಎಂದು ಮನೆಗೆ ಬಂದವನೇ ಅಬ್ಬೆಯ ಸೆರಗು ಹಿಡಿದು ಒರಲಿದ್ದ. 'ವಾರದ ಮಧ್ಯೆ ಕಾಸು ಕೇಳಿದ್ರೆ ನನ್ನತ್ರ ಎಲ್ಲಿರುತ್ತೆ ಮಗಾ...? ನಾಡಿದ್ದು ಸನಿವಾರ ಹೊತಾಪತಿಗೆ ಬಟ್ವಾಡೆ ಆದ ಕೂಡಲೇ ನಿಂಗೆ ಹೊಸ ನೋಟು ಬುಕ್ಕು ತರುವ... ಮೂರು ದಿನ ಅಜೆಸ್ಟು ಮಾಡ್ಕೊ' ಎಂದು ಅವ್ವ ಸಿದ್ರಾಮನನ್ನು ಅಪ್ಪಿ ಸಮಧಾನಿಸಿದ್ದಳು. ಸಿಟ್ಟು ಬಂದರೆ ಅಡ್ಡ ಸ್ಕೇಲು ಹಿಡಿದು ಕುಂಡೆ ಮೇಲೆ ಬಾರಿಸುವ ಶಾಲಿನಿ ಟೀಚರ ಪೆಟ್ಟಿನ ಘಾಟು ಸಹಿಸಿಕೊಳ್ಳುದು ಕಷ್ಟ ಎಂದು ಸಿದ್ರಾಮನಿಗೆ ಗೊತ್ತು. ಅದಕ್ಕೆ ಕೊನೆಯ ಪ್ರಯತ್ನ ಎಂಬಂತೆ ಅಪ್ಪ ಮಿವರಿಗೆ ಮೀಯಲು ಹೋದ ಟೇಮನ್ನು ಗೊತ್ತು ಮಾಡಿ ಅಪ್ಪಯ್ಯನ ಅಂಗಿ ಕಿಸೆಯೊಳಗೂ ಕೈ ತೂರಿಸಿ ನೋಡಿದ್ದ... ಅಲ್ಲಿ ಮೂರು ಮುಂಡು ಬೀಡಿ ಸಿಕ್ಕಿದವೇ ವಿನಃ ಎಂಟಾಣೆ ಚಿಲ್ಲರೆ ಕಾಸೂ ದಕ್ಕಲಿಲ್ಲ. 'ನೋಟು ಬುಕ್ಕು ತಗೊಳೋಕೆ ಕಾಸಿಲ್ಲ ಟೀಚರ್' ಎಂದು ಹೇಳಿದರೆ ತರಗತಿಯಲ್ಲಿ ತನ್ನ ಸಹಪಾಠಿಗಳೆಲ್ಲ ಗೊಳ್ಳೆಂದು ನೆಗೆಯಾಡಿ ಕುಹಕ ಮಾಡುವರೆಂಬ ಹಸಿ ನಾಚಿಕೆ. ಅದರ ಬದಲು ಶಾಲಿನಿ ಟೀಚರ್ ಕೊಡುವ ಪೆಟ್ಟನ್ನು ಬಾಯ್ಮುಚ್ಚಿ ತಿನ್ನುದು. ನಾಲ್ಕು ದಿನ ಜಬ ಜಬ ನೋಯುತ್ತೆ... ಆಮೇಲೆ

ಕಡಿಮೆಯಾಗುತ್ತೆ ಎಂದು ಕುಳಿತಲ್ಲೆ ತನ್ನನ್ನು ಸಮಧಾನಿಸಿಕೊಳ್ಳಲು ಪ್ರಯತ್ನಿಸಿದ ಸಿದ್ರಾಮ...

ತರಗತಿಯ ಆರಂಭದ ಬಿಲ್ಲು ಢಣ್ ಎಂದು ಬಾರಿಸಿತು. ಕ್ಲಾಸಿನ ಲೀಡರು ರಾಧಿಕ ಕೈಯಲ್ಲಿ ಪೆನ್ನು ಪೇಪರ್ ಹಿಡಿದು ಮಾತನಾಡಿದವರ ಹೆಸರು ಬರೆದುಕೊಳ್ಳಲು ಹದ್ದುಗಣ್ಣಿನ ನೋಟ ಬೀರುತ್ತಾ ನಿಂತಿದ್ದಳು. ಸಿದ್ರಾಮನಿಗೆ ತನ್ನ ಖಾಸ ದೋಸ್ತು ನಿಂಗನ ಬಳಿ ಈ ಹಪ್ಪು ಶಾಲಿನಿ ಟೀಚರ ಹೊಡೆತದಿಂದ ಪಾರಾಗುವ ಪಿಲೇನು ಏನಾದ್ರೂ ಉಂಟಾ ಎಂದು ಕೇಳುವ ತವಕ. ಆದರೆ ರಾಧಿಕಳ ದೆಸೆಯಿಂದ ಟೀಚರ್ ಕೈಯಿಂದ ಆರಂಭದಲ್ಲೆ ಕದಿ ಬೀಳುದು ಬೇಡವೆಂದು ಮಿಳ್ಳಗೆ ಕೂತಿದ್ದ.

ಟಕ್ ಟಕ್ ಎಂದು ಗೋಡೆ ಗಡಿಯಾರ ಓಡುತಿತ್ತು. ಸಿದ್ರಾಮನಿಗೆ ನಿಮಿಷ ನಿಮಿಷವೂ ಯುಗವೇ... ಹಾಗೂ ಹೀಗೂ ಅರ್ಧ ಗಂಟೆ ಜಾರಿ ಹೋಯ್ತು. ಶಾಲಿನಿ ಟೀಚರ್ ನಾಪತ್ತೆ. 'ಅಬ್ಬಾ. ಇನ್ನೊಂದು ಇಪ್ಪತ್ತು ಮಿನೀಟು ಹೀಗೆ ಜಾರಿ ಹೋಗ್ಲಿ' ಎಂದು ಸಿದ್ರಾಮ ಕುಳಿತಲ್ಲೆ ಕೊರಗಜ್ಜನಿಗೊಂದು ಸಲಾಮು ಸಲ್ಲಿಸಿದ. ತನ್ನ ದೋಸ್ತು ನಿಂಗನ ಕಡೆಗೆ ತಿರುಗಿ ಹೌದೋ ಅಲ್ಲವೋ ಎಂಬಂತೆ ಚೂರು ನೆಗೆ ನಕ್ಕ. ಅದರ ಮರ್ಮವನ್ನು ಸಮಾ ಅರಿತಿದ್ದ ನಿಂಗನೂ ಕಣ್ಣು ಮಿಟುಕಿಸಿ ಗೆಳೆಯನನ್ನು ಸಮಧಾನಿಸುವ ಪ್ರಯತ್ನ ಮಾಡಿದ.

ಇನ್ನೇನು ಮೊದಲ ತರಗತಿ ಮುಗಿಯುದಕ್ಕೆ ಐದೇ ಐದು ಮಿನಿಟು ಬಾಕಿ ಇದೆ ಎನ್ನುವಾಗ ಗುಹೆಯಿಂದ ಹೊರಬರುವ ಸಿಂಹದ ಹಾಗೇ ಸ್ಟಾಫ್ ರೂಮಿನಿಂದ ಶಾಲಿನಿ ಟೀಚರ್ ದೌಡಾಯಿಸುತ್ತಾ ತರಗತಿಯೊಳಗೆ ಬಂದೇ ಬಿಟ್ಟರು. 'ನಮಸ್ತೆ ಟೀಚರ್' ಎಂದು ಸಹಪಾಠಿಗಳೆಲ್ಲ ಎದ್ದು ನಿಂತು ಅವರನ್ನು ಸ್ವಾಗತಿಸುವಾಗ ಸಿದ್ರಾಮನ ಎದೆಯೊಳಗೆ ಪುಕ ಪುಕ. ಎಲ್ಲರೊಂದಿಗೆ ಅನಿವಾರ್ಯವಾಗಿ ಅವನು ಎದ್ದು ನಿಂತನಾದರೂ ಸ್ವಾಗತ ಸ್ವರ ಮಾತ್ರ ಗಂಟಲಿಂದ ಹೊರಗೆ ಬರಲೇ ಇಲ್ಲ.

ನಿತ್ಯವೂ ತರಗತಿ ಕೋಣೆಯೊಳಗೆ ಬಂದವರೇ ಗಣಿತದ ಸೂತ್ರ ಕೇಳಿ ಎಲ್ಲರ ಮಂಡೆಬೆಚ್ಚ ಮಾಡುತಿದ್ದ ಶಾಲಿನಿ ಟೀಚರ್ ಇವತ್ತು ಅಟೆಂಡನ್ಸ್ ಹಾಕಿ ಮುಗಿಸಿದವರು 'ಮಕ್ಕಳೇ... ನಾನಿವತ್ತು ನಿಮಗೆ ಒಂದು ಖುಷಿಯ ವಿಚಾರ ಹೇಳ್ತೆ... ಏನೆಂದು ಗೆಸ್ ಮಾಡಿ ನೋಡುವಾ' ಎಂದು ಹೂ ನಗು ನಕ್ಕರು. ಮಕ್ಕಳೆಲ್ಲ 'ಗೊತ್ತಿಲ್ಲ ಟೀಚರ್' ಎಂದು ಬೊಬ್ಬಿರಿಯುವಾಗ 'ಏನಿರಬಹುದು.? ಈ ಟೀಚರಿಗೆ ಜರೂರು ನಮ್ಮ ಶಾಲೆಯಿಂದ ಟ್ರಾನ್ಸ್‌ಫರ್ ಆಗಿರಬಹುದೆ? ನಂಗೆ ಭಾರೀ ಖುಷಿ ಆಗ್ತಿತ್ತು' ಎಂದು ಸಿದ್ರಾಮ ಮನಸಿನೊಳಗೆ ಎಣಿಸಿ ಪುಳಕಿತನಾದ. 'ಒಕೆ... ಒಕೆ ನಾನೇ ಹೇಳ್ತೆ... ನಾಡಿದ್ದು ಮಂಗಳವಾರ ಒಂದು ದಿನದ ಶೈಕ್ಷಣಿಕ ಪ್ರವಾಸ ಇಟ್ಟಿದ್ದೇವೆ... ಮಲ್ಪೆ ಬೀಚು, ಉಡುಪಿ ಕೃಷ್ಣಮಠ

ಮತ್ತೆ ಕಾರ್ಕಳದ ಗೋಮಟೇಶ್ವರನನ್ನು ನೋಡಿಕೊಂಡು ಬರುವುದು... ಯಾರೆಲ್ಲ ಶಾಲೆಯ ಈ ಟೂರಿಗೆ ಬರ್ತೀರಿ?' ಎಂದು ಶಾಲಿನಿ ಟೀಚರ್ ಮಾತು ಮುಗಿಸುದರೊಳಗೆ ಮಕ್ಕಳೆಲ್ಲ ನಾನು ಬರ್ತೆ. ನಾನು ಬರ್ತೆ' ಎಂದು ಬಾರೀ ಉಮೇದು ಮಾಡುವುದು ಸಿದ್ರಾಮನಿಗೆ ಕಂಡಿತು. 'ಒಕೆ... ಬರುವವರು ನಾಡಿದ್ದು ಶನಿವಾರದ ಒಳಗೆ ರಾಧಿಕಾಳ ಹತ್ರ ಹೆಸರು ಕೊಡಿ... ಇನ್ನೂರು ರೂಪಾಯಿ ಚಾರ್ಜ್ ಕೊಡಬೇಕು... ಊಟ ತಿಂಡಿ ಎಲ್ಲವೂ ಶಾಲೆಯಿಂದ ಇರುತ್ತೆ. ಓಕೆ' ಎಂದು ಮತ್ತೆ ನೆಗೆಯಾಡಿದರು. ಅಲ್ಲಿಗೆ ಅವರ ತರಗತಿ ಮುಗಿಯುವ ಬಿಲ್ಲು ಢಣ್. ಎಂದು ಬಾರಿಸಿತು. ಎದ್ದು ಹೊರ ಹೊರನಡೆದರು.

ಅಬ್ಬಾ... ಬದುಕಿತು ಬಡ ಜೀವ. ಇವತ್ತು ಶಾಲಿನಿ ಟೀಚರ್ ಕೈಯಿಂದ ಒದೆ ಬೀಳುದು ತಪ್ಪಿತು ಎಂದು ಯೋಚಿಸಿ ಇಷ್ಟೋತ್ತು ಮಳ್ಳನಂತೆ ಕೂತಿದ್ದ ಸಿದ್ರಾಮ ನೆಟ್ಟಗಾದ. ಅದಾಗಲೇ ತರಗತಿ ತುಂಬೆಲ್ಲಾ ಟೂರಿನ ಚರ್ಚೆ ಬಿರುಸಾಗಿ ನೆಡೆಯುತ್ತಿತ್ತು. ಸಿದ್ರಾಮನೂ ತನ್ನ ಆಪ್ತ ಗೆಳೆಯ ನಿಂಗನ ಕಡೆ ಮುಖ ತಿರುವಿ 'ನೀನು ಟೂರಿಗೆ ಹ್ವಾಪನಾ?' ಎಂದು ಕೇಳಿದ. 'ನಾನು ಅಪ್ಪಯ್ಯನ ಹತ್ರ ಕೇಳಿ ನೋಡ್ಕು... ಕಾಸು ಕೊಟ್ರೆ ಟೂರು. ಇಲ್ಲಾಂದ್ರೆ ಇಲ್ಲ' ಎಂದು ನಿಂಗ ಹೇಳಿದ. 'ನಂದೂ ಅಷ್ಟೇಯಾ. ಅಬ್ಬೆ ಎಂತ ಹೇಳುತ್ತು ಗೊತ್ತಿಲ್ಲ... ಇವತ್ತು ಕೇಳಿ ನೋಡ್ಕು... ಅದೂ ಅಲ್ದೆ ನಂಗೆ ಬಸ್ಸು ಹತ್ರೆ ವಾಂತಿ. ದೂರ ಹ್ವಾಪೂಕೆ ಆತಿಲ್ಲ' ಎಂದು ಸಿದ್ರಾಮ ಹಸೀ ಗಪ್ಪಾಸು ಒದರಿದ. ನೋಟು ಬುಕ್ಕು ತಗೊಳೋಕೆ ಹತ್ತು ರೂಪಾಯಿ ಕಾಸು ಕೊಡದೇ ಇರುವ ಅಬ್ಬಿ ಟೂರಿಗೆ ಹ್ವಾಪುಕೆ ಇನ್ನೂರು ರೂಪಾಯಿ ಕೊಡುದು ಹೌದಾ. ಡೌಟೇ! ಆದರೂ ಅಬ್ಬಿ ಕೆಲಸಕ್ಕೆ ಹೋಗುವ ಬಿರಾಮರ ಮನೆಯ ಬಣ್ಣದ ಟಿವಿಯಲ್ಲಿ ಬರುವ ಪಿಚ್ಚರಿನಲಿ ಅವನು ಸುಮಾರು ಸಲ ಸಮುದ್ರ ನೋಡಿದ್ದ. ಉಬ್ಬುಬ್ಬಿ ಬರುವ ಅದರ ತೆರೆಯಲ್ಲಿ ಒಮ್ಮೆಯಾದರೂ ನಿಂತು ಕಾಲು ಚಂಡಿ ಮಾಡ್ಕೋಬೇಕು ಎಂಬುದು ಅವನ ಬಹುದಿನದ ಕನಸ್ಸು. 'ಹೇಗೂ ಒಂದು ವಾರ ಟೇಮು ಇದಿಯಲ್ಲ... ಎನಾದ್ರೂ ಗಿರ್ಮಿಟ್ ಮಾಡಿ ಅಬ್ಬೆ ಹತ್ರ ಇನ್ನೂರು ರೂಪಾಯಿ ಇಸ್ಕೋಬೇಕು' ಎಂದೂ ಯೋಚಿಸಿದವನೇ ಮೆಲ್ಲಗೆ ನಿಂಗನ ಕಡೆಗೆ ತಿರುಗಿ 'ಉಚ್ಚೆ ಹೊಯಿಕ್ಕಂಡು ಬಪ್ಪಾ, ಬಾರೋ' ಎಂದು ಕರೆದ. 'ನಿನ್ನೆ ನಾವು ಉಚ್ಚೆ ಮಾಡಿದ ತುಂಬೆ ಗಿಡ ಇವತ್ತು ಬದುಕಿದಿಯೋ ಸತ್ತಿದಿಯೋ ಜರೂರು ನೋಡ್ಬೇಕು. ಹ್ವಾಪ ನೆಡಿ' ಎಂದು ನಿಂಗನೂ ಉಮೇದಿನಿಂದ ಎದ್ದು ನಿಂತ. ಹೆಗಲಮೇಲೆ ಕೈ ಇರಿಸಿಕೊಂಡ ಅವರಿಬ್ಬರ ಜೋಡಿ ಶಾಲೆ ಹಿಂಬದಿಗೆ ಬರಾಕಿನಲ್ಲಿ ಸಾಗಿತು.

ಕೆರ ಕೆರ ಎಂದು ಜಾಡಿ ಬೆಳೆದ ತಮ್ಮ ಕಾಲುಗಳಿಂದ ಮಣ್ಣನ್ನು ಕೆದರಿ ಹುಳು ಹಪ್ಪಟೆಗಳನ್ನು ಹುಡುಕಿ ನುಂಗುತ್ತಿದ್ದ ಕೋಳಿ ಪಿಳ್ಳೆಗಳಿಗೆಲ್ಲ ಹೊತ್ತು ಕಂತಿ ಹೋದದ್ದು ಯಾವ ಮಾಯಕದಲ್ಲಿ ತಿಳಿಯಿತೋ?. ಹದಕಿ ಹಾಕಿ

ಕೂತುಕೊಳ್ಳಲು ಹಟ್ಟಿ ಮಾಡೋ, ಬೂದಿ ರಾಶಿ ಬದಿಯೋ ಬೆಚ್ಚಗಿನ ಜಾಗ ಅರಸಲಾರಂಭಿಸಿದವು. ಪಿಯಾಂವ್ ಪಿಯಾಂವ್ ಎನ್ನುತ್ತಾ ಪೀಂಕಟಿ ಮರಿಗಳೆಲ್ಲ ತಾಯಿ ಹೆಂಟೆಯ ಗರಿಯೊಳಗೆ ಆತುಕೊಳ್ಳಲು ಗಡಿಬಿಡಿಗುಟ್ಟುತ್ತಿದ್ದವು.

ತೆಂಗಿನ ಓಲೆಗರಿಗಳನ್ನು ಅಡ್ಡಹಾಕಿ ತಮ್ಮ ಜೋಪಡಿಯ ಮುಂಭಾಗ ನಿರ್ಮಿಸಿದ್ದ ಚಪ್ಪರದ ಕೆಳಗೆ ಮೆಟ್ಟುಕತ್ತಿ ಮಣೆ ಮೇಲೆ ಸಿದ್ರಾಮ ಕೂತಿದ್ದ. ಅವನೆದುರು ಸುಲಿಯಲು ಬಾಕಿ ಉಳಿದಿರುವ ಒಣ ಅಡಿಕೆಯ ರಾಶಿಯೇ ಬಿದ್ದಿತ್ತು. ಅಲ್ಲಿಂದ ಒಂದೊಂದೆ ಅಡಿಕೆಯನ್ನು ಆಯ್ದು ಮೆಟ್ಟುಕತ್ತಿ ಬಾಯಿಗಿಟ್ಟು ಚಟ ಚಟ ಸುಲಿದು ಅಡಿಕೆ ಹೋಳನ್ನು ತನ್ನೆದುರು ಇರಿಸಿಕೊಂಡಿದ್ದ ಬಿದಿರು ಬುಟ್ಟಿಯೊಳಗೆ ಎಸೆಯುತ್ತಿದ್ದ ಸಿದ್ರಾಮ.

ಮಾಡಿದಷ್ಟೂ ಮುಗಿಯದ ಬಿರಾಮರ ಮನೆಯ ನಿತ್ಯಚಾಕರಿಗೆ ಇಂದು ಮಂಗಳ ಹಾಡಿ ಸೂ... ಎನ್ನುತ್ತಾ ತನ್ನ ಜೋಪಡಿಗೆ ಸಾಗಿ ಬಂದ ಸಿದ್ರಾಮನ ಅಬ್ಬಿ ರುದ್ರಿ ನಿಜ ಆಶ್ಚರ್ಯಗೊಂಡಳು. ದಿನಾ ಶಾಲೆ ಬಿಟ್ಟು ಮನೆಗೆ ಬರುದೇ ತಡ ಶಾಲೆ ಅಂಗಿ ಚಡ್ಡಿಯನ್ನು ಕಳಚಲು ಪುರುಸೊತ್ತಿಲ್ಲದವನಂತೆ ಮಕ್ಕಳೊಂದಿಗೆ ಸೂಕ್ಕಲು ಗೆದ್ದೆ ಬೈಲಿಗೆ ಕುಟ್ಟಿ ಕೀಸುತ್ತಿದ್ದ ಸಿದ್ರಾಮ ಇಂದು ಬಾರೀ ಜವಬ್ದಾರಿ ಇರುವನಂತೆ ಅಡಿಕೆ ಸುಲಿಯಲು ಕೂತಿದ್ದು ಏಕೆಂದು ಅವಳಿಗೆ ಉಹಿಸುದು ಕಷ್ಟವಾಯ್ತು... ಆದರೂ ಮಗನ ಈ ಕೆಲಸದ ಹಿಂದೆ ಎನೋ ಹುನ್ನಾರವಿದೆ ಎನ್ನುದನ್ನು ಮಾತ್ರ ಅವಳ ಮನ ತರ್ಕಿಸಿತ್ತು. ಮುಖದಲ್ಲಿ ಅದನ್ನು ಪ್ರಕಟುಪಡಿಸದೇ 'ಎನೋ ಸಿದ್ರಾಮ ಇಂದು ಸೂರ್ಯ ಯಾವ ಬದಿಯಲ್ಲಿ ಮುಳುಗಿದಾ? ನೀನು ಮಕ್ಕಳೊಂದಿಗೆ ಸೂಕ್ಕುದಕ್ಕೆ ಹೋಗಿಲ್ವೇನೊ...' ಎಂದು ಕೇಳಿದಳು. 'ಇಲ್ಲ ಅವ್ವೋ. ನೀನು ದಿನಾಲು ಸಮರಾತ್ರಿಯವರಿಗೆ ಅಡಿಕೆ ಸುಲಿತಿಯಲ್ಲ... ಅದ್ಕೆ ಉಪಕಾರ ಮಾಡುವ ಅಂತ'. ಎಂಬ ಸಿದ್ರಾಮನ ಬಾಯಿಯಿಂದ ಬಂದ ಉತ್ತರ ಕೇಳಿ ರುದ್ರಿ ಗೊಳ್ಳನೆ ನಕ್ಕಳು. 'ಹೋ. ಬಾರೀ ಜವಬ್ದಾರಿ ಇರೋನು ನನ್ನ ಮಗಾ' ಎಂದು ಮಗನ ಬಳಿ ಧಾವಿಸಿ ಕೊಂಗಾಟ ಮಾಡಿ ನೆಟ್ಟಿಗೆ ತೆಗೆದಳು. 'ಬಿಡು ಅತ್ಲಾಗೆ... ನಾನೇ ಆಮೇಲೆ ಸುಲಿಕಂತೆ. ಒಳಗೆ ಬಾ. ಬಿಸಿ ಚಹಾ ಮಾಡಿ ಹಲಸಿನ ಹಪ್ಪಳ ಸುಟ್ಟು ಕೊಡ್ತೆ...ತಿನ್ನುವಿಯಂತೆ' ಎಂದು ಒಲೆಹತ್ತಿಸಲು ಅಡಿಗೆಮನೆಗೆ ಸಾಗಿದಳು.

ಹಲಸಿನ ಹಪ್ಪಳ ಕರುಂ ಕರುಂ ಮಾಡಿ ಮೆಲ್ಲುದೆಂದ್ರೆ ಸಿದ್ರಾಮನಿಗೆ ಭಾರೀ ಇಷ್ಟ. ಆದರೆ ಆ ಇಷ್ಟವನ್ನೂ ಇವತ್ತು ನಿಗ್ರಹಿಸಿಕೊಂಡು ಮೆಟ್ಟುಕತ್ತಿ ಮಣೆ ಮೇಲೆ ಹಂದಾಡದೇ ಕೂತ.

ಬಳೆ ಲೋಟಕ್ಕೆ ಚಹಾ ಎರೆದುಕೊಂಡು ಕೆಂಡದಲ್ಲಿ ಹದಸುಟ್ಟ ಹಲಸಿನ ಹಪ್ಪಳ ಹಿಡಿದುಕೊಂಡು ಮಗನ ಬಳಿ ತಂದಿತ್ತಳು ರುದ್ರಿ. ಏಕೋ ಮಗ ತಲೆಬಗ್ಗಿಸಿ ಪಾಪದ ಹುಳುವಿನಂತೆ ಅಡಿಕೆ ಸುಲಿಯುದು ನೋಡಿ ಅಬ್ಬಿ

ಒಡಲು ಕರಗಿತು. 'ಏನಾಯ್ತೋ ಸಿದ್ರಾಮ ನಿಂಗಿವತ್ತು.? ಬಾರೀ ಕೆಲಸ ಮಾಡ್ತಿದ್ದಿಯಲ್ಲ... ಬಿಡು ಅತ್ಲಾಗೆ ಅಂದೇನಲ್ಲ. ಆಮೇಲೆ ನಾನೇ ಮಾಡ್ಕೋತೆ ಮಗಾ' ಎಂದು ಮಗನನ್ನು ಮುದ್ದಿಸಿದಳು. 'ಅವ್ವೋ... ನಾನೊಂದು ಕೇಳ್ತೆ... ಇಲ್ಲ ಅನ್ನಬಾರ್ದು' ಸಿದ್ರಾಮ ಕೇಳಿದ. 'ಎಂತ ಮಗಾ ಕೇಳು' ಎನ್ನುತ್ತಾ ರುದ್ರಿ ಸಿದ್ರಾಮನ ಪಕ್ಕವೇ ಕುಳಿತು ಚಹ ಹೀರಲಾರಂಭಿಸಿದಳು. 'ಅವ್ವೋ. ನಾಡಿದ್ದು ಮಂಗಳವಾರ ಶಾಲೆಯಿಂದ ಮಲ್ಪೇಗೆ ಟೂರು ಇಟ್ಟೀರು. ಕ್ಲಾಸಿನ ಎಲ್ಲ ಮಕ್ಕಳು ಹೋತ್ರು. ನಂಗೂ ಹೋಗ್ಬೇಕು ಅಂತ ಬಾರೀ ಆಸೆ. ರೊಕ್ಕ ಕೊಡ್ತೀಯಾ' ಅಬ್ಬೆಯನ್ನು ರಮಿಸಿ ಕೇಳಿದ. 'ಎಷ್ಟು ರೊಕ್ಕ ಬೇಕೋ' ರುದ್ರಿ ಮೆಲ್ಲಗೆ ಕೇಳಿದಳು. 'ಜಾಸ್ತಿಯೇನಿಲ್ಲ... ಇನ್ನೂರು ರೂಪಾಯಿ ಅಷ್ಟೇ' ಎಂಬ ಸಿದ್ರಾಮನ ಮಾತು ಕೇಳಿ ರುದ್ರಿಗೆ ಮಗನ ಇಂದಿನ ಈ ಭಾರೀ ಕೆಲಸದ ಹಿಂದೆ ಇರುವ ಹುನ್ನಾರ ಅರ್ಥ ಆಯ್ತು. 'ಮಗಾ ಇನ್ನೂರು ರೂಪಾಯಿ ನೋಡಬೇಕಾದ್ರೆ ನಾನು ಎರಡು ದಿನ ದುಡಿಬೇಕು ಗೊತಿತಾ. ಈ ಟೂರು-ಗೀರು ಎಲ್ಲ ನಮ್ಮಂತ ಬಡಬಗ್ರಿಗೆ ಅಲ್ಲ ಮಗಾ... ಬಿಟ್ಹಾಕು ಅದನ್ನ' ಎಂದು ಸಿದ್ರಾಮನನ್ನು ಸಮಾಧಾನಿಸುವ ಪ್ರಯತ್ನ ಮಾಡಿದಳು. 'ಇಲ್ಲ ಅವ್ವೋ... ನಂಗೆ ಹೋಗ್ಲೇ ಬೇಕು... ಕಡಲು ತೋರಿಸ್ತ್ರು ಗೊತಿತಾ?. ಎಲ್ಲ ಹುಡುಗ್ರು ಹೋಗಿ ಬಂದ ಮೇಲೆ ಅಲ್ಲಿ ಹಾಗೇ... ಇಲ್ಲಿ ಹೀಗೆ ಅಂದರೆ ನಂಗೆ ಬ್ಯಾಜರು ಆಗಲ್ವೋ... ನೀನು ಬೇಕಿದ್ರೆ ಶೆಟ್ರ ಮನೆಯಿಂದ ಈ ವಾರ ಜಾಸ್ತಿ ಅಡಿಕೆ ತಕೊಂಡು ಬಾ... ನಾನು ಸುಲಿದು ಕೊಡ್ತೆ' ಎಂದು ತಾಯಿಯತ್ತ ಆಸೆ ಕಂಗಳಿಂದ ನೋಡುತ್ತಾ ಕೇಳಿದ. ರುದ್ರಿಗೆ ಅಯ್ಯೋ ಪಾಪ ಅನ್ನಿಸಿತು.

ಈ ಮಳೆಗಾಲ ಬರುದರೊಳಗೆ ಆಗಲೋ ಈಗಲೋ ಬಿದ್ದು ಹೋಗುವ ಸ್ಥಿತಿಯಲ್ಲಿರುವ ತಮ್ಮ ಜೋಪಡಿಯ ಮಣ್ಣಿನ ಗೋಡೆಯನ್ನು ತೆರವುಗೊಳಿಸಿ ಗಟ್ಟಿ ಮುಟ್ಟದಾ ಕೆಂಪು ಕಲ್ಲಿನ ಗೋಡೆ ನಿರ್ಮಿಸಬೇಕು ಅನ್ನುವುದು ಅವಳ ಬಹುದಿನದ ಕನಸು. ಗಂಡ ಅನ್ನುವವನು ಹುಟ್ಟಿರುದೇ ಹೆಂಡ ಕುಡಿಯುದಕ್ಕೆ ಎಂದು ತಿಳಿದಿರುವ ಹಪ್ಪು ಪರದೇಸಿ. ಅವನಿಂದ ಒಂದು ರೂಪಾಯಿ ನಿರೀಕ್ಷಿಸುದು ಕಷ್ಟ. ಹಾಗಾಗಿ ಹಗಲಿಡೀ ಹತ್ತಿರದ ಬ್ರಾಹ್ಮಣರ ಮನೆಯ ಹೊರ ಕೆಲಸದ ಹೆಂಗಸಾಗಿ ದುಡಿದು ಸುಸ್ತಾಗಿ ಮನೆಗೆ ಬಂದರೂ ಶೆಟ್ಟರ ಮನೆಯಿಂದ ಹೊತ್ತು ತರುವ ಅಡಿಕೆಯನ್ನು ಸರಿ ರಾತ್ರಿಯವರೆಗೆ ಸುಲಿಯುತ್ತಿದ್ದಳು. ಕೆಜಿಗೆ ಇಂತಿಷ್ಟು ಎಂದು ಶೆಟ್ಟರು ಪಗಾರ ಕೊಡುತ್ತಿದ್ದರು.

'ಇಲ್ಲ ಮಗಾ. ನಿನ್ನ ಶಾಲಿಗೆ ಕಳುಸುದೇ ನಾನು ಬಾರೀ ಕಷ್ಟದಂಗೆ... ಈ ಮಳೆಗಾಲ ಶುರು ಆಗುದ್ರೊಳಗೆ ಕೆಂಪು ಕಲ್ಲಿನ ಗೋಡೆ ಮಾಡದಿದ್ರೆ ಒರಲೆ ಹಿಡಿದಿರೂ ಈ ಮಣ್ಣಿನ ಗೋಡೆ ಅಸಾಡಿ ನೆರಿಗೆ ಮೈ ಮೇಲೆ ಬಿದ್ರೂ ಬಿದ್ದೀತು...ಈ ಟೂರು ಗೀರೆಲ್ಲ ನಮ್ಗೆ ಬ್ಯಾಡ' ಎಂದು ಮಗನ ಸಮೀಪ

ಬಂದು ರಮಿಸಲು ಪ್ರಯತ್ನಿಸಿದಳು. 'ಬೇಡ...ಮುಟ್ಬೇಡ ನನ್ನಾ' ಎಂದು ಮೈ ಕೊಸರಿ ಸಿಟ್ಟಿನಲ್ಲಿ ಕೂತ ಸಿದ್ರಾಮ. ಅಬ್ಬೆ ಆವಾಗ ತಂದಿಟ್ಟ ಹಪ್ಪಳ ಚಹ ಕೂಡ ಮುಟ್ಟದೇ ರಾಪಿನಲ್ಲಿ ಅಡಿಕೆ ಸುಲಿದು ಸುಲಿದು ಬಿದಿರು ಬುಟ್ಟಿಗೆ ಎಸೆಯುತ್ತಿದ್ದ. ರುದ್ರಿ ಸುಮಾರು ಹೊತ್ತು ಮಗನನ್ನು ರಮಿಸಲು ಪ್ರಯತ್ನಿಸಿ ಸಾಧ್ಯವಾಗದೇ ಎದ್ದು ಅಡಿಗೆ ಮನೆಯೊಳಗೆ ಧಾವಿಸಿದಳು.

ರಾತ್ರಿ ಊಟಕ್ಕೆ ಒಣಕಟಿ ಜಗ್ಗಿನ ಕಾಣಿ ಸಾರನ್ನು ಮಾಡಿ ಅಳಿದುಳಿದ ಪಾತ್ರೆ ಪಗಡೆಗಳನ್ನು ತೊಳೆದು ಮಿಂದು ಹೊರಬಂದು ನೋಡಿದರೆ ಸಿದ್ರಾಮ ಇನ್ನೂ ಅದೇ ಮೆಟ್ಟುಕತ್ತಿ ಮಣೆ ಮೇಲೆ ಕೂತು ಅಡಿಕೆ ಸುಲಿಯುತ್ತಿದ್ದ. ಅವನಿಗಾಗಿ ತಂದಿಟ್ಟಿದ್ದ ಹಪ್ಪಳ ಮತ್ತು ಚಹ ಸೀದು ಇರುವೆಗಳ ಪಾಲಾಗಿತ್ತು. 'ಇಷ್ಟು ಸಿಟ್ಟು ಸೆಡ ಏಕೋ ಸಿದ್ರಾಮ ನಿಂಗೆ?... ಹಸಿ ಅಡ್ರು ತಗೋಬೇಕಾ' ಎಂದು ಕೇಳುತ್ತಾ ಮಗನ ಹತ್ತಿರ ದೌಡಾಯಿಸಿ ಮೆಟ್ಟುಕತ್ತಿ ಮಣೆಯಿಂದ ಅವನನ್ನು ಎತ್ತಿ ನಿಲ್ಲಿಸಿದಳು ರುದ್ರಿ. 'ಬಿಡು ನನ್ನಾ... ಬಿಡು' ಎನ್ನುತ್ತಾ ಸಿದ್ರಾಮ ಉಯಿಡಲಾರಂಭಿಸಿದ.

ಹಸಿದು ಆಯಾಸದಿಂದ ಕಣ್ಣಿನ ಕಾಂತಿ ಕಳೆದುಕೊಂಡಿರುವ ಮಗನಾ ಮುಖ ನೋಡಿಯೋ ಅಡಿಕೆ ಸುಲಿದು ಸುಲಿದು ಕೆಂಪು ರಾಣದಂತೆ ಆಗಿರುವ ಎಳೆ ಕೈಗಳನ್ನು ನೋಡಿಯೋ ತಾಯಿ ಮನಸ್ಸು ಮಮ್ಮಲ ಕರುಗಿತು. ಬಾಚಿ ತಬ್ಬಿಕೊಂಡು 'ನಾನು ಇಷ್ಟು ಕಷ್ಟ ಪಡುದು ನಿಂಗೆ ಅಲ್ವೇನೋ ಸಿದ್ರಾಮ. ಗೋಡೆ ಮಾಡೋಕೆ ಕೂಡಿಟ್ಟ ಕಾಸಿಂದ್ಲೆ ತೆಗ್ದು ಇನ್ನೂರು ರೂಪಾಯಿ ಕೊಡ್ತೆ. ಅದರ ಮೇಲೆ ಒಂದು ರೂಪಾಯಿ ಜಾಸ್ತಿ ಕೇಳೋ ಹಾಗಿಲ್ಲ ಆತಾ? ಈಗ ಎದ್ದು ಮಿಂದುಕೊಂಡು ಬಾ. ಉಣ್ಣುವಿಯಂತೆ' ಎಂದು ಸಮಾಧಾನಿಸಿದಳು.

ಟೂರಿಗೆ ಹೋಗುವ ಚಾರ್ಜು ಕೊಡುತ್ತೇನೆ ಎಂದ ತಾಯಿಯ ಮಾತು ಕೇಳಿ ಹೈವೋಲ್ಟೇಜ್ ಬಲ್ಬಿನಂತೆ ಸಿದ್ರಾಮ ಬೆಳಗಿದ. 'ಗ್ಯಾರಂಟಿ ಕೊಡಬೇಕು ಮತ್ತೆ. ನಾಳೆ ಉಲ್ಟಾ ಮಾತಾಡುಕೆ ಇಲ್ಲ ನೀನು' ಎಂದು ತಾಯಿ ಕೊಡುದನ್ನು ಮತ್ತೆ ಗಟ್ಟಿ ಮಾಡಿಕೊಂಡು ಮಿಂದು ಬರಲು ಲಾಗ ಹಾಕಿಕೊಂಡು ಮಿವರಿಗೆ ಓಡಿದ.

ನಾಳೆಯೆಂದರೆ ಸಿದ್ರಾಮನ ಶಾಲೆಯಲ್ಲಿ ಟೂರು. ಅಬ್ಬೆ ಕೊಟ್ಟ ಇನ್ನೂರು ರೂಪಾಯಿಯನ್ನು ಶಾಲಾ ಮಾಸ್ತರರ ಕೈಗಿತ್ತು ಚಂಗು ಬಂದ ಕರುವಿನ ಹಾಗೇ ಸಿದ್ರಾಮ ಓಡಾಡುತ್ತಿದ್ದ. ಕೂತರು ನಿಂತರೂ ಅವನಿಗೇ ಉಕ್ಕಿ ಮೊರೆವ ಕಡಲನ್ನು ಎಷ್ಟೂ ಬೇಗ ನೋಡುತ್ತೇನೋ ಎಂಬ ತವಕ.

'ಮಕ್ಕಳೇ... ನಾಳೆ ಮುಂಜಾವು ಐದುವರೆಗೆ ನೀವು ಶಾಲೆಯಲ್ಲಿ ಉಪಸ್ಥಿತರಿಬೇಕು. ಸಮಾ ಆರು ಗಂಟೆಗೆ ಬಸ್ಸು ಹೊರಡುತ್ತೆ. ಯುನಿಫಾರ್ಮ್ ಕಡ್ಡಾಯವೇನಿಲ್ಲ. ಹೊಸ ಡ್ರೆಸ್ಸು ಕೂಡ ಹಾಕ್ಕೊಂಡು ಬರಬಹುದು'

ಟೂರಿನ ಬಗ್ಗೆ ಬಣ್ಣದ ಕನಸ್ಸು ಹೆಣೆಯುತ್ತಾ ಬಾರೀ ಉಮೇದಿನಲ್ಲಿ ಕೂತಿದ್ದ ಸಿದ್ರಾಮನಿಗೆ ತರಗತಿ ಕೋಣೆಯೊಳಗೆ ಹೊಕ್ಕು ಶಾಲಿನಿ ಟೀಚರ್ ನುಡಿದ 'ಹೊಸ ಡ್ರೆಸ್ಸು' ಎಂಬ ಶಬ್ದ ಚೂಪೂ ಸೂಜಿಯಂತೆ ಚುಚ್ಚಿತು. ಮೆಲ್ಲಗೆ ತಲೆ ಎತ್ತಿ ಸಹಪಾಠಿಗಳತ್ತ ನೋಡಿದ.

'ನನ್ನ ಮಾಮ ಮೊನ್ನೆ ಬೆಂಗಳೂರಿಂದ ಬರುವಾಗ ಹೊಸ ಜೀನ್ಸು ಪ್ಯಾಂಟು ಟೀ ಶರ್ಟು ತಂದೀರು... ನಾನು ನಾಳೆ ಅದನ್ನೆ ಹಾಕ್ಕೊಂಡು ಬರುದು.'

'ನಂದೂ ಅಷ್ಟೇಯಾ... ಮೊನ್ನೆ ನೆಡೆದ ತೇರು ಹಬ್ಬಕ್ಕೆ ತಗೊಂಡ ಹೊಸ ಡ್ರೆಸ್ಸು ಇದೆ. ನಾನು ಅದನ್ನೆ ತೊಟ್ಟುಕೊಳ್ಳುದು.'

ತರಗತಿ ತುಂಬ ಹರಡಿದ ಹೊಸ ಪ್ಯಾಂಟು ಅಂಗಿಯ ಸುದ್ದಿ ಕೇಳಿ ಸಿದ್ರಾಮನಿಗೆ ಕುಳಿತಲ್ಲೆ ಯತಿ ಹತ್ತಿತ್ತು.

ಅಬ್ಬೆ ದುಡಿಯಲು ಹೋಗುವ ಬಿರಾಮರ ಮನೆಯ ಮಾಣಿ ಉಪಯೋಗಿಸಿ ಹಳತಾದ ಅಂಗಿ ಚಡ್ಡಿಯನ್ನು ಬಿರಾಮರ ಅಮ್ಮ ಸಿದ್ರಾಮನ ಕೈ ಮೇಲೆ ಆಗಾಗ ಚೆಲ್ಲುತ್ತಿದ್ದರು. ಮೊದ ಮೊದಲು ಸಿದ್ರಾಮ ಖುಷಿಪಟ್ಟು ಅದನ್ನು ತೊಟ್ಟುಕೊಳ್ಳುತ್ತಿದ್ದರೂ ಇತ್ತೀಚೆಗೆ ಅದು ಹಳತು, ಉಪಯೋಗಿಸಿ ಬಿಟ್ಟದ್ದು ಎಂದು ಅವನ ಮನ ರೋಧಿಸುತ್ತಿತ್ತು. ಅದೂ ಅಲ್ಲದೇ ಅವನ ವಯಸ್ಸಿನ ಮಕ್ಕಳು ಈಗೀಗ ಹೊಸ ಪ್ಯಾಂಟು ಶರ್ಟು ತೊಟ್ಟು ಪೋಸು ಕೊಡುವಾಗ ತನಗೂ ಅಂತಹುದೇ ಒಂದು ಉದ್ದದ್ದ ಪ್ಯಾಂಟು ಹಾಕಿ ಊರು ತುಂಬಾ ಸುತ್ತಬೇಕು ಎಂಬುದು ಅವನ ಬಹುದೊಡ್ಡ ಆಸೆಯಾಗಿತ್ತು. ಈ ಸಲದ ಊರಿನ ಮಾರಿ ಜಾತ್ರೆಯಲ್ಲಿ ನಂಗೆ ಐಸ್ ಕ್ಯಾಂಡಿ ಬೇಡ... ಆಟಿಕೆ ಸಾಮಾನೂ ಬೇಡ. ಹೊಸ ಪ್ಯಾಂಟು ಬೇಕು ಎಂದು ಈಗಾಗಲೇ ಅವನು ಅಬ್ಬೆ ತೆಕ್ಕೆಗೆ ಅರ್ಜಿ ಲಗಾಯಿಸಿದ್ದ.

'ನಾಳೆ ಟೂರಿಗೆ ಎಲ್ಲರು ಹೊಸ ಪ್ಯಾಂಟು ಅಂಗಿ ತೊಟ್ಟು ಟಿಂಟಾಮಾಗಿ ಬರುವಾಗ ನಾನು ಅದೇ ಮಾಸಲು ಚಡ್ಡಿ ಗುಬ್ಬಿ ಇಲ್ಲದ ಅಂಗಿ ತೊಟ್ಟು ಹೋಗುದು ಹೇಗೆ? ಒಂದು ನಮೂನಿ ಕಾಣುದಿಲ್ಯಾ ಇವರೆಲ್ಲಾ?'

ಉಗುಳು ನುಂಗುತ್ತಾ ಮೆಲ್ಲಗೆ ತನ್ನ ಗೆಳೆಯನತ್ತ ತಿರುಗಿ 'ನಿಂಗಾ... ನೀನು ಹೊಸ ಪ್ಯಾಂಟು ಅಂಗಿ ಕವುಚಿಕೊಂಡು ಬರುವನೋ?' ಎಂದು ಕೇಳಿದ. 'ಹ್ಹು ಮತ್ತೆ... ಅಪ್ಪಯ್ಯ ಮೊನ್ನೆ ಸಿರಿ ಜಾತ್ರೆಯಲೀ ನಂಗೆ ಹೊಸ ಪ್ಯಾಂಟು ಬಣ್ಣದ ಅಂಗಿ ತಂದೀರು. ನಾನು ಅದನ್ನೇ ನಾಳೆ ಹಾಕ್ಕೊಂಡು ಜಿಗ್ ಜಿಗ್ ಬರುವುದು. ನೀನು?' ಗೆಳೆಯನ ಮಾತಿಗೆ ಸಿದ್ರಾಮನಿಗೆ ಏನು ಉತ್ತರಿಸಬೇಕೋ ತಿಳಿಯಲಿಲ್ಲ. 'ಎಂತಕೂ ನಾನು ಮನೆಗೆ ಹೋಗಿ ನೋಡ್ಕು' ಎಂದು ಹೇಳಿದವನೇ ತಲೆತಗ್ಗಿಸಿ ವ್ಯಥೆ ಪಡುತ್ತಾ ಕೂತ.

ಶಾಲೆ ಮುಗಿಸಿ ಮನೆಗೆ ಓಡಿ ಬಂದವನೇ ಹಳೇ ಕಬ್ಬಿಣದ ಟ್ರಂಕ್‌ನಲ್ಲಿದ್ದ ಎಲ್ಲ ಬಟ್ಟೆಯನ್ನು ಮೊಗೆ ಮೊಗೆದು ನೋಡಿದ... ಬಣ್ಣ ಮಾಸಿದ ಕಿಸೆ ಹರಿದ ಹೊಲಿಗೆ ಬಿಡಿಸಿಕೊಂಡ ಚಡ್ಡಿ ಅಂಗಿಗಳು ಸಿಕ್ಕವೇ ವಿನಃ ಸುಮಾರಿಕೆ ಲಾಯಿಕು ಅನಿಸೋ ಒಂದೂ ಬಟ್ಟೆಯೂ ಸಿಗಲಿಲ್ಲ. 'ಅಬ್ಬೆ ಟೂರಿನ ಚಾರ್ಜು ಕೊಟ್ಟಿದ್ದೆ ಬಾರೀ ಕಷ್ಟದಲ್ಲಿ... ಇನ್ನೂ ಹೊಸ ಪ್ಯಾಂಟು ಅಂಗಿ ಅಂದ್ರೆ ಕುಂಡೆ ಮೇಲೆ ಸಮಾ ಕಡಬು ಕೊಡ್ತಾಳಷ್ಟೇ. ಎಂತ ಮಾಡುದೀಗ.'

'ನಾಳೆ ಎಲ್ಲರೂ ಹೊಸ ಹೊಸ ಡ್ರೆಸ್ಸಲ್ಲಿ ಮಿರಿ ಮಿರಿ ಮಿಂಚುವಾಗ ನಾನು ಈ ಹಳತು ಹಾಕಿ ಎಲ್ಲರ ಕಾಲಿನ ಕಸ ಆಪುದು ಬ್ಯಾಡ. ಬರುವ ವರ್ಷ ಟೂರಿದ್ರೆ ಹೊಸ ಪ್ಯಾಂಟು ಅಂಗಿ ಕೊಣಸ್ಕಂಡು ಹ್ವಾತೆ. ಈ ವರ್ಷ ಹ್ವಾತಿಲ್ಲ. ಖಯಿದು ಮಾಡುದು ಅಷ್ಟೇಯಾ.'

'ಆರೇ ಎಲ್ರೂ ಟೂರಿಗೆ ಯಾಕೆ ಬರ್ಲಿಲ್ಲ ಕೇಳ್ರೆ ಎಂತ ಹೇಳುದು?'

ಸಿದ್ರಾಮ ವ್ಯಥಿತನಾಗಿ ಸುಮ್ಮಗೆ ಆಕಾಶ ನೋಡುತ್ತಾ ಕೂತ. ಗಕ್ಕನೇ ಅವನಿಗೊಂದು ತಪ್ಪಿಸಿಕೊಳ್ಳೋ ಪಿಲೇನು ಹೊಳೆಯಿತು.

ಬೈಲಿನ ತುದಿಯಲ್ಲಿರುವ ಶೇಡಿ ಗೆದ್ದೆಯ ಅಂಚಿನಲ್ಲಿ ತಂಡಿ ಓಡುವ ಕ್ಯಾದಿಗೆ ಕೆರೆ ಇದೆ. ಅಲ್ಲಿ ಮಂಡಿ ಮೈ ಸಮಾ ಮಿಂದರೆ ಬ್ಯಾಡ ಅಂದ್ರೂ ಶೀತ ಆಗಿ ಜಮ್ ಜ್ವರ ಬಂದೀತು. ಟೂರಿಗೆ ಹೋಗುದು ತಪ್ಪಿತು. ಮರ್ಯಾದೆಯೂ ಉಳಿಯಿತು.

ಮನೆಯ ಮೆಟ್ಟಿಲ ಮೇಲೆ ಕೂತು ಗಹನವಾಗಿ ಯೋಚಿಸಿದ ಸಿದ್ರಾಮನ ಹೆಜ್ಜೆಗಳು ಕ್ಯಾದಿಗೆ ಕೆರೆಯತ್ತ ಸಾಗಿದವು; ಬಹು ಭಾರವಾಗಿ!

ದಾರಿಗಳು ಮುಗಿಯುವುದಿಲ್ಲ

■ **ರವೀಂದ್ರ ನಾಯಕ್ ಸಣ್ಣಕ್ಕಿಬೆಟ್ಟು**

raviwecan@gmail.com

ಧಾರಾಕಾರವಾಗಿ ಮಳೆ ಸುರಿಯುತ್ತಿದ್ದ ಇಂತಹುದೇ ಒಂದು ಸಂಜೆ ಪರಿಮಳಕ್ಕ ನಮ್ಮ ಮನೆಗೆ ಬಂದು ಅಪ್ಪನ ಜೊತೆಗೆ ಜಗಳ ತೆಗೆದದ್ದು. ಜೋರು ಜೋರಾಗಿ ಏಗುತ್ತಾ ಮಾತಾಡುತ್ತಿದ್ದ ಅವಳ ಮಾತುಗಳು ನನಗೆ ಈಗ ಸರಿಯಾಗಿ ನೆನಪಿಲ್ಲ. ಹೊರಗೆ ಆಟ ಆಡಿ ಮನೆಗೆ ಬರುತ್ತಿದ್ದ ನಾನು ನನ್ನ ತಂಗಿ ಜಗಳ ಕೇಳಿ ಮನೆಗೆ ಹೋಗುವ ಧೈರ್ಯ ಸಾಲದೇ ಅಂಗಳದಲ್ಲಿದ್ದ ತೆಂಗಿನ ಮರದ ಮರೆಯಲ್ಲಿ ಕೇಳಿದ ಮಾತುಗಳು ಅಸ್ಪಷ್ಟವಾಗಿ, ನನ್ನ ಕಿವಿಗಳಿಂದ ಕೇಳಿದ್ದು ಹೌದಾ ಅಲ್ಲವಾ ಅಂತ ಗೊತ್ತಾಗದ ಹಾಗೆ ನೆನಪು ಮಸುಕು ಮಸುಕಾಗಿದೆ. ಮೋಸ, ಪದ್ಮ, ಊರು ಸೂಳೆ... ಕೆಲವು ಮಾತುಗಳು ನನ್ನನ್ನು ಈಗಲೂ ಕಾಡುವುದನ್ನು ಬಿಟ್ಟಿಲ್ಲ. ಅಷ್ಟೆಲ್ಲಾ ಮಾತಾಡುತ್ತಿದ್ದ ಪರಿಮಳಕ್ಕನ ಎದುರು ಅಪ್ಪನ ಮುಖಭಾವ ಹೇಗಿತ್ತು, ಏನೂ ಮಾತಾಡದೇ ಸುಮ್ಮನೇ ತಪ್ಪು ಮಾಡಿದ ರೀತಿ ಕುಳಿತ ಅವರ ಮನೋಭಾವದ ಅರ್ಥ ಅಂದೂ ಆಗಿರಲಿಲ್ಲ, ಇಂದೂ ಆಗಿಲ್ಲ.

ಪರಿಮಳಕ್ಕ ಆ ದಿನ ಹಾಗೆ ನಡೆದುಕೊಂಡದ್ದು ಬಿಟ್ಟರೆ ನಾನೆಂದೂ ಆಕೆಯನ್ನು ಆ ಅವತಾರದಲ್ಲಿ ಹಿಂದೆಂದೂ ನೋಡಿರಲಿಲ್ಲ. ಮುಂದೆಯೂ ನೋಡಲಾಗಲಿಲ್ಲ. ನಮ್ಮ ಮನೆಯ ಎದುರಿನಿಂದಲೇ ಕಾಣುವ ದೊಡ್ಡ ಅಶ್ವತ್ಥ ಕಟ್ಟೆಯ

ಹಿಂದಿನ ನಮ್ಮ ಗದ್ದೆಯ ಪಕ್ಕದಲ್ಲಿಯೇ ಅವರ ಮನೆ ಇದ್ದದ್ದು. ಅದನ್ನು ಬಿಟ್ಟರೆ ನಮ್ಮ ಆಸುಪಾಸಿನಲ್ಲಿ ಬೇರೆ ಮನೆಯೇ ಇಲ್ಲ. ಊರ ಜಾತ್ರೆಯ ನಂತರ ಆ ಅಶ್ವತ್ಥ ಕಟ್ಟೆಯಲ್ಲಿ ದೇವರು ಮೆರವಣಿಗೆಯಲ್ಲಿ ಬರುವುದು ಉಂಟು. ಆ ರಾತ್ರಿ ಮಾತ್ರ ಅಲ್ಲಿ ಸೇರುವ ಜನಜಂಗುಳಿ ಉಳಿದ ಸಮಯದಲ್ಲಿ ಹೊತ್ತು ಕಂತಿದ ವೇಳೆಯಲ್ಲಿ ಅಲ್ಲಿ ಹೋಗಲು ಹೆದರುವುದನ್ನು ಕೇಳಿದ್ದೇನೆ. ಹಲವು ದಶಮಾನ ಹಳೆಯದಾದ ಆ ಅಶ್ವತ್ಥ ಮರದ ಬೀಳಲುಗಳಲ್ಲಿ ಭೂತ ಪ್ರೇತಗಳು ನೇತಾಡುವುದನ್ನು ಖುದ್ದು ನೋಡಿದ್ದಾಗಿ ವೆಂಕಜ್ಜ ಹೇಳುವುದನ್ನು ಕೇಳಿದ್ದೇನೆ.

ಅಲ್ಲಿ ಪರಿಮಳಕ್ಕ ಹಾಗೂ ಅವಳ ಮಗಳು ಪದ್ಮ ಬಿಟ್ಟರೆ ಬೇರೆ ಯಾರೂ ಇಲ್ಲ.

ಆಗ ನಾನು ಮೂರನೇ ಕ್ಲಾಸಿನಲ್ಲಿದ್ದಿರಬೇಕು ಮಂಜನ ಜೊತೆಗೆ ಎಳೆಯ ಗೇರು ಬೀಜ ತರಲು ಮನೆಯಿಂದ ಸ್ವಲ್ಪ ದೂರ ಇದ್ದ ಜನ್ನ ಮಾಮನ ದರ್ಕಾಸ್‌ಗೆ ಹೋಗಿದ್ದೆ.

ಯುಗಾದಿಯ ಪಾಯಸಕ್ಕೆ ಗೇರು ಬೀಜ ಇದ್ದರೆ ಒಳ್ಳೆಯದು ಅಂತ ಅಮ್ಮ ಹೇಳಿದ್ದೇ ನೆಪವಾಗಿ ಮಂಜನ ಜೊತೆಗೆ ಸವಾರಿಗೆ ಹೊರಟಿದ್ದೆ. ದರ್ಕಾಸ್ ಬಿಡುವಾಗ ಆಗಲೇ ಕತ್ತಲೆ ಇಣುಕುತ್ತಿತ್ತು. ಆದರೆ ಅದು ಅನುಭವಕ್ಕೆ ಬಂದದ್ದು ಪರಿಮಳಕ್ಕನ ಮನೆ ಹತ್ತಿರ ಬಂದಾಗಲೇ. ಮಂಜನ ಮನೆಯೂ ಕಳೆದು ಮುಂದೆ ಬಂದಾಗಿತ್ತು. ಕೇವಲ ಗೇರು ಬೀಜ ತುಂಬಿಕೊಂಡಿದ್ದ ಮನದಲ್ಲೀಗ ಶಬ್ದಗಳೇ ಇಲ್ಲದ ನಿರ್ಜನ ಬೀದಿಯ ನೀರವತೆ ಆವರಿಸಿ ಎದೆ ಜೋರಾಗಿ ಹೊಡೆದುಕೊಳ್ಳುತ್ತಿತ್ತು. ಭೂತ ಪ್ರೇತಗಳ ರೂಪಗಳೆಲ್ಲಾ ವಿಕಾರವಾಗಿ ಒಂದೇ ಸಮನೆ ಕಾಣಲು ಶುರುವಾಗಿ ಹಿಂದೆ ನೋಡದೇ ಓಡತೊಡಗಿದೆ. ಪರಿಮಳಕ್ಕನ ಮನೆಯನ್ನು ದಾಟುವಾಗ ಟಾರ್ಚ್‌ನ ಬೆಳಕೊಂದು ಮೈಮೇಲೆ ಬಿದ್ದಂತಾಗಿ ಕೂಗಲು ಬಾಯಿ ತೆರೆದರೂ ಶಬ್ದ ಬಾರದೇ ಓಡಿದ್ದೊಂದೇ ನೆನಪು. ಅಮ್ಮ ಇಂದಿಗೂ ನೆನಪಿಸಿಕೊಳ್ತಾರೆ ಆ ರಾತ್ರಿಯ ಘಟನೆ. ನಾನು ಹೆದರುತ್ತಾ ಓಡಿ ಬಂದು ನಂತರ ಜ್ವರದಲ್ಲಿ ಮಲಗಿದ್ದನ್ನು ನಗಾಡಿಕೊಂಡು ಹೇಳುವ ಅಮ್ಮ ಅದರ ಮರುಕ್ಷಣವೇ ಗಂಭೀರಳಾಗುವುದನ್ನು ಕಂಡಾಗ ವಿಷಯ ಬರೇ ಇಷ್ಟೇ ಇಲ್ಲ, ಇನ್ನೇನೋ ಇರಬೇಕು ಅಂತ ಎಷ್ಟೋ ಸಾರಿ ಅನ್ನಿಸಿದ್ದಿದೆ.

ಮಳೆಯ ದೊಡ್ಡ ದೊಡ್ಡ ಹನಿಗಳು ಟೆರೇಸ್ ಮೇಲೆ ಹೊದಿಸಿದ ಶೀಟ್ ಮೇಲೆ ಬಿದ್ದು ಟಪ್ ಟಪ್ ಎಂದು ಜೋರಾಗಿ ಶಬ್ದ ಮಾಡುತ್ತಿವೆ. ಬಹುಶಃ ಮಳೆ ನಿಲ್ಲುವ ಸೂಚನೆ. ಆದರೂ ದಟ್ಟ ಕವಿದ ಮೋಡದಿಂದಾಗಿ ಇನ್ನೂ ಕತ್ತಲು ಕತ್ತಲಾಗಿಯೇ ಇದೆ. ಇಲ್ಲಿ ಕುಳಿತು ಬಿಸಿ ಬಿಸಿ ಟೀ ಕುಡಿಯುತ್ತಾ ರಸ್ತೆ ನೋಡುವುದು ನನಗೆ ಯಾವತ್ತೂ ಇಷ್ಟವೇ. ನನ್ನ ದಿನ ಶುರುವಾಗುವುದೇ ಈ ರಸ್ತೆ ಕೊಡುವ ಹೊಸ ಹೊಸ ಕಾಣ್ಕೆಗಳಿಂದ.

ಊರಿನ ಮನೆ ಇನ್ನೂ ಗಟ್ಟಿಮುಟ್ಟಾಗಿದೆ. ಇಂತಹ ಹತ್ತು ಮಳೆಗಾಲವಾದರೂ ತಡೆಸಿಕೊಂಡೀತು ಇನ್ನೂ. ಅದರ ಬಗ್ಗೆ ನನ್ನಲ್ಲಿ ಹೆದರಿಕೆ ಇಲ್ಲ ಆದರೆ ಅಮ್ಮ ಇನ್ನೂ ಊರಿನಲ್ಲಿಯೇ ಇದ್ದಾಳೆ. ಅಪ್ಪ ಹೋಗಿ ಬಹಳ ವರ್ಷಗಳಾದರೂ ಅವಳು ಇನ್ನೂ ನನ್ನ ಜೊತೆಗೆ ಇರುವ ಮನಸ್ಸು ಮಾಡಿಲ್ಲ. ಹೋದ ಸಲ ಊರಿಗೆ ಹೋದಾಗ ಮತ್ತೊಮ್ಮೆ ಕರೆದಿದ್ದೆ. ಆದರೆ ಅವಳದ್ದು ಖಡಾಖಂಡಿತವಾದ ನಿಲುವು. ಕೈಕಾಲು ನಡೆಯೋ ತನಕ ಇಲ್ಲಿಯೇ ದುಡಿದು ತಿನ್ನುತ್ತೇನೆ. ಅವರು ಕಟ್ಟಿಸಿದ ಮನೆ ಇದು. ಇಲ್ಲಿ ಅವರ ನೆನಪುಗಳಿವೆ, ಅವುಗಳೊಂದಿಗೆ ಬದುಕ್ತೇನೆ ಅನ್ನುವ ಅಮ್ಮನೂ ನನಗೊಂದು ಸೋಜಿಗ! ಅಪ್ಪ ಬದುಕಿದ್ದಾಗ ಅವರೊಂದಿಗೆ ಅಷ್ಟೊಂದು ಅನ್ಯೋನ್ಯತೆಯಿಂದ ಇದ್ದುದನ್ನು ನಾನು ಕಂಡಿಲ್ಲ. ಸದಾ ಒಂದಲ್ಲ ಒಂದು ವಿಷಯಕ್ಕೆ ಜಗಳ ಇದ್ದದ್ದೇ. ಆಗೆಲ್ಲ ನನಗನಿಸುತಿತ್ತು ಮನೆಯಲ್ಲಿ ಹಾವು ಮುಂಗುಸಿ ಸಂಸಾರ ಹೂಡಿದೆ ಎಂದು. ಇದ್ದುದರಲ್ಲಿ ಅಪ್ಪನೇ ವಾಸಿ. ಎರಡು ಮಾತಾಡಿದ ನಂತರ ಮೌನಕ್ಕೆ ಜಾರುತ್ತಿದ್ದರು. ಅಮ್ಮ ಯಾವತ್ತೂ ಬಿಟ್ಟು ಕೊಡುತ್ತಿರಲಿಲ್ಲ. ಅವಳ ಬಾಯಿಗೆ ಹೆದರಿ ಅಪ್ಪ ಮಾತು ನಿಲ್ಲಿಸಿ ಹೊರಗೆ ಹೋಗಿ ಬಿಡುತ್ತಿದ್ದರು. ನನ್ನ ಮನಸ್ಸಿನಲ್ಲಿ ಗಟ್ಟಿಯಾಗಿ ಬೇರೂರಿದ ಅಪ್ಪ ಅಮ್ಮನ ಒಡನಾಟದ ಚಿತ್ರಗಳಿವು. ನಿಜವಾಗಿಯೂ ಅವರ ಜಗಳದ ನಡುವೆ ಒಂದು ಅನ್ಯೋನ್ಯವಾದ ಪ್ರೀತಿ ಇದ್ದು ಅದು ನನ್ನ ಕಣ್ಣಿಗೆ ಕಾಣದೆಯೂ ಇದ್ದಿರಬಹುದು.

ಆ ರೀತಿ ಇದ್ದ ಅಮ್ಮ ಈಗ ಊರು ಬಿಟ್ಟು ಬಾರದೆ, ಈ ಮನೆಯಲ್ಲಿ ಅವರ ನೆನಪುಗಳಿವೆ ಅಂದು ಅಲ್ಲಿಯೇ ಇರುವುದು ನನಗಿನ್ನೂ ಅರ್ಥವಾಗದ ಸಂಗತಿ. ಎದುರಿಗಿದ್ದಾಗ ಅವರ ಬೆಲೆಯೇ ಅರ್ಥವಾಗಿರದೇ ಇನ್ನಿಲ್ಲವೆಂಬ ಸತ್ಯ ಗೊತ್ತಾದಾಗ ಅವರಿರಬೇಕಿತ್ತು ಅಂದು ಕೊರಗುವವರೇ ಹೆಚ್ಚು. ಆದರೂ ಇದೆಲ್ಲವೂ ನನ್ನನ್ನು ಕಾಡುವ ಸಂಗತಿಗಳಲ್ಲ. ಅಪ್ಪ ಇದ್ದಾಗ ಒಮ್ಮೆಯೂ ಮುಖಕ್ಕೆ ಮುಖ ಕೊಟ್ಟು ಮಾತಾಡದ ಪರಿಮಳಕ್ಕ ಮತ್ತು ಅಮ್ಮ ಈಗ ಒಬ್ಬರಿಗೊಬ್ಬರು ಹಚ್ಚಿಕೊಂಡ ರೀತಿಯೇ ಬೆರಗು ಹುಟ್ಟಿಸುತ್ತದೆ. ಬಹುಶಃ ಅಮ್ಮ ಊರು ಬಿಡದಿರಲು ಕಾರಣವೂ ಅದೇ ಪರಿಮಳಕ್ಕ.

ಅಮ್ಮನನ್ನು ಕೇಳಿದ್ದೆ "ಪರಿಮಳಕ್ಕನನ್ನು ಕಂಡರೇ ಉರಿದು ಬೀಳುತ್ತಿದ್ದ ನೀನು ಈಗ ಒಟ್ಟಿಗೇ ಕೂತು ಮಾತಾಡುವುದನ್ನು ನೋಡಿದ್ರೆ ಆಶ್ಚರ್ಯ ಆಗ್ತದೆ..." ಸುಮ್ಮನೇ ನನ್ನನ್ನು ನೋಡುತ್ತಾ ಕೂತಳು ಏನನ್ನೂ ಹೇಳದೇ. ಯಾವ ವಿಷಯಕ್ಕೂ ಅಮ್ಮ ಕೂಡಲೇ ಉತ್ತರಿಸುವುದೇ ಇಲ್ಲ ಅನ್ನುವುದು ಗೊತ್ತಿದ್ದರಿಂದ ನಾನೂ ಹೆಚ್ಚಿನ ಮಾತಿಗೆಳೆಯಲಿಲ್ಲ. ಉಕ್ಕುತ್ತಿದ್ದ ಹಾಲಿನ ಪಾತ್ರೆಯನ್ನು ಕೆಳಗಿಟ್ಟು ಒಲೆ ಆರಿಸಿದಳು. ನಂತರ ಹತ್ತಿರ ಬಂದು "ಕೆಲವೊಂದು ಬಾರಿ ನಾವು ಆತ್ಮೀಯರಿಂದ ಅತಿಯಾದ ನಿರೀಕ್ಷೆ ಇಟ್ಟುಕೊಳ್ತೇವೆ, ಅವು ನಿಜಕ್ಕೂ ತೀರಾ ಅತಿಯೆಂದು ನಮಗೇ ಅನ್ನಿಸದಷ್ಟು. ಹಾಗೇ ಕೆಲವು ವ್ಯಕ್ತಿಗಳ ಬಗ್ಗೆ

ಪೂರ್ವ ನಿರ್ಧರಿತ ಅಭಿಪ್ರಾಯವನ್ನು ಬೆಳೆಸಿಕೊಂಡು ಬಿಟ್ಟಿರ್ತೇವೆ. ಇವೆರಡೂ ತಪ್ಪು ಅಂತ ನಮಗೆ ಅನ್ನಿಸುವಾಗ ಬಹಳ ಹೊತ್ತಾಗಿರ್ತದೆ..." ಅಂತ ಹೇಳಿ ಮತ್ತೆ ತನ್ನ ಕೆಲಸದಲ್ಲಿ ತಲ್ಲೀನಳಾದಳು. ಅಪ್ಪ ಮತ್ತೆ ಪರಿಮಳಕ್ಕನ ಬಗ್ಗೆಯೇ ಆಡಿದ ಮಾತಿದು ಅಂತ ಗೊತ್ತಾದರೂ ಅಮ್ಮನ ಮನದಲ್ಲಿ ಮಡುಗಟ್ಟಿರುವ ಆ ಭಾವ ಯಾವುದೆಂದು ಗೊತ್ತಾಗಲಿಲ್ಲ.

ಅಮ್ಮ ಅಪ್ಪನ ಕುರಿತಾಗಿಯೇ ಈ ಮಾತನ್ನು ಹೇಳಿರಲಿಕ್ಕೂ ಸಾಕು. ಒಟ್ಟಿಗಿದ್ದಾಗ ಯಾಕೆ ಈ ಸಹನೆ ಸಾಧ್ಯವಾಗುವುದಿಲ್ಲ ಅನ್ನುವುದೊಂದು ಬಗೆಹರಿಯದ ವಿಷಯ ನನಗೆ. ಸಾನುಭೂತಿ ಎಂಬ ಸುಗುಣವು ಆರೋಗ್ಯ ಚಿಮ್ಮುವ ಯೌವನದಲ್ಲಿ ದಕ್ಕುವುದಿಲ್ಲ ಅನ್ನುವುದನ್ನು ಓದಿದ್ದೆ. ಆದರೆ ದಂಪತಿಗಳ ನಡುವೆ ಬೇಕಾದದ್ದು ಸಾನುಭೂತಿ ಅಲ್ಲ ಪ್ರೀತಿ. ಮುಖ್ಯವಾಗಿ ಅದೇ ಇರಲಿಲ್ಲ ಅಪ್ಪ ಅಮ್ಮನ ನಡುವೆ. "ಬಹಳ ಒಳ್ಳೆಯ ಜನ ಮಾತು ಕಮ್ಮಿ ಅಂತ ಹೇಳಿ ಇವರಿಗೆ ಕಟ್ಟಿ ನನ್ನ ತಲೆ ಮೇಲೆ ಚಪ್ಪಡಿಕಲ್ಲು ಹೊತ್ತಾಕಿದ್ರು ನನ್ನ ಅಪ್ಪ. ಮಾತಾಡದವರ ಒಳ್ಳೆತನಕ್ಕೆ ಹುಲಿ ಹಿಡಿಲಿ" ಅಂತ ಅಮ್ಮ ಹೇಳಿದ್ದು ಎಷ್ಟು ಸಲವೋ. ಅಪ್ಪನ ಎದುರೇ ಹೇಳಿ ಹಂಗಿಸ್ತಿದ್ರೂ ಅಪ್ಪ ಯಾವ ಪ್ರತಕ್ರಿಯೆಯನ್ನೂ ಕೊಟ್ಟಿದ್ದನ್ನು ನಾನು ಕಂಡಿಲ್ಲ.

ಯಾವತ್ತೂ ನನ್ನ ಜೊತೆ ಹೆಚ್ಚು ಮಾತಾಡದ ಅಪ್ಪ ಆ ರಾತ್ರಿ ಎಷ್ಟೋ ದಿನಗಳ ಮಾತು ಬಾಕಿ ಇತ್ತು ಅನ್ನುವಂತೆ ಹತ್ತಿರ ಕೂತು ಮಾತಾಡಿದ ಪ್ರತೀ ಮಾತೂ ನನಗೆ ನೆನಪಿದೆ.

ಒಳಗೊಳಗೇ ಬಹಳ ಕುಸಿದು ಹೋದಂತೆ ಕಂಡ ಅಪ್ಪನ ಆ ಮುಖವನ್ನು ಮೊದಲು ಯಾವತ್ತೂ ಕಂಡಿರಲಿಲ್ಲ. "ನಾನು ಸೋತೆ ಕೃಷ್ಣ ಸೋತೆ. ಯಾರಿಗೂ ನನ್ನಿಂದ ನೆಮ್ಮದಿ ಇಲ್ಲ. ನಿನಗೂ ಏನೂ ಮಾಡ್ಲಿಕ್ಕೆ ನನ್ನಿಂದಾಗ್ಲಿಲ್ಲ. ಬಯಸಿದ್ದು ಎಲ್ಲರಿಗೂ ಸಿಗುವ ಹಾಗಿದ್ರೆ ಅವನಿಗೆ ಈ ಭೂಮಿ ಮೇಲೆ ಯಾವ ಸ್ವಾರಸ್ಯ? ಈ ಜನರನ್ನು ಕುಣಿಸಿ ನೋಯಿಸಿ ನಾಟಕ ನೋಡ್ಬೇಕು ಅವನಿಗೆ. ಅವನ ಉದ್ದೇಶ ಅಷ್ಟೇ. ಈ ಗಂಡ ಹೆಂಡತಿ ಸಂಸಾರ ಎಲ್ಲವೂ ಒಂದೊಂದು ಅಂಕ ಅವನ ನಾಟಕದಲ್ಲಿ. ನಾವು ಹುಚ್ಚುಹುಚ್ಚಾಗಿ ಪ್ರೀತಿ ಹಿಂದೆ ಓಡ್ತೇವೆ. ನಾನೇ ಬೇಡ ಅಂತಿದ್ರೆ ಬಾಯಿ ಬಿಟ್ಟು ಹೇಳ್ಬೇಕಲ್ವಾ. ಅವಳಿಗೂ ಸುಖ ಇಲ್ಲ. ಯಾವುದಕ್ಕೂ ನನ್ನ ಗ್ರಹಚಾರ ಸರಿ ಇದ್ರೆ ಉಳಿದ ಮಾತು". ಅಪ್ಪನ ಮಾತಿನಲ್ಲಿದ್ದ ಭಾವ ಯಾವುದು? ವಿಷಾದವಿತ್ತಾ ಅಥವಾ ನಿರ್ಲಿಪ್ತತೆ. ಅಪ್ಪನ ಮುಖದ ಒಂದು ಭಾಗಕ್ಕೆ ಮಾತ್ರ ಬೆಳಕು ಬೀಳುತ್ತಿತ್ತು. ಅಪ್ಪ ಅಳುತ್ತಿದ್ದಾನೆ ಅಂತ ಅನ್ನಿಸಿತು ಒಂದು ಕ್ಷಣ. ಸುಮ್ಮನೆ ಕೇಳುತ್ತಾ ಕುಳಿತಿದ್ದೆ. ಯಾವುದನ್ನೂ ಕೆದಕಲಿಲ್ಲ. ಆದರೆ ಎಲ್ಲದಕ್ಕೂ ಉತ್ತರವಾಗಿ ಮರುದಿನ ಬೆಳಗ್ಗೆ ಬಾವಿಯಲ್ಲಿ ಅಪ್ಪನ ಹೆಣ ತೇಲುತ್ತಿತ್ತು.

ವಿಚ್ಛೇದಿತ ಮನಸ್ಸುಗಳು ಒಂದೇ ಸೂರಿನ ಕೆಳಗೆ ಜೀವನ ಪರ್ಯಂತ ಹೇಗೆ ಇರಬಹುದು ಅನ್ನುವುದನ್ನು ಕಣ್ಣಾರೆ ಕಂಡಿದ್ದೇನೆ. ಬೇರೆಬೇರೆಯಾಗಿದ್ದರೆ ಅದೆಷ್ಟೋ ಸುಖವಿರುತ್ತಿತ್ತು ಅಂತ ನನಗೇ ಅನ್ನಿಸುವಷ್ಟರ ಮಟ್ಟಿಗೆ ಗೋಡೆ ಗೋಡೆಗಳೂ ಮಾತುಬಿಟ್ಟಿದ್ದವು. ಮನೆಯ ಮೌನಕ್ಕೆ ಬೀಗ ಜಡಿದು ಅದೆಷ್ಟೋ ವರ್ಷಗಳಾಗಿದ್ದವು. ತಿಂಗಳುಗಟ್ಟಲೆ ತವರಿಗೆ ಹೋಗಿ ನಿಲ್ಲುವ ಅಮ್ಮನ ಕಾರಣ ಬರೇ ಅಪ್ಪ ಆಗಿರಲಿಲ್ಲ ಅನ್ನುವ ಹೊಸ ಹುಳವೊಂದು ತಲೆ ಕೊರೆಯುತ್ತಿದೆ. ನಿಜಕ್ಕೂ ಅಲ್ಲಿ ಬಹಳ ಲವಲವಿಕೆಯಿಂದಿರುತ್ತಿದ್ದಳು. ಅಪ್ಪನ ಜೊತೆಗಿರುವ ನನ್ನ ಅಮ್ಮ ಇವಳೇನಾ ಅನ್ನುವಷ್ಟು. ಅಲ್ಲಿ ಅವಳು ಎಷ್ಟು ಹೊತ್ತು ಮನೆಯಿಂದ ಹೊರಗಿದ್ದರೂ ಅವಳನ್ನು ಕೇಳುವ ಧೈರ್ಯ ಯಾರಿಗೂ ಇರಲಿಲ್ಲ. ಆಗೆಲ್ಲಾ ಯಾರನ್ನೂ ಲೆಕ್ಕಿಸದ ಈ ಎದೆಗಾರಿಕೆ ಕಂಡು ಹೆದರಿಹೋದ ನೆನಪು.

ಸಾಯುವ ಮೊದಲು ಒಬ್ಬರಾದರೂ ಅವನನ್ನು ಒಪ್ಪಿಕೊಳ್ಳಬೇಕೆಂಬ ಆಸೆ ಅಪ್ಪನಲ್ಲಿತ್ತು ಅಂತ ಅವನ ಕೊನೆಯ ಮಾತುಗಳಿಂದ ನನಗೆ ತೀವ್ರವಾಗಿ ಅನ್ನಿಸಿತು. ಸ್ವಭಾವತಃ ಯಾರೊಂದಿಗೂ ಹೆಚ್ಚು ಬೆರೆಯದೇ ಗಂಭೀರನಾಗಿಯೇ ಇದ್ದ ನನ್ನನ್ನು ಇದಕ್ಕಾಗಿ ಆರಿಸಿಕೊಂಡ.

ಮನೆಯ ಒಳಗೆ ಸಿಗದ ಸುಖವನ್ನು ಹೊರಗೆ ಅರಸಿದರೆ ತಪ್ಪೇನು? ಅನ್ನುವ ಒಂದು ಪ್ರಶ್ನೆ ಆ ರಾತ್ರಿ ಅಪ್ಪ ತನ್ನ ಮಾತುಗಳ ಮೂಲಕ ಹೇಳದೆಯೂ ನನಗೆ ದಾಟಿಸಿದ ಅಂತ ಈಗ ಯಾಕೋ ಬಲವಾಗಿ ಅನ್ನಿಸುತ್ತಿದೆ. ಮನುಷ್ಯ ತನಗೆ ಬೇಕಾದ ಪ್ರೀತಿ ಗಳಿಸಿಕೊಳ್ಳಲು ಎಷ್ಟು ಜನರ ವೈರವನ್ನಾದರೂ ಎದುರಿಸುತ್ತಾನೆ. ಕೊನೆಗೂ ಅವನು ಮಾಡುವುದು ಎಲ್ಲವೂ ಪ್ರೀತಿಗಾಗಿಯೇ. ಹೌದು ತಪ್ಪೇನು? ಎಲ್ಲವೂ ಅವಶ್ಯಕತೆಗಳಿಗೆ ಸಂಬಂಧಿಸಿದ್ದು. ನಾನ್ಯಾವತ್ತೂ ಅಪ್ಪನನ್ನು ಹೆಚ್ಚಾಗಿ ಹಚ್ಚಿಕೊಂಡವನಲ್ಲ. ಹಾಗಾಗಿ ಅವನ ಯಾವುದೇ ಕೆಲಸಕ್ಕೂ ನನ್ನ ಲೋಕದಲ್ಲಿ ಯಾವುದೇ ಮಹತ್ತರವಾದ ಸ್ಥಾನವಿರಲಿಲ್ಲ.

ಸಿಕ್ಕಾಪಟ್ಟೆ ಕುಡಿದು ಗಲಾಟೆ ಮಾಡುತ್ತಿದ್ದ ಪರಿಮಳಕ್ಕನ ಗಂಡ ನನ್ನ ಅಸ್ಪಷ್ಟ ನೆನಪುಗಳಲ್ಲಿ ಹೆಚ್ಚು ಉಳಿದಿಲ್ಲ. ಕುಡಿದು ಬಂದಾಗ ಪದ್ಮ ನಮ್ಮ ಮನೆಗೆ ಓಡಿ ಬರುತ್ತಿದ್ದಳು.

ಬಚ್ಚಿಟ್ಟುಕೊಳ್ಳುಲು ನಮ್ಮ ಮನೆಯಲ್ಲಿದ್ದ ಒಂದೇ ಒಂದು ಕೋಣೆಗೆ ಓಡುತ್ತಿದ್ದಳು. ಆ ಪುಟ್ಟ ಕಣ್ಣುಗಳಲ್ಲಿ ಇದ್ದ ಭಯದ ಛಾಯೆ ಇನ್ನೂ ನನ್ನ ನೆನಪುಗಳಲ್ಲಿ ದಟ್ಟವಾಗಿದೆ.

ಈಗಲೂ ಯಾವ ಭಯ ತುಂಬಿದ ಕಣ್ಣು ಕಂಡರೂ ನನಗೆ ನೆನಪಾಗುವುದು ಕೋಣೆಯ ಮೂಲೆಯಲ್ಲಿ ಗೋಡೆಗೆ ಆತುಕೊಂಡು ಕುಳಿತುಕೊಳ್ಳುತ್ತಿದ್ದ ಪದ್ಮ. ಮತ್ತೆ ಅವಳು ಮನೆಗೆ ಹೋಗುತ್ತಿದ್ದುದು ಮರುದಿನ ಬೆಳಗ್ಗೆಯೇ. ಹೆಚ್ಚು ವರ್ಷ ಇರಲಿಲ್ಲ ಪರಿಮಳಕ್ಕನ ಗಂಡ ನಮ್ಮ ಊರಿನಲ್ಲಿ. ಬೊಂಬಾಯಿಯಲ್ಲಿ

ಇದ್ದಾನಂತೆ, ರಾಣೆಬೆನ್ನೂರಿನಲ್ಲಿ ಇದ್ದಾನಂತೆ ಅಂತ ಒಂದೆರಡು ವರ್ಷ ಅವರಿವರು ಮಾತಾಡಿದ್ದು ಕೇಳಿದ್ದೆ. ನಂತರ ಬೇರೆ ಮದುವೆ ಆಗಿ ಮಕ್ಕಳು ಇವೆಯಂತೆ ಅಂತ ಕೂಡಾ ಗುಸುಗುಸು ಮಾತು.

ಕೊನೆಗೂ ಊರಿಗೆ ಬರಲೇ ಇಲ್ಲ. ಪರಿಮಳಕ್ಕನೂ ಹೆಚ್ಚು ಚಿಂತಿಸಿದಂತೆ ಕಾಣಲಿಲ್ಲ. ಜೀವನಕ್ಕೆ ಹೊಂದಿಕೊಂಡಳು.

ಗಂಡಹೆಂಡಿರ ಜಗಳ ಬಿಡಿಸುವುದಕ್ಕಾಗಿಯೋ ಅಥವಾ ಎಲ್ಲೆಲ್ಲೋ ಕುಡಿದು ಬೀಳುತ್ತಿದ್ದವನನ್ನು ಮನೆಗೆ ತಲುಪಿಸುವುದಕ್ಕಾಗಿಯೋ ಅಪ್ಪ ಪರಿಮಳಕ್ಕನಿಗೆ ಹತ್ತಿರವಾದುದರಲ್ಲಿ ಯಾವ ವಿಶೇಷವೂ ಕಂಡಿರಲಿಲ್ಲ. ನಂತರ ಅವನು ಊರು ಬಿಟ್ಟ ಕಾಲದಲ್ಲಿ ಗದ್ದೆಯ ಉಳುಮೆಗೋ, ಆಳುಗಳನ್ನು ಹೊಂದಿಸುವುದಕ್ಕೋ ಆಗಾಗ ಮಾತು ಇದ್ದೇ ಇರುತ್ತಿತ್ತು. ಮನೆಯಲ್ಲಿ ಅಮ್ಮನೊಂದಿಗೆ ಜಗಳ ಆದಾಗ ಅಪ್ಪ ಬಹಳ ಹೊತ್ತು ಮನೆಗೇ ಬರುತ್ತಿರಲಿಲ್ಲ. ನಾನೇ ಅಪ್ಪನನ್ನು ಹುಡುಕುತ್ತಾ ಎಷ್ಟೋ ಸಲ ರಾತ್ರಿ ಅಡ್ಡಾಡಿದ್ದು ಇದೆ. ಪರಿಮಳಕ್ಕನ ಮನೆಯ ದಾರಿಯಿಂದ ಟಾರ್ಚ್ ಬೀಸುತ್ತಾ ಬರುವ ಅಪ್ಪನನ್ನು ಕಂಡದ್ದೂ ಇದೆ.

ಅಂದು ರಾತ್ರಿ ಪರಿಮಳಕ್ಕ ಮನೆಗೆ ಬಂದು ಜಗಳ ತೆಗೆದುಹೋದ ನಂತರ ಮನೆಯಲ್ಲಿ ಅಮ್ಮನ ಮತ್ತೊಂದು ಮುಖವನ್ನು ಕಂಡು ಬೆಚ್ಚಿಬಿದ್ದಿದ್ದೆ. ಅಂಗಳದಲ್ಲೇ ಮನೆ ಊರು ಒಂದಾಗುವ ಹಾಗೆ ಅಪ್ಪನ ಬಗ್ಗೆ ಪರಿಮಳಕ್ಕನ ಬಗ್ಗೆ ಹೇಳಿದ್ದ ಮಾತುಗಳು ಆಗ ತಾನೇ ಪ್ರಾಪಂಚಿಕ ಅರಿವು ಮೂಡುತ್ತಿದ್ದ ನನ್ನಲ್ಲಿ ಅಸ್ಪಷ್ಟವಾಗಿ ಬಿದ್ದಿದ್ದರೂ ಈಗ ಆ ಮಾತುಗಳೆಲ್ಲಾ ಸ್ಪಷ್ಟವಾಗುತ್ತಿವೆ. "ಇನ್ನೂ ಯಾಕೆ ಮನೆಯಲ್ಲೇ ಕೂತಿದ್ದೀರ. ಕರಿಲಿಕ್ಕೆ ಬಂದಿದ್ಲಲ್ವಾ. ಹೋಗೋದು ಇನ್ನು ರಾಜಾರೋಷವಾಗಿ. ನಾನೇನು ತಡೆಯಲ್ಲ ನಿಮ್ಮನ್ನ. ಗಂಡ ಅನ್ನಿಸಿಕೊಳ್ಳೋದು ಈ ಜನ್ಮದಲ್ಲಿ ನಿಮ್ಮಿಂದ ಆಗಲ್ಲ. ಒಳ್ಳೆಯ ಮಿಂಡನಾದ್ರೂ ಆಗಿ. ಯಾವತ್ತೋ ಸತ್ತೋಗ್ಬೇಕಿತ್ತು ನಾನು. ಮಕ್ಕಳು ಬೀದಿಗೆ ಬೀಳೋದು ಬೇಡ ಅಂತ ತಡ್ಕೊಂಡೆ. ನಾನು ಬೇಡ ಅಂದ್ರೆ ಹೇಳ್ಬಿಡ್ಬೇಕಿತ್ತು. ನನಗೂ ಈ ಸೂತಕ ಬಿಡ್ತಿತ್ತು. ಹೇಸಿಗೆ! ಇಂಥ ಗಂಡಸನ್ನ ನೋಡಿಲ್ಲ ನಾನು. ನಾನೂ ನಿಲ್ಲಲ್ಲ ಇಲ್ಲಿ. ಅವಳನ್ನು ಮನೆಗೆ ಕರ್ಕೊಂಡು ಬಂದು ಇಟ್ಕೊಳ್ಳಿ. ಮಕ್ಳ ಜೊತೆ ಕೆರೆನೋ ಬಾವಿನೋ ನೋಡ್ಕೊಳ್ತೇನೆ" ಅಂತ ಹೇಳಿ ನಮ್ಮನ್ನೂ ಬಿಟ್ಟು ತವರು ಮನೆಗೆ ಹೋದವಳು ವಾಪಾಸು ಬಂದದ್ದು ಅಪ್ಪನ ಹೆಣ ಬಾವಿಯಲ್ಲಿ ತೇಲಿದಾಗಲೇ.

ನಿರ್ಧಾರಗಳಿರಲಿಲ್ಲ ಅಪ್ಪನಿಗೆ. ಬೇಕು ಅಂತ ಅನ್ನಿಸಿದ್ದನ್ನು ಗಟ್ಟಿಯಾಗಿ ಹೇಳುವ ಧೈರ್ಯವೂ ಇರಲಿಲ್ಲ. ಅಪ್ಪ ಅಮ್ಮ ಪರಿಮಳಕ್ಕ ಎಲ್ಲರೂ ತಮ್ಮ ನೋವು ಸಂಕಟಗಳನ್ನು ಬೇಕು ಅಂತ ಮತ್ತೆ ಮತ್ತೆ ಹೇರಿಕೊಂಡು ಅದರಿಂದ ಹೊರಗೆ ಬರುವ ದಾರಿಗಳಿದ್ದರೂ ಬರಲು ಇಷ್ಟಪಡದೇ ಒಂದೊಂದು ದ್ವೀಪಗಳಾಗಿಯೇ ಉಳಿದುಕೊಂಡರು.

ಇನ್ನೇನೋ ಆಗಬಹುದಾಗಿತ್ತು. ಎಲ್ಲಾ ನದಿಗಳನ್ನೂ ಕೂಡಿಸುವ ಸಮುದ್ರವೂ ಆಗಬಹುದಾಗಿತ್ತು. ಆದರೆ ಬದುಕು ನಮ್ಮ ಲೆಕ್ಕಾಚಾರಗಳಲ್ಲಿ ಜೀವಿಸುವುದು ಸಾಧ್ಯವಿಲ್ಲದ ಮಾತು. ಬದುಕಿನ ಸಂಜೆಯಲ್ಲಿ ಜೊತೆಗೆ ಕೂತು ನೆನಪುಗಳನ್ನು ಮೆಲುಕು ಹಾಕುವ ಸುಖಕ್ಕಾಗಿಯಾದರೂ ಮಧ್ಯಾಹ್ನದ ಪ್ರಖರ ಬಿಸಿಲನ್ನು ತಾಳಿಕೊಳ್ಳಬಹುದಾಗಿತ್ತು.

ಈ ಸಲ ಊರಿಗೆ ಹೋದಾಗ ಪರಿಮಳಕ್ಕನ ಜೊತೆಯಲ್ಲಿ ಮಾತಾಡಬೇಕು. ಇಷ್ಟು ವರ್ಷಗಳಾದರೂ ಯಾಕೆ ಒಮ್ಮೆಯೂ ಹೀಗೆ ಅನ್ನಿಸಿಲ್ಲ ಅನ್ನುವ ಅಚ್ಚರಿ ಈಗ ಮನಸ್ಸನ್ನು ಕೊರೆಯುತ್ತಿದೆ. ಎಲ್ಲವೂ ಅರ್ಥವಾಗಬೇಕಿಲ್ಲ. ಇರುವುದನ್ನು ಅದರಷ್ಟಕ್ಕೆ ಬಿಟ್ಟು ಮಾತುಗಳಿಗೆ ಕಿವಿಯಾಗಲು ಯಾವುದೇ ಅಡ್ಡಿಯಿಲ್ಲ. ಅಷ್ಟರಲ್ಲೇ ಬಹಳಷ್ಟು ಸಂಬಂಧಗಳ ನಡುವಿನ ಗೋಡೆಗಳು ಕುಸಿದು ಆ ಸಂಧಿಯಲ್ಲೊಂದು ಹೂವರಳುವ ಸಾಧ್ಯತೆಯಿದೆ. ಅದರ ಪರಿಮಳವನ್ನು ಎಲ್ಲೆಡೆ ಹರಡುವುದಷ್ಟೇ ನಮ್ಮ ಕೆಲಸ.

ಸಾವಯವ

■ ಚೀಮನಹಳ್ಳಿ ರಮೇಶಬಾಬು

challibabus@gmail.com

ಪರಮೇಶಿ ಸರಿಯಾಗಿ ಒಂದೂವರೆಯ ಹೊತ್ತಿಗೆ ಸದಾಶಿವನಗರದ ಆಸ್ಪತ್ರೆಯ ಮುಂದೆ ಆಟೋದಿಂದ ಇಳಿದ. ಇಳಿದ ತಕ್ಷಣ ಅವನ ಮೂಗಿಗೆ ಬಿರಿಯಾನಿಯ ವಾಸನೆ ಕಮ್ಮನೆ ಬಡಿಯಿತು. ಅಬ್ಬಾ ಎಷ್ಟು ದಿನಗಳಾಗಿ ಹೋಯಿತು ಬಿರಿಯಾನಿ ತಿಂದು ಎಂದನಿಸಿ ಹಾಗೇ ಸ್ವಲ್ಪ ಹೊತ್ತು ನಿಂತುಕೊಂಡ. ಅಲೆ ಅಲೆಯಾಗಿ ತೇಲಿ ಬಂದು ಅವನನ್ನು ಸುತ್ತುವರೆಯಿತು. ಯಾಕೋ ಅವನಿಗೆ ಇಂದು ಬಿರಿಯಾನಿ ತಿನ್ನಲೇಬೇಕು ಎಂಬ ಆಸೆ ಗುದ್ದಿಕೊಂಡು ಬರತೊಡಗಿತು. ಬಿರಿಯಾನಿಯನ್ನು ಅಕ್ಕಿಯಲ್ಲೆ ಮಾಡುವುದಲ್ಲವೆ? ತನ್ನಿಂದ ತಿನ್ನಲು ಆಗುತ್ತದೆಯೆ ಎಂದನಿಸಿತು. ಅಸಲಿಗೆ ಅವನು ಅನ್ನ ತಿನ್ನುವುದನ್ನು ಬಿಟ್ಟು ತಿಂಗಳುಗಳೇ ಕಳೆದಿತ್ತು. ಏನಾದರಾಗಲಿ ತಿಂದೇ ಬಿಡುವ ಎಂದುಕೊಂಡು ಆಸ್ಪತ್ರೆಯ ತುಸು ಪಕ್ಕದಲ್ಲೆ ಇರುವ ಬಿರಿಯಾನಿಯ ಹೋಟಲ್ಲಿನ ಒಳಗೆ ನುಗ್ಗಿ ಮೂಲೆಯಲ್ಲಿರುವ ಒಂದು ಖಾಲಿ ಟೇಬಲ್ಲಿನ ಮುಂದೆ ಕುಳಿತ. ಹೇಗೂ ವೈದ್ಯರು ಬರಹೇಳಿರುವುದು ಎರಡೂವರೆಗೆ. ಹಾಗಾಗಿ ಸಾವಧಾನ ತಿಂದರಾಯಿತು ಎಂದುಕೊಂಡು ಒಂದು ಮಟನ್ ಬಿರಿಯಾನಿ ಕೊಡಲು ಹೇಳಿದ. ಸ್ವಲ್ಪ ಹೊತ್ತಿಗೆಲ್ಲ ಹಬೆಯಾಡುವ ಬಿರಿಯಾನಿ ತಟ್ಟೆಯನ್ನು ಅವನ ಮುಂದೆ

ತಂದಿಟ್ಟರು. ಅವನು ತದೇಕಚಿತ್ತದಿಂದ ಅದರ ಕಡೆಗೇ ನೋಡತೊಡಗಿದ. ಏನೋ ವಿಲವಿಲ ಒದ್ದಾಡಿದ ಹಾಗಾಯಿತು. ಮುಖ ವಿಚಿತ್ರವಾದ ಹಿಂಸೆಯನ್ನು ಅನುಭವಿಸತೊಡಗಿತು. ಕಂಗಳನ್ನು ಗಿರಗಿರನೆ ಅತ್ತಿತ್ತ ತಿರುಗಿಸಿದ. ಕಡೆಗೆ ಕಣ್ಣು ಮುಚ್ಚಿಕೊಂಡು ತಿಂದುಬಿಡೋಣ ಎಂದನಿಸಿ ನಿಧಾನಕ್ಕೆ ರೆಪ್ಪೆಗಳನ್ನು ಮುಚ್ಚಿ ಬಲಗೈಯನ್ನು ಬಿರಿಯಾನಿ ತಟ್ಟೆಗೆ ಹಾಕಿ ತುದಿಬೆರಳುಗಳಿಂದ ಒಂದಷ್ಟು ಎತ್ತಿಕೊಂಡು ಬಾಯಿಯ ಬಳಿಗೆ ತಂದ. ಮತ್ತೆ ಏನೋ ಅನುಮಾನ ಬಂದಂತಾಗಿ ಕಂಗಳನ್ನು ತೆರೆದು ತನ್ನ ಕೈಯಲ್ಲಿರುವ ಅಗಳುಗಳ ಕಡೆಗೆ ದಿಟ್ಟಿಸಿದ. ಅರ್ಧ ಅಂಗುಲ ಉದ್ದದ ಹುಳಗಳು ತನ್ನ ಕೈಯಲ್ಲಿ ಒದ್ದಾಡುತ್ತಿರುವಂತೆ ಮತ್ತು ಜಾರಿ ಕೆಳಗೆ ಬೀಳುತ್ತಿರುವಂತೆ ಕಂಡಿತು. ಎದುರಿಗಿರುವ ತಟ್ಟೆಯ ಕಡೆಗೆ ನೋಡಿದ. ಹುಳಗಳ ರಾಶಿ! 'ಏಯ್... ಬಿರಿಯಾನಿ ಕೇಳಿದರೆ ಹುಳ ಕೊಡ್ತೀರಾ...' ಎಂದು ಕಿರುಚುತ್ತಾ ತಟ್ಟೆಯನ್ನು ಜೋರಾಗಿ ತಳ್ಳಿದ. ಅದು ಸದ್ದು ಮಾಡುತ್ತಾ ಕೆಳಗೆ ಬಿದ್ದಿತು. ನೆಲದ ಮೇಲೆ ಹುಳಗಳು ಮಿಸುಕಾಡುತ್ತಿರುವಂತೆ ಕಾಣತೊಡಗಿತು. ಅವನು ಅಲ್ಲಿ ಆಗಲೆ ತಿನ್ನುತ್ತಿರುವ ಒಂದಷ್ಟು ಮಂದಿಯ ಕಡೆಗೆ ಕೈ ತೋರಿಸಿ 'ಲೇ... ನೀವೆಲ್ಲಾ ಹುಳಗಳ್ನ ತಿಂತಿದೀರ. ನೀವೇನು ಮನುಷ್ಯರಾ 'ಏನು?' ಎಂದು ಕೂಗಿದ. ಅವರೆಲ್ಲಾ ತಿನ್ನುವುದನ್ನು ನಿಲ್ಲಿಸಿ ಬಿರಿಯಾನಿ ತಟ್ಟೆಗಳ ಕಡೆಗೆ ನೋಡತೊಡಗಿದರು. ಒಂದು ಕ್ಷಣ ಅವರಿಗೂ ತಾವು ಹುಳಗಳನ್ನೆ ತಿನ್ನುತ್ತಿದ್ದೇವೇನೋ ಎಂದೆನಿಸತೊಡಗಿತು. ಒಂದಷ್ಟು ಮಂದಿ ಎದ್ದು ನಿಂತರು. ಹೋಟೆಲ್ಲಿನ ಸಿಬ್ಬಂದಿ ಪರಮೇಶಿಯ ಬಳಿಗೆ ಬಂದು 'ಏನಾಯ್ತು ಸಾರ್' ಎಂದು ಕೇಳುವ ಹೊತ್ತಿಗೆ ಅವನು ಅವರನ್ನು ದೂಡಿಕೊಂಡು ಬಿರಬಿರನೆ ಆಚೆ ನಡೆದುಬಿಟ್ಟ.

ಪರಮೇಶಿಗೆ ಈ ಸಮಸ್ಯೆ ಶುರುವಾಗಿ ತಿಂಗಳುಗಳೆ ಕಳೆದುಬಿಟ್ಟಿವೆ. ಐದಾರು ವರ್ಷಗಳ ಹಿಂದೆ ಡಯಾಬಿಟಿಸ್ ಅಂಟಿಕೊಂಡ ನಂತರ ಬಹುತೇಕ ಅನ್ನ ತಿನ್ನುವುದನ್ನು ಬಿಟ್ಟಿದ್ದ, ಯಾವಾಗಲಾದರು ಅಪರೂಪಕ್ಕೆ ಅನ್ನದ ಮೇಲೆ ಆಸೆಯಾಗಿ ತಿನ್ನುತ್ತಲಿದ್ದ. ಆಗಲೂ ಅಂತಹ ಸಮಸ್ಯೆಯೇನೂ ಇರಲಿಲ್ಲ. ಆದರೆ ಕಳೆದ ಐದಾರು ತಿಂಗಳುಗಳಿಂದ ಅನ್ನವನ್ನು ನೋಡಿದರೆ ಹುಳಗಳಂತೆ ಕಾಣಿಸಲು ಶುರುವಾಗಿತ್ತು. ಮೊದಮೊದಲು ಹಲವು ಬಾರಿ ವಾಂತಿ ಮಾಡಿಕೊಂಡಿದ್ದ. ಕ್ರಮೇಣ ಅವನ ಈ ಸಮಸ್ಯೆ ಮತ್ತಷ್ಟು ಬಿಗಡಾಯಿಸಿ ಅವನ ಹೆಂಡತಿ ಮನೆಯಲ್ಲಿ ಅನ್ನ ಮಾಡುವುದನ್ನೆ ನಿಲ್ಲಿಸಿಬಿಟ್ಟಿದ್ದಳು. ಕಾಲೇಜು ಓದುತ್ತಿರುವ ಮಕ್ಕಳಿಗೂ ಪರಮೇಶಿಯ ಸಮಸ್ಯೆಯನ್ನು ತಿಳಿಸಿ ಅನ್ನ ತಿನ್ನಬೇಕೆಂದರೆ ಎಲ್ಲಾದರು ಆಚೆ ತಿಂದುಕೊಳ್ಳಿ ಎಂದು ಹೇಳಿದ್ದಳು. ಮತ್ತು ಹಲವು ಬಾರಿ ಗಂಡ ಮನೆಯಲ್ಲಿ ಇಲ್ಲದ ವೇಳೆ ಅನ್ನ ಮಾಡಿ ತಿಂದು ಮುಗಿಸಿ ಮತ್ತೆ ಅವನು ಬರುವ ವೇಳೆಗೆ ಪಾತ್ರೆಗಳನ್ನು ತೊಳೆದುಬಿಡುತ್ತಿದ್ದಳು. ಅದು

ಬಿಟ್ಟರೆ ಅವರ ಮನೆಯಲ್ಲಿ ಪ್ರತಿ ಹೊತ್ತೂ ರಾಗಿ ಮುದ್ದೆ, ರಾಗಿ ರೊಟ್ಟಿ, ಗೋದಿ ಚಪಾತಿ, ಗೋದಿ ರೊಟ್ಟಿ... ಹೀಗೆ ಅಕ್ಕಿ ಇಲ್ಲದ ಅಡುಗೆಯೆ. ಅಕ್ಕಿಯಲ್ಲಿ ಮಾಡಿದ ಯಾವುದೇ ಅಡುಗೆ ಅವನಿಗೆ ವಾಕರಿಕೆ ತರಿಸಿಬಿಡುತ್ತಿತ್ತು. ಶುರುವಿನಲ್ಲಿ ತನ್ನ ಗಂಡನಿಗೆ ಯಾರೋ ಮಾಟ ಮಂತ್ರ ಮಾಡಿಸಿರಬಹುದು ಎಂದು ಅಂದಾಜಿಸಿ ಮೂರು ದಾರಿ ಸೇರುವಲ್ಲಿ ಮಂತ್ರವಾದಿಯ ಕೈಯಿಂದ ಕೋಳಿಬಲಿ ಮಾಡಿಸಿ, ಕಾಯಿ ಹೊಡೆಸಿ, ಕೇಡಿನ ಬೊಂಬೆಗೆ ಅರಶಿಣ ಕುಂಕುಮ ಬಳಿದು ಸಂಪನ್ನಗೊಳಿಸಿದ್ದಳು. ಸಮಸ್ಯೆ ಮತ್ತೂ ಮುಂದುವರೆದದ್ದರಿಂದ ಮತ್ಯಾರೋ ಮಂತ್ರವಾದಿಯನ್ನು ಕರೆಸಿ ತಮ್ಮ ಮನೆಯ ಹಿತ್ತಲಿನಲ್ಲೆ ಮಣ್ಣಿನಲ್ಲಿ ಹೂತ ಅರೆಕೊಳೆತ ತೆಂಗಿನ ಕಾಯಿಯನ್ನು ಎತ್ತಿಸಿ ಕೇಡು ತೆಗೆಸಿದ್ದಳು. ಮತ್ತೂ ಸಮಸ್ಯೆ ಹಾಗೇ ಮುಂದುವರೆಯಿತು. ನಂತರ ಯಾವುದೋ ಜ್ಯೋತಿಷಿಯ ಬಳಿಗೆ ಕರೆದುಕೊಂಡು ಹೋದಳು. ಐದಾರು ವರ್ಷಗಳ ಆಗು ಹೋಗುಗಳನ್ನು ವಿಚಾರಿಸಿದ ಜ್ಯೋತಿಷಿ 'ನಿಮ್ಮ ಕುಲದಲ್ಲಿ ಸತ್ತವರನ್ನು ಸುಡುವುದಿಲ್ಲ; ಹೂಳಲಾಗುತ್ತೆ. ಆದ್ರೆ ನೀವು ನಿಮ್ಮ ತಂದೆಯನ್ನು ಸುಟ್ಟು ಹಾಕಿದ್ದೀರ. ಅದರ ಫಲ ಈಗ ಅನುಭವಿಸ್ತಿದೀರಿ' ಎಂದು ನುಡಿದಿದ್ದ. ಅದಕ್ಕೆ ಪರಮೇಶಿ 'ನಮ್ಮ ಬಳಿ ಹೂಳಲು ಜಾಗವೆ ಇಲ್ಲ. ಮತ್ತೇನು ಮಾಡುವುದು? ಇರುವ ಸ್ಮಶಾನವನ್ನೂ ಯಾವುದೋ ಕಂಪನಿಯವರು ಕೊಂಡುಕೊಂಡು ಟೆಕ್‌ಪಾರ್ಕ್ ಮಾಡ್ತಿದಾರೆ. ಸರ್ಕಾರದೋರೆ ಆ ಜಾಗವನ್ನು ಅವರಿಗೆ ಕೊಟ್ಟಿದ್ದಾರಂತೆ. ನಾವು ಸುಡದೆ ಮತ್ತೇನು ಮಾಡಬೇಕು ಎಂದು ಕೇಳಿದ್ದ. ಅದಕ್ಕೆ ಜ್ಯೋತಿಷಿ ಎಲ್ಲಾದರು ಜಾಗ ಹುಡುಕಬೇಕಿತ್ತು ಎಂದು ತಿಳಿಸಿ ಈಗ ನಡೆದಿರುವ ತಪ್ಪಿಗೆ ಪರಿಹಾರ ಇರುವುದಾಗಿ ನುಡಿದಿದ್ದ. ಆ ಪರಿಹಾರ ಹೋಮಕ್ಕಾಗಿ ಸುಮಾರು ಇಪ್ಪತ್ತು ಸಾವಿರ ಖರ್ಚು ಮಾಡಿಕೊಂಡದ್ದೂ ಆಯಿತು. ಆದರೂ ಸಮಸ್ಯೆ ನಿಲ್ಲಲೇ ಇಲ್ಲ. ಆಗ ಪರಮೇಶಿಯ ಹೆಂಡತಿಯ ಸಂಬಂಧಿಯೊಬ್ಬರು ಇದೊಂದು ರೀತಿಯ ಮನೋರೋಗ. ಇದು ವಾಸಿ ಆಗಬೇಕೆಂದರೆ ಮನೋ ವೈದ್ಯರ ಬಳಿಯೆ ಹೋಗಬೇಕು ಎಂದು ತಿಳಿಸಿದ್ದರು. ಹಾಗಾಗಿಯೆ ಪರಮೇಶಿಯ ಹೆಂಡತಿ ಬಲವಂತ ಮಾಡಿ ಗಂಡನನ್ನು ಸದಾಶಿವನಗರದಲ್ಲಿರುವ ಪ್ರಸಿದ್ಧ ವೈದ್ಯರಲ್ಲಿಗೆ ಕಳುಹಿಸಿದ್ದು ಮತ್ತು ಹಾಗೆ ಬಂದ ಅವನು ಬಿರಿಯಾನಿ ತಿನ್ನುವ ಸಾಹಸಕ್ಕೂ ಇಳಿದದ್ದು.

ಪರಮೇಶಿಗೆ ಇನ್ನೂ ವಾಕರಿಕೆ ಬರುವ ಹಾಗೆಯೆ ಇತ್ತು. ತುದಿಬೆರಳುಗಳಲ್ಲಿ ಮಿಸುಕಾಡುತ್ತಿದ್ದ ಹುಳಗಳು ಇನ್ನೂ ಅಲ್ಲೇ ಇವೆಯೇನೋ ಎಂಬಂತೆ ಬೆರಳುಗಳು ಜುಮುಗುಡುತ್ತಿದ್ದವು. ಹಾಗೇ ಆಸ್ಪತ್ರೆಯೊಳಗೆ ನುಗ್ಗಿ ಕೈಗಳನ್ನು ಸೋಪಿನಿಂದ ತೊಳೆದುಕೊಂಡ. ನಂತರ ಒಂದು ಕಡೆ ಕುಳಿತು ತನ್ನ ಸರದಿಗಾಗಿ ಕಾಯತೊಡಗಿದ. ಸಮಯ ಬಹಳ ಇತ್ತಾದ್ದರಿಂದ ಅವನಿಗೆ ಕೂತಲ್ಲೆ ತೂಕಡಿಕೆ

ಬಂದು ನಿದ್ದೆಗೆ ಜಾರಿದ. ನಿದ್ದೆಯಲ್ಲಿ ತಾನು ಫಳಫಳ ಹೊಳೆವ ಬಿಳಿ ಹುಳಗಳನ್ನು ಎತ್ತಿಕೊಂಡು ಗಬಗಬನೆ ತಿನ್ನುತ್ತಿರುವಂತೆ... ಮತ್ತು ಹಾಗೆ ತಿಂದ ಹುಳಗಳು ತನ್ನ ಹೊಟ್ಟೆಯನ್ನು ಕೊರೆದು ಮತ್ತೆ ಆಚೆ ಬರುತ್ತಿರುವಂತೆ ಕನಸು ಬಿದ್ದು ಒಮ್ಮೆ ಚೀರಿದ. ಅಲ್ಲಿ ಸೇರಿರುವ ಮಂದಿ ವಿಚಿತ್ರವಾಗಿ ಅವನ ಕಡೆ ನೋಡತೊಡಗಿದರು. ಹಾಗೂ ಈ ಆಸ್ಪತ್ರೆಯಲ್ಲಿ ಇದು ಮಾಮೂಲೆ ಎನ್ನುವಂತೆ ತಮ್ಮ ತಮ್ಮ ಮನೋಲೋಕದೊಳಗೆ ಹುದುಗಿಹೋದರು. ಬಹಳ ಸಮಯ ಕಳೆದ ಮೇಲೆ ಪರಮೇಶಿಯ ಸಮಯ ಬಂತು. ಎದ್ದವನೆ ವೈದ್ಯರ ಕೊಠಡಿಗೆ ನಡೆದು ಎದುರಿಗೆ ಕುಳಿತುಕೊಂಡ. ತನ್ನಂತೆಯೆ ವೈದ್ಯರಿಗೂ ಕುರುಚಲು ಗಡ್ಡ ಮತು ಕೆದರಿದ ತಲೆ ಎಂದುಕೊಂಡ. ಒಂದೇ ವ್ಯತ್ಯಾಸವೆಂದರೆ ಅವರ ಕಂಗಳಿಗೆ ಕನ್ನಡಕ ಬಂದಿದೆ; ತನಗೆ ಇಲ್ಲ ಎಂದುಕೊಂಡು ವೈದ್ಯ ಶ್ರೀಧರನ ಕಡೆಗೇ ನೋಡತೊಡಗಿದ. ಶ್ರೀಧರನೇ ಮಾತಿಗಿಳಿದು ಏನು ಸಮಸ್ಯೆ ಎಂದು ಕೇಳಿದ. ಪರಮೇಶಿ ಎಲ್ಲವನ್ನೂ ವಿವರಿಸಿದ. ಈಗ ಒಂದು ಗಂಟೆಯ ಹಿಂದೆ ನಡೆದ ಬಿರಿಯಾನಿಯ ಕತೆಯನ್ನೂ ವಿವರಿಸಿದ. ಸಾವಕಾಶ ಪರಮೇಶಿಯ ಮುಖವನ್ನು ದಿಟ್ಟಿಸಿದ ಶ್ರೀಧರ 'ಏನು ಮಾಡುತ್ತಿರುವಿರಿ?' ಎಂದು ಕೇಳಿದ. 'ಏನೂ ಇಲ್ಲ' ಪರಮೇಶಿಯೂ ತಣ್ಣಗೆ ಉತ್ತರಿಸಿದ.

'ಏನೂ ಮಾಡುತ್ತಿಲ್ಲವೆಂದರೆ ಜೀವನ ಹೇಗೆ?' ಮತ್ತೆ ಶ್ರೀಧರ ಪ್ರಶ್ನಿಸಿದ.

'ಬ್ಯಾಂಕಲ್ಲಿ ಒಂದಷ್ಟು ದುಡ್ಡಿದೆ. ಅದರಿಂದ ಬರುವ ಬಡ್ಡೀಲಿ ನಡೆಸ್ತೀವಿ'

'ಅಷ್ಟೊಂದು ದುಡ್ಡು ಹೇಗೆ ಬಂತು?

'ನಮ್ಮದು ದೇವನಳ್ಳಿ ಪಕ್ಕ ಒಂದು ಊರು. ಇದ್ದ ಜಮೀನಿನಲ್ಲಿ ಅರ್ಧ ಸರ್ಕಾರದೋರು ಪರಿಹಾರ ಕೊಟ್ಟು ವಶಪಡಿಸಿಕೊಂಡರೆ ಮಿಕ್ಕಿದ್ದನ್ನು ನಾವೇ ಮಾರಿಬಿಟ್ಟೆವು'

'ಕೂತು ತಿಂದರೆ ಎಷ್ಟು ದುಡ್ಡಿದ್ದರೇನು? ಉಳಿಯುವುದಾದರೂ ಹೇಗೆ?' ಶ್ರೀಧರನ ಪ್ರಶ್ನೆಗೆ ಪರಮೇಶಿ ಸ್ವಲ್ಪ ಹೊತ್ತು ಮೌನವಾದ. ನಂತರ 'ಏನಾದ್ರು ಬ್ಯುಸಿನೆಸ್ ಮಾಡೋಣಾಂತಿದೀವಿ' ಎಂದು ನುಡಿದ.

'ಅದು ಬಿಡಿ, ನಿಮ್ಮ ಪರ್ಸನಲ್. ಈಗ ಹೇಳಿ ನೀವು ಎಂದಾದರು ಅಕ್ಕಿಯನ್ನು ಕಾಲಿನಿಂದ ಒದ್ದು ಅದರ ಪಾಪ ಪ್ರಜ್ಞೆ ಕಾಡುತ್ತಿದೆಯೋ'

'ಇಲ್ಲ, ಆ ಥರಾ ಏನೂ ನೆನಪಿಲ್ಲ. ಆದ್ರೆ ನಮ್ಮ ಪಕ್ಕದ ಮನೆ ಅಜ್ಜಿ ನಾನು ಚಿಕ್ಕೋನಿದ್ದಾಗ ಅಕ್ಕಿ ತುಂಬಿದ ಸೇರನ್ನು ಕಾಲಿನಿಂದ ಒದ್ದಿದ್ದೆ ಎಂದು ಹೇಳ್ತಾಳೆ. ಅದರಿಂದ್ಲೆ ಹೀಗಾಗ್ತಿದೆ ಎಂದು ಅಂತಾಳೆ. ನಂಗೆ ಏನೂ ನೆನಪಿಲ್ಲ. ಜೊತೆಗೆ ಆ ಅಜ್ಜಿ ಕತೆ ಹೇಳೋದು ಜಾಸ್ತಿ. ಹೇಗೆ ನಂಬೋದು?'

'ನೋಡಿ ನಾ ಯಾಕೆ ಕೇಳ್ದೆ ಅಂದ್ರೆ ಅನ್ನ ನಮಗೆ ದೇವರ ಸಮಾನ. ಹಾಗಾಗಿ ಪಾಪ ಪ್ರಜ್ಞೆ ಕಾಡಿ ಈ ತರಾ ಕಾಣಿಸುವ ಸಾಧ್ಯತೆ ಇರುತ್ತೆ. ಹಾಗೇನೂ ಇಲ್ಲ ತಾನೆ?' ಪ್ರಶ್ನೆಗಳು ಮುಂದುವರೆಯುತ್ತಲೆ ಇದ್ದವು.

ಅವನು ಇಲ್ಲವೆನ್ನುವಂತೆ ತಲೆಯಾಡಿಸಿದ. ನಂತರ ಹಲವಾರು ದೇಶಗಳಲ್ಲಿ ಹುಳಗಳನ್ನು ನಿತ್ಯದ ಆಹಾರದಂತೆ ತಿನ್ನುತ್ತಿರುವ ಸಂಗತಿಯನ್ನು ಪರಮೇಶಿಗೆ ಶ್ರೀಧರ ತಿಳಿಸಿದ. ಅದು ಪರಮೇಶಿಗೂ ಗೊತ್ತಿರುವಂತದ್ದೆ ಆಗಿತ್ತು. ಹಾಗಿದ್ದರೂ ತಲೆಯಾಡಿಸಿದ. ನಂತರ ಶ್ರೀಧರ 'ಹುಳಗಳೆಂದರೆ ಬರೀ ಪ್ರೋಟೀನ್ ಗೊತ್ತೇನ್ರಿ ನಿಮಗೆ. ನಮ್ಮ ದೇಶದಲ್ಲೂ ಹುಳಗಳನ್ನ ತಿಂತಾರೆ. ಮಳೆ ಹುಳ, ಜೇನು ಹುಳ... ಇನ್ನೂ ಏನೇನೋ. ಆರೋಗ್ಯಕ್ಕೆ ಒಳ್ಳೇದು. ಅಸಹ್ಯ ಪಟ್ಕೊಬೇಡಿ. ಹುಳಗಳ ಬಗ್ಗೆ ಪ್ರೀತಿ ಬೆಳೆಸ್ಕೊಳ್ಳಿ. ನಿಮ್ಮ ಹೊಟ್ಟೆ ಒಳಗೂ ಹುಳಗಳು ಇರ್ತಾವೆ ಗೊತ್ತೇನ್ರಿ ನಿಮಗೆ' ಎಂದು ನುಡಿದು ಮಾತು ನಿಲ್ಲಿಸಿದ. ಇದೆಲ್ಲವೂ ಪರಮೇಶಿಗೆ ಗೊತ್ತಿರುವಂತದ್ದೆ ಆಗಿತ್ತು. ಆದರವನಿಗೆ ತನ್ನ ಸಮಸ್ಯೆಗೊಂದು ಪರಿಹಾರ ಬೇಕಿತ್ತು. ಕೇಳಿಯೂ ಬಿಟ್ಟ. ಅದಕ್ಕೆ ಡಾಕ್ಟರ್ 'ನೋಡ್ರಿ ಇದಕ್ಕೆ ಮಾತ್ರೆ ಅಂತೇನಿಲ್ಲ. ನೀವು ಮಾನಸಿಕವಾಗಿ ಸ್ವಲ್ಪ ಬದಲಾವಣೆ ಮಾಡಿಕೊಳ್ಳಬೇಕು. ಈ ಹುಳಗಳ ಬಗ್ಗೆ ಹೆಚ್ಚಿಗೆ ತಿಳಿದುಕೊಳ್ಳಲು ಕೆಲವು ಬುಕ್ಸ್ ಇದಾವೆ ಅವನ್ನ ಓದಿ. ಸಿನಿಮಾ ವಿಡಿಯೋಗಳ್ನ ನೋಡಿ. ಮೊದಲು ನಿಮ್ಮೊಳಗೆ ಅವುಗಳ ಕಡೆಗಿರುವ ಅಸಹ್ಯಕರ ಭಾವನೆ ತೊಲಗಬೇಕು. ಅದೊಂದೆ ನಿಮಗಿರುವ ಪರಿಹಾರ. ಇನ್ನೂ ಒಂದೊಳ್ಳೆ ಉಪಾಯ ಹೇಳ್ತೀನಿ ಕೇಳಿ... ಎಲ್ಲಾದರು ಒಂದು ಹಿಡಿಯಷ್ಟು ಹುಳಗಳನ್ನ ಶೇಖರಿಸಿ ಒಟ್ಟಿಗೆ ಬಾಯಿಗೆ ಹಾಕಿಕೊಂಡು ಜಗಿದುಬಿಡಿ' ಎಂದು ನುಡಿದು ಮಾತು ನಿಲ್ಲಿಸಿದ. ಪರಮೇಶಿ ಶ್ರೀಧರನ ಕಡೆಗೇ ನೋಡತೊಡಗಿದ. ಯಾಕೋ ವಾಕರಿಕೆ ಒತ್ತರಿಸಿಕೊಂಡು ಬಂದ ಹಾಗಾಯಿತು. ಎದ್ದವನೆ ಆಚೆ ನಡೆದುಬಿಟ್ಟ. ಶ್ರೀಧರ ಕರೆಯುತ್ತಲೇ ಇದ್ದ. ಯಾಕೋ ಪರಮೇಶಿಗೆ ಇದು ತನಗೆ ಸೂಕ್ತವಾದ ಜಾಗವಲ್ಲವೆನಿಸಿ ದುಡ್ಡು ಕಟ್ಟಿ ಆಸ್ಪತ್ರೆಯಿಂದ ಹೊರಗೆ ನಡೆದ.

ಅಲ್ಲಿಂದ ಹೊರಟವನೆ ಸೀದಾ ತನ್ನ ಊರಿಗೆ ನಡೆದ. ಹೋದ ತಕ್ಷಣ ಹೆಂಡತಿ ಸುಜಾತ ಏನಾಯ್ತು ಎಂದು ಕೇಳಿದಳು. 'ಸುಮ್ನೆ ದುಡ್ಡು ದಂಡ. ನಿಜವಾದ ಹುಳ ತಿನ್ಬೇಕಂತೆ! ಯಾವ ಸೀಮೆ ಡಾಕ್ಟ್ರು' ಎಂದು ನುಡಿದು ಊಟಕ್ಕೆ ಕುಳಿತ. ಸುಜಾತ ಊಟ ಬಡಿಸುತ್ತಲೆ 'ದಿನಾ ಟೀವೀಲಿ ಬರೋ ಜ್ಯೋತಿಷಿಯೊಬ್ಬರ ಅಪಾಯಿಂಟ್ಮೆಂಟ್ ತಕೊಂಡಿರುವೆ. ನಾಳೆ ಸಂಜೀಗೆ. ಅವ್ರು ತುಂಬಾ ಫೇಮಸ್ಸಂತೆ. ಎಲ್ಲಾ ಕರೆಕ್ಟಾಗಿ ಹೇಳ್ತಾರಂತೆ' ಎಂದು ನುಡಿದಳು. ಅವನು 'ಎಂತಾದ್ದೂ ಬೇಡ ಸುಮ್ನೆ ಬಡ್ಸೆ' ಎಂದು ರೇಗಿದ. ಸುಜಾತ ಕಣ್ಣಲ್ಲಿ ನೀರು ಹಾಕಿಕೊಳ್ಳುತ್ತಲೆ 'ನಿಮ್ಮ ಕಷ್ಟ ನೋಡಕ್ಕೆ ಆಗ್ತಿಲ್ಲ. ಜೊತೆಗೆ ನಮ್ಮ ಕರ್ಮ... ಇಷ್ಟ ಆಗಿದ್ದನ್ನ ಮಾಡ್ಕೊಂಡು ತಿನ್ನೋಕು ಆಗ್ತಿಲ್ಲ. ನಮ್ಮ ಹಿಂಸೆ ನಿಮ್ಗೆ ಹೇಗ್ ಗೊತ್ತಾಗ್ಬೇಕು. ನರಕ ಅನುಭವಿಸ್ತಿದೀವಿ' ಎಂದು ನುಡಿದಳು. ಅವಳ ಕಣ್ಣೀರು ಬಹಳ ಹೊತ್ತು ಹರಿಯುತ್ತಲೆ ಇತ್ತು. 'ದಿನಾ ಬೆಳಗ್ಗೆ ಎದ್ದು ಟೌನ್ಗೆ ಹೋದ್ರೆ ಬರೋದು ರಾತ್ರೀಗೆ. ಅದೇನ್ ಮಾಡ್ತಿ ಅಲ್ಲಿ. ಕೆಲ್ಸ ಇಲ್ಲ ಕಾರ್ಯ ಇಲ್ಲ. ಒಂದು ರುಪಾಯಿ ಸಂಪಾದ್ನೆ ಮೊದ್ಲೆ ಇಲ್ಲ. ಇದೂ ಒಂದು ಬದುಕ. ಕೂತ್ಕಂಡು

ತಿಂತಾ ಇದ್ರೆ ಎಂತಾ ಗುಡ್ಡೆ ಆದ್ರೇನು. ಎಷ್ಟು ದಿನಾ ಇರುತ್ತೆ? ಜೊತೇಗೆ ಅನ್ನಾನ ಕಂಡ್ರೆ ಹೆದರ್ತಿ... ಸಾವ್ಗೆ ಹೆದರ್ಕಂಡ್ರೆ ಬದುಕಿನ ಮೇಲಿನ ಪ್ರೀತಿ ಅಂತ ಅರ್ಥ ಆಗುತ್ತೆ. ಆದ್ರೆ ತಿನ್ನಕ್ಕೇ ಹೆದರಿದ್ರೆ ಹೇಗ್ ಬದುಕ್ತಿ' ಸುಜಾತ ಮತ್ತೂ ಸೇರಿಸಿದಳು. ಪರಮೇಶಿಗೆ ಈ ಡಾಕ್ಟ್ರು, ಹೆಂಡತಿ ಎಲ್ಲಾ ಒಂದೆ ಎಂದನಿಸಿತು. ಸ್ವಲ್ಪ ಹೊತ್ತು ಸುಮ್ಮನಿದ್ದು ನಂತರ 'ಹಾ... ಇಲ್ಲ. ಇಂಗೆ ಜ್ಯೋತಿಷಿಗೆ, ಡಾಕ್ಟರ್ಗೆ ಕೊಡ್ತಾ ಹೋದ್ರೆ ಗುಡ್ಡ ಬೆಟ್ಟ ಆಗುತ್ತೆ' ಎಂದು ರೇಗಿದ. ಮತ್ತೆ ಮನೆಯಲ್ಲಿ ತನ್ನಿಂದಾಗಿ ಇತರರು ಅನ್ನ ತಿನ್ನಲಾಗದೆ ಅನುಭವಿಸುತ್ತಿರುವ ಸಂಕಟ ಕಣ್ಣ ಮುಂದೆ ಬಂದು 'ಆಯ್ತು, ನಾಳೆ ಹೋಗೋಣ ತಕ' ಎಂದು ನುಡಿದ.

ಮಾರನೆ ದಿನ ಸುಜಾತ ಮತ್ತು ಪರಮೇಶಿ ಇಬ್ಬರೂ ಬಸ್ಸು ಹಿಡಿದು ಬೆಂಗಳೂರಿನ ಮಲ್ಲೇಶ್ವರಂಗೆ ನಡೆದರು. ಸಾಗುವಾಗ ಪರಮೇಶಿ 'ಒಂದೊಳ್ಳೆ ಕಾರು ತಕೊಳ್ಳೋಣ ಅಂದ್ರೆ ನೀನು ಬಿಡ್ತಿಲ್ಲ. ಈಗ ಕಾರಿದ್ದಿದ್ರೆ ಜಮ್ಮಂತ ಹೋಗಿ ಬರಬೋದಿತ್ತು' ಎಂದು ನುಡಿದ. ಸುಜಾತ 'ಕಾರು ಅಂದ್ರೆ ಕಾಲು ಮುರೀತೀನಿ. ಒಡಾಡಕ್ಕೇನು ದಾಡಿ ನಿಂಗೆ. ಅದೂ ನಿಂಗೆ ಹದಿನೈದು ಲಕ್ಷದ ಕಾರೇ ಬೇಕು. ಆವತ್ತಿಂದ ಹೇಳ್ತಿದೀನಿ ನಮ್ ತಾಯಿ ಊರಾಕ ಒಬ್ರು ಜಮೀನು ಮಾರ್ತಾವ್ರಂತೆ ಅಂತ. ಎಕರೆ ಇಪ್ಪತ್ತು ಲಕ್ಷ. ಎರಡು ಎಕರೆ ತಕೊಂಡ್ರು ಸಾಕು. ಮುಂದೆ ಹೆಚ್ಕಮ್ಮಿಗೆ ಆಗುತ್ತೆ. ಬೇಡ ಬೇಡ ಅಂತ ಎಷ್ಟು ಹೇಳಿದ್ರು ನೀ ಕೇಳ್ದೆ ಒಳ್ಳೆ ರೇಟು ಅಂತೇಳಿ ನಮ್ಮ ಜಮೀನು ಮಾರ್ದೆ. ನಿಮ್ಮಪ್ಪನೂ ಹೇಳ್ದ... ಕೇಳ್ದ ನೀನು. ನೋಡು ಆಗ್ಲೆ ಅರ್ಧ ದುಡ್ಡು ಖಾಲಿ' ಎಂದು ರೇಗಿದಳು. ಅವನು ಎಲ್ಲವನ್ನೂ ಸುಮ್ಮನೆ ಕೇಳಿಸಿಕೊಳ್ಳುತ್ತ ಅವಳ ಜೊತೆ ಸಾಗಿದ.

ಜ್ಯೋತಿಷಿಯ ಕಚೇರಿ ಸುಂದರವಾಗಿತ್ತು. ಹಿತವಾದ ಸುವಾಸನೆ ಮೂಗಿಗೆ ಬಡಿಯುತ್ತಲಿತ್ತು. ರಿಸೆಪ್ಷನ್‌ನಲ್ಲಿ ಐದು ಸಾವಿರ ಕಟ್ಟಿ ಜ್ಯೋತಿಷಿಯ ಮುಂದೆ ಕುಳಿತರು. ಎಲ್ಲವನ್ನೂ ಕೇಳಿಸಿಕೊಂಡ ಅವನು ಸ್ವಲ್ಪ ಹೊತ್ತು ಕಣ್ಣು ಮುಚ್ಚಿ ಧ್ಯಾನಸ್ಥನಾದ. ಬೆರಳುಗಳನ್ನು ವಿಚಿತ್ರವಾಗಿ ಎಣಿಸುತ್ತಲಿದ್ದ. ನಂತರ 'ನೋಡಿ, ವಿಷಯ ಜಟಿಲವಾಗಿದೆ. ಹೋದ ಜನ್ಮದಲ್ಲಿ ಯಾವುದೋ ಒಂದು ಮನಸ್ಥಿತೀಲಿ ನೀವು ತಿನ್ನುವ ಅನ್ನವನ್ನು ತೆಗೆದುಕೊಂಡು ಹೋಗಿ ಕಕ್ಕಸ್ಸು ಗುಂಡಿಗೆ ಸುರಿದಿದ್ದಿರಿ. ಅದರ ಫಲ ಈಗ ಅನುಭವಿಸ್ತಿದೀರ. ನಾ ಹೇಳಿದ ಹಾಗೆ ಕೇಳಿ. ಒಟ್ಟು ಎರಡು ಪರಿಹಾರ ಮಾಡಿಸಬೇಕು. ಒಂದು ಅನ್ನದೋಷ. ಇನ್ನೊಂದು ಅನ್ನ ಕಂಟಕ. ಎರಡನ್ನೂ ಪರಿಹರಿಸಬೇಕು. ಇಲ್ಲವೆಂದರೆ ಅನ್ನಗಂಡ ಎರಗಲಿದೆ. ಒಂದು ವರ್ಷದೊಳಗೆ ಸಾವು ಗ್ಯಾರಂಟಿ. ನಿಮಗೆ ಒಂದು ಫ್ರೀ... ಒಂದಕ್ಕೆ ಮಾತ್ರ ದುಡ್ಡು ಕೊಟ್ಟರೆ ಸಾಕು. ಇಪ್ಪತ್ತೈದು ಸಾವಿರ' ಎಂದು ನುಡಿದು ಮಾತು ನಿಲ್ಲಿಸಿದ. ಪರಮೇಶಿ ಮತ್ತು ಸುಜಾತ ಒಬ್ಬರ ಮುಖ ಮತ್ತೊಬ್ಬರು ನೋಡಿಕೊಂಡರು. ಹೇಗೋ ಸಮಸ್ಯೆ ಬಗೆಹರಿದರೆ

ಸಾಕು ಎಂದನಿಸಿ ಒಪ್ಪಿಕೊಂಡು ಒಂದು ದಿನಾಂಕವನ್ನು ಗೊತ್ತುಪಡಿಸಿದರು. ಆ ದಿನದವರೆಗೂ ಕಾದು ಜೋತಿಷಿ ಹೇಳಿದ ಹಾಗೆ ಸೂಚಿಸಿದ ಜಾಗದಲ್ಲಿ ಪರಿಹಾರ ಕಾರ್ಯಗಳನ್ನು ಮುಗಿಸಿ ಇನ್ನಾದರು ನೆಮ್ಮದಿ ಸಿಗಬಹುದೇನೋ ಎಂದು ಕಾಯತೊಡಗಿದರು. ಸಮಸ್ಯೆ ಮತ್ತೂ ಮುಂದುವರೆಯತೊಡಗಿತು.

ಪರಮೇಶಿಯ ವಿಷಯ ಅವರ ಬಂಧು ಬಳಗದಲ್ಲಲ್ಲದೆ ಸುತ್ತಮುತ್ತಲ ಊರುಗಳಲ್ಲಿಯೂ ಹಬ್ಬಿಕೊಂಡಿತು. ಹೀಗೆ ಸುದ್ದಿ ತಿಳಿದ ದಾರಿ ಹೋಕರೊಬ್ಬರು ಮುಳಬಾಗಿಲ ಬಳಿ ನಾಟಿವೈದ್ಯರೊಬ್ಬರು ಇರುವುದಾಗಿ ತಿಳಿಸಿ ಅವರು ಇಂತದ್ದಕ್ಕೆ ಎಂತದೋ ಔಷಧಿ ಕೊಡ್ತಾರೆ ಅದನ್ನ ಕುಡಿದರೆ ವಾಸಿಯಾಗುತ್ತದೆ ಎಂದು ತಿಳಿಸಿದರು. ಸುಜಾತ ಗಂಡನನ್ನು ಕರೆದುಕೊಂಡು ಅಲ್ಲಿಗೂ ಹೊರಟುನಿಂತಳು. ಅವಳಿಗೆ ಗಂಡನ ಹಿಂಸೆ ಒಂದು ಹಿಂಸೆಯಾದರೆ ತಿನ್ನುವ ವಯಸ್ಸಿನ ಮಕ್ಕಳು ಇಷ್ಟವಾಗಿರುವುದನ್ನು ತಿನ್ನಲಾಗದೆ ಅನುಭವಿಸುತ್ತಿರುವ ಹಿಂಸೆ ಮತ್ತೊಂದು. ಜೊತೆಗೆ ತನಗೆ ತನ್ನಿಷ್ಟದ ಅವಲಕ್ಕಿ, ಪಡ್ಡು, ದೋಸೆ, ಅನ್ನದ ಖೀರು ತಿನ್ನಲಾಗದೆ ಪಡುತ್ತಿರುವ ಸಂಕಟ. ಇವೆಲ್ಲದರಿಂದ ಬಿಡುಗಡೆ ಹೊಂದಲು ಅವಳು ಎಷ್ಟು ದೂರ ಬೇಕಾದರೂ ಹೋಗಲು ತಯಾರಿದ್ದಳು. ಮುಳಬಾಗಿಲಿನ ನಾಟಿ ವೈದ್ಯ ಎಲ್ಲವನ್ನೂ ಕೇಳಿಸಿಕೊಂಡು ಎರಡು ಗಂಟೆ ಬಿಟ್ಟು ಬನ್ನಿ ಒಂದು ಔಷಧಿ ತಯಾರಿಸಿಟ್ಟಿರುತ್ತೇನೆ ಎಂದು ತಿಳಿಸಿದ. ಅವರು ಎರಡು ಗಂಟೆ ಕಾದು ಮತ್ತೆ ಹೋದರು. ಅವನು ಪರಮೇಶಿಯ ಕೈಗೆ ಒಂದು ಬಾಟಲಿಯನ್ನು ಕೊಟ್ಟು ಕುಡಿಯಲು ಹೇಳಿದ. ಪರಮೇಶಿ ಅದರ ಮುಚ್ಚಳ ತೆಗೆದು ಮೂಸಿ ನೋಡಿದ. ವಿಚಿತ್ರವಾದ ವಾಸನೆ ಮೂಗಿಗೆ ಬಡಿದ ಹಾಗಾಯಿತು. ಕಣ್ಣು ಮುಚ್ಚಿಕೊಂಡು ಕುಡಿಯಲು ಅನುವಾದ. ನಾಟಿವೈದ್ಯ 'ಬೇಡ, ಕಣ್ಣು ತೆರೆದೇ ಕುಡಿಯಿರಿ' ಎಂದ. ಪರಮೇಶಿ ಕಣ್ಣು ತೆರೆದುಕೊಂಡೆ ಗಟಗಟನೆ ಕುಡಿದುಬಿಟ್ಟ. ಯಾವುದೋ ಪರದೇಶಿ ಸೂಪಿನಂತೆ ಅನಿಸಿತು. ನಾಟಿವೈದ್ಯ ಹೇಗಿತ್ತು ಎಂದು ಕೇಳಿದ. ಪರಮೇಶಿ ಪರವಾಗಿಲ್ಲ ಎಂದು ತಲೆಯಾಡಿಸಿದ. ಸ್ವಲ್ಪ ಹೊತ್ತು ಅಲ್ಲೆ ಇದ್ದ ಅವರು ನಂತರ ಬಸ್ಸು ಹಿಡಿದು ಊರಿನ ಕಡೆಗೆ ಸಾಗಿದರು. ಪರಮೇಶಿಗೆ ಆ ನಾಟಿವೈದ್ಯ ಏನನ್ನು ಕುಡಿಸಿರಬಹುದು ಎಂಬ ಸಂದೇಹ ಬಹಳವೆ ಕಾಡತೊಡಗಿತು. ಹಾಗೇ ಸುಜಾತಳಿಗೂ ಸಹ. ಸುಜಾತ ಕಾಡಿನ ಯಾವುದೋ ಗಿಡದ ಬೇರಿರಬಹುದು ಎಂದು ಅಂದಾಜಿಸಿ ನಿದ್ದೆಗೆ ಜಾರಿದಳು. ಪರಮೇಶಿಗೆ ನಾಟಿ ವೈದ್ಯನ ಮೇಲೆ ಒಂದು ರೀತಿಯ ಗುಮಾನಿ ಶುರುವಾಯಿತು. ಅವನು ಏನೋ ಗೋಲ್‌ಮಾಲ್ ಮಾಡಿರಬಹುದು ಎಂದನಿಸಿತು. ಅಕ್ಕಿಯನ್ನು ರುಬ್ಬಿ ಅದರೊಳಗೆ ಮತ್ತೇನೋ ಬೆರೆಸಿ ಕೊಟ್ಟಿರಬಹುದೆ ಎಂದುಕೊಂಡ ಅವನಿಗೆ ಒಮ್ಮೆ ವಾಕರಿಕೆ ಬಂದ ಹಾಗಾಯಿತು. ಆದರೆ ವಾಂತಿ ಬರಲಿಲ್ಲ. ಹೊಟ್ಟೆ ಸೇರಿದ ಮೇಲೆ ಎಂತ ಸಮಸ್ಯೆ? ತನಗೆ ಸಮಸ್ಯೆ ಇರುವುದು ಕಾಣುವುದರಲ್ಲಲ್ಲವೆ?

ಎಂದು ಯೋಚಿಸುತ್ತಲೆ ಊರು ಸೇರಿದ. ಊರು ತಲುಪುವುದರೊಳಗೆ ಸಂಜೆಯಾಗಿತ್ತು. ರಾತ್ರಿಗೆ ತಾನು ಮನೆಯಲ್ಲಿ ಅನ್ನವನ್ನೆ ಮಾಡುವುದಾಗಿ ಸುಜಾತ ತಿಳಿಸಿದಳು. ಪರಮೇಶಿ ಬೇಡವೆಂದ. ತಾನು ಮಾಡುವುದಾಗಿ ಸುಜಾತ ಹಟವಿಡಿದು ಕೂತಳು. ಪರಮೇಶಿ ಕೂಗಾಡಿದ. ಸುಜಾತ ಇಷ್ಟವಿದ್ದರೆ ತಿನ್ನಿ ಇಲ್ಲವೆಂದರೆ ಉಪವಾಸ ಮಲಗಿಕೊಳ್ಳಿ ಎಂದು ತಾನೂ ಕೂಗಾಡಿದಳು. ಜೊತೆಗೆ ಮಕ್ಕಳೂ ಅವಳಿಗೆ ಬಲ ತುಂಬಿದರು. ಅವನು ಎದ್ದು ಆಚೆ ನಡೆದುಬಿಟ್ಟ. ಎಲ್ಲೋ ಅಡ್ಡಾಡಿಕೊಂಡು ಎಂಟು ಗಂಟೆಯ ಸುಮಾರಿಗೆ ಬಂದ. ಒಲೆಯ ಮೇಲೆ ಅನ್ನದ ಕುಕ್ಕರ್ ಹಬೆಯಾಡುತ್ತಲಿತ್ತು. ಅವನಿಗೆ ಹೇಗೆ ತಿನ್ನುವುದಪ್ಪ ಎಂಬ ಹೆದರಿಕೆ ಶುರುವಾಯಿತು. ಸುಮ್ಮನೆ ತುಸು ಕಂಪಿಸುತ್ತಾ ಕುಳಿತ. ಹೆಂಡತಿ ಹಿಂದೊಮ್ಮೆ ಹೇಳಿದ 'ತಿನ್ನೋಕೇ ಹೆದರಿದ್ರೆ ಹೇಗ್ ಬದುಕ್ತಿ' ಎಂಬ ಮಾತು ಮೆದುಳೊಳಗೆ ಗಿರಕಿ ಹೊಡೆಯತೊಡಗಿತು. ಸುಜಾತಳ ಮುಖವನ್ನು ದಿಟ್ಟಿಸಿದ. ಮಳೆ ಕಾಣದ ಮಣ್ಣಿನಂತೆ ಕಳೆಗುಂದಿತ್ತು. ಅವನು ಮೆತ್ತಗೆ 'ಊರಲ್ಲಿ ಜಮೀನು ತಕೊಳ್ಳೋಣ. ನಿಮ್ಮಪ್ಪನುಕೆ ಹೇಳು. ಏನನ್ನಾರು ಬೆಳೆಯೋಣ' ಎಂದು ನುಡಿದು ನಂತರ 'ಆದ್ರು... ಅಲ್ಲಿ ಮಾರೋನು ಮತ್ತೆ ನನ್ನ ತರಾನೆ ಆಗಲ್ವ? ಬೇಜಾರಾಗುತ್ತೆ ಕಣೆ' ಎಂದು ನುಡಿದ. ಅಷ್ಟರಲ್ಲಿ ಅವನ ಮೊಬೈಲ್ ಸದ್ದು ಮಾಡಿತು. ಮಳಬಾಗಿಲಿನ ನಾಟಿವೈದ್ಯನ ಫೋನು. ಕರೆಯನ್ನು ಸ್ವೀಕರಿಸಿದ ಪರಮೇಶಿ ಮಾತನಾಡತೊಡಗಿದ. ನಾಟಿವೈದ್ಯ 'ನಿಮ್ಮ ಹೊಟ್ಟೆ ಹೇಗಿದೆ?' ಎಂದು ಕೇಳಿದ. ಪರಮೇಶಿ 'ಏನಾಗಿಲ್ಲ... ಆರಾಮಿದೀನಿ' ಎಂದು ನುಡಿದ.

'ನೀವು ಇಲ್ಲಿ ಕುಡಿದ ಔಷಧಿ ಏನಿರಬಹುದು ಅಂತ ಗೊತ್ತಾಯಿತೋ?' ನಾಟಿವೈದ್ಯ ಮತ್ತೆ ಕೇಳಿದ.

'ಗೊತ್ತಿಲ್ಲ...' ಪರಮೇಶಿ ಸೌಮ್ಯವಾಗಿ ನುಡಿದ.

'ಊಹಿಸಿ ನೋಡೋಣ'

'ರುಬ್ಬಿದ ಅಕ್ಕಿ ಹಿಟ್ಟಿನ ಮಿಶ್ರಣ!'

'ಇಲ್ಲಾರೀ... ಅದು ತಿಪ್ಪೆ ಹುಳಗಳ ರಸ' ಎಂದು ನುಡಿದ ನಾಟಿವೈದ್ಯ ಗಹಗಹಿಸಿ ನಗತೊಡಗಿದ. ಅದು ಪರಮೇಶಿಯ ಒಳಗೂ ಪ್ರತಿಧ್ವನಿಸತೊಡಗಿತು. ತುಸು ಸಮಯ ಕಳೆದ ಮೇಲೆ ವಾಕರಿಕೆ ಗುದ್ದಿಕೊಂಡು ಬರತೊಡಗಿತು. ಮನೆಯಿಂದ ಆಚೆ ಓಡಿದ. ಸ್ವಲ್ಪ ದೂರದಲ್ಲೆ ಇರುವ ತಿಪ್ಪೆಯೊಂದರ ಬಳಿ ಕುಳಿತ. ಹೊಟ್ಟೆಯೊಳಗಿರುವುದೆಲ್ಲವನ್ನು ಕಕ್ಕಲು ಪ್ರಯತ್ನಿಸತೊಡಗಿದ. ಒಂದು ಚೂರೂ ಆಚೆ ಬರಲೇ ಇಲ್ಲ. ಎದುರಿಗೆ ತಿಪ್ಪೆಗುಂಡಿ ಹುಣ್ಣಿಮೆಯ ಬೆಳಕಿಗೆ ಹೊಳೆಯುತ್ತಲಿತ್ತು. ಅದರ ನಡುವೆ ಗೋಡಂಬಿಯನ್ನೆ ಹೋಲುವ ಅದೇ ಗಾತ್ರದ ತಿಪ್ಪೆಹುಳವೊಂದು ಚಂದ್ರನ ತುಂಡೇನೋ ಎಂಬಂತೆ ಹೊಳೆಯುತ್ತಾ ನಿಧಾನಕ್ಕೆ ತೆವಳುತ್ತಾ ಸಾಗುತ್ತಲಿತ್ತು. ಪರಮೇಶಿ ಅದರ ಕಡೆಗೇ ನೋಡತೊಡಗಿದ.

ಕುಲುಮೆ

■ ರೇಣುಕಾ ಕೋಡಗುಂಟಿ

renukakodagunti@gmail.com

ಸಂಜೆ ಆರು ಗಂಟೆಯ ಹೊತ್ತಿಗೆ ಆಫೀಸಿನ ಕ್ಯಾಬನ್ನು ಇಳಿದು ನಾನು ಮನೆಯ ದಾರಿ ಹಿಡಿದೆನು. ಬಾಗಿಲ ಬಳಿ ನಿಂತು ಡೋರ್ ಬೆಲ್ ಒತ್ತಿದ ಕೂಡಲೆ ತಡ ಮಾಡದೆ ಬಾಗಿಲನ್ನು ತೆಗೆದ ತೇಜಸ್, ಹೆಗಲಿಗೆ ಬ್ಯಾಗನ್ನು ನೇತು ಹಾಕಿಕೊಂಡು ಮನೆಯಿಂದ ಹೊರ ಬಂದನು. ಮುಖದಲ್ಲಿ ಒಂದು ಸಣ್ಣ ನಗುವನ್ನೂ ಬೀರದೆ, ಬಾಯ್ ಚಿನ್ನಾ ಎಂದು ಹೇಳಿ ಸರ ಸರನೆ ಮೆಟ್ಟಿಲುಗಳನ್ನು ಇಳಿದು ಬೈಕಿನ ಬಳಿ ಹೋದ. ಬೈಕ್ ಹತ್ತಿದ ಮೇಲೆ ನನ್ನ ಕಡೆಗೆ ತಿರುಗಿ ಕೈ ಬೀಸಬಹುದೆಂದು ಕಾಯುತ್ತಿದ್ದೆ. ಆದರೆ ಅವನು ನನ್ನತ್ತ ತಿರುಗಿ ನೋಡಲೇ ಇಲ್ಲ ಹೊರಟೇಬಿಟ್ಟ. ಹೀಗೆ ನಾನು ಕಾಯುವುದು ಅವನು ಸುಮ್ಮನೆ ಹೊರಡುವುದು ಹೊಸದೇನು ಅಲ್ಲದಿದ್ದರೂ ನನ್ನ ಹುಚ್ಚು ಮನಸ್ಸು ಅವನು ತಿರುಗಿ ನೋಡಬಹುದೆಂದು ಸದಾ ಹಂಬಲಿಸುತ್ತಿತ್ತು.

ಬೇಸರದಿಂದ ನಿಟ್ಟುಸಿರು ಬಿಡುತ್ತಾ ಒಳಗೆ ಬಂದಳು ಅಲ್ಲಿ ಅವಳಿಗಾಗಿ ಕಾದು ಕುಳಿತ ಹತ್ತಾರು ಡಾಲ್‌ಗಳು, ಅವಳನ್ನು ಕಂಡು ನಗುವನ್ನು ಬೀರಿದವು. ಅವಳ ಮನಸ್ಸು ಭಾರವಾಗಿದ್ದರಿಂದ ಅವುಗಳತ್ತ ನೋಟ ಹರಿಸದೆ, ಬ್ಯಾಗನ್ನು ಸೋಫಾದ ಕಡೆಗೆ ಬೀಸಾಡಿ, ಶೂ, ಸಾಕ್ಸ್‌ಗಳನ್ನು ಕಳಚಿ ಸೈಡಿಗಿಟ್ಟು, ಸೀದಾ ಬೆಡ್‌ರೂಮಿಗೆ ಹೋಗಿ 'ದಪ್' ಎಂದು ಬಿದ್ದಳು, ಮೆತ್ತನೆಯ ಆ

ಬೆಡ್‌ಸೀಟ್, ಬ್ಲಾಂಕೆಟ್‌ಗಳು ಕೊಂಚ ಮುದನೀಡಿದಂತೆ ಎನಿಸಿತು. ಹಗಲೆಲ್ಲ ಆಫೀಸಿನ ಗೋಜಾಟದಲ್ಲಿ ಮುಳುಗಿದ ಅವಳಿಗೆ ತಲೆ ಸಿಡಿಯುತ್ತಿತ್ತು. ಕಾಫಿ ಕುಡಿದರೆ ಸರಿ ಹೋಗುತ್ತೆ ಎಂದುಕೊಂಡು, ಟೇಬಲ್‌ನ ಮೇಲಿರುವ ಫ್ಲಾಸ್ಕ್‌ನ ಬಳಿ ಹೋದಳು. ತೇಜಸ್ ದಿನವೂ ಸಂಜೆ ಆಫೀಸ್‌ಗೆ ಹೋಗುವ ಮುನ್ನ ಅವಳಿಗಾಗಿ ಫ್ಲಾಸ್ಕ್‌ನಲ್ಲಿ ಕಾಫಿ ಮಾಡಿಟ್ಟು ಹೋಗುತ್ತಿದ್ದ. ಇವತ್ತೂ ತಪ್ಪದೇ ಹಾಗೆ ಮಾಡಿಟ್ಟಿದ್ದ. ಫ್ಲಾಸ್ಕ್‌ಗೆ ಕೈ ಹಾಕುತ್ತಿದ್ದಂತೆ ಆಫೀಸಿನಿಂದ ಬಂದು ತಾನಿನ್ನೂ ಫ್ರೆಶ್ ಆಗಿಲ್ಲವಲ್ಲ ಎಂಬುದು ಅರಿವಾಗಿ "ಛೇ" ಎನ್ನುತ್ತಾ ಕಪ್ಪನ್ನು ಕೆಳಗಿಟ್ಟು ಹೋಗಿ ಬಟ್ಟೆಯನ್ನು ಬದಲಾಯಿಸಿ ಫ್ರೆಶ್ ಆಗಿ ಬಂದಳು. ಕಾಫಿಯನ್ನು ಕಪ್‌ಗೆ ಹಾಕಿಕೊಂಡು ಬಾಲ್ಕನಿಯತ್ತ ಹೋದಳು. ಅಲ್ಲಿ ಹೂ ಬಿಟ್ಟಿರುವ, ಹಸಿರಿನಿಂದ ಮೈತುಂಬಿಕೊಂಡ ಹಲವು ಪಾಟ್‌ಗಳು ಸಾಲಾಗಿ ಕುಳಿತಿದ್ದವು. ಅಲ್ಲೇ ಇದ್ದ ಚೇರಿನ ಮೇಲೆ ಕುಳಿತು ಕಾಫಿಯನ್ನು ಸವಿಯತೊಡಗಿದಳು. ಬಾಲ್ಕನಿಯಲ್ಲಿ ಕುಳಿತರೆ ಆ ಅಪಾರ್ಟ್‌ಮೆಂಟಿನ ಪ್ಲೇಗ್ರೌಂಡ್ ಕಾಣುತ್ತಿತ್ತು. ಅಲ್ಲಿ ಆಡುವ ಮಕ್ಕಳು, ಮಕ್ಕಳನ್ನು ಆಡಿಸುವ ತಾಯಂದಿರು, ವಾಕಿಂಗ್ ಮಾಡುತ್ತಿರುವವರು, ಅಲ್ಲಿರುವ ಹಸಿರು ಗಿಡಗಳು ಎಲ್ಲವೂ ಕಾಣುತ್ತಿತ್ತು. ಅಲ್ಲಿ ಆಡುತ್ತಿದ್ದ ಮಕ್ಕಳನ್ನು ನೋಡಿ ಆಕೆಗೆ ಮನದಲ್ಲಿ ಪುಳಕ ಉಂಟಾಯಿತು.

ಆಹಾ ಅದೆಷ್ಟು ಚೆಂದದ ಮಕ್ಕಳು, ಆ ಚಿಕ್ಕ ಚಿಕ್ಕ ಬೆರಳುಗಳು, ಚಿಕ್ಕ ಚಿಕ್ಕ ಪಾದಗಳು, ಮುದ್ದಾದ ಗಲ್ಲ, ಹೊಳೆಯ ಕಣ್ಣುಗಳು, ಮಗುವನ್ನು ಅಪ್ಪಿ ಮುದ್ದಾಡಬೇಕೆನಿಸುತ್ತದೆ. ಅದೆಷ್ಟೋ ಸಲ ಹೀಗೆ ಅನಿಸಿದಾಗಲೆಲ್ಲ ನಾನು ಮಕ್ಕಳ ಬಳಿ ಹೋಗಿ, ಮಕ್ಕಳನ್ನು ಮಾತನಾಡಿಸಿ ಮುದ್ದಾಡಿ ಬರುತ್ತಿದ್ದೆ ಆದರೆ ಹೀಗೆ ಹೋದಾಗಲೆಲ್ಲ ಅಲ್ಲಿರುವ ಹಿರಿಯ ವಯಸ್ಸಿನ ಹೆಂಗಸರು, "ನೀನು ಇಂತಹ ಮುದ್ದಾದ ಮಗುನ್ನ ಬೇಗ ಮಾಡಿಕೊ" ಎಂದು ಕಾಲೆಳೆದು ತಮಾಷೆ ಮಾಡುತ್ತಿದ್ದರು. ಅವರು ಅದನ್ನು ತಮಾಷೆಗೆ ಹೇಳಿದ್ದರೂ ನನಗೆ ಮಾತ್ರ ಸಂಕಟವಾಗುತ್ತಿತ್ತು. ಮಕ್ಕಳೆಂದರೆ ನನಗೆ ಪಂಚಪ್ರಾಣ, ಮದುವೆಯಾಗಿ ಎರಡು ವರ್ಷಗಳಾದರೂ ಮಕ್ಕಳು ನನ್ನ ಮಡಿಲು ಸೇರಲಿಲ್ಲ. ಹಾಗಂತ ನನಗೆ ಯಾವುದೇ ದೋಷನೂ ಇಲ್ಲ, ಯಾವ ಸಮಸ್ಯೆಯೂ ಇಲ್ಲ ಸಮಸ್ಯೆ ಇರುವುದೆಲ್ಲ ನನ್ನ ಅತ್ತೆ, ಮಾವನ ಸಾಲದಲ್ಲಿ. ಮಾವ ಊರಲ್ಲಿ ತನ್ನ ಪ್ರತಿಷ್ಠೆಗಾಗಿ ಡುಪ್ಲೆಕ್ಸ್ ಮನೆಯನ್ನು ಕಟ್ಟಿಸಿದ್ದಾನೆ. ಮನೆ ಅತ್ತೆಯ ಹೆಸರಿನಲ್ಲಿ ಇದ್ದರೂ ಸಾಲ ಮಾತ್ರ ನನ್ನ ಗಂಡ ತೇಜಸ್ ಹೆಸರಿನಲ್ಲಿದೆ. ಪ್ರತಿ ತಿಂಗಳು ನನ್ನ ಮತ್ತು ನನ್ನ ಗಂಡನ ಸ್ಯಾಲರಿಯಲ್ಲಿ ಅರ್ಧ ಸ್ಯಾಲರಿ ಅತ್ತೆಯ ಅಕೌಂಟಿಗೆ ಹಾಕಲೇಬೇಕು. ಮದುವೆಯಾದ ಹೊಸದರಲ್ಲಿ ಎರಡು ವರ್ಷ ಮಕ್ಕಳನ್ನು ಮಾಡಿಕೊಳ್ಳುವುದು ಬೇಡ ಚಿನ್ನಾ ನಾವಿಬ್ಬರೆ ಎಂಜಾಯ್ ಮಾಡೋಣ ಎಂದು ತೇಜಸ್ ಹೇಳಿದಾಗ ನಾನು ಅವನ ಮಾತನ್ನು ನಂಬಿ 'ಓಕೆ' ಎಂದು ಒಪ್ಪಿಗೆ ಸೂಚಿಸಿದ್ದೆ,

ಅನಂತರದಲ್ಲೆ ಗೊತ್ತಾಗಿದ್ದು ಎರಡು ವರ್ಷ ಮಕ್ಕಳು ಬೇಡವೆಂದಿದ್ದು ಎಂಜಾಯ್ ಮಾಡಲಲ್ಲ, ಇಬ್ಬರೂ ದುಡಿಯಬೇಕು, ಅದರಿಂದ ತಮ್ಮಪ್ಪನ ಸಾಲದ ಹೊರೆ ಹಗುರಾಗಬೇಕು ಎಂಬುದಾಗಿತ್ತು. ಮಕ್ಕಳಾಗಿಬಿಟ್ಟರೆ ಮಗುವಿನ ನೆಪದಲ್ಲಿ ನಾನು ದುಡಿಯುವುದು ಬಿಟ್ಟುಬಿಟ್ಟರೆ ಎಂಬೆಲ್ಲಾ ಲೆಕ್ಕಾಚಾರಗಳು ಅವನಿಂದ ಹೊರ ಬೀಳದ ಒಗಟುಗಳು.

ಮದುವೆಯಾದ ಮೂರು ತಿಂಗಳಿಗೆ ತೇಜಸ್ ಕಂಪನಿಯನ್ನು ಬದಲಾಯಿಸಿದ. ಅದು ನೈಟ್ ಶಿಫ್ಟ್ ಆಗಿದ್ದರಿಂದ, ನಾನು ಬೇಡವೆಂದು ಎಷ್ಟು ಬೇಡಿಕೊಂಡರೂ "ಇಲ್ಲ ಚಿನ್ನಾ, ನೈಟ್ ಶಿಫ್ಟ್ ಇರೋದ್ರಿಂದಾನೆ ಒಳ್ಳೆ ಸ್ಯಾಲರಿ ಸಿಗುತ್ತೆ, ಇದರಿಂದ ಸಾಲ ಬೇಗ ತೀರಿಸಬಹುದು, ಆಗ ನಮ್ಮ ಲೈಫ್ ಕೂಡ ಚೆನ್ನಾಗಿರುತ್ತೆ, ಅಲ್ವಾ! ನಾನು ನಮ್ಮ ಫ್ಯೂಚರ್‌ಗಾಗಿಯೇ ಈ ಡಿಶಿಷನ್‌ಗೆ ಬಂದಿದ್ದು!" ಎಂದೆಲ್ಲಾ ಬಣ್ಣದ ಮಾತುಗಳನ್ನು ಆಡಿ ರಮಿಸಿಬಿಟ್ಟಿದ್ದ. ಅಂದಿನಿಂದ ಇಂದಿನವರೆಗೂ ಅವನದು ನೈಟ್ ಶಿಫ್ಟ್, ನನ್ನದು ಫಸ್ಟ್‌ಶಿಫ್ಟ್, ಬೆಳಿಗ್ಗೆ ನಾನು ರೆಡಿಯಾಗಿ ಆಫೀಸಿಗೆ ಹೊರಡುವ ಹೊತ್ತಿಗೆ ಅವನು ಮನೆಗೆ ಬರುತ್ತಾನೆ. ಸಂಜೆ ನಾನು ಮನೆಗೆ ಬರುವ ಹೊತ್ತಿಗೆ ಅವನು ಆಫೀಸಿಗೆ ಹೊರಡುತ್ತಾನೆ. ಇನ್ನು ನಮಗೇ ಅಂತ ಸಿಕ್ಕುವುದು ವೀಕೆಂಡ್ ಮಾತ್ರ. ಆ ಎರಡು ದಿನಗಳಾದರು ತೇಜಸ್‌ನೊಂದಿಗೆ ಸಂತೋಷದಿಂದ ಕಳೆಯಬೇಕೆಂಬುದು ನನ್ನ ಬಯಕೆ, ಮನದ ಭಾವನೆಗಳನ್ನು ಅವನೊಂದಿಗೆ ಹಂಚಿಕೊಳ್ಳಬೇಕು, ಅವನೊಟ್ಟಿಗೇ ಕುಳಿತು ಬದುಕಿನ ಕನಸನ್ನು ಕಟ್ಟುವ ತವಕ. ಆದರೆ ನಾನು ಅವನ ಹತ್ತಿರ ಕುಳಿತು ಪ್ರೀತಿಯ ಮಾತುಗಳನ್ನು ಆಡುತ್ತಿದ್ದರೆ, ಅವನ ಗಮನ ಎಲ್ಲೋ ಇರುತ್ತಿತ್ತು ಅವನು ಪಕ್ಕದಲ್ಲೇ ಕುಳಿತಿದ್ದರು ಅವನ ಮನಸ್ಸು ಮಾತ್ರ ಯಾವುದೋ ವ್ಯವಹಾರದಲ್ಲಿ ತೊಡಗಿರುತ್ತಿತ್ತು. ಆಗ "ನಾನು ಹೇಳಿದ್ದು ಕೇಳಿಸ್ತಾ" ಎಂದಾಗ ನಿದ್ದೆಯಿಂದ ಎಚ್ಚೆತ್ತವನಂತೆ "ಹಾ... ಏನು? ಏನ್ ಹೇಳಿದೆ ಇನ್ನೊಮ್ಮೆ ಹೇಳು" ಎನ್ನುತ್ತಿದ್ದ. ನಾನು ಕೋಪ ಮಾಡಿಕೊಂಡು ಎದ್ದು ಹೋದಾಗ, ಅವನು ಬಳಿ ಬಂದು ಒಂದೆರಡು ಸಮಜಾಯಿಷಿ ಮಾತುಗಳನ್ನಾಡಿ ಸಮಾಧಾನ ಮಾಡಿ, ಹೆಚ್ಚು ಸಮಯ ನನ್ನೊಂದಿಗೆ ಕಳೆಯದೆ ಓಡಿ ಹೋಗಿ, ಷೇರು ಮಾರ್ಕೆಟ್‌ನ ವಿಡಿಯೋಗಳನ್ನು ನೋಡುತ್ತಾ, ಯಾವ ಶೇರಿನಲ್ಲಿ ಹಣ ಹೂಡಿ ಲಾಭ ಪಡೆಯಬಹುದು ಎಂಬುದನ್ನು ಬಹಳ ಶ್ರದ್ಧೆಯಿಂದ ನೋಡುತ್ತಾ ತಲ್ಲೀನನಾಗುತ್ತಿದ್ದ. ಇದೆಲ್ಲ ಪ್ರಾರಂಭದಲ್ಲಿ ನನಗೆ ನೋವನ್ನು ಉಂಟು ಮಾಡಿದರೂ ಅನಂತರ ಅಭ್ಯಾಸವಾಗಿ ಹೋಯಿತು.

ಒಮ್ಮೊಮ್ಮೆ ಅಮ್ಮನ ಬಳಿ ನನ್ನ ನೋವನ್ನು ಹೇಳಿಕೊಂಡು ಅಳುತ್ತಿದ್ದೆ. ಅಮ್ಮ "ಇರಲಿ ಸುಮ್ಮನಿರು ಮುಂದೆ ಎಲ್ಲಾ ಸರಿ ಹೋಗುತ್ತೆ, ನಿನ್ನ ಗಂಡನಿಗೆ ಕುಡಿಯೋದು, ಸೇದೋದು, ಚಟ ಇಲ್ಲವಲ್ಲ. ಅದಕ್ಕೆ ಸಮಾಧಾನ ಮಾಡಿಕೊ,

ನೋಡಿಲ್ಲಿ ಪಕ್ಕದ ಮನೆಯ ರಾಧಕ್ಕನ ಮಗಳ ಕತೆ ಹೀಗಾಯಿತು. ಹಿಂದಿನ ಮನೆ ಪಂಕಜನ ಮಗಳ ಕತೆ ಹಾಗಾಯಿತು, ಇದನ್ನೆಲ್ಲಾ ನೋಡಿದ್ರೆ ನಿಂದೇ ಪುಣ್ಯ ಕಣೆ" ಎಂದು ಹೇಳಿದಾಗ "ಏನ್ ಪುಣ್ಯನೋ ಏನೋ' ಎಂದು ಗೊಣಗುತ್ತಲೆ ಪೋನನ್ನು ಕುಕ್ಕುತ್ತಿದ್ದೆ.

ನನಗೇನು ಸಾಫ್ಟ್‌ವೇರ್ ಆಗಬೇಕೆಂಬ ಆಸೆ ಇರಲಿಲ್ಲ. ಎಲ್ಲಾ ಅಪ್ಪನ ನಿರ್ಧಾರವೇ ಆಗಿತ್ತು. ಅಪ್ಪನ ಅಣ್ಣ ಅಂದ್ರೆ ದೊಡ್ಡಪ್ಪ ತನ್ನ ಮಗ ಸಾಫ್ಟ್‌ವೇರ್ ಆಗಿದ್ದಕ್ಕೆ ಊರೆಲ್ಲ ಡಂಗೂರ ಸಾರಿ ಕೊಚ್ಚಿಕೊಂಡಿದ್ದ. ಅದರಿಂದ ಅಪ್ಪನಿಗೆ ಹೊಟ್ಟೆ ಉರಿದು ತನ್ನ ಮಗಳನ್ನು ಸಾಫ್ಟ್‌ವೇರ್ ಓದಿಸಿ ತನ್ನ ಅಣ್ಣನಿಗೆ ಸೆಡ್ಡು ಹೊಡೆಯಬೇಕೆಂಬುದಾಗಿತ್ತು. ಅಪ್ಪನ ಈ ಹಟಕ್ಕೆ ದೊಡ್ಡಪ್ಪನೂ ಕಾರಣ ಎನ್ನಬಹುದು, ದೊಡ್ಡಪ್ಪನಿಗೆ ಇಬ್ಬರೂ ಗಂಡುಮಕ್ಕಳಿದ್ದರು, ಆದರೆ ನಮ್ಮ ಮನೆಯಲ್ಲಿ ಅಪ್ಪನಿಗೆ ಇಬ್ಬರೂ ಹೆಣ್ಣುಮಕ್ಕಳಿದ್ದರಿಂದ, ದೊಡ್ಡಪ್ಪ ಆಗಾಗ ಅಯ್ಯೋ ಬರೀ ಹೆಣ್ಣುಮಕ್ಕಳೆ ಹುಟ್ಟಿದಾವೆ ಎಂದು ವ್ಯಂಗ್ಯ ಮಾಡುತ್ತಿದ್ದರು. ಅದರಿಂದಾಗಿ ಈ ಹೆಣ್ಣು ಮಕ್ಕಳನ್ನೆ ಚೆನ್ನಾಗಿ ಓದಿಸಿ ಊರಲ್ಲಿ ಭೇಶ್ ಎನ್ನಿಸಿಕೊಳ್ಳಬೇಕೆನ್ನುವ ಹಟ ಅಪ್ಪನದು. ಮನೆಯಲ್ಲಿ ನಾನೇ ದೊಡ್ಡವಳಾಗಿದ್ದರಿಂದ ನನ್ನ ಮೇಲೆ ಹೆಚ್ಚು ಒತ್ತಡ ಇತ್ತು. ಅಪ್ಪ ತುಂಬಾ ಸ್ಟ್ರಿಕ್ಟ್ ಆಗಿದ್ರು. ನಾವು ಹಾಕುವ ಡ್ರೆಸ್ ಮೈತುಂಬಾ ಇರಬೇಕು, ಜಾಸ್ತಿ ಮೇಕಪ್ ಮಾಡಬಾರ್ದು, ಹೀಗೆ ನೂರೆಂಟು ಕಾನೂನನ್ನು ಅಪ್ಪ ನಮಗೆ ಹೇರಿದ್ದರು. ಮನೆಯಿಂದ ಕಾಲೇಜಿಗೆ, ಕಾಲೇಜಿನಿಂದ ಮನೆಗೆ ತಾವೇ ಪಿಕಪ್ ಡ್ರಾಪ್ ಮಾಡುತ್ತಿದ್ದರು. "ನಾನೇ ಹೋಗ್ತೇನೆ ಅಪ್ಪ" ಎಂದು ಕೇಳಿದರೆ ಕಣ್ಣಿಂದಲೆ ಬಿರುಸಾದ ಬಾಣವನ್ನು ಬಿಡುತ್ತಿದ್ದರು. ಆಗ ನಾನು ಬಂದೂಕಿನ ಬಾಯಿಗೆ ಸಿಕ್ಕಿಕೊಂಡ ಗುಬ್ಬಿಯಂತೆ "ಸರಿ ಅಪ್ಪಾ ನೀವೇ ಬನ್ನಿ" ಎಂದು ಹೇಳಿ ಅವರ ನೆರಳನ್ನು ಹಿಂಬಾಲಿಸುತ್ತಿದ್ದೆ.

ಒಮ್ಮೆ ಕಾಲೇಜಿನಲ್ಲಿ ನಡೆದ ಕ್ವಿಜ್ ಕಾಂಪಿಟೇಶನ್‌ನಲ್ಲಿ ನಾನು ಫಸ್ಟ್ ಬಂದಿದ್ದರಿಂದ ಕಾಲೇಜಿನ ಸ್ನೇಹಿತರೆಲ್ಲ ಸೇರಿ ಕ್ಯಾಂಪಸ್‌ನಲ್ಲಿ ಇರುವ ಕ್ಯಾಂಟಿನ್‌ಗೆ ಹೋಗಿ ಎಲ್ಲರೊಂದಿಗೆ ಐಸ್‌ಕ್ರೀಮ್ ತಿನ್ನುತ್ತಾ ಕುಳಿತಿದ್ದೆ, ಅದರಲ್ಲಿ ಹುಡುಗರೂ ಇದ್ದರು, ಪಿಕಪ್ ಮಾಡಲು ಬಂದ ಅಪ್ಪನ ಕಣ್ಣಿಗೆ ಬಿದ್ದಿತು ಅಷ್ಟೆ! ಮುಗಿಯಿತು ಕತೆ ಮನೆಗೆ ಹೋದ ಮೇಲೆ ನನಗೂ, ನನ್ನ ಜೊತೆಗೆ ಅಮ್ಮನಿಗೂ ಸೇರಿಸಿ ಮಂತ್ರಾರ್ಚನೆ ಶುರುವಾಯಿತು. ಇದು ಹೊಸದೇನಲ್ಲವಾದ್ದರಿಂದ, ನಾನು ಒಂಚೂರು ಇದಕ್ಕೆ ತಲೆ ಕೆಡಿಸಿಕೊಳ್ಳಲಿಲ್ಲ. ಆದರೆ ಅಂದು ರಾತ್ರಿ ಮಲಗುವ ಹೊತ್ತಿಗೆ ನನ್ನ ಬಳಿ ಬಂದ ಅಮ್ಮ ನನಗೆ ಬೈಯ್ಯಲಿಲ್ಲ ಬದಲಾಗಿ ನನ್ನಲ್ಲಿ ಬೇಡಿಕೊಂಡಳು. "ನಿಮ್ಮಪ್ಪ ಬೈದ್ರು ಅಂತ ಬೇಜಾರು ಮಾಡಿಕೊಬೇಡ ಮಗಾ, ನಿಮ್ಮಪ್ಪನಿಗೆ ಕೋಪ ಜಾಸ್ತಿ ಕಣೆ, ಆದರೆ ನಿನ್ನ ಮೇಲೆ ಪ್ರೀತಿ, ಕಾಳಜಿನು ಇದೆ. ನಿನಗೆ ಗೊತ್ತಲ್ವ, ನಿನ್ನ ದೊಡ್ಡಪ್ಪನ ಮನೆಯವರು ನಮಗೆ ಇಬ್ಬರು

ಹೆಣ್ಣು ಮಕ್ಕಳಿ ಅನ್ನೊ ಕಾರಣಕ್ಕೆ ಹೇಗೆಲ್ಲಾ ಆಡಿಕೊಳ್ತಾರೆ, ಅದಕ್ಕೆ ನೀವೇನಾದ್ರು ಅಪ್ಪಿ ತಪ್ಪಿ, ತಪ್ಪು ಮಾಡಿಬಿಟ್ರೆ, ನಿಮ್ಮ ದೊಡ್ಡಪ್ಪನ ಮನೆಯವರು ಇನ್ನೆಷ್ಟು ಆಡಿಕೊಳ್ತಾರೊ ಅಂತ ಭಯಕ್ಕೆ ನಿಮ್ಮಪ್ಪ ಹೀಗೆಲ್ಲ ಬೈತಾರೆ, ನೀನೇನು ಬೇಜಾರು ಮಾಡ್ಕೋಬೇಡ" ಎಂದು ತಲೆ ಸವರಿದರು. "ಅಯ್ಯೋ ಇದೇನು ಹೊಸದಾ ತಲೆ ಕೆಡಿಸಿಕೊಳ್ಳೋಕೆ, ಹುಟ್ಟಿದಾಗಿಂತ ನೋಡ್ತಾ ಇದೀನಿ, ಬೇಜಾರು ಇಲ್ಲ ಎಂತದೂ ಇಲ್ಲ, ಮಲಕ್ಕೋ ಹೋಗಮ್ಮ" ಎನ್ನುತ್ತಾ ನಾನು ಮಲಗಲು ಎರಗಿದೆ. ಅಮ್ಮಾ ಹೋಗದೆ ಇನ್ನೂ ಏನೋ ಹೇಳಬೇಕೆಂಬ ತವಕದಲ್ಲಿ ನನ್ನತ್ತನೇ ನೋಡ್ತಾ ಇದ್ಲು. ಒಂದು ರೀತಿಯ ಗಾಬರಿ, ದುಗುಡ ಹೇಳಲೋ ಬೇಡವೋ ಎಂಬ ಭಯ, ಅಮ್ಮನ ಮುಖದಲ್ಲಿ ಸಮ್ಮಿಳಿತಗೊಡಿದ್ದವು. "ಏನಮ್ಮ ಯಾಕಿಷ್ಟು ಟೆನ್ಶನ್ ಮಾಡಿಕೊಂಡಿದ್ದಿಯಾ?" ಎನ್ನುತ್ತ ಅಮ್ಮನ ಕೈ ಹಿಡಿದೆ. ಹೊರ ಬರಲು ಕಾದು ಕುಳಿತ ಕಣ್ಣ ಹನಿಯೊಂದು ಅಮ್ಮನ ಕಣ್ಣಿಂದ ಜಾರಿತು, "ಯಾಕಮ್ಮ ಏನಾಯ್ತು" ಗಾಬರಿಗೊಂಡು ಕೇಳಿದೆ "ಏನಿಲ್ಲ ಮಗಾ, ನಾನು ನಿಂಗೊಂದು ಮಾತು ಹೇಳಬೇಕು, ಅದು ಹೆಂಗೆ ಹೇಳಬೇಕೊ ಗೊತ್ತಾಗ್ತಾ ಇಲ್ಲ, ಆದ್ರು ಹೇಳಿಬಿಡ್ತೀನಿ ನೀನು... ನೀನು ಕಾಲೇಜಲ್ಲಿ ಯಾವ ಹುಡುಗುರು ತಂಟೆಗೂ ಹೋಗ್ಬೇಡ ಕಣೆ, ಮತ್ತೆ, ಮತ್ತೆ ಪ್ರೀತಿ ಪ್ರೇಮ ಅದರ ತಂಟೆಗೆ ಹೋಗ್ಬೇಡ, ನಿಮ್ಮಪ್ಪ ಹೆಂಗೇ ಅಂತ ಗೊತ್ತಲ್ಲ, ಹಂಗೇನಾದ್ರು ಆಗ್ಬಿಟ್ರೆ ಊರಾಗೆ ನಾವು ತಲೆ ಎತ್ತಿ ತಿರಗಾಕೆ ಆಗಲ್ಲ ಮಗಾ, ನಮ್ಮ ಜಾತಿಯಲ್ಲೆ ನಿಮಪ್ಪ ತೋರ್ಸಿದ ಹುಡಗನ್ನ ಮದುವೆ ಆಗವ್ವ, ಇದನ್ನೆ ನಾನು ನಿನ್ನತ್ರ ಬೇಡಿಕೊಳ್ಳೋದು" ಎಂದು ಕಣ್ಣೀರು ಹಾಕಿ ಪ್ರೀತಿ ಪ್ರೇಮದ ಬಗ್ಗೆ ನಾನು ಕನಸನ್ನೂ ಕಾಣದಂತೆ ಮರ್ಯಾದೆ ಮಹಲಿನಲ್ಲಿ ಬಂಧಿಸಲಾಗಿತ್ತು.

ಈ ತೇಜಸ್ ಅಪ್ಪನೇ ಹುಡುಕಿದ ಹುಡುಗ. ಒಬ್ಬನೇ ಮಗ, ದೊಡ್ಡ ಮನೆತನ, ಮಗಳು ಚೆನ್ನಾಗಿ ಇರ್ತಾಳೆ ಎಂದು ನನ್ನನ್ನು ಇವನಿಗೆ ಗಂಟು ಹಾಕಿದರು. ಮಗಳು ಬೆಂಗಳೂರಿನ ದೊಡ್ಡ ಕಂಪನಿಯಲ್ಲಿ ಕೆಲಸ ಮಾಡುತ್ತಾಳೆ. ಗಂಡ ಹೆಂಡತಿ ಇಬ್ಬರಿಗೂ ತಿಂಗಳಿಗೆ ಲಕ್ಷಗಟ್ಟಲೆ ಸಂಬಳವಿದೆ. ಊರಲ್ಲಿ ಅರಮನೆಯಂತಹ ಡುಪ್ಲೆಕ್ಸ್ ಮನೆಯಿದೆ. ಎಂದು ಊರ ಜನರ ಮುಂದೆ ಕೊಚ್ಚಿಕೊಳ್ಳುವುದರಲ್ಲೆ ಅಪ್ಪನ ಹೊಟ್ಟೆ ತುಂಬಿ ಹೋಗುತ್ತಿತ್ತು. ಆದರೆ ನನ್ನ ಮನದ ಸಂಕಟ ಯಾರಿಗೆ ಹೇಳಲಿ? ಈ ಶ್ರೀಮಂತಿಕೆಯ ಸೌಧದಲ್ಲಿ ನನ್ನ ಮನದ ದನಿಗೆ ಜಾಗವೇ ಇಲ್ಲವಲ್ಲ. ಮನೆ ತುಂಬ ಬಣ್ಣದ ಗೋಡೆಗಳಿವೆ, ಆದರೆ ನನ್ನ ಬದುಕು ಬಣ್ಣ ಕಳೆದುಕೊಂಡು ಕತ್ತಲು ಕವಿದಂತೆ ಭಾಸವಾಗುತ್ತಿದೆ. ಪ್ರೀತಿ, ಪ್ರೇಮ, ಒಲವು, ನಲಿವು ಇವೆಲ್ಲವೂ ನಿಂಘಟಿನ ಪದಗಳಾಗಿವೆ. ನಾನು ದುಡಿಯಲು ಮಾತ್ರ ಬೇಕಾದ ಯಂತ್ರವೆ. ಹೀಗೆ ನೂರೆಂಟು ಉತ್ತರವಿಲ್ಲದ ಪ್ರಶ್ನೆಗಳು ನಿತ್ಯ ಬೇತಾಳನಂತೆ ನನಗೆ ಕಾಡುತ್ತವೆ.

ನನ್ನ ಕ್ಲಾಸ್‌ಮೇಂಟ್ ಪವ್ವಿಗೆ ಈಗಾಗಲೆ ಎರಡು ಮಕ್ಕಳು, ಗಂಡ ಹೆಂಡತಿ ಮಕ್ಕಳೊಂದಿಗೆ ಅದೆಷ್ಟು ಚೆನ್ನಾಗಿದ್ದಾಳೆ. ಮಕ್ಕಳೊಂದಿಗಿನ ಫೋಟೋಗಳನ್ನು ಅವಳ ಸ್ಟೇಟಸ್‌ನಲ್ಲಿ ನೋಡುತ್ತಿದ್ದರೆ ನನಗೆ ಯಾವಾಗ ಈ ಭಾಗ್ಯ ಎನ್ನಿಸಿ ದುಃಖವಾಗುತ್ತದೆ. ಕಳೆದ ವರ್ಷ ಅತ್ತೆಮಾವ ಇಲ್ಲಿಗೆ ಬಂದಾಗ ಎಲ್ಲವನ್ನೂ ಹೇಳಿಬಿಟ್ಟೆ. ಅವರು ನನ್ನ ಆಸೆಗೆ ಕನಿಕರ ಪಡಬಹುದೂ ಎಂದು, ಆದರೆ ಅದು ಹಾಗಾಗಲಿಲ್ಲ. "ಅವನು ಹೇಳಿದ್ರಲ್ಲಿ ತಪ್ಪಿಲ್ಲ, ಮಕ್ಕಳು ಮಾಡಿಕೊಂಡರೆ ಅದಕ್ಕೂ ಖರ್ಚಾಗುತ್ತೆ ಅಲ್ವಾ, ಅದಕ್ಕೆ ಮುಂದೂಡಿರ್ತಾನೆ. ಸಾಲ ಸ್ವಲ್ಪನಾದ್ರು ಹಗುರಾಗ್ಲಿ ಅಂತ ಯೋಚಿಸಿರ್ತಾನೆ, ಇಷ್ಟಕ್ಕೂ ಆ ಮನೆ ನಿಮ್ಮದೆ ಅಲ್ವಾ, ನಿಮ್ಮ ಮಕ್ಕಳಿಗೆ ತಾನೆ ಆ ಮನೆ ಸೇರೋದು" ಎಂದು ಬೆಣ್ಣೆಯಲ್ಲಿ ಕೂದಲು ತೆಗೆದಂತೆ ಉತ್ತರಿಸಿದ್ದರು. ನನ್ನ ಮನಸ್ಸು ಮತ್ತಷ್ಟು ಕುಗ್ಗಿ ಹೋಯಿತು. 'ಮನೆ ಯಾರಿಗೆ ಬೇಕು, ಆಸ್ತಿ ಯಾರಿಗೆ ಬೇಕು' ಎನ್ನುವ ರೋಷ ಉಕ್ಕಿ ಅಂದು ತೇಜಸ್‌ನೊಡನೆ ಇದೇ ವಿಷಯಕ್ಕೆ ಜಗಳವಾಡಿದೆ. ನಾವು ಕೋಣೆಯ ಒಳಗೆ ಜಗಳವಾಡಿದ್ದು ಅತ್ತೆಮಾವನಿಗೆ ತಿಳಿದು ಅವರು ಬೆಳಿಗ್ಗೆ ನಾನು ಏಳುವ ಮುನ್ನವೆ ಎದ್ದು ಮಗನಿಗೆ ಮಾತ್ರ ಹೇಳಿ ಊರಿಗೆ ಹೋಗಿಬಿಟ್ಟರು. "ಹೂ, ಮಗನಿಗೆ ಮಾತ್ರ ಹೇಳಿ ಹೋದರು" ಅಂದಿನಿಂದ ತೇಜಸ್ ನನ್ನೊಂದಿಗೆ ಮುಖಕ್ಕೆ ಮುಖ ಕೊಟ್ಟು ಮಾತನಾಡುವುದನ್ನೇ ಬಿಟ್ಟುಬಿಟ್ಟ.

ಈ ಒಂಟಿತನದ ಬದುಕು ಸಾಕೆಂದು ಈಗಾಗಲೆ ಎರಡು ಬಾರಿ ಲಾಯರನ್ನು ಭೇಟಿಯಾಗಿದ್ದೆ. ಆ ಲಾಯರ್ ಅವಸರ ಬೇಡ ಕಾದು ನೋಡಿ, ಸರಿಹೋಗದಿದ್ದರೆ ಆಮೇಲೆ ನೋಟಿಸ್ ಕೊಡಬಹುದು ಎಂದು ಬುದ್ಧಿ ಹೇಳಿ ಕಳುಹಿಸಿದ್ದರು. ಲಾಯರ್ ಬಳಿ ಹೋಗಲು ಇದುವರೆಗೆ ನಾನು ಹೇಳಿದ ಇಷ್ಟೇ ಕಾರಣಗಳಲ್ಲದೆ, ಇನ್ನೊಂದು ಬಲವಾದ ಕಾರಣವೂ ಇತ್ತು. ಅಂದು ನಮ್ಮ ಸೆಕೆಂಡ್ ವೆಡ್ಡಿಂಗ್ ಯ್ಯಾನಿವರ್ಸರಿ ದಿನ ತೇಜಸ್ ತುಂಬಾ ಸಂತೋಷದಿಂದ ಇದ್ದ, ಆಫೀಸಿನ ಕೊಲಿಗ್‌ಗಳೆಲ್ಲರು ಮನೆಗೆ ಬಂದಿದ್ದರು. ಮನೆಯಲ್ಲೆ ಪಾರ್ಟಿ ಮಾಡಿದೆವು. ಪಾರ್ಟಿ ಮುಗಿಸಿ ಎಲ್ಲರು ಹೋದಮೇಲೆ ತೇಜಸ್‌ಗೆ" ಎರಡು ವರ್ಷ ಕಳೆಯಿತು ಇನ್ನಾದರೂ ನಾವು ಮಗು ಮಾಡಿಕೊಳ್ಳಬಹುದಲ್ವಾ" ಎಂದು ಬಹಳ ಖುಷಿಯಿಂದ, ಆಸೆಕಂಗಳಿಂದ ಕೇಳಿದೆ. ಅದಕ್ಕೆ ಅವನು "ಹೌದು ಚಿನ್ನ ಮಕ್ಕಳೆಂದರೆ ನನಗೂ ತುಂಬಾ ಇಷ್ಟ, ಆದರೆ ಅಪ್ಪನ ಮಂಡಿ ನೋವಿಗೆ ಆಪರೇಶನ್ ಮಾಡಿಸೋದಿದೆ. ಅವರು ಆಪರೇಶನ್‌ಗೆ ಇಲ್ಲಿಗೆ ಬರ್ತಾರೆ. ಆಪರೇಶನ್ ಆದ್ಮೇಲೆ ಐದಾರು ತಿಂಗಳು ಇಲ್ಲೆ ಇರ್ತಾರೆ, ಅವರು ಇಲ್ಲೆ ಇದ್ದಮೇಲೆ ನೀನು ಅವರ ಬಗ್ಗೆ ಕೇರ್ ತಗೋಬೇಕಾಗುತ್ತೆ, ಅದೇ ಸಮಯದಲ್ಲೆ ನೀನು ಪ್ರೆಗ್ನೆಂಟ್ ಆದ್ರೆ ನಿನಗೇ ಬರ್ಡನ್ ಆಗುತ್ತೆ ಚಿನ್ನಾ, ಅದಕ್ಕೆ ನಾವು ಮುಂದಿನ ವರ್ಷ ಮಗು ಮಾಡಿಕೊಳ್ಳೋಕೆ ಪ್ಲಾನ್ ಮಾಡೋಣ

ಆಯ್ತಾ" ಎಂದು ಸಲೀಸಾಗೆ ನುಡಿದುಬಿಟ್ಟಿದ್ದ. ಆಡಲು ನೂರು ಮಾತುಗಳು ಒತ್ತರಿಸಿ ಬಂದರೂ ಗಂಟಲಲ್ಲೆ ಹಿಡಿದಿಟ್ಟುಕೊಂಡೆ, ಆಡಿದರೆ ಉಪಯೋಗವಿಲ್ಲ ಎಂಬುದು ಹತ್ತಾರುಬಾರಿ ಮನವರಿಕೆ ಆಗಿಹೋಗಿತ್ತು. ಆಲಿಸುವವರಿಲ್ಲದ ಅನಾಥೆಯ ರೋಧನೆ ನನ್ನದಾಗಿತ್ತು. ಕಣ್ಣೀರು ಹರಿದು ಹರಿದು ಹೃದಯ ಕಲ್ಲಾಗಿ ಹೋಯಿತು. ಮರುದಿನವೆ ಲಾಯರ್ ಬಳಿ ಹೋಗಿ ನನ್ನ ಸಂಕಟವನ್ನು ಹೇಳಿಕೊಂಡು ಬಿಡುಗಡೆಗೆ ಕೇಳಿಕೊಂಡಿದ್ದೆ. ಲಾಯರ್ ದುಡುಕಬೇಡ, ಇನ್ನೊಮ್ಮೆ ಯೋಚಿಸಿ ಎಂದು ಹೇಳಿ ಎರಡು ಸಲ ವಾಪಸ್ ಕಳುಹಿಸಿದ್ದರು.

ಆದರೀಗ ಈ ಬದುಕು ಉಸಿರುಗಟ್ಟುತ್ತಿದೆ. ನನ್ನ ಭಾವನೆಗಳೆಲ್ಲ, ಆಸೆಗಳಲ್ಲೆ, ಕನಸುಗಳೆಲ್ಲ ಸಮಾಧಿ ಸೇರುವ ಮುನ್ನ ನಾನು ಹೊಸ ಬದುಕನ್ನು ಕಂಡುಕೊಳ್ಳಬೇಕಿದೆ. ಇನ್ನು ನಾನು ಸಹಿಸಲಾರೆ, ಈಗಲೆ ನನ್ನ ಗೆಳತಿಯ ಪಿಜಿಗೆ ಶಿಫ್ಟ್ ಆಗುತ್ತೇನೆ. ನಾಳೆಯೇ ತೇಜಸ್‌ಗೆ ಡೈವೋರ್ಸ್ ನೋಟಿಸ್ ಕಳುಹಿಸಲು ಲಾಯರ್‌ಗೆ ಫೋನ್ ಮಾಡುತ್ತೇನೆ, ಎಂದುಕೊಂಡು ಫೋನನ್ನು ಕೈಗೆತ್ತಿಕೊಂಡು ಲಾಯರ್‌ಗೆ ರಿಂಗಾಯಿಸುತ್ತಿದ್ದಂತೆ ಡೋರ್‌ಬೆಲ್ ಆಯಿತು. ಪೋನನ್ನು ಕಯ್ಯಲ್ಲಿ ಹಿಡಿದೇ ಬಾಗಿಲನ್ನು ತೆಗೆದಳು. ಬಾಗಿಲಲ್ಲಿ ಅಪ್ಪ ಅಮ್ಮ, ತಂಗಿ ಬಂಧುಗಳು, ಊರಿನ ನೆಂಟರು ಎಲ್ಲರೂ ಸಂಭ್ರಮದ ನಗುವನ್ನು ಮುಖದಲ್ಲಿ ಧರಿಸಿ ನಿಂತಿದ್ದರು. ಅಚ್ಚರಿಯಾದಳು. ಅಮ್ಮ ಒಳಗೆ ಕಾಲಿಡುತ್ತಾ "ನಾವೆಲ್ಲ ಇಲ್ಲಿ ಒಂದು ಮದುವೆಗೆ ಬಂದಿದ್ವಿ ಕಣೆ, ಇವ್ರೆಲ್ಲ ನಿನ್ನ ಮನೆ ನೋಡ್ಬೇಕು ಅಂದ್ರು, ಅದಕ್ಕೆ ಎಲ್ಲರನ್ನೂ ಕರ್ಕೊಂಡು ಬಂದ್ವಿ, ನಿನಗೆ ಸರ್‌ಪ್ರೈಸ್ ಇರ್ಲಿ ಅಂತ ನಿನಗೆ ಫೊನ್ ಮಾಡ್ಲಿಲ್ಲ ಕಣೆ, ಚೆನ್ನಾಗಿದಿಯಾ?" ಎನ್ನುತ್ತ ಮಗಳನ್ನು ತಬ್ಬಿ, ಮುತ್ತಿಟ್ಟಳು. ಅಪ್ಪ ನೆಂಟರೆಲ್ಲರನ್ನೂ ಒಳಗೆ ಕರೆದು, ತಡ ಮಾಡದೆ ಮನೆಯನ್ನು ತೋರಿಸಲು ಮುಂದಾದರು. ಅಮ್ಮ ಕಿಚನ್ ಕಡೆಗೆ ದೌಡಾಯಿಸಿದಳು, ತಂಗಿ ಓಡಿ ಬಂದು ಎ.ಸಿ.ಯನ್ನು, ಹಾಲ್‌ನಲ್ಲಿ ಇರುವ ಬಣ್ಣಬಣ್ಣದ ಲೈಟ್‌ಗಳನ್ನು, ನೂರಾ ಎಂಟು ಇಂಚಿನ ಟಿ.ವಿ.ಯನ್ನು ಬಂದವರೆಲ್ಲ ನೋಡಲೆಂದೇ ಆನ್ ಮಾಡಿದಳು. ನೆಂಟರೆಲ್ಲರೂ ಮನೆಯನ್ನು ಬೆರಗುಗಣ್ಣಿನಿಂದ ನೋಡುತ್ತಿದ್ದರೆ, ಅಪ್ಪ ಅಭಿಮಾನದಿಂದ ಮೀಸೆ ತಿರುವುತ್ತ ಬೀಗುತಲಿದ್ದ. ಅಮ್ಮ ಅಡುಗೆ ಮನೆಯಿಂದಲೇ "ನಿಮ್ಮ ಮದ್ವೇದು ಆಲ್ಬಮ್ ಕೊಡೆ, ಅವರೆಲ್ಲ ನೋಡ್ತಾ ಇರ್ಲಿ, ಅಷ್ಟೊತ್ತಿಗೆ ನಾನು ಕಾಫಿ ರೆಡಿ ಮಾಡ್ತೀನಿ" ಎಂದಾಗ ಕೈಯಲ್ಲಿದ್ದ ಪೋನಿನಲ್ಲಿ ಅತ್ತ ಕಡೆಯಿಂದ 'ಹಲೋ, ಹಲೋ' ಎನ್ನುವ ಲಾಯರ್‌ನ ಧ್ವನಿ ಕೇಳಿಸತೊಡಗಿತು. ಮಾತು ಕೈ ಜಾರಿದಂತಾಗಿ, ಏನೊಂದು ಹೇಳದೆ ಕರೆಯನ್ನು ಕಟ್ ಮಾಡಿ, "ಸರಿ ಅಮ್ಮಾ ಈಗ್ಲೇ ಕೊಡ್ತೇನೆ" ಎನ್ನುತ್ತಾ ಒಳ ನಡೆದಳು.

ಪ್ರಥಮ ಬಹುಮಾನ ಪಡೆದ ಕಥೆ

ದೇವರು ನಾಪತ್ತೆ

■ ಸಂತೆಬೆನ್ನೂರು ಫೈಜ್ನಟ್ರಾಜ್

faiznatraj@gmail.com

ಒಂದೇ ಸಾಲಲ್ಲಿ ಇರುವೆಗಳು ಸಕ್ಕರೆ ಹರಳ ಮೂಟೆ ಹೊತ್ತು ನಡೆದಿದ್ದವು. ಹನಿ ನೀರು ತಾಕಿದರೂ ಸಕ್ಕರೆ ಕರಗಿ ನೀರಲ್ಲಿ ನೀರಾಗೋ ಸಾಧ್ಯತೆ ಇತ್ತು. ಮುಂದಿನ ಎರಡು ಕಾಲುಗಳಲ್ಲಿ ಕಾಳು ಹಿಡಿದು ಮೂತಿಗೊತ್ತಿ ಮುಂಭಾರ ಹೆಚ್ಚಾದರೂ ಗೂಡು ಸಿಗುವವರೆಗೂ ದಂ ಹಚ್ಚಿ ಸಾಲು ಒಂಚೂರೂ ಆಚೀಚೆ ಆಗದಂತೆ ಸಾಗಿದ್ದವು. ಒಂದಕ್ಕೊಂದು ತಾಕ್ತಾ ಸರಕನ್ನು ಮನೆ ಬಾಗಿಲತನಕ ಒಯ್ಯುತ್ತಿದ್ದವು. ಸಾಲು ಚೆಂದ, ಗೂಡು ಚೆಂದ, ಸಕ್ಕರೆ ಚಂದ. ಆರು ತಿಂಗಳಿಗಾಗೋವಷ್ಟು ಆಹಾರ ಸಂಗ್ರಹಿಸಿಟ್ಟು ಯಾರಿಗೂ ಉಪದ್ರವ ಕೊಡದೇ ಎಲೆಗಳ ಮೇಲೆ, ಹೂವಿನ ಒಳಗೆ, ಮಣ್ಣಿನ ಹಾದಿ, ಗೋಡೆಯ ಏಣಿ, ಗುಡ್ಡದ ತಿರುವು, ಮನೆ ಮೂಲೆ, ಅಡಿಗೆ ಮನೆಯಲ್ಲಿ, ನಲ್ಲಿ ಸುತ್ತಾ, ಸಿಂಕಿನ ಒಳಗೆ, ಸ್ಟೇರ್‌ಕೇಸ್ ಪಕ್ಕ, ಕಿಚನ್ ಸಾಮ್ರಾಜ್ಯದೆಡೆ ಎಲ್ಲೆಂದರಲ್ಲಿ ಆವರಿಸಿ ಬದುಕುವ ಇರುವೆಗಳ ಸಾಲು–ಶಿಸ್ತು, ಸಂಸಾರ–ಸಹನೆ ನೋಡುತ್ತಾ ಹೊತ್ತು ಗಮನಿಸದೆ ಶಬಿನಾ ಕುಳಿತಿದ್ದಳು!

ಒಂದು ಪುಟ್ಟ ಇರುವೆ, ಮಾನವರ ಕಾಲಡಿ ಕಳೆದೇ ಹೋಗುವ, ತುಳಿದೇ ನಶಿಸುವ ಸಣ್ಣ ಜೀವ–ಜೀವನಕ್ಕಾಗಿ ಎಷ್ಟೆಲ್ಲಾ ದುಡಿಯುತ್ತೆ; ಒಂದು ಗುಡಿ ಕಟ್ಟಿಕೊಂಡಿಲ್ಲ, ಒಂದು ದೇವರನ್ನು ನಂಬಿಕೊಂಡಿಲ್ಲ, ಒಂದು ಹಬ್ಬ ಇಲ್ಲ, ಜಾತ್ರೆ ಇಲ್ಲ,

ಜಾತಿ-ಭಾಷೆ-ಮತ-ಧರ್ಮ ಅನ್ನುವ ಸಂಕಟ ಇಲ್ಲ, ಮಾತಂತೂ ಇಲ್ವೇ ಇಲ್ಲ. ಇಂಥಾ ಇಲ್ಲಗಳ ನಡುವೆಯೂ ತನಗೊಂದು ಕಣ್ರೆಪ್ಪೆಯಂಥಾ ಗೂಡು, ಗೂಡಲ್ಲೊಂದು ಸಂಸಾರ, ಇದ್ದಷ್ಟು ಕಾಲ ಆರಾಂ. ತಾನು, ತನ್ನ ಸಂಗಾತಿ, ತನ್ನ ಮೊಟ್ಟೆ-ಮರಿ-ಲಾಲನೆ ಪೋಷಣೆಗಳ ನಡುವೆ ಬಾಳಿ ಬದುಕಬೇಕು.

ಗಾಳಿ ಬೀಸಿದರೆ ಗೂಡಿಲ್ಲ, ಮಳೆ ಬಂದರೆ ಮೊಟ್ಟೆ ಇಲ್ಲ, ಬಕೀಟು ನೀರು ಬಿದ್ದರಂತೂ ತಾನಿದ್ದ ಕುರುಹೇ ಇಲ್ಲ. ಹೀಗಿದ್ದರೂ ಈ ಇರುವೆ ಬಾಳಿ ಬದುಕುವ ಪರಿ ಶಬಿನಾಗೆ ಅಚ್ಚರಿ ಅನಿಸಿತ್ತು!

ಆದರೆ,

ನಮ್ಮಪ್ಪ ಯಾಕೆ ಈ ದೇವರ ಹಿಂದೆ ಬಿದ್ದಿದ್ದಾನೆ? ಅದೂ ನಮ್ಮದಲ್ಲದ ದೇವರು, ನಾವೊಪ್ಪದ ದೇವರು, ನಾಲ್ಕು ಜನರೆದುರು ನಮಿಸದ ದೇವರು ಯಾಕೆ ಬೇಕು? ನಮ್ಮ ಜಾಮಿಯಾ ಮಸೀದಿಗೆ ತಿಂಗಳಿಗೊಮ್ಮೆ, ಅದೂ ಒಂದು ಶುಕ್ರವಾರ ನಾನಿದ್ದೇನೆ ಅಂತ ಮಸೀದಿ ಮುಖಂಡರಿಗೆ ಜಾಹೀರುಗೊಳಿಸಲು ಎಲ್ಲೋ ಬಿದ್ದ ಟೋಪಿ ತಲೆಗೇರಿಸಿ ಹೋಗಿ ಬರುತ್ತಿದ್ದ ಅಷ್ಟೆ!

ಆದರೆ,

ಬಿದಿರ ಪುಟ್ಟಿಯಲ್ಲಿರುವ, ಅರಿಶಿನ ಕುಂಕುಮ ಪೂಸಿರುವ, ಬೇವಿನ ಸೊಪ್ಪಿಂದ ಅಲಂಕೃತಗೊಂಡ, ದಾಸವಾಳ-ಚೆಂಡು ಹೂಗಳ ಹೊದ್ದ ಹಿತ್ತಾಳೆ ಮುಖ ಮಾತ್ರ ಇರುವ ಹೆಣ್ಣು ದೇವರ ಬುಟ್ಟಿ ನಮ್ಮ ಮನೆಯಲ್ಲಿರುವುದು ಇತ್ತೀಚಿನವರೆಗೆ ನನಗೇ ಗೊತ್ತಿರಲಿಲ್ಲ.

ಎಷ್ಟೋ ವರ್ಷಗಳ ಮೇಲಂತೆ ನಂಗೆ ಕಿಬ್ಬೊಟ್ಟೆ ನೋವೆಂದು ಮುಲುಕಿ ಮೂಲೆ ಹಿಡಿದದ್ದು, ಅದೂ ಹದಿನೆಂಟರ ನಂತರ. ನಾ ಹಿಂಗಾದ ಖುಷಿಗೆ ಅಪ್ಪ ಇಡೀ ಖಾನ್ದಾನ್‌ಗೆಲ್ಲಾ ಬಿರಿಯಾನಿ ಊಟ ಹಾಕಿಸಿ ಆರತಿ ಮಾಡಿದ್ದ.

ಮನೆ ಒಳಗೆ ಊಟಕ್ಕೆ ಜಾಗದ ತೊಂದರೆ ಎಂದು ಹಾಲ್, ರೂಂನ ಕುರ್ಚಿ-ಡೈನಿಂಗ್ ಸೆಟ್, ಸೋಫಾ ಖಾಲಿ ಮಾಡಿಸಿಯಾಗಿತ್ತು. ರೂಮಿನ ಮೂಲೆಯಲ್ಲಿ ಮೆಹಂದಿ ಮೆತ್ತಿಕೊಂಡು ಕೂತಿದ್ದ ನನಗೆ ಗೋಡೆ ಕೊರೆದು ಮಾಡಿದ್ದ ಬೀರುವಿನಲ್ಲಿದ್ದ ಈ ಬುಟ್ಟಿ ಕಣ್ಣಿಗೆ ಬಿತ್ತು. ಬಟ್ಟೆ ಸರಿಸಿ ಆ ದೇವರ ನೋಡುವಾಗಲೇ ಅದೆಲ್ಲಿದ್ದನೋ ಅಪ್ಪ ಛಂಗನೆ ಎಗರಿ ಹಾವು ಕಂಡವನಂತೆ ನನ್ನ ಬಳಿ ಬಂದವನೆ ಬಟ್ಟೆ ಮುಚ್ಚಿ, 'ಏ ಶಬ್ಬು. ಸರಿ ಅಲ್ಲಿಂದ' ಅಬ್ಬರಿಸಿದ್ದ ದನಿಗೆ ನಡುಗಿದ್ದೆ.

ತಕ್ಷಣ ಬುಟ್ಟಿಗೆ ನಮಸ್ಕರಿಸಿ ಅದನ್ನೆತ್ತಿ ಅಡುಗೆ ಮನೆಗೊಯ್ದು ಒಂದು ಮೂಲೆಯಲ್ಲಿಟ್ಟು ಪ್ಲಾಸ್ಟಿಕ್ ಪಾಟಿನ ಚೀಲ ಹೊದ್ದಿಸಿ ಬಂದಿದ್ದ.

ಅಮ್ಮಂಗೆ ಗೊತ್ತಿತ್ತೇನೋ ಒಂದೂ ಮಾತಾಡದೆ ನಮ್ಮಿಬ್ಬರನ್ನೂ ನೋಡುತ್ತಾ ನಿಂತಿದ್ದಳು.

ಅಂದಿನಿಂದ ಖುರಾನ್ ಪುಸ್ತಕ ಮುಟ್ಟಲೂ ಭಯವಾಗಿತ್ತು. ಮನೆ ಅಪರಿಚಿತ ಅನ್ನಿಸಿತ್ತು, ಯಾರೋ ಹೊರಗಿನವರು ಮನೆಯೊಳಗಿದ್ದ ಭಾವ!

**

'ಮಗಳ ಭವಿಷ್ಯಕ್ಕಿಂತ ನಿಂಗೆ ಈ ದೇವರೇ ಮುಖ್ಯಾನ ಮಾರಾಯ? ಬಾಳಿ ಬದುಕಬೇಕಾದ ಮಗಳ ಬಾಳಿದು. ಇದಕ್ಕಾಗಿ ಈ ಕಲ್ ದೇವರ ನಂಬಿ ನೀ ಕಲ್ಲಾದರೆ ಹೆಂಗಪ್ಪೋ. ಜರಾ ದಿಲ್ ಮಾಡು. ದೇವರಿಗೆ ನಿನ್ನ ಮೇಲೆ ರವಷ್ಟು ನಿಗಾ ಇದ್ರೆ ಹೆಂಗಿದ್ರೂ ನಿನ್ ಎದೆಲಿ ಕುಂತ್ಕಂಡಿರ್ತದೆ. ನೀ ಈಟ್ ದಿನ ಮಾಡಿದ ಭಕ್ತಿಗೆ ನಿನ್ನ ಮಗಳ ಜಿಂದಗಿ ಪಾಡು ಮಾಡ್ಲಿಲ್ಲಾಂದ್ರೆ ಇದೆಂತಾ ದೇವರು ತಗಿ-ಒಗಿ-ಅತ್ಲಾಗೆ'

ನೂರಿ ಗಂಡ ಇಲಾಶಿ ಗಿಲಾವಿಲ್ಲದ ಗೋಡೆಗೆ ಬೆನ್ನುಕೊಟ್ಟು ಎರಡೂ ಮಂಡಿ ಎದೆಗೆ ತಂದಿದ್ದ. ಅವುಗಳ ಮೇಲೆ ಕೈಗಳೆರಡೂ ಮೈನಸ್ ಆಕಾರದಲ್ಲಿಟ್ಟು ಅದರ ಮೇಲೆ ಬಲಗೆನ್ನೆ ಒತ್ತಿ ಬಚ್ಚಿಟ್ಟಿದ್ದ ಆ ದೇವರನ್ನೇ ದೃಷ್ಟಿಸುತ್ತಿದ್ದ. ಇಜಾರು ಮಂಡಿ ತನಕ ಏರಿತ್ತು. ಬಗಲಲ್ಲಿ ಹರಿದ ಜುಬ್ಬಾದೊಳಗಿಂದ ಬಗಲಕೂದಲು ಕಪ್ಪಗಿದ್ರೂ ಬೆವರಿನ ಬಿಸಿಗೋ ಏನೋ ಫಾರಿನರ್ ಕೆಂಚು ಕೂದಲ ಬಣ್ಣಕ್ಕೆ ತಿರುಗಿದ್ದವು. ಮನೆ ಮೌನ ಹೊದ್ದ ಮಸಣ ಆಗಿತ್ತು. ಅದೇ ತಾನೇ ಇಲಾಶಿ, ಮಾಟದ ಪಂಕ್ಚರ್ ಬಾಬ ಮನೆಯಿಂದ ಬಂದು ಕೂತಿದ್ದ. ಅವನು ಬಂದಾಗಿನಿಂದ ಹೆಂಡತಿ ನೂರಿ, ನೂರ್ ಜಹಾನ್ ಈ ವರಾತ ತೆಗೆದು ಕೂತಿದ್ದಳು.

ಒಂದೂ ಮಾತು ಅವನಿಂದ ಬರ್ತಿಲ್ಲ. ಅವ್ವನಿಗೆ ಮಾತು ಕೊಟ್ಟಿದ್ದ ದೇವರನ್ನು ಕಾಪಾಡಲಾ? ಮಗಳ ಬಾಳಿಗೆ ಬುಟ್ಟಿ ದೇವರ ಬಿಡಲಾ? ಸರಿ ಯಾವುದು? ತಪ್ಪು ಯಾವುದು? ಅಲ್ಲಾ ಬೇಕಾ? ಪುಟ್ಟಿ ಬೇಕಾ? ಮಗಳಾ? ಹಡೆದವ್ವನ? ದ್ವಂದ್ವ ಇಲಾಶಿಗೆ; ಮಾತು ಮರೆತೇ ಹೋಗಿತ್ತವನಿಗೆ!

ಮಗಳ ಮದುವೆ ವಿಚಾರ ಬಂದಾಗಿನಿಂದ ಮನ ವ್ಯಾಪಾರವಿಲ್ಲದ ಮಾರ್ಕೆಟ್ಟು.

**

'ನಂಗೂ ಸಾಕಾಗಿದೆ. ಎಷ್ಟು ಅಂತ ಸಹಿಸಲಿ? ನೆಂಟರ, ಬೀದಿಯವರ ಕುಹಕಗಳಿಗೆ ಕಿವಿ ಕತ್ತರಿಸಿಕೊಳ್ಳುವ ಅನ್ನಿಸುತ್ತಿದೆ. ಇನ್ನಾರು ತಿಂಗಳು ಕಳೆದರೆ ನನ್ನ ಎಮ್ಮೆಸ್ಸಿ ಮುಗಿದು ಹೋಗುತ್ತೆ. ಬಾವಿಯಲ್ಲಿ ಇಳಿಬಿಟ್ಟ ಪ್ಲಾಸ್ಟಿಕ್ ಕೊಡವಾಗಿದೆ ಈ ಬದುಕು. ತೇಲುತಿಲ್ಲ, ಮುಳುಗುತ್ತಿಲ್ಲ. ಏನು ಮಾಡುವುದು ಅಂತಲೂ ತಿಳಿಯುತ್ತಿಲ್ಲ. ನೀನು ನಿಮ್ಮ ತಂದೆ ಎದುರು ಧೈರ್ಯವಾಗಿ ನಿಂತು ಮಾತಾಡಲ್ಲ...'

ಶಬಾನಾ ಕಣ್ತುಂಬಿ ಮಾತಾಡುತ್ತಿದ್ದಳು. ತೋಳಹುಣಸೆಯ ದಾವಣಗೆರೆ ವಿಶ್ವ ವಿದ್ಯಾನಿಲಯದ ಕ್ಯಾಂಪಸ್‌ನ ಮಕಮಲ್ಲಿನ ಹಸಿರು ಹುಲ್ಲಿನ ಮೇಲೆ ಕೂತು ತಲೆ ಕೆಳಗೆ ಹಾಕಿ ಎರಡು ಬೆರಳುಗಳಿಂದ ಆ ಹಸಿರು ಹುಲ್ಲು ಕೀಳುತ್ತಾ ಬಾಯಲ್ಲಿ ಜಗಿಜಗಿದು ಅತ್ತ ಕಡೆ ಉಗಿಯುತ್ತಾ ಮಾತು ಮರೆತವನಂತೆ ಕುಳಿತಿದ್ದ ಖ್ವಾಝಾಪೀರ್.

ಅತ್ತೆ ಮಾವರ ಮಕ್ಕಳು. ಹೈಸ್ಕೂಲಿನಿಂದಲೂ ಜೊತೆಯಲ್ಲಿ ಓದಿದವರು. ಈತ ಇಂಜಿನಿಯರಿಂಗ್ ಕಡೆ ಅವಳು ಎಮ್ಮೆಸ್ಸಿ ಕಡೆ ಮುಖ ಮಾಡಿ ನಡೆದವರು. ಡಿಗ್ರಿವರೆಗೂ ಇವರಿಬ್ಬರ ನಡುವೆ ಅದೆಂತದ್ದೂ ಏನೂ ಇರಲಿಲ್ಲ. ಸಂತೋಷಪುರದಿಂದ ಹದಿನಾಲ್ಕು ಮೈಲಿ ದೂರದಲ್ಲಿನ ಹಳ್ಳಿ ಅಣಬೇರು ಖ್ವಾಝಾಪೀರ್‌ನ ಅಜ್ಜಿ ಊರು. ಮೊಹರಮ್ಮಿನ ಚೋಂಗಿ ಮಾಡಲೆಂದು ಬೈಕಲ್ಲಿ ಅಜ್ಜಿನ ಕೂರಿಸಿಕೊಂಡು ಬರುವಾಗ

'ಏನೋ ಖಾಜಾ, ಆ ಶಬಿನಾನ ನಿಂಗೆ ಕೊಡಬೇಕಂತ ಅವರಪ್ಪ ಆಸೆ ಇಟ್ಕಂಡನಂತೆ ಆಗ್ತೀಯೇನೋ' ಅಂದಾಗ ಏನೊಂದೂ ತಿಳಿಯದೇ,

'ಯಾವ ಶಬೀನ?'

'ಅದೇನೋ... ಲಂಬೂ ಇಲಾಶಿ, ನಿಮ್ಮಪ್ಪನ ಸೋದರ ಮಾವನ ಮಗ, ಮಾಟದ ಬಾಬನತ್ರ ಕೂಲಿ ಕೆಲಸಕ್ಕೆ ಹೋಗ್ತಾನಲ್ಲಾ ಅವನ ಮಗಳು ಶಬೀನಾ.'

'ಅಯ್ಯೋ ಅವಳು-ನಾನು ಜೊತೆಲೇ ಓದಿರೋದು, ನಂಗೂ ಅವಳಿಗೂ ಸರಿ ಹೋಗುತ್ತಾ ಬಿಡಜ್ಜಿ... ಆ ಸುದ್ದಿ ನಂಗೆ ಅ ಕಲ್ಪನೆ ಇಲ್ಲ.'

'ಹೋಗಲಿ ಬಿಡಪ್ಪ. ಋಣ ಇದ್ರೆ ಹೆಂಗೋ ಸರ್ತದೆ, ಇಲ್ಲಂದ್ರೆ ಯಾರ್ ಏನ್ ಮಾಡಕ್ಕಾಯ್ತದೆ' ಅಂತ ಇಬ್ಬರೂ ಸುಮ್ಮನಾಗಿದ್ದರು.

ಅದೆಂಗೆ ಇವನಲ್ಲಿ ಅವಳ ಹುಳ ಹೋಯ್ತೋ ಅಥವಾ ಅವಳಲ್ಲಿ ಇವನ ವಿಚಾರ ಸೇರಿತೋ. ಇಂದು ಇಬ್ಬರೂ ಈಗ ಬಿಟ್ಟಿರಲಾರದ ಪ್ರೇಮದ ಜೋಡಿ.

'ನಾನೇನು ಮಾಡಬೇಕೋ ತಿಳಿಯುತ್ತಿಲ್ಲ. ಅಪ್ಪಾ ಬಹಳ ಸ್ಟ್ರಿಕ್ಟು. ಮುಂದುವರೆದು ಏನಾದರೂ ಮಾಡೋಣ ಅಂದ್ರೆ ನಿಮ್ಮಪ್ಪನ ಕಸುಬೇ ಅಡ್ಡಗಾಲು' ಖ್ವಾಝಾಪೀರ್ ಅಂದ.

'ಅಪ್ಪನ ಕಸುಬು ಅಪ್ಪನಿಗಾತು, ನಮಗೇನು ಮಾಡೀತು?' ಖಾರವಾಗಿ ಕೇಳಿದಳು ಶಬಿನಾ.

'ನೀ ಹೇಳೋದು ಸರಿ ಶಬ್ಬು, ಆದರೆ ನಾವು ಬದುಕುತ್ತಿರುವುದು ಸಮಾಜದ ನಡುವೆ. ನಿಮ್ಮಪ್ಪ ಕೆಲಸ ಮಾಡುತ್ತಿರುವುದು ಯಾರ ಬಳಿ? ಒಂದಾನೊಂದು ಕಾಲದಲ್ಲಿ ರುಪಾಯಿ, ಎರಡು ರುಪಾಯಿಗೆ ಸೈಕಲ್ಲಿನ ಟ್ಯೂಬಿಗೆ ಪಂಕ್ಚರ್ ಹಾಕಿ ಬದುಕುತ್ತಿದ್ದವನು. ಈಗ ಆತ ಏನಾಗಿ ಬದಲಾಗಿದ್ದಾನೆ... ಮಾಟದ ಬಾಬ!'

'ನಿಮ್ಮಪ್ಪ ಆ ಸೈಕಲ್ ಬಾಬನ ಬಳಿ ನಿಂಬೆ ಹಣ್ಣುಗಳನ್ನು ಕೆಂಪು ಬಟ್ಟೆಯಲ್ಲಿ ಸುತ್ತಿ ಕೊಡೋದು, ಬಂದವರ ಬಳಿ ಕಾಸು ವಸೂಲಿ ಮಾಡೋದು, ಸಂಜೆ ಆದ ಮೇಲೆ ಬಾಬ ಕೊಟ್ಟ ಪುಡಿಗಾಸು ತಂದು ಬದುಕೋದು. ಆ ಬಾಬ ಒಂದಕ್ಷರ ಓದಿಲ್ಲ-ಬರೆದಿಲ್ಲ. ಮಸೀದಿ ಮುಖ ಕಡೆ ಮಾಡಲ್ಲ. ಬಿಸ್ಮಿಲ್ಲಾ ಉಚ್ಚಾರಣೆ ಕಷ್ಟ ಅವನ ನಾಲಗೆಗೆ. ಇಂತಹ ಆಸಾಮಿ ಭವರೋಗ ನೀಗಿಸ್ತೀನಿ ಅನ್ನೋದು, ಅವನಿಗೆ ನಿಮ್ಮಪ್ಪ ಹೆಲ್ಪರ್ ಆಗಿರೋದು ಸರಿನಾ? ಅಲ್ಲದೇ, ನಿಮ್ಮ ಮನೇಲಿ ಆ ದೇವರ ಪ್ರತಿಷ್ಠಾಪನೆ ಇದೆಯಂತೆ, ನೀವು ನಡ್ಕೋತೀರಂತೆ? ನಿಮ್ಮ ಮನೇಲಿ ಶುಭ ಕಾರ್ಯ ಆದರೆ ಹಬ್ಬ, ಪೂಜೆ ಅಂತ ಆದರೆ ಕೇರಿಯವರೇ ನಿಮ್ಮ ಮನೆಗೆ ಊಟಕ್ಕೆ ಬರಲು ಅಂಜಿಕೊಳ್ತಾರೆ. ಅದೂ ಅಲ್ಲದೇ ಜನ ಬಂದು ಹೋದ ತಕ್ಷಣ ನಿಮ್ಮ ತಾಯಿ ಅಂಗಳ, ಕಟ್ಟೆ ಎಲ್ಲಾ ನೀರು ಹಾಕಿ ಗುಡಿಸಿ ಸಾರಿಸ್ತಾರಂತ ಎಲ್ಲಾ ಆಡ್ಕಂತರೆ... ಇದು ನಮ್ಮ ಅಪ್ಪಂಗೆ ಇರುಸುಮುರುಸು. ಇಂತಹ ಅಡ್ಡಿಗಳು ಅಡ್ಡ ಆದಾಗ ಮುಂದುವರೆಯೋದು ಕಷ್ಟ ಅಲ್ವಾ?'

'ಖಾಜಾ... ನೀ ಹೇಳೋದು ಸರಿ. ಅದಕ್ಕೂ ನಮ್ ಬದುಕಿಗೂ ಏನ್ ಸಂಬಂಧ? ಅವರವರ ದುಡಿಮೆ ಅವರವರಿಗೆ. ನಮಗೇನು? ಬಾಳಬೇಕಾದವರು ನಾವು. ದೇವರ ಹಿಂದೇಕೆ ಬೀಳಬೇಕು? ಜಗತ್ತಿನಲ್ಲಿ ಯಾರ್ಯಾರು ಹೆಂಗೆಂಗ್ ದುಡಿತಿದ್ದಾರೆ ಅಂತ ಎಲ್ಲರಿಗೂ ಗೊತ್ತಿದೆ. ವ್ಯಾಪಾರಂ ದ್ರೋಹ ಚಿಂತನಂ- ಅಷ್ಟೇ.'

'ಅವರ ನಿಯತ್ತು, ಅವರ ಬರಕತ್ತು. ಅದೆಲ್ಲಾ ನಮಗ್ಯಾಕೆ? ನನ್ನ ಎಮ್ಮೆಸ್ಸಿ ಡಿಗ್ರಿ ಮುಗಿಯುತ್ತೆ, ನೆಟ್, ಸ್ಲೆಟ್ ಬರೆದು ನಾ ಸೆಟ್ಲಾಗ್ತೀನಿ. ನೀ ಹೇಗೂ ಇಂಜಿನಿಯರಿಂಗ್ ಮುಗಿಸಿದ್ದೀಯ. ಹತ್ತಾರು ಕಡೆ ಜಾಬ್ ಆಫರ್ ಬರುತ್ತೆ. ನಮ್ ಭವಿಷ್ಯ ರೂಪಿಸಿಕೊಳ್ಳೋಕೆ ಇಷ್ಟು ಸಾಕಾ ಅಥವಾ ಆ ಸೈಕಲ್ ಬಾಬ, ನಮ್ಮಪ್ಪನ ಆ ದೇವರೂ ಜೊತೆಯಲ್ಲಿ ಬರಬೇಕಾ?' ವ್ಯಂಗ್ಯ ನಗೆ ನಕ್ಕು ಕೇಳಿದಳು ಶಬಿನಾ ಅವನ ಮುಖವೇ ನೋಡುತ್ತಾ.

'ನಿಮ್ಮ ಮನೇಲಿರೋ ದೇವರ ಗತಿ?' ಮತ್ತೆ ಕೇಳಿದ ಖ್ವಾಝಾಪೀರ್.

ಮಾತಾಡಲಿಲ್ಲ ಶಬೀನಾ.

'ಮಾತಾಡು ಶಬೀನಾ? ದೇವರ ಕಥೆ ಏನು? ನಿಮ್ಮ ಮನೆ ಅಳಿಯ ನಾನು. ನಮ್ಮ ಅಪ್ಪ ಅಮ್ಮ ಬರ್ತಾ-ಹೋಗ್ತಾ ಇರಬೇಕು. ನಿಮ್ಮ ದೇವರು ಮುಸಲ್ಮಾನ ನಂಬಿಕೆಗಳಿಗೆ ವಿರುದ್ಧ ಅಲ್ವಾ? ಹೇಗೆ ಜೀರ್ಣಿಸಿಕೊಳ್ಳಬೇಕು?' ಅವಳ ಭುಜ ಅಲ್ಲಾಡಿಸಿ ಕೇಳಿದ ಖಾಜಾ.

ಅವಳ ಕಣ್ಣೀರು ಅವಳ ತೊಡೆ ಮೇಲೆ ತೊಟ್ಟಿಕ್ಕುತ್ತಿತ್ತು. ಕೆನ್ನೆ ಒರೆಸಿಕೊಂಡು ದೀರ್ಘವಾದ ನಿಟ್ಟುಸಿರು ಬಿಟ್ಟು ಶಬೀನಾ ಮಾತಾಡಿದಳು

'ನಾನೇನು ಮಾಡಲಿ ಖಾಜಾ. ನಮ್ಮ ಅಜ್ಜಿ ಹರಪನಹಳ್ಳಿ ಮೂಲದಾಕೆ. ಅಲ್ಲಿನ ಪರಿಸರವೋ, ಪ್ರಭಾವವೋ ಆಕಿ ಆ ದೇವರನ್ನು ಹಚ್ಚಿಕೊಂಡುಬಿಟ್ಟಿದ್ದಳು. ಅಜ್ಜಿ ಮದುವೆಯಾಗಿ ಈ ಸಂತೋಷಪುರಕ್ಕೆ ಬರುವಾಗ ಆ ಪುಟ್ಟಿಯೂ ಅವಳ ಸಂಗಡವೇ ಬಂತು. ನಾಲ್ಕು ಹೆಣ್ಣು, ಐದು ಗಂಡು ಮಕ್ಕಳಾದರೂ ಈ ದೇವರ ವಿಷಯ ಅಜ್ಜ-ಅಜ್ಜಿಗೆ ಬಿಟ್ರೆ ಬೇರೆ ಯಾರಿಗೂ ಗೊತ್ತಿರಲಿಲ್ಲ. ನನ್ನಪ್ಪನ ಮೇಲೆ ಅಜ್ಜಿಗೆ ಚೂರು ಪ್ರೀತಿ ಜಾಸ್ತಿ. ಕೊನೆಗಾಲದಲ್ಲಿ ಆ ದೇವರನ್ನು ಪೂಜಿಸಿ-ಸಲಹುವ ಕಾಯಕದ ಮಾತು ತೆಗೆದುಕೊಂಡು ಸತ್ತಳು. ಅಪ್ಪ ಅಂದಿನಿಂದ ಈ ದೇವರ ಹಿಂದೆ ಬಿದ್ದ. ಮಗಳ ಜೀವನಕ್ಕೆ ಅಪ್ಪನ 'ದೇವರು' ಕುತ್ತು ತರುತ್ತೆ ಅಂತ ಸ್ವತಃ ಅಪ್ಪನಿಗೇ ತಿಳಿದಿರಲಿಲ್ಲ.

'ನಾ ನಮಾಜು ಮಾಡ್ತೀನಿ, ಖುರಾನೂ ಕಲ್ತೀನಿ, ರೋಜಾನೂ ಮಾಡ್ತೀನಿ. ನಂಗೆಂದೂ ನಮ್ಮಪ್ಪನ ದೇವರು ಅಡ್ಡ ಬಂದಿಲ್ಲ. ಅಷ್ಟಕ್ಕೂ ಯಾವ ದೇವರೂ ಯಾರ ಆಚರಣೆಗೂ ಅಡ್ಡ ಬಂದಿಲ್ಲ, ಬರೋದು ಇಲ್ಲ. ಬಂದರೆ ಅದನ್ನು ಹೇಗೆ ದೇವರೆನ್ನುವುದು?' ಬಿಕ್ಕಳಿಸಿ ಅತ್ತಳು.

ಇಬ್ಬರೂ ಬಹಳ ಹೊತ್ತು ಮಾತಾಡಲಿಲ್ಲ.

**

ಕೆರೆಬಿಳಚಿಯಿಂದ ದನದ ಮಾಂಸ ತಂದಿದ್ದ ಇಲಾಶಿ. ಅದನ್ನು ಈಳಿಗೆ ಮಣೆಯಿಂದ ಸಣ್ಣದಾಗಿ ಹೆಚ್ಚಾ ಕೂತಿದ್ದಳು ನೂರಿ. ಅವಳ ಮನದಲ್ಲಿ ಮಗಳು-ದೇವರು ಎರಡೇ ವಿಷಯ ತಕತಕ ಅಂತ ಕುಣಿಯುತ್ತಿದ್ದವು,

ಇಲಾಶಿ ವಾರದಿಂದಲೂ ಮನೆಯಲ್ಲಿ ಹುಲಿಯಂತಾಗಿದ್ದ. ಮಗಳ ಆಸೆ, ಆ ಖಾಜಾಪೀರನ್ನೇ ಮದುವೆ ಆಗ್ತೀನಿ ಅಂತಿದ್ದಾಳೆ ಅಂದಿದ್ದಕ್ಕೆ, ತಂಗಿ ಮನೆಯಿಂದ ಏನೊಂದೂ ಸುದ್ದಿ ಬರದೇ ಕಂಗಾಲಾಗಿದ್ದ. ಇಲಾಶಿಯೇ ಮನೆಗೆ ಹೋಗಿ, 'ನಿಮ್ಮ ಮನೇಲಿ ಪಾಯಸ ತಿನ್ನ ಬೇಕವ್ವ' ಅಂದಿದ್ದ.

ಖಾಜಾನ ತಾಯಿ, 'ಇದೇನಣ್ಣ ಹಿಂಗಂತಿಯ, ಗಂಡಿನವರು ತಾನೇ ಹೆಣ್ಣಿನ ಮನೆಗೆ ಬಂದು ಪಾಯಸದ ಮಾತಾಡಬೇಕು?'

'ಅಯ್ಯೋ ನೀನೇನ್ ಬೇರೆಯವಳೇನವ್ವ? ನಮ್ಮ ಚಿಕ್ಕಪ್ಪನ ಮಗಳು. ನಮ್ ನಮ್ಮಲ್ಲಿ ಎಂತಹ ಬಿನ್ನಾಣ? ನನ್ನ ಮಗಳ್ನ ತಂದ್ಕಳ್ರವ್ವ. ನಿನ್ನ ಗಂಡ ಡ್ಯೂಟಿಯಿಂದ ಬಂದಾಗ ಹೇಳಿ-ಏನಂದ್ರು ಅಂತ ಸುದ್ದಿ ಮುಟ್ಸವ್ವ' ಅಂತಂದು ಮೂರು ತಿಂಗಳಾದರೂ ಖಾಜಾ ಮನೆಯಿಂದ ಬೇಕು-ಬೇಡ ಅನ್ನುವ ಸಂದೇಶ ಶಬೀನಾ ಮನೆ ಮುಟ್ಟಿರಲಿಲ್ಲ. ಇದರಿಂದ ವ್ಯಗ್ರನಾಗಿದ್ದ!

'ಯಜಮಾನ ಮನುಷ್ಯ ನಾನೇ ನಾಚಿಕೆ ಬಿಟ್ಟು ಅವರ ಮನೆ ಬಾಗಿಲಿಗೆ ಹೋಗಿ ಕನ್ಯಾ ತಗೋರಿ ಅಂದ್ರೂ ಬೇಕಪ್ಪ, ಬೇಡಪ್ಪಾ ಅನ್ನೋ ಒಂದು

ಮಾತಾಡಿಲ್ಲ ಅಂದ್ರೆ ನಾವು ಅಷ್ಟು ಗತಿಗೆಟ್ಟಿದ್ದೀವಾ? ಡಬ್ಬಲ್ ಡಿಗ್ರಿ ಮಾಡಿರೋ ಮಗಳಿಗೆ ಗಂಡಿಗೆ ಬರವಾ?' ಅಂತ ಮನೆ ತುಂಬಾ ಹಾರಾಡಿದ್ದ.

ಸಿಲವಾರದ ಬೇಸನ್ನಿಗೆ ತುಂಡರಿಸಿದ ಮಾಂಸದ ತುಂಡು ಹಾಕಿಕೊಂಡಳು ನೂರಿ. ಸಿಂಕಿನ ಬಳಿ ನೀರು ಬಿಟ್ಕಂಡು ತೊಳಿತಾ, ಪಾತ್ರೆ ಉಲ್ಟಾ ಮಾಡ್ತಾ ಮೂರು ನಾಲ್ಕು ನೀರಿಂದ ಮಾಂಸ ಬೆಳ್ಳಗಾಗೋತನಕ ತೊಳೆಯುತ್ತಲೇ,

'ನಿಮ್ಮ ಸಮಸ್ಯೆ ಗೊತ್ತಾ?'

'ಏನು? '

'ನಿಮ್ಮ ದೇವರೇ ನಿಮಗೆ ಮೂಲ. ನಿಮ್ಮ ತಾಯಿ ಮಾತು ಇಷ್ಟು ವರ್ಷ ನಡೆಸಿದ್ದೀರಿ. ಮಗಳಿಗಾಗಿ ಆ ಬುಟ್ಟಿನ ಬಿಡಬಾರದೇ? ದೇವರ ಹಿಂದೆ ಬಿದ್ದು ಮಗಳ ಬಾಳು ಹಾಳಾಗಬೇಕಾ?'

'ನಾ ಹಾಳು ಮಾಡ್ತಿದ್ದೀನ...' ಇಲಾಶಿಯ ಸಿಟ್ಟು.

'ಸಮಾಜ ಈಗಾಗಲೇ ನಮ್ಮನ್ನ ಒಂಥರಾ ದೂರ ಇಟ್ಟಿದೆ. ಮಗಳಿಂದಾಗಿ ಒಳ್ಳೆಯ ಸಮಯ ಬಂದಿದೆ ಮುಕ್ತಿ ಕೊಡಿ ಆ ಬುಟ್ಟಿಗೆ' ಅನ್ನುತ್ತಾ ಮಾಂಸದ ಪಾತ್ರೆಯಿಟ್ಟು ಹಿತ್ತಲ ಕಡೆ ನಡೆದಳು.

ಇಲಾಶಿ ಹೆಂಡತಿಯನ್ನೊಮ್ಮೆ, ಆ ದೇವರ ಕಡೆಗೊಮ್ಮೆ ನೋಡಿದ. ಅಂದು ರಾತ್ರಿ ಇಲಾಶಿ ಮಲಗಲಿಲ್ಲ. ಸೈಕಲ್ ಬಾಬ, ನಿಂಬೆಹಣ್ಣು, ಜನ, ಮಗಳು, ಖಾಝಿ, ಮಸೀದಿ... ತಲೆ ತುಂಬಾ ಗಿರಕಿಸುಳಿ ತಿರುಗುತ್ತಿದ್ದವು.

ನೂರಿ ಮಗ್ಗುಲಲ್ಲಿ ಮಲಗಿದ್ದಳು. ಮಲಗಿದ್ದು ನೆಪ ಮಾತ್ರ ಅವಳಿಗೂ ಮಗಳ ಭವಿಷ್ಯ, ಒಳ್ಳೆಯ ಸಂಬಂಧ, ಅದಕ್ಕೂ ಹೆಚ್ಚಾಗಿ ಪರಸ್ಪರ ಮೆಚ್ಚಿಕೊಂಡ ಜೀವಗಳು ಕಣ್ಮುಂದೆ ಚೆನ್ನಾಗಿ ಬಾಳ್ತವೆ ಅನ್ನೋ ಆಸೆ.

ಆದರೆ, ಒಳಗಿನ ದೇವರು ತೊಡರುಗಾಲಾ? ಪಾಪ, ದೇವರು ಏನು ಮಾಡೀತು? ಸಮಾಜದ ನಡುವೆ ಇದ್ದೀವಿ, ನಾಲ್ಕು ಜನರಂತೆ ಬಾಳಬೇಕಲ್ವಾ? ಒಳಗೊಂದು ಹೊರಗೊಂದು ದೇವರೇಕೆ? ದೇವರೆಂದರೆ ಮನಸಾ... ಮನುಷ್ಯನಾ... ನಿರ್ಧಾರಗಳಾ... ಮಗ್ಗುಲು ಬದಲಿಸಿ ಕಣ್ಮುಚ್ಚಿದಳು.

ಬೆಳಗಾಯಿತು.

ಇಲಾಶಿ ಹಾಸಿಗೆ ಮೇಲಿರಲಿಲ್ಲ. ಹಿತ್ತಲಿಗೆ ಹೋಗಿರಬೇಕೆಂದು ಮನೆಕೆಲಸದತ್ತ ತಿರುಗಿದಳು ನೂರಿ. ಶಬಿನಾ ಕಾಪಿ ತಂದು-ತಂದೆನ ಹುಡುಕಿದರೂ ಸಿಗಲಿಲ್ಲ, ಬಾಬ ಮನೆ ಕಡೆ ನಡೆದನೋ ಅಂದುಕೊಂಡು ಇಬ್ಬರೂ ಸುಮ್ಮನಾದರು. ಮದ್ಯಾಹ್ನ ಹನ್ನೆರಡು ದಾಟಿತ್ತು. ಇಲಾಶಿ ನಾಪತ್ತೆ. ಈಗ ತಾಯಿ ಮಗಳು ಗಾಬರಿಯಾಗಿ ಬೀದಿಗೆ ಸುದ್ದಿ ಬಿಟ್ಟರು. ಬಾಬ ಮನೆಲೂ ಇಲ್ಲ. ಚಾದಂಗಡಿ ಕಟ್ಟೆ ಮೇಲೂ ಇಲ್ಲ. ನೂರಿನೇ ತಲೆಗೆ ದಾವಣಿ ಹೊದ್ದು ಆಚೆ ಬೀದಿಯಲ್ಲಿದ್ದ ಖಾಝಿ ಮನೆಗೂ ಹೋಗಿ ಬಂದರೂ ಇಲಾಶಿ ಸುಳಿವಿಲ್ಲ.

ವಾಪಾಸಾದ ಅಮ್ಮನಿಗೆ ಶಬೀನಾ ಅಡುಗೆ ಮನೆಯಿಂದ ಓಡಿ ಬಂದವಳೇ ಗಕ್ಕನೆ ನಿಂತಳು. ನೂರಿಗೂ ಗಾಬರಿ. ಏನೆಂಬಂತೆ ನೋಡಿದಳು.

'ಗೂಡಲ್ಲಿ ಆ ಬುಟ್ಟಿ ಇಲ್ಲ, ದೇವರೂ ನಾಪತ್ತೆ' ಅಂದಳು.

ಅವಳನ್ನು ಪಕ್ಕ ತಳ್ಳಿ ಓಡುವಂತೆ ಒಳಹೋಗಿ ಗೋಡೆಯ ಗೂಡು ನೋಡಿದಳು. ಅರಿಶಿನ ಕುಂಕುಮ ಅಲಲ್ಲಿ ಚೆಲ್ಲಾಡಿತ್ತು. ದೇವರ ಬುಟ್ಟಿಯ ಜಾಗದಲ್ಲಿ ಶೂನ್ಯತೆ ಕಾಣುತ್ತಿತ್ತು. ಹಿಂದೆಯೇ ಬಂದ ಮಗಳ ಮುಖ ನೋಡಿದಳು. ಇಬ್ಬರಲ್ಲೂ ದುಗುಡವೋ, ಸಮಾಧಾನವೋ ಇತ್ತು. ಆದರೆ ಇಲಾಶಿ?

ಸಂಜೆವರೆಗೆ ಹುಡುಕಿದರೂ ದೇವರಾಗಲೀ, ಇಲಾಶಿಯಾಗಲಿ ಸಿಗಲಿಲ್ಲ. ಕತ್ತಲಾಗೋ ಹೊತ್ತಿಗೆ ಒಬ್ಬ ಹುಡುಗ ಬಂದು ಇಲ್ಯಾಜಣ್ಣ ಸೋಮನಾಳ್ ಚಾನೆಲ್ ಹತ್ರ ಕುಂತಿತ್ತು ಅಂದ.

ತಾಯಿ ಮಗಳು ಒಂದೇ ಉಸಿರಿಗೆ ಕತ್ತಲು ಲೆಕ್ಕಿಸದೇ ಐದಾರು ಫರ್ಲಾಂಗಿನ ಸೋಮನಾಳ ಚಾನೆಲ್ ಬಳಿ ಓಡಿದರು. ಏರಿಮೇಲೆ ಅರಿಶಿನ ಕುಂಕುಮ ತಲೆ ಮೇಲೆ ಸುರಿದುಕೊಂಡು ಕುಳಿತಿದ್ದ. ದೇವರ ಬುಟ್ಟಿ ಇರಲಿಲ್ಲ ಹೂಗಳು ಚಾನಲ್ ನೀರಿನಲ್ಲಿ ತೇಲುತ್ತಿದ್ದವು.

ಮಗಳನ್ನು ನೋಡಿದ ಇಲಾಶಿ ಮುಖ ಸಣ್ಣದಾಗಿಸಿ ನೀರಿನೆಡೆ ಬೆರಳು ಮಾಡಿ ತೋರಿಸಿದ. ಕೆಂಪುಹಳದಿ ಮಿಶ್ರಿತ ನೀರು ಮೌನವಾಗಿ ಹರಿಯುತ್ತಿತ್ತು.

ತಾಯಿ ಮಗಳಿಬ್ಬರೂ ಮುಖ ಮುಖ ನೋಡಿಕೊಂಡರು. ಇಬ್ಬರ ಕಣ್ಣಲ್ಲೂ ನೀರಿತ್ತು; ಸಂಭ್ರಮದ್ದ, ಸಂಕಟದ್ದ ತಿಳಿಯಲಿಲ್ಲ!

ಮೆಚ್ಚುಗೆ ಪಡೆದ ಕಥೆ

ಕೇದಿಗೆಯ ಕೂಸು

■ **ಕವಿತಾ ಹೆಗಡೆ ಅಭಯಂ**

kavitahegdeabhayam@gmail.com

"ಅಣ್ಣಾ... ಅದು ಯಾರಾಗಿತ್ತ? ಅದ್ ಹೆಂಗಸು ಅಲ್ಲಾ? ಹೌದನ?" ಮಂಕು ಮುಗ್ಧತೆಯ ಪರದೆಯಲ್ಲಿ ಅವಿತು ಕೇಳಿದ. ಗೋಯಿ ಮೀಸೆಯ ಚಪ್ಪರದಡಿಯಲ್ಲಿ ನಗುತ್ತ ಹೇಳಿದ,

"ಅದು ನಿನ್ನ ಅತ್ತಿಗಿಯಾತದೆ. ಆ ಹೆಂಗಸು, ಮಾರಿ ಅಂತದೆ ಅದರ ಹೆಸರು."

"ಅದಿಲ್ಲಿ ಎಂತಕ್ಕೆ ಬಂದಿತ್ತು?"

"ಬರು ಸೋಮಾರ ನಾ ಮದಿ ಮಾಡ್ಕಂಡ್ ಕರ್ಕಂಡು ಬತ್ತೆ. ಅದು ಇಲ್ಲೇ ಉಳೀತದೆ ಇನ್ನು."

ಮಂಕುವಿಗೆ ನಂಬುವುದು ಕಷ್ಟವಾಯಿತು. ಹುಟ್ಟಿದಾಗಿನಿಂದ ಅವನ ಪ್ರಪಂಚದಲ್ಲಿ ಅಣ್ಣ ಗೋಯಿ ಮತ್ತು ತಾನು ಇಬ್ಬರೇ ಇದ್ದದ್ದು ಮತ್ತು ಹಾಗೆ ಇರುತ್ತೇವೆ ಅಂದುಕೊಂಡಿದ್ದ. ಈಗ ನೋಡಿದರೆ ಗೋಯಿ ತಮ್ಮ ಗುಡಿಸಲ ಪಕ್ಕದಲ್ಲಿ ಎಂದೂ ಇಲ್ಲದ ಅವಸರದಲ್ಲಿ ಮುರುಕು ಕಲ್ಲು ಇಟ್ಟು, ಮಣ್ಣು ಕಲಸಿ ಮೆತ್ತಿ ಮತ್ತೆ ಕಲ್ಲು ಜೋಡಿಸಿಟ್ಟು ಗೋಡೆ ಹಾಕುತ್ತಿದ್ದ. ಕೇದಿಗೆ ಹೂಗಳು ಘಮ್ಮೆನ್ನುವ ಹಾವು ತುಂಬಿದ ಬನ ಇಬ್ಬರು ಪುಟ್ಟ ಮಕ್ಕಳನ್ನು ಎದೆಗಪ್ಪಿಕೊಂಡಿತ್ತು. ಈಗ ಅದೇನೋ ಹೊಸ ಹೂವಿನ ಮಾತಾಡುತ್ತಿದ್ದಾನೆ.

ಮಂಕು ಕುಳಿತಲ್ಲೇ ಬೆರಗಾಗುತ್ತ ಕೇಳಿದ,

"ಅಣ್ಣಾ, ಅದೆಂತಕ್ಕ ಹೊಸಾ ಗೋಡೆ? ಯೆಂತಕ್ಕ ಮತ್ತೊಂದು ವಳ?"

"ಇಲ್ಲವ್ರೋ... ಇನ್ನು ಅತ್ತಿಗಿ ಬತ್ತದೆ... ಅದಕೆ ಬೇಕಾತದೆ."

"ವಳ ಎಂತಕ್ಕನಪ ಅದಕೆ... ಎಂತಾ ಮಾಡ್ತದೆಯ ಅಲ್ಲಿ" ಎಂದು ಮಂಕು ತೀವ್ರ ಚಿಂತೆಯ ಬಾವಿಗೆ ಬಿದ್ದ.

ಹೊಸ ಕೋಣೆಗೆ ಮಣ್ಣಿನ ಗಿಲಾಯಿ ಮಾಡಿ, ನೆಲಕ್ಕೂ ಸಣ್ಣ ಮಣ್ಣು ಹಾಕಿ ಸಗಣಿ ಸಾರಿಸಿ, ಸೋಗೆ ಹೊದೆಸಿ ತಯಾರು ಮಾಡುತ್ತಿದ್ದ ಗೋಯಿಗೆ ಮೌನವಾಗಿ ಸಹಾಯ ಮಾಡುತ್ತಿದ್ದ ಮಂಕಾಳಿ ಅಥವಾ ಮಂಕುಗೆ ಇವ್ಯಾವವೂ ಅರ್ಥವಾಗಲಿಲ್ಲ. ತನಗಿಂತ ಸಾಕಷ್ಟು ವರ್ಷ ದೊಡ್ಡ ಈ ಅಣ್ಣನೇ ತನ್ನನ್ನು ಸಾಕಿದ್ದು. ತಮಗೂ ಅವ್ವಿ ಅಪ್ಪ ಅಂತ ಇದ್ದರಂತೆ. ಅವ್ವಿಯನ್ನು ಹುಲಿಕಾನಲ್ಲಿ ದೊಡ್ಡ ಕರಡಿಯೊಂದು ಹಿಡಿದು ಅಪ್ಪಿ ಎಳೆದುಕೊಂಡು ಹೋದದ್ದನ್ನು ನೋಡಿ ಅಪ್ಪ ಬಿಡಿಸಲು ಹೋದವನು ಕರಡಿಯ ಹೊಡೆತಕ್ಕೆ ಅಲ್ಲೇ ಸತ್ತು ಬಿದ್ದನಂತೆ. ಆಗ ಇನ್ನೂ ಎರಡು ವರ್ಷದ ಪೋರ ತಾನು. ಅಣ್ಣನೇ ತನ್ನನ್ನು ಈ "ಕ್ಯಾದಗಿ ಕಾನ" ಮಡಿಲಲ್ಲಿ ದೊಡ್ಡ ಮಾಡಿದ್ದಂತೆ ಎಂದು ನೆನೆದ.

ಅವ್ವಿಯ ಹಳೆಯ ಗೆಳತಿ ಮೂಜಿ ಮತ್ತು ಅವಳ ಮಗಳು ಹುಲಿಯಮ್ಮ ಊರಿನ ಹತ್ತಿರದಲ್ಲಿದ್ದವರು. ಮಾತ್ರ ಅಪರೂಪಕ್ಕೆ ಬಂದು ಹೋಗುವ, ಬಟ್ಟೆ, ಉಪ್ಪು ಅಂತೇನಾದರೂ ತಂದುಕೊಡುವ ಮನುಷ್ಯರು. ಕಾಡಿನ ಅಂಚಿನಲ್ಲಿದ್ದ ಒಂದೇ ಗುಡಿಸಲು, ಹಸಿರಲ್ಲಿ ಹಸಿರಾಗಿ, ಮಣ್ಣಲ್ಲಿ ಮಣ್ಣಾಗಿದ್ದ ಹಾಗೆ ಇದ್ದೂ ಇಲ್ಲದಂತೆ ತೋರುವ ಒಂದು ಸೋಗೆ ಮಾಡಿನ ಒಂದು ಕೋಣೆ, ಅಲ್ಲೇ ಮೂಲೆಯಲ್ಲಿ ಒಂದು ಸದಾ ಬೆಂಕಿಯಾರದ ಒಲೆ. ಮೀನ, ಮಾಂಸ, ಗಡ್ಡೆ, ಗೆಣಸು, ಸೊಪ್ಪು, ಸದೆ ಬೇಯಿಸುವ ಮೂರ್ನಾಲ್ಕು ಮಡಿಕೆಗಳು ಮತ್ತು ಎರಡು ಕುಡಿಕೆಗಳು, ಹರುಕು ಕಂಬಳಿ, ಗೋಣಿ, ಹಳೇ ಕಮಟು ಅರಿವೆಗಳ ನಡುವೆ ಅಘೋಷಿತ ಸರದಾರರ ರಾಜ್ಯಭಾರ ಸಾಗಿತ್ತು. ಊರೆಂದರೆ ಮೆಟ್ಟಿಬೀಳುತ್ತ ಕಾಡನ್ನು ಅಪ್ಪಿಕೊಂಡ ಪಾಪದ ಪುಟ್ಟಜೀವಗಳ ಅನಾಥಭಾವಕ್ಕೆ ಮರುಗಿ ಕಾಡೇ ಕಾಪಾಡಿದ ಹಾಗೆ ಅವರ ಬದುಕಿತ್ತು.

ದಿನಾ ಬೆಳಗಾದರೆ ಚಿಕ್ಕ ಹುಡುಗ ಮಂಕುವಿನ ಕೈ ಹಿಡಿದುಕೊಂಡು ಕಾಡಿನೊಳಗೆ ಹೋಗುವ ಗೋಯಿ, ಯಾವುದೋ ಕಾಯಿ ಹಣ್ಣು, ಗಡ್ಡೆ, ಮೊಲ, ನದಿಯ ಮೀನು ಎಂದು ಅಷ್ಟಿಷ್ಟು ಒಟ್ಟು ಮಾಡಿ ಗುಡಿಸಲಿಗೆ ಮರಳುವಾಗ ಮಧ್ಯಾಹ್ನವಾಗುತ್ತಿತ್ತು. ಅವನೇ ಕೆಲವನ್ನು ಹಿತ್ತಲಲ್ಲೇ ಬೆಳೆದಿದ್ದ ಕೂಡ. ಒಂದೋ ಹಸಿಯಾಗಿ, ಇಲ್ಲವೇ ಕೆಲವನ್ನು ಸುಟ್ಟು, ಬೇಯಿಸಿ, ಹಿತ್ತಲ ಮೆಣಸು, ಇದ್ದರೆ ಉಪ್ಪು ನಂಜಿಕೊಂಡು ತಿಂದರೆ ಇಬ್ಬರ ಒಣ ಬಾಳುವೆಯ ಅರ್ಧ ದಿನ ಸವೆಯುತ್ತಿತ್ತು. ಹೊರಗಿನ ವಿಸ್ಮಯ ತುಂಬಿದ ಲೋಕ ಇನ್ನೂ ಕೈಚಾಚಿ ಕರೆಯದ ಮುಗ್ಧ ಬಾಳು ಅದು.

ಮತ್ತರ್ಧ ದಿನ ಹಿತ್ತಲಲ್ಲಿ ಕಾಡಿನಿಂದ ತಂದು ಬೆಳೆಸಿದ ಬಳ್ಳಿ, ಗಿಡ ಎಂದು ನೋಡುತ್ತ, ನೀರು ಹಾಕುತ್ತ, ಕಳೆಯುತ್ತಿತ್ತು. ಅದೇ ನಿರ್ಭಾವುಕ ಬಾಳು ಈ ಆದಿ ಅನಾದಿಗಳ ಪರಿವೆಯಿಲ್ಲದ ಪುಟ್ಟ ಹುಡುಗರನ್ನು ಸಂಜೆಯತ್ತಲೂ ತಳ್ಳುತ್ತಿತ್ತು. ಮತ್ತೆ ಮೈ ತೋಳಕೊಂಡು ಸಿಕ್ಕಿದ್ದು, ದಕ್ಕಿದ್ದು ಸೇವಿಸಿ ಕಾಳಕತ್ತಲ ರಾತ್ರಿಯಲ್ಲಿ ಕರಗಿ ನೀರಾಗಿ ಹೋದಷ್ಟು ಗಾಢ ನಿದ್ರೆ ಮಾಡಿಬಿಡುತ್ತ ಮತ್ತೆ ಸೂರ್ಯ ಸವಾಲು ಹಾಕಿದಾಗಲೇ ಕಣ್ಣು ತೆರೆಯುವ ಜನ್ಮಗಳು ಅವು. ಸುತ್ತೆಲ್ಲ ತೆವಳುವ ಹಾವು ಕೂಡ ತಮ್ಮದೇ ಗೆಳೆಯರೋ ಎಂಬ ಭಾವದಲ್ಲಿದ್ದ ನಿರುಪದ್ರವಿಗಳನ್ನು ಕಾಡು ಜತನದಿಂದ ಕಾಪಾಡಿತ್ತು ಎನ್ನಬೇಕು.

ಮಂಕುವಿನ ಅಪ್ಪ ಅವ್ವಿ ಇದ್ದಾಗಲೂ ಅವರಿಗೆ ಜನಸಂಪರ್ಕ ಬೇಕೆಂದಿರಲಿಲ್ಲ. ಅವರ ಅಪ್ಪ ಬೈರು ಮತ್ತು ಅವ್ವಿ ದೇವಿಯ ಜೊತೆಗೆ ಕೆಲಸಗಾರ. ಯಾವತ್ತೋ ಇಬ್ಬರೂ ಕೂಡಿಕೊಂಡಿದ್ದಾಗ ಅವ್ವಿಯ ಹಳೆಯ ಗಂಡ ದೊಡ್ಡ ತಕರಾರು ತೆಗೆದ ಕಾರಣಕ್ಕೆ ದೂರದ ಊರಿನಿಂದ ದೇವಿಯ ಜೊತೆಗೆ ಅಮಾವಾಸ್ಯೆಯ ರಾತ್ರಿ ಪರಾರಿಯಾದ ಅಪ್ಪ ಬೈರು ಯಾರ ಕೈಗೂ ಸಿಗದ ಹಾಗೆ ಈ ಕಾಡಿನ ಅಂಚಿನಲ್ಲಿ ನೆಲೆನಿಂತಿದ್ದ. ಅನಿವಾರ್ಯವಾಗದ ಹೊರತು ಊರು, ಜನ ಎಂದು ಹೊರಗೆ ಹೋದವರಲ್ಲ ಅವರು. ಸಮೃದ್ಧ ಕಾಡಿನಲ್ಲಿ ಸಿಕ್ಕಿದ್ದು ತಿಂದುಕೊಂಡು, ಊರು ಕೇರಿಯ ಹಂಗು ಬಿಟ್ಟು, ಎರಡು ಹೆತ್ತು ಈಗ ತೀರಾ ಕಾಡಿನ ಮಕ್ಕಳೇ ಆಗಿ ಹೋಗಿದ್ದರು. ತೀರಾ ಅಪರೂಪಕ್ಕೆ ಬರುವ ಮೂಜಿಯೇ ಐದಾರು ತಿಂಗಳ ವಾರ್ತಾ ವಾಚನೆ ಮಾಡಬೇಕು ಅಷ್ಟೇ. ಇತ್ತೀಚೆಗೆ ಒಮ್ಮೊಮ್ಮೆ ಪಕ್ಕದ ಊರಿಗೆ ಹೋದರೂ ಮಂಕುವಿಗೆ ಅದೇನೋ ಗಾಬರಿಯಾಗುತ್ತಿತ್ತು.

ತಮ್ಮ ಮನೆಯಲ್ಲಿ ಮಾತ್ರ ಅವನಿಗೆ ಅದೇನೋ ಖುಷಿ.

"ಅಣಾ... ನೀ ಮಾಡಿದ್ದೇ ನಾ ಮಾಡ್ತೆ... ನಾ ನಿನ್ ಹಾಂಗೆ ಮಾಡ್ತೆ ಎಲ್ಲ. ಅಲಾ?" ಎಂದು ಇಡೀ ಕಾಡಿಗೆ ಕೇಳುವ ಹಾಗೆ ಕೂಗುತ್ತಿದ್ದ ಮಂಕು. ಅದೇ ಅವನ ಸಂಭ್ರಮ.

ಅಪ್ಪ ಅವ್ವಿಯರು ಬದುಕಿದ್ದಾಗ ಕಂಡಷ್ಟು ನಾಗರಿಕತೆಯ ಪಾಠಕ್ಕೆ ಹೊರತಾದ ಪಾಠ ಈ ಮಕ್ಕಳಿಗೆ ದಕ್ಕಲಿಲ್ಲ. ಅವರು ಸತ್ತ ಮೇಲೆ ಹಾಗೇ ಕಾಡಿನಲ್ಲೇ ಬೆಳೆದರು. ಈಗ ಮಾರಿಯ ಪ್ರವೇಶ ಮುಗ್ಧ ಬದುಕಿನಲ್ಲಾಗಿದ್ದು ಮಂಕುವಿನಲ್ಲಿ ತೀರಾ ತಲ್ಲಣ ಹುಟ್ಟಿಸಿತ್ತು. ಹಗಲಿಡೀ ತನ್ನ ಜೊತೆಗೇ ಇದ್ದವನಿಗೆ ಇವಳು ಸಿಕ್ಕಿದ್ದು ಎಲ್ಲಿ, ಹೇಗೆ, ಅವಳಿಲ್ಲಿ ಬಂದು ಏನು ಮಾಡುತ್ತಾಳೆ ಎಂದು ದಿಗಿಲುಗೊಂಡಿದ್ದ. ಇದ್ದೊಂದು ಅವ್ವಿ ಎಂಬ ಹೆಣ್ಣು ಜೀವ ಸತ್ತ ಮೇಲೆ ಹೆಂಗಸು ಎಂಬ ಶಬ್ದವನ್ನು ಬಳಸಬೇಕಾಗಿಯೇ ಇರಲಿಲ್ಲ. ಮೂಜಿ, ಹುಲಿಯಮ್ಮ ಮತ್ತು ಪಕ್ಕದ ಕಾಡಿನಲ್ಲಿ ಒಂದೊಂದು ಹೆಣ್ಣುಗಳು ಕಟ್ಟಿಗೆ ಕಡಿಯುತ್ತ ಇದ್ದಿದ್ದನ್ನು ನೋಡಿದ್ದು ಅಷ್ಟೇ.

ಅಣ್ಣ ಸೋಮವಾರ ಬೆಳಿಗ್ಗೆ ಹೋದವ ಸಂಜೆ ಮಾರಿಯ ಜೊತೆಗೆ ಬಂದ.

ಮಂಕು ನೋಡೇ ನೋಡಿದ. ಸುಮಾರು ಅಣ್ಣನಷ್ಟೇ ದೊಡ್ಡವಳು. ನಗುವ ಮುಖ. ತಮ್ಮ ಹಾಗೇ ಇರುವ ಚರ್ಮ. ಕೂದಲು ಮಾತ್ರ ಉದ್ದ. ವಸ್ತ್ರ ಕೂಡ ಉದ್ದುದ್ದ.

"ಅತ್ಗಿ ಬರೀ ನೆಗ್ಯಾಡ್ತದೆ..." ಎಂದ ಮಂಕು.

ಅಣ್ಣ ಮಾರಿಯ ಪಕ್ಕ ಕುಳಿತು, "ತಮಾ, ಅತ್ಗಿಗ್ ನೀರ್ ತೆಕ ಬಾ ಅಪಿ... ತಿನ್ನುಕ್ ಏನಾರು ಈತಾ ನೋಡು," ಅಂದ.

ಮಂಕು ಸಂಭ್ರಮದಿಂದ ಒಳಗೆ ಓಡಿದ. ಘಡಿಕೆಯಲ್ಲಿ ನೀರು, ಸಣ್ಣ ಎಲೆಯಲ್ಲಿ ಸುಟ್ಟ ಮೀನು, ನಾಲ್ಕು ಹಣ್ಣು ಇಟ್ಟುಕೊಂಡು ಹೊರಗೆ ಬಂದಾಗ ಅಣ್ಣ ಅತ್ತಿಗೆಯ ಕೈ ಹಿಡಿದು ನೇವರಿಸುತ್ತಿದ್ದ. ಅವಳು ನಗುತ್ತಲೇ ಇದ್ದಳು. ಮೂವರೂ ಕುಳಿತು ನಗು ನಗುತ್ತ ತಿಂದ ಮೀನು ಹೊಳೆವ ತಾರೆಯಾಗಿ ಕೈಗೆ ಬಂದು ಹೊಟ್ಟೆ ಹೊಕ್ಕ ಹಾಗನಿಸಿತು. ಹೊಸದೊಂದು ಚಂದ್ರ ಉಗಮಿಸಿ ಬೆಳದಿಂಗಳನ್ನು ಚೆಲ್ಲುತ್ತ ಗುಡಿಸಲು ಹೊಕ್ಕ ಹಾಗೆ ಅವಳು ಕುಲುಕುತ್ತ ತನ್ನ ಹೊಸ ಕೋಣೆಗೆ ಹೋದಳು.

ಇಷ್ಟು ದಿನವೂ ತನ್ನೊಟ್ಟಿಗೆ ಮಲಗುತ್ತಿದ್ದ ಅಣ್ಣ, "ಇಕಾ, ಮಂಕು, ಅಪಿ, ಅತ್ಗಿ ಪಾಪ, ಒಬ್ಬೆ ಆದ್ರೆ... ಹೆದ್ರಿಕೆ ಆತಿದು ಅದಕೆ. ನಾ ಅದಕೆ ವರಕ ಮಾಡಿಸಿ ಮತ್ತೆ. ನೀ ಇಲ್ಲೇ ಇರು. ಗೌಜಿ ಮಾಡುಕಾಗ. ಎದ್ದು ಬರುಕಾಗ. ನಾ ಬೇಗ ಬತ್ತೆ. ಮನಿಕ ಅಪಿ," ಎಂದು ಹೋದವನು ಎಷ್ಟು ಹೊತ್ತಾದರೂ ಬರಲಿಲ್ಲ. ಬಡಪಾಯಿ ಮಂಕುವನ್ನು ಕಾಯಲು ನಿದ್ರಾದೇವಿ ತಾನಾಗಿಯೇ ಬಂದಳು.

ಮರುದಿನ ಬೆಳಿಗ್ಗೆಯೇ ಅಣ್ಣ ಹೇಳಿದ,

"ಅಪಿ, ಅತ್ಗಿ ಒಬ್ಬಳೇ ಇದ್ರೆ ಅದಕೆ ಹೆದ್ರಿಕೆ ಆತದೆ. ನೀ ಹೋಗಿ ಮೀನ ಹಿಡ್ಕ ಬಾ. ನಾ ಇಲ್ಲೇ ಇರ್ತೆ, ಆಗುದು?" ಎಂದ.

ಮಂಕುವಿನ ಅದೃಷ್ಟ! ಹೋಗಿ ಅರ್ಧ ತಾಸಿಗೆ ಹತ್ತು ದೊಡ್ಡ ಮೀನು ಸಿಕ್ಕವು. ಖುಷಿಯಿಂದ ಕುಣಿಯುತ್ತ ಬಂದರೆ ಇಬ್ಬರೂ ಕಾಣಲಿಲ್ಲ. ಓಹೋ... ಇನ್ನು ಹೀಗೆಯೇ ಏನೋ ಎಂದುಕೊಳ್ಳುತ್ತ ಸುಮ್ಮನೆ ಗುಡಿಸಲು ಹೊಕ್ಕಿ ಮೀನು ಸುಡಹತ್ತಿದ. ಎಷ್ಟೋ ಹೊತ್ತಿನ ನಂತರ ಇಬ್ಬರೂ ನಗುತ್ತ ಬಂದರು. ಬೇಯಿಸಿದ ಗೆಣಸು, ಸುಟ್ಟ ಮೀನು ಮೀನು ಎಲೆಯಲ್ಲಿ ಬಂತು. ಕಿಕಿಕಿಕಿ ನಗುತ್ತಾ ಅವಳು ತಿನ್ನುವ ಪರಿ ನೋಡಿ ಅಣ್ಣ ತಮ್ಮ ಹೊಸ ಜಗತ್ತಿನ ಹೊಸ್ತಿಲು ತುಳಿದ ಸಂಭ್ರಮ ಮತ್ತು ಹೇಳಲಾಗದ ಅಮಾಯಕತೆಯಲ್ಲಿ ಕಳೆದುಹೋಗುತ್ತಿದ್ದರು.

ಮತ್ತೆ ಪದೇಪದೆ ಗೋಯಿ ಮಂಕುವೊಬ್ಬನನ್ನೇ ಅಲ್ಲಿ ಇಲ್ಲಿ ಕಳಿಸತೊಡಗಿದ. ಅವ ತಿರುಗಿ ಬಂದಾಗ ಇಬ್ಬರೂ ನಾಪತ್ತೆಯಾಗಿರುತ್ತಿದ್ದರು. ಅಥವಾ ಹೊಸ ಕೋಣೆ ಹೊಕ್ಕಿ ಬಿದಿರ ಬಾಗಿಲು ಹಾಕಿಕೊಂಡಿದ್ದು ನೋಡಿದರೆ

ಹೋಗಿ ಕರೆಯಬಾರದೆನ್ನುವಷ್ಟು ಬುದ್ಧಿ ಬಲಿಯಿತು. ಈ ಸತ್ಯ ಮಂಕುವನ್ನು ಅದೇನೋ ಒಂಟಿತನದ ರೂಪದಲ್ಲಿ ಮೂರು ದಿನಕ್ಕೇ ಗಾಢವಾಗಿ ಅಂಟಿಕೊಂಡಿತು.

ಅವಳು ಬರುವಾಗ ತಂದ ಹೊಸ ಅರಿವು ಹಾಗೂ ಅರಿವೆಯ ಚೂರು ಮಂಕುವಿಗೂ ದಕ್ಕಿತು. ಹೊಸ ಹೆಂಗಸು ಒಣ ಬದುಕಿನಲ್ಲಿ ಹೊಸ ಚಿಗುರು ಮೂಡಿಸಿ ಒಂದು ತಿಂಗಳು ಕಳೆದಿರಬೇಕು, ಇಡೀ ಬನವೆಲ್ಲ ದುಪ್ಪಟ್ಟು ಘಮ್ಮೆಂದಿತು. ಆವತ್ತು ಗೋಯಿ ಪಕ್ಕದ ಊರಿಗೆ ಕೆಲವು ಸಾಮಾನು ತರಲು ಹೋಗುವುದಾಗಿ ಹೇಳಿ ಹೋಗಿದ್ದ. ಅತ್ತಿಗೆ ನಗುತ್ತ ಬಿಸಿಲು ಕಾಯಿಸುತ್ತ ಕುಳಿತಿದ್ದಳು.

'ಏನ ಮಂಕು... ನನ್ನತ್ರ ಮಾತಾಡುದಿಲ್ಲಾ?" ಎಂದಳು ನಗುತ್ತ.

"ಹೇ... ಇಲ್ಲ... ಹಾ... ಮಾತಾಡ್ತೆ..." ಎಂದು ಪೆಕರ ನಗು ನಗುತ್ತ ಅವಳ ಪಕ್ಕ ಹೋಗಿ ಕುಳಿತ. ನಗುತ್ತ ಕಣ್ಣಲ್ಲಿ ಕಣ್ಣಿಟ್ಟು ನೋಡಿದಳು. ಅಣ್ಣ ಅವಳ ಪಕ್ಕ ಹೋಗಿ ಅವಳಿಗೆ ಅಂಟಿಕೊಂಡು ಕೂರುವುದನ್ನು ಮಂಕು ನೋಡಿದ್ದ. ಸಮ್ಮೋಹಿನಿಗೆ ಒಳಗಾದವನ ಹಾಗೆ ತಾನೂ ಅವಳ ಕೈ ಹಿಡಿದುಕೊಂಡು ನೇವರಿಸಿದ. ಕ್ಷಣಕಾಲ ಸುಮ್ಮನಿದ್ದ ಅವಳು ಉನ್ಮತ್ತ ನಗೆ ನಕ್ಕು ಎದ್ದು ಒಳಗೆ ಹೊರಟಳು. ಉಕ್ಕುವ ಪ್ರಾಯದ ಕಟ್ಟು ಮಸ್ತು ಹುಡುಗ ವಶೀಕರಣಕ್ಕೆ ಒಳಗಾದವನ ಹಾಗೆ ಹಿಂದೆಯೇ ಹೊರಟ. ಅಣ್ಣನ ಹಾಗೇ ಬಾಗಿಲು ಹಾಕಿದ. ಒಂದಿದ್ದ

ಉನ್ಮತ್ತ ನಗೆ ಎರಡಾಯಿತು. ಎರಡಿದ್ದ ದೇಹ ಒಂದಾಯಿತು. ಅಮಲು ಘಮಲುಗಳು ಏರಿ ಇಡೀ ಕಾಡನ್ನು ಆವರಿಸಿದವು.

ಮಾರಿಯ ನಗುವೀಗ ದ್ವಿಗುಣಗೊಂಡು ಇಡೀ ಕಾಡಿನಲ್ಲಿ ಪ್ರತಿಧ್ವನಿಸುತ್ತಿತ್ತು. ಹಣ್ಣು ತಿಂದ ಬಾಯಿಗೆ ಕಾಯಿ ರುಚಿಸಬಹುದೇ? ಎಲ್ಲೆಲ್ಲೂ ಇವರ ಆಟವೋ ಆಟ. ಅವರ್ ಬಿಟ್ ಇವರ್ ಬಿಟ್ಟು ಅಥವಾ ಕಣ್ಣಾಮುಚ್ಚಾಲೆಯಾಟ ಖಾಯಂ ಆದದ್ದಕ್ಕೆ ಮರಗಳೂ ಸಾಕ್ಷಿಯಾಗಿ ನಕ್ಕವು. ಮುಗ್ಧ ಮಂಕುವಿನ ಕಣ್ಣುಗಳಲ್ಲಿ ಕೂಡ ತುಂಟತನ, ಚೆಲ್ಲಾಟಗಳು ಚಿಗುರಿದವು. ಮಾರಿಯ ಬೆಳೆವ ಹೊಟ್ಟೆಯ ಹಾಗೆ.

ಅದೆಷ್ಟು ಜನರು, ಊರು, ಪೇಟೆಗಳು ಮತ್ತು ಮಜಾ ಕೂಡ ಈ ಲೋಕದಲ್ಲಿ ಇರುತ್ತವೆ ಎಂಬುದನ್ನು ಕೂಡ ಮಾರಿ ಹೇಳಿಕೊಟ್ಟಳು. ಆದರೂ ಹಂಗಿಲ್ಲದ ಕಾಡಿನ ಬದುಕು ಅವಳಿಗೆ ಅನಿವಾರ್ಯವೇಕಾಯಿತು ಎಂಬ ಪ್ರಶ್ನೆ ಮಂಕುವಿಗೆ ಹೊಳೆಯಲಿಲ್ಲ.

ಒಂದು ಸಂಜೆ ಅಣ್ಣನಿಲ್ಲದಾಗ ಮಂಕು ತುಂಬು ಬಸುರಿ ಮಾರಿಯ ಬೆನ್ನು ಸವರುತ್ತ ತೀರ ಕಕ್ಕುಲಾತಿಯಿಂದ,

"ಒಳಗ ಯಾರ... ನಾನ... ಅಣ್ಣನ ಇರೂದು? ಇವತ್ತ ಹೇಳುದೇಯ ನೀನು," ಅಂದ.

"ಏ... ಹೋಗ... ಮಳ್ಳಾ...ಅವ... ಅವ ಎಂತ ಇಲ್ಲಿ ಇರ್ತಾನ? ನೀನೇ ವಳಗ ಇರೂದು..." ಎನ್ನುತ್ತ ಅವನ ಕೈಯನ್ನು ತನ್ನ ಹೊಟ್ಟೆಯ ಮೇಲಿಟ್ಟುಕೊಂಡಳು.

ಬಿದಿರ ಬಾಗಿಲು ಧಡ್ ಎಂದು ಮುರಿದು ಒಳಗೆ ಬಿತ್ತು. ಇಬ್ಬರೂ ಬೆಚ್ಚಿಬಿದ್ದರು.

"ಆಂ... ಎಂತಾ ಅಂದೆ? ತೋರ್ಸ್‌ಬಿಟ್ಯಲೇ ನಿಮ್ಮವ್ವಿ ಬುದ್ಧಿಯಾ... ತ್ರಾಸ್ ಕೊಡ್ತವರ್ ಕೈಲಿಂದ ತಪ್ಸಿ ಇಲ್ಲಿಗ್ ಕರ್ಕಬಂದ್ರೆ... ನೀ ಮತ್ತ್ ಅದೇ ಕೆಲಸ ಮಾಡ್ತೆ?" ಬೈಗುಳಗಳ ಸುರಿಮಳೆಯೊಂದಿಗೆ ಒಳಗೆ ನುಗ್ಗಿದ ಗೋಯಿ ತಮ್ಮನಿಗಂಟಿ ನಿಂತವಳನ್ನು ಶಿಲೆಯಂತೆ ಒಂದು ಕ್ಷಣ ನಿಂತು ನೋಡಿದ. ಅವಳನ್ನು ಮುಗಿಸಿಬಿಡುವಷ್ಟು ಆವೇಶಗೊಂಡವನ ಕಣ್ಣುಗಳಿಂದ ನೀರು ಧಾರೆಯಾಗಿ ಚಿಮ್ಮಿ, ಕೆನ್ನೆ ದಾಟಿ, ಎದೆಗಿಳಿಯಿತು. ಮತ್ತೆ ಮಾತಿಲ್ಲದೆ ಅಲ್ಲಿಂದ ಹುಚ್ಚು ಹಿಡಿದವನ ಹಾಗೆ ಓಡಿ ಹೋದವ ಮತ್ತೆಂದೂ ತಿರುಗಿ ಬರಲಿಲ್ಲ.

ಸತ್ತು ಸತ್ತು ಬದುಕಿತು ಮಾರಿಯ ಕೂಸು. ಸತ್ತೇ ಹೋಗಿದ್ದು ಮಂಕುವಿನ ಸಂತೋಷ. ಮಂಕು ಇಲ್ಲದ ಸಮಯ ನೋಡಿಕೊಂಡು ಮಗುವನ್ನು ಅಲ್ಲೇ ಬಿಟ್ಟು ಹಸಿ ಬಾಣಂತಿ ಮಾಯವಾಗಿದ್ದಳು. ಗೋಯಿ ಕರೆದೊಯ್ದನೋ, ಕಾಡು ಪ್ರಾಣಿಯೋ ಏನೂ ಅರಿಯದ ಮಂಕುವಿನ ಅರಿವಿನ ಪರಿಧಿಗೆ ಈ ಹುಡುಕಾಟ ಹೊರತಾಗಿತ್ತು. ಅವ್ವಿಯನ್ನು ತಿಂದ ಕರಡಿಯೇ ತನ್ನ ಮಾರಿಯನ್ನೂ ಹೊತ್ತೊಯ್ದಿತು ಎಂದು ಅವನಿಗೆ ಅನಿಸಿತು.

ಹುಲಿಯಮ್ಮನೇ ಬೇಕಾಯಿತು ಮತ್ತೆ. ಮೂರು ತಿಂಗಳ ಕಾಲ ದಿನಾ ಎರಡು ಹೊತ್ತೂ ಬಂದು ಮಂಕುವಿನ ಕೂಸನ್ನು ಜೀವಂತವಾಗಿಟ್ಟಳು. ಹರಾಮಿ ಹೆಂಗಸು ಎಂದು ಮಂಕುವಿಗೆ ಅವಳನ್ನು ಕಂಡರೆ ಆಗುತ್ತಲೇ ಇರಲಿಲ್ಲ. ತಮ್ಮ ಸುಪ್ತ ಬದುಕನ್ನು ಕಂಡವರ ಮುಂದೆಲ್ಲ ಜಾಹೀರು ಮಾಡುವ ತೆವಲಿನವಳನ್ನು ಕಂಡರೆ ಮಂಕುವಿಗೆ ಕೆಟ್ಟ ರೋಷ. ಆದರೆ ಬೇರೆ ಗತಿಯಿರಲಿಲ್ಲ.

ದಿನಾ ಬರುವ ಹುಲಿಯಮ್ಮ ಕೈಯಲ್ಲಿ ಕೂಸನ್ನು ಇಟ್ಟುಕೊಂಡು ಆರೈಕೆ ಮಾಡುತ್ತ ತನ್ನನ್ನೇ ಆಸೆಗಣ್ಣಿಂದ ದಿಟ್ಟಿಸುವಾಗ ಮಂಕುವಿಗೆ ಅವಳ ಕೊಲೆ ಮಾಡಬೇಕೆನ್ನಿಸಿಬಿಡುತ್ತಿತ್ತು. ತಮ್ಮ ಕಾಡಿನ ಬಾಳನ್ನು ಗೇಲಿ ಮಾಡುವ ಜೋರು ಬಾಯಿಯ ಹುಲಿಯಮ್ಮನೆಂದರೆ ಅವನಿಗೆ ಅಸಹ್ಯ. ಅವಳು ಮಗುವಿನ ನೆಪದಲ್ಲಿ ತನ್ನನ್ನು ಕೊಲ್ಲುವಂತೆ ನೋಡುವುದು ಮಾರಿಯ ಜೊತೆಗಿನ ಕದ್ದುಮುಚ್ಚಾಟದ

ಸಿಹಿ ನಾಲಿಗೆಯಿಂದ ಆರದ ಮಂಕುವಿಗೆ ಬೇಕಿರಲಿಲ್ಲ. ಈ ಮಗುವೊಂದೇ ತನ್ನ ಏಕೈಕ ಸಂತೋಷವೆಂಬುದು ಮಾತ್ರ ನಿಧಾನವಾಗಿ ಗೊತ್ತಾಗಿತ್ತು.

ಕೂಸು ಕೂಡ ಕಾಡಿನ ಪುಟ್ಟಿಯಾಯಿತು. ಮಂಕುವಿನ ಹೆಗಲ ಮೇಲೆ ಕುಳಿತು ಕಾಡಿನ ಸವಾರಿ ಮಾಡುವ ಕೂಸು ಮಾರಿಯ ಹಾಗೇ ಗಟ್ಟಿಯಾಗಿ ನಗುವಾಗಲೆಲ್ಲ ಮಂಕು ತೀರಾ ಅಸ್ವಸ್ಥನಾಗುತ್ತಿದ್ದ. ಮಾರಿ ಅವನಿಗೆ ಗೊತ್ತಿದ್ದ ಏಕೈಕ ಹೆಣ್ಣು. ಆದರೆ ಹೆಣ್ಣಿನ ಒಳ ಹೊರಗಿನ ಸೂಕ್ಷ್ಮ ಗೊತ್ತಿರಲಿಲ್ಲ. ಕೂಸಿಗೆ ಏನು ಹೇಳಿಕೊಡಬಹುದು, ಇಲ್ಲವೆಂಬುದು ಮೊದಲೇ ಗೊತ್ತಿರಲಿಲ್ಲ.

ಕಾಡಿನಲ್ಲಿ ಕೂಸಿನ ಬದುಕು ಹಾಳು ಮಾಡುತ್ತೀ ಎಂದು ಆಗಾಗ ಬರುವ ಹುಲಿಯಮ್ಮ ಹೆದರಿಸುತ್ತಿದ್ದಳು. ಕಂಗಾಲಾಗುವ ಮಂಕುವಿಗೆ ಜವಾಬ್ದಾರಿಯ ಪಾಠ ಮಾಡುವ ಹುಲಿಯಮ್ಮನನ್ನು ಕಂಡರೆ ಈ ಕಾಡಿನಿಂದ ದೂರಮಾಡಲೆಂದೇ ಬರುವ ದೆಯ್ಯವಾಗಿ ಕಾಣುತ್ತಿದ್ದಳು.

ಕೂಸು ಅಸ್ವಸ್ಥಗೊಂಡು ಅಳತೊಡಗಿದ ಒಂದು ದಿನ ಅದೇನಾಯಿತೆಂದು ತಿಳಿಯದೆ ಮತ್ತೆ ಹುಲಿಯಮ್ಮನನ್ನೇ ಕರೆಯಬೇಕಾಯಿತು.

ಒಳಗೆ ಹೋಗಿ ಕೂಸನ್ನು ನೋಡಿ ಬಂದವಳು,

"ಯೇ... ಮಂಕಾಳಿ... ಹೊಸಾ ವಸ್ತ್ರ ಕೊಡ...ಇಲ್ಲಾ ಚೊಕ್ಕ ವಸ್ತ್ರ ಇರಬೇಕು ನೋಡ," ಎಂದಳು.

ಹೊಸ ವಸ್ತ್ರವೆ? ಮಾರಿಯ ಬಟ್ಟೆಗಳು ಒಂದೂ ಇರದಂತೆ ಕೂಸಿಗೆ ಇದ್ದಿದ್ದೇ ಎರಡು ಹರುಕು ಅಂಗಿ. ಸುತ್ತಲು ಇದ್ದ ತನ್ನ ಎರಡು ಅಂಗ ವಸ್ತ್ರಗಳು... ಹರುಕು ಕಂಬಳಿ, ಗೋಣಿಪಾಟು ಹೊದೆಯಲು. ಇನ್ನು ಹೊಸದೇನಿದೆ?

"ಎಂತಾ ಆಗ್ಲಿಲ್ಲ. ಕೂಸಿಗೆ... ಹಿಂಗೆಲ್ಲ ಆಗ್ತದೆ ಹೆಣ್ಣು ಮಕ್ಳಿಗೆ. ಅದಕೇ ಎಲ್ಲ ಹೇಳ್ಕೊತ್ತಿದ್ದೆ ನಾ. ಥೋ... ನಿನ್ನ. ಹೊಸ ವಸ್ತ್ರ ತೆಕ ಬಾ ಅಂದ್ರೆ ಎಷ್ಟೋತ್ತೋ?" ಎಂದು ಬೈಯುತ್ತ ಹುಲಿಯಮ್ಮ ಒಳಗೆ ಹೋಗುವಾಗ ಮಂಕು ನಿಂತೇ ಇದ್ದ.

ಎಷ್ಟೋ ಹೊತ್ತಿನ ನಂತರ ಹೊರಗೆ ಬಂದ ಹುಲಿಯಮ್ಮ ಭುಜಕ್ಕಿಂತ ಹಿಂದೆ ಸೆರಗೇ ಇಲ್ಲದೆ ಇಷ್ಟೇ ಮೋಟು ಸೆರಗು ಅಲ್ಲಾಡಿಸುತ್ತ ಹೊರಟಿದ್ದು ನೋಡುತ್ತ ವಿಚಿತ್ರ ಹೆಂಗಸು ಎಂದುಕೊಳ್ಳುತ್ತ ನಿಂತವನು ಅಂತೂ ಸುಧಾರಿಸಿಕೊಂಡು ಒಳಗೆ ಹೋದ. ಕೂಸು ಮಲಗಿದ್ದಳು. ಗಳದ ಮೇಲೆ ಹುಲಿಯಮ್ಮನ ಸೀರೆಯ ಸೆರಗಿನಿಂದ ಹರಿದ ನಾಲ್ಕು ಪಟ್ಟಿಗಳು ನೇತಾಡುತ್ತಿದ್ದವು.

ಓಡಿ ಹೊರಗೆ ಬಂದು ನೋಡಿದ ಮಂಕು ಹುಲಿಯಮ್ಮನಿಗೆ ಹಾಗೇ ಕೈಮುಗಿದು ನಿಂತ.

ಕಾಫಿ ಡೇಟ್

■ ಗೀತಾ ಕುಂದಾಪುರ

geetha.kundapura@yahoo.com

ಕ್ಯಾಪುಚಿನೋ, ಎಸ್ಪ್ರೆಸ್ಸೊ, ಬ್ಲಾಂಡ್ ರೋಸ್ಟ್ ಆರ್ ಜೆಸ್ಟ್ ಮಿಲ್ಕ್‌ಶೇಕ್ ಏನು ತೆಗೋತಿರಾ? ಸಾನ್ವಿಯ ಕಣ್ಣಲ್ಲಿ ಕಣ್ಣಿಟ್ಟು ನೋಡುತ್ತಾ ಕೇಳಿದ ಈಶಾನ್.

ಅವಳು ಮುಗುಳ್ನಕ್ಕು ಕಾಫಿ ಕುಡಿಯೋಲ್ಲ, ಅಲ್ದೆ ನಾನು ವೀಗನ್, ನೋ ಡೈರಿ ಪ್ರಾಡಕ್ಟ್ಸ್...

ಹಾಲಿನಿಂದ ದೂರವಿರುವವಳ ಬಣ್ಣ ಹಾಲು ಬಿಳುಪು, ಕಾಫಿ ಡೇಟ್‌ಗೆ ಬಂದು ಕಾಫಿ ಬೇಡವೆನ್ನುತ್ತಿದ್ದಾಳೆ. ಇರಲಿ, ಮುಖ, ಮುಖ ನೋಡುತ್ತ ಎದುರು ನಿಂತ ವೈಟರನಿಗೆ ಏನಾದರೂ ತರಲು ಹೇಳಬೇಕು "ಏನು ಹೇಳುವುದಪ್ಪ ಇವನಿಗೆ' ಅವನ ತಳಮಳವನ್ನು ಅರ್ಥಮಾಡಿಕೊಂಡವಳು ವೈಟರನನ್ನು ನೋಡುತ್ತಾ ಲೆಮನ್ ಟೀ ಎಂದಳು, ಈಶಾನ್ 'ಕ್ಯಾಪುಚಿನೋ' 'ಎಂದ.

ಎದುರಿಗೆ ಕೂತವಳನ್ನು ಅಳೆಯತೊಡಗಿದ, ಬಾರ್ಬಿ ಡಾಲ್‌ನಂತಿರುವ ಮುದ್ದು ಮುಖಕ್ಕೆ ಸ್ವಲ್ಪ ಚಿಕ್ಕದೆನಿಸುವ ಕಣ್ಣುಗಳು, ತಿವಿಯಲು ಹೊರಟಂತಿರುವ ಚೂಪು ಮೂಗು, ಸ್ವತಂತ್ರವಾಗಿ ಹಾರಾಡುತ್ತಿರುವ ಬಾಬ್ ಕೂದಲು, ಮುಖದಲ್ಲಿ ಲವಲೇಶವೂ ಮೇಕಪ್ ಇಲ್ಲ, ಈಗಷ್ಟೇ ನಿದ್ದೆಯಿಂದ ಎದ್ದು ಬಂದವಳಂತಿದ್ದಾಳೆ, ಇವಳನ್ನು ವಿಶಿಷ್ಟವಾಗಿಸುವುದು ಸೇರಿಕೊಂಡಂತಿರುವ ಹುಬ್ಬುಗಳು.

ಹೆಚ್ಚು ದಪ್ಪವೂ ಇಲ್ಲ, ಸಣ್ಣಗೂ ಇಲ್ಲದ ದೇಹಕ್ಕೆ ಅಂಟಿಕೊಂಡಂತಿರುವ ಬ್ಲಾಕ್ ಪ್ಯಾಂಟ್, ಮರೂನ್ ಟೀ ಶರ್ಟ್ ಸಾಧಾರಣವಾಗಿ ಇಂತಹ ಸಂದರ್ಭಗಳಲ್ಲಿ ಹುಡುಗಿಯರು ಮೇಕಪ್ ಮಾಡಿಕೊಂಡಿರುತ್ತಾರಲ್ವಾ? ಇವಳ್ಯಾಕೆ ಹೀಗೆ? ಕಡೆಗೆ ಅವರವರ ಇಚ್ಛೆ ಎನಿಸಿತು. ಅವನ ಪರೀಕ್ಷಾತ್ಮಕ ದೃಷ್ಟಿ ಗಮನಿಸಿ ಛೇಡಿಸುವಂತೆ ನಂಗೆ ಎಷ್ಟು ಮಾರ್ಕು ಕೊಡ್ತೀರಾ? ಎಂದಳು. ಎಲಾ ಇವಳಾ ಎನಿಸಿದರೂ, 'ನಾನೂ ಸ್ಟೂಡೆಂಟೇ ಬಿಡಿ'.

ಅವನ ಚಿತ್ತ ಅಮ್ಮ ಕೊಟ್ಟ ಅವಳ ಪ್ರೊಫೈಲ್‌ನತ್ತ ಹಾರಿತು, ವರ್ಷ 33, 5.6 ಎತ್ತರ, ಬಿ.ಇ. ಎಂ.ಬಿ.ಎ. ಗೂಗಲ್‌ನಲ್ಲಿ ಕೆಲಸ ಎಂದು ಬರೆದಿತ್ತು, ಸಂಬಳ ಬರೆದಿರಲಿಲ್ಲ. ರೂಪ, ವಿದ್ಯೆ, ಕೆಲಸ...ಯಾವ ವಿಷಯ ತೆಗೆದುಕೊಂಡರೂ ಕಡಿಮೆ ಎನ್ನುವಂತಿಲ್ಲ, ಸಂಬಳವೂ ಬರಾಬ್ಬರಿ ಬರಬಹುದು. ಇವಳನ್ನು ಮದುವೆಯಾದರೆ ಇಬ್ಬರ ಸಂಬಳ ಸೇರಿದರೆ ತಿಂಗಳಿಗೆ 6–7 ಲಕ್ಷಕ್ಕೆ ಕಮ್ಮಿಯಂತೂ ಆಗಲ್ಲ, ಸುಲಭದಲ್ಲಿ ಬಿ.ಎಂ.ಡಬ್ಲೂ ಕಾರು ಖರೀದಿಸಬಹುದು, ಮೊನ್ನೆ ಪೇಪರಿನಲ್ಲಿ ಬಂದ ಜಾಹಿರಾತು 5–6 ಕೋಟಿಯ ವಿಲ್ಲಾ ಪ್ರಾಪರ್ಟಿಗೆ ಇನ್‌ಸ್ಟಾಲ್‌ಮೆಂಟ್ ಕಟ್ಟಲು ಶುರು ಮಾಡಬಹುದು. ಆದರೂ 33 ವರ್ಷದವರೆಗೆ ಮದುವೆಯಾಗದೆ ಯಾಕೆ ಉಳಿದಳೋ?

'ಕರಿಯರ್ ಒಂದು ಹಂತಕ್ಕೆ ಬರಲಿ ಅಂತ ಮದ್ವೆ ಮುಂದಕ್ಕೆ ಹಾಕಿದ್ರಾ?' ಎಂದ.

'ಹಾಂ ಒಂದು ರೀತಿಯಲ್ಲಿ ಹಾಗೆ... ಕರಿಯರ್, ಸೆಲರಿ ಹೈಕ್ ಎನ್ನುತ್ತಾ 2–3 ಕಂಪೆನಿ ಬದಲಾಯಿಸಿದೆ, ಎಲ್ಲರಿಗಿಂತ ಮುಂದೆ ಓಡುವ ತವಕ, ಎತ್ತರಕ್ಕೇರುವ ಬಯಕೆ. ಎರಡು ಸಲ ಡೆಪ್ಯೂಟೇಷನ್ ಮೇಲೆ ಸ್ವೀಡನ್ನಿಗೆ ಹೋಗಿ ಬಂದೆ, ಮದ್ವೆ ಎನ್ನುವ ಶಬ್ದವೇ ಅನ್‌ವಾಂಟೆಡ್ ಎನಿಸಿತ್ತು. ಇತ್ತೀಚೆಗೆ ಅಮ್ಮ ಹಿಂದೆ ಬಿದ್ದಿದ್ದಾಳೆ, ಬೇಗ ಮದ್ವೆ ಆಗು, ವಯಸ್ಸು ಜಾಸ್ತಿ ಆದ್ರೆ ಮಕ್ಕಳಾಗೋಲ್ಲ ಮಾರಾಯ್ತಿ ಅಂತಿದಾಳೆ, ಲೈಫ್‌ನಲ್ಲಿ ನನ್ನದು, ನನಗಾಗಿ ಎನ್ನುವವರು ಬೇಕು ಎಂದು ಬುದ್ಧಿ ಹೇಳುತ್ತಿದ್ದಾಳೆ. ಸರಿ ಹಾಗಾದರೆ ಹಾಗೆ, ಮದ್ವೆನೂ ಮಾಡಿಕೊಳ್ಳೋಣ ಎನಿಸಿತು, ಆದರೂ ಅಪರಿಚಿತನನ್ನು ಮದ್ವೆಯಾಗಿ ಜೊತೆಗಿರುವುದು ತಮಾಷೆ ಎನಿಸುತ್ತೆ.'

ಬಹಳ ಫ್ರಾಂಕ್ ಆಗಿ ಮಾತಾಡ್ತಿದಾಳೆ, ಅದೂ ಒಂದು ರೀತಿಯಲ್ಲಿ ಒಳ್ಳೆಯದೇ. ಕಾದಿದ್ದೂ ಸಾರ್ಥಕವಾಯಿತು. ಅಮ್ಮ 5–6 ತಿಂಗಳಿಂದ ತೋರಿಸುತ್ತಿದ್ದ ನೂರಾರು ಪ್ರೊಫೈಲ್ ಮೊಗಚಿ, 3–4 ಹುಡುಗಿಯರನ್ನು ನೋಡಿ, ಮಾತಾಡಿ ರಿಜೆಕ್ಟ್ ಮಾಡಿ ಸಾನ್ವಿಯೊಡನೆ ಕಾಫಿ ಡೇಟ್‌ಗೆ ಬಂದಿದ್ದಾಯಿತು. ಸಾನ್ವಿಯ ಫೋಟೋ, ಪ್ರೊಫೈಲ್ ನೋಡಿದಾಗಲೇ ಇಷ್ಟವಾಗಿತ್ತು, ನೋಡೋಣ ಇವಳಿಗೆ ನಾನು ಇಷ್ಟವಾಗಬೇಕಲ್ವಾ? ಇಷ್ಟವಾಗದೇ ಏನು? 6 ಅಡಿ ಎತ್ತರ,

ಗೋಧಿ ಬಣ್ಣ, ಎಮ್.ಟೆಕ್, ಕಿಯಾ ಕಾರು, ಪ್ರಸಿದ್ಧ ಸಾಫ್ಟ್‌ವೇರ್ ಕಂಪೆನಿಯಲ್ಲಿ ಜಾಬ್. ನನ್ನ ಪ್ರೊಫೈಲನ್ನು ನೋಡೇ ಇರುತ್ತಾಳೆ, ಈಗ ಪರ್ಸನಲಿ ನೋಡಿದಾಳೆ, ಮಾತು ಮುಂದುವರಿಸಲೆಂಬಂತೆ, 'ನಂದೂ ಅದೇ ಕತೆ, 2 ಸರ್ತಿ ಅಮೆರಿಕಾಗೆ ಡೆಪ್ಯೂಟೇಷನ್ ಮೇಲೆ ಹೋಗಿ ಬಂದೆ. ಅಲ್ಲೇ ಜಾಬ್ ಸಹ ಸಿಕ್ತು, ಮಮ್ಮಿ, ಡ್ಯಾಡಿ ಬೇಡ ಅಂದ್ರು, ಎಷ್ಟಾದ್ರೂ ಒಬ್ನೇ ಮಗ ಇಂಡಿಯಾದಲ್ಲೇ ಇರು ಎಂದ್ರು, ಮಿಡ್ಲಲ್ಲಿ ಒಂದು ಎಂಗೇಜಮೆಂಟ್ ಆಗಿ ಬ್ರೇಕಪ್ ಆಯ್ತು, ಕಂಪೆನಿ ಚೇಂಜ್ ಮಾಡ್ತಾ ವಯಸ್ಸು 34 ಆಗೋಯ್ತು' ಹೇಳುತ್ತಿರುವಾಗ ಕ್ಷಣ ಕಾಲ ನಿಲ್ಲಿಸಿದ. ಅವಳ ದೃಷ್ಟಿ ಮತ್ತೆಲ್ಲೋ ಇತ್ತು, ಇಲ್ಲ ಮತ್ತೇನೋ ಆಲೋಚನೆ ಮಾಡುತ್ತಿದ್ದಾಳೆ ಎನಿಸಿತು. ಪಕ್ಕನೆ ಅವನ ದೃಷ್ಟಿ ಅವಳ ಶರ್ಟಿನ ಮೇಲೆ ಹರಿದಾಡಿತು, ಇವಳ ಸಂಪತ್ತು ಪ್ಯಾಡೆಡ್ಡಾ? ದೇಹಕ್ಕೆ ಎಷ್ಟಿರಬೇಕೋ ಅದಕ್ಕಿಂತ ತುಸು ಜಾಸ್ತಿಯೇ ಇದೆ, ಪ್ಯಾಡುಗಳ ಹಾವಳಿಯಲ್ಲಿ ಅಸಲಿ ಊಹಿಸಲೂ ಸಾಧ್ಯವಿಲ್ಲ ಎನಿಸಿತು. ಮೆಲ್ಲನೆ ಕೆಮ್ಮಿ ಶರ್ಟ್ ಎಳೆದುಕೊಂಡಳು, ಛೇ... ನಾನು ನೋಡುತ್ತಿರುವುದೇನನ್ನು ಎಂದು ಗೊತ್ತಾಯಿತೋ ಏನೋ ಇವಳಿಗೆ, ಏನೆಂದುಕೊಂಡಳೋ? ಎಚ್ಚೆತ್ತುಕೊಂಡವನು ಮಾತನ್ನು ಮುಂದುವರಿಸುತ್ತಾ, 'ಮತ್ತೊಂದು ಕಂಪೆನಿಯ ಆಫರ್ ಬಂದಿದೆ, ವರ್ಷಕ್ಕೆ 60 ಲಕ್ಷದ ಪ್ಯಾಕೇಜ್, ಚೇಂಜ್ ಮಾಡ್ಬೇಕೋ ಬೇಡ್ವೋ ಅಂತ ಇದ್ದೀನಿ. ಮಮ್ಮಿ, ಡ್ಯಾಡಿ ಮದ್ವೆಗೆ ಒತ್ತಾಯಿಸುತ್ತಿದ್ದಾರೆ, ಮೊದ್ಲು ಮದ್ವೆ ಆಗ್ಲಿ, ಆಮೇಲೆ ಕೆರಿಯರ್ ಅಂದ್ರು, ನೀವೇನು ಅಂತೀರಾ?'

ಅವಳು ಮತ್ತೆ ನಸು ನಕ್ಕು 'ಅವರು ಹೇಳೋದ್ರಲ್ಲೂ ಸತ್ಯ ಇದೆ ಅಲ್ವಾ, ಎಷ್ಟಾದರೂ ಹಿರಿಯರು, ಅನುಭವ ಇರುವವರು, ಕೇರಿಯರ್ ವೇಯ್ಟ್ ಮಾಡುತ್ತೆ, ಆದ್ರೆ ವಯಸ್ಸು, ಫ್ಯಾಮಿಲಿ ಅಲ್ಲ ಅಲ್ವಾ?' ಅವಳ ಮಾತು ಸಮಾಧಾನ ತಂದಿತು.

ಮನೆಯಲ್ಲಿರುವ ಅಜ್ಜಿಯ ನೆನಪು ಬಂತು, ಬಹಳ ಸಿಂಪಲ್, ಆದರೆ ಸ್ಟ್ರೇಟ್ ಫಾರ್ವರ್ಡ್, ಮಮ್ಮಿ ಅದಕ್ಕೆ ತದ್ವಿರುದ್ಧ, ಬಹಳ ಮಾಡರ್ನ್, ಇಬ್ಬರಲ್ಲೂ ಇರುವ ಸಾಮ್ಯತೆಯೆಂದರೆ ಇಬ್ಬರಿಗೂ ತಾವು ಹೇಳಿದಂತೆಯೇ ನಡೆಯಬೇಕು. ಅಜ್ಜಿಗೆ ಇತ್ತೀಚೆಗೆ ಕಿವಿ ಸರಿಯಾಗಿ ಕೇಳಿಸುತ್ತಿಲ್ಲ, ಆದರೂ ಲಿಪ್ ಮೊಮೆಂಟಿನಿಂದ ಎಲ್ಲವನ್ನೂ ಅರ್ಥ ಮಾಡಿಕೊಳ್ಳುತ್ತಾರೆ. ಬಿಸ್ನೆಸ್ ಎಂದು ಸದಾ ಹೊರಗಿರುವ ಅಪ್ಪ ಮನೆಗೆ ಬಂದರೆ ಅತ್ತೆ, ಸೊಸೆಯರ ಕಂಪ್ಲೆಂಟ್ ಕೇಳಿ ಕೇಳಿ ಸುಸ್ತೋ ಸುಸ್ತು, ನಾನಂತೂ ಅವರಿಬ್ಬರೂ ಒಂದೇ ಕಡೆಯಲ್ಲಿ ಇದ್ದಾಗ ಪರಾರಿಯಾಗುವುದೇ ಹೆಚ್ಚು, ಸಾನ್ವಿಯನ್ನು ಅಜ್ಜಿ, ಮಮ್ಮಿ ಇಬ್ರೂ ಇಷ್ಟ ಪಡಬಹುದು, ಸಿಂಪಲ್ಲೂ ಹೌದು, ಮಾಡರ್ನೂ ಹೌದು, ಡ್ಯಾಡಿ ಸಾನ್ವಿಯ ಹೈ ಎಂಡ್ ಇನ್ನೋವ ಕಾರನ್ನು ಇಷ್ಟಪಡಬಹುದು, ಬರುವಾಗ ಡ್ರೈವ್

ಮಾಡಿಕೊಂಡು ಬಂದಳಲ್ಲವೇ? ನಾನಂತೂ ಮದ್ವೆಯಾದ ಕೂಡಲೆ ಬೇರೆ ಮನೆ ಮಾಡ್ಬೇಕು, ಅವನ ಮನ ಏನೇನೋ ಲೆಕ್ಕಚಾರ ಹಾಕುತ್ತಿರಬೇಕಾದರೆ ಸಣ್ಣದಾಗಿ ನಕ್ಕ. 'ಏನು ಒಬ್ರೆ ನಗ್ತಾ ಇದ್ರಿ? ಖುಷಿಯನ್ನು ಹಂಚಿಕೊಳ್ಳಬೇಕು, ಒಬ್ಬರೇ ಅನುಭವಿಸುವುದು ಸರಿಯಲ್ಲ ಎಂದಳು' ನಗುತ್ತಾ.

ಮನೆಯ ವಿಷಯವನ್ನು ಇದ್ದ ಹಾಗೆ ಹೇಳಿದರೆ ಈಗಲೇ ಇವಳು ಪರಾರಿಯಾಗುವುದು ಖಂಡಿತ. 'ನಮ್ಮ ಮನೆಯಲ್ಲಿ ಡ್ಯಾಡಿ, ಮಮ್ಮಿ, ಡ್ಯಾಡಿಯ ಮಮ್ಮಿ ಇದ್ದಾರೆ, ಮನೆ ಸಾಕಷ್ಟು ದೊಡ್ಡದಿದೆ, ಆದ್ರೆ ಮದ್ವೆಯಾದ್ಮೇಲೆ ಬೇರೆ ಮನೆ ಮಾಡುವ ಆಲೋಚನೆ, ಡಿಸ್ಟರ್ಬೆನ್ಸ್ ಇರೋಲ್ಲ, ಒಬ್ಬರನ್ನೊಬ್ಬರು ಅರ್ಥ ಮಾಡಿಕೊಳ್ಳಬಹುದಲ್ವಾ?'

'ನೀವು ಹೇಳುವುದು ಸರಿ ಇರಬಹುದು, ನನಗೆ ಸಂಬಂಧಗಳ ಬಗ್ಗೆ ಅಷ್ಟೇನೂ ಗೊತ್ತಾಗೊಲ್ಲ. ನಾನು ಚಿಕ್ಕವಳಿರುವಾಗಲೇ ಮಮ್ಮಿ, ಡ್ಯಾಡಿ ಸಪರೇಟ್ ಆದ್ರು, ಡ್ಯಾಡಿ ಬೇರೆ ಮದ್ವೆ ಆದ್ರು, ಮಮ್ಮಿಗೆ ಬ್ಯಾಂಕಿನಲ್ಲಿ ಜಾಬ್ ಇತ್ತು ಲಾಸ್ಟ್ ಇಯರ್ ರಿಟೈಯರ್ ಆದ್ರು, ಈಗ ಏನೋ ಸೋಶ್ಯಲ್ ಸರ್ವಿಸ್ ಅಂತ ಓಡಾಡ್ಕೊಂಡಿದ್ದಾರೆ, ಮೊದ್ಲಿಂದ ನನ್ನ ಯಾವ ಇಚ್ಛೆಗೂ ವಿರೋಧ ಮಾಡಿಲ್ಲ ಮಮ್ಮಿ, ನಿನ್ನ ಲೈಫಿನ ಡಿಸಿಶನ್ ನಿಂಗೆ ಬಿಟ್ಟಿದ್ದು, ಆದ್ರೆ ಮದ್ವೆ ಮಾಡ್ಕೊ, ಮದ್ವೆ ಆದ್ಮೇಲೂ ನಿಂಜೊತೆ ಇರೋಲ್ಲ ಅಂತಿದ್ದಾರೆ.' ಅವಳು ಹಾಗೆ ಹೇಳುತ್ತಿರಬೇಕಾದರೆ ಎಡಗೈ ಮಣಿಕಟ್ಟಿನಲ್ಲಿ 'ಐ ಲವ್ ಡ್ಯಾಡಿ' ಎಂದು ಬರೆದ ಟ್ಯಾಟೂ ಕಾಣಿಸಿತು, ತಂದೆ ದೂರವಾಗಿರಬೇಕಾದ್ರೆ ಹಾಗೇಕೆ ಟ್ಯಾಟೂ ಹಾಕಿಸಿಕೊಂಡಳು? ಇರಲಿ ಮುಂದೊಂದು ದಿನ ಕೇಳುತ್ತೇನೆ ಎಂದುಕೊಂಡ.

ಹುಡುಗಿ ನೋಡಲು ಹೋಗುತ್ತೇನೆ ಎಂದು ಅಜ್ಜಿಯ ಹತ್ತಿರ ಹೇಳಿದಾಗ ಅಜ್ಜಿ ಹುಡುಗಿಗೆ ಅಡುಗೆ ಬರುತ್ತಾ ಅಂತ ಕೇಳಪ್ಪ ಎಂದು ಹೇಳಿದ್ದು ನೆನಪಾಯಿತು, ಛೇ ಈ ಅಜ್ಜಿಗೊಂದು, ನನಗಿಂತ ತುಸು ಹೆಚ್ಚೇ ಸಂಬಳ ಇರಬಹುದು, ಇವಳ ಹತ್ತಿರ ಹಾಗೆ ಕೇಳುವುದೇ? ಆದರೂ ಅಡಿಗೆಯ ಟಾಪಿಕ್ ತೆಗೆಯಲು ನಿಶ್ಚಯಿಸಿ, 'ಈಗಿನ ಕಾಲದಲ್ಲಿ ಗಂಡು, ಹೆಣ್ಣು ಸಮಾನರು, ಆದ್ರೆ ನಂಗೆ ಕಾಫಿ ಮಾಡಿಕೊಂಡು ಮಾತ್ರ ಗೊತ್ತು, ಯೂಟ್ಯೂಬ್ ನೋಡಿಕೊಂಡು ಸಹ ಮಾಡಲುಬಾರದು, ಇನ್ನು ಮುಂದೆ ಕಲಿಯುತ್ತೇನೆ ಎನ್ನುವ ಯಾವ ವಿಶ್ವಾಸವೂ ಇಲ್ಲ, ಅಡಿಗೆಗೆ ಅಸಿಸ್ಟ್ ಮಾಡಲು ತೊಂದ್ರೆ ಇಲ್ಲ, ಕ್ಲೀನಿಂಗ್ ಕೆಲ್ಸ ಕೊಟ್ರೂ ಮಾಡ್ತೀನಿ. ಟ್ರೆಕ್ಕಿಂಗ್, ಸ್ವಿಮ್ಮಿಂಗ್ ನನ್ನ ಹಾಬಿಸ್.'

'ಅಡ್ಗೆ, ಮನೆ ಕೆಲ್ಸ, ಹಾಬಿಸ್ ದೊಡ್ಡ ಮ್ಯಾಟರ್ ಅಲ್ಲಾ, ನಂಗೆ ಅಡ್ಗೆ ಚೆನ್ನಾಗಿ ಬರತ್ತೆ, ಆದ್ರೆ ಆಗ್ಲೇ ಹೇಳಿದ ಹಾಗೆ ನಾನು ವೀಗನ್. ಮದ್ವೆ ಅನ್ನೊ ಸಂಬಂಧದಲ್ಲಿ ಒಬ್ಬರನ್ನೊಬ್ಬರು ಅಂಡರ್‌ಸ್ಟ್ಯಾಂಡ್ ಮಾಡ್ಕೊಳ್ಳೊದು

ಇಂಪಾರ್ಟೆಂಟ್, ಇಲ್ಲಾಂದ್ರೆ ಡೈವೋರ್ಸ್ ತುಂಬಾ ಪೆಯಿನುಫುಲ್. ಮಕ್ಕಳು ಇದ್ರಂತೂ ಅವರೂ ಸಫರ್ ಆಗ್ತಾರೆ' ಎಂದಳು.

ತನ್ನ ಅಭಿಪ್ರಾಯವನ್ನು ಇನ್ನೊಬ್ಬರ ಮೇಲೆ ಹೇರದೆ, ಎಲ್ಲ ವಿಷಯದ ಬಗ್ಗೆ ನಿಖರವಾದ ಅಭಿಪ್ರಾಯವಿರುವ ಸಾನ್ವಿ ಮತ್ತೂ ಹತ್ತಿರವಾದಳು.

ಇಷ್ಟು ಹೊತ್ತು ಅವಳ ಕಂದು ಬಣ್ಣದ ಪರ್ಸಿನೊಳಗೆ ಬೆಚ್ಚಗೆ ಮಲಗಿದ್ದ ಮೊಬೈಲ್ ರಿಂಗಾಯಿತು. ಮೃದುವಾಗಿ ಚಿಲಿಪಿಲಿ ಸದ್ದು ಮಾಡಿದ ಅವಳ ಮೊಬೈಲಿನ ರಿಂಗ್‌ಟೋನ್ ಸಹ ಅವಳಂತೆಯೇ ಆಕರ್ಷಕವಾಗಿದೆ, ಮೊಬೈಲ್‌ನಲ್ಲಿ ಮೂಡಿದ ಹೆಸರು ನೋಡಿ ಕಟ್ ಮಾಡಿ, ಮುಗುಳ್ನಗುತ್ತಲೇ ಮೆಸೇಜ್ ಮಾಡತೊಡಗಿದಳು. ಇವಳ ಪ್ರೊಫೈಲ್‌ನಲ್ಲಿ ಕಳುಹಿಸಿದ ಫೋಟೋದಲ್ಲಿ ಮುಖದ ಬಲಭಾಗದಲ್ಲಿ ಡಿಂಪಲ್ ಇತ್ತು, ಬಂದು ಇಷ್ಟು ಹೊತ್ತಾದರೂ ಇವಳ ಡಿಂಪಲಿನ ದರ್ಶನವಾಗಲಿಲ್ಲ, ಸರ್ಜರಿ ಏನಾದರೂ ಮಾಡಿ ತೆಗೆಸಿಕೊಂಡಳಾ ಹೇಗೆ? ಚೆಂದದ ಡಿಂಪಲನ್ನು ತೆಗೆಸಿಕೊಳ್ಳವವರೂ ಇದ್ದಾರೆಯೇ! ಮೆಸೇಜ್ ಬರೆದು ಮುಗಿಸಿದವಳು ಈ ಅಮ್ಮನಿಗೆ ಎಲ್ಲವೂ ಅತುರವೇ ಎಂದು ಜೋರಾಗಿ ನಕ್ಕಳು, ಕೆನ್ನೆಯಲ್ಲಿ ಇಷ್ಟು ಹೊತ್ತು ಮುಸುಕು ಹಾಕಿಕೊಂಡಿದ್ದ ಡಿಂಪಲ್ ಹಣಕಿತು, ಟೂತ್‌ಪೇಸ್ಟಿಗೆ ಜಾಹಿರಾತು ಕೊಡುವಂತೆ ಹಲ್ಲುಗಳು ಫಳ ಫಳ ಹೊಳೆದವು, ಯಾವ ಟೂತ್‌ಪೇಸ್ಟ್ ಉಪಯೋಗಿಸುತ್ತಾಳೋ? ಅವಳದ್ದೆ ಕೈ ತಾಗಿ ಪರ್ಸ್ ಕೆಳಗೆ ಬಿತ್ತು, ಅದನ್ನು ಎತ್ತಿಕೊಳ್ಳವಾಗ ಶರ್ಟಿನ ಒಳಗಿನಿಂದ ಅವಳ ಸಂಪತ್ತು ಹಣಕಿ ತಾನು ಪ್ಯಾಡೆಡ್ ಅಲ್ಲ ಎಂದು ಸಾಬೀತುಪಡಿಸಿತು. ಸರಿಯಾಗಿ ಕುಳಿತುಕೊಳ್ಳುತ್ತಾ ಶರ್ಟನ್ನು ಸರಿಪಡಿಸಿಕೊಂಡು, 'ಮಮ್ಮಿಯ ಸೆಲೆಕ್ಷನ್ ಯಾವತ್ತೂ ಸರಿಯಾಗೇ ಇರುತ್ತದೆ ನೋಡಿ, ನಿಮ್ಮ ಪ್ರೊಫೈಲ್ ಫೋಟೋವನ್ನು ಮಮ್ಮಿಯೇ ಸೆಲೆಕ್ಟ್ ಮಾಡಿ ನಂಗೆ ಕೊಟ್ಟಿದ್ದು, ಮಮ್ಮಿಗೆ ನಿಮ್ಮ ಪ್ರೊಫೈಲ್ ಕೊಟ್ಟಿದ್ದು ನೀತಾ ಆಂಟಿ.' ಅಂದರೆ ನಾನು ಅವಳಿಗೆ ಇಷ್ಟವಾಗಿದ್ದೇನೆ ಎಂದು ಪರೋಕ್ಷವಾಗಿ ಹೇಳುತ್ತಿದ್ದಾಳೆಯೇ? ನಂಗಂತೂ ಇವಳನ್ನು ಭೇಟಿ ಮಾಡುವ ಮೊದಲೇ ಇಷ್ಟವಾಗಿದ್ದಳು. ಎಲ್ಲಾ ಸರಿ ಹೊಸ ಸಂಬಂಧಕ್ಕೆ ನಾಂದಿ ಹಾಡುವ ಮೊದಲು ಹಳೆಯ ವಿಷಯದ ಮೇಲೂ ಬೆಳಕು ಚೆಲ್ಲಿ ನಂತರ ಅದನ್ನು ತೆರೆಯ ಮರೆಗೆ ಸರಿಸುವುದು ಒಳ್ಳೆಯದು, ಇಲ್ಲದಿದ್ದರೆ ಅದೇ ಪೆಡಂಭೂತವಾಗಿ ಹೊಸ ಸಂಬಂಧವನ್ನು ಸಡಿಲಿಸಬಹುದು.

'ಸಾನ್ವಿ ನಿಮಗೊಂದು ವಿಷಯ ಹೇಳಬೇಕು, ನಾಲ್ಕು ವರ್ಷದ ಹಿಂದಿನ ವಿಷಯ.'

'ನನಗೆ ಇತಿಹಾಸದಲ್ಲಿ ಆಸಕ್ತಿ ಇಲ್ಲ, ನಿಮಗೆ ಹೇಳಿ ಸಮಾಧಾನವಾಗುವುದಾದರೆ ಹೇಳಿ' ಅವಳೆಂದಾಗ ಈಶಾನ್ ಅಮೆರಿಕಾದಲ್ಲಿ

ಡೆಪ್ಯೂಟೇಷನ್ ಮೇಲಿದ್ದಾಗ ಸಾಕ್ಷಿ ಅಗರವಾಲಳನ್ನು ಭೇಟಿಯಾಗಿದ್ದು, ಒಬ್ಬೊರನ್ನೊಬ್ಬರು ಎಷ್ಟು ಇಷ್ಟಪಟ್ಟರೆಂದರೆ ಪರಿಚಯವಾಗಿ ಒಂದೇ ತಿಂಗಳಲ್ಲಿ ಮದುವೆಯಾಗಲು ಹೊರಟಿದ್ದು, ಮದುವೆಯನ್ನು ಶಾಸ್ತ್ರೋಕ್ತವಾಗಿ ಮಾಡಲು ಅವನ ತಂದೆ, ತಾಯಿ, ಸಾಕ್ಷಿಯ ಹಿರಿಯರು ಅಮೆರಿಕಾಗೆ ಬಂದು ಕೊಲೆರೊಡೊದ ಬೀಚ್ ಒಂದರಲ್ಲಿ ಮದುವೆ ಮಾಡಿಸಿದ್ದನ್ನು ಹೇಳಿದ.

'ನನ್ನ ಮತ್ತು ಸಾಕ್ಷಿಯ ಮದುವೆ ಸ್ವರ್ಗದಲ್ಲಿ ನಡೆದಂತಿದ್ದರೂ ನಮ್ಮ ಮುಂದಿನ ಜೀವನ ಮಾತ್ರ ನರಕವಾಗಿತ್ತು. ಮದುವೆಯಾಗಿ ಮೂರೇ ತಿಂಗಳಿಗೆ ಬೇರೆ, ಬೇರೆಯಾಗಲು ನಿರ್ಧರಿಸಿದೆವು, ಮತ್ತೊಂದು 2–3 ತಿಂಗಳಿಗೆ ಡೈವೋರ್ಸ್ ಸಹ ಸಿಕ್ಕಿತು' ಅವನು ಮಾತು ನಿಲ್ಲಿಸಿದರೂ ಹುಬ್ಬು ಗಂಟಿಕ್ಕಿ ಅವನ ಮುಖವನ್ನೇ ಕಣ್ಣು ಮಿಟುಕಿಸದೆ ನೋಡುತ್ತಿದ್ದಳು, ಸ್ವಲ್ಪ ಹೆದರಿಕೆಯಾದರೂ ಮಾತು ಮುಂದುವರಿಸುತ್ತಾ ಕೇವಲ ಮೂರು ತಿಂಗಳ ಮದುವೆಯಾದ್ದರಿಂದ ಪ್ರೊಫೈಲ್ ಡೈವೋರ್ಸಿ ಅಂತ ಬರೆದಿರಲಿಲ್ಲ, ಮದುವೆಯಾಗುವ ಮೊದಲು ಎಲ್ಲವೂ ಕ್ಲಿಯರ್ ಆಗಲಿ ಅಂತಲೇ ಹೇಳಿದ್ದು, ನೀವು ಇದನ್ನು ಹೇಗೆ ತೆಗೆದುಕೊಳ್ಳುತ್ತೀರೋ ಗೊತ್ತಿಲ್ಲ ಅವನು ಮಾತು ನಿಲ್ಲಿಸಿದರೂ ಅವಳಿಂದ ರಿಯಾಕ್ಷನ್ ಮಾತ್ರ ಝೀರೊ, ಮೌನ ಅವರಿಬ್ಬರ ಮಧ್ಯೆ ಹರಡಿತು.

ಕಡೆಗೆ ನಿಟ್ಟುಸಿರು ಬಿಟ್ಟವಳೆಂದಳು 'ನಾನು ಆಗಲೇ ಹೇಳಿದ ಹಾಗೆ ಹಿಂದೆ ನಡೆದ ವಿಷಯವನ್ನು ಡಿಸ್ಕಸ್ ಮಾಡುವುದೆಂದರೆ ಇತಿಹಾಸದ ಪೋಸ್ಟ್ ಮಾರ್ಟಂ ಮಾಡಿದಂತೆ, ಅದರಲ್ಲಿ ನನಗೆ ಯಾವ ಆಸಕ್ತಿಯೂ ಇಲ್ಲ, ನಾನು ಯಾವತ್ತೂ ಪ್ರೆಸೆಂಟ್ ಅಂಡ್ ಫ್ಯೂಚರ್ ಆಲೋಚಿಸುವವಳು' ಅವಳೆಂದಾಗ ಅಬ್ಬ ಗೆದ್ದೆ ಎಂದುಕೊಂಡು ಸಮಾಧಾನದ ನಿಟ್ಟುಸಿರು ಬಿಟ್ಟ. ಆಕಾಶದಲ್ಲಿ ದಟ್ಟವಾಗಿದ್ದ ಕಪ್ಪು ಮೋಡ ಚದುರಿ ಬೆಳಕು ಹರಡಿತು.

ಅವನು ಉತ್ಸಾಹದಿಂದ, 'ಮಮ್ಮಿ ನಮ್ಮಿಬ್ಬರ ಜಾತಕವನ್ನು ಭಟ್ಟರ ಹತ್ತಿರ ತೋರಿಸಿದ್ದಾರೆ, 36ರಲ್ಲಿ 28 ಗುಣ ಸರಿ ಬರುತ್ತದಂತೆ, ಡಿಸೆಂಬರ್‌ನಲ್ಲಿ ಒಳ್ಳೆಯ ದಿನವಿದೆ ಎಂದರು ಅಜ್ಜಿ'.

'ಈಶಾನ್ ಆತುರದ ಮದುವೆಯ ಪರಿಣಾಮವನ್ನು ಸ್ವತಃ ಅನುಭವಿಸಿದವರು ನೀವು, ನಾನು ಹೆಚ್ಚೇನೂ ಹೇಳ್ಬೇಕಾಗಿಲ್ಲ. ನಾವು ಮದ್ವೆಗೆ ಮೊದಲು ಒಂದಾರು ತಿಂಗಳು ಒಟ್ಟಿಗೆ ಇರೋಣ, ಹೇಗೂ ನಮ್ಮ ಆಫೀಸುಗಳು ಹತ್ತಿರ, ಹತ್ತಿರವೇ ಇದೆ, ಆಫೀಸಿನ ಹತ್ತಿರವೇ ಮನೆ ಮಾಡಿದರಾಯಿತು. ಮದ್ವೆಯಾಗಿ ಸರಿ ಬಾರದಿದ್ದರೆ ಡೈವೋರ್ಸ್ ಮಾಡಿಕೊಳ್ಳುವುದಕ್ಕಿಂತ, ಒಟ್ಟಿಗಿದ್ದು ಸರಿ ಬಾರದಿದ್ದರೆ ಬೇರೆಯಾಗುವುದೇ ಒಳಿತಲ್ಲವೇ?.' ಈಶಾನಿನ ತಲೆ ಗಿರ್ರನೆ ತಿರುಗಿದಂತಾಯಿತು. ಅಜ್ಜಿ ಮಾತ್ರ ಅಲ್ಲ ಮಾಡರ್ನ್ ಎನಿಸಿಕೊಂಡ ಮಮ್ಮಿ ಸಹ ಇದಕ್ಕೆ ಒಪ್ಪಳು, ಸಾನ್ವಿ ಹೇಳುವುದರಲ್ಲೂ ತಪ್ಪಿಲ್ಲ, ಆದರೆ ಉಪಯೋಗಿಸಿ ಸರಿ ಬಾರದಿದ್ದರೆ

ವಸ್ತುಗಳನ್ನು ವಾಪಸ್ಸು ಕೊಡಬಹದು, ಆದರೆ ವೈಯಕ್ತಿಕ ಸಂಬಂಧವನ್ನು ಹಾಗೆ ಮಾಡಲಾದೀತೇ? ಬಟ್ಟೆ ಬದಲಾಯಿಸಿದಂತೆ ಸಂಬಂಧವನ್ನು ಬದಲಾಯಿಸಲು ಸಾಧ್ಯವೇ? ಈಶಾನ್ ಉತ್ತರಿಸದಿದ್ದರೂ ಅವನ ತಳಮಳ, ಮನಸ್ಸು ಒಪ್ಪದ ಪರಿಸ್ಥಿತಿ ಅವನ ಮುಖದಲ್ಲಿ ನಿಚ್ಚಳವಾಗಿ ಕಾಣುತ್ತಿತ್ತು.

'ನಿಮ್ಮ ತಳಮಳ ಅರ್ಥವಾಗುತ್ತದೆ, ನಾವು ಎಷ್ಟೇ ಅರ್ಥಮಾಡಿಕೊಂಡಿದ್ದೇವೆ ಎಂದುಕೊಂಡರೂ ಹತ್ತಿರ ಬಂದಾಗಲೇ ಮುಖವಾಡ ಕಳಚುವುದು, ಮುಖವಾಡ ಇಲ್ಲದ ಮುಖದ ಉಬ್ಬು, ತಗ್ಗುಗಳು ಭಯಾನಕ, ಹೆದರಿಕೆ ಹುಟ್ಟಿಸುತ್ತದೆ. ನನ್ನ ಬಾಳಿನಲ್ಲೂ ಹೆಜ್ಜೆ ಗುರುತು ಮೂಡಿಸಿದವರಿದ್ದಾರೆ' ಎನ್ನುತ್ತಾ ಸಾನ್ವಿ ಮತ್ತವಳ ಬಾಸ್ ಪರಸ್ಪರ ಮೆಚ್ಚಿಕೊಂಡದ್ದು, 6 ತಿಂಗಳು ಒಟ್ಟಿಗೆ ವಾಸವಾಗಿದ್ದು, ಬರ ಬರುತ್ತಾ ಮನೆಯಲ್ಲೂ ಬಾಸ್ ಬಾಸಿಸಮ್ ತೋರಿಸತೊಡಗಿದ ಎನ್ನುತ್ತಾ 'ಆಗಿನ್ನೂ ನಾನು ಚಿಕ್ಕವಳು 27–28 ಇರಬೇಕು. ಗೊತ್ತಾಗದೆ ಪ್ರೆಗ್ನೆಂಟ್ ಆಗಿ ಬಿಟ್ಟೆ, ಪ್ರೆಗ್ನೆಂಟ್ ಅಂತ ಗೊತ್ತಾಗಿದ್ದು ಅಬಾರ್ಷನ್ ಆದಾಗಲೇ, ಆಗಲೂ ಅವನಿಂದ ಯಾವ ಸಹಕಾರವೂ ಇಲ್ಲ, ಆಗಲೇ ಅವನಿಂದ ದೂರವಾಗಿಬಿಟ್ಟೆ, ಕಂಪೆನಿಯೂ ಬದಲಾಯಿಸಿದೆ' ಎಲ್ಲವನ್ನು ಹೇಳುತ್ತಾ ಹೋದಳು. ಸಂಬಂಧ ಕಳಚಿದಾಗ ಕಷ್ಟವಾಗದೆ ಇರುತ್ತದೆಯೇ? ಅದರಿಂದ ಹೊರ ಬರಲು ಕೆಲವು ತಿಂಗಳು ಬೇಕಾಯಿತು, ವರ್ಷಗಳು ಉರುಳಿದವು, ಮುಂದೆ ಡೆಪ್ಯೂಟೇಷನ್ ಮೇಲೆ ಸ್ವೀಡನ್ನಿಗೆ ಹೋದಾಗ ಅದೇ ದೇಶದವನಾದ ಹ್ಯಾರಿಯನ್ನು ಕಂಡಿದ್ದು, ಪ್ರೀತಿಸಿದ್ದು, ಅವನೊಡನೆ 8 ತಿಂಗಳು ಇದ್ದಿದ್ದು ಎಲ್ಲವನ್ನೂ ಹೇಳಿದಳು. 'ಹ್ಯಾರಿ ಒಳ್ಳೆಯವನೇ, ನಾನು ಹೆಣ್ಣೆಂದು ಸಂಭ್ರಮಿಸಿದ್ದು ಅವನಿಂದಲೇ, ಅದೇ ಸಮಯದಲ್ಲಿ ಮಮ್ಮಿ ಸಹ ಭಾರತದಿಂದ ಬಂದು ನಮ್ಮೊಡನೆ ಒಂದೆರಡು ತಿಂಗಳು ಇದ್ದರು, ಅವರಿಗೂ ಇಷ್ಟವಾದ ಹ್ಯಾರಿ ಹಾಗನ್ನುತ್ತಾ ಅವಳ ಕಣ್ಣು ಹನಿಗೂಡಿ ಸಣ್ಣದಾಗಿ ಬಿಕ್ಕಳಿಸಿದಳು, ಕಡೆಗೆ ಕಣ್ಣೊರೆಸಿಕೊಂಡು ಹ್ಯಾರಿಯ ಬಗ್ಗೆ ಹೇಳುತ್ತಾ ಹ್ಯಾರಿಯ ಪ್ರಾಬ್ಲೆಮ್ ಅವನ ಪಾಸ್ಟ್, ಅವನ ಮಾಜಿ ಗರ್ಲ್‌ಫ್ರೆಂಡ್ ಜೊತೆಗೆ ಕಾಂಟೆಕ್ಟ್ ಇಟ್ಟುಕೊಂಡಿದ್ದು, ಸುಮ್ಮನೆ ಹೆಲ್ಲೊ, ಹಾಯ್, ಬಾಯ್ ಆಗಿರದೆ ಕ್ರಮೇಣ ಅವಳ ಮನೆಗೂ ಹೋಗಿ ಬರುತ್ತಿದ್ದದನ್ನು ಹೇಳಿದಳು. ಹೆಣ್ಣು, ಗಂಡಿನ ಸಂಬಂಧದಲ್ಲಿ ಇಬ್ಬರೇ ಇದ್ದರೆ ಸರಿ. ಮೂವರಿದ್ದರೆ ಅದು ಕ್ರೌಡ್, ಕಡೆಗೆ ಅವನಿಂದಲೂ ದೂರವಾದೆ, ಒಂದು ತರಹದಲ್ಲಿ ಸಂಬಂಧಗಳ ಬಗ್ಗೆ ಜಿಗುಪ್ಸೆ ಮೂಡಿತು. ಇತ್ತೀಚೆಗೆ ಮಮ್ಮಿ ಮದ್ವೆಯ ಮಾತು ತೆಗೆದಾಗ ಗಂಡು ಹುಡುಕುವ ಕೆಲಸ ಅವರಿಗೇ ವಹಿಸಿದೆ. ಮಮ್ಮಿಗೆ ನಿಮ್ಮ ಪ್ರೊಫೈಲ್ ಇಷ್ಟವಾಯಿತು, ಹಾಗಾಗಿ ಭೇಟಿಯಾಗಲು ಬಂದೆ, ನಿಮ್ಮ ಫಿಟ್‌ನೆಸ್ ಮತ್ತು ಫ್ರಾಂಕ್‌ನೆಸ್ ಇಷ್ಟವಾಯಿತು' ಎಂದವಳು ಮಾತು ನಿಲ್ಲಿಸಿ, ಮುಖ, ಮುಖ ನೋಡಿದಳು, ಮುಂದೇನು ಎನ್ನುವ ಪ್ರಶ್ನೆ ಅವಳ ಕಣ್ಣಿನಲ್ಲಿ ಮೂಡಿತ್ತು. ಅದಕ್ಕೆ

ಉತ್ತರ ಅವನಲ್ಲಿ ಇರಲಿಲ್ಲ, ಇವಳ ಇತಿಹಾಸದಲ್ಲಿ ಪ್ಲಾಸಿ ಕದನವೇ ನಡೆದಿದೆ, ಅದನ್ನು ಮರೆಯೋಣವೆಂದರೂ ಈಗ ಇವಳು ಪ್ರಪೋಸ್ ಮಾಡುತ್ತಿರುವುದನ್ನು ಒಪ್ಪಿಕೊಳ್ಳಲೂ ಆಗದು. ಅವನ ಮನದಲ್ಲಿ ನಡೆಯುತ್ತಿದ್ದ ಯುದ್ಧ ನಿಚ್ಚಳವಾಗಿ ಅವನ ಮುಖದಲ್ಲಿ ಕಾಣುತ್ತಿತ್ತು ಅದನ್ನು ಓದಿಕೊಂಡವಳು 'ಬೈ' ಎನ್ನುತ್ತಾ ಕಾರಿನತ್ತ ಹೊರಟಳು, ಸ್ವಲ್ಪ ಹೊತ್ತಿಗೆ ಅವಳು ಮತ್ತು ಅವಳ ಇನ್ನೋವಾ ದೂರವಾಯಿತು.

ದ್ವಿತೀಯ ಬಹುಮಾನ ಪಡೆದ ಕಥೆ

ಪಡ್ಡಲಗಿಯೊಳಗಿನ ಪೆನ್ನು

■ ಸಿದ್ದರಾಮ ಸುರೇಶ ತಳವಾರ

shidramts@gmail.com

ಭಾಗೀರಥಿ ಅನ್ನೋ ಸಾವಂತ್ರಿಯ ಅವ್ವ ಹಾಸಿಗಿ ಹಿಡದ ಹೆಚ್ಚೂ ಕಮ್ಮಿ ಒಂದ ವಾರ ಆಗಿತ್ತು. ಒಲ್ಯಾಗ ಬೆಕ್ಕ ಮಲಕೊಂಡು ವಾರೊಪ್ಪತ್ತ ಕಳೆದಿತ್ತು. ಆದರೆ ಅವ್ವನ ಹೊಟ್ಟಿ ಅನ್ನೋ ಒಲಿಯಾಗ ಮಾತ್ರ ಧಗಧಗ ಅನ್ನೋ ಬೆಂಕಿ ಉರಿಯಾಕ ಶುರು ಮಾಡಿತ್ತು, ವಯಸ್ಸಾದ ಅವ್ವಗ ಅದ್ಯಾವುದೋ ಒಂದು ಗಂಟಬ್ಯಾನಿ ಗಂಟ ಬಿದ್ದಿತ್ತು. ಅಯ್ಯ... ಎವ್ವ... ಅಂತ ನೆಳ್ಳೊಂತ ಬಿದ್ದ ಭಾಗೀರಥಿ ಮುಖದಾಗ ಯಳ್ಳಷ್ಟೂ ಕಳಾ ಇದ್ದಿರಲಿಲ್ಲ. ಇಂತ ವ್ಯಾಳೇದಾಗ ನನಗ ಸಮಾಧಾನ ಹೇಳಾಕ, ಅವ್ವಗ ಹೆಗಲಿಗೆ ಹೆಗಲಾಗಿ ಇರಾಕ ಒಬ್ಬ ಗಂಡ ಮಗಾ ಅನ್ನಾಂವ ಇದ್ದಿದ್ರ ಈ ಒದ್ದಾಟ ಕಮ್ಮಿ ಆಗ್ತಿತ್ತೇನೋ... ಸಾವಂತ್ರಿ ಗಂಟಲು ಬಿಗಿದು ದೀರ್ಘ ಉಸಿರೆಳೆದುಕೊಂಡಳು.

ಗ್ವಾಡಿಗೆ ನೇತ ಹಾಕಿದ ಗುಡ್ಡದ ಯಲ್ಲವ್ವನ ಪಡ್ಡಲಗಿ ಜೇಡರ ಬಲಿಯೊಳಗ ಬಂಯಾಗಿ ಅಸ್ಪಷ್ಟವಾಗಿ ಕಾಣುತ್ತಿತ್ತು. ಗಳಕ ತೂಗು ಹಾಕಿದ್ದ ಅವ್ವನ ಹರಕ ಸೀರಿ ಹೊರಗಿನಿಂದ ತೂರಿ ಬರೋ ಗಾಳಿಗೆ ಸಾವಂತ್ರಿ ಮುಖಾ ಒರಸ್ತಿದ್ರ ಸಣ್ಣಾಗಿರುವಾಗ ಅವ್ವ ತನ್ನ ಸೆರಗೀಲೆ ಅಕಿ ಮೂಗಿನ ಸಿಂಬುಳ ಒರಸ್ತಿದಾಳೇನೋ ಅಂತ ಸಾವಂತ್ರಿಗೆ ಅನ್ನಿಸ್ತಿತ್ತು. 80ರ ಹರೆಯದ ಭಾಗೀರಥಿ

ಮೈಯಾಗ ಏಟೇಟೂ ಶಕ್ತಿ ಇಲ್ಲದೇ ಹೊತ್ಕೊಂಡ ಕೌದಿ ಸರಿಸಿದ್ರ ಥೇಟ್ ಎಲಬಿನ ಹಂದರದಂತೆ ಕಾಣುತ್ತಿದ್ದಳು.

ಹೇಳಿ ಕೇಳಿ ಸೂಳಿಗೇರಿ, ಊರ ಹೊರಕೇರಿ ಆಗಿದ್ದರಿಂದ ಭಾಗೀರಥಿಯ ಆ ನೆಳ್ಳೂವ ಧ್ವನಿ ಯಾರ ಕಿವಿಗೂ ಬಿದ್ದಿರಲಿಲ್ಲ. ಸೂಳೀಗೇರಿ ಅಂದ್ರ ಮೂಗ ಮುರೀತಿದ್ದ ಅಲ್ಲಿನ ಮಂದಿಗೆ ಇದ್ಯಾವುದೂ ಗೊತ್ತ ಆಗಿರಲಿಕ್ಕಿಲ್ಲ. ಹೆಚ್ಚೂ ಕಮ್ಮಿ ಸಾವಿನ ದವಡ್ಯಾಗ ಸಿಕ್ಕ ಭಾಗೀರಥಿಯ ಇಂಥಾ ಟೈಮದಾಗ ಊರಾಗಿನ ಒಂದ ನಾಕ ಜನ ಬಂದು ಹಂತೇಕ ಕುಂತಗೊಂಡು ನಾಕ ಸಮಾಧಾನದ ಮಾತ ಹೇಳಿದಿದ್ದರ ಹಿರಿ ಜೀವಕ ಸಮಾಧಾನ ಆಗ್ತಿತ್ತೇನೋ! ಸಾವಂತ್ರಿಯ ಒಳ ಮನಸ್ಸು ನೀರಿಂದ ಹೊರಗ ತಗದ ಮೀನಿನಂಗ ವಿಲವಿಲ ಒದ್ದಾಡ್ತಿತ್ತು. ಈ ಶೆಟ್ಟೆವ್ವ ಬರದ ಹಣೇಬರ ಯಾರ ತಿದ್ದಾಕ ಆಕ್ತೈತಿ ಅಲಾ... ತನಗ ತಾನ ಸಮಾಧಾನ ಹೇಳ್ಕೋತಿದ್ಳು. ಉಸ್ಸ ಅಂತ ಉಸರ ಹಾಕಿ ಕುಂತು ಕುಂತು ಬೆನ್ನು ನೋವಿನಿಂದ ತಟಕ ಸರದು ಗ್ವಾಡಿಗೆ ಆತು ಕೂತು ಬೆನ್ನೀಲೆ ಬಿದ್ದ ತಂಗ್ಯಾರಿಗೆ ಫೋನ್ ಮಾಡಿ ಲಗೂನ ಬರಾಕ ಹೇಳಿದ್ಳು. ಅಕೀಗೆ ಮುಗಲ ಹರಕೊಂಡ ಮ್ಯಾಲ ಬಿದ್ದಾಂಗ ಅನ್ನಿಸ್ತಿತ್ತು. ಸಾವಿನ ಮನಿ ಕದ ತಟ್ಟೋ ಅವ್ವನ ಮುಖಾನ ನೋಡ್ಕೋಂತ ಸಾವಂತ್ರಿ ಹಂಗ ಕಣ್ಮುಚ್ಚಿ ಹಿಂದ ಹಿಂದ... ಹಂಗ ಇಪ್ಪತ್ತ ವರುಷ ಹಿಂದಕ ಹೋದಳು.

**

ಭಾಗೀರಥಿ, ಊರ ಹೊರಗೆ ಹೈವೇ ರಸ್ತೆಯ ಪಕ್ಕದಲ್ಲಿ ಅನಾಥಳಾಗಿ ಬಿದ್ದ ಕೂಸನ್ನು ತನ್ನ ಜೋಪಡಿಗೆ ತಂದು ಕುರಿ ಹಾಲು ಗೊಟ್ಟಿ ಮೂಲಕ ಹಾಲು ಕುಡಿಸಿ ಜೋಪಾನ ಮಾಡಿದಾಕೆ ಜೋಪಡಿ ಜೋಗಮ್ಮ. ಅಕಿ ಯಲ್ಲವ್ವನ ಹೆಸರ ಹೇಳಿಕೊಂಡು ನಾಕ ಮನಿ ತಿರುಗಾಡಿ ಹೊಟ್ಟೆ ಹೊರೆದುಕೊಳ್ಳುವಾಕಿ. ಅವಳಿಗೂ ಮಕ್ಕಿಲ್ಲ ಮರಿ ಇಲ್ಲ. ಊರ ಹೊರಗ ಇರಾಕ ಒಂದ ಸಣ್ಣ ಜೋಪಡಿ ಕಟ್ಕೊಂಡಿದ್ದ ಜೋಗಮ್ಮಗ ಜೋಡಿ ಮಾಡಾಕಂತ ಆ ದೇವರನ ಈ ಭಾಗೀರಥಿ ಅನ್ನೋ ಕೂಸನ್ನ ಕೊಟ್ಟಿರಬೇಕ ನೋಡ ಅಂತ ಊರ ಜನ ಮಾತಾಡ್ಕೊಳ್ತಿದ್ರು. ಬದುಕು ಸಾಕು ದೇವರೇ ಅಂತ ಅನ್ನಿಸ್ತಿದ್ದ ಅವಳಿಗೆ ಈ ಕೂಸು ಸಿಕ್ಕ ನಂತರ ಈ ಕೂಸಿಗಾಗಿ ನಾನು ಬದುಕಬೇಕು ಅಂತ ಆಸೆ ಹುಟ್ಟಿತ್ತು. ಊರ ಹೊರಗಿರೋ ಹಣಮಪ್ಪನ ಗುಡಿ ಮುಂದ ಆ ಕೂಸನ್ನು ಮಲಗಿಸಿ, 'ಯಪ್ಪ ಹಣಮಪ್ಪ ಈ ಕೂಸು ಇನ್ಮ್ಯಾಲ ನಿನ್ನ ಉಡ್ಯಾಗ ಹಾಕೇನಿ ನನ್ನ ಜೀಂವ ಇರೂಗಂಟ ನಾನ ಸಾಕ್ತೀನಿ. ನಾ ಇಲ್ಲದ ಕಾಲಕ್ಕ ನೀನ ಕಾಪಾಡಪ ನಮ್ಮಪ್ಪ' ಅಂತ ದೀರ್ಘದಂಡ ನಮಸ್ಕಾರ ಮಾಡಿ, 'ಭಾಗೀರಥಿ ಭಾಗೀರಥಿ. ಕುಟುಟೆ ಕುರ್ರ' ಅಂತ ಕೂಸಿನ ಕಿವಿಯಾಗ ಮೂರು ಸಲ ಜೋರಾಗಿ ಕೂಗಿ ಹೆಸರಿಟ್ಟಿದ್ದಳು.

ಜೋಗಮ್ಮ ಭಾಗೀರಥಿಯನ್ನು ತನ್ನ ಕರುಳು ಹಂಚ್ಕೊಂಡು ಹುಟ್ಟಿದ ಮಗಳಂತೆ ಸಾಕಿದಳು. ಹನ್ನೆರಡು ತುಂಬಿದ ಭಾಗಿರಥಿ ಮೈ ಕೈ ತುಂಬಿಕೊಂಡು ಅಪ್ಪಟ ರಾಜಕುಮಾರಿಯಂತೆ ಇದ್ದಿದ್ದು ವಿಶೇಷ. ನಿತ್ಯ ಊರೂರು ಅಲೆದು ಪಡ್ಡಲಗಿ ಹಿಡಿದು, 'ಯಲ್ಲವ್ವ ನಿನ್ ಹಾಲಕ ಉಧೋ' ಅಂತ ತಿರುಗಾಡಿ ಕಾಳು ಕಡಿ ಒಂದಿಷ್ಟು ಕಾಸು ತಂದು ಮಗಳ ಜೊತೆಗೆ ಪ್ರೀತಿಯಿಂದ ಅರಮನೆಯಂಥ ಗುಡಿಸಲಲ್ಲಿ ರಾಣಿಯಂತ ಭಾಗೀರಥಿಯೊಂದಿಗೆ ಕಾಲ ಕಳೀತಿದ್ಳು. ಜೋಗಮ್ಮಳೀಗೆ ವಯಸ್ಸಾಗಿತ್ತು. ಬೆನ್ನು ಬಾಗಿತ್ತು. ಭಾಗೀರಥಿಗೆ ಒಂದು ಮದುವೆ ಅಂತ ಮಾಡಿ ಕಣ್ಮುಚ್ಚಬೇಕು ಅನ್ನೋ ಹೊತ್ತಿಗೆ ಜೋಗಮ್ಮ ತನ್ನ ಜವಾಬ್ದಾರಿಯಿಂದ ವಂಚಿತಳಾಗಿದ್ದಳು. ದೇವರು ಕರದ ಬಿಟ್ಟ ಅಂತ 'ಭಾಗೀರಥಿಯನ್ನು ಒಂಟಿ ಮಾಡಿ ಕಣ್ಮುಚ್ಚಿದ್ದಳು.

**

ತುಂಬು ಹರೆಯ ಮುಂದಿನ ಜೀವನ ಹೇಗೋ ಏನೋ ಅನ್ನೋ ಕೊರಗು ಭಾಗೀರಥಿಯನ್ನು ತುಂಬ ಕಾಡುತ್ತಿತ್ತು. ಇಡೀ ಒಂದು ದಿನವೆಲ್ಲ ಊರ ಹೊರಗಿನ ಹನುಮಪ್ಪನ ಗುಡಿಯಲ್ಲಿಯೇ ಅವ್ವನ ನೆನಪಲ್ಲಿ ಅತ್ತು ಅತ್ತು ಕಂಗಾಲಾಗಿದ್ದಳು. ನಿತ್ಯದ ಊಟಕ್ಕೆ ಜೋಗಮ್ಮನ ಭಿಕ್ಷೆಯ ಹಡ್ಡಲಗಿಯೊಂದೇ ಅವಳ ಮುಂದಿರುವ ಆಯ್ಕೆಯಾಗಿತ್ತು. ಕಾಲಚಕ್ರ ಬದಲಾಗಿತ್ತು, ತುಂಬು ಹರೆಯದ ಭಾಗೀರಥಿ ತನ್ನ ತುಂಬಿದ ಎದೆ ಮುಚ್ಚಿಕೊಳ್ಳಬೇಕೆಂಬ ಕನಿಷ್ಠ ಪ್ರಜ್ಞೆಯೂ ಇರದ ಮುಗ್ಧೆ. ಪೋಲಿಗಳ ಕಣ್ಣಿಗೆ ಬಿದ್ದ ಭಾಗೀರಥಿ ಅವರ ರಾಕ್ಷಸ ಕಾಮದ ಹಸಿವಿಗೆ ಬಲಿಯಾಗುವುದನ್ನು ಸ್ವಲ್ಪದರಲ್ಲೇ ತಪ್ಪಿಸಿಕೊಂಡಾಕೆ. ಈ ಆತಂಕ ತಲ್ಲಣಗಳಿಗೆ ಪ್ರತಿದಿನವೂ ಬೆದರಿ ಬೆಚ್ಚಿದ ಹರಿಣಿಯಂತಾದ ಭಾಗೀರಥಿಯ ಒಂಟಿ ಜೀವನಕ್ಕೆ ಆ ಕ್ಷಣಕ್ಕೆ ನೆರಳಾಗಿದ್ದು ಕ್ಷೌರದಂಗಡಿ ಮಾದೇವಪ್ಪ.

ಪ್ರಪಂಚದ ಕಾಮದಾಹದ ಹಸಿ ಬಿಸಿ ಅನುಭವಗಳನ್ನು ತೀವ್ರ ಪ್ರತಿರೋಧದಿಂದಲೇ ಅನುಭವಿಸಿದ ಭಾಗೀರಥಿ, 'ನನಗೆ ಜೀವನಪೂರ್ತಿ ಆಸರೆಯಾಗುವಂತ ಒಬ್ಬ ಗಂಡಸು ಇದ್ದಿದ್ದರೆ ಚೆನ್ನಿತ್ತು' ಅಂತ ನಿತ್ಯ ಹನುಮಪ್ಪನನ್ನ ಅಂಗಲಾಚಿ ಬೇಡಿಕೊಳ್ಳುತ್ತಿದ್ದಳು. ಅವಳಿಗೆ ಕ್ಷೌರದಂಗಡಿಯ ಮಾದೇವನ ಸಾಂಗತ್ಯ ಅದೇನೋ ಸಣ್ಣದೊಂದು ಭದ್ರತೆಯನ್ನು ನೀಡಿತ್ತು. ಮಾದೇವ ತುಂಬ ಒಳ್ಳೆಯ ಮನುಷ್ಯ. ಹನುಮಪ್ಪನ ಗುಡಿಯ ದಾರಿಯಲ್ಲೇ ಕ್ಷೌರದಂಗಡಿ ಇಟ್ಟು ಊರ ಜನರ ಗಡ್ಡ ಕೂದಲು ತೆಗೆದು ಹೊಟ್ಟೆ ಹೊರೆದುಕೊಳ್ಳುವಾತ. ಅವನಿಗೂ ಹಿಂದೆ ಮುಂದೆ ಯಾರೂ ಇದ್ದಿರಲಿಲ್ಲ. ಇದೇ ಹನುಮಪ್ಪನ ಗುಡಿ ಬೀದಿಯ ಗುಡಿಸಲಲ್ಲಿ ವಾಸವಿದ್ದ ಈ ಭಾಗೀರಥಿ ಬಗ್ಗೆ ಊರ ಗಂಡಸರು ಇಟ್ಕೊಂಡಿದ್ದ ಭಾವನೆಗೆ ಒಳಗೊಳಗೆ ಮರುಗಿದವ.

ನೋಡೋದಿಕ್ಕೆ ಒಳ್ಳೆ ಬ್ರಾಹ್ಮಣರ ಹುಡುಗಿ ಥರಾ ಇರೋ ಭಾಗೀರಥಿಯ ಮೇಲೆ ಮೋಹಿತನಾಗಿದ್ದು ಸುಳ್ಳಲ್ಲ. ಹೀಗಾಗಿ ಭಾಗೀರಥಿಯ ಒಪ್ಪಿಗೆಯ ಮೇರೆಗೆ ಅವಳ ಗುಡಿಸಲಿಗೆ ಕಾವಲಾಗಿ ನಿಂತವ.

ಮಾದೇವ ಭಾಗೀರಥಿಯ ಈ ಸಂಬಂಧ ಊರೆಲ್ಲ ಸುದ್ದಿಯಾಗೋದಿಕ್ಕೆ ಹೆಚ್ಚೇನೂ ಸಮಯ ಬೇಕಾಗಲಿಲ್ಲ. ಸಮಾಜದಲ್ಲಿರೋ ಕಟ್ಟುಪಾಡುಗಳಿಗೆ ಹೆದರಿ ಭಾಗೀರಥಿಯ ಕುತ್ತಿಗೆಗೆ ತಾಳಿ ಬಿಗಿಯದೇ ಅವಳನ್ನು ತನ್ನ ಹೆಂಡತಿಯಂತೆಯೇ ಬದುಕಿದ್ದ. ಆದರೆ ವಿಧಿಯಾಟ. ಮಾದೇವ ಆಗಿನ ಭೀಕರ ಕಾಲರಾಗೆ ಹೆಣವಾಗಿದ್ದ. ಯಾರಿಗೋ ಹುಟ್ಟಿ ಎಲ್ಲೋ ಬೀದಿಯಲ್ಲಿ ಬಿದ್ದ ಭಾಗೀರಥಿಗೆ ಮಗಳ ಪ್ರೀತಿ ತೋರಿಸಿದ ಜೋಗಮ್ಮ, ಕಿತ್ತು ತಿನ್ನೋ ಸಮಾಜದ ರಣಹದ್ದುಗಳ ಮಧ್ಯೆ ಆಸರೆಯಾಗಿದ್ದ ಸಂಗಾತಿ ಮಾದೇವ ಇಬ್ಬರೂ ಇಲ್ಲದೇ ಭಾಗೀರಥಿ ಯಾರಿಗಾಗಿ ನಾನು ಬದುಕಬೇಕು ಅನ್ನೋ ದಿಟ್ಟ ನಿರ್ಧಾರದಿಂದ ಹೊಳೆಗೆ ಹಾರುವಾಗಲೇ ಅಲ್ಲಿನ ಮೀನು ಹೀಡಿಯೋರು ಅವಳನ್ನ ಬದುಕಿಸಿದ್ದರು.

ಆ ನಂತರದ ಅವಳ ಬದುಕೇ ವಿಚಿತ್ರವಾದುದು. ತುಂಬು ಹರೆಯ, ಅಂದ–ಚೆಂದ, ಯೌವ್ವನ ಈ ಮೂರು ಅವಳ ಬದುಕಿನ ಬಹು ಮುಖ್ಯ ಬಂಡವಾಳ. ಹತಾಶಳಾದ ಭಾಗೀರಥಿಯ ಅಸಹಾಯಕತೆಯನ್ನು ದುರುಪಯೋಗಪಡಿಸಿಕೊಂಡ ಈ ಸಮಾಜ ಅವಳನ್ನು ಸೂಳೆಯಾಗಿ ಬದಲಾಯಿಸಿದ್ದು ದುರಂತದ ಸಂಗತಿ. ಮಾದೇವನ ನೆನಪಲ್ಲಿ ಕೊರಗುತ್ತಿದ್ದ ಭಾಗೀರಥಿಗೆ ಸೆರಗು ಹಾಸುವುದೇ ಅನಿವಾರ್ಯವಾಗಿತ್ತು. ಅವಳ ಒಳಮನಸ್ಸು ಯಾವಾಗಲೋ ಸತ್ತು ಹೋಗಿತ್ತು ಹೀಗಾಗಿ ಮೂರು ಮಕ್ಕಳಾಗಿದ್ದು ಅವಳಿಗೆ ಗೊತ್ತೇ ಆಗದಂತೆ ಸಮಾಜ ಅವಳ ಮೈ ಮರೆಸಿತ್ತು. ಭಾಗೀರಥಿ ಸಾವಂತ್ರಿ ಅನ್ನೋ ಹೆಣ್ಣು ಮಗುವಿಗೆ ತಾಯಿಯಾಗುವ ಮೂಲಕ ಶಾಶ್ವತ ಸೂಳೆಯಾಗಿಯೇ ತನ್ನ ಸೆರಗನ್ನು ಸೊಂಟದಲ್ಲಿ ಸಿಕ್ಕಿಸಿ ಎದೆಯುಬ್ಬಿಸಿ ಜೀವಿಸಿ ಮರು ಮಕ್ಕಳಿಗೆ ತಾಯಿಯಾಗಿದ್ದಳು.

**

ಕೂತಲ್ಲಿಯೇ ಅವ್ವ ಭಾಗೀರಥಿಯ ಬದುಕನ್ನು ಒಂದು ಕನಸಿನಂತೆ ಕಂಡ ಸಾವಂತ್ರಿಗೆ ಕೂತು ಕೂತು ಕಾಲು ಜೋಮು ಹಿಡಿದಿದ್ದವು. ದೂರದೂರಿನಿಂದ ಬಂದ ತಂಗಿಯರು ಅಕ್ಕನ ತಲೆ ನೇವರಿಸಿದಾಗಲೇ ಸಾವಂತ್ರಿಗೆ ಅರಿವಾದದ್ದು. ಇಷ್ಟು ಹೊತ್ತು ನಡೆದಿದ್ದೆಲ್ಲ ಕೆಟ್ಟ ಕನಸು ಅಂದುಕೊಂಡರೂ ಸ್ವತಃ ಅವ್ವ ಭಾಗೀರಥಿಯ ಬದುಕಿನ ಕಥನ ಅವಳನ್ನು ಮಮ್ಮಲ ಮರುಗಿಸಿತ್ತು. ಹೊತ್ತು ಮುಳುಗುತ್ತಲಿತ್ತು. ಸೂರ್ಯ ತನ್ನ ತಾಯಿ ಗರ್ಭದತ್ತ ಇಂಚಿಂಚೆ ಮರೆಯಾಗುತ್ತಿದ್ದ. ಮೂವರು ದುಃಖದ ಮಡುವಿನಲ್ಲಿ ಮುಳುಗೇಳುತ್ತಿದ್ದರು.

ಸಾವಂತ್ರಿಯ ಇಬ್ಬರು ತಂಗಿಯಂದಿರು ಚೆನ್ನಾಗಿ ಓದಿಕೊಂಡವರಾದ್ದರಿಂದ ಅಕ್ಕನನ್ನು ಸಮಾಧಾನ ಮಾಡಿ ಸಂತೈಸುತ್ತಿದ್ದರು. ಭಾಗೀರಥಿ ಮತ್ತೆ ಮಲಗಿದಂತೆ ಕಣ್ಮುಚ್ಚಿದಳು.

ಸಾವಂತ್ರಿ ತಂಗಿಯರನ್ನು ಕುರಿತು ಮಾತು ಮುಂದುವರೆಸಿದಳು. 'ಅವ್ವ ಅನ್ನಾಕಿ ಏನೋ ನನ್ನ ಹಡದ್ಳು ಅಕೀಗೂ ಸೈತ ನನ್ನ ಹುಟ್ಟಿಗೆ ಕಾರಣ ಯಾರು ಅಂತ ಗೊತ್ತಿರಲಿಲ್ಲ ಅಂತ. ನಾಕ ಮಂದಿ ನಾಕ ಥರಾ ಮಾತಾಡ್ತಿದ್ರು, ಹೋಗಿ ಬರಾವರನ್ನೆಲ್ಲ ನೋಡಿ ಇಂವ ನಮ್ಮಪ್ಪ ಇರಬೌದೇನ? ಅಲ್ಲಲ್ಲ ಇಂವ ಇರಬೌದೇನ? ಅಂತ ನನಗ ನಾನ ಅನ್ಕೊಂತಿದ್ದೆ. ಆದರ ಅವರೆಲ್ಲ ನನ್ನ ಮತ್ತ ನನ್ನವ್ವನ್ನ ವಾರಿಗಣ್ಣೀಲೆ ನೋಡೂ ರೀತಿನ ನೋಡಿದಾಗ ಒಂಥರಾ ಕಳ್ಳ ಸುಟ್ಟಂಗ ಆಗ್ತಿತ್ತು. ಹಿಂಗಾಗಿ ಅವ್ವಗ ನಾನು ನನ್ನಪ್ಪ ಯಾರಂತ ಒಟ್ಟ ಕೇಳಿರಲಿಲ್ಲ, ಕೇಳಾಕೂ ಹೋಗಲಿಲ್ಲ. ಅವ್ವನ ಗುಡಿಸಲಕ ದಿನಕೊಬ್ಬರಂಗ ಹಸದವರೆಲ್ಲ ಬಂದು ಹೋಗಿ ಮಾಡ್ತಿದ್ರು. ಪಾಪದ ಕೂಸು ನಾನು ಇದಾವುದರ ಪರಿವೆ ಇದ್ದಿರಲಿಲ್ಲ. ಒಳಗ ಏನ ಆಗಾತೈತಿ ನೋಡ್ಲಿಲ್ಲ ಕೇಳಿಸ್ಕೋಲಿಲ್ಲ ಅವ್ವಗ ಯಾರೂ ದಿಕ್ಕಿರಲಿಲ್ಲ. ಹಿಂಗಾಗಿ ನಮಗೂ ಯಾರೂ ದಿಕ್ಕಿಲ್ಲ ಅಂತ ಹತ್ತ ವರ್ಷದ ತನ ಅನ್ಕೊಂಡಿದ್ನಿ ಅಷ್ಟ. ನನ್ನ ಮತ್ತ ನನ್ನ ಬೆನ್ನಿಗೆ ಇಬ್ಬರು ಹಂಗ ಪಟಾ ಪಟಾ ಅಂತ ಇಲಿ ಮರಿ ಹಂಗ ಎರಡ ವರ್ಷ ತುಂಬುದರಾಗನ ಮೂರ ಮಕ್ಕಳಾ ಮಾಡಿದ್ಳು. ಅವ್ವಗ ರಾತ್ರಿ ನಿದ್ದಿ ಹತ್ತಿರಲಿಲ್ಲ. ಜೋಪಡಿ ಜೋಗಮ್ಮನ ಹಂತೇಕ ಹತ್ತಾರ ಹೆಂಗಸ್ರು, ದೊಡ್ಡ ದೊಡ್ಡ ಮೀಸಿ ತಿರುವು ಗಂಡಸರೆಲ್ಲ ಅವಳ ಹಂತೇಕ ಮೈ ಹಗುರ ಮಾಡ್ಕೊಳ್ಳಾಕಂತನ ಹೊಗ್ತಿದ್ರು... ಹೆಸರ ಕೆಡಿಸಿಕೊಂಡು ಬಸುರಾಗಿ ಉಸ್ಸಂತ ಇಲ್ಲಿ ಮಕ್ಕಳನ ಅನಾಥ ಮಾಡಿ ಸಾಯೂದಕಿಂತ ನಾಕ ದಿನ ಕಮ್ಮಂಗ ಒಂದ ನೆಳ್ಳಾಗ ಉಳದ ಮೂರ ಮಕ್ಕಳ ಹೊಟ್ಟಿ ನೆತ್ತಿ ನೋಡ್ಕಂಡು ನಾಕ ಅಕ್ಷರ ಕಲಿಸಿದರಾತು ಅಂತ ಅವ್ವ ಕಂಡ ಕಂಡವರಿಗೆಲ್ಲ ಸೆರಗು ಹಾಸೋದಕ್ಕ ತಯಾರಾಗಿದ್ಳು' ಸಾವಂತ್ರಿಯ ಕಣ್ಣು ತೇವಗೊಂಡಿದ್ದವು.

'ಹತ್ತು ಮುಗದ ಹನ್ನೊಂದರಾಗಂದ್ರ ನಾನು ಮೈ ನೆರದಿದ್ನಿ, ಇದೇ ಗುಡಿಸಿಲಿನ ಹಿತ್ತಲದಾಗ ಸಿಮೆಂಟಿನ ಚೀಲ ಮತ್ ಜ್ವಾಳದ ತಟ್ಟ ಕಟ್ಟಿ ಮರಿ ಮಾಡಿದ ಅವ್ವ ಮೈ ನೆರೆದ ನನಗೆ ಬಿಸಿ ನೀರ ಹಾಕಿ ಹಣಮಂತ ದೇವರ ಗುಡಿಗೆ ಎರಡ ಊದಬತ್ತಿ ಹಚ್ಕೊಟ್ಟ ಕಳಿಸಿದ್ಳು. ಮೊಣಕಾಲಗುಂಟ ಸುರಿಯೋ ರಕ್ತ ಮಂದಿ ನೋಡ್ಯಾರಲ್ಲ ಅನ್ನೋ ಸಣ್ಣ ನಾಚಿಕಿ ಆಗಾಗ ಸ್ವಲ್ಪ ಸ್ವಲ್ಪ ಅನ್ಸಿತ್ತು. ಇದ್ದ ಹರಕ ಲಂಗಾದಾಗ ಅದನ್ನೆಲ್ಲ ಮುಚ್ಕೊಂಡು ನಾಚಿಕೆಗೆ ತಲಿ ತಗ್ಗಿಸಿಕೊಂಡ ಬರುವಾಗ ಮ್ಯಾದಾರ ಓಣಿ ಹಿರಿಯ ಒಬ್ಬ ಹಿಂದಿಂದ ಸಣ್ಣದೊಂದು ಹಳ್ಳ ಒಗದಿದ್ದ ತಿರಗಿ ನೋಡಿದರ ಭಾರೀ ಹಾಂ!...

ಅನ್ನಾವರಂಗ ಸನ್ನೆ ಮಾಡಿದ್ದಷ್ಟ ಏನೂ ತಿಳಿದ ಸಣ್ಣ ನಗಿಯೊಂದು ನಕ್ಕು ಹಣಮಪ್ಪನ ಗುಡಿ ಹೊಕ್ಕಿದ್ನಿ. ಹನುಮಪ್ಪಗ ಮೂರು ಸುತ್ತ ಗಿರಕಿ ಹೊಡದು ಹೊಟ್ಟಿಗಿ ಏನೂ ತಿಂದಿರಲಿಲ್ಲ. ಅದಕ್ಕೋ ಒಂದ ಸಮನ ತೊಡಿಗುಂಟ ಹರಿಯೋ ರಕ್ತಕ್ಕೋ ಏನೋ ಮೈಮ್ಯಾಗಿನ ಪ್ರಜ್ಞೆ ತಪ್ಪಿ ಬಿದ್ದಬಿಟ್ನಿ. ಮುಂದ ಎಚ್ಚರಾದಾಗ ಪಂಚಾಯತಿ ಕಟ್ಟಿ ಮ್ಯಾಗ ನಮ್ಮವ್ವನ್ನ ಅಳ್ಳಿ ಕಟ್ಟಿಗಿ ಕಟ್ಟಿ ಹಾಕಿದ್ರು. ಹೊಲಿ ಇಟಕೊಂಡು ಹಣಮಪ್ಪನ ಗುಡಿ ಹೊಲಸ ಮಾಡಿದ ಈ ಬೋಸಡಿಗೆ ಊರ ಬಿಟ್ಟ ಹೊರಗ ಹಾಕ್ರಿ. ಇನ್ನೇನು ಇಕೀನ ಹಣಮಪ್ಪಗ ಸೂಳಿ ಬಿಡ್ರಿ ಫರ್ಮಾನು ಹೊರಡಿಸಿಯಾಗಿತ್ತು. ಪ್ರಶ್ನೆ ಮಾಡಿ ಎದುರಿಸೋವಷ್ಟು ತಾಕತ್ತು ನನಗಿರಲಿಲ್ಲ. ಅವ್ವ ಭಾಗೀರಥವ್ವ ಕೊಟ್ಟ ಪಡ್ಡಲಗೀನ ನಂಬ್ಕೊಂಡು ಬದುಕೂವಂಥ ಪರಿಸ್ಥಿತಿ. ಏನ ಮಾಡೂದು. ಊರ ಮಂದಿ ಒತ್ತಾಯದಿಂದ ಪೆನ್ನ ಕೊಡಬೇಕಾದ ಇದ ಮಂದಿ ನನ್ನ ಕೈಗೆ ಪಡ್ಡಲಗಿ ಕೊಟ್ಟು ಸೂಳಿತನಕ್ಕೆ ಅಧೀಕೃತ ಲೈಸೆನ್ಸ್ ಕೊಟ್ಟಬಿಟ್ಟಿದ್ರು' ಸಾವಂತ್ರಿಗೆ ಮುಂದೆ ಮಾತನಾಡಲು ಆಗಲಿಲ್ಲ ಒತ್ತರಿಸಿ ಬರೋ ದುಃಖಕ್ಕೆ ಇಬ್ಬರೂ ತಂಗಿಯರನ್ನ ತಬ್ಬಿಕೊಂಡು ಬಿಕ್ಕಿ ಬಿಕ್ಕಿ ಅತ್ತು ಹಗುರಾದಳು.

**

ಬೆನ್ನಿಗೆ ಬಿದ್ದ ಇಬ್ಬರು ತಂಗಿಯಂದಿರಿಗೆ ಈ ಕಷ್ಟ ಬಾರದಿರಲಿ ದೇವರೇ ಅಂತ ಬೇಡ್ಕೊಂಡು ಸಾಲಿ ಗುಡಿಗೆ ಹೋಗಿ ಪಡೆಪ್ಪ ಮಾಸ್ತರನ ಕಾಲ ಹಿಡ್ಕೊಂಡು, 'ಯಪ್ಪ ಮಾಸ್ತರಪ್ಪ ಈ ನನ್ನ ಇಬ್ರು ತಂಗ್ಯಾರನ ಸಾಲಿ ಕಲಸಾಕ ಏನಾರ ವ್ಯವಸ್ಥಾ ಮಾಡ್ರೀ ಯಪ್ಪ ನಿಮ್ಮ ಕಾಲ ಹಿಡ್ಕೊಂತೀನಿ' ಅಂತ ಪಡೆಪ್ಪ ಮಾಸ್ತರರನ್ನ ಅಂಗಲಾಚಿದ್ದಳು. ಮನುಷ್ಯತ್ವದ ಮಾನವೀಯತೆಯ ಮಾಸ್ತರ ಪಡೆಪ್ಪ ಸಾವಂತ್ರಿಯ ಇಬ್ಬರೂ ತಂಗಿಯರನ್ನ ಸರಕಾರದ ಹಾಸ್ಟೇಲ್‌ಗೆ ಅಡ್ಮಿಷನ್ ಮಾಡಿಸಿ ಸಾವಂತ್ರಿಯ ಭಾರ ಹಗುರ ಮಾಡಿದ್ದ. ಪಡ್ಡಲಗಿ ಹಿಡಿದು ಜೋಗ ಹಾಕಿ ನಾಲ್ಕು ಮನೆಯಿಂದ ಬಂದ ಅಕ್ಕಿ ರಾಗಿಯನ್ನೇ ಅಂಗಡಿಗೆ ಮಾರಿ ಬಂದ ಹಣವನ್ನು ಕೂಡಿಟ್ಟು ಅವರ ಶಾಲೆಯ ಖರ್ಚಿಗೆ ಕೊಟ್ಟು ಇವರು ಸೂಳಿ ಸಾವಂತ್ರಿ ತಂಗ್ಯಾರು ಅಂತ ಯಾರಿಗೂ ಗೊತ್ತಿರದಂಗ ಸಾವಂತ್ರಿಯೇ ತಂದೆ-ತಾಯಿಯಾಗಿ ಅವರನ್ನು ಓದಿಸಿದ್ದಳು. ಅವರಿಗಾಗಿ ಪಡ್ಡಲಗಿಯೊಳಗ ಪುಸ್ತಕ ಮತ್ತು ಪೆನ್ನನ್ನು ಭಿಕ್ಷೆ ಬೇಡಿ ತಂಗಿಯರಿಗೆ ತಲುಪಿಸಿದಾಕೆ ಸಾವಂತ್ರಿ.

**

ಗುಡಿಸಲಿನ ಸಂದಿಯೊಳಗಿಂದ ಸಣ್ಣನೆ ಬೆಳಕು ತೂರಿ ಬಂದಿತ್ತು. ಊರ ಹೊರಗಿನ ಮಸೀದಿಯೊಳಗ ಅಲ್ಲಾ ನಮಾಜ ಮಾಡೋ ಸದ್ದಿಗೆ

ಇಬ್ಬರೂ ತಂಗಿಯರನ್ನ ತನ್ನ ತೊಡೆ ಮೇಲೆ ಮಲಗಿಸಿಕೊಂಡಿದ್ದ ಸಾವಂತ್ರಿಗೆ ಎಚ್ಚರವಾಗಿತ್ತು. ಭಾಗೀರಥಿ ಸಣ್ಣಗ ನೆಳ್ಳಾಕ ಶುರು ಮಾಡಿದ್ಳು, ಗೋಡೆಗೆ ತೂಗು ಹಾಕಿದ್ದ ಅವಳ ಪಡ್ಡಲಗಿಯನ್ನೇ ದಿಟ್ಟಿಸುತ್ತ ಅದರತ್ತ ನೋಡುತ್ತ ಅದನ್ನು ಕೊಡುವಂತೆ ಕಣ್ಸನ್ನೇ ಮಾಡಿದಳು.

ಧೂಳು ಮತ್ತು ಜೇಡಿನ ಬಲೆಯೊಳಗೆ ಸಿಕ್ಕಿ ಹಾಕಿಕೊಂಡಿದ್ದ ಪಡ್ಡಲಗಿಯ ಧೂಳು ಜಾಡಿಸಿ ಅವಳ ಪಕ್ಕಕ್ಕೆ ಕೂತು, 'ಬೇ ಯವ್ವಾ ಇದನ್ನೇನ ಮಾಡ್ಲಿ? ಈಗಾಗ್ಲೇ ನನ್ನ ಕೈಗೆ ಇದನ್ನ ಕೊಟ್ಟು ಹತ್ತ ವರ್ಷ ಆಗೇತಲ್ಲಬೇ' ಅಂದ್ಳು.

ಭಾಗೀರಥಿಗೆ ತನ್ನ ತಪ್ಪಿನ ಅರಿವಾಗಿತ್ತು. ಮೂವರನ್ನೂ ಕಣ್ತುಂಬ ನೋಡಿದ ಅವಳ ಎರಡೂ ಕಣ್ಣುಗಳಿಂದ ನೀರು ಸಣ್ಣಗೆ ಜಿನುಗುತ್ತಿತ್ತು.

ಸಾವಂತ್ರಿಯನ್ನು ಹತ್ತಿರ ಬಾ ಅಂತ ಸನ್ನೆ ಮಾಡಿ ಸಣ್ಣನೆಯ ಕೊರಕು ದನಿಯಲ್ಲಿ, 'ಈ ಪಡ್ಡಲಗಿ ಸಾವಾಸ ಇನ್ನ ಸಾಕು ಮಗಳ. ನನ್ನ ಜೊತೆಗೆ ಇದನೂ ಮಣ್ಣ ಮಾಡಿ ಬಿಡವಾ' ಅಂತ ಹೇಳಿದ್ದಷ್ಟೇ ಭಾಗೀರಥಿ ಪ್ರಾಣ ಪಕ್ಷಿಹಾರಿ ಹೋಗಿತ್ತು. ಪಡ್ಡಲಗಿಯೊಳಗಿನ ಪೆನ್ನನ್ನು ತನ್ನ ತಂಗಿಯರ ಕೈಗಿತ್ತ ಸಾವಂತ್ರಿ ಅವ್ವನ ಇಚ್ಛೆಯಂತೆ ಆ ಪಡ್ಡಲಗಿಯನ್ನು ಅವಳೊಂದಿಗೆ ಮಣ್ಣು ಮಾಡಿದಳು.

ಜ್ವಾಳದ ಸಸಿ

■ ಸಂಜೀವ್ ಜಗ್ಲಿ

sanjurj136@gmail.com

ಮೂರು ದಿನದಿಂದ ಸಿಡಿಲು, ಗುಡುಗು ಸೇರಿದಂತೆ ಧಾರಾಕಾರವಾಗಿ ಬಿಡುವಿಲ್ಲದೆ ಮಳೆ ಸುರಿಯುತ್ತಿತ್ತು. ಹೊರಗೆ ಹೋಗೋಕಾಗದೆ ಮನೆಯಲ್ಲಿ ಇರೋಕಾಗದೆ ನೀರಿನಿಂದ ಹೊರ ಬಿದ್ದ ಮೀನಿನಂತೆ ಒದ್ದಾಡುತ್ತಿದ್ದೆವು. ಗುಡಿಸಲು ಎಲ್ಲೆಂದರಲ್ಲಿ ಬಿರುಕು ಬಿಟ್ಟುಕೊಂಡ ಕಾರಣ ಮಳೆ ನೀರು ಗುಡಿಸಲಿಗೆ ನುಗ್ಗುತ್ತಿದ್ದವು. ಒಂದು ಕಡೆ ನಾನು ಮತ್ತೊಂದು ಕಡೆ ಅವ್ವ (ಅಜ್ಜಿ) ನೀರು ಎತ್ತಾಕುತ್ತಿದ್ದರೆ, ಅಪ್ಪ ಬಿರುಕು ಬಿಟ್ಟುಕೊಂಡ ಜಾಗಕ್ಕೆ ಪಾಟು ಹೊದಿಸುತ್ತಿದ್ದ. ಮೂರ್ನಾಲ್ಕು ಪಾಟಿನ ಚೀಲ ಕತ್ತರಿಸಿ ಹೊಲೆದ ಪಾಟು ಗುಡಿಸಲಿಗೆ ಸಾಕಾಗದ ಕಾರಣ ಅಪ್ಪ ಸುಮ್ಮನೆ ಬೀಡಿ ಹಚ್ಚಿಕೊಂಡು ಕುಳಿತುಬಿಟ್ಟ. ನಿರಂತರವಾಗಿ ಸುರಿಯುತ್ತಿದ್ದ ಮಳೆಯಿಂದಾಗಿ ಗುಡಿಸಲು ನೀರಲ್ಲಿ ನೆನೆದ ಬಟ್ಟೆಯಂತಾಗಿ ಎಲ್ಲಂದರಲ್ಲಿ ಹನಿ ಹನಿಯಾಗಿ ತೊಟ್ಟಿಕುತ್ತಿತ್ತು. ನೀರು ಸೋರುತ್ತಿದ್ದ ಜಾಗಕ್ಕೆ ಬಕೀಟು, ಚಂಬು ಇಟ್ಟಿದ್ದಳು ಅವ್ವ, ಅವು ತುಂಬಿದ ತಕ್ಷಣ ಎತ್ತಿ ಹೊರ ಚಲ್ಲುತ್ತಿದೆ.

ಗುಡಿಸಲು ತುಂಬಾ ಮಳೆನೀರು ತುಂಬಿಕೊಳ್ಳುತ್ತಿದ್ದ ಕಾರಣ "ಆ ವೀರಗೌಡ್ರು ಮನೆಗೆ ಹೋಗಿ ಪಾಟು ಕೇಳಿ ಬಾ. ವಾರದ ಹಿಂದ ಹೊಲಕ್ಕ ಗೊಬ್ರ ಬಿತ್ತ್ಯಾರ. ಮನಾರ ಪಾಟಿನ ಚೀಲ ಸಿಗ್ತಾವ ಹೋಗು" ಎಂದು ಅವ್ವ ದುಂಬಾಲು ಬಿದ್ದಳು ಅಪ್ಪನಿಗೆ.

ಗುಡಿಸಲ ಅವಸ್ಥೆ ನೋಡಲಾಗದೆ ಅಪ್ಪ ಗೌಡ್ರು ಮನೆ ಕಡೆ ಮಳೆಯಲ್ಲಿಯೇ ಹೊರಟ. ಈ ಮಳೆ ಯಾಕಾದ್ರು ಬರುತ್ತೋ ಅಂತ ಮನದಲ್ಲಿ ನಾನು ಶಪಿಸುತ್ತಿದ್ದರೆ, ಈ ಮಳೆಗಾಲ ಬಂದ್ರೆ ಸಾಕು ನಮ್ ಬದುಕು ಬಚ್ಚಲವಾಗುತ್ತೆ ನೋಡು ಅಂತ ಅವ್ವ ಸಿಡಿಮಿಡಿಯಿಂದ ಬೈಯ್ಯುತ್ತಿದ್ದಳು.

ಅಪ್ಪ ಹೋಗಿ ಘಳಿಗೆ ಹೊತ್ತಾಗಿರಲಿಲ್ಲ ನಾಲ್ಕು ಪಾಟಿನ ಚೀಲ ಹಿಡಿದುಕೊಂಡು ಮಳೆಯಲ್ಲಿ ನೆನೆದುಕೊಂಡು ಬಂದ. "ಗೌಡ್ರು ನೂರಾರು ಎಕ್ರೆ ಹೊಲಕ್ಕ ಗೊಬ್ರ ಇಟ್ಟಾರ, ಮನೆ ಮುಂದ ಬೇಕಾದಷ್ಟು ಪಾಟಿನ ಚೀಲ ಬಿದ್ದಾವ ನೀನ್ ನೋಡಿದ್ರ ನಾಲ್ಕೆ ತಂದಿಯಲ್ಲ" ಎಂದು ಸಿಟ್ಟಿನಿಂದ ಅವ್ವ ಬಾಯಿ ಮಾಡಿದಳು. ಪಾಟಿನ ಚೀಲ ಬಿಸಾಕಿ ಅವಸರದಲ್ಲಿ ಬೀಡಿ ಹಚ್ಚಿದ. ಮುಖದಲ್ಲಿ ಎಲ್ಲಿಲ್ಲದ ಕೋಪ. ಯಾವಾಗಲೂ ನಿಧಾನಕ್ಕೆ ಬೀಡಿ ಸೇದುತಿದ್ದ ಅಪ್ಪ ಮೂರೇ ಉಸಿರಿನಲ್ಲಿ ಒಂದು ಬೀಡಿ ಖಾಲಿ ಮಾಡಿ ಮಾತಿಗಿಳಿದ. "ನೀನ್ ನೋಡಿದ್ರೆ ಅವ್ರ ಮನೆಗೋಗು ಅಂತ ಕೂಗಾಡ್ತಿ. ಅವ್ರು ನೋಡಿದ್ರೆ ಮನೆ ಮುಂದೆ ಹೋದ್ರೆ ನಾಯಿಗ್ ಮಾಡ್ದಂಗ ಮಾಡ್ತಾರ" ಎಂದು ಜೋರಾಗಿ ಅವ್ವನ ಮೇಲೆ ಕೂಗಾಡಿದ. "ಗೌಡ್ರು ಏನಾದ್ರು ಅಂದ್ರ" ಎಂದು ಸಣ್ಣ ದನಿಯಲ್ಲಿ ಅವ್ವ ಕೇಳಿದಳು. "ತುಂಬು ಗರ್ಭಿಣಿ ಇದ್ದ ಮನೆ ಕಡೆ ನಿಮ್ ಮಂದಿ ಬರ್ಬಾರ್ದು ಅಂತ ಗೊತ್ತಿಲ್ಲೇನ್ ನಿನಗ? ಸೂಳೆ ಮಗ್ನೆ ನಡೀ ಊರ್ ಹೊರಗ" ಎಂದು ಗೌಡ ಗದ್ರಿಸಿದ. ತುಂಬು ಹೊಟ್ಟೆಲೆ ಇದ್ರು ಆ ಗೌಡಸಾನಿ "ನಿನ್ ನೆರಳು ಈ ಅಂಗಳದಾಗ ಬಿದ್ರ ನಿನ್ ಕಾಲ್ ಕಡಿತಿನಿ ನೋಡು ಹೋಗ್ ಜಲ್ದಿ ಅಂತ ನಾಯಿಗಿ ಮಾಡ್ದಂಗ ಮಾಡ್ತಾಳ" ಎಂದು ತನಿಗಾದ ಅವಮಾನವನ್ನ ಅವ್ವನ ಮುಂದೆ ಹೇಳಿಕೊಂಡ. ಮತ್ತ ಈ ಪಾಟು ಯಾರ್ ಕೊಟ್ರು ಅಂತ ಕೇಳಿದಕ್ಕ "ಬರೋ ದಾರಿಲಿ ಸಿಕ್ವು ಹಂಗ ಕೈಯಾಗ್ ಹಿಡ್ಕೊಂಡು ಬಂದೆ ಎಂದ. ಇರ್ಲಿ ಬಿಡು ಗೌಡ್ರುದು ಇದೆಲ್ಲ ಇದ್ದದ್ದೇ ಎಂದು ಅವ್ವ ಸುಮ್ಮನಾದಳು.

ಸಿಕ್ಕ ನಾಲ್ಕು ಪಾಟಿನಲ್ಲಿ ಎಲ್ಲವನ್ನ ಸಜ್ಜು ಮಾಡಿ ಮೂರು ಜನ ಮೂರು ಮೂಲೆ ಸೇರಿದೆವು. ಗುಡಿಸಲ ಅವತಾರ ನೋಡಲಾಗದ ಅವ್ವ ಅಪ್ಪನ ಮೇಲೆ ಕೆಂಡವಾದಳು. "ನಿನ್ ಹೆಣ್ತಿ ಬಸ್ರು ಇದ್ದಾಗ ಮನೆ ಮಾಡು ಅಂತ ಬಡ್ಕಂಡೆ, ನನ್ನ ಮಾತು ಕಿವ್ಯಾಗಿಲ್ಲ ಮೂಗಿನ್ಯಾಗಿಲ್ಲ ಅಂತ ಹೋಗ್ತಿದ್ದಿ. ಈ ಕೂಸನ್ನ ಕೈಯಾಗಿಟ್ಟು ನಿನ್ನ ಹೆಣ್ತಿ ಮಣ್ಣು ಸೇರಿದ್ಳು. ಇಷ್ಟೆಲ್ಲಾ ಆದ್ರು ನಿನಗೆ ಬುದ್ಧಿ ಬರ್ಲಿಲ್ಲ. ನನಗೂ ಟೈಮ್ ಬಂದೈತೆ ಈ ಮಳ್ಯಾಗ ಹೋಗ್ತಿನಿ. ಇನ್ನ ನೀನುಂಟು ನಿನ್ ಮಗ ಉಂಟು ಅಷ್ಟೇ" ಎಂದು ಬಿಕ್ಕುತ್ತ ಮಳೆ ನೀರಿನ ಜೊತೆ ಕಣ್ಣೀರನ್ನೂ ಸೇರಿಸುತ್ತ ಕೂಗಾಡುತ್ತಿದ್ದಳು. ಮೂಲೆಯಲ್ಲಿ ಕುಳಿತಿದ್ದ ಅಪ್ಪ ಚಳಿಗೆ ತಡೆಯಲಾಗದೆ ಮತ್ತೆ ಬೀಡಿ ಹಚ್ಚಿಕೊಂಡು ಮೌನವಾದ. ಅಪ್ಪನನ್ನು ಬೆಳೆಸಿ, ಮದುವೆ ಮಾಡಿ, ಎಲ್ಲವೂ ಮುಗಿತು ಎಂದು ನೆಮ್ಮದಿಯ ನಿಟ್ಟುಸಿರು

ಬಿಟ್ಟಾಗಲೇ ಅವ್ವನ ಮಡಿಲಿಗೆ ನಾನು ಬಿದ್ದಿದ್ದೆ. ನಾನು ಹುಟ್ಟಿದ ವರ್ಷದೊಳಗೆ ಅಮ್ಮ ತೀರಿಕೊಂಡಳು. ಅಮ್ಮ ತೀರಿಕೊಂಡ ಮೇಲೆ ಅಪ್ಪನ ಬದುಕು ಮರುಭೂಮಿಯಲ್ಲಿನ ಒಣ ಮರದ ಮೇಲೆ ಮುಗಿಲು ನೋಡುತ್ತ ಕುಳಿತ ಒಂಟಿ ಗುಬ್ಬಿಯಂತಾಗಿತ್ತು. ಬದುಕಿನ ಪಯಣದ ಕೊನೆ ದಿನಗಳನ್ನ ಕಳೆಯುತ್ತಿದ್ದ ಅವ್ವನ ಮಡಿಲಿಗೆ ನಾನು ಬಿದ್ದಾಗ ಅವ್ವ ಮತ್ತೆ ಹೊಸ ತಾಯಿಯಾಗಿದ್ದಳು. ಅಲ್ಲಿಂದ ಶುರುವಾದ ಬದುಕು ನನ್ನನ್ನ ಅಪ್ಪನ ಎದೆ ಎತ್ತರಕ್ಕೆ ಬೆಳೆಸಿತ್ತು. ಇನ್ನು ನನ್ನ ಕೈಯಿಂದ ಆಗಲ್ಲ, ನಾನು ಈ ಭೂಮಿ ಬಿಡ್ತಿನಿ ಅಂತ ಅವ್ವ ಎಂದಾಗಲೆಲ್ಲ ಕಣ್ಣೀರು ಪಳ್ ಎಂದು ಚೆಲ್ಲುತ್ತಿದ್ದವು. 80 ವರ್ಷ ದಾಟಿದ್ದ ಅವ್ವ ನನ್ನ ಕಣ್ಣಿಗೆ ಈಗಷ್ಟೇ ತಾಯಿಯಾಗಿ ಕುಣಿದಾಡುವವಳಂತೆ ಕಾಣುತ್ತಿದ್ದಳು. ಈ ಮಳೆಯ ಕಾರಣಕ್ಕೆ ಮತ್ತೆ ತನ್ನ ಸಾವು ಬದುಕಿನ ಮಾತುಗಳನ್ನ ಹೊರ ಹಾಕಿದ್ದಳು. ಎಲ್ಲವನ್ನ ಕೇಳಿಸಿಕೊಳ್ಳುತ್ತ ಮೂಲೆಯಲ್ಲಿ ಕುಳಿತು ಅವ್ವನನ್ನೇ ನೋಡುತ್ತಿದ್ದೆ. ಮುಖದ ಮೇಲೆ ಜಾರುತ್ತಿದ್ದ ನೀರು ಕಣ್ಣೀರೋ ಅಥವಾ ಮಳೆ ನೀರೋ ಗೊತ್ತಾಗುತ್ತಿಲ್ಲ. ಆದರೆ ನಿರಂತರವಾಗಿ ಹರಿಯುತ್ತಿತ್ತು.

ಮಾತಿನ ನಡುವೆ ಅವ್ವ ಕೆಮ್ಮುತ್ತಿದ್ದ ಕಾರಣ ಬಾಯಿ ಮಾಡುವುದು ನಿಲ್ಲಿಸಿದಳು. ಒಬ್ಬರಿಗೊಬ್ಬರು ಮುಖ ನೋಡಿಕೊಂಡು ಕುಳಿತೆವು. ಸಮಯ ಮಧ್ಯಾಹ್ನ ಎರಡು ಗಂಟೆ ಆಗಿತ್ತು. ಮಳೆಯ ರಭಸ ಕಡಿಮೆ ಆಗಿರಲಿಲ್ಲ. ಆ ಕಡೆಯಿಂದ ಓಡಿ ಬಂದ ವೀರಗೌಡನ ಆಳು "ಓ ಶಿವಮ್ಮ ಜಲ್ದಿ ನಡಿ ಗೌಡ್ರು ಮನೆಗೆ" ಎಂದು ಒಂದೇ ಉಸಿರಿನಲ್ಲಿ ಕೂಗಿದ. ಎಲ್ಲಿಲ್ಲದ ಆತಂಕ, ಮೈ ನಡುಕ ಶುರುವಾಯಿತು ನಮಗೆ. "ಪಾಟು ಕೇಳಲು ಮನೆಗೆ ಹೋಗಿದಕ್ಕ ಗೌಡ್ರು ಸಿಟ್ಟಾಗ್ಯಾರ ನೋಡು, ಅದಕ್ಕ ನಿನಿಗಿ ಕರ್ದಾರ. ಇನ್ನೇನಾಗುತ್ತೋ ಶಿವನೇ ಎಂದು ಅಪ್ಪ ಚಡಪಡಿಸುತ್ತಿದ್ದ. "ಅಯ್ಯೋ ಶಿವನೆ ಈ ಮಳ್ಯಾಗ ಎಲ್ಲಿಗ್ ಬರ್ಲಿ? ಗೌಡ ಯಾಕ್ ನನ್ನ ಬಾ ಅಂತ ಹೇಳಿದ" ಎಂದು ಅವ್ವ ಗಾಬರಿಯಿಂದ ಕೇಳಿದಳು. ಗುಡಿಸಲು ಸೋರುತ್ತೆ ಅಂತ ಪಾಟಿನ ಚೀಲಕ್ಕಾಗಿ ಮನೆ ಮುಂದೆ ಬಂದಬಿಟ್ವಿ ಹೊಟ್ಯಾಗ ಹಾಕೋರಿಪ ಸ್ವಾಮಿ ಅಂತ ಅವ್ವ ಕೈ ಮುಗಿದಳು. ಅದಲ್ಲವ್ವ "ವೀರಗೌಡನ ಹೆಣ್ತಿಗೆ ಹೊಟ್ಟೆ ಬ್ಯಾನೆ ಬಂದದ ಜಲ್ದಿ ಬಾ" ಎಂದು ಆಳು ವಿವರಿಸಿ. ಅಯ್ಯೋ ಶಿವನೆ ನಡಿ ನಡಿ ಎಂದು ಮಳೆಯಲ್ಲೇ ಅವ್ವ ಹೆಜ್ಜೆ ಕಿತ್ತಳು. "ಇವಾಗರ ಮಳ್ಯಾಗ ಮುಖಕ್ ಉಗಳ್ಯಾರ ಮತ್ ಅವರ ಮನಿಗಿ ಹೋದ್ರ ಸುಮ್ನೆ ಬಿಟ್ಟಾರೇನು" ಎಂದು ಅಪ್ಪ ಹೋಗೋದು ಬ್ಯಾಡ ಎಂದು ಅವ್ವನ ಕೈ ಹಿಡ್ಕೊಂಡ. "ನಿನಗೆ ಇದೆಲ್ಲ ಗೊತ್ತಾಗಲ್ಲ ಸುಮ್ನೆ ಇರು" ಅಂತ ಅವ್ವ ಮುನ್ನಡೆದಳು. ಮುದುಕಿ ಮಳ್ಯಾಗ ಎಲ್ಲಾದರು ಬಿದ್ದಾದು ಅಂತ ಅವ್ವನ ಕೈ ಹಿಡಿದು ನಡಿ ನಾನು ಬರ್ತಿನಿ ಅಂತ ಅವ್ವನ ತಲೆಗೆ ಪಾಟಿನ ಚೀಲ ಹಾಕಿದ ಅಪ್ಪ. ಅವರಿಬ್ಬರಿಂದೆ ನಾನೂ ಕಾಲು ಕಿತ್ತಿದೆ. ದಾರಿ ಉದ್ದಕ್ಕೂ ಬ್ಯಾಡ

ಬಾ ಬ್ಯಾಡ ಬಾ ಅವರು ನಮ್ಮನ್ನ ಸುಮ್ನೆ ಬಿಡಲ್ಲ ಅಂತ ಅಪ್ಪ ಧಾರಾಕಾರ ಮಳೆಯಂತೆ ಕಚ್ಚಿಕೊಂಡ. ಅವ್ವ ಸುಮ್ಮನೆ ಮುಂದೆ ಸಾಗುತ್ತಿದ್ದಳು.

ಏನಾಗಲ್ಲ ಬಿಡಪ್ಪೊ ಅಂದದಕ್ಕ "ನಮ್ಮದು ದಿನ್ನಿ ಊರು ಅಂತ ಹೇಳೋಕ್ ಮಾತ್ರ ಅಷ್ಟೇ. ಊರ ಪಕ್ಕದ ಕೇರಿ ನಮ್ಮದು. ಊರ ಒಳಗೆ ಈ 'ದೊಡ್ಡ ಜಾತಿಯವರು' ಇರಬೇಕಂತೆ. ಊರ ಹೊರಗೆ ಈ 'ಸಣ್ಣ ಜಾತಿಯವರು' ಇರಬೇಕಂತೆ ಅದಕ್ಕೆ ನಮ್ಮನ್ನ ಊರು ಹೊರಗ ಇಟ್ಟಾರ. ತಮ್ಮ ಕೆಲಸ ಆಗಬೇಕಾದಾಗ ಮಾತ್ರ ನಮ್ಮನ್ನ ಊರು ಒಳಗ ಬಿಟ್ಕೊತಾರ ಅಷ್ಟೇ. ಈಗ ನಮ್ಮ ಅವಸರ ಇದೆ ಅವರಿಗೆ ಅದಕ್ಕೆ ಊರಾಗ ಬರೋಕೆ ಹೇಳ್ಯಾರ. ಅವರು ಹೇಳಿದ ಮೇಲೆ ನಾವು ಹೋಗಲೇಬೇಕು. ಮಳೆ, ಚಳಿ, ಬಿಸಿಲು ಏನಾದ್ರು ಇರಲಿ. ಹೋಗಿಲ್ಲ ಅಂದ್ರೆ ರಾತ್ರಿ ಗುಡಿಸಿಲಿಗೆ ಬೆಂಕಿ ಬಿಳ್ತದ. ಅದಕ್ಕಾ ಎಷ್ಟು ಮಳೆ ಇದ್ರು ಅವ್ವ ಕುಂಟುತ್ತ ಊರ ಕಡೆ ಹೋಗ್ತಾಳ ನೋಡು ಎಂದು ಅಪ್ಪ ನಮ್ಮ ಬದುಕಿನ ಕಥೆಯನ್ನ ಮಳೆಯಲ್ಲಿ ಬಿಚ್ಚಿಟ್ಟ. ನಾನು ಎಲ್ಲದಕ್ಕೂ ಹೌದೇನಪ್ಪ ಹೌದೇನಪ್ಪ ಎನ್ನುತ್ತಾ ಅವರಿಂದೆ ಹೆಜ್ಜೆ ಹಾಕುತ್ತಿದ್ದೆ.

ನಾವು ಮೂರು ಜನ ಊರು ಬಾಗಿಲು ಮುಂದೆ ನಡೆದೆವು. ಇಡೀ ದಿನ್ನಿ ಊರ ತುಂಬಾ ನೀರು. ಯಾರೊಬ್ಬರೂ ಹೊರಗೆ ಕಾಣುತ್ತಿಲ್ಲ. ಗೌಡ್ರು ಮನೆ ಬರುತ್ತಿದ್ದಂತೆ ದನದ ಕೊಟ್ಟಿಗೆ ಮುಂದೆ ನಮ್ಮನ್ನ ನಿಲ್ಲಿಸಿ ಆಳು ಒಳಗೆ ಹೋದ. ತಂದೆ ಮಲ್ಲಪ್ಪ ಗೌಡ ತೀರಿಕೊಂಡ ಮೇಲೆ ಮಗ ವೀರಗೌಡ ಮದುವೆಯಾಗಿದ್ದ. ಚೊಚ್ಚಲ ಹೆರಿಗೆ ನೋವಿನ ಕೂಗು ಇಡೀ ಮನೆಯ ತುಂಬಾ ಸುತ್ತಿಕೊಂಡಿತ್ತು. ನೋವು ತಾಳದೆ ಗೌಡಸಾನಿ ಕೂಗುತ್ತಲೇ ಇದ್ದಳು. ಆ ಕೂಗು ಯಾವ ಸಿಡಿಲು ಗುಡುಗಿಗೂ ಕಮ್ಮಿಯಾಗಿರಲಿಲ್ಲ. ಮಳೆ ನಿರಂತರವಾಗಿ ಸುರಿಯುತ್ತಿದ್ದ ಕಾರಣ ದವಾಖಾನೆಗೆ ಹೋಗಲು ಸಾಧ್ಯವಿರಲಿಲ್ಲ. ಹೀಗಾಗಿ ಹೆರಿಗೆ ಮಾಡಿಸಲು ಸೂಲಗಿತ್ತಿ ಶಿವಮ್ಮನೇ ಸರಿ ಎಂದು ಅವ್ವನನ್ನು ಕರೆಸಿದ್ದ ಗೌಡ.

ಕೂಗನ್ನು ಕೇಳಲಾಗದ ಅವ್ವ ಕೈ ಕೈ ಇಚಿಕಿಕೊಳ್ಳತ್ತಾ ಬಾಗಿಲನ್ನೇ ನೋಡುತ್ತಿದ್ದಳು. "ನಮ್ಮನ್ನ ಅವರು ಮುಟ್ಟಂಗಿಲ್ಲ. ಮನೆ ಹತ್ರ ಬಿಡಂಗಿಲ್ಲ. ಅಂತದ್ರಾಗ ಹೆರಿಗೆ ಮಾಡ್ಸಾಕ ಯಾಂಗ್ ಕರದ್ರು" ಅಂತ ಅಪ್ಪ ಅವ್ವನ್ನ ಕೇಳಿದ. ಅವ್ವ ಏನು ಮಾತಾಡಲಿಲ್ಲ. ಅತ್ತಿಂದ ಇತ್ತ ಸುತ್ತುತ್ತಾ ಪಡಸಾಲೆಯನ್ನ ನೋಡುತ್ತಾ, ಗೌಡ ಯಾವಾಗ ಮನೆ ಒಳಗ ಕರಿತಾನ ಅಂತ ತುದಿಗಾಲಲ್ಲಿ ನಿಂತಿದ್ದಳು. ಸುಮ್ಮನೆ ನಿಲ್ಲದ ಅಪ್ಪ, "ಅವರ ಮನೆ ಸಾಮಾನು ಮುಟ್ಟಿದ್ರೆ ಆಕಳ ಹುಚ್ಚೆ ಹಾಕಿ ತೊಳಿತಾರ ಅಂತದ್ರಾಗ ಇವಾಗ ಹುಟ್ಟೊ ಕೂಸನ್ನ ನಮ್ ಕೈಯಿಂದ ಮುಟ್ಟಿಸ್ತಾರೇನೆ ಯವ್ವಾ? ನಡಿ ಸುಮ್ನೆ ಮನೀಗ್ ಹೋಗಾಮ್" ಎಂದು ಧ್ವನಿ ಜೋರು ಮಾಡಿದ. ಅವ್ವ ಇದ್ಯಾವುದಕ್ಕೂ ಕಿವಿ ಕೊಡಲಿಲ್ಲ. "ಯಮ್ಮ ನಡಿ ಮನೆಗೆ ಹೋಗೋಣ" ಎಂದು ಅಪ್ಪ ಮತ್ತೆ ಮತ್ತೆ ರಾವಿಟ್ಟ.

"ಈ ಗೌಡ್ರು ನಮ್ಮನ್ನ ಮುಟ್ಟಂಗಿಲ್ಲ ಕರೆ ಆದ್ರ ಇಂತಹ ಪರಿಸ್ಥಿತಿ ಒಳಗ ನಾನು ಅವರನ್ನ ಮುಟ್ಟಲೇಬೇಕು. 30 ವರ್ಷದ ಹಿಂದ ಈ ಸೂಲಗಿತ್ತಿ ಶಿವಮ್ಮ ಮುಟ್ಟಿದ್ದಕ್ಕ ಈ ವೀರಗೌಡ ಹುಟ್ಟಿದ್ದು. ನಾನು ಆವತ್ತು ಮುಟ್ಟಿಲ್ಲ ಅಂದಿದ್ರೆ ಇವತ್ತು ಈ ಕುಟುಂಬ ಎಲ್ಲಿರ್ತಿತ್ತು. ಇವರ ಜೀವ ಉಳಿಸಿದ್ರು ನಮ್ಮನ್ನ ಈಗಲೂ ಹೊರಗಿಟ್ಟಾರ. ಅವರಿಗೆ ಜೀವದ ಬೆಲಿ ಗೊತ್ತಿಲ್ಲ. ಆದ್ರ ನನಗ ಗೊತ್ತದ ಜೀವದ ಬೆಲಿ. ಅದಕ್ಕ ಅವರ ಮನೆ ಬಾಗಿಲಿಗೆ ಬಂದು ನಿಂತಿನಿ" ಎಂದು ಹಿಂದಿನ ಕಥೆ ಹೇಳಿದಳು. ಮನೆಯಿಂದ ಹೊರ ಬಂದ ವೀರಗೌಡ ಶಿವಮ್ಮ ನೀನೆ ದಿಕ್ಕು ನಮಗೆ ಜಲ್ದಿ ಬಾ ಎಂದು ಕೈ ಹಿಡಿದು ಒಳಗೆ ಕರೆದುಕೊಂಡು ಹೋದ. ಗೌಡ್ರು ನಮ್ ಕೈ ಹಿಡ್ಕೊಂಡು ತಮ್ಮ ಮನೆಯೊಳಗೆ ಕರ್ಕೊಂಡು ಹೋಗಿದ್ದು ಇದೇ ಸಮೊದಲು ಎಂದು ಅಪ್ಪ ಗಾಬರಿಯಿಂದ ಕಣ್ಣರಳಿಸಿ ನೋಡುತ್ತಿದ್ದ.

ಒಳಗೆ ಹೋದ ಅವ್ವ ಬಹಳ ಹೊತ್ತಾದರೂ ಹೊರಗೆ ಬರಲಿಲ್ಲ. ಚಳಿ ತಡಿಯಲಾಗದ ಅಪ್ಪ ಬೀಡಿ ಹಚ್ಚಿದ. ಅಲ್ಲೇ ಬಿದ್ದಿದ್ದ ಸಗಣಿ ಬಾಚುವ ಕಬ್ಬಿಣದ ಪುಟ್ಟಿಯೊಳಗೆ ಹುಲ್ಲು ಹಾಕಿ ಮೇಲೆ ನಾಲ್ಕು ಸಗಣಿಯ ಬೆರಣಿ ಹಾಕಿ ಕೆಂಡ ಮಾಡಿದ. ಕೆಂಡಕ್ಕೆ ಮೈಯೊಡ್ಡಿ ನಾನು, ಅಪ್ಪ ಬೆಚ್ಚಗಾಗುತ್ತ ಕುಳಿತೆವೆ.

ಅವ್ವ ಯಾವಾಗ ಹೊರಗೆ ಬರ್ತಾಳೆ ಅಂತ ನನ್ನ ಕಣ್ಣುಗಳು ಗೌಡರ ಪಡಸಾಲೆಯನ್ನೇ ನೋಡುತ್ತಿದ್ದವು. ಮನೆಯೊಳಗೆ ಕರೆಂಟ್ ಇಲ್ಲದ ಕಾರಣ ಕತ್ತಲು ಆವರಿಸಿತ್ತು. ಮನೆಯ ಒಳಗಿಂದ ಪಡಸಾಲೆಗೆ ಮಂಚ ಹೊರ ತರುತ್ತಿದ್ದಾಗ ನಾನು, ಅಪ್ಪ ಎದ್ದುನಿಂತು ಇಣುಕಿದೆವು. ಮಂಚದ ಮೇಲೆ ಗೌಡಸಾನಿ ಮಲಗಿದ್ದಾಳೆ. ಆಕೆಯ ಪಕ್ಕದಲ್ಲಿ ಕೂಸು ಅಳುತ್ತಿತ್ತು. ಅವ್ವನ ಕೈಗೆಲ್ಲಾ ರಕ್ತ ಮೆತ್ತಿಕೊಂಡಿದೆ. ಸೀರೆಯೂ ರಕ್ತವಾಗಿದೆ. ಮುಖದಲ್ಲಿ ಎಲ್ಲಿಲ್ಲದ ನಗು. ಏನೋ ಸಾಧಿಸಿದ್ದೇನೆ ಎಂಬ ಹೆಮ್ಮೆ ಅವ್ವನ ಗಡಿಬಿಡಿಯ ನಗುವಿನಲ್ಲಿ ತುಳುಕುತ್ತಿತ್ತು. ಆ ಇಲ್ಲೇ ಹಾಕಿ ಬೆಳಕದ ಅಂತ ಅವ್ವ ಕೈ ಮಾಡಿ ಪಡಸಾಲೆಯ ಮೇಲೆ ಮಂಚ ಹಾಕಲು ಜಾಗ ತೋರಿಸಿದಳು. ನಾನು, ಅಪ್ಪ ಓಡಿ ಹೋಗಿ ಅಂಗಳದಲ್ಲಿ ನಿಂತುಕೊಂಡು ಪಿಳಿ ಪಿಳಿ ಕಣ್ಣು ಬಿಡುತ್ತಾ ಕೂಸನ್ನೇ ನೋಡುತ್ತಿದ್ದೆವು.

ಕೂಸಿಗೆ ಮೆತ್ತನೆಯ ಬಟ್ಟೆ ಹಾಕಿ ಮೈಮೇಲೆ ಮುಚ್ಚಿ, ಗೌಡಸಾನಿಯ ಕಾಲು ಉಜ್ಜಿದಳು ಅವ್ವ. ಮಳೆಗೆ ನಿಲ್ಲಲಾಗದೆ ನಾನು, ಅಪ್ಪ ಮತ್ತೆ ಮನೆಯ ಮುಂದಿದ್ದ ದನದ ಕೊಟ್ಟಿಗೆಗೆ ಓಡಿ ಹೋಗಿ ಕೆಂಡದ ಮುಂದೆ ನಿಂತೆವು. ನನ್ನ ಕಣ್ಣು ಮಂಚದ ಮೇಲೆ ಮಲಗಿದ್ದ ಕೂಸಿನ ಮೇಲೆ ಇತ್ತು. ಗೌಡಸಾನಿಗೆ ತಲೆಗೆ ಬಟ್ಟೆ ಕಟ್ಟಿ ಕಿವಿಗೆ ಹತ್ತಿ ಇಟ್ಟು, ಸೀರೆಯನ್ನ ಸರಿ ಮಾಡಿ ಆಕೆ ಬೆಚ್ಚಗಿರುವಂತೆ ಮಾಡುತ್ತಿದ್ದಳು ಅವ್ವ. ಕರೆಂಟ್ ಇಲ್ಲದ ಕಾರಣ ಮನೆಯನ್ನ ಬೆಳಕಾಗಿಸಲು ಗೌಡ ಎಲ್ಲಿಲ್ಲದ ಪ್ರಯತ್ನ ಮಾಡುತ್ತಿದ್ದ. ಕಣ್ಣು ಬಿಟ್ಟ ಗೌಡಸಾನಿ ಕೂಸನ್ನ ನೋಡಿ ಮತ್ತೆ ಕಣ್ಣು ನೆಟ್ಟಿದ್ದು ಅಪ್ಪ ಮಾಡಿದ ಬೆರಣಿ ಕೆಂಡದ ಕಡೆ.

ಈಗಷ್ಟೇ ಹೆರಿಗೆಯಾಗಿ ಮಂಚದ ಮೇಲೆ ಮಲಗಿದ್ದ ಗೌಡಸಾನಿಗೆ ಮಳೆಗಾಳಿಗೆ ನಡುಕ ಶುರುವಾಗಿತ್ತು. ಅವ್ವನ ಕೈ ಹಿಡಿದು ಬೆಚ್ಚಗಾಗಲು ಕೆಂಡ ಕೇಳಿದಳು. ಮಳೆಗಾಳಿ ಪಡಸಾಲೆಗೆ ನುಗ್ಗುತ್ತಿದ್ದ ಕಾರಣ ತಣ್ಣಗಾಗಿದ್ದಳು. ತಡ ಮಾಡದ ಅವ್ವ "ಮಗಾ ಜಲ್ದಿ ಕೆಂಡ ತಗಂಡು ಬಾ" ಎಂದು ಕೂಗಿದಳು. "ಆಗಲೇ ಬಂದಾಗ ಕಾಲ್ ಕಡಿತಿನಿ ಅಂತ ಬೈದಾಕಿ ಇವಾಗ ಕೆಂಡ ಕೇಳ್ತಾಳ ನೋಡಪ್ಪ ಅದಕ್ಕೆ ಹೇಳೋದು ಕಾಲ ಎಲ್ಲರಿಗೂ ಒಂದೇ ಇರಾಕಿಲ್ಲ" ಎಂದು ಹೇಳುತ್ತಾ ತನ್ನ ಹೆಗಲಿಗೆ ಹಾಕಿದ್ದ ಟವೆಲ್ ತೆಗೆದು ಕೆಂಡವಿದ್ದ ಕಬ್ಬಿಣದ ಪುಟ್ಟಿಯನ್ನ ಹಿಡಿದು ಪಡಸಾಲೆ ಹತ್ತಿದ. ಮಂಚದ ಹತ್ತಿರ ಕೆಂಡದ ಪುಟ್ಟಿ ಇಟ್ಟು ಮತ್ತೆ ಬೆರಣಿ ಹಾಕಿ ಕೆಂಡ ಮಾಡುತ್ತ ಕುಳಿತ. ನಾನು ಮಲಗಿದ್ದ ಕೂಸನ್ನ ನೋಡುತ್ತಾ ನಿಂತಿದ್ದೆ. ಅವ್ವ ತನ್ನ ಕೈಯನ್ನ ಕೆಂಡಕ್ಕೆ ಒಡ್ಡಿ ಬೆಚ್ಚಗಾಗಿಸಿ ಗೌಡಸಾನಿಯ ಕೈ ಕಾಲನ್ನ ಬೆಚ್ಚಗಾಗಿಸುತ್ತಿದ್ದಳು.

ಹೊರಗಡೆಯಿಂದ ಓಡಿ ಬಂದ ಆಳು "ಗೌಡ್ರೆ ನಿಮ್ ಸಂಬಂಧಿಕ್ರು ಎಲ್ಲಾರು ಬರ್ತಿದ್ದಾರ ಹೊರಾಗ ಬರ್ರಿ" ಎಂದು ಕೂಗಿದ. ಸಂಬಂಧಿಕರು ಬರುವ ವಿಷಯ ತಿಳಿಯುತ್ತಿದ್ದಂತೆ ಗೌಡ ಗಡಿಬಿಡಿಗೊಂಡ. ಎಲ್ಲಾ ಸಂಬಂಧಿಕ್ರು ಬರ್ತಿದ್ದಾರೆ ಅಂತ ಅವ್ವ ಗೌಡಸಾನಿಗೆ ನಗು ನಗುತ್ತಾ ಹೇಳುತ್ತಿದ್ದಳು. "ಬರ್ಲಿ ಬರ್ಲಿ ಇಂಥ ಟೈಮಿನ್ಯಾಗ ಎಲ್ಲರೂ ಇರಬೇಕು" ಎಂದು ಕೆಂಡ ಜಾಸ್ತಿ ಮಾಡುತ್ತಿದ್ದ ಅಪ್ಪ. ಮನೆಯೊಳಗಿಂದ ಹೊರ ಬಂದ ಗೌಡ "ಶಿವಮ್ಮ ಬಾ ಜಲ್ದಿ" ಎಂದು ಐದು ಸೇರು ಜ್ವಾಳ ಕೊಟ್ಟು ನೂರು ರೂಪಾಯಿ ಕೈಗಿಟ್ಟ. "ಶಿವಮ್ಮ ನಮ್ ಮಂದಿ ಎಲ್ಲಾ ಮನಿ ಕಡಿ ಬರ್ತಿದಾರ ನೀವು ಜಲ್ದಿ ಜಾಗ ಖಾಲಿ ಮಾಡಿ" ಎಂದು ಗಡಿಬಿಡಿ ಮಾಡಿದ. ಅವ್ವ ಒಂದು ಕ್ಷಣ ಮೌನವಾದಳು. "ಮನೆ ಹಿಂದೆಯಿಂದ ಹೋಗಿ ಮನೆ ಮುಂದೆ ಹೋಗಬ್ಯಾಡ್ರಿ. ನಮ್ ಮಂದಿ ನೋಡಿದ್ರ ಮಡಿ, ಮೈಲಿಗೆ ಅಂತ ಕೂಗಾಡ್ತಾರ" ಎಂದು ದಾರಿ ತೋರಿಸುತ್ತ ಬರ್ರಿ ಬರ್ರಿ ಅಂತ ಮುಂದೆ ನಡೆದ.

ಕೆಂಡ ಮಾಡುತ್ತಿದ್ದ ಅಪ್ಪನ ಮುಖ ಕೆಂಡವಾಯಿತು. ಕೈಯಲ್ಲಿದ್ದ ಜ್ವಾಳ ನೂರು ರೂಪಾಯಿಯನ್ನ ಅವ್ವ ಮನೆಯ ಹಿಂದಿನ ಅಂಗಳಕ್ಕೆ ಚಲ್ಲಿದಳು. ಗೌಡ ಮೌನವಾಗಿ ನಿಂತಿದ್ದ. "ನಾನು ಆಗ್ಲೆ ಬಡ್ಕಂಡೆ ಈ ಮಂದಿ ಏನ್ ಮಾಡಿದ್ರು ಜಾತಿ ಬಿಡಂಗಿಲ್ಲ. ನೀನೆ ಜೀವ ಗೀವ ಅಂತ ಮಳ್ಯಾಗ ಓಡಿಬಂದೆ ನೋಡು. ನಡಿ ನಡಿ ಆಯ್ತಲ್ಲ ಮಂಗಳಾರತಿ" ಎಂದು ಅಪ್ಪ ಟವೆಲ್ ಜಾಡಿಸಿದ. ಅವ್ವ ಮಾತಾಡೆ ಮೌನವಾಗಿ ಮನೆಯ ಕಡೆ ಹೆಜ್ಜೆ ಹಾಕಿದಳು. "ನಿನ್ ಋಣಾನ ಈ ಜನ್ಮದಾಗ ತೀರ್ಸಾಕ್ ಆಗಲ್ಲವ್ವ ಕ್ಷಮಿಸಿಬಿಡು" ಎಂದು ಕೈ ಮುಗಿದ. ಜೀವ ಉಳಿಸಿದ ಶಿವಮ್ಮನ್ನ ಅವಮಾನಿಸಿದೆನಲ್ಲ ಎಂದು ಗೌಡನ ಕಣ್ಣೀರು ನೆಲತಾಕಿದವು. ಕೈಗೆ ಅಂಟಿಕೊಂಡಿದ್ದ ಕೂಸಿನ ಮಾಸು, ರಕ್ತ ಅವ್ವನ ಕೈಗೆ

ಇನ್ನೂ ಹಸಿಯಾಗಿತ್ತು. ಅವ್ವಗ ಇದೇನು ಹೊಸ ಸಂಗತಿ ಆಗಿರಲಿಲ್ಲ. ಹೆರಿಗೆ ಮಾಡಿಸಿದ ತಕ್ಷಣ ಜಾತಿಯ ಕಾರಣಕ್ಕೆ ದೂರ ಸರಿಸಿದ ಅನುಭವ ಅವ್ವನ ಕೈಗೆ ಅಂಟಿದ ರಕ್ತದ ಕಲೆಗಳಾಗಿ ಮಾಸದೆ ಹಸಿಯಾಗಿ ಉಳಿದುಬಿಟ್ಟಿದ್ದವು. ಆ ಹಸಿ ಕೈಗೆ ಎಲ್ಲರಿಂದ ಸಿಕ್ಕಿದ್ದು ಬೊಗಸೆ ಜ್ವಾಳ ಮ್ಯಾಲೆ ಪುಡಿಗಾಸು ಅಷ್ಟೇ.

ಈ ಘಟನೆ ನಡೆದು ವಾರ ಕಳೆದಿತ್ತು. ಅವ್ವ ಗಂಜಿ ಮಾಡುವಾಗ ನಾನು ತಟ್ಟೆ ಹಿಡಿದು ಕಾಯುತ್ತಿದ್ದೆ. ಕೆಲಸ ಮುಗಿಸಿಕೊಂಡು ಬಂದ ಅಪ್ಪ ಕೂಡ ತಟ್ಟೆ ಹಿಡಿದು ಕುಳಿತ. “ನೀನು ಚಲ್ಲಿದ ಜ್ವಾಳ ಮಳಿಗಿ ಮಳಕೆ ಬಿಟ್ಟಾವ ನೋಡು. ಆ ಚಂದ್ರಯ್ಯನ ಎಮ್ಮೆ ಸತ್ತಿತ್ತು. ತರಾಕ ಊರಾಗ ಹೋಗಿದ್ವಿ. ಆಗ ನೋಡ್ದೆ” ಎಂದ ಅಪ್ಪ. ಅವ್ವ ಮಾತಾಡ್ಲಿಲ್ಲ. ಅವ್ವನ ಮೌನ, ಚಲ್ಲಿದ ಜ್ವಾಳದ ಕಾಳುಗಳು ಗೌಡರಿಗೆ ಉತ್ತರಿಸಿದ್ದವು. ಮನೆಯ ಮುಂದೆ ಮಳಕೆ ಬಿಟ್ಟದ್ದು ಬರಿ ಜ್ವಾಳದ ಸಸಿ ಆಗಿರಲಿಲ್ಲ. ಇಡೀ ಕುಟುಂಬದ ಬದುಕಿನ ಚಿಗುರಿಗೆ ಸೂಲಗಿತ್ತಿ ಶಿವಮ್ಮನೇ ಕಾರಣ ಎಂಬುವುದರ ಸಂಕೇತವಾಗಿ ಆ ಜ್ವಾಳದ ಕಾಳುಗಳು ಮೊಳೆತು ನಿಂತಿದ್ದವು.

ಶರೀಫ ಮತ್ತು ಜನಿವಾರ

■ ಯೋಗೇಶ ಪಾಟೀಲ

yogeshsp5959@gmail.com

ಬೆಳಗ್ಗೆ 4 ಗಂಟೆಗೆ ಶರೀಫನಿಗೆ ಎಚ್ಚರವಾಯಿತು. ಸುಸ್ತಾಗಿ, ಬಳಲಿ ಬೆಂಡಾದಂತೆ ಕಾಣಿಸುತ್ತಿದ್ದ ಆತನ ದೇಹದಲ್ಲಿ ಒಲೆಯ ಕಿಚ್ಚಿನಿಂದ ಹೊಗೆ ಬೋನಿನಲ್ಲಿ ಮೆಲ್ಲಗೆ ಹೊಗೆ ಬರುವಂತೆ ಆತನ ಗಂಟಲಿನಿಂದ ಬಿಸಿಯಾದ ಗಾಳಿ ಬಂದಂತಾಯಿತು. ಹೊಟ್ಟೆಯಲ್ಲಿ ಸಂಕಟ, ಏಳಬೇಕೆಂದುಕೊಂಡ ಆದರೆ ಶಕ್ತಿಯಿಲ್ಲ. ಹೇಗೊ ಒಂದುಕಡೆ ಹೊರಳಿ, ಕೈ ಊರಿ ಮೆಲ್ಲಗೆ ಎದ್ದು ಆಸರೆಗೆ ಗೋಡೆ ಹಿಡಿದುಕೊಂಡು ಬಂದವನೇ ತಾನು ಓದುತ್ತಿದ್ದ ಟೇಬಲ್ ಮುಂದೆ ಇರುವ ಕುರ್ಚಿಯ ಮೇಲೆ ಕುಳಿತುಕೊಂಡ. ಪಕ್ಕಕ್ಕೆ ಇದ್ದ ಚರಿಗೆಯನ್ನು ಕೊಡದಲ್ಲಿ ಹಾಕಿ ನೀರು ತೆಗೆದುಕೊಂಡು ಗಟಗಟನೇ ಕುಡಿದು ಇಟ್ಟ, ಅವಸರವಸರವಾಗಿ ಕುಡಿದ ನೀರು ಮೈಮೇಲೆ ಚೆಲ್ಲಿ ದೇಹವನ್ನು ತಂಪು ಮಾಡಿತ್ತು. ಒಳ ಹೋದ ನೀರು ಸ್ವಲ್ಪ ಸಮಾಧಾನ ತಂದುಕೊಟ್ಟಿತ್ತು. ನಾಳೆ ನಾಡಿದ್ದು ಅಪ್ಪ ಕಳಿಸುವ ಹಣ ಬರಬಹುದು ಸುಮ್ಮನೆ ಯೋಚಿಸುವುದು ಬೇಡ ಎಂದು ಲೈಬ್ರರಿಯಿಂದ ತಂದಿದ್ದ ತನ್ನ ಮೊದಲ ವರ್ಷದ ಡಿಗ್ರಿಯ ಇತಿಹಾಸ ಪುಸ್ತಕ ತೆಗೆದುಕೊಂಡು ಓದಲು ಶುರು ಮಾಡಿದ. ಓದಲು ಕುಳಿತು ಅರ್ಧ ಗಂಟೆಯಾಗಿರಬೇಕು ಮತ್ತೆ ಅವನಿಗೆ ತಲೆ ಸುತ್ತಿ ಬಂದಂತಾಯಿತು. ಕೈ ಕಾಲುಗಳು ನಡುಗಹತ್ತಿದವು. ದೇಹ ಒಣಗಿದ ಕಟ್ಟಿಗೆಯಾದಂತಹ ಅನುಭವ, ದೇಹದೊಳಗೆ

ಕಿಚ್ಚು ಹತ್ತಿದೆ, ಇನ್ನೇನು ದೇಹಕ್ಕೆ ಬೆಂಕಿ ಬೀಳುತ್ತದೋ ಎನ್ನುವ ಭಯ ಉಂಟಾಗಿ ಶರೀಫ ಹೆದರಿದ. ತಕ್ಷಣವೇ ನಡುಗುವ ದೇಹದೊಂದಿಗೆ ಮೆಲ್ಲಗೆ ಎದ್ದು, ಅರ್ಧಕ್ಕಿಂತ ಕಡಿಮೆಯಿದ್ದ ನೀರಿನ ಕೊಡವನ್ನು ತನ್ನ ಹಾಸಿಗೆಯ ಹತ್ತಿರ ಕಷ್ಟಪಟ್ಟು ಸರಿಸಿ ತನ್ನ ಬನಿಯನ್ ತಗೆದು ಹಾಸಿಗೆಯಲ್ಲಿ ಬಿದ್ದ. ಬೆಳಕು ಹರಿಯಲಿ ಬದುಕಿದ್ದರೆ ಯಾರನ್ನಾದರೂ ಸಹಾಯ ಕೇಳಿದರಾಯಿತು ಎಂದು ಮನಸ್ಸಲ್ಲಿ ಅಂದುಕೊಂಡು, ತೆಗೆದಿದ್ದ ತನ್ನ ಬನಿಯನ್‌ನನ್ನು ಪಕ್ಕದಲ್ಲಿ ಇದ್ದ ಕೊಡದಲ್ಲಿ ಅದ್ದಿ ಹೊರತೆಗೆದು ಹಣೆಯ ಮೇಲೆ ಸ್ವಲ್ಪ ಒತ್ತಿಕೊಂಡು ನಂತರ ಹೊಟ್ಟೆಯ ಮೇಲೆ ಹಾಕಿಕೊಂಡು ಅಂಗಾತ ಮಲಗಿದ. ಬಿಸಿಯಾಗಿ ಬುಸುಗುಡುತ್ತಿದ್ದ ಹೊಟ್ಟೆ ಸ್ವಲ್ಪ ತಾತ್ಕಾಲಿಕ ವಿಶ್ರಾಂತಿ ತೆಗೆದುಕೊಂಡಿತು. ಹಾಗೆಯೇ ಮೆಲ್ಲಗೆ ಕಣ್ಣು ಮುಚ್ಚಿದ ಶರೀಫನಿಗೆ ಅಪ್ಪ ಅವ್ವ ನೆನಪಾದರು. ಒಮ್ಮೆಲೆ ಕಣ್ಣೀರು ವಿರುದ್ಧ ದಿಕ್ಕಿನಲ್ಲಿ ಹರಿಯಲಾರಂಭಿಸಿತು.

ಶರೀಫನ ಹುಟ್ಟೂರು ಶಿಗ್ಗಾವಿ. ತಂದೆ ಈರಪ್ಪ, ತಾಯಿ ಮಾದೇವಿ. ಮದುವೆಯಾಗಿ ಬಹಳ ವರ್ಷಗಳಾದರೂ ಮಕ್ಕಳು ಹುಟ್ಟದೇ ಇದ್ದುದರಿಂದ ಶಿಗ್ಗಾವಿಯ ಹತ್ತಿರವಿರುವ ಶಿಶುನಾಳದ ಶರೀಫರ ಹತ್ತಿರ ಹರಕೆ ಹೊತ್ತಿದ್ದರಂತೆ ಅದಾದ ನಂತರ ಶರೀಫ ಹುಟ್ಟಿದ್ದು. ಹಿಂದುವಾಗಿ ಹುಟ್ಟಿದರೂ ಅವರ ತಂದೆ-ತಾಯಿ ಶರೀಫರ ಆಶೀರ್ವಾದದಿಂದ ಹುಟ್ಟಿದ್ದಾನೆ ಎಂದು ಅವನಿಗೆ ಪ್ರೀತಿಯಿಂದ ಶರೀಫ ಎಂದು ಹೆಸರಿಟ್ಟರು. ಅದ್ಯಾವ ಘಳಿಗೆಯೋ ಗೊತ್ತಿಲ್ಲ, ಶರೀಫರ ಅನುಗ್ರಹದ ಮೇಲೇ ಹುಟ್ಟಿದ್ದಕ್ಕೋ ಏನೋ ಹುಡುಗ ಶಾಲೆಯಲ್ಲೂ ಮುಂದಿದ್ದ ಜೊತೆಯಲ್ಲಿ ಹಾಡುವುದರಲ್ಲಿ ಎತ್ತಿದ ಕೈ. ತನ್ನೂರಿನ ಭಜನಾ ಮಂಡಳಿಯಲ್ಲಿ ಚಿಕ್ಕವನಿದ್ದರೂ ಶಾಶ್ವತ ಸದಸ್ಯತ್ವವನ್ನು ಪಡೆದುಕೊಂಡಿದ್ದ. ಮೊದಲು ತಾಳ ಹಿಡಿಯುತ್ತಿದ್ದ ಶರೀಫ ಮುಂದೆ ಹಾರ್ಮೋನಿಯಂ ಹಿಡಿದು ಹಾಡಲು ಶುರು ಮಾಡಿದ. ಅದಾಗಲೇ ಶರೀಫ ಎಸ್‌ಎಸ್‌ಎಲ್‌ಸಿ ಫಸ್ಟ್‌ಕ್ಲಾಸ್‌ನಲ್ಲಿ ಪಾಸು ಮಾಡಿದ್ದ. ಮುಂದೆ ಪಿಯುಸಿ ಅಲ್ಲೇ ಶಿಗ್ಗಾವಿಯಲ್ಲೆ ಅಡ್ಮಿಶನ್ ಮಾಡಿಸಿದರೂ ಶರೀಫ ಕಾಲೇಜು ಹೋಗುವುದು ಕಡಿಮೆ ಮಾಡಿದ. ಭಜನಿ ಪದ ಮತ್ತು ಶರೀಫರ ತತ್ವ ಪದಗಳನ್ನು ಭಾರಿ ಹಾಡುತ್ತಿದ್ದರಿಂದ ವಾರದಲ್ಲಿ ನಾಲ್ಕು ಕಾರ್ಯಕ್ರಮಗಳು ಇದ್ದೇ ಇರುತ್ತಿದ್ದವು. ಹೀಗೆ ರಾತ್ರಿ ಪೂರ್ತಿ ಹಾಡಿ ಬಂದು ಶರೀಫ ಬೆಳಗ್ಗೆ ಮಲಗಿಬಿಡುತ್ತಿದ್ದ. ಹೀಗಾಗಿ ಕಾಲೇಜಿಗೆ ಹೋಗುವುದು ಕಡಿಮೆ ಮಾಡಿದ. ಇದರಿಂದ ತಂದೆ-ತಾಯಿಗೆ ಭಯವಾಯಿತು. “ಈಗಿನ ಕಾಲದೊಳಗ ಭಜನಿ ಪದ, ತತ್ವ ಪದ ಹಾಡಿಯಾರ ಉದ್ಧಾರ ಆಗ್ಯಾರ. ಚಂದಗ ಶಾಲಿ ಕಲ್ತು ಆಮ್ಯಾಲು ಹಾಡಬಹುದಲ್ಲ, ಇವನಿಗೆ ಎಲ್ಲಾ ಬಿಟ್ಟು ಚಂದಂಗ ಶಾಲಿ ಕಲಿ ಅಂತ ಹೇಳು” ಎಂದು ಈರಪ್ಪ ಮಾದೇವಿಗೆ ಸಿಡಿಮಿಡಿ ಮಾಡಿದ. ಅದಕ್ಕ ಮಾದೇವಿ “ಅವಾ ಇಲ್ಲೆಇದ್ರ ಹೆಂಗಾರ ಮಾಡಿ ಮಂದಿ

ಕರ್ಕೊಂಡ ಹೋಗ್ತಾರ, ಅವನನ್ನ ಬ್ಯಾರೆಕಡೆ ಓದಾಕ ಹಾಕ್ರಿ" ಅಂದ್ಯು. ಈ ಮಾತುಖರೆ ಅನಿಸಿ ಈರಪ್ಪ ನಾಲ್ಕು ಮಂದಿ ಕೇಳಿ ಪಿಯುಸಿ ಮುಗದ ಕೂಡ್ಲೇ ಡಿಗ್ರಿಗೆ ಶರೀಫನನ್ನು ಕರ್ಕೊಂಡ ಬಂದು ಧಾರವಾಡದ ಕಾಲೇಜಿಗೆ ಸೇರಿಸಿದ. ಸರಿಯಾದ ಸಮಯಕ್ಕ ಹಾಸ್ಟೆಲ್ ಅಪ್ಲಿಕೇಶನ್ ತುಂಬಲಾರದ್ದಕ್ಕ ಶರೀಫನಿಗೆ ಹಾಸ್ಟೆಲ್ ಸಿಗಲಿಲ್ಲ. ಹೊರಗೆ ರೂಮು ಮಾಡಿಯಾದರೂ ನನ್ನ ಮಗ ಕಲಿಯಲಿ ಎನ್ನುವುದು ತಂದೆತಾಯಿ ಹಠ. ಹೀಗಾಗಿ ಕಾಲೇಜಿಗೆ ಸ್ವಲ್ಪ ದೂರದಲ್ಲೆ ಒಂದು ರೂಮು ಮಾಡಿ ಶರೀಫನನ್ನು ಇಟ್ಟು ಪ್ರತಿ ತಿಂಗಳು ಹತ್ತನೇ ತಾರೀಖು ತಂದೆತಾಯಿ ಕಷ್ಟಪಟ್ಟು ಒಂದು ಸಾವಿರ ರೂಪಾಯಿ ಕಳಿಸುತ್ತಿದ್ದರು. 'ನಮ್ಮ ಹಂಗ ಮಗ ಕೂಲಿ ಮಾಡುವುದು ಬ್ಯಾಡ, ಚಂದಗ ಕಲ್ತು ಚಲೋ ಕೆಲಸಕ್ಕ ಹತ್ತಲಿ' ಅನ್ನೂದು ಅವರ ಆಸೆಯಾಗಿತ್ತು. ಅದರಂತೆ ಶರೀಫ ತಂದೆತಾಯಿ ಆಸೆ ಈಡೇರಿಸಲು ತಯಾರಾಗಿದ್ದ. ಪ್ರತಿ ತಿಂಗಳು ಬರುವ ಒಂದು ಸಾವಿರ ರೂಪಾಯಿಯಲ್ಲಿ 500 ರೂ. ಬಾಡಿಗೆಗೆ, ಇನ್ನ 500 ರೂ. ಊಟಕ್ಕೆ ಎಂದು ಹೊಂದಿಸಿಕೊಂಡು, ಯಾರ ಉಸಾಬರಿಗೂ ಹೋಗದೇ ಸುಮ್ಮನೆ ಅಭ್ಯಾಸ ಮಾಡುತ್ತಿದ್ದ. ನಾಲ್ಕು ತಿಂಗಳು ಸರಿಯಾಗಿ ಬಂದ ಹಣ ಈ ಸಲ ಸರಿಯಾದ ಸಮಯಕ್ಕೆ ಬರಲಿಲ್ಲ. 10ನೇ ತಾರೀಖು ಮುಗಿದು 15ನೇ ತಾರೀಕಾದರೂ ಹಣ ಬರಲಿಲ್ಲ. ಇದ್ದ ಹಣ ಖರ್ಚಾಗಿದ್ದರಿಂದ ಏನು ಮಾಡುವುದೆಂದು ತಿಳಿಯದೆ, ಕಳೆದ ನಾಲ್ಕು ದಿನದಿಂದ ಕಾಲೇಜಿಗೂ ಹೋಗದೇ ಉಪವಾಸ ಇದ್ದು ಬಳಲಿ ಬೆಂಡಾಗಿದ್ದ. ಇಲ್ಲಿ ಯಾರ ಪರಿಚಯವಿರದಿದ್ದರಿಂದ ಹಣ ಇವತ್ತು ಬರಬಹುದು ನಾಳೆ ಬರಬಹುದು ಎಂಬ ಆಕಾಂಕ್ಷೆಯಲ್ಲೇ ದಿನ ದೂಡುತ್ತಿದ್ದ. ಹೀಗೆ ಯಾರನ್ನೂ, ಏನನ್ನು ಕೇಳದೇ ಶರೀಫ ತನ್ನ ಪ್ರಾಣಕ್ಕೆ ಸಂಚಕಾರ ತಂದುಕೊಂಡಿದ್ದ.

ಸೂರ್ಯನ ಬೆಳಕಿನ ಕಿರಣಗಳು ಕಿಡಕಿಯಿಂದ ಹಾದು ನೇರವಾಗಿ ಶರೀಫನ ಮುಖದ ಮೇಲೆ ಬಿದ್ದವು. ಕಣ್ಣು ಕಿವುಚಿಕೊಂಡು ಮೆಲ್ಲಗೆ ಕಣ್ಣು ಬಿಟ್ಟಾಗ ಗಂಟೆ ಒಂಬತ್ತಾಗಿತ್ತು. ಹೊಟ್ಟೆಯ ಮೇಲೆ ಹಾಕಿಕೊಂಡ ಬನಿಯನ್ ಒಣಗಿ ರಟ್ಟಾಗಿತ್ತು. ಬಾಯಿ ಒಣಗಿ ಹೋಗಿತ್ತು. ಇಡೀ ದೇಹ ಕಂಪಿಸುತ್ತಿತ್ತು. ಇಂತಹ ಪರಿಸ್ಥಿತಿಯಲ್ಲಿ ಯಾರೋ ಬಾಗಿಲು ಬಡಿವ ಸದ್ದಾಯಿತು. "ಏ ಶರೀಫ, ಏ ಶರೀಫ" ಎನ್ನುವ ಶಬ್ದ. ಕಷ್ಟಪಟ್ಟು ಎದ್ದು ಬಾಗಿಲು ತೆರೆದು ನೋಡಿದ. ಬಂದವನು ತನ್ನ ಸಹಪಾಠಿ ಗುರುಪ್ರಸಾದ್. ಕಾಲೇಜಿನಲ್ಲಿ ಎಂದೂ ಮಾತನಾಡದ ಗೆಳೆಯ ಗುರು ತಾನೂ ಲೈಬ್ರರಿಯಲ್ಲಿ ಓದಬೇಕೆಂದಿದ್ದ ಪುಸ್ತಕ ಶರೀಫ ತೆಗೆದುಕೊಂಡು ಬಂದು ಒಂದು ವಾರವಾದರೂ ಹಿಂದಿರುಗಿಸಿರಲಿಲ್ಲ, ಅದನ್ನು ಕೇಳಲು ಬಂದಿದ್ದ. ಆದರೆ ಇವನ ಒಣಗಿದ ಮುಖ ಸುಸ್ತಾದ ದೇಹ ನೋಡಿ ಹೆದರಿದ. ಏನಾಯಿತೋ ಎಂದು ಕೇಳಿದಾಗ ಶರೀಫ 'ಹಸಿವು ಹಸಿವು'

ಎಂದ. ತಕ್ಷಣವೇ ಅರ್ಥ ಮಾಡಿಕೊಂಡ ಅವನು ಶರೀಫನನ್ನು ಕುರ್ಚಿಯ ಮೇಲೇ ಕೂಡ್ರಿಸಿ ಹೋಟೇಲ್‌ಗೆ ಹೋಗಿ ಉಪ್ಪಿಟ್ಟು, ಸಿರಾ, ಕಟ್ಟಿಸಿಕೊಂಡು ಬಂದು ತಿನ್ನಲು ಕೊಟ್ಟ. ಕೊಟ್ಟಿದ್ದಷ್ಟೇ ತಡಾ ಶರೀಫ ಗಬಗಬನೆ ತಿಂದು ನೀರು ಕುಡಿದು ಮುಗಿಸಿ ಅವನಿಗೆ ಕೈ ಮುಗಿದ. ಅವನ ಪೂರ್ತಿ ಕಥೆಯನ್ನು ಕೇಳಿದ ನಂತರ ಗುರುಗೆ ಬೇಜಾರಿನ ಜೊತೆಗೆ ಕೋಪವೂ ಬಂತು. "ಏ ಹುಚ್ಚಪ್ಯಾಲಿ ಇಂತಾ ಪರಿಸ್ಥಿತಿ ಒಳಗ ಇದ್ದಾಗ ಯಾರಿಗಾದರೂ ಹೇಳಬೇಕೊ, ಇಲ್ಲೆ ಸತ್ತಿದ್ರ ಏನ್ ಮಾಡ್ತಿದ್ದಿ ಹಾಂ...!! ಒಂದ ಕೆಲಸ ಮಾಡು, ತಗೋ ಈ ಐವತ್ತ ರೂಪಾಯಿ ಮಧ್ಯಾಹ್ನ ಊಟ ಮಾಡು. ಸಂಜಿಕ ಬಂದ ನಿನ್ನ ಕರ್ಕೊಂಡ ಹೋಗಿ ಒಬ್ಬರನ್ನ ಭೇಟಿ ಮಾಡಸ್ತೀನಿ, ಅವರು ವಾರದಾಗ ಒಂದ ದಿನ ಆದರೂ ಕೆಲಸ ಕೊಡಸ್ತಾರ, ನಾನು ಅವರ ಹತ್ರ ಕೆಲಸಕ್ಕ ಹೋಗೂದು" ಎಂದವನೇ ಹೋದ. ಅವನಿಗೆ ಸಾಕ್ಷಾತ್ ಗುರುಗೋವಿಂದ ಭಟ್ಟರೇ ಬಂದು ನನಗ ಊಟ ಕೊಟ್ಟು ನನ್ನ ಬದುಕಿಸಿ ಹೋಗ್ಯಾರ ಅನ್ನಸ್ತು.

ಸಂಜೆಗೆ ಗುರು ಬರುದ್ರೊಳಗ ಶರೀಫ ತಯಾರಾಗಿದ್ದ. ಗುರು ಬಂದವನೆ "ನೋಡು ಶರೀಫ ಗಣೇಶ ಭಟ್ರು ಅಂತ ಒಬ್ರು ಅದಾರ, ಚಂದ ಅಡಿಗಿ ಮಾಡ್ತಾರ, ಮದುವಿ, ಮುಂಜಿ ಅದು ಇದು ಫಂಕ್ಷನ್ ಇದ್ರ ಅಡಿಗಿ ನೀಡಾಕ ಹುಡುಗುರು ಬೇಕಕ್ಕಾರ, ನಾವು ಸೀದಾ ಅಡುಗೆ ನೀಡಾಕ ಹೋಗುದು ಅಷ್ಟ, ಒಂದ ದಿನಕ್ಕ 200 ರೂಪಾಯಿ ಕೊಡ್ತಾರ" ಅಂದ. ಅದಕ್ಕೆ ಶರೀಫ ನಗಲಾರಂಭಿಸಿದ, "ಅಲ್ಲೋ ಗುರು ನಮ್ಮ ಊರಾಗ ಯಾರದ್ರ ಮದುವಿ, ಮುಂಜಿ ಇದ್ರ ಅವರ ಮನಿಯವ್ರು, ಆಜುಬಾಜು ಮನಿಯವ್ರ ನಿಂತ ಎಲ್ಲಾ ನೀಡ್ತೇವಿ, ನಾವೇನು ರೊಕ್ಕ ತಗೊಳಲ್ಲ, ಇಲ್ಲಿ ಅಡಿಗಿ ನೀಡಾ ಕುರೊಕ್ಕ ಕೊಡ್ತಾರನು, ಅವ್ರ ಮನ್ಯಾಗ ಮಂದಿ ಇರುದಿಲ್ಲನ"? ಎಂದ. "ಏ ಮಾರಾಯಾ ಇಲ್ಲಿ ಎಲ್ಲಾದಕ್ಕೂ ರೊಕ್ಕ ಐತಿ, ನಿಂಗ ಗೊತ್ತಾಗಿದ್ರ ಹಿಂಗ್ಯಾಕ ಉಪವಾಸ ಬೀಳ್ತಿದ್ದಿ, ಯಾಕೋ ಎಂದು ಕೇಳದಿದ್ದ ಗಣೇಶ ಭಟ್ರು ಒಬ್ಬ ಒಳ್ಳೇ ಹುಡುಗನ್ನ ಜೊತಿಗೆ ಕರ್ಕೊಂಡ ಬಾ ಅಂದಾರು. ಚಲೋ ಟೈಮಿಗೆ ನೀನು ಸಿಕ್ಕಿ, ನಾ ಅವ್ರ ಜೋಡಿ ಭಾಳ ಕೆಲಸ ಮಾಡೇನಿ ಬಾ" ಎಂದ. ಉಪವಾಸದ ಅರಿವಿದ್ದ ಶರೀಫ ಮರುಮಾತಾಡದೇ ಜೊತೆಯಲ್ಲಿ ಹೊರಟ.

ನಡೆದು ಹೊರಟ ಗುರು ಶರೀಫರು ಅರ್ಧ ಗಂಟೆಯಲ್ಲಿ ಗಣೇಶ ಭಟ್ರ ಮನೆ ತಲುಪಿ 'ಭಟ್ರೇ ನಾನು ಗುರು ಬಂದೇನಿ, ಒಬ್ಬನ್ನ ಕರ್ಕೊಂಡ ಬರಾಕ ಹೇಳಿದ್ರೆಲ್ಲ ಇವ್ನ ಆ ಹುಡುಗ. ಭಾಳ ಒಳ್ಳೆಯವ ರೀ' ಅಂದ. ಭಟ್ರು ಪೂರ್ತಿ ಟೆನ್ಶನ್‌ನಲ್ಲಿದ್ದರು, ಅತ್ತ ಇತ್ತ ತಲೆ ಕೆರೆದುಕೊಂಡು ಅಡ್ಡಾಡುತ್ತ ಇವರಿಗೆ ಹೇಗೆ ಹೇಳಬೇಕು ಎಂದು ಒದ್ದಾಡುತ್ತಿದ್ದರು. ಕೊನೆಗೂ ಧೈರ್ಯ ಮಾಡಿ ಇಬ್ಬರನ್ನು ಕರೆದುಕೊಂಡು ಸೈಡಿಗೆ ಹೋಗಿ ವಿವರಿಸಿದರು. "ನೋಡು

ಗುರು ನಾಳೆ ಇಲ್ಲೇ ಸಮೀಪದಲ್ಲೇ ಒಂದು ಬ್ರಾಹ್ಮಣರ ಮನೆಯಲ್ಲಿ ಪೂಜೆ, ಹೋಮ ಇಟ್ಕೊಂಡಾರ, ಅಲ್ಲಿ ಬಹಳ ದೂರದಿಂದ ದೊಡ್ಡದೊಡ್ಡ ಶಾಸ್ತ್ರಿಗಳು, ಪಂಡಿತರು ಪೂಜೆಗೆ ಬರ್ತಾರ, ಅಲ್ಲಿ ಅಡುಗೆ ಮಾಡಾಕ ನನಗ ಹೇಳ್ಯಾರ ಆದ್ರ ಅವ್ರು ನೀಡಾಕ ಬ್ರಾಹ್ಮಣ ಹುಡುಗರ ಬೇಕು ಅಂತ ಹೇಳ್ಯಾರ, ನಾನು ದೊಡ್ಡಸ್ತನ ಮಾಡಿ ಒಪ್ಕೊಂಡ ಬಂದ್ಯಾ, ನಾಲ್ಕು ಹುಡುಗರಿಗೆ ಹೇಳಿಯೂ ಇಟ್ಟಿದ್ದೆ. ಈಗ ವಿಷಯ ಏನು ಅಂದ್ರ ಅದ್ರಾಗ ಇಬ್ರಿಗೆ ಅರಾಮಿಲ್ಲ, ಅವ್ರು ಬರಾಕ ಆಗುದಿಲ್ಲ ಅಂದ್ರು, ನನಗೂ ಏನೂ ತಿಳಿವಲ್ದು, ಅದಕ್ಕ ಇಬ್ರೂ ಸುಮ್ನ ಬಂದು ಒಂದ ಬಿಳಿ ಪಂಚೆ ಸುತ್ಕೊಂಡು, ಜನಿವಾರ ಹಾಕ್ಕೊಂಡು, ಲಗು ಲಗು ಅಡಿಗಿ ನೀಡಿ, ಊಟದ ಎಲಿ ತಗದು ಸ್ವಚ್ಛ ಮಾಡಿ ನಿಮ್ಮ ಪಗಾರ ತಗೊಂಡ ಸುಮ್ನ ತಲಿ ಬಗ್ಗಸಕೊಂಡ ಹೋಗ್ತಿರ್ಬೇಕು, ಅರ್ಥ ಆಯ್ತಾ" ಎಂದರು. ಗುರು ಅರ್ಥ ಆಯ್ತು ಭಟ್ರೇ ಅಂದ ಆದರೆ ಶರೀಫನ ಎದೆ ಒಡೆದು ಹೋಗಿತ್ತು. ಗರುಡುಗಂಭದಂತೆ ಸುಮ್ಮನೆ ನಿಂತಿದ್ದ. ಮೊದಲೇ ಸುಳ್ಳು ಹೇಳಲು ಬಾರದ ಅವನು, ಯಾರಿಗೂ ಸಹಾಯ ಕೇಳಲೂ ಮುಜುಗರ ಮಾಡಿಕೊಳ್ಳುವ ಅವನಿಗೆ ಈ ಪರಿಸ್ಥಿತಿ ಅರಗಿಸಿಕೊಳ್ಳಲಾಗಲಿಲ್ಲ. ಆಗ ಭಟ್ರು ಶರೀಫನ ಹತ್ತಿರ ಕೈ ಮಾಡಿ "ಏ ಅರ್ಥ ಆತಿಲ್ಲೋ" ಎಂದರು. ಶರೀಫ ಅವರ ಮುಖ ನೋಡುತ್ತ ಸುಮ್ಮನೆ ನಿಂತ. "ಏ ಸುಮ್ಮನ ನಿಂತ್ಯಲ್ಲ ನಿನ್ನ ಹೆಸರೇನು? ಯಾವ ಊರು? ಅಂದರು. ಅವನು ತಡವರಿಸುತ್ತ "ನನ್ನ ಹೆಸರು ಶರೀಫರೀ, ನಮ್ಮ ಊರು ಶಿಗ್ಗಾವಿ ರೀ" ಅಂದ. ಭಟ್ಟರು ಹೆಸರು ಕೇಳಿದ ಕೂಡಲೇ ಸಿಟ್ಟಿಗೆದ್ದರು, "ಲೇ ಗುರು ಅರಿವು ಐತಿಲ್ಲ ನಿಂಗ, ನಿಮ್ಮಿಬ್ಬರನ್ನು ಏನೋ ಬಡವರ ಹುಡುಗರು ಓದಿಗೆ ದುಡ್ಡು ಅಕ್ಕಾವ ಅಂತ ಅಡ್ಜಸ್ಟ್ ಮಾಡಿ ಕರ್ಕೊಂಡ ಹೊಂಟೇನಿ, ಅಂತದ್ರಾಗ ನೀ ಈ ಮುಸಲ್ಮಾನ ಹುಡುಗನ ಕರ್ಕೊಂಡ ಬಂದಿ ಅಲ್ಲ, ಬುದ್ಧಿ ಐತಿಲ್ಲೋ, ಅಲ್ಲಿ ಯಾರರ ಏನರ ಕೇಳಿದ ಕೂಡ್ಲೇ 'ಸಲಾಂ ವಾಲ್ಯೂಕುಂ' ಅಂದಾ ಅಂದ್ರ ನನ್ನ ಕಥಿ ಮುಗದ ಹೋತು, ಸತ್ಯಾನಾಶ ನನ್ನ ಬಾಳೇ, ಹೋಗ ಮೊದ್ಲ ಇವನನ್ನ ಕರ್ಕೊಂಡ ಹೋಗು, ನೀನು ಹಾಳಾಗಿ ಹೋಗು" ಎಂದು ಅತ್ತಿಂದಿತ್ತ ಅಡ್ಡಾಡಹತ್ತಿದರು.

"ಭಟ್ರೇ ಸ್ವಲ್ಪ ಸಮಾಧಾನ... ನೋಡ್ರಿ ಇವಾ ಮುಸ್ಲಿಂ ಅಲ್ಲಾ, ಹಿಂದೂ ಅದಾನ. ಇವ್ರ ಊರು ಶಿಗ್ಗಾವಿ. ಶಿಶುನಾಳ ಶರೀಫರಿಗೆ ಬೇಡ್ಕೊಂಡಿದ ಮ್ಯಾಲ ಹುಟ್ಟಿದ್ಕ ಇವಂಗ ಅವ್ರ ಹೆಸರ ಶರೀಫ ಅಂತ ಇಟ್ಟಾರ. ಬೇಕಾದ್ರ ಕೇಳ್ರೀ ಅವನನ್ನ" ಅಂದ. 'ಹೌದೇನ್ಪಾ ಸಾಹೇಬ' ಎಂದು ಕೇಳಿದ್ರು. "ಹೌದ್ರಿ ನಮ್ಮ ಅಪ್ಪ ಈರಪ್ಪ ಅವ್ವ ಮಾದೇವಿ" ರೀ ಅಂದ. ಭಟ್ಟರ ತಲೆ ತಿರುಗಿತು. ಒಂದು ನಾಲ್ಕು ಹೆಜ್ಜೆ ಅಡ್ಡಾಡಿದರು, ತಲೆಕೆರೆದುಕೊಂಡು "ನೋಡು ನೀ ಶರೀಫ ಮುಸ್ಲಿಂ ಅಲ್ಲಾ ಅಂದ್ರ ನಾ ನಂಬತೇನಿ, ಆದ್ರ ಅಲ್ಲಿದ್ದ ಮಂದಿ ನಂಬಬೇಕಲ್ಲಾ,

ಅಲ್ಲಿ ಪರಿಸ್ಥಿತಿ ಬ್ಯಾರೆ ಐತಿ. ಅದ್ಕ ಒಂದ ಕೆಲ್ಸ ಮಾಡು ನೀ ನಾಳೇ ಒಂದ ದಿನ ಪೂರ್ತಿ ಶರೀಫ ಅಲ್ಲಾ ನಿನ್ನ ಹೆಸರು ಯಾರರ ಕೇಳಿದ್ರ ಸುರೇಶ ಅನ್ನಬೇಕು ಅರ್ಥ ಆಯ್ತಾ" ಎಂದರು. ಏನು ಉತ್ತರ ಕೊಡಬೇಕು ತಿಳಿಯದೇ ಸುಮ್ಮನೆ ನಿಂತಿದ್ದ. ಅದಕ್ಕೆ ಗುರು "ಆಯ್ತು ಬಿಡಿ ಭಟ್ರೇ ನಾ ಹೇಳ್ತೀನಿ. ಅದರ ಚಿಂತೆ ಬಿಡಿರಿ" ಎಂದ. "ನಾಳೆ ಮಧ್ಯಾಹ್ನ ಮನೆಗೆ ಬರ್ರೀ, ಇಲ್ಲಿಂದ ಹೊಗೋಣ ತಿಳೀತಾ" ಎಂದರು. ಆಗಲಿ ಭಟ್ರೆ ಎಂದ ಗುರು ಶರೀಫನನ್ನು ಕರೆದುಕೊಂಡು ರೂಮಿನತ್ತ ಹೊರಟ.

ರೂಮು ಮುಟ್ಟುವವರೆಗೂ ಶರೀಫ ಒಂದೂ ಮಾತನಾಡಲಿಲ್ಲ. ಜೊತೆಯಲ್ಲಿ ಬಂದಿದ್ದ ಗುರು ಹೇಳಿದ "ನೋಡು ಶರೀಫ ನೀ ಏನು ಯೋಚನೆ ಮಾಡಾತಿ ಅನ್ನುದು ನಂಗ ಗೊತ್ತು, ಹಸಿವಿನಿಂದ ಸಾಯುದಕ್ಕಿಂತ ಕೆಲಸ ಮಾಡಿ ದುಡ್ಡು ತಗೋಳುದು ತಪ್ಪಲ್ಲ, ಆದರ ಏನಪಾ ನಾಳೆ ಒಂದ ದಿನ ಬ್ರಾಹ್ಮಣರ ವೇಷ ಹಾಕ್ತೀವಿ. ಹೈಸ್ಕೂಲ್, ಕಾಲೇಜು ನಾಟಕದೊಳಗ ನಾವ ಎಷ್ಟ ವೇಷ ಹಾಕಿಲ್ಲ ಹಾಂ... ಭಾಳ ತಲಿ ಕೆಡಸ್ಕೊಬ್ಯಾಡ, ನಾಳೆ ಒಂದ ದಿನ ಸುರೇಶ ಆಗು. ಮಧ್ಯಾಹ್ನಕ್ಕ ಬಂದ ಕರ್ಕೊಂಡ ಹೋಗ್ತೀನಿ ರೆಡಿ ಇರು" ಎಂದವನೇ ಅಲ್ಲಿಂದ ಗುರು ಹೋದ. ಶರೀಫ ರೂಮಿನ ಬಾಗಿಲು ತೆಗೆದು, ಲೈಟ್ ಹಾಕಿ ಕುರ್ಚಿಯ ಮೇಲೆ ಕುಳಿತುಕೊಂಡ. ಅವ್ವ ಹೇಳುತ್ತಿದ್ದ ಮಾತುಗಳು ನೆನಪಾದವು. ಉಂಡ ತಾಟು, ಎಲಿ ತಗಿಯುದು, ಮುಸುರಿ ಬಳಿಯುದು ಭಾಳ ಶ್ರೇಷ್ಠ ಕೆಲಸ ಅಂತ, ಅದನ್ನ ಮಾಡಾಕ ನಾ ತಯಾರ ಅದೇನೀ, ಆದ್ರ ಆ ಮನುಷ್ಯ ನನ್ನ ಹೆಸರೇ ಬದಲಿ ಮಾಡ್ಕೊ ಅಂತಾನಲ್ಲ, ಹಂಗಾರ ನಾ ಮುಸ್ಲಿಂರ ಹೊಟ್ಟ್ಯಾಗ ಹುಟ್ಟಿದ್ರ ಈ ಕೆಲಸ ಸಿಕ್ತಿರಲಿಲ್ಲ, ಹೌದು ನಾ ಈಗ ಜನಿವಾರ ಹಾಕೂದ ದೊಡ್ಡತಪ್ಪು ಆಗಬಹುದು ಹೀಗೆ ವಿಚಾರ ಮಾಡಿದಂಗ ಶರೀಫನ ಮನಸ್ಸು ಕೊರಗಿತು. ಆದರೆ ನಿನ್ನೆ ಅವನ ಹೊಟ್ಟೆಯಲ್ಲಿ ಎದ್ದ ಹಸಿವಿನ ಕಿಚ್ಚು ಅವನನ್ನ ತಲ್ಲಣಿಸಿತು. ಯೋಚನೆ ಮಾಡುತ್ತ ಹಾಸಿಗೆಯಲ್ಲಿ ಮಲಗಿದ ಅವನಿಗೆ ಶರೀಫರ ಹಾಡು ನೆನಪಾಯಿತು.

ಹಾಕಿದ ಜನಿವಾರವ ಸದ್ಗುರುನಾಥ
ಹಾಕಿದ ಜನಿವಾರವ ಸದ್ಗುರುನಾಥ
ಹಾಕಿದ ಜನಿವಾರ ನೂಕಿದ ಭವಭಾರ
ಲೋಕದ ಬ್ರಹ್ಮಜ್ಞಾನ ನೀ ಪಡೀ

ಎಂದು "ಗುರು ಗೋವಿಂದ ಭಟ್ಟರು ಆ ಶರೀಫರಿಗೆ ಜ್ಞಾನ ಪಡ್ಕೋ, ಎಲ್ಲರಿಗೂ ಸರಿಸಮ ಆಗು ಅಂತ ಜನಿವಾರ ಹಾಕಿದರು ಆದ್ರ ನಾ ಇಲ್ಲಿ ದುಡ್ಡಿನ ಸಂಬಂದ ಹಾಕ್ಕೋಳೋ ಪರಿಸ್ಥಿತಿ ಬಂತಲ್ಲ, ನನ್ನ ಹೆಸರು ಸುರೇಶ

ಅಂತ ಹೆಂಗ ಸುಳ್ಳು ಹೇಳಲಿ, ಅಪ್ಪ ಅವ್ವಗ ಈ ವಿಷಯ ಗೊತ್ತಾದರ ಏನ್ ಅಂತಾರೋ", ಹೀಗೇ ತಲೆಯಲ್ಲಿ ಏನೇನೋ ಯೋಚನೆಗಳು ಬಂದು ನಿದ್ದೆಗೆ ಜಾರಿದ.

ಮರುದಿನ ಮಧ್ಯಾಹ್ನ ಗುರು ಬಂದವನೇ ಶರೀಫನನ್ನು ಕರೆದುಕೊಂಡು ಭಟ್ಟರ ಮನೆಕಡೆ ಹೊರಟ. ಇವರ ದಾರಿಯನ್ನೇ ಕಾಯುತ್ತಿದ್ದ ಭಟ್ಟರು ಬಂದ ಕೂಡಲೇ ಅವರ ಬಟ್ಟೆಯನ್ನು ಬಿಚ್ಚಿಸಿ, ಪಂಚೆಯನ್ನು ಉಡಿಸಿ, ಮೊದಲೇ ಮಾಡಿಟ್ಟಿದ್ದ ಜನಿವಾರ ಅವರಿಗೆ ತೊಡಿಸಿ ಕರೆದುಕೊಂಡು ಕೆಲಸದ ಸ್ಥಳ ತಲುಪಿದರು. ಅದಾಗಲೇ ಅಡುಗೆ ಮಾಡಿ ಮುಗಿಸಿದ್ದ ಭಟ್ಟರು ಇವರಿಗೆ ಸ್ಥಳವನ್ನು ತೋರಿಸಿ "ನೋಡಿ ಕೆಳಗೆ ಮಾಡಿದ ಅಡುಗೆಯನ್ನು ಪಾತ್ರೆಯಲ್ಲಿ ನೀಟಾಗಿ ಮೇಲೆ ತೆಗೆದುಕೊಂಡು ಬಂದು, ಬಾಳೆ ಎಲೆ ಹಾಕಿ, ನಿಧಾನವಾಗಿ, ಅರಾಮಾಗಿ ನೀಡಿರಿ" ಎಂದು ಹೇಳಿ ಕೆಳಗೆ ಹೋದರು. ಅದು ಎರಡಂತಸ್ತಿನ ಮನೆ, ಮೊದಲ ಅಂತಸ್ತಿನಲ್ಲಿ ಪೂಜೆಯಾದರೆ, ಎರಡನೇ ಅಂತಸ್ತಿನಲ್ಲಿ ಊಟಕ್ಕೆ ಕೂಡುವ ವ್ಯವಸ್ಥೆ ಮಾಡಲಾಗಿತ್ತು. ಮೊದಲ ಅಂತಸ್ತಿನಲ್ಲಿ ಬೆಳಗ್ಗೆಯಿಂದಲೇ ಜೋರಾಗಿ ಮಂತ್ರ ಘೋಷಗಳ ಹೋಮ ಹವನದಿಂದ ಆರಂಭವಾಗಿದ್ದ ಪೂಜೆ ಮುಗಿಯಲು ಬಂದಿತ್ತು. ಶರೀಫ ಮತ್ತು ಉಳಿದ ಹುಡುಗರು ಭಟ್ಟರು ಹೇಳಿದಂತೆ ಕೆಳಗಿನಿಂದ ಅಡುಗೆಯನ್ನು ನೀಡಲು ಮೇಲೆ ಸಾಗಿಸಿದರು. ಮೊದಲಿಗೆ ಹಿಂಜರಿಕೆ, ಭಯ ಎನಿಸಿದರೂ ಶರೀಫ ಕ್ರಮೇಣ ಕೆಲಸದಲ್ಲಿ ತೊಡಗಿದ. ಪಾದರಸದಂತೆ ಅಡ್ಡಾಡಲು ಶುರು ಮಾಡಿದ. ಅವ್ವ ಹೇಳಿದಂತೆ ಅಡುಗೆ ನೀಡುವುದು ಶ್ರೇಷ್ಠ ಕೆಲಸವೇ ಆಗಿತ್ತು. ಪೂಜೆ ಮಗಿಯುತ್ತಿದ್ದಂತೆ ಬಂದಬಂದವರಿಗೆ ಪಂಕ್ತಿಯಲ್ಲಿ ಊಟ ಕೊಡಲು ಆರಂಭಿಸಿದರು. ಎರಡು ಪಂಕ್ತಿ ಊಟ ಮುಗಿದಿದ್ದಿಲ್ಲ ಮಳೆ ಶುರುವಾಯಿತು. ಮಳೆಯನ್ನು ಲೆಕ್ಕಿಸಿದೆ ಶರೀಫ ಬಹಳ ಚಟುವಟಿಕೆಯಿಂದ ನೀಡಲು ಶುರು ಮಾಡಿದ. ಊಟ ನೀಡುವುದು, ಉಂಡಎಲೆಯನ್ನು ಬುಟ್ಟಿಯಲ್ಲಿ ಹಾಕುವುದು, ಬಟ್ಟೆಯಿಂದ ಊಟ ಮಾಡಿದ ಜಾಗ ಸ್ವಚ್ಛ ಮಾಡಿ ಮತ್ತೆ ಮುಂದಿನ ಪಂಕ್ತಿಗೆ ತಯಾರು ಮಾಡುತ್ತಿದ್ದ. ಕೆಲಸದಲ್ಲಿ ಪೂರ್ತಿ ಮುಳುಗಿ ಹೋದ ಅವನು ಮೇಲೇ ಕೆಳಗೆ ಅಡ್ಡಾಡಿ ಮಳೆಯಲ್ಲಿ ತೋಯಿಸಿಕೊಂಡಿದ್ದ. ಆದರೂ ಅದರ ಅರಿವಿಲ್ಲದೆ ತನ್ನೂರಿನಲ್ಲಿ ನೀಡುತ್ತಿದ್ದಂತೆ ನಗುಮೊಗದಿ ಕೆಲಸ ಮಾಡತೊಡಗಿದ. ತನ್ನ ಕೆಲಸದಲ್ಲಿ ವಿನಮ್ರತೆಯಿಂದ ತೊಡಗಿಸಿಕೊಂಡ ಶರೀಫನಿಗೆ ಊಟ ಬಡಿಸುವುದು ಖುಷಿಯ ಕೆಲಸವಾಗಿ ಪರಿಣಮಿಸಿತ್ತು. ಈಗ ಹೋಮ ಮುಗಿಸಿದ ಶಾಸ್ತ್ರಿಗಳ, ಪಂಡಿತರ ಪಂಕ್ತಿ ಆರಂಭವಾಯಿತು. ಮೊದಲು ಅವರಿಗೆ ಎಲೆ ಹಾಕಿ, ನೀರು ಕೊಟ್ಟು ಬಡಿಸಲು ಆರಂಭಿಸಿದರು. ಗುರು, ಶರೀಫ ಮತ್ತು ಉಳಿದ ಹುಡುಗರು ಅಚ್ಚುಕಟ್ಟಾಗಿ ಎಲ್ಲ ಅಡುಗೆಯನ್ನು ನೀಡಿದರು. ಪಂಡಿತರ ಊಟ ಸೂಸೂತ್ರವಾಗಿ ನಡೆದಿತ್ತು.

ಅದರಲ್ಲೊಬ್ಬ ಪಂಡಿತರು ಶರೀಫನನ್ನು ಕರೆದು "ಏ ಮಾಣೀ, ಇನ್ನು ಸ್ವಲ್ಪ ತುಪ್ಪ ತೆಗೆದುಕೊಂಡು ಬಾರೋ" ಎಂದರು. ಹೋದವನೆ ತುಪ್ಪದ ಬಟ್ಟಲು ತೆಗೆದುಕೊಂಡು ಬಂದು ನಗುಮೊಗದಿ ಬಡಿಸಿದ. ನಂತರ ಮತ್ತೊಬ್ಬರು "ಏ ಮಾಣೀ, ಸ್ವಲ್ಪ ಮಜ್ಜಿಗೆ ಬೇಕಿತ್ತು" ಎಂದರು. ಮಜ್ಜಿಗೆ ಖಾಲಿಯಾಗಿದ್ದು ನೋಡಿ, ಕೆಳಗಡೆ ಓಡಿ ಹೋದವನೇ ಮಜ್ಜಿಗೆ ತೆಗೆದುಕೊಂಡು ಬಂದು ಬಡಿಸಿದ. ಹೀಗೆ ಚಟುವಟಿಕೆಯಿಂದ, ನಗುಮೊಗದಿ ಬಡಿಸುವುದನ್ನು ನೋಡಿ "ಏ ಮಾಣೀ ಎಂತ ಚಂದ ನೀಡ್ತಿಯಲ್ಲ, ಏನು ನಿನ್ನ ಹೆಸರು, ಯಾವ್ದು ನಿಮ್ಮೂರು?" ಎಂದು ಕೇಳಿದರು. ನೀಡುವ ಖುಷಿಯಲ್ಲಿದ್ದ ಅವನು ಪಟಪಟನೆ ಹೇಳಿಯೇ ಬಿಟ್ಟ. "ನನ್ನ ಹೆಸರು ಶರೀಫರೀ, ನಮ್ಮೂರು ಶಿಗ್ಗಾವಿ ರೀ" ಎಂದು ಸುಮ್ಮನೆ ನಿಂತ. ಪಂಡಿತರು ಒಬ್ಬರ ಮುಖ ಒಬ್ಬರು ನೋಡಿಕೊಂಡರು. ಅದಾಗಲೇ ಶರೀಫನಿಗೆ ಹೊಳೆದುಹೋಯಿತು. ನಾನು 'ಸುರೇಶ' ಎಂದು ಹೇಳಬೇಕಿತ್ತಲ್ಲವೆ ಎಂದವನೆ ಗಾಬರಿಯಾದ. ಕಾಲುಗಳು ನಡುಗಹತ್ತಿದವು. ಪಾದಗಳು ಮೆಲ್ಲಗೆ ಹಿಂದೆ ಸರಿದವು. ಅವರೇನೋ ಮತ್ತೆ ಕೇಳುತ್ತಿದ್ದಾರೆ ಆದರೆ ಶರೀಫನಿಗೆ ಅದು ಕೇಳಲೇ ಇಲ್ಲ. ಅಲ್ಲಿಂದ ಕೆಳಗೆ ಬಂದವನೇ ಜನಿವಾರ ಬಿಚ್ಚಿ ಭಟ್ಟರ ಕೈಗೆ ಕೊಟ್ಟು ಓಡಲು ಶುರುಮಾಡಿದ. ಭಟ್ಟರು ಯಾಕೆ? ಏನಾಯಿತು? ಎನ್ನುವುದರೊಳಗೆ ಅವನು ಆ ಮನೆಯ ಕಂಪೌಂಡ್ ದಾಟಿದ್ದ. ಹಿಂದೆಯೇ ಗುರುಪ್ರಸಾದ ನಿಲ್ಲೋ ಶರೀಫ ಎಂದೂ ಕೂಗಿದರೂ ಆತ ನಿಲ್ಲಲೇಇಲ್ಲ. ಗುಡುಗು ಮಿಂಚುಗಳಿಂದ ಬೀಸುತ್ತಿರುವ ಮಳೆಯೂ ಅವನನ್ನು ನಿಲ್ಲಿಸಲಿಲ್ಲ. ಉಪವಾಸದಿಂದ ಸತ್ತರೂ ಚಿಂತೆ ಇಲ್ಲ, ಸುಳ್ಳು ಹೇಳಿ, ಹೆಸರು ಬದಲಾಯಿಸಿಕೊಂಡು ಇನ್ನು ಮುಂದೆ ಯವುದೇ ಕೆಲಸ ಮಾಡಬಾರದೂ ಎಂದು ನಿರ್ಧರಿಸಿದಂತೆ ಕಾಣುತ್ತಿದ್ದ ಶರೀಫ ಓಡುತ್ತಲೇ ಇದ್ದ. ಜೊತೆಗೆ ತಲೆಯೊಳಗೆ ವಿಚಾರಗಳೂ ಓಡುತ್ತಲೇ ಇದ್ದವು. ಅಪ್ಪ, ಅವ್ವ, ತನ್ನ ಊರು ಶಿಗ್ಗಾವಿ, ಅಲ್ಲಿಯ ಗೆಳೆಯರ ಚಿತ್ರಗಳು ಮುಂದೆ ಹಾದು ಹೋಗುತ್ತಿದ್ದವು. ಅವನ ಕಣ್ಣೀರು ಮಳೆ ಹನಿಗಳೊಂದಿಗೆ ಸೇರಿ ನೆಲ ಮುಟ್ಟುತ್ತಿದ್ದವು. ಓಡಿ ಓಡಿ ಸುಸ್ತಾಗಿ ಒಂದುಕಡೆ ಏದುಸಿರು ಬಿಡುತ್ತಾ ಅಲ್ಲಿಯೇ ಕುಳಿತ. ಪಕ್ಕಕ್ಕೆ ತಿರುಗಿ ನೋಡಿದ ಅಲ್ಲೊಂದು ಬಾರ್ ಇತ್ತು. ಅದರ ಬಾಗಿಲಿಗೆ ಒಂದು ಬೋರ್ಡ್ ನೇತು ಹಾಕಿದ್ದರು. ಅದರಲ್ಲಿ "ಕೆಲಸಕ್ಕೆ ಹುಡುಗರು ಬೇಕಾಗಿದ್ದಾರೆ" ಎಂದು ಬರೆದಿತ್ತು.

ಬಾಯ್, ಟೇಕ್ ಕೇರ್

▪ ಗುರುಪ್ರಸಾದ್ ಕಂಟಲಗೆರೆ

gurupushpa83@gmail.com

ದಿನವೂ ತನ್ನಿಬ್ಬರು ಮಕ್ಕಳನ್ನು ರೋಡು ದಾಟಿಸಿಯೇ ಬೈಕ್ ಸ್ಟಾರ್ಟ್ ಮಾಡುತ್ತಿದ್ದ ರಮೇಶ ಇಂದು ಲೇಟ್ ಆದದ್ದಕ್ಕೊ ಏನೊ, 'ಬಾಯ್ ಟೇಕ್ ಕೇರ್' ಕೂಡ ಹೇಳದೆಯೇ ಬಂದದ್ದು ಮನಸ್ಸು ಮಕ್ಕಳ ಸ್ಕೂಲ್ ಸುತ್ತಲೇ ಸುತ್ತುವಂತೆ ಮಾಡಿತ್ತು. ಆರು ವರ್ಷದಿಂದ ಸತತವಾಗಿ ತನ್ನ ಬೈಕ್‌ನ ಚಕ್ರಕ್ಕೆ ಚಿರಪರಿಚಿತವೇ ಆಗಿರುವ ರೋಡ್ ಹಂಪ್ಸ್ ಮಿತ್ರ ಹಿಂದೊಮ್ಮೆ ಮೊದಲ ಬಾರಿ ಸಿಕ್ಕಿ ಗಾಡಿ ಆಫ್ ಮಾಡಿಸಿ ಮತ್ತೆ ಸ್ಟಾರ್ಟ್ ಮಾಡಿಸಿ ಕಳುಹಿಸಿದ್ದ. ಈ ಮಿತ್ರ ತನ್ನ ಸಂಗಾತಿ ಇಂದು ಯಾವುದೋ ಲೋಕದಲ್ಲಿ ಇರುವುದನ್ನ ಗಮನಿಸಿ ಪುರಾತನ ಸಂಬಂಧವೆಂಬುದನ್ನೂ ಲೆಕ್ಕಿಸದೆ ಮತ್ತೆ ಆಫ್ ಮಾಡಿಸಿದಾಗಲೇ ರಮೇಶನಿಗೆ ತಿಳಿದುದು ಇದರ ಜೊತೆಗೆ ಇನ್ಯಾರೋ 'ಸಾರ್' ಎಂದು ಕೂಗುತ್ತಿದ್ದಾರೆಂದು. ಮತ್ತೆ ಇನ್ನಷ್ಟು ಜೋರಾಗಿ 'ಸಾರ್' ಎಂದಾಗ ಪರಿಚಿತ ದನಿಯೇ ಎನಿಸಿ ಆಫ್ ಆಗಿರುವ ಗಾಡಿಯ ಗೇರ್ ಅನ್ನು ತುಳಿಯುತ್ತಲೇ ಹಿಂತಿರುಗಿ ನೋಡಿದ. ರೋಡಿನ ಆ ಪಕ್ಕದಲ್ಲಿ ಆನತಿ ದೂರದಲ್ಲಿ ಬಾಲಕನೊಬ್ಬ ಸರ್ಕಾರಿ ಸ್ಕೂಲ್ ಯೂನಿಫಾರ್ಮ್ ಧರಿಸಿ ಮೇಷ್ಟ್ರು ಕಡೆಯೇ ಕೈ ಆಡಿಸುತ್ತ ಕೂಗುತ್ತಿದ್ದ. ರಮೇಶನಿಗೆ ಪ್ರಯಾಸವೇ ಇಲ್ಲದೆ ಆ ಹುಡುಗ ಕಣ್ಣು ಮೆದುಳನ್ನೆಲ್ಲ ಕ್ಷಣ ಮಾತ್ರದಲ್ಲಿ ಆವರಿಸಿದ.

ಕಳೆದ ಒಂದು ವಾರದಿಂದಲೂ ತನ್ನ ತರಗತಿಯಲ್ಲಿ ಕಾಣ ಸಿಗದ ಈ ಬಾಲಕನನ್ನು ಏಳನೇ ತರಗತಿಯ ಕ್ಲಾಸ್ ಟೀಚರ್ ಕೂಡ ಆಗಿರುವ ಇದೇ ರಮೇಶ ದಿನವೂ ಆತನ ಸರದಿ ಬಂದಾಗ 'ಶ್ರೀವತ್ಸ' ಎಂದು ಕೂಗುತ್ತಲೇ ಇದ್ದರು. ತರಗತಿಯ ಇತರೆ ಹುಡುಗರು ಅವನು 'ಬಂದಿಲ್ಲ ಸರ್' ಎಂದು ಅಷ್ಟೆ ಲಯಬದ್ಧವಾಗಿ ಹೇಳುವುದೂ ನಡೆಯುತ್ತಿತ್ತು. ಮೊದಲ ದಿನ ಆಬ್ಸೆಂಟ್ ಆದಾಗ 'ಯಾಕೆ ಬಂದಿಲ್ಲ, ಎಲ್ಲಿಗೆ ಹೋದ?' ಎಂದು ಕೇಳಿದ್ದರು ಬಿಟ್ಟರೆ ಉಳಿದ ಆತನ ಗೈರು ಹಾಜರಿ ಸಂದರ್ಭದಲ್ಲಿ ಮತ್ತೆ ಕಾರಣ ಕೇಳುವ ಅವಶ್ಯಕತೆಯೇ ಬಿದ್ದಿರಲಿಲ್ಲ. ಅಂದೇ ಆತನ ಸಹಪಾಠಿ ಹುಡುಗರು 'ಸರ್ ಅವನು ಟೀಸಿ ತಗಂಡೋಗ್ತನಂತೆ' ಎಂದು ಹೇಳಿ ಮುಂದಿನ ಪ್ರಶ್ನೋತ್ತರಗಳಿಗೆ ಗೆರೆ ಎಳೆದಿದ್ದರು.

ಅವತ್ತಿನಿಂದ ಕಾಣ ಸಿಗದ ಶ್ರೀವತ್ಸ ಇಂದು ಏಕಾಏಕಿ ಮೇಷ್ಟ್ರು ವಾಸವಿರುವ ನಗರ ಕೇಂದ್ರದಲ್ಲಿ ತನ್ನ ದನಿಯಿಂದಲೂ ಮತ್ತು ಆಕಾರದಿಂದಲೂ ಸ್ಮೃತಿ ಪಟಲವನ್ನು ಹೊಕ್ಕಾಗ ರಮೇಶನಿಗೆ ಮೈಯೆಲ್ಲ ಒಮ್ಮೆಲೆ ಕಂಪಿಸಿದಂತಾಯಿತು. ಹಿಂದಿನಿಂದ ಬಂದ ಕಾರಿನವನು ಹಂಪ್ಸ್ ಬಳಿ ಆಫ್ ಆಗಿ ನಿಂತಿರುವ ಗಾಡಿಯನ್ನು ಕುರಿತು ಜೋರಾಗಿ ಹಾರ್ನ್ ಹೊಡೆಯಲು ಶುರುವಿದಾಗ ರಮೇಶನಿಗೆ ತನ್ನ ಹಳೆ ವಿದ್ಯಾರ್ಥಿಯನ್ನು ಕರೆದು ಮಾತಾಡಿಸಬೇಕೆನಿಸಿದರೂ ಡ್ಯೂಟಿಗೆ ಲೇಟ್ ಆಗುತ್ತಿರುವುದರಿಂದ ಇವರೂ ಒಂದು ಕೈ ಬೀಸಿ ಸನ್ನೆ ಮಾಡಿ ಹೊರಟೇಬಿಟ್ಟರು.

ಶ್ರೀವತ್ಸ ಕಳೆದ ವರ್ಷವಷ್ಟೆ ಬೇರೊಂದು ಶಾಲೆಯಿಂದ ಟೀಸಿ ತಂದು ಈ ಶಾಲೆಗೆ ದಾಖಲಾಗಿದ್ದ. ಹಾಗೆ ನೋಡಿದರೆ ಈ ಶಾಲೆಯಲ್ಲಿ ಅವನು ಇದ್ದದ್ದು ಕೇವಲ ಒಂದು ಕಾಲು ವರ್ಷವಷ್ಟೆ. ಇಷ್ಟು ಚಿಕ್ಕ ಸಮಯದಲ್ಲೇ ಬೇರೆಲ್ಲರಿಗಿಂತ ಹೆಚ್ಚು ಪ್ರಸಿದ್ಧಿಗೆ ಬಂದಿದ್ದವನೂ ಇವನೆ. ಆತ ತಾಯಿಯೊಂದಿಗೆ ಶಾಲೆಗೆ ಬಂದ ಮೊದಲ ದಿನ ರಮೇಶನಿಗೆ ಇನ್ನ ಚನ್ನಾಗಿ ನೆನಪಿದೆ. ಹೆಡ್ ಮಾಸ್ಟರ್ ಜೊತೆ ಮಾತಿಗಿಳಿದಿದ್ದ ಆ ತಾಯಿ ಗೋಳಿಡುತ್ತಿದ್ದುದು ರಮೇಶನ ಕಿವಿಯೊಳಗೆ ಇನ್ನೂ ಗುಯ್ ಗುಡುತ್ತಿದೆ. 'ಸ್ವಾಮಿ ನನ್ನ ಗಂಡ ಅನ್ನೋನು ನಾಲಾಯಕ್ ಸೂಳೆ ಮಗ, ತಂದಾಕಲ್ಲ ದುಡಿದಾಕಲ್ಲ, ನಾನೇ ದುಡಿದು ಸಾಕ್ಬೇಕಾಗಿದೆ. ಕುಡುದು ಬಂದು ಹೊಡಿತಾನೆ, ಇವ್ನು ಇಂಥನು ಅಂತ ಗೊತ್ತಾದ್ಮೇಲೆ ಮೈದುಗುಳು ಎಲ್ಲ ಮೋಸ ಮಾಡಿರು, ನನಿಗೆ ಪಾಲು ಕೊಡದೆ ಊರು ಬಿಟ್ಟು ಓಡ್ಸಿರು, ಈ ಮಗ ಕರ್ಕಂಡು ತವ್ರು ಮನಿಗೆ ಬಂದಿದಿನಿ, ನಮ್ಮುಡ್ಗುನ್ನು ಸೇರಿಸ್ಕಳಿ ಸ್ವಾಮಿ' ಎಂದು ಗೋಗರೆಯುತ್ತಿದ್ದಳು. ಹೆಂಗರಳಿನ ಈ ರಮೇಶ ಆತಾಯಿಯ ಈ ಕತೆಯನ್ನೆಲ್ಲ ತಣ್ಣಗೆ ಕೇಳಿಸಿಕೊಂಡಿದ್ದನು. ಹೆಡ್ ಮಾಸ್ಟ್ರು ಸಹ ಸ್ಟ್ರೆಂತ್ ಇಲ್ಲದ ಶಾಲೆಗೆ ಉತ್ಸಾಹದಿಂದಲೇ ಶ್ರೀವತ್ಸನನ್ನು ಸೇರಿಸಿಕೊಂಡಿದ್ದರು. ಮಾರನೆ ದಿನ

ಪ್ರೇಯರ್‌ನಲ್ಲಿ ಶ್ರೀವತ್ಸ ಕಾಣದಿದ್ದಾಗ 'ಎಲ್ರೋ ಹೊಸಬ' ಎಂದು ಕೇಳಿದ್ದಕ್ಕೆ ಮಕ್ಕಳು "ಸಾರ್ ಅವ್ನು ಊಟಕ್ಕೆ ದೇವುಸ್ಥಾನುತ್ತಕೆ ಹೋದ" ಎಂದುದೂ ಅತ್ತ ಕಡೆ ಶ್ರೀವತ್ಸ ರಾಷ್ಟ್ರಗೀತೆಯನ್ನೂ ಲೆಕ್ಕಿಸದೆ ಹೊಟ್ಟೆ ತುಂಬ ಉಂಡಿದ್ದರ ಸಂಕೇತವಾಗಿ ತೇಗುತ್ತ ಕೈಯಲ್ಲೊಂದು ಹಪ್ಪಳ ಹಿಡಿದುಕೊಂಡು ಚೂರು ಚೂರೆ ಮೆಲ್ಲುತ್ತ ಬರುತ್ತಿದ್ದುದು ಒಂದೇ ಆಯಿತು.

"ಯಾಕೋ ಎಲ್ಲೋಗಿದ್ದೊ?"

"ಊಟುಕ್ಕೆ ಹೋಗಿದ್ದೆ ಸರ್, ಯಾರ್ದೊ ಅಲ್ಲಿ ನಡಿತಿರುವ ಮದ್ವೆ? ಗೊತ್ತಿಲ್ಲ ಸರ್, ಹೊಟ್ಟೆ ಹಸ್ದಿತ್ತು ಹೋದೆ, ಉಂಡು ಬಂದೆ" ಎಂದು ಫಳಾರನೆ ತನ್ನ ಹಲ್ಲುಗಳನ್ನ ಗಿಂಜಿಬಿಟ್ಟ. ಅವನ ಈ ಉತ್ತರ ನೋಡಿ ಇದ್ದಬದ್ದ ಹುಡುಗರೆಲ್ಲ ನಗತೊಡಗಿದವು. ಈತ ಇನ್ನೂ ಉತ್ಸಾಹಗೊಂಡು, "ಯಾಕ್ರುಲ್ಲ ನೀವೂ ಬರ್‍ರುಲ್ಲ" ಎಂದ. "ಇನ್ನೊಂದ್ಸಲ ಇಂಗೆಲ್ಲ ಹೋಗ್ಬಾರ್ದು ಕಣಪ್ಪ" ಎಂದು ಹೆಡ್ ಮಾಷ್ಟ್ರು ಬುದ್ಧಿವಾದ ಹೇಳಿ ತರಗತಿಗೆ ಕಳುಹಿಸಿದರು. "ಆಯ್ತು ಸರ್" ಎಂದು ಆಗಲೇ ಅವನ ಮುಂಗೂದಲನ್ನ ಕೈಯಲ್ಲಿ ಮೇಲ್ಮಕ್ಕೆ ಚಿಮ್ಮುತ್ತ ತಾನು ಅಪ್ಪನ ಮಗ ಎಂಬ ಸುಳಿವನ್ನು ಬಿಟ್ಟು ಹೋಗಿದ್ದ.

ಮಾರನೆ ದಿನ ಮೇಷ್ಟ್ರು ರಮೇಶ ಹತ್ತು ಗಂಟೆಗೆಲ್ಲ ತನ್ನ ಮಕ್ಕಳಿಗೆ 'ಬಾಯ್ ಟೇಕ್ ಕೇರ್' ಹೇಳಿ ಗಾಡಿ ಸ್ಟಾರ್ಟ್ ಮಾಡಿಕೊಂಡು ತನ್ನ ವೃತ್ತಿಯ ದಾರಿ ಹಿಡಿದನು. ಅದೇ ಹಂಪ್ಸ್ ಜಾಗದಲ್ಲಿ ಮೇಷ್ಟ್ರು ಇಂದು ಯಾಮಾರಲಿಲ್ಲ. ನಿಧಾನವಾಗೆ ಗಾಡಿಯನ್ನು ಹತ್ತಿ ಇಳಿಸಿ ಸ್ಪೀಡ್ ಜಾಸ್ತಿ ಮಾಡಬೇಕೆನ್ನುವಷ್ಟರಲ್ಲೆ ಮತ್ತೆ ಅತ್ತಕಡೆಯಿಂದ 'ಸಾರ್' ಎಂಬ ದನಿ. ಮೇಷ್ಟ್ರು ತಿರುಗಿ ನೋಡಲಾಗಿ ಅದೇ ಶ್ರೀವತ್ಸ ಅದೇ ಉತ್ಸಾಹದಲ್ಲಿ ರೋಡಿನ ಆ ಪಕ್ಕದಲ್ಲಿ ಕೈ ಬೀಸುತ್ತಿದ್ದ. ಮೇಷ್ಟ್ರಿಗೆ ಮತ್ತೆ ಹಳೆ ವಿದ್ಯಾರ್ಥಿಯನ್ನು ಕಂಡ ಖುಷಿ. ಕೆಲಸದ ಧಾವಂತ, ಕೈ ಸನ್ನೆ ಮಾಡಿ ಹೊರಟೇ ಬಿಟ್ಟರು. ಹೆಲ್ಮೆಟ್ ಧರಿಸಿ ಗಾಡಿ ಓಡಿಸುತ್ತಿದ್ದ ಮೇಷ್ಟ್ರ ತಲೆಯೊಳಗೆ ಮತ್ತೆ ಅವನೇ ಆವರಿಸಿಕೊಂಡ. ಶ್ರೀವತ್ಸ ಶಾಲೆಗೆ ಅಡ್ಮಿಷನ್ ಆದ ಮೊದಲ ದಿನವೇ ಆತನ ಸಹಪಾಠಿಯೊಬ್ಬ ದೂರು ತಂದಿದ್ದ. ಅದು ಅವನ ಮೇಲಿನ ಮೊದಲ ದೂರಾಗಿತ್ತು. ಸರ್ ಹೊಸ ಹುಡುಗ ಊಟಕ್ಕೆ ಹೋಗುವಾಗ ತೊಡರುಕೊಟ್ಟು ಬೀಳಿಸಿದ ಎಂಬುದು ಆತನ ಮೇಲಿನ ಆರೋಪವಾಗಿತ್ತು. ಅಂದು ರಮೇಶ 'ಎಲ್ರೊ ಗೊತ್ತಿಲ್ದೆ ಹಿಂಗಾಗಿದೆ, ಇನ್ನು ಹೊಸಬ ಹಾಗೆಲ್ಲ ದೂರು ಹೇಳಬಾರದು' ಎಂದು ಬುದ್ಧಿ ಹೇಳಿ ಕಳುಹಿಸಿದ್ದರು. ಶ್ರೀವತ್ಸ ಮತ್ತೆ ಕಿಸಿಕ್ ಎಂದು ನಕ್ಕು ಪೇರಿ ಕಿತ್ತಿದ್ದ. ಇನ್ನ ಬೆಳಗ್ಗೆದ್ದರೆ ಶ್ರೀವತ್ಸನ ಮೇಲಿನ ದೂರುಗಳು ಶಿಕ್ಷಕರನ್ನು ಹುಡಿಕಿ ಬರತೊಡಗಿದವು. 'ಸರ್ ಶ್ರೀವತ್ಸ ಬೈದ, ಶ್ರೀವತ್ಸ ಬಟ್ಟೆ ಹರಿದ, ಕೈವಾರದಿಂದ ಚುಚ್ಚಿದ' ಇತ್ಯಾದಿಯಾಗಿ ಮೊದಲ್ಗೊಂಡವು. ಹುಡುಗ ಈಗಿನ್ನ ಬಂದಿದಾನೆ ಅವನ ಮೇಲೆ ದೂರು

ಹೇಳುವುದ ಬಿಟ್ಟು ಸ್ನೇಹದಿಂದ ನಡೆದುಕೊಳ್ಳಿ ಎಂದು ತರಗತಿ ಶಿಕ್ಷಕರು ರಿಯಾಯಿತಿ ಕೊಟ್ಟು ನೋಡಿದರು. ಕೇವಲ ತರಗತಿ ಹುಡುಗರಿಂದ ಮಾತ್ರವೇ ಬರುತ್ತಿದ್ದ ದೂರುಗಳು ಬರುಬರುತ್ತ ಇನ್ನಿತರ ಕಿರಿಯ ತರಗತಿ ಮಕ್ಕಳಿಂದಲೂ ಬರತೊಡಗಿದವು. 'ಸರ್ ಶ್ರೀವತ್ಸ ವಾಷ್ ರೂಮಿಗೆ ಹೋದಾಗ ನನ್ನ ಕಾಲ ಮೇಲೆ ಉಚ್ಚೆ ಹುಯ್ದು, ನಿಲ್ಸಿದ್ದ ನನ್ನ ಸೈಕಲ್ ಬ್ಲವ್ ಬಿಟ್ಟವ್ನೆ, ಕೊಚ್ಚೆ ಮೇಲೆ ಕಲ್ಲೆಸೆದು ಅಟ್ಲು ಸಿಡಿಯಂಗೆ ಮಾಡಿದ, ಮಾವಿನ ಹಣ್ಣಿಗೆ ಹೊಡದ ಕಲ್ಲು ನನ್ನ ತಲೆಗೆ ಬಿದ್ದು ರಕ್ತ ಸೋರುತ್ತಿದೆ ಎಂದು ಯಾರೋ ಒಬ್ಬ ತಲೆಯನ್ನು ಹಿಡಿದುಕೊಂಡೇ ಬಂದಿದ್ದ.

ಮಕ್ಕಳು ಹೇಳುತ್ತಿರುವುದರಲ್ಲಿ ಖಂಡಿತ ಸತ್ಯಾಂಶ ಇದೆ ಎಂಬ ತೀರ್ಮಾನಕ್ಕೆ ಶಿಕ್ಷಕರೂ ಸಹ ಬರಲು ಹೆಚ್ಚೇನು ಸಮಯ ಹಿಡಿಯಲಿಲ್ಲ. ಒಂದಿನ ಸ್ಟಾಫ್ ರೂಮಿಗೆ ಅವಸರದಿ ಬಂದ ಮಹಿಳಾ ಶಿಕ್ಷಕರೊಬ್ಬರು, "ಸರ್ ನಾನು ಆ ಆರ್ನೇ ಕ್ಲಾಸಿಗೆ ಮಾತ್ರ ಹೋಗಲ್ಲ, ಆ ಶ್ರೀವತ್ಸ ಅನ್ನೊನು ಪಾಠ ಮಾಡಕೆ ಬಿಡ್ತಲೆ ಇಲ್ಲ, ನಾನು ಏನು ಹೇಳಿರು, ಅದುನ್ನೆ ಮತ್ತೆ ರಿಪೀಟ್ ಹೇಳ್ತಾ ಅವ್ನೆ. ಎಷ್ಟು ಹೊಡುದ್ರು ಕೈ ಒಡ್ತನೆ, ಏನೂ ಏಟೇ ಆಗಿಲ್ವೇನೊ ಅನ್ನಂಗೆ ನಗ್ತಿರ್ತನೆ, ಅದನ್ನ ನೋಡಿ ಉಳಿದೆಲ್ಲ ಹುಡುಗ್ರು ಸದಾ ನಗ್ತಲೆ ಇರ್ತವೆ, ನನ್ಗೆ ಆ ಕ್ಲಾಸ್‌ಗೆ ಹೋಗಕಾಗಲ್ಲ" ಎಂದು ಗಂಭೀರವಾಗೆ ದೂರು ತಂದರು. ಹೆಡ್ ಮಾಷ್ಟ್ರಿಗೂ ಅದಾಗ್ಲೆ ಶ್ರೀವತ್ಸನ ಉಪಟಳ ಗಮನಕ್ಕೆ ಬಂದಿತ್ತೇನೊ ಬಾರೊ ಇಲ್ಲಿ ಎಂದು ಕರೆಸಿ 'ಕೋತಿ ತಾನು ಕೆಡೋದಲ್ದೆ ವನನೆಲ್ಲ ಕೆಡುಸ್ತಂತೆ' ಅಂತ ಗಾದೆ ಹೇಳಿ ನಾಕು ಬಿಟ್ಟರು. ಎಷ್ಟು ಕೈ ಬಿಸಿಯಾದರೂ ಏನೂ ಆಗೇ ಇಲ್ವೇನೊ ಎಂದು ನಗುತ್ತಲೇ ಇದ್ದ ಶ್ರೀವತ್ಸ ಆಫೀಸ್ ರೂಮಿನಿಂದ ಆಚೆ ಹೋಗುವಾಗ ಕಿಟಕಿಯಿಂದ ಕುಚೋದ್ಯದಿಂದ ಇಣಕಿ ನೋಡಿ ಕೀಕಕೊ ಎಂದು ಜೋರಾಗಿ ನಕ್ಕು ಓಡಿ ಹೋಗಿದ್ದ.

ಇದಾದ ಸ್ವಲ್ಪದ್ದರೆ ದಿನಗಳಲ್ಲಿ ಕೆಲ ಪೇರೆಂಟ್ಸ್ 'ಸರ್ ನಮ್ಮುಡ್ಗುಂದು ಟೀಸಿ ಕೊಟ್ಟಿಡಿ, ಅವ್ನ್ಯಾರೊ ಶ್ರೀವತ್ಸ ಅನ್ನೋನು ಚುಡಾಯಿಸ್ತನಂತೆ, ಕ್ಯಾತೆ ಮಾಡ್ತನಂತೆ, ಮನೆತ ಕೇಳಕೋದ್ರೆ ಅವ್ರವ್ವ ನನ್ನ ಮಗ ಅಂತನಲ್ಲ ಅಂತ ನಮ್ಮ ಮೇಲೆ ಜಗಳಕ್ಕೆ ಬರ್ತಳೆ, ಇಂಥ ಕಿತ್ತೋದ ಜನರ ಸಹವಾಸವೇ ಬೇಡ, ನಮಿಗೆ ಟೀಸಿ ಕೊಟ್ಟು ಬಿಡಿ ನಾವು ಬೇರೆ ಸ್ಕೂಲಿಗೆ ಸೇರಿಸ್ಕಂತಿವಿ' ಅಂತ ಬಂದ್ರು. ಕಷ್ಟ ಆದ್ರು ಪರ್ವಾಗಿಲ್ಲ ಇವ್ನ ಇಟ್ಕೊಬೇಡಿ ಟೀಸಿಕೊಟ್ಟು ಕಳಿಸಿಬಿಡಿ ಅಂತ ಇತರೆ ಶಿಕ್ಷಕರೆಲ್ಲ ಸಲಹೆ ಕೊಟ್ಟರು. ಹೀಗೆ ಶ್ರೀವತ್ಸ ಶೀಘ್ರವಾಗೆ ಎಲ್ಲರಿಗೂ ತಲೆನೋವಾಗಿ ಮಾರ್ಪಟ್ಟ.

ಆ ಕಿಲಾಡಿ ಶ್ರೀವತ್ಸ ಮೂರನೇ ದಿನವಾದ ಇಂದೂ ಅದೇ ಜಾಗದಲ್ಲಿ ನಿಂತಿರಬಹುದ! ಎಂಬ ಊಹೆಯ ಮೇರೆಗೆ ಹಂಪ್ಸ್ ಮಿತ್ರನಿಗಿಂತ ಅನತಿ

ದೂರದಿಂದಲೂ ರೋಡಿನ ಅತ್ತಕಡೆಗೆ ನೋಡಿಕೊಂಡೆ ಬಂದರು. ಯೆಸ್ ಅಂದುಕೊಂಡಂತೆ ಶ್ರೀವತ್ಸ ಅಲ್ಲೆ ನಿಂತಿದ್ದ. ಹೆಲ್ಮೆಟ್ ಒಳಗಿಂದಲೇ ಒಂದು ಮುಗುಳ್ನಗೆ ಚೆಲ್ಲಿ ಟೈಮ್ ಇರದ ಕಾರಣಕ್ಕೆ ಏನೋ ಸನ್ನೆ ಮಾಡಿ ಹೊರಟೇ ಬಿಟ್ಟರು. ಗಾಡಿ ಮುಂದೋದರೂ ಮಿರರ್‌ನಲ್ಲಿ ಶಿಷ್ಯ ಕೈಬೀಸುತ್ತಿರುವುದು ಅಸ್ಪಷ್ಟವಾಗಿ ಕಾಣಿಸುತ್ತಿತ್ತು.

ಇದರೊಂದಿಗೆ ಕಳೆದ ವರ್ಷ ಮತ್ತೊಂದು ಘಟನೆಯೊಂದಿಗೆ ಮತ್ತೆ ಶ್ರೀವತ್ಸ ಕಟಕಟೆಯಲ್ಲಿ ನಿಂತಿದ್ದು ಅಸ್ಪಷ್ಟವಾಗಿ ಮೇಷ್ಟ್ರ ಸ್ಮೃತಿಯಲ್ಲಿ ಅಲುಗಾಡತೊಡಗಿತು. ಶಾಲಾ ಕಾಂಪೌಂಡ್ ಮೇಲೆ ತನ್ನ ತರಗತಿಯ ಹುಡುಗಿಯೊಬ್ಬಳ ಹೆಸರಿನ ಜೊತೆ ತನ್ನ ಹೆಸರನ್ನೂ ಸೇರಿಸಿ ಹೃದಯ ಬಿಡಿಸಿದ್ದಾನೆಂಬ ದೂರಿನ ಮೇಲೆ ಎಲ್ಲರೂ ಕಾಂಪೌಂಡ್ ಹತ್ತಿರ ಸೇರಿದ್ದರು. ಚಿತ್ರವೂ ಅಲ್ಲೆ ಇದ್ದು ಸಾಕ್ಷಿ ನುಡಿಯುತ್ತಿತ್ತು. ಕಳೆದವಾರವಷ್ಟೆ ಬಣ್ಣ ಹೊಡೆಸಿದ್ದ ಗೋಡೆಗೆ ಹೀಗೆ ಮಾಡಿರುವುದು ಹೆಡ್ ಮಾಸ್ಟರ್‌ನ ಕೋಪ ನೆತ್ತಿಗೇರುವಂತೆ ಮಾಡಿತ್ತು. ಶ್ರೀವತ್ಸ ಅದನ್ನು ಬೇರೊಬ್ಬರ ಮೇಲೆ ಎತ್ತಾಕಿ ವಾದಿಸುತ್ತಿರಲು, ಇದು ಇಷ್ಟಕ್ಕೆ ಬಗೆಹರಿಯುವಂತಾದ್ದಲ್ಲ ಎಂಬ ತೀರ್ಮಾನಕ್ಕೆ ಬಂದ ಹೆಡ್‌ಮಾಸ್ಟ್ರು ಅವರ ತಾಯಿಯನ್ನು ಕರೆಸಲು ಹೇಳಿಕಳುಹಿಸಿದರು. ಎಷ್ಟೋ ಹೊತ್ತಿಗೆ ಬಂದ ಆ ತಾಯಿ 'ನನ್ಮಗ ಅಂತನಲ್ಲ ಸ್ವಾಮಿ. ಈ ಊರ ಜನ ನಮ್ಮುನ್ನ ಕಂಡ್ರೆ ಇಂಗೆ ಕಾರ್ತರೆ, ಗಂಡ ಇಲ್ಲ ಮಕ್ಳಿಲ್ಲ ಎತ್ತಗೆ ಹೋಗನ ಸ್ವಾಮಿ, ನನ್ಗೂ ಉಷಾರಿಲ್ಲ' ಎಂದು ಮೊದಮೊದಲು ವಾದಿಸಿದಳಾದರೂ 'ಇಂಗೆಲ್ಲ ಮಾಡಿದ್ರೆ ಮೂಲೆಗೆ ಹಾಕ್ಯಂಡು ಕೆಚ್ರಿ ಸ್ವಾಮಿ, ನಾನೇನು ಕೇಳಕೆ ಬರಲ್ಲ' ಎಂದು ಮಗನನ್ನು ದುರುಗುಟ್ಟಿ ನೋಡಿ ಹೋಗೆ ಬಿಟ್ಟಳು. ಬೆನ್ನುಮಾಡಿ ಹೋಗುತ್ತಿದ್ದ ಆ ತಾಯಿ ಮೊದಲಿಗಿಂತ ತುಂಬಾನೆ ಸೊರಗಿದಂತಿದ್ದಳು. ಕಣ್ಣೆಲ್ಲ ಹಿಂಗಿ ಹೋಗಿ, ದನಿಯೂ ಕುಗ್ಗಿತ್ತು.

ಅಂತೂ ಇಂತು ಶ್ರೀವತ್ಸನ ಉಪಟಳದೊಂದಿಗೆ ಆವರ್ಷ ಮುಕ್ತಾಯದ ಹಂತಕ್ಕೆ ಬಂದಿತು. ಪರೀಕ್ಷೆಗಳು ಮೊದಲ್ಗೊಂಡವು. ಮೊದಲ ದಿನದ ಪರೀಕ್ಷೆಗೇ ಶ್ರೀವತ್ಸ ಆಬ್ಸೆಂಟ್. ಕ್ಲಾಸ್ ಟೀಚರ್ ಆದ ರಮೇಶ ಯಾಕ್ರೊ, ಏನಾತ್ರೊ ಎಂದು ಇತರೆ ವಿದ್ಯಾರ್ಥಿಗಳನ್ನು ವಿಚಾರಿಸಿದ್ದಕ್ಕೆ, ಅವರೆಲ್ಲ ಒಕ್ಕೊರಲಿನಿಂದ 'ಸರ್ ಅವ್ರಮ್ಮ ನೆನ್ನೆ ತೀರೋತು, ಇವತ್ತು ಮಣ್ಣು' ಎಂದರು. ತಾಯಿ ಕಳಕೊಂಡು ಅನಾಥನಾದ ಶಿಷ್ಯನ ನೆನೆದು ಕಳವಳಗೊಂಡ ಮೇಷ್ಟ್ರು, ಸಹಪಾಠಿ ಶಿಕ್ಷಕರ ಜೊತೆ ಹೋಗಿ ಅಂತಿಮ ದರುಶನ ಪಡೆದು ಬಂದರು. ಮಾರನೆ ದಿನದ ಪರೀಕ್ಷೆಗೆ ಶ್ರೀವತ್ಸ ಪ್ಲೇವುಡ್ ಹಿಡಿದು ಬಂದ. ಆತನಿಗೆ ಯಾರೊ ಹೊಸ ಬಟ್ಟೆಯನ್ನೂ ಕೊಡಿಸಿದ್ದರು. ಎಲ್ಲರೂ ಅವನನ್ನ ಅನುಕಂಪದಿಂದ ಮಾತಾಡಿಸುತ್ತಿದ್ದರು. 'ಯಾಕೊ ಶ್ರೀವತ್ಸ ಅಮ್ಮನಿಗೆ ಏನಾಗಿತ್ತೊ?' ಎಂದು ಕೇಳಿದ್ದಕ್ಕೆ ಅಷ್ಟೆ ನಿರುಮ್ಮಳವಾಗಿ 'ಬ್ಲಡ್ ಕ್ಯಾನ್ಸರ್ ಆಗಿತ್ತು ಸರ್, ಸತ್ತೋತು'

ಮಂದಹಾಸ ತುಂಬಿಕೊಂಡೇ ಹೇಳಿದ. ಕೇಳಿಸಿಕೊಂಡವರಿಗೆ ಅಯ್ಯೋ ಪಾಪ ಅನಿಸುತ್ತಿದ್ದರೂ ತಾಯಿ ಕಳಕೊಂಡ ಆ ಬಾಲಕನ ಮುಖದಲ್ಲಿ ಅಂತದ್ದೇನು ಕಾಣಲೇ ಇಲ್ಲ. ಶಿಕ್ಷಕರ ಅನುಕಂಪ ಅವನನ್ನು ಇನ್ನಷ್ಟು ನಗುವಿಗೆ ತಳ್ಳಿದಂತಿತ್ತು.

ಪರೀಕ್ಷೆಗಳೆಲ್ಲ ಮುಗಿದ ಕೊನೆಯ ದಿನ ಶ್ರೀವತ್ಸನನ್ನು ಹುಡುಕಿಕೊಂಡು ಯಾರೋ ಪ್ಯಾರಲನಂತವನು ಶಾಲೆ ಹತ್ತಿರ ಬಂದಿದ್ದ. ಶ್ರೀವತ್ಸನೊಂದಿಗೆ ಆತ ಮಾತಿಗಿಳಿದಿರುವುದು ದೂರದಿಂದಲೇ ಕಾಣಿಸುತ್ತಿತ್ತು. ಹತ್ತಿರ ಕರೆದು ಕೇಳಿದ್ದಕ್ಕೆ ಶ್ರೀವತ್ಸ 'ನಮ್ಮಪ್ಪ ಸರ್' ಎಂದಿದ್ದ. 'ಏನಂತೆ' ಎಂದು ಮರು ಪ್ರಶ್ನೆ ಹಾಕಿದ್ದಕ್ಕೆ. 'ಇಲ್ಲಿ ಬಿಡಲ್ವಂತೆ ಸರ್, ಊರಿಗೆ ಕರ್ಕಂಡು ಹೋಗುತ್ತಂತೆ, ನಮ್ಮಜ್ಜಿ ಕೈಲು ಮಾಡಕೆ ಆಗಲ್ವಂತೆ, ಹೋಗು ಅಂತ ಹೇಳೈತೆ ಹೋಗ್ತಿನಿ' ಅಂದ.

ಇನ್ನ ಬೇಸಿಗೆ ರಜೆ ಕಳೆದು ಮತ್ತೆ ಶಾಲೆಗಳು ಶುರುವಾದವು. ತರಗತಿಗಳು ಶುರುವಾದ ಹದಿನೈದು ದಿನ ಕಳೆದರೂ ಶ್ರೀವತ್ಸನ ಪತ್ತೆ ಇಲ್ಲ. ಏನ್ ಸರ್ ಆತನ ಟೀಸಿ ಹೋಗಿದೆಯ ಎಂದು ಹೆಡ್ ಮಾಸ್ಟರ್‌ನ ಕೇಳಿದ್ದಕ್ಕೆ, ಇನ್ನು ಇಲ್ಲ, ಯಾವ ಟೀಸಿಗು ಅರ್ಜಿ ಬಂದಿಲ್ಲ ಅಂದರು. ಅತ್ತ ಒಂದು ದಿನ ಶ್ರೀವತ್ಸ ಇದ್ದಕ್ಕಿದ್ದಂತೆ ಪ್ರತ್ಯಕ್ಷನಾದ. ಮೊದಲಿಗಿಂತ ಸೊರಗಿದವನಂತೆ ಕಂಡರೂ, ಅವನ ಹೇರ್ ಸ್ಟೈಲ್ ಚೇಂಜ್ ಆಗಿತ್ತು. ಶರ್ಟಿನ ಮೇಲ್ಗುಂಡಿಯನ್ನ ಹಾಕದೆ ಬಿಟ್ಟಿದ್ದ. ಭುಜ ಮತ್ತು ಗಂಟಲಿನಲ್ಲಿ ಹಚ್ಚೆ ಹಾಕಿಸಿಕೊಂಡಿದ್ದ. ಅವನ ಮಾತು ಕತೆ ಎಲ್ಲವೂ ಇನ್ನಷ್ಟು ರಫ್ ಆಗಿದ್ದವು. ಬಾಯಿಯಲ್ಲಿ ಸದಾ ಏನೋ ವತ್ತಿಸಿಕೊಂಡು ಅಗಿಯುವುದು, ಎರಡು ಬೆರಳುಗಳ ಮಧ್ಯ ಮಾಡಿಕೊಂಡು ತುಬುಕ್ ಎಂದು ಉಗಿಯುವುದು, ಬೂಮರ್ ಇತ್ಯಾದಿ ಜಗಿದು ಗುಳ್ಳೆ ಮಾಡಿ ಪಟಾರ್ ಎನಿಸುವುದು ಇತ್ಯಾದಿ ಕಲಿತು ಬಂದಿದ್ದ.

"ಏನೋ ಶ್ರೀವತ್ಸ, ಟೀಸಿ ತಗಂಡು ಹೋಗ್ತಿನಿ ಎಂದಿದ್ದಲ್ಲೊ. ಮತ್ತೆ ಬಂದಿದಿಯ" ಎಂದಿದ್ದಕ್ಕೆ, 'ಇಲ್ಲ ಸರ್ ಅಲ್ಲಿ ನಮ್ಮಪ್ಪ ಇನ್ನೊಂದು ಮದ್ವೆ ಆಗೈತೆ, ನಮ್ಮ ಚಿಕ್ಕಮ್ಮ ಊಟ ಕೊಡ್ತಿರ್ಲಿಲ್ಲ, ಇಲ್ಲಿ ಇರ್ಬೇಡ ಹೋಗು ಅಂತ ಕಳುಸ್ತು, ಇಲ್ಲೆ ಓದ್ತಿನಿ' ಅಂದ. ಇತರೆ ಶಿಕ್ಷಕರು ಬಿಟ್ಟಿದ್ದ ತಲೆನೋವು ಮತ್ತೆ ಬಂತಲ್ಲ ಅಂದುಕೊಂಡರು.

ಒಂದಿನ ಶ್ರೀವತ್ಸ ಪ್ರೇಯರ್‌ನಲ್ಲಿ ನಿಂತಿದ್ದವನು ಇದ್ದಕ್ಕಿದ್ದಂತೆ ಬಿದ್ದು ಕೈಕಾಲುಗಳನ್ನೆಲ್ಲ ಸೊಟ್ಟಗೆ ಮಾಡಿಕೊಂಡು ವದರಾಡತೊಡಗಿದ. ಬಾಯಲ್ಲಿ ಲೊದ್ಲೆ ಬರತೊಡಗಿತು. ಕಣ್ಣುಗಳನ್ನ ಮೇಲ್ಮುಕ್ಕೆ ನೆಟ್ಟು ವಿಚಿತ್ರವಾದ ಶಬ್ದ ಹೊರಹಾಕತೊಡಗಿದ. ಇತರೆ ಮಕ್ಕಳೆಲ್ಲ ಸುತ್ತುವರೆದು ಗಾಬರಿಯಿಂದ ನೋಡತೊಡಗಿದರು. ಹೆಡ್ ಮಾಷ್ಟ್ರು ಇದು ಫಿಟ್ಸ್ ಎಂದು ಪತ್ತೆ ಹಚ್ಚಿ, ಬೀಗವನ್ನು ಹುಡುಕಿ ಕೈಗೆ ಕೊಟ್ಟರು. ಎಷ್ಟೋ ಹೊತ್ತಿಗೆ ಅವನು ಏನೂ ಆಗೇ

ಇಲ್ಲದವನಂತೆ ಮೇಲೆದ್ದು ನಿಂತ. ಶ್ರೀವತ್ಸನ ಏಕೈಕ ವಾರಸುದಾರಳಂತಿದ್ದ ಅವನ ಅಜ್ಜಿಯನ್ನು ಕರೆಸಿ ಕೇಳಿದ್ದಕ್ಕೆ 'ಮೊದಲೇನು ಇಂಗೆಲ್ಲ ಆಗ್ತಿರ್ಲಿಲ್ಲ ಸರ್, ಅವನಪ್ಪನೂರಿಗೆ ಹೋಗಿ ಬಂದಾಗ್ಲಿಂದ ಇಂಗೆ ಫಿಡ್ಸ್ ಬರಕೆ ಶುರುವಾಗೈತೆ, ಮೊನ್ನೆನು ಇಂಗೆ ಆಗಿತ್ತು, ಯಂಗ ನೋಡ್ಕೆಳಿ ಸ್ವಾಮಿ ತಾಯಿ ಇಲ್ಲದ ಮಗ' ಎಂದು ಕೈಮುಗಿದು ಹೋದಳು.

ಅಂದು ಕೋಲೂರಿಕೊಂಡು ಹೋಗಿದ್ದ ಅಜ್ಜಿ ಶೀಘ್ರದಲ್ಲೆ ಸತ್ತಳೆಂಬ ಸುದ್ದಿಯಾಗಿ ಬಂದಳು. ಅಲ್ಲಿಗೆ ಶ್ರೀವತ್ಸನ ಏಕೈಕ ವಾರಸೂದಾರಳೂ ಇಲ್ಲದಂತಾಗಿ, ಅವನಿಗೆ ಮಧ್ಯಾಹ್ನದ ಬಿಸಿಯೂಟವೊಂದೆ ಭರವಸೆಯಾಯಿತು. ಬಟ್ಟೆ ಬರೆಗಳ ಶುದ್ಧಿ ಅಶುದ್ಧಿಯು, ವಿವೇಚನೆಯಿಲ್ಲದ ಅವನನ್ನೆ ಅವಲಂಬಿಸಿದ್ದವು. ಇದೆಲ್ಲವನ್ನು ಕಂಡ ಯಾರೋ ಒಬ್ಬರು ಆತನಿಗೆ ನಗರದಲ್ಲಿರುವ ಅನಾಥಾಶ್ರಮ ಶಾಲೆಯ ದಾರಿಯನ್ನು ತೋರಿದ್ದರು.

ಸತತ ನಾಲ್ಕನೇ ದಿನವೂ ಶ್ರೀವತ್ಸ ಅದೇ ಜಾಗದಲ್ಲಿ ಕೈಬೀಸುತ್ತ ನಿಂತಿದ್ದ. ಬಹುಶಃ ಶ್ರೀವತ್ಸನಿಗೆ ಈ ನಗರದಲ್ಲಿ ಪರಿಚಯದವನು ನಾನೊಬ್ಬನೇ ಇರಬೇಕು, ಇಲ್ಲವೆ ಸತ್ತ ಆಕೆಯ ಅಮ್ಮ, ಅಜ್ಜಿ ಮತ್ತು ಗೆಳೆಯರನ್ನು ಅದೇ ಊರಿಗೆ ಹೋಗಿಬರುತ್ತಿರುವ ನನ್ನಲ್ಲಿ ಕಂಡುಕೊಳ್ಳುತ್ತಿರಬೇಕು ಅದಕ್ಕೇ ಈ ಹುಡುಗ ದಿನವೂ ನನಗಾಗಿ ಕಾದಿರುತ್ತಾನೆ, ಆತ ಅವನೂರಿಗೆ ಹೋಗಿಬರುವ ನನ್ನ ಮೂಲಕ ದಿನವೂ ಯಾವುದೋ ಸಂದೇಶವನ್ನು ಕಳುಹಿಸುತ್ತಿದ್ದಾನೆ! ಹೀಗೇ ಏನೇನೊ ಮೇಷ್ಟ್ರು ರಮೇಶನಿಗೆ ಶೂನ್ಯದಲ್ಲಿ ಅನಿಸತೊಡಗಿತು.

ಅದೇ ದಿನ ರಮೇಶನಿಗೆ ತನ್ನ ಟೇಬಲ್ ಮೇಲೆ ಏನೊ ಹುಡುಕುವಾಗ ಇದ್ದಕ್ಕಿದ್ದಂತೆ ನೋಟ್ ಬುಕ್ ಒಂದು ಕಾಣಿಸಿಕೊಂಡಿತು. ಅದರ ಮೊದಲ ಪುಟದಲ್ಲಿ 'ಶ್ರೀವತ್ಸ' ಎಂದೇ ಬರೆದಿತ್ತು. ಮೊದಲೆರೆಡು ಪುಟಗಳು ಮಾತ್ರ ತುಂಬಿದ್ದ ಆ ನೋಟ್‌ಬುಕ್ ಬೇರೊಂದು ಕಥೆ ಹೇಳಿತು. ಒಂದು ದಿನ ಕ್ಲಾಸ್‌ನಲ್ಲಿ ಶ್ರೀವತ್ಸನನ್ನು ಬಿಟ್ಟು ಉಳಿದೆಲ್ಲರೂ ಹೋಮ್‌ವರ್ಕ್ ಮಾಡಿದ್ದರು. ಸಿಟ್ಟಿಗೆದ್ದ ರಮೇಶ, "ಯಾಕೆ ಮಾಡಿಲ್ಲ' ಎಂದು ಕೆಚ್ಚಿದ ಮಕ್ಕೆ ಕೆಚ್ಚಿದ್ದ. ಅಪರೂಪಕ್ಕೆ ಮುಖ ಸಪ್ಪಗೆ ಮಾಡಿಕೊಂಡ ಶ್ರೀವತ್ಸ 'ಎಕ್ಸೈಜ್ ಕಾಲಿಯಾಗಿತ್ತು ಸರ್, ಅವ್ವ ಕೊಡುಸ್ಲಿಲ್ಲ' ಎಂದು ತೊದಲುತ್ತ ನುಡಿದಿದ್ದ. ಈ ಹೆಂಗರಳಿನ ರಮೇಶನಿಗೆ ಅದೇನನ್ನಿಸಿತೊ, ತನ್ನ ಜೋಬಿನಲ್ಲಿದ್ದ ಇಪ್ಪತ್ತು ರೂಪಾಯಿ ಕೊಟ್ಟು 'ಹೋಗು ನೋಟ್ ಬುಕ್ ತಗಂಡು ಬಾ' ಎಂದು ಕಳಿಸಿದ್ದ. ಮಾರನೆ ದಿನ ಶ್ರೀವತ್ಸ ಅದೆ ನೋಟ್‌ಬುಕ್‌ನಲ್ಲಿ ಹೋಮ್‌ವರ್ಕ್ ಮಾಡಿಕೊಂಡು ಬಂದು ಎಲ್ಲರಿಗಿಂತ ಮುಂಚಿತವಾಗಿ ತೋರಿಸಿ 'ವೆರಿ ಗುಡ್' ಹಾಕಿಸಿಕೊಂಡಿದ್ದ. ಈಗ ಅಚಾನಕ್ಕಾಗಿ ಶೇಕಡ ತೊಂಭತ್ತರಷ್ಟು ಖಾಲಿ ಇರುವ ಆ ನೋಟ್‌ಬುಕ್ ಮತ್ತೆ ಪ್ರತ್ಯಕ್ಷವಾಗಿ, ತಾಯಿ ಇಲ್ಲದ ಮಗ ಬಟ್ಟೆ ಪುಸ್ತಕಕ್ಕೆ ಪರದಾಡುತ್ತಿರುತ್ತಾನೆ,

ಹೇಗಿದ್ದರೂ ನಗರದಲ್ಲಿ ದಿನವೂ ಸಿಗುತ್ತಿದ್ದಾನೆ, ಅವನಿಗೆ ಈ ನೋಟ್‌ಬುಕ್ ಹಿಂತಿರುಗಿಸಿದರೆ ಉಪಯೋಗಕ್ಕೆ ಬರುತ್ತದೆ ಎಂದು ಬಗೆದು ಬ್ಯಾಗ್ ಒಳಗೆ ಅದನ್ನು ಇಟ್ಟುಕೊಂಡ.

ಸಂಜೆ ಮನೆಗೆ ಬಂದಾಗ ತನ್ನ ಪತ್ನಿಗೆ ಹೀಗೆ ನನ್ನ ಶಿಷ್ಯನೊಬ್ಬ ದಿನವೂ ನನ್ನ ದಾರಿಯನ್ನೇ ಕಾದು ನಿಂತಿರುತ್ತಾನೆ, ನಿಲ್ಲಿಸಿ ಮಾತನಾಡಿಸಲೂ ಸಮಯವಿಲ್ಲದೆ ವಾರ ಕಳೆಯುತ್ತ ಬಂತು. ನಾಳೆ ಅವನಿಗಾಗಿ ಒಂದು ಬಾಕ್ಸ್ ರೆಡಿ ಮಾಡು ಅದನ್ನ ಕೊಟ್ಟು, ತಿನ್ನಿಸಿಯೇ ಶಾಲೆಗೆ ಹೋಗುತ್ತೇನೆ ಎಂದರು. ಪತ್ನಿಯೂ ಅಂದು ತನ್ನ ಮಕ್ಕಳಿಗಾಗಿ ಇಷ್ಟದ ಬಿಸಿಬೇಳೆ ಬಾತ್ ತಯಾರಿಸುವ ಆಲೋಚನೆಯಲ್ಲಿದ್ದಳು. ಬೆಳಗ್ಗೆ ಅದನ್ನೆ ಒಂದು ಬಾಕ್ಸ್‌ನಲ್ಲಿ ಅಮುಕಿ ಕಟ್ಟಿ ಬ್ಯಾಗ್‌ಗೆ ಇಟ್ಟಳು. ಎಲ್ಲಿ ಮರೆತುಬಿಡುತ್ತೇನೊ ಎಂದು ಶ್ರೀವತ್ಸನ ನೋಟ್‌ಬುಕ್ ಅನ್ನು ಬೈಕ್‌ನ ಮುಂಭಾಗದ ಟ್ಯಾಂಕ್ ಕವರ್‌ಗೆ ಸಿಕ್ಕಿಸಿಕೊಂಡು ತನ್ನ ಮಕ್ಕಳಿಗೆ 'ಬಾ ಟೇಕ್ ಕೇರ್' ಹೇಳಿ ಶಿಷ್ಯನನ್ನು ಹುಡುಕಿ ಹೊರಟರು.

ಅದೇ ದಾರಿ, ಅದೇ ಹಂಪ್ಸ್, ಅದೇ ಸಮಯ. ಅತ್ತ ನೋಡಿದರೆ ಆ ದಿಕ್ಕಿನಲ್ಲಿ ಹುಡುಗನಿಲ್ಲ. ಬದಲಿಗೆ ಜನರ ಗುಂಪೇ ನೆರೆದಿದೆ. ಗಾಬರಿ ಬಿದ್ದ ರಮೇಶ ಗಾಡಿ ನಿಲ್ಲಿಸಲು ತಡಬಡಾಯಿಸಲು, ಟ್ಯಾಂಕ್ ಕವರ್‌ಗೆ ಸಿಗಿಸಿದ್ದ ಶ್ರೀವತ್ಸನ ನೋಟ್‌ಬುಕ್ ಜಾರಿ ಕೆಳಗೆ ಬಿದ್ದು ಅಲ್ಲಿನ ಹಾಳೆಗಳು ಪಟಪಟನೆ ಹೊಡೆದುಕೊಳ್ಳತೊಡಗಿದವು. ಎತ್ತಿ ಮತ್ತೆ ಸಿಕ್ಕಿಸಿಕೊಳ್ಳೋಣವೆನಿಸಿದರೂ ಅಲ್ಲಿ ಯಾರಿಗೆ ಏನಾಗಿದಿಯೋ ಎಂದು ನೆರೆದಿದ್ದ ಗುಂಪಿನ ಕಡೆಗೆ ಓಡತೊಡಗಿದ. ಅತ್ತಕಡೆಯಿಂದ ಬರುತ್ತಿದ್ದ ಯಾರೊ ಒಬ್ಬನನ್ನು 'ಏನಲ್ಲಿ' ಎಂದು ಕೇಳಿದ್ದಕ್ಕೆ, 'ಆಕ್ಸಿಡೆಂಟ್ ಆಗಿದೆ, ಹುಡುಗನೊಬ್ಬನಿಗೆ ಏಟಾಗಿದೆ' ಎಂದಷ್ಟೇ ಹೇಳಿ ಹೊರಟು ಹೋದ. ರಮೇಶ ಆತಂಕದಿಂದ ಓಡಿಹೋಗಿ ಜನಜಂಗುಳಿಯೊಳಗೆ ತನ್ನ ಶಿಷ್ಯನನ್ನು ಹುಡುಕತೊಡಗಿದ.

ದೂರದೇಶದ ದೇವರು!

▪ ಮಂಜುನಾಥ್ ಕುಣಿಗಲ್

manjunath_kunigal@yahoo.co.in

ವಾರಾಂತ್ಯದಲ್ಲಿ ಸಾಮಾನ್ಯಕ್ಕೆ 'ಜುಮೆರಾ' ಬೀಚಿಗೆ ಹೋಗುತ್ತಿದ್ದವರು ಅಂದು ಮನಸ್ಸು ಬದಲಿಸಿ 'ಬುರ್ಜ್-ಅಲ್-ಅರಬ್' ಹೋಟೆಲಿನ ಪಕ್ಕಕ್ಕಿದ್ದ ಚಿಕ್ಕ-ಹರವಿನ ಬೀಚಿಗೆ ಹೋಗಿದ್ದು ಅದ್ಯಾವ ವಿಧಿಯ ಸೆಳೆತಕ್ಕೋ ಗೊತ್ತಿರಲಿಲ್ಲ.

ಹೌದು, ಅದೊಂದು ಮಹಾಸೆಳೆತವೆ. ಹುಣ್ಣಿಮೆಯ ಕಡಲ ಅಲೆಯು ಎಲ್ಲರನ್ನೂ ಬಾಚಿ ತನ್ನೊಡಲೊಳಗೆ ಸೆಳೆದುಬಿಟ್ಟಿತ್ತು!

ಬೃಹತ್ ಹಾಯಿದೋಣಿಯೊಂದು ಸಾಗರದ ಕಿನಾರೆಯಲ್ಲಿ ಲಂಗರುಹಾಕಿ ತೇಲುತ್ತಾ ನಿಂತಿದೆಯೆಂಬ ದೃಶ್ಯವೈಭವ ಅರಬ್ಬೀನಾಡಿನ ಆ ಸಪ್ತತಾರೆ ಹೋಟೆಲಿನದ್ದು. ಆ ಅಗಾಧ ಶ್ರೀಮಂತ ರೂಪವನ್ನು ಕಣ್ತುಂಬಿಕೊಳ್ಳಬಹುದೆಂಬ ನೆವವೂ ನಮಗಿದ್ದಿರಬೇಕು! 'ಕೇವಲ ಹೊರಗಿನ ತಳುಕಲ್ಲ, ಒಳಗೂ ರಾಜೋಪೇತ ಶ್ರೀಮಂತಿಕೆಯಂತೆ! ಊಟದ ತಟ್ಟೆಲೋಟಗಳು ಒತ್ತಟ್ಟಿಗಿರಲಿ, ಹಲ್ಲಿಗೆ ಚುಚ್ಚುವ ಕಡ್ಡಿಯೂ ಚಿನ್ನದ್ದಂತೆ' ಎಂದೆಲ್ಲಾ ಕೇಳಿದ್ದೆವು. ಹೊರಗಷ್ಟೇ ದೂರದಲ್ಲಿ ನಿಂತುನೋಡುವ ಶಕ್ತಿಯಿದ್ದ ನಮಗೆ ಆ ಶ್ರೀಮಂತಿಕೆಯ ಗೊಡವೆ ಏಕೆ ಬೇಕು? ಹೊರಗಿನಿಂದ ವೈಭವ ನೋಡಿದೆವಾ? ಪಕ್ಕದ ಸಮುದ್ರ-ಕಿನಾರೆಯಲ್ಲಿ ಸಂಜೆ ಒಂದಷ್ಟು ಹೊತ್ತು ಈಜಿದೆವಾ? ಅಷ್ಟೇ! ಅಂದು ಕೂಡ ಹಾಗೆಯೇ ಅಲ್ಲಿಗೆ ಹೋಗಿದ್ದು.

ಅರುಣ, ಪಾಟೀಲ ಮತ್ತು ನಾನು ಸಂಜೆ–ಬೀಚಿನ ಸಂಗಡಿಗರು. ಅರುಣ ಈಜಿನಲ್ಲಿ ನಿಪುಣ. ಎಲ್ಲರಿಗಿಂತ ಒಂದಷ್ಟು ದೂರ ದಾಟಿ ಈಜುತ್ತಿದ್ದ. ನಾನು ಮತ್ತು ಪಾಟೀಲ ನೀರಿನಲ್ಲಿ ಪದತಲ ಸ್ಪರ್ಶವಾಗುವವರೆಗೆ ಮಾತ್ರ ನಡೆದು ನಿಂತುಬಿಡುತ್ತಿದ್ದೆವು. ಜಿದ್ದಿಗೆ ಬಿದ್ದಂತೆ ಒಂದರ–ಮೇಲೊಂದು ಆತುಕೊಂಡು ಬರುತ್ತಿದ್ದ ಅಲೆಗಳು ನಮ್ಮ ತಲೆಯ ಮೇಲೆ ಹಾಯ್ದು ಮುಳುಗಿಸುವ ಹಾಗೆ ಮಾಡುವಾಗ ನಾವು ಎತ್ತರಕ್ಕೆ ಚಿಮ್ಮಿ ಅಲೆಯ ಸಂಗಡ ಬುಡುಬುಡನೆ ಕೈಕಾಲುಬಡಿದು ದಡದತ್ತ ತೇಲುತ್ತಾ ಹೋಗುವ ಮಕ್ಕಳಾಟವೇ ನಮಗೆ ಈಜು! ಸಾಕಷ್ಟು ಮಕ್ಕಳು–ದೊಡ್ಡವರೆಲ್ಲರೂ ನೀರಿನಾಟದಲ್ಲಿದ್ದರು. ಹೀಗೆಯೇ ತುಂಬಾ ಹೊತ್ತಿನಿಂದ ಆಡಿದ್ದೆವು. ಕೆಂಪನೆಯ ಹಣ್ಣಿನಂತಿದ್ದ ಐದಾರು ವರ್ಷದ ಅರಬ್ಬೀ ಪೋರಿಯೊಬ್ಬಳು ನಮ್ಮ ಆಟವನ್ನು ನಕಲಿಸುತ್ತಾ ಮೋಜು ಮಾಡುತ್ತಿದ್ದುದನ್ನು ನೋಡಿ ನಮಗೆ ಎಂಥದೋ ಪುಳಕ! ಶುಕ್ರವಾರದ ಸಂಜೆಯದು. ನೆಲದಿಂದ ಹೊರಬಂದು ರೆಕ್ಕೆಬಡಿಯುವ ಈಸಲುಹುಳುವಿನ ಗುಂಪಿನ ಹಾಗೆ ತಪತಪನೆ ನೀರಿಗೆ ಕೈನಲ್ಲಿ ಬಡಿಯುತ್ತಿರುವ ಜನಜಂಗುಳಿಯ ದೃಶ್ಯವದು ಆ ಕಿನಾರೆಗೆ ಅವ್ಯಕ್ತ ಜೀವಂತಿಕೆಯೊಂದನ್ನು ತಂದಿತ್ತು. ಜಗತ್ತಿನ ಅದಮ್ಯ ಖುಷಿಯೆಲ್ಲವೂ ಅಲ್ಲಿಯೇ ಒಟ್ಟಾಗಿದ್ದ ಅಪರೂಪದ ಕ್ಷಣ! ಮುಖ ಕೆಂಪಗೆ ಮಾಡಿಕೊಂಡಿದ್ದರೂ ತಂಪಾಗಿಯೇ ಇದ್ದ ಸೂರ್ಯ ದಿಗಂತದತ್ತ ಜಾರುತ್ತಿದ್ದರೆ, ಇತ್ತ ಹುಣ್ಣಿಮೆ–ಚಂದ್ರ ಬೆಳ್ಳನೆ ಮುಖವನ್ನಗಲಿಸಿ ನಸುನಗುತ್ತಾ ಮೆಲ್ಲನೆ ಏರುತ್ತಿದ್ದ. ಇವೆರೆಡರ ಮಧ್ಯೆ ಉಂಟಾದ ಸಣ್ಣ ಮಬ್ಬುಗತ್ತಲಲ್ಲಿ ಕಡಲು ಉಕ್ಕೇರುತ್ತಿದ್ದುದು ನಮ್ಮ ಗಮನಕ್ಕೆ ಬರಲೇ ಇಲ್ಲ!

ಇಷ್ಟು ಸಮಯ ನಮ್ಮ ಬಳಿಯಲ್ಲೇ ಆಡುತ್ತಿದ್ದ ಆ ಹುಡುಗಿಯನ್ನು ದೈತ್ಯ ಅಲೆಗಳ ಗುಂಪೊಂದು ಅಚಾನಕ್ಕಾಗಿಎತ್ತಿಕೊಂಡು ಹೋಗುತ್ತಿದ್ದುದನ್ನು ಗಮನಿಸಿದ ಅರುಣ,

"ಏ ಮಗಾ, ಅಲ್ನೋಡೋ...! ಪಾಪ, ಆ ಹುಡ್ಗಿ ಕೊಚ್ಕೊಂಡ್ ಹೋಗ್ತಿದೆ!" ಎಂದು ಗಾಬರಿಯಿಂದ ಕಿರುಚಿದ.

ಹೌದು, ಆ ಮಬ್ಬಿನಲ್ಲೂ ಅವನ ದಿಟ್ಟಿ ಸ್ಪಷ್ಟವಿತ್ತು. ನಾನು ಗಾಬರಿಯಾಗಿ ಅತ್ತ ನೋಡುತ್ತಿದ್ದೆನೇ ಹೊರತು ಏನು ಮಾಡಬೇಕೆಂದು ತೋಚಲಿಲ್ಲ! ನನ್ನ ಪ್ರತಿಕ್ರಿಯೆಗೂ ಕಾಯದೆ ಆತ ಒಮ್ಮೆಗೇ ಜಿಗಿದು ಈಜುತ್ತಾ "ನನ್ನ ಹಿಂದೆ ಬನ್ನಿ..." ಎಂದು ಇಬ್ಬರಿಗೂ ಕೂಗಿಹೇಳಿದ. ನಮಗೆ ಈಜು ನೆಟ್ಟಗೆ ಬರುವುದಿಲ್ಲವೆಂಬ ಕನಿಷ್ಠಪ್ರಜ್ಞೆಯನ್ನು ಆ ಕಾಲರಭಸದಲ್ಲಿ ಕಳೆದುಕೊಂಡ ನಾವು ನೀರನ್ನು ಸೀಳುತ್ತಾ ಅರುಣನ ಹಿಂದೆ ಬಿದ್ದೆವು. ಅದ್ಯಾವ ವೇಗದಲ್ಲಿ ತಲುಪಿದ್ದನೋ ಅವನು? ಕೈ ಮೇಲೆತ್ತಿ ಮುಳುಗುತ್ತಿದ್ದ ಹುಡುಗಿಯ ಬಟ್ಟೆಯನ್ನು ಗಟ್ಟಿ ಹಿಡಿದು ಎಳೆದುಕೊಂಡು ಬರುತ್ತಿದ್ದ ಆತ ಹತ್ತಾರು–ಮಾರು ದೂರದಲ್ಲಿ ಕಾಣಿಸಿದ್ದಷ್ಟೇ!

ತೀರಕ್ಕೆ ಮೆಲ್ಲಬಡಿದು ಹಿಂದಕ್ಕೆ ಜೋರು ನುಗ್ಗುತ್ತಿದ್ದ ದೊಡ್ಡ ಅಲೆಯೊಂದು ನನ್ನ ತಲೆಯ ಮೇಲೆ ಹಾಯ್ದು ನನ್ನನ್ನು ಸೆಳೆದುಕೊಂಡುಹೋಗಿ ಅರುಣನಿದ್ದ ಜಾಗವನ್ನೂ ದಾಟಿಸಿ ಅಲ್ಲೆಲ್ಲೋ ದೂರದಲ್ಲಿ ಬಿಸಾಡಿತ್ತು! ಎಲ್ಲವೂ ರೆಪ್ಪೆ ಬಡಿಯುವಷ್ಟು ಸಮಯದಲ್ಲಿ ಆದದ್ದು! ನನ್ನ ಕಾಲಿಗೆ ತಳ ನಿಲುಕುತ್ತಿಲ್ಲ. ಕೈಯನ್ನು ಎಷ್ಟುಬಡಿದರೂ ಮುಂದಕ್ಕೆ ಹೋಗುತ್ತಿಲ್ಲ. ಮೂಗಿನ ಹೊಳ್ಳೆಯಿಂದ ನೀರು ಒಳನುಗ್ಗಿ ಉಸಿರುಗಟ್ಟಿತ್ತು. ಕೂಗಲೂ ದನಿ ಬರಲಿಲ್ಲ! ನಾನು ಸ್ವಲ್ಪಸ್ವಲ್ಪವೇ ಮುಳುಗುತ್ತಿದ್ದೆ. ಸಾವು ಹತ್ತಿರವಾಗುತ್ತಿದೆಯೇನೋ ಎನಿಸಲು ಶುರುವಾಯ್ತು. ಬದುಕುವ ಛಲವೊಂದು, ಜಾರುತ್ತಿದ್ದ ಜೀವವನ್ನು ಇನ್ನೂ ತುದಿಯಲ್ಲಿ ಹಿಡಿದಿಟ್ಟಿತ್ತು! ಒಮ್ಮೆ ದೇಹದ ಶಕ್ತಿಯನ್ನೆಲ್ಲಾ ಮೇಳೈಸಿಕೊಂಡು ಮುಂದೆ ಕೈಬಡಿಯಲು ಹೋಗಿದ್ದೇ ತಡ, ರಕ್ಕಸ-ರೋಷದ ಅಲೆಯೊಂದು ಮತ್ತೆ ಬಡಿದು ಇನ್ನೊಂದಷ್ಟು ದೂರಕ್ಕೆ ಎತ್ತಿಕೊಂಡು ಹೋಯ್ತು! ಕುಡಿದ ನೀರು ಒಳಗಿಳಿದು ದೇಹ ಭಾರವಾದಂತೆ ಕೆಳಗೆ ಜಾರುತ್ತಿತ್ತು. ಸಮುದ್ರದ ರೌದ್ರತೆಗೆ ಸಂಪೂರ್ಣ ಸೋತು ಶರಣಾದೆ ಯಾರಾದರೂ ಗಮನಿಸಿ ಇತ್ತಬಂದು ನನ್ನ ಕಾಪಾಡಿಯಾರೇನೋ ಎಂಬ ಕಟ್ಟಕೊನೆಯ ಆಸೆಯಿಂದ ಎರಡೂ ಕೈಗಳನ್ನು ಮೇಲೆತ್ತಿದೆ. ಇನ್ನುಳಿದಿದ್ದು ಅರೆಪ್ರಜ್ಞೆ ಮಾತ್ರ!

"ಅಷ್ಟು ಸುಲಭವಾಗಿ ಸದೃಢ ಜೀವನವೊಂದನ್ನು ಕಟ್ಟಿಕೊಳ್ಳೋದು ಯಾರಿಗಾದರೂ ಸಾಧ್ಯವಾ? ನನಗೂ ಸುಲಭದ್ದಿರಲಿಲ್ಲ! ಎಷ್ಟೆಷ್ಟೋ ಏಳುಬೀಳುಗಳನ್ನು ದಾಟಿ ಹುಟ್ಟೂರಿನ ಗಲ್ಲಿಯಿಂದ ದುಬೈ ಎನ್ನುವ ಕೊಲ್ಲಿದೇಶಕ್ಕೆ ಬಂದು ನಿಂತಿತ್ತು ಜೀವನ. ಭೌಗೋಳಿಕ ವಾಸ್ತವದಲ್ಲಿ ದುಬೈ ದೇಶವಲ್ಲ. ಆದರೂ ಜನರಿಗೆ ಇದೊಂದು ಸ್ವರ್ಗಸದೃಶ ದೇಶವೇ! ಬೇರೆಯದೇ ಲೋಕವೇ! ನನಗೂ ಕೂಡ.

ಎಷ್ಟೆಲ್ಲಾ ಕನಸುಗಳನ್ನು ಹೊತ್ತು ಬಂದಿದ್ದೇನೆ ಇಲ್ಲಿಗೆ?

ಮದುವೆಯಾಗಿ ಎರಡು ವರ್ಷವಷ್ಟೇ. ಒಲ್ಲದ ಮನಸ್ಸಿನಿಂದ ಆಕೆಯನ್ನು ಬಿಟ್ಟು ಇಲ್ಲಿ ಬಂದಿರುವುದು ಮುಂದೆ ಒಳ್ಳೆಯ ಜೀವನ ಕಟ್ಟಿಕೊಳ್ಳಬಹುದೆಂದೇ. ಮಗು ಈಗಲೇ ಬೇಡವೆಂದು ನಿರ್ಧಾರ ಮಾಡಿದ್ದೆವು. ಒಳ್ಳೆಯದೇ ಆಯ್ತು.

ನಾನಿಲ್ಲದೆ ಆಕೆ ಹೇಗೆ ಬದುಕಿಯಾಳು? ಮುಂದೆ ಜೀವನ ಹೇಗೆ? ಇನ್ನೊಂದು ಮದುವೆ? ಛೇ. ಆಕೆಯ ಸ್ವಭಾವಕ್ಕೆ ನನ್ನ ಹೊರತು ಯಾರೂ ಒಪ್ಪುವುದಿಲ್ಲ. ನಾವಿಷ್ಟು ಬೇಗ ಮದುವೆಯಾಗಬಾರದಿತ್ತು!

ಒಂದು ಜೀವವಿಮೆಯನ್ನಾದರೂ ಮಾಡಿಸಿಕೊಳ್ಳಬೇಕಿತ್ತು!

ಒಟ್ಟು ಎಷ್ಟು ಬದುಕಿದ್ದೇನೆ ನಾನು? ಇಪ್ಪತ್ತೈದು ವರ್ಷ! ಅಷ್ಟು ವರ್ಷ ಬದುಕಿದ್ದೆನೇ? ಬಹುಶಃ ಇಲ್ಲ! ಇಲ್ಲಿಯವರೆಗೆ ಬದುಕಲು ಹೆಣಗಿದ್ದಷ್ಟೇ!

ಜೀವನ ಸಂಘರ್ಷದಲ್ಲಿ ಬಿದ್ದು ಒದ್ದಾಡುತ್ತಾ ಈಗಷ್ಟೇ ಇಲ್ಲಿಗೆ ಬಂದು ಒಳ್ಳೆಯದೊಂದು ಬದುಕು ಕಟ್ಟಿಕೊಳ್ಳುತ್ತಿದ್ದೆ.

ಅಮ್ಮನಿಗೆ ವಿಷಯ ತಿಳಿದರೆ ಎದೆಹೊಡೆದು ಕುಸಿದುಬಿದ್ದಾಳು! ಆಕೆ ತನ್ನ ಜೀವನ ಒತ್ತೆಯಿಟ್ಟು ಅದೂ-ಇದೂ ಚಾಕರಿ ಮಾಡುತ್ತಾ ನಮ್ಮನ್ನು ಸಾಕಿದ್ದು. ಆಕೆಗೆ ಏನು ಸುಖ ಕೊಟ್ಟಿದ್ದೆ? ಅದ್ಯಾವುದೋ ನನ್ನ ಕಂಪ್ಯೂಟರ್ ಕೋರ್ಸಿಗೆ ಹನ್ನೆರೆಡು ಸಾವಿರವನ್ನು ಹೊಂಚಲು ಎಲ್ಲೆಲ್ಲೋ ಹೊಟ್ಟೆಬಟ್ಟೆ ಕಟ್ಟಿ ಅದೆಷ್ಟು ಕಷ್ಟಪಟ್ಟಳು? ಆ ದುಡ್ಡನ್ನು ನಾನಿನ್ನೂ ವಾಪಸ್ ಕೊಟ್ಟಿಲ್ಲ! ಹೊಟ್ಟೆಯಲ್ಲಿ ಏನೋ ಕಟ್ಟಿಕೊಂಡ ಸಂಕಟ!

ಅಪ್ಪನೋ, ಜೀವನಸಾಗರದ ನಡುನೀರಿನಲ್ಲಿ ನಮ್ಮನ್ನೆಲ್ಲಾ ಬಿಟ್ಟು ಎಂದೋ ಹೋದ! ನಡುನೀರು... ಹೌದು ನಾನು ಈಗ ನಡುನೀರಿನಲ್ಲಿ ಮುಳುಗುತ್ತಿದ್ದೇನೆ...!"

"ಲೇ ಗಣಪ, ನೀ ಕೈ ಬಡೀಲಿಲ್ಲ ಅಂದ್ರೆ ಮುಂದೆ ಹೋಗೊಲ್ಲ. ಸಿಕ್ಕಾಪಟ್ಟೆ ಭಾರನೋ ನೀನು..." ನನ್ನ ಕೈಯನ್ನು ಎಳೆಯುತ್ತಾ ಒದ್ದಾಡುತ್ತಿದ್ದ ಅರುಣನ ಮಾತು ಅಸ್ಪಷ್ಟವಾಗಿ ತಲುಪಿ ಅರೆಪ್ರಜ್ಞೆಯಲ್ಲಿದ್ದ ನನ್ನ ಸುಪ್ತಮನಸ್ಸಿನಲ್ಲಾದ ಕೆಲವೇ ಕ್ಷಣಗಳ ಆ ಜೀವನದ-ತತ್ವಾಲೋಚನೆಗಳಿಂದ ಹೊರಬಂದೆ.

ಮುಳುಗಿದ್ದ ನನ್ನ ತಲೆ ನೀರಿನ ಮೇಲೆಬಂದು ಹೊರಗೆಲ್ಲಾ ತಿಳಿಬೆಳಕು! ಹಾಲ್ನೊರೆಯ ಹೊಳಪಿನ ಅಲೆಗಳು! ಕಣ್ತುಂಬಿದ ಬೆಳ್ಳನೆ ಬೆಳಕು! ಜೀವದ ಬೆಳಕು!

ಇಲ್ಲ, ಆಗಲಿಲ್ಲ! ಅರುಣನೂ ಸೋಲುತ್ತಿದ್ದ. ನನ್ನ ದೇಹ ನನಗಷ್ಟೇ ಅಲ್ಲ, ನೀರಿಗೂ-ಅರುಣನಿಗೂ ಭಾರವಾಗುತ್ತಿತ್ತು!

ಅದ್ಯಾವ ಮಾಯದಲ್ಲಿ ಅದು ಹೇಗೆ ಅಲ್ಲೊಬ್ಬ ಪ್ರತ್ಯಕ್ಷನಾಗಿದ್ದನೋ?

"ಸಾರ್ ಪ್ಲೀಸ್ ಹೆಲ್ಪ್, ಹೆಲ್ಪ್...!" ಎಂದೇನೋ ಆತನತ್ತ ತಿರುಗಿ ಅರುಣ ಕಿರುಚುತ್ತಿದ್ದ.

ಅಷ್ಟರಲ್ಲಿ ವಾಸ್ತವ ಜಗತ್ತಿಗೆ ನಿಧಾನವಾಗಿ ಮರಳಿದ್ದೆ. ಈಜಿಪ್ಶಿಯನ್ನಂತೆ ಕಾಣುತ್ತಿದ್ದ ಸಣ್ಣ ಗುಂಗುರುಗುರುಳಿನ ಕಂದುಬಣ್ಣದ ಸದೃಢ ಮೈಕಟ್ಟಿನ ಆ ಮನುಷ್ಯ ನನ್ನ ಇನ್ನೊಂದು ಕೈಯನ್ನು ಹಿಡಿದ! ಮುಳುಗಿ ಮೇಲೆದ್ದಿದ್ದ ನಾನಿನ್ನೂ ಜಡವಾಗಿಯೇ ತೇಲುತ್ತಿದ್ದೆ. ಪಾದಕ್ಕೆ ತಳಸ್ಪರ್ಶವಿನ್ನೂ ಆಗಿರಲಿಲ್ಲ.

"ಸಾರ್, ಕ್ಯಾನ್ ಯು ಪ್ಲೀಸ್ ಪುಷ್ ಹಿಮ್ ಫ್ರಮ್ ಬಿಹೈಂಡ್? ಹಿ ಈಸ್ ಹೆವಿ ಫಾರ್ ಮಿ..." ಅರುಣ ಆತನಲ್ಲಿ ಬೇಡಿಕೊಂಡದ್ದು ನನಗೆ ಸ್ಪಷ್ಟವಾಗಿ ಕೇಳಿಸಿತು.

ಅಂತಹ ಬಿಗುವಿನ ವೇಳೆಯಲ್ಲಿ ಯಾರಿಗಾದರೂ ಮಂದಸ್ಮಿತ ಭಾವ ಸಾಧ್ಯವಾ? ಅಥವಾ ನನ್ನ ಭ್ರಮೆಯಾ? ಕಂಡೂ-ಕಾಣದಂತಹ ಸಣ್ಣ

ನಗೆಹೊದ್ದಂತೆ ನನಗೆ ಕಂಡನಾತ. ಹಿಂದೆ ಸರಿದು ನನ್ನನ್ನು ನೂಕುವ ಪ್ರಯತ್ನ ಮಾಡುತ್ತಿದ್ದ!

"ಮಗಾ, ಈಗ ನೀನ್ ಶಕ್ತಿ ಹಾಕ್ಬೇಕು. ಇಲ್ಲಾಂದ್ರೆ ಮುಂದೆ ಹೋಗಲ್ಲ" ಎನ್ನುತ್ತಿದ್ದ ಅರುಣನ ದನಿ ಸೋಲುತ್ತಿತ್ತು! ಅವನ ಹಿಡಿತ ತಪ್ಪುತ್ತಿತ್ತು. ಅವನ ಶಕ್ತಿಯೂ ಉಡುಗುತ್ತಿತ್ತು.

"ಪುಷ್-ಪುಷ್ ಯು ಕ್ಯಾನ್..." ಹಿಂದಿನಿಂದ ಉತ್ತೇಜಿಸುತ್ತಿತ್ತು ಆ ದನಿ.

ಈ ಬಾರಿಯಂತೂ ಹಿಂದಿನಿಂದ ಆದದ್ದು ಮಹಾಪ್ರಹಾರ! ಬಹುಶಃ ಕಾಲಿನಲ್ಲಿ ಬಲವಾಗಿ ಒದ್ದದ್ದು. ಆ ತಾಡನಕ್ಕೆ ನನ್ನ ದೇಹ ಎತ್ತಿ ಎಸೆದಂತಾಯ್ತು. ಆ ಕ್ಷಣ ಅದ್ಯಾವುದೋ ಅವ್ಯಕ್ತ ಶಕ್ತಿ ನನ್ನೊಳಗೆ ಪ್ರವಹಿಸಿದಂತಾಗಿ ಕೈಕಾಲುಗಳನ್ನು ತಪತಪನೆ ಬಡಿದೆ.

ಎದ್ದು ನಿಂತಾಗ ಅಲೆಗಳು ಮಂಡಿಯವರೆಗೆ ತಾಗುತ್ತಿತ್ತು. ದಡದಲ್ಲಿದ್ದ ಜನರು ಹರ್ಷದಿಂದ ಚಪ್ಪಾಳೆ ತಟ್ಟುತ್ತಾ ಹೋಕಾರ ಮಾಡುತ್ತಿದ್ದರು. ಆಗ ನನ್ನ ಕಾಲಡಿಯ ಮರಳು ಕರಗಿ ಕುಬ್ಜನಾಗುತ್ತಿದ್ದೇನೆಂಬ ಭಾವ.

ಪಾಟೀಲನೂ ನನ್ನ ಪಕ್ಕನಿಂತು ನನ್ನಂತೆಯೇ ಏದುಸಿರು ಬಿಡುತ್ತಾ ಬಲವಂತವಾಗಿ ನೀರನ್ನು ಕಕ್ಕುವ ಪ್ರಯತ್ನ ಮಾಡುತ್ತಿದ್ದ. ಆ ಮುಳುಗು-ತೇಲು ಮಹಾಪ್ರಸಂಗದಲ್ಲಿ ಪಕ್ಕದಲ್ಲಿದ್ದ ಪಾಟೀಲನ ಇರವು ನನಗೆ ದಕ್ಕಿರಲಿಲ್ಲವೆಂಬುದು ಆಶ್ಚರ್ಯವಾಯ್ತು.

"ಅವ್ವವ್ವನ್, ಸತ್ತೇ ಹೋಗ್ಬಿಟ್ಟಿದ್ದೆ. ಅದ್ಯಾವ್ ದೇವ್ರು ನನ್ ದಬ್ಬ್ತೋ ಏನೋ!"ಎಂದ ಪಾಟೀಲನ ಆ ಉದ್ಗಾರ ನನ್ನದಾಗಬೇಕಿತ್ತಲ್ಲವಾ?

ತಕ್ಷಣ ಹಿಂದೆ ತಿರುಗಿ ನೋಡಿದೆ. ಅರುಣ ಈಜಿಕೊಂಡು ನಮ್ಮ ಬಳಿ ಬರುತ್ತಿದ್ದ. ಆದರೆ ಆ ಮನುಷ್ಯ ಕಾಣಲಿಲ್ಲ. ಕಣ್ಣಳತೆ ತಾಕುವವರೆಗೆ ನೋಡುತ್ತಾ ನಿಂತೆ. ಅವನು ಮಾತ್ರ ಕಾಣಲಿಲ್ಲ.

"ಆ ಮನುಷ್ಯ ಎಲ್ಲೋದ?" ಅರುಣನಿಗೆ ಸುಧಾರಿಸಿಕೊಳ್ಳಲೂ ಅನುವು ಮಾಡಿಕೊಡದೆ ಕೇಳಿದೆ.

"ನಿಮ್ಮ್ ಹಿಂದೇನೆ ಈಜಿಕೊಂಡು ಬಂದ್ನಲ್ಲ. ಏನ್ ನನ್ಮಕ್ಳೋ ನೀವು? ಸತ್ತೋಗ್ತಿದ್ರಲ್ರೋ..." ಅರುಣ ಉಸಿರು ನುಂಗುತ್ತಾ ಹೇಳಿದ.

ನನ್ನ ನೋಟ ಅವನನ್ನು ಹುಡುಕುತ್ತಲೇ ಇತ್ತು. ತಿಳಿಬೆಳಕು ಹಾಸಿದ್ದ ತೀರದಲ್ಲಿಈ ಕೊನೆಯಿಂದ ಆ ಕೊನೆಯವರೆಗೂ ಹುಚ್ಚನಂತೆ ಓಡಿದೆ. ಅವ ಸಿಗಲಿಲ್ಲ. ಎಲ್ಲರೂ ನನ್ನತ್ತಲೇ ಬಿಟ್ಟಕಣ್ಣಿನಲ್ಲಿ ವಿಚಿತ್ರವಾಗಿ ನೋಡುತ್ತಿದ್ದರು.

ನನಗೆ ಅವನ 'ಮಂದಸ್ಮಿತ ಕಂದುಮುಖ' ಕಣ್ಮುಂದೆ ಬರುತ್ತಿತ್ತೇ ಹೊರತು ಅಲ್ಲಿಯ ಇನ್ನಾವ ಸಂಗತಿಗಳು ಮನದಲ್ಲಿ ದಾಖಲಾಗುತ್ತಿರಲಿಲ್ಲ. ಎಲ್ಲಿಯಾದರು ಮುಳುಗಿಹೋದನೇ ಎಂದೆನಿಸಿ ಕ್ಷಣ ಗಾಬರಿಯಾಗಿ ಮತ್ತೆ ಸಮುದ್ರದೊಳಗೆ

ಓಡಿದೆ. ಅರುಣ, ಪಾಟೀಲ ಮತ್ತೊಂದಷ್ಟು ಜನ ಹಿಂದೆಯೇ ಓಡಿಬಂದು ನನ್ನನ್ನು ಹಿಡಿದು, ಬೈದು, ಎಳೆದು ತೀರಕ್ಕೆ ತಂದರು.

"ಹುಚ್ ಹಿಡಿತೇನೋ ನಿಂಗೆ?" ಪಾಟೀಲ ಗದರುತ್ತಿದ್ದ. ಅಲ್ಲೆಲ್ಲೋ ಮಬ್ಬಿನಲ್ಲಿ ಚೀರಾಟ ಇನ್ನೂ ಸಣ್ಣಗೆ ಕೇಳುತ್ತಲೇ ಇತ್ತು!

"ಯಾವುದು ಜೀವನಕ್ಕೆ ಕೆಟ್ಟದ್ದೋ ಅದೇ ಒಳ್ಳೆಯದಾಗಬಹುದಲ್ವೇ? ಒಳ್ಳೆಯದು, ಕೆಟ್ಟದ್ದು ಅಂತ ಮೂಲಭೂತವಾಗಿ ಒಂದಿಲ್ಲ. ಬದುಕಿಸೋ ವಸ್ತುವೇ ಸಾಯಿಸುವ ವಸ್ತುವಾಗಬಹುದು. ನೀರು ಉತ್ತಮ ಉದಾಹರಣೆ"ಗುರುಬನ್ನಂಜೆ ಗಜೇಂದ್ರಮೋಕ್ಷದ ಕುರಿತಾಗಿ ಮಾತನಾಡುತ್ತಿದ್ದ ಆಡಿಯೋ ಕೇಳುತ್ತಿದ್ದೆ.

"ಮೋಹವೇ ಮಕರ. ಮೋಹವೇ ಮಮಕಾರ. ಆನೆಯನ್ನು ಹಿಡಿದದ್ದು ಅದರ ಮಮಕಾರವೇ. ಹರಿಯಿಂದ ಮಮಕಾರ ಹರಿದು ಗಜನ ಉದ್ಧಾರವಾಯ್ತು. ನಿನ್ನ ಉದ್ಧಾರ ಹೇಗೋ?" ನನಗೇ ಗುರುಗಳು ನೇರಪ್ರಶ್ನೆ ಮಾಡಿದ ಹಾಗಾಯ್ತು.

ನನಗೆ ಯಾವ ಮಮಕಾರ ಹಿಡಿದದ್ದು?

ಬಹುಶಃ ಬದುಕಿನದ್ದಿರಬೇಕು!

ಹರಿಯ ರೂಪದಲ್ಲಿ ಆ ಮನುಷ್ಯ ಬಂದಿದ್ದನ್ನು ನಿರಾಕರಿಸಲಿ ಹೇಗೆ?

ಮಮಕಾರ ಹರಿಯಿತೇ?

ಅಷ್ಟೆಲ್ಲಾ ತಾತ್ವಿಕತೆ ಗೊತ್ತಿಲ್ಲ, ಆದರೆ ಆ ನನ್ನ ಹರಿಯ ಮುಖ ಮತ್ತೊಮ್ಮೆ ನೋಡಲಾಗಲಿಲ್ಲ, ಸಣ್ಣ ಕೃತಜ್ಞತೆಯೊಂದನ್ನು ಸಲ್ಲಿಸಲಿಲ್ಲವೆಂಬ ಕೊರತೆ ಮಾತ್ರ ಎಡಬಿಡದೆ ಕಾಡುತ್ತಿತ್ತು. ಆ ದೃಶ್ಯ ನೆನೆದಾಗಲೆಲ್ಲಾ ಗಂಟಲು ಉಬ್ಬಿಬರುತ್ತಿತ್ತು.

ಅಂದು ಸಂಜೆ ಆ ಪುಟ್ಟಹುಡುಗಿ, ನಾನು ಮತ್ತು ಪಾಟೀಲನ ಹಾಗೆಯೇ ಹಲವರು ನೀರಿನಲ್ಲಿ ಸಿಕ್ಕಿಬಿದ್ದಿದ್ದರಂತೆ. ಎಲ್ಲರೂ ಪವಾಡಸದೃಶ ರೀತಿಯಲ್ಲಿ ಉಳಿದರು. ಬೀಚ್-ರೆಸ್ಕ್ಯೂ ತಂಡ ಬರಲು ತಡವಾಗಿ, 'ಯಾರ ದೆಸೆಗೋ ಏನೋ' ಅಲ್ಲಿಗೆ ಬಂದಿದ್ದ ಸಿಐಡಿಯವರೇ ನೀರಿಗೆ ಬಿದ್ದರಂತೆ!

ಗುರುವಾರ ಸಂಜೆಯಾಯಿತೆಂದರೆ ಬರ್ದುಬೈನ 'ಯಾರ್ಕ್-ಹೊಟೇಲ್' ಬಳಿ ನಿಂತು ಅಲ್ಲಿ ಬಹಿರಂಗವಾಗಿ ನಡೆಯುವ ವೇಶ್ಯಾವಾಟಿಕೆಯ ಚಟುವಟಿಕೆಗಳನ್ನು ಅಲ್ಲೆಲ್ಲೋ ಮೂಲೆಯಲ್ಲಿ ನೋಡುತ್ತಾ ನಿಲ್ಲುವ ಅವ್ಯಕ್ತ ಹುಚ್ಚು ನಮಗೆ. ರಷಿಯಾ ಮೂಲದ ಹುಡುಗಿಯರು ಎಲ್ಲರ ಕಣ್ಣುಕುಕ್ಕುವಂತೆ ವೈಯ್ಯಾರದಿಂದ ನಡೆದಾಡುವ ದೃಶ್ಯವೇ ಸ್ವರ್ಗಸದೃಶದ್ದು. ಸ್ಥಾನಿಕ ಅರಬ್ಬರೇ ವಿಟರು. ಧನಿಕ ವಲಸಿಗರೂ ಹೊರತಲ್ಲ. ನಮಗೂ ಎಂಥದೇ ಆಸೆ ಒಳಗಿದ್ದರೂ ದಕ್ಕಿಸಿಕೊಳ್ಳಬಹುದಾದ ಸುಖವಲ್ಲವದು ಎಂಬ ವಾಸ್ತವದ ಪರಿವೆಯಿತ್ತು. ಥೇಟ್ 'ಬುರ್ಜ್-ಅಲ್-ಅರಬ್' ಹೋಟೆಲಿನ ಹೊರಗೆ ನಿಂತು ಮನಸಿನಲ್ಲಿ ಮಂಡಿಗೆ ಚಪ್ಪರಿಸುತ್ತಿದ್ದ ಹಾಗೆ!

ಭಂಡಧೈರ್ಯವೋ ಅಥವಾ ತಿಳಿವಳಿಕೆಯ ಕೊರತೆಯೋ ಗೊತ್ತಿಲ್ಲ? ಮೊದಮೊದಲು ಹೊಟೇಲ್ ಮುಖ್ಯದ್ವಾರದ ಬಳಿಯೇ ರಾಜಾರೋಷವಾಗಿ ನಿಲ್ಲುತ್ತಿದ್ದೆವು. ನಮ್ಮಲ್ಲಿಗೆ ಬಂದ ಕೆಲ ಅರಬ್ಬರು "ಯಾರ್ ನೀನು? ಇಲ್ಯಾಕ್ ನಿಂತೆ? ಲೇಬರ್-ಕಾರ್ಡ್ ತೋರ್ಸು, ಪಾಸ್ಪೋರ್ಟ್ ತೋರ್ಸು. ಇಲ್ ನಿಲ್ಬೇಡ" ಎಂದೆಲ್ಲಾ ಗದರುತ್ತಿದ್ದರು.

"ಅವರು ಪೊಲೀಸ್-ಸಿಐಡಿ ಜನ. ಪೊಲೀಸ್ ವರ್ದಿ ಹಾಕಿರೊಲ್ಲ ಅಷ್ಟೇ. ವಿನಾಕಾರಣ ಜೈಲಿಗೆ ಹಾಕಿ ಬಿರ್ಯಾನಿ ತಿನ್ನಿಸ್ತಾರೆ, ಹುಷಾರು" ಎಂದು ನಮ್ಮಲ್ಲಿದ್ದ ಹಿರಿಯರು ಹೆದರಿಸಿದ್ದರು.

ಆ ನೀರಿನ ದೇವರು ಸಿಗಬಹುದಾ ಎಂಬ ಸಣ್ಣ ಆಸೆಯಿಂದ ಮತ್ತೆಮತ್ತೆ ನಾನು ಇಲ್ಲಿ ಬಂದು ದೂರದ ಮೂಲೆಯಲ್ಲಿ ನಿಲ್ಲುತ್ತಿದ್ದೆ.

ಡಿಸ್ಕೋ-ತೆಕ್ಕುಗಳಲ್ಲಿ ಕುಡಿದು ಬೊಂಬಡವೆಬ್ಬಿಸುವ ಜನರನ್ನು ಹಿಡಿದು ಒಳಗೆ ಹಾಕುವ, ಏರ್‌ಪೋರ್ಟ್‌ನಲ್ಲೋ ಅಥವಾ ಮಾಲ್‌ಗಳಲ್ಲೋ ಸುಖಾಸುಮ್ಮನೆ ಅನುಮಾನಾಸ್ಪದವಾಗಿ ಅಲೆಯುವ ಹುಡುಗರನ್ನು ಹಿಡಿದು ಪ್ರಶ್ನಿಸುವ ಇವರನ್ನು ನಾನು ಈ ಮೊದಲೇ ನೋಡಿದ್ದೆನಾದರೂ ಇಲ್ಲಿಯವರೆಗೆ ಅವರ ಬಗ್ಗೆ ಅಷ್ಟು ಕುತೂಹಲವಿರಲಿಲ್ಲ. ಅಪರಾಧ ಭೇದಿಸುವಲ್ಲಿ ದುಬೈ ಸಿಐಡಿಯವರದ್ದು 'ಸ್ಕಾಟ್ಲಂಡ್-ಯಾರ್ಡ್' ಪೊಲೀಸ್ ನಂತರದ ಸ್ಥಾನವಂತೆ ಎಂದೆಲ್ಲಾ ಹುಡುಗರು ಅಂತೆಕಂತೆ ಮಾತನಾಡಿಕೊಳ್ಳುತ್ತಿದ್ದರು. ಈಗ ಅಂತಹ ವಿಷಯಗಳಿಗೆ ನನ್ನ ಕಿವಿ-ನಿಮಿರುತ್ತಿತ್ತು. ಇತ್ತೀಚೆಗೆ ಸಮಯ ಸಿಕ್ಕಾಗಲೆಲ್ಲ ಡಿಸ್ಕೋ-ತೆಕ್ಕು, ಏರ್‌ಪೋರ್ಟ್ ಮತ್ತು ಮಾಲ್‌ಗಳಿಗೆ ವಿನಾಕಾರಣ ಹುಚ್ಚನಂತೆ ಸುತ್ತುವುದನ್ನು ರೂಢಿಸಿಕೊಂಡಿದ್ದೆ.

'ಏರ್‌ಪೋರ್ಟ್ ಫ್ರೀ-ಝೋನ್'ನಲ್ಲಿದ್ದ ನಮ್ಮ ಆಫೀಸಿನಲ್ಲಿ ಅಂದು ಅತಿಯಾದ ಕೆಲಸವಿತ್ತು. ಸಿಟಿ-ಬಸ್ಸುಗಳು ಸಂಜೆ ಏಳರ ಮೇಲೆ ಅಲ್ಲಿಗೆ ಬರುವುದಿಲ್ಲ. ಅಲ್ಲಿಂದ ಐದಾರು ಕಿ.ಮೀ ದೂರದ, ಹೆಚ್ಚಾಗಿ ಅರಬ್ಬರೇ ವಾಸವಿದ್ದ 'ಅಲ್-ರಶೀದಿಯಾ'ದಲ್ಲಿ ನಮ್ಮ ರೂಮಿದ್ದದ್ದು. ಯಾವ ಟ್ಯಾಕ್ಸಿ ಕೂಡ ಸಿಗಲಿಲ್ಲ. ಎಂತಹ ದುರದೃಷ್ಟದ ದಿನವಿದೆಂದು ಶಪಿಸಿಕೊಂಡದ್ದಷ್ಟೇ ಬಂತು. ಒಂದು ತಾಸು ಬಿರುನಡಿಗೆಯಾದರೆ ತಲುಪಬಹುದೆಂಬ ನಿರ್ಧಾರಕ್ಕೆ ಅದ್ಹೇಗೆ ಬಂದೇನೋ ನಾಕಾಣೆ? ಅಥವಾ 'ಈ ಎಲ್ಲವೂ ಏನೋ ದಿವ್ಯ ಕಾರ್ಯಕಾರಣಕ್ಕೆ ಒಂದಕ್ಕೊಂದು ಬೆಸೆದುಕೊಂಡಿದ್ದವು' ಎಂಬುದು ನನಗೆ ಹೇಗೆ ತಿಳಿಯಬೇಕಿತ್ತು?

'ಅಲ್-ಕುಡ್ಸ್' ರಸ್ತೆಯನ್ನು ದಾಟಿ, 'ಬೈರತ್-ಸ್ಟ್ರೀಟ್' ಹೊಕ್ಕು ದುಬೈ-ಏರ್ಪೋರ್ಟಿನ ರನ್‌ವೇ ಕೆಳಗೆ ಹಾದುಹೋಗುವ ಬರೋಬ್ಬರಿ ಎರಡು ಕಿ.ಮೀ. ಉದ್ದದ, ಸಾಕಷ್ಟು ಗಾಳಿ-ಬೆಳಕಿಲ್ಲದ ನೆಲಸುರಂಗದಲ್ಲಿ ನಡೆದುಹೋಗುತ್ತಿದ್ದೆ.

ದಾರಿಹೋಕರಿಗೆ ಪ್ರವೇಶವಿಲ್ಲ ಎಂಬ ಫಲಕ ಓದಿಯೂ ನಾನು ಮುಂದುವರೆದಿದ್ದು ಹೇಗೆ ಎನ್ನುವುದಕ್ಕೆ ನನಗಿನ್ನೂ ಉತ್ತರ ಸಿಕ್ಕಿಲ್ಲ.

ಗಾಡಿಗಳು ಅತಿವೇಗದಲ್ಲಿ ರೊಯ್ಯನೆ ಹೋಗುತ್ತಿದ್ದುದರ ಶಬ್ದ ಮತ್ತು ಅಲ್ಲಿದ್ದ ದೊಡ್ಡ ಏರ್-ಬ್ಲೋವರಿನ 'ಬರ್ರೋ' ಎಂಬ ಆರ್ಭಟ ಅನುರಣನವಾಗಿ ಕಿವಿಚಿಟ್ಟು-ಹಿಡಿಯುತ್ತಿತ್ತು! ಉಸಿರಾಡಲು ಕಷ್ಟವಾಗಿ ಎದೆಕಟ್ಟಿದ ಹಾಗಾಯ್ತು. ಅಲ್ಲಿಂದ ವಾಪಸ್ ಹೋಗಿ 'ಅಲ್-ತ್ವಾರ್' ಪ್ರದೇಶ ಬಳಸಿಕೊಂಡು ರಶೀದಿಯಾ ತಲುಪಲು ಇನ್ನೈದು ಕಿ.ಮೀ ಹೆಚ್ಚುದೂರ. ಇನ್ನೊಂದು ಹೆಚ್ಚು ತಾಸು. ಹಿನ್ನಡೆಯಲು ಮನಸ್ಸು ಒಪ್ಪಲಿಲ್ಲ. ಏನಾದರಾಗಲಿ ಎಂದು ಕುದುರೆಗೆ ಕಣ್ಪಟ್ಟಿ ಕಟ್ಟಿದ ಹಾಗೆ ನೇರನೋಡುತ್ತಾ ನಡೆಯುತ್ತಿದ್ದೆ.

ಯಾವುದೋ ಮಾಯದಲ್ಲಿ ಪೊಲೀಸ್-ಕಾರೊಂದು 'ಒಯ್ಯೋ' ಎನ್ನುವ ಸೈರನ್ ಹೊಡೆಯುತ್ತಾ ಬಂದು ನನ್ನ ಪಕ್ಕಕ್ಕೆ ನಿಲ್ಲಬೇಕೆ?

ಒಳಗಿನಿಂದ, ಹಿಂದೆ ಕೂರುವಂತೆ ಗದರುತ್ತಿದ್ದ ಧ್ವನಿ!

ಯಾವ ರೀತಿಯ ಪ್ರತಿಕ್ರಿಯೆ ತೋರಬೇಕೆಂದು ತೋಚದೆ ಬಿಮ್ಮನೆ ಕಾರೊಳಗೆ ಕೂರುವಂತೆ ಮಾಡಿತ್ತು ಆ ಕ್ಷಿಪ್ರಘಟನೆ.

ಗಾಡಿ ವೇಗ ಪಡೆದುಕೊಂಡು ಹೊರಟಿತು. ಮುಂದೇನೋ ಎಂದು ಅತೀವ ಗಾಬರಿಯಾಗಿದ್ದೆ. ನನಗೇ ನನ್ನ ಎದೆಬಡಿತ ಕೇಳಿಸುತ್ತಿತ್ತು. ಇದೆಲ್ಲವೂ ಕೆಲವೇ ಕ್ಷಣದಲ್ಲಿ ನಾಟಕೀಯವಾಗಿ ನಡೆದುಹೋಯ್ತು!

ಅರೆನಿಮಿಷ ಮೌನದ ನಂತರ ಆ ಪೊಲೀಸ್ ನನ್ನನ್ನು ಮಾತಿಗಿಳಿಸಿದ.

"ಆರ್ ಯೂ ಇಂದಿಯನ್?"

"ಯೆಸ್ ಸರ್..."

"ಗಿವ್ ಮಿ ಯುವರ್ ಲೇಬರ್-ಕಾರ್ಡ್...!" ಪಕ್ಕಾ ಅರಬ್-ಇಂಗ್ಲಿಷ್ ಉಲಿಕೆಯದು.

ಲೇಬರ್-ಕಾರ್ಡ್ ಕೊಟ್ಟೆ ನೋಡಿ ವಾಪಸ್ ಕೊಟ್ಟು ಮತ್ತೆ ಮಾತಿಗಿಳಿದ.

"ದೋಂತ್ ಯು ನೋ ದ ರೂಲ್ಸ್?"

"ಐ ಡಿಂಟ್ ಸರ್, ಐಯಾಮ್ ನ್ಯೂ ಹಿಯರ್. ಸಾರೀ..."

"ದಿಂತ್ ಯು ರೀದ್ ಸೈನ್-ಬೋರ್ದ್...?"

ನಾನು ಮಾತನಾಡಲಿಲ್ಲ.

ಆತ ಜೋರು ದನಿಯಲ್ಲಿ ಕೇಳಿದ್ದನ್ನೇ ಮತ್ತೆ ಒತ್ತಿ ಕೇಳುತ್ತಾ ತನ್ನ ಕತ್ತನ್ನು ಹಿಂದೆ ತಿರುಗಿಸಿ ನನ್ನನ್ನು ಸಿಟ್ಟಿನಿಂದ ನೋಡಿದ್ದಷ್ಟೇ...!

ಚಳಕ್ಕನೆ ಮಿಂಚಿನ ಬೆಳಕೊಂದು ಹಾದುಹೋದಂತಾಯ್ತು! ಎದೆಬಡಿತ ಇನ್ನಷ್ಟು ತೀವ್ರವಾಗಿ ಹೋಯ್ತು. ಕಾರಿನ ಎಸಿಯ ಚಳಿಯಲ್ಲೂ ಮೈಬೆವೆತು ಪಸೆಯಾಯ್ತು. ಮೈ-ಮನಸ್ಸುಗಳು ತಾಳಮೇಳವಿಲ್ಲದಂತೆ ತಮ್ಮಷ್ಟಕ್ಕೆ ತಾವು

ಏನೇನೋ ಮಾಡಹತ್ತಿದವು! ಗಂಟಲುಬ್ಬಿ ಬಂದು ಬಾಯಿತೆರೆದರೂ ಏನೊಂದು ಶಬ್ದವೂ ಹೊರಗೆ ಬರಲಿಲ್ಲ!

ಆತನೂ ಪದೇಪದೇ ತಿರುಗಿ ನನ್ನತ್ತ ನೋಡುತ್ತಿದ್ದ. ನನ್ನ ನಿರ್ವಿಣ್ಣ ಮುಖ ನೋಡಿ ಅವನ ಹುಬ್ಬುಗಳು ಗಂಟಿಕ್ಕಿದ್ದು ಕಾಣಿಸಿತು. ಸುರಂಗ ದಾಟಿ ರಶೀದಿಯಾ ರಸ್ತೆಗೆ ಬಂದಾಗ ಮತ್ತೆ ಕೋರೈಸುವ ಹೆಬ್ಬೆಳಕು.

ಆತ "ವೇರ್ ಯು ವಾಂತ್ ತು ಗೋ?" ಎಂದಾಗಲೇ ನನಗೆ ಮತ್ತೆ ಎಚ್ಚರ.

ನನಗೆ ಮಾತು ಬರಲಿಲ್ಲ. ಅಪ್ರಜ್ಞಾಪೂರ್ವಕವಾಗಿಯೇ ಮುಂದಕ್ಕೆ ಕೈತೋರಿಸಿದೆ.

ಪಕ್ಕಕ್ಕಿದ್ದ ಬಸ್-ಸ್ಟಾಪಿನಲ್ಲಿ ಗಾಡಿ ನಿಲ್ಲಿಸುವಂತೆ ಡ್ರೈವರಿಗೆ ಹೇಳಿದ.

"ದೋಂತ್ ದು ದಿಸ್ ಎಗ್ಯೆನ್. ಇತೀಸ್ ದೇಂಜರಸ್... ಓಕೆ..." ಎಂದು ಹೇಳಿ ಮತ್ತೊಮ್ಮೆ ನನ್ನ ಮುಖ ನಿರುಕಿಸಿದ.

ನಾನು ಕೆಳಗಿಳಿಯುವ ಅಷ್ಟೂಹೊತ್ತು ಅವನೂ ಕೂಡ ಏನನ್ನೋ ಯೋಚಿಸುತ್ತಿದ್ದಂತೆ ನನ್ನತ್ತ ತಿರುಗಿ ನೋಡುತ್ತಲೇ ಇದ್ದ!

ಅಲ್ಲಿ ನನ್ನನ್ನಿಳಿಸಿದರು.

ದೈನ್ಯತೆಯಿಂದ ಕೈ ಮಡಚಿ ನಿಂತಲ್ಲೇ ನಿಂತೆ. ಆತನಿಗೆ ಧನ್ಯವಾದ ಹೇಳುವಷ್ಟೂ ದನಿ ಬಂದಿರಲಿಲ್ಲ.

ಪೊಲೀಸ್-ಕಾರು ಮೆಲ್ಲನೆ ಮುಂದೆ ಸಾಗುತ್ತಿತ್ತು.

ಇದ್ದಕ್ಕಿದ್ದ ಹಾಗೆ ಕಾರಿನಿಂದ ತಲೆಯನ್ನು ಹೊರಗೆ ಹಾಕಿ ಆತ ಮತ್ತೊಮ್ಮೆ ನನ್ನನ್ನು ಇಣುಕುವಂತೆ ತಿರುಗಿ ನೋಡಿದ.

ಬಹುಶಃ ಅದೇ ಮಂದಸ್ಮಿತ ಕಂದುಮುಖ.

ರಿವರ್ಸ್ ಗೇರ್...!

■ ಎಂ. ಮನೋಹರ ಪೈ

paimanohar01@gmail.com

ನಾನು ಹುಟ್ಟಿದ್ದೇ ಮುದುಕನಾಗಿ...! ಹೇಗೆ, ಏನು ಏಕೆ? ಎಂದೆಲ್ಲಾ ಬೇಡ. ಎಲ್ಲರೂ ವಯಸ್ಸಾದ ಬಳಿಕ ಕೊನೆಯುಸಿರೆಳೆಯುವುದಾದರೆ ನಾನು ಸುಮಾರು ತೊಂಬತ್ತರ ವಯಸ್ಸಿನಲ್ಲಿ ಮೊದಲ ಉಸಿರೆಳೆದಿದ್ದೆ. ನಾನು ಹುಟ್ಟಿದಾಗ ನನ್ನ ವಯಸ್ಸು ತೊಂಬತ್ತಾರು ಎಂಬುದೂ ನನಗೆ ತಿಳಿದಿರಲಿಲ್ಲ; ಅದೊಂದು ಸಂಜೆ ಊರ ಹೊರಗಿನ ಆಲದ ಮರದ ಕೆಳಗೆ ಮೊದಲ ಉಸಿರು ಎಳೆದದ್ದೇ ಮೊದಲ ನೆನಪು. ದೀರ್ಘವಾದ ಉಸಿರದು; ಯಾರೋ ಎಲ್ಲಿಂದಲೋ ಪಂಪ್ ಮಾಡಿದ ಹಾಗೆ.

ಅಲ್ಲಿಂದಲೇ ಆರಂಭವಾಗಿತ್ತು ಈ ರಿವರ್ಸ್ ಗೇರ್...!

ಕಣ್ಣು ಬಿಟ್ಟು ನೋಡಿದಾಗ ಸಂಜೆಗತ್ತಲು ಕವಿಯಲು ಆರಂಭಿಸಿತ್ತು. ಒಂದ್ಹತ್ತು ನಿಮಿಷ ಬಿದ್ದಿದ್ದಲ್ಲೇ ಉಸಿರೆಳೆಯುತ್ತಿದ್ದೆ; ಬೇರೇನು ಮಾಡಬೇಕೆಂದು ತಿಳಿದಿರಲೂ ಇಲ್ಲ. ಕೆಲವರು ಅತ್ತಿತ್ತ ಹೋಗುತ್ತಿದ್ದರಾದರೂ ಯಾರಿಗೂ ನನ್ನತ್ತ ತಿರುಗಿ ನೋಡಲೂ ಪುರುಸೊತ್ತಿರಲಿಲ್ಲ. ಆಗಷ್ಟೇ ಹುಟ್ಟಿದ್ದ ಹಣ್ಣು ಹಣ್ಣು ಮುದುಕುನತ್ತ ಒಂದು ಕ್ಷಣ ತಿರುಗಿ ನೋಡುವಷ್ಟೂ ಸಮಯವಿಲ್ಲದ ವ್ಯಸ್ತ ಜೀವನ ಈ ಜನರದ್ದು ಎಂದು ಅದಾಗಲೇ ಅರ್ಥವಾಗಿತ್ತು.

ಏನು ಮಾಡೋಣ? ಗಟ್ಟಿಯಾಗಿ ಅಳಲೇ? ಚಿತ್ರವಿಚಿತ್ರ ಸದ್ದುಗಳನ್ನು ಮಾಡಿ ದಾರಿಹೋಕರ ಗಮನ ಸೆಳೆಯಲೇ?

ಅಥವಾ ಯಾರಾದರೂ ಬಂದು 'ನೀನ್ಯಾರು? ಯಾವಾಗ ಹುಟ್ಟಿದೆ? ಏಕೆ ಹುಟ್ಟಿದೆ?' ಎಂದು ಕೇಳಬಹುದೆಂಬ ನಿರೀಕ್ಷೆಯಲ್ಲಿ ಮರದ ಕೆಳಗೆಯೇ ಬಿದ್ದಿರಲೇ? ಮನಸ್ಸಿನಲ್ಲಿ ಹತ್ತು ಹಲವು ಯೋಚನೆಗಳು. ಅಷ್ಟು ಹೊತ್ತಿಗೆ ನನಗೆ ತಲೆ ಎಂಬುದೊಂದಿದೆ; ನಾನೂ ಯೋಚನೆ ಮಾಡಬಲ್ಲೆ ಎಂದಂತೂ ಹೊಳೆದಿತ್ತು. ಸರಿ, ಯೋಚಿಸುವುದೊಂದೇ ನಾನು ಮಾಡಬಲ್ಲ ಕೆಲಸ ಎಂದು ಅರ್ಥವಾದದ್ದೇ ತಡ, ನನ್ನೆಲ್ಲಾ ಶಕ್ತಿ ಒಗ್ಗೂಡಿಸಿ ಯೋಚಿಸಲಾರಂಭಿಸಿದೆ. ಹೌದು, ದಾರಿಯಲ್ಲಿ ಹೋಗುತ್ತಿದ್ದವರ ಹಾಗೆ ನನಗೂ ಎರಡು ಕೈಗಳಿವೆ, ಕಾಲುಗಳಿವೆ, ಕಿವಿ, ಕಣ್ಣು, ಮೂಗು, ಮುಖ, ಬಾಯಿ ಎಲ್ಲವೂ ಇದೆ ಎಂದು ತಿಳಿಯಲು ಜಾಸ್ತಿ ಸಮಯ ತಾಗಲಿಲ್ಲ. ಆದೇಶ ಕೊಟ್ಟು ನೋಡಿದರೆ ಕೈಕಾಲುಗಳು ನನ್ನಿಷ್ಟದಂತೆ ಅಲುಗಾಡುತ್ತಿದ್ದವು. ಒಂದಷ್ಟು ಹೊತ್ತು ಸಾಧ್ಯವಿರುವುದನ್ನೆಲ್ಲಾ ಅಲ್ಲಾಡಿಸುತ್ತಾ ಅಲ್ಲೇ ಬಿದ್ದುಕೊಂಡಿದ್ದೆ; ಮೈ ಸ್ವಲ್ಪ ಬಿಸಿಯಾದ ಅನುಭವವಾಯಿತು. ಹಾಗೇ ಸುಮ್ಮನೆ ಆಲದ ಮರಕ್ಕೆ ಕೈ ಒತ್ತಿ ಎದ್ದು ಕುಳಿತು ಸಣ್ಣಗೆ ಕೆಮ್ಮಿದೆ. ದಾರಿಯಲ್ಲಿ ಹೋಗುತ್ತಿದ್ದ ಯಾರೋ ಒಬ್ಬ ನನ್ನತ್ತ ತಿರುಗಿ ನೋಡಿದ. ನಾನೂ ಅವನತ್ತ ನೋಡಿ ಕೈ ಆಡಿಸಿದೆ. ಒಂದು ಕ್ಷಣ ಅಲ್ಲೇ ನಿಂತು ನನ್ನತ್ತ ಕೆಕ್ಕರಿಸಿ ನೋಡಿದಾತ "ಏಯ್ ಮುದುಕಾ, ಅಲ್ಲೇನು ಸಾಯಲು ಕುಳಿತುಕೊಂಡಿದ್ದಿಯಾ? ಯಾವೂರು ನಿನ್ನದು? ಆ ಮರದಲ್ಲಿ ದೆವ್ವ ಇದೆ, ರಾತ್ರಿಯಾಗುವುದಕ್ಕಿಂತ ಮೊದಲು ಅಲ್ಲಿಂದ ಓಡು" ಎಂದವನೇ ತನ್ನ ಹಾದಿ ಹಿಡಿದ.

ಆತ ಹೇಳಿದ ಎರಡು ಮೂರು ವಾಕ್ಯಗಳು ನನಗೆ ಸಾಕಷ್ಟು ವಿಷಯಗಳನ್ನು ಕಲಿಸಿದ್ದವು. 'ನಾನೊಬ್ಬ ಮುದುಕ; ನನ್ನದೇ ಎಂದು ಯಾವುದೋ ಒಂದು ಊರಿದೆ; ಮರದ ಕೆಳಗೆ ಕುಳಿತುಕೊಂಡರೆ ಅದೇನೋ ಸಾವು ಎಂಬ ಭಯಾನಕ ಘಟನೆ ಸಂಭವಿಸುತ್ತದೆ ಹಾಗೂ ನನ್ನ ಹಿಂದಿನ ಮರದ ಮೇಲೆ ಸಾವಿಗೆ ಕಾರಣವಾಗುವ ದೆವ್ವವಿದೆ...!'

ಮೊದಲ ಬಾರಿಗೆ ನನಗೆ ಭಯವಾಯಿತು; ಏನೇ ಆದರೂ ಆ ಸಾವು ಎಂಬ ಭಯಾನಕ ವಿಷಯದಿಂದ ದೂರ ಓಡಬೇಕು. ಮರದ ಮೇಲಿರುವ, ನನ್ನ ಸಾವಿಗೆ ಕಾರಣವಾಗಬಲ್ಲ ದೆವ್ವದ ಕೈಗಂತೂ ಸಿಗಲೇಬಾರದು. ಒಮ್ಮೆ ತಿರುಗಿ ಮರದತ್ತ ನೋಡುವ ಮನಸ್ಸಾದರೂ ಧೈರ್ಯ ಸಾಕಾಗಲಿಲ್ಲ; ದಡಬಡಿಸಿ ಎದ್ದವನೇ ಅಲ್ಲಿಂದ ಕಾಲು ಕಿತ್ತೆ. ಮನಸ್ಸು ಇನ್ನಷ್ಟು ವೇಗ ಪಡೆದುಕೊಳ್ಳು ಎಂದು ಬೊಬ್ಬೆ ಹೊಡೆಯುತ್ತಿದ್ದರೂ ದೇಹ ಸಹಕರಿಸುತ್ತಿರಲಿಲ್ಲ. ಅಲ್ಲಲ್ಲಿ ಕಾಣಿಸುತ್ತಿದ್ದ ಇತರರನ್ನು ಕಂಡಾಗ ನನ್ನ ದೇಹ ಪ್ರಕೃತಿ ಅವರಷ್ಟು ಸಕ್ಷಮವಾಗಿಲ್ಲ ಅನಿಸಿತು. ಸ್ವಲ್ಪವೇ ದೂರದಲ್ಲಿದ್ದ ಒಂದು ಗಾಲಿಯಂಗಡಿಯ ಬಳಿ ತಲುಪುವುದರೊಳಗೆ ಯಾಕಾದರೂ ಹುಟ್ಟಿದೆನೋ ಎಂದನಿಸಲಾರಂಭಿಸಿತ್ತು.

ಗಾಲಿಯಂಗಡಿಯ ಬಳಿ ನಿಂತಿದ್ದ ಒಂದಿಬ್ಬರು ಅದೇನೋ ತಿನ್ನುತ್ತಿದ್ದರು. ಅದನ್ನು ಕಂಡ ನನಗೂ ಹಸಿವೆಯಾಯಿತು. ಆದರೆ ಹಸಿವು ನೀಗಿಸುವ ಸಮಯ ಅದಾಗಿರಲಿಲ್ಲ, ಮೊದಲಿಗೆ ಮನದಲ್ಲಿ ಮೂಡಿದ್ದ ಒಂದೆರಡು ಸಂಶಯಗಳನ್ನು ನಿವಾರಿಸಿಕೊಳ್ಳಬೇಕಿತ್ತು. ಅಂಗಡಿಯ ಬಳಿ ನಿಂತಿದ್ದ ಒಬ್ಬನ ತೋಳು ಹಿಡಿದು ಜಗ್ಗಿದೆ. ನನ್ನತ್ತ ತಿರುಗುತ್ತಲೇ ಬೆಚ್ಚಿ ಬಿದ್ದ ಆತ, ಮರುಕ್ಷಣವೇ ಸುಧಾರಿಸಿಕೊಂಡು ನನ್ನನ್ನು ದೂಡಿಬಿಟ್ಟ. ತಾತ್ಸಾರದ ದೃಷ್ಟಿಯಿಂದ ನನ್ನತ್ತಲೇ ನೋಡುತ್ತಿದ್ದ ಆತ 'ಏಯ್... ಹೋಗಾ, ನಾನೇನೂ ಕೊಡುವುದಿಲ್ಲ' ಎನ್ನುತ್ತಾ ನನ್ನನ್ನು ದೂರ ಅಟ್ಟುವ ಪ್ರಯತ್ನ ಮಾಡಿದ.

'ಬೇಡ... ಬೇಡ. ನೀನು ನನಗೇನೂ ಕೊಡುವುದು ಬೇಡ. ನಿನ್ನ ದೇಹ ಇಷ್ಟೊಂದು ಚೆನ್ನಾಗಿದೆ, ಆದರೆ ನಾನೇಕೆ ಹೀಗಿದ್ದೇನೆ? ಎಂಬ ಪ್ರಶ್ನೆಗೆ ಉತ್ತರ ನೀಡಿದರೆ ಸಾಕು.' ನಾನು ಹೇಳಿದಾಗ ಅವನ ಬಳಿ ಉತ್ತರವಿರಲಿಲ್ಲ. 'ಇಂದೋ ನಾಳೆಯೋ ಸಾಯಲು ಹೊರಟವನ ದೇಹ ನಿನ್ನ ದೇಹದ ಹಾಗೆ ಇರದೇ ಸಣ್ಣ ಮಗುವಿನ ಹಾಗೆ ಇರಬೇಕೇ?' ಎಂದು ಕೇಳಿದಾತ ಅಂಗಡಿಯವನ ಬಳಿ ಒಂದು ಬನ್ನು ಪಡೆದುಕೊಂಡು ನನ್ನತ್ತ ಎಸೆದ.

'ಈಗಷ್ಟೇ ಹುಟ್ಟಿರುವ ನನಗೆ ಅವಸರ ಏಕೆ? ಇನ್ನೂ ಬಾಳಿ ಬದುಕಬೇಕಾದವನು ನಾನು, ಹುಟ್ಟಿದ ದಿನವೇ ಕಂಡಕಂಡವರ ಜೊತೆ ವೈಮನಸ್ಯ ಸೃಷ್ಟಿಸಿಕೊಳ್ಳುವುದು ಬೇಡ' ಎಂದುಕೊಂಡು ಆತ ನೀಡಿದ ತಿಂಡಿಯನ್ನು ತಿನ್ನುವತ್ತ ಗಮನ ಹರಿಸಿದೆ. ಅವನ ಆರೋಗ್ಯಕರ ದೇಹ ನೋಡಿದರೆ ಆತ ನನ್ನ ಹಾಗೆ ಈಗಷ್ಟೇ ಹುಟ್ಟಿದವನಲ್ಲ, ಹುಟ್ಟಿ ತುಂಬಾ ದಿನಗಳಾಗಿರಬಹುದು ಎಂದನಿಸುತ್ತಿತ್ತು. 'ತೆಪ್ಪಗೆ ತಿಂಡಿ ತಿಂದರೆ ನನ್ನನ್ನು ಮೆಚ್ಚಿ ನನ್ನ ಪ್ರಶ್ನೆಗಳಿಗೆ ಉತ್ತರಿಸಿಯಾನು, ನನ್ನ ಜೊತೆ ಸಖ್ಯ ಬೆಳೆಸಿಕೊಂಡಾನು' ಎಂಬ ಜಾಣ ಆಲೋಚನೆ, ಬಿದ್ದಲ್ಲಿಂದ ಎದ್ದು ಕುಳಿತು ಆತ ನೀಡಿದ ಬನ್ನು ತಿಂದೆ. ಸ್ವಲ್ಪ ಶಕ್ತಿ ಬಂದ ಹಾಗಾಯಿತು. ಅಂಗಡಿಯತ್ತ ತಿರುಗಿ ನೋಡಿದರೆ ಬನ್ನು ಕೊಟ್ಟವ ಕಾಣಿಸುತ್ತಿರಲಿಲ್ಲ. ಒಮ್ಮೆ ನಿಟ್ಟುಸಿರು ಬಿಟ್ಟೆ. ಅನತಿ ದೂರದಲ್ಲಿ ಕೆಲವರು ಕೈ ಕಾಲು ತೊಳೆಯುತ್ತಿದ್ದರು. ಅತ್ತ ಹೋಗಿ ಸ್ವಲ್ಪ ನೀರು ಕುಡಿದು ಅಂಗಡಿಯೊಂದರ ಮೆಟ್ಟಿಲ ಮೇಲೆ ಬಿದ್ದುಕೊಂಡವನಿಗೆ ಬೆಳಗ್ಗಿನವರೆಗೆ ಎಚ್ಚರವಾಗಲಿಲ್ಲ.

**

ಒಂದಷ್ಟು ಹೊತ್ತು ಅಡ್ಡಾಡುವುದು, ಕಂಡಕಂಡವರ ಜೊತೆ ಮಾತನಾಡುವ ಪ್ರಯತ್ನ ಮಾಡುವುದು, ಹಸಿವಾದಾಗ ಯಾರದ್ದಾದರೂ ತೋಳು ಹಿಡಿದು ಜಗ್ಗುವುದು... ಕೆಲವು ದಿನ ಇದೇ ನನ್ನ ದಿನಚರಿಯಾಗಿ ಹೋಯಿತು. ಪ್ರತಿದಿನವೂ ಏನಾದರೂ ಒಂದು ಹೊಸ ವಿಷಯ ಕಲಿಯುತ್ತಲೇ ಇದ್ದೆ. ಈ

ಭೂಮಿಯ ಮೇಲೆ ನನ್ನ ಹಾಗೆ ಈಗಷ್ಟೇ ಹುಟ್ಟಿದ ಮುದುಕರು ತುಂಬಾ ಮಂದಿ ಇದ್ದಾರೆ, ಅದೇ ರೀತಿ ದಿನಗಳೆದಂತೆ ಯುವಕರಾಗುತ್ತಿರುವವರು, ಮಕ್ಕಳಾಗುತ್ತಿರುವವರೂ ಇದ್ದಾರೆ ಎಂಬ ವಿಷಯ ಅರ್ಥವಾಗುತ್ತಿತ್ತು. ನನ್ನ ದೇಹ ಪ್ರತಿದಿನವೂ ಯೌವ್ವನದತ್ತ ಹೆಜ್ಜೆ ಹಾಕುತ್ತಿದ್ದಾಗ ಖುಷಿಯಾಗುತ್ತಿತ್ತಾದರೂ, ಕೆಲವೊಮ್ಮೆ 'ಇನ್ನೂ ಎಷ್ಟು ದಿನ ಈ ಮುದಿತನ? ನಾನು ನನ್ನ ಕಾಲ ಮೇಲೆ ಯಾವಾಗ ನಿಲ್ಲುವುದು?' ಎಂದನಿಸಿ ಸಿಡುಕುತ್ತಿದ್ದೆ.

ಅಕ್ಕಪಕ್ಕದವರಿಗೆ ನನ್ನ ಪರಿಚಯವಾಗಿ ನನ್ನನ್ನು ಅಜ್ಜ ಎಂದು ಕರೆಯಲು ಆರಂಭಿಸಿದ್ದರು. ಕೆಲವರು ದಿನೇ ದಿನೇ ಆರೋಗ್ಯವಂತನಾಗುತ್ತಿದ್ದ ನನ್ನನ್ನು ಕಂಡು ತಮಾಷೆಯೂ ಮಾಡುತ್ತಿದ್ದರು. 'ನಿನ್ನೆ ಮೊನ್ನೆಯ ತನಕ ಸಾಯುತ್ತಿರುವವನ ಹಾಗೆ ಕಾಣುತ್ತಿದ್ದ ಮುದುಕ ಈಗ ಹೇಗಾಗಿದ್ದಾನೆ ನೋಡಿ?' ಎಂದಾಗ ಅವರೇನು ಹೇಳುತ್ತಿದ್ದಾರೆ ಎಂದು ಅರ್ಥವಾಗದಿದ್ದರೂ ಬೊಚ್ಚು ಬಾಯಿ ತೆರೆದು ನಗುತ್ತಿದ್ದೆ.

ನನ್ನ ಹಾಗಿನ ಮುದುಕರನ್ನು ಕಂಡಾಗ ನನಗೇನೋ ಖುಷಿ. ಅವರ ಬಳಿ ಹೋಗಿ ಮಾತನಾಡಿದರೆ ಉತ್ತರವೇನೋ ಕೊಡುತ್ತಿದ್ದರು, ಆದರೆ ಅವರಿಗೂ ನನ್ನ ಉತ್ಸಾಹ ಕಂಡರೆ ಅದೇನೋ ಅನಾದರ; ಯಾವಾಗ ನೋಡಿದರೂ 'ಹುಟ್ಟಿಸಿದಾತ ಒಮ್ಮೆ ಕರೆದುಕೊಂಡು ಹೋದರೆ ಸಾಕು' ಎಂಬ ಮಾತು. 'ಇನ್ನೂ ಎಷ್ಟೋ ವರ್ಷ ಬಾಳಿ ಬದುಕಬೇಕಾದವರು ನೀವು; ನಿಮ್ಮ ಬಾಯಲ್ಲಿ ಇಂತಹ ಮಾತೇಕೆ?' ಎಂದು ಪ್ರಶ್ನಿಸಿದರೆ ನನ್ನ ಮೇಲೆ ಸಿಟ್ಟು.

ಅದೊಂದು ದಿನ ಮುಂಜಾನೆ ಏಳುವಾಗ, ಪ್ರತಿರಾತ್ರಿ ನನ್ನ ಪಕ್ಕದಲ್ಲಿ ಮಲಗುತ್ತಿದ್ದ ಮುದುಕ ಅಲುಗಾಡುತ್ತಿರಲಿಲ್ಲ. ಸ್ವಲ್ಪ ಹೊತ್ತಿನ ಒಳಗೆ ಜನ ಒಟ್ಟಾಗಿದ್ದರು. ನಾನಂತೂ ಏನು ಮಾಡುವುದೆಂದು ತಿಳಿಯದೇ ಸುಮ್ಮನೆ ಕುಳಿತಿದ್ದೆ. ಯಾರೂ ಇಲ್ಲದ ಅನಾಥ ಮುದುಕ ಎಂದು ಮಾತನಾಡಿಕೊಂಡ ಜನರು, ಒಂದೆರಡು ಫೋಟೋ ತೆಗೆದು, ಒಂದಿಬ್ಬರಿಗೆ ಫೋನ್ ಮಾಡಿದ ಬಳಿಕ, ಅವನನ್ನು ಎತ್ತಿಕೊಂಡು, ಸ್ಮಶಾನಕ್ಕೆ ಒಯ್ದು ಸುಟ್ಟುಬಿಟ್ಟರು. ಮರಳಿ ಬರುವಾಗ ಪಕ್ಕದಲ್ಲಿದ್ದವನ ಬಳಿ 'ನನ್ನ ಮುದಿ ಗೆಳೆಯ ಯಾಕೆ ಸತ್ತ?' ಎಂದು ಕೇಳಿದೆ. 'ವಯಸ್ಸಾಯಿತು, ಮುದುಕ ಸತ್ತು ಹೋದ' ಎಂಬ ಉತ್ತರ ಕೇಳಿ ಹೆದರಿಕೆ ಆಯಿತು. ಏಕೆಂದರೆ ನನಗೂ ವಯಸ್ಸಾಗುತ್ತಿತ್ತು, ದಿನಗಳೆದಂತೆಯೇ ಹೊಸ ಹುಮ್ಮಸ್ಸು ತುಂಬಿಕೊಳ್ಳುತ್ತಿತ್ತು. ಒಮ್ಮೆ ನಿಂತು 'ವಯಸ್ಸಾದ ಬಳಿಕ ನಾನೂ ಸಾಯುತ್ತೇನೆಯೇ?' ಎಂದು ಕೇಳಿದಾಗ ಆ ಮನುಷ್ಯ ಯಾವುದೋ ವಿಚಿತ್ರ ಪ್ರಾಣಿಯನ್ನು ನೋಡಿದ ಹಾಗೆ ವರ್ತಿಸಿದ.

**

ದಿನಗಳೆದಂತೆ ನನ್ನ ದೇಹ ವೇಗವಾಗಿ ಬದಲಾಗುತ್ತಿತ್ತು. ಬೋಳು ತಲೆಯ ಮೇಲೆ ಹತ್ತಾರು ಕೂದಲುಗಳು ಚಿಗುರಲಾರಂಭಿಸಿದರೆ, ಚರ್ಮದ ಮೇಲಿನ ಸುಕ್ಕುಗಳು ಒಂದೊಂದಾಗಿ ಮಾಯವಾಗುವ ಪ್ರಯತ್ನದಲ್ಲಿದ್ದವು. ಸುತ್ತಮುತ್ತಲಿನ ಜನರು ನನ್ನತ್ತ ಸಂಶಯದ ದೃಷ್ಟಿಯಿಂದ ನೋಡಲಾರಂಭಿಸಿದ್ದರು. ಒಂದಿಬ್ಬರು ತಲೆ ಕೂದಲನ್ನು ಎಳೆದು ಪರೀಕ್ಷಿಸಿದರೆ, ಇನ್ನು ಕೆಲವರು ಗಲ್ಲ ಚಿವುಟಿ ನೋಡುತ್ತಿದ್ದರು. ಪ್ರತಿದಿನವೂ ಬದಲಾಗುತ್ತಿದ್ದ ನನ್ನನ್ನು ನೋಡಿದ ಜನರು ತಮ್ಮ ಮುಖದ ಮೇಲೆ ಪ್ರಶ್ನೆಯೊಂದನ್ನು ಮೂಡಿಸಿದಾಗ 'ಹೌದು, ವಯಸ್ಸಾಗುತ್ತಿರುವ ಲಕ್ಷಣಗಳು' ಎಂದು ಹೇಳುತ್ತಿದ್ದೆ. ಕಣ್ಣಿನ ದೃಷ್ಟಿ ಸುಧಾರಿಸುತ್ತಿದ್ದಂತೆಯೇ ನನ್ನ ಕೂದಲು ಎಳೆದು ಪರೀಕ್ಷೆ ಮಾಡುತ್ತಿದ್ದವರ ಮುಖ ಸರಿಯಾಗಿ ಕಾಣಲಾರಂಭಿಸಿತ್ತು. ಮನಸ್ಸು 'ತೊಂದರೆ ಕೊಡುವವರು ಬಂದರು' ಎಂಬ ಸೈರನ್ ಬಾರಿಸಿದಾಗ ಕಾಲುಗಳು ತಮ್ಮ ಕೆಲಸವನ್ನು ಮಾಡಲಾರಂಭಿಸಿದ್ದವು.

ಕೆಲವು ದಿನಗಳ ಬಳಿಕ ಮುಂದಿನ ಎರಡು ಹಲ್ಲುಗಳು ಕಾಣಿಸಿಕೊಂಡಾಗ ಮಾತ್ರ ಸ್ವಲ್ಪ ತೊಂದರೆಯಾಯಿತು. ಪರಿಚಯವಿಲ್ಲದವರೂ ಬಳಿ ಬಂದು 'ಏ ಮುದುಕಾ ಹಲ್ಲು ತೋರಿಸು... ಆ... ಮಾಡು...' ಎಂದು ಹೇಳಲು ಶುರು ಮಾಡಿದ್ದರು. ಮೊದಲೇ ಹಲ್ಲುಗಳು ಒಸಡಿನ ಒಳಗಿನಿಂದ ಹೊರ ಬರುವಾಗಿನ ವಿಚಿತ್ರ ನೋವು, ಜೊತೆಗೆ ದಿನವಿಡೀ ಕಂಡ ಕಂಡವರ ಮುಂದೆ 'ಆ...' ಮಾಡುವುದು; ತುಂಬಾ ಸಿಟ್ಟು ಬಂದು, ಎಲ್ಲಾ ಬಿಟ್ಟು ಇಲ್ಲಿಂದ ಓಡಿ ಹೋಗೋಣ ಅನಿಸುತ್ತಿತ್ತು.

ಅದೊಂದು ದಿನ 'ಹೌದಲ್ಲವೇ, ಇಲ್ಲಿಂದ ಓಡಿ ಹೋಗುವುದೇ ಒಳ್ಳೆಯದು' ಎಂದನಿಸಿದ್ದೇ ತಡ, ಎದ್ದು ನಿಂತು ಓಡಲಾರಂಭಿಸಿದೆ. ಹೇಗಾದರೂ ಮಾಡಿ ಇದ್ದ ಊರು ಬಿಟ್ಟು ಬೇರೆ ಊರು ಸೇರಬೇಕಿತ್ತು. ಬಸ್ಸಿನಲ್ಲಿ ಹೋಗಲು ನನ್ನ ಬಳಿ ಹಣವಿರಲಿಲ್ಲ. ಹಿಂದೊಮ್ಮೆ ಹಣ ಗಳಿಸುವ ಯೋಚನೆ ಬಂದು ಕೆಲಸ ಕೇಳಿದಾಗ 'ಮೊನ್ನೆ ಮೊನ್ನೆಯ ತನಕ ಸಾಯುವ ಪರಿಸ್ಥಿತಿಯಲ್ಲಿದ್ದ ಮುದುಕ' ಎಂಬ ಕಾರಣ ನೀಡಿ ಕೆಲಸ ಕೊಡದ ಜನರ ನೆನಪಾದಾಗ ಬೇರೆ ಊರಿಗೆ ಹೋಗಿ ಹೊಸ ಜೀವನ ಆರಂಭಿಸುವುದೇ ಒಳ್ಳೆಯದು ಎನಿಸಿದ್ದರಲ್ಲಿ ಯಾವುದೇ ತಪ್ಪಿರಲಿಲ್ಲ. ತಡೆದು ನಿಲ್ಲಿಸುವವರು ಯಾರೂ ಇಲ್ಲದಾಗ ಓಡಲು ಏನು ತೊಂದರೆ? ಕಾಲೂರಿ ಎದ್ದು ನಿಂತು ಓಡಾಲಾರಂಭಿಸಿದೆ. ಎಲ್ಲರೂ ನನ್ನತ್ತ ನೋಡಿ ನಗುತ್ತಿದ್ದರು. ಆದರೆ ನನ್ನ ಕಣ್ಣ ಮುಂದೆ ಹಣ ಮತ್ತು ಉಜ್ವಲ ಭವಿಷ್ಯ ಮಾತ್ರ ಕಾಣುತ್ತಿತ್ತು.

ಅದೆಷ್ಟು ವರ್ಷಗಳ ಕಾಲ ಓಡಿದೆನೋ, ಯಾವ್ಯಾವ ಊರುಗಳಲ್ಲಿ ದುಡಿದೆನೋ, ಒಂಟಿ ಜೀವವಾದ್ದರಿಂದ ಕೈ ತುಂಬಾ ಹಣ ಒಟ್ಟಾಗಿತ್ತು. ಹಲವು

ವರ್ಷಗಳ ಓಟದ ಬಳಿಕ ಯುವಕನಾದ ನಾನು ಹಿಂದಿನ ಮುದುಕನಾಗಿ ಉಳಿದಿರಲಿಲ್ಲ. ಮನಸ್ಸಿನಲ್ಲಿ ಹೊಸ ಹುರುಪು, ಹೊಸ ಆಸೆ ಆಕಾಂಕ್ಷೆಗಳು ಮೂಡಿದ್ದವು. ಕೊನೆಗೊಮ್ಮೆ ಅದೊಂದು ಊರಿನಲ್ಲಿ ಅವಳು ಕಣ್ಣಿಗೆ ಬಿದ್ದಾಗ ಇನ್ನು ಈ ಓಟ ಸಾಕೆನಿಸಿತ್ತು. ಅದೆಲ್ಲೋ ಕೆಲಸಕ್ಕೆ ಹೋಗುತ್ತಿದ್ದ ಅವಳು ಮನೆಯಿಂದ ಆಫೀಸಿನವರೆಗೆ ನಡೆದುಕೊಂಡೇ ಹೋಗುತ್ತಿದ್ದಳು; ದಾರಿಯಲ್ಲಿ ಎದುರಾಗುತ್ತಿದ್ದ ನನ್ನನ್ನು ಕಂಡು ನಸುನಗುತ್ತಿದ್ದಳು. ನೋಡಲು ನನ್ನದೇ ವಯಸ್ಸಿನವಳ ಹಾಗೆ ಕಾಣುತ್ತಿದ್ದ ಅವಳನ್ನು ಪ್ರತಿದಿನವೂ ನೋಡದಿದ್ದರೆ ಅದೇನನ್ನೋ ಕಳೆದುಕೊಂಡ ಹಾಗೆ ಭಾಸವಾಗುತ್ತಿತ್ತು.

ಆದರೆ ಮಾತುಕತೆ ಆರಂಭಿಸಲು ಅದೇನೋ ಹೆದರಿಕೆ. ಇಷ್ಟು ವರ್ಷಗಳ ಓಟದ ಬಳಿಕ 'ನಾನು ಎಲ್ಲರಂಥವನಲ್ಲ, ನನ್ನ ವಯಸ್ಸು ಹಿಂದಕ್ಕೆ ಓಡುತ್ತಿದೆ' ಎಂಬ ಸತ್ಯದರ್ಶನವಾಗಿತ್ತು; ನಾನು ರಿವರ್ಸ್ ಗೇರ್ ನಲ್ಲಿದ್ದೇನೆ ಎಂಬ ವಿಷಯ ಚೆನ್ನಾಗಿ ಅರ್ಥವಾಗಿತ್ತು...!

ಈ ಭೂಮಿಯ ಮೇಲೆ ಹುಟ್ಟಿದ ಎಲ್ಲರ ವಯಸ್ಸು ಜಾಸ್ತಿಯಾಗುತ್ತಿದ್ದರೆ, ನನ್ನ ವಯಸ್ಸು ಮಾತ್ರ ಕಡಿಮೆಯಾಗುತ್ತಿದೆ; ಪ್ರತಿದಿನವೂ ಕಡಿಮೆಯಾಗುತ್ತಿದೆ, ಪ್ರತಿಕ್ಷಣವೂ ಕಡಿಮೆಯಾಗುತ್ತಿದೆ. ಏಕೆ, ಏನು, ಹೇಗೆಂದು ಗೊತ್ತಿಲ್ಲ... ಆದರೆ ನಾನು ದಿನದಿನವೂ ಸಣ್ಣವನಾಗುತ್ತಿದ್ದೇನೆ...! ಎಂದರ್ಥವಾಗಿತ್ತು.

ಈಗೇನೋ ಅವಳ ಜೊತೆ ಸಂಬಂಧ ಬೆಳೆಸುವುದು ಸುಲಭ; ಆದರೆ ಮುಂದೆ? ನನ್ನ ವಯಸ್ಸು ಇಳಿಯುತ್ತಾ ಹೋಗಿ, ಅವಳ ವಯಸ್ಸು ಏರುತ್ತಾ ಹೋದರೆ ಏನು ಮಾಡುವುದು? ಏನು ಮಾಡಲಿ, ಸತ್ಯ ಹೇಳಿಬಿಡಲೇ? ನಾನು ಹೇಳಿದರೆ ಅವಳು ನಂಬಿಯಾಳೆ? ಹೇಳುವ, ಕೇಳುವ, ನಂಬುವ, ನಂಬಿಸುವ ಪ್ರಶ್ನೆಯೇ ಉದ್ಭವವಾಗಲಿಲ್ಲ. ಪ್ರೀತಿ ಕುರುಡಂತೆ, ಇಬ್ಬರೂ ಪ್ರೀತಿಸಿಯೇ ಬಿಟ್ಟೆವು.

ನನ್ನ ವಯಸ್ಸು ಇಳಿಯುತ್ತಿದ್ದ ವೇಗ, ಅವಳ ವಯಸ್ಸು ಏರುವ ವೇಗಕ್ಕಿಂತ ಜಾಸ್ತಿಯಾಗಿತ್ತು. ಜಾಸ್ತಿ ಕಾಯುವ ಹಾಗಿರಲಿಲ್ಲ, ಹೆಚ್ಚು ದಿನ ಸತ್ಯವನ್ನು ಮುಚ್ಚಿಡುವ ಹಾಗಿರಲಿಲ್ಲ. ಅದೊಂದು ದಿನ ಅವಳ ಮುದ್ದು ಮುಖವನ್ನು ನನ್ನ ಬೊಗಸೆಯಲ್ಲಿ ಹಿಡಿದು ಕೇಳಿದೆ...

"ಪ್ರಿಯೇ, ನನ್ನದೊಂದು ಬೇರೆಯೇ ಜಗತ್ತಿದೆ. ಅಲ್ಲಿನ ನೀತಿ ನಿಯಮಗಳೂ ಬೇರೆಯೇ ಇವೆ. ಇಬ್ಬರ ದಾರಿ ಬೇರೆ ಬೇರೆಯಾದರೂ ಜೊತೆಯಾಗಿ ಸಾಗುವುದು ಸಾಧ್ಯವೇ?"

ಹುಡುಗಿ ಯಾವುದೇ ಪ್ರಶ್ನೆಗಳನ್ನು ಕೇಳಲಿಲ್ಲ. ಏನೇ ಆದರೂ ನನ್ನ ಜೊತೆಯಲ್ಲೇ ಹೆಜ್ಜೆ ಹಾಕುತ್ತೇನೆ ಎಂದಳು; 'ಇಷ್ಟು ವರ್ಷಗಳಿಂದ ನಾನೂ ನಿನಗಾಗಿಯೇ ಕಾಯುತ್ತಿದ್ದೆನೋ ಏನೋ' ಎಂದಳು. 'ನಶಿಸಿ ಹೋಗುವ ಜೀವ, ಏನೇ ಆದರೂ ಇದ್ದಷ್ಟು ದಿನ ನಿನ್ನ ಜೊತೆಯಲ್ಲಿ ಬದುಕುತ್ತೇನೆ, ಯಾವುದೇ

ಕಷ್ಟ ಬಂದರೂ ಸಹಿಸಿಕೊಳ್ಳುತ್ತೇನೆ' ಎಂದು ಎಲ್ಲರನ್ನೂ, ಎಲ್ಲವನ್ನೂ ಬಿಟ್ಟು ನನ್ನ ಹಿಂದೆ ಹೆಜ್ಜೆ ಹಾಕಿದಳು.

**

ಇದೆಲ್ಲಾ ನಡೆದು ಹಲವು ವರ್ಷಗಳೇ ಉರುಳಿದ್ದಾವೆ. ಆ ಊರು, ಈ ಊರು ಎಂದು ಈಗಲೂ ಓಡುತ್ತಲೇ ಇದ್ದೇವೆ; ಕಂಡವರ ಪ್ರಶ್ನೆಗಳಿಂದ ತಪ್ಪಿಸಿಕೊಳ್ಳುತ್ತಲೇ ಇದ್ದೇವೆ. ಅವಳ ವಯಸ್ಸು ಏರುತ್ತಲೇ ಇದೆ; ನಾನು ಪ್ರತಿದಿನ ಸಣ್ಣವನಾಗುತ್ತಾ ಇದ್ದೇನೆ. ಈಗ ನಾನು ಹದಿಹರೆಯ ತಲುಪಿದ್ದೇನೆ, ಅವಳ ಮುಖದ ಮೇಲೆ ವಯಸ್ಸಿನ ಗೆರೆಗಳು ಕಾಣಿಸಲಾರಂಭಿಸಿವೆ.

ಕೆಲವು ವರ್ಷಗಳ ಕಾಲ ನಾನು ಅವಳನ್ನು ಸಾಕಿದೆ, ಈಗ ಅವಳು ನನ್ನನ್ನು ಸಾಕುತ್ತಿದ್ದಾಳೆ. ಜೀವನವೆಂಬ ಗಾಡಿ ಮಾತ್ರ ನಿಲ್ಲುತ್ತಿಲ್ಲ. ಇನ್ನು ಕೆಲವೇ ವರ್ಷಗಳು; ಅವಳು ಮುದುಕಿಯೆನಿಸಿಕೊಳ್ಳುವ ಹೊತ್ತಿಗೆ ನಾನು ಮಗು ಎಂದು ಕರೆಸಿಕೊಳ್ಳುವ ಕಾಲ ಬಂದೀತು.

ದಿನಗಳೆದಂತೆ 'ಮುಂದೇನು?' ಎಂಬ ಭಯ ಜಾಸ್ತಿಯಾಗುತ್ತಿದೆ. 'ವಯಸ್ಸಾಗಿ ಮುದುಕಿಯಾಗಿಬಿಟ್ಟರೆ?' ಎಂಬ ಯೋಚನೆ ಅವಳಿಗಾದರೆ, 'ಅದೊಂದು ದಿನ ನಾನು ಪುಟ್ಟ ಮಗುವಾಗಿ ಬಿಟ್ಟರೆ ಏನಾದೀತು?' ಎಂಬ ಭಯ ನನಗೆ!

ಫಾರ್ವರ್ಡ್ ಗೇರ್... ರಿವರ್ಸ್ ಗೇರ್...!

ಬಂಡಿ ಮುಂದೆ ಸಾಗುತ್ತಿರಲಿ ಅಥವಾ ಹಿಂದೆ, ಚಕ್ರ ಮಾತ್ರ ನಿಲ್ಲುವ ಹಾಗಿಲ್ಲ ಹಾಗೂ ನಿಲ್ಲುತ್ತಲೂ ಇಲ್ಲ. ನನಗೆ ಅವಳು, ಅವಳಿಗೆ ನಾನು; ಅಷ್ಟೇ...!

ಯಾರಿಗೆ ಗೊತ್ತು? ಆ ದೇವರೆಂಬ ಸರ್ವಶಕ್ತ ನಿಜವಾಗಿಯೂ ಇದ್ದಾನಾದರೆ, ಹಿಂದೊಂದು ಕಾಲದಲ್ಲಿ ವಯೋವೃದ್ಧನಾಗಿದ್ದ ನಾನು 'ಓ ದೇವರೇ ಈ ಏರು ವಯಸ್ಸಿನ ಬದಲು, ನನ್ನ ವಯಸ್ಸು ಇಳಿಯುತ್ತಾ ಹೋಗುವ ಹಾಗೆ ಮಾಡಿಬಿಡು' ಎಂದು ಕೈ ಮುಗಿದು ಬೇಡಿಕೊಂಡಿರಬಹುದು; ಸಾವಿನ ದವಡೆಯಲ್ಲಿದ್ದ ನನ್ನ ಶ್ವಾಸಕೋಶದೊಳಗೆ ಒಂದಷ್ಟು ಆಮ್ಲಜನಕವನ್ನು ದೂಡಿದ ಆ ದೇವರು 'ತಥಾಸ್ತು' ಎಂದಿರಬಹುದು.

**

ರಿವರ್ಸ್ ಗೇರ್‌ನ ಪಯಣ ಈಗಲೂ ಜಾರಿಯಲ್ಲಿದೆ...! ಈ ಹೊಸ ಊರಿಗೆ ಬಂದು ಒಂದೆರಡು ತಿಂಗಳುಗಳು ಕಳೆದಿವೆ. ಪ್ರತಿಸಂಜೆ ನಾನು ಮತ್ತು ಅವಳು ಮನೆ ಮುಂದಿನ ಹೂತೋಟದಲ್ಲಿ ಕುಳಿತು ಸುತ್ತಲೂ ಹಾರಾಡುವ ಬಣ್ಣಬಣ್ಣದ ಚಿಟ್ಟೆಗಳನ್ನು ನೋಡುತ್ತೇವೆ, ನೀಲಿಗೆಂಪು ಆಕಾಶದತ್ತ ನೋಡಿ

ಇದ್ದ ಇಲ್ಲದ ವಿಷಯಗಳ ಬಗ್ಗೆಯೆಲ್ಲಾ ಚರ್ಚೆ ಮಾಡುತ್ತೇವೆ. ನಮ್ಮತ್ತ ನೋಡಿ ಮುಗುಳು ನಗುವ ನೆರೆಕರೆಯವರು 'ಅಜ್ಜಿ ಹಾಗೂ ಮೊಮ್ಮಗನ ನಡುವೆ ಎಷ್ಟೊಂದು ಪ್ರೀತಿ?' ಎನ್ನುತ್ತಾರೆ. ನಾನಾಗಲೀ ಅವಳಾಗಲೀ ಆ ಬಗ್ಗೆ ತಲೆ ಕೆಡಿಸಿಕೊಳ್ಳುವುದಿಲ್ಲ.

'ಪ್ರಿಯೇ, ಆ ದೇವರು ನನಗೆ ನೀಡಿರಬಹುದಾದ ಅವಕಾಶವನ್ನು ನಿನಗೂ ನೀಡಿದರೆ, ನೀನೂ ರಿವರ್ಸ್ ಗೇರ್‌ಗೆ ಹೋಗಲು ತಯಾರಿದ್ದಿಯಾ?' ಎಂದು ಕೇಳಿದರೆ ಅವಳು ಇಲ್ಲವೆನ್ನುತ್ತಾಳೆ. ತನ್ನ ಜೀವನ ಹಾಗೂ ಜೀವನಾನುಭವಗಳು ಅನನ್ಯ ಎನ್ನುತ್ತಾಳೆ; ತಾನು ಬಾಳಿದ ಬದುಕಿನ ಬಗ್ಗೆ ತನಗೆ ಸಂಪೂರ್ಣ ತೃಪ್ತಿಯಿದೆ ಎನ್ನುತ್ತಾಳೆ; ಭವಿಷ್ಯದ ಬಗೆಗಿನ ತನ್ನ ಕಲ್ಪನೆಗಳು ಸ್ಪಷ್ಟವಾಗಿವೆ ಎನ್ನುತ್ತಾಳೆ; ಪ್ರತಿದಿನವೂ ಆ ಕಲ್ಪನೆಯತ್ತ ಹೆಜ್ಜೆ ಹಾಕುವುದರ ಬಗ್ಗೆ ತನಗೇನೂ ಅಭ್ಯಂತರವಿಲ್ಲವೆಂದೂ ಎನ್ನುತ್ತಾಳೆ.

ಆದರೆ ನಾನು? ಮನದೊಳಗೆ ಈಗಲೂ ಹಲವು ಪ್ರಶ್ನೆಗಳು... 'ಆ ದೇವರ ಬಳಿ ನಾನು ಬೇಡಿಕೊಂಡಿದ್ದು ಸರಿಯೇ, ತಪ್ಪೇ? ಇದ್ದದ್ದನ್ನು ಇದ್ದ ಹಾಗೆ ನಾನೇಕೆ ಒಪ್ಪಿಕೊಳ್ಳಲಿಲ್ಲ? ಬಂದದ್ದನ್ನು ಬಂದ ಹಾಗೆ ನಾನೇಕೆ ಸ್ವೀಕರಿಸಲಿಲ್ಲ? ಗಾಡಿ ಮುಂದೆ ಸಾಗಲಿ ಯಾ ಹಿಂದೆ, ಚಕ್ರ ನಿಲ್ಲುವುದು ಮಾತ್ರ ಸಾಧ್ಯವಿಲ್ಲ ಎಂದೇಕೆ ಅರ್ಥ ಮಾಡಿಕೊಳ್ಳಲಿಲ್ಲ?'

**

ಭಯವಾಗುತ್ತಿದೆ... ಅವಳು ಕೆಮ್ಮುತ್ತಿದ್ದಾಳೆ, ದೇವರ ನಾಮಸ್ಮರಣೆ ಮಾಡುತ್ತಿದ್ದಾಳೆ, ಈ ಜೀವನದಿಂದ ಮುಕ್ತಿ ನೀಡೆಂದು ಪರಿಪರಿಯಾಗಿ ಬೇಡಿಕೊಳ್ಳುತ್ತಿದ್ದಾಳೆ. ನಾನು ಇನ್ನೂ ನನ್ನದೇ ಲೋಕದಲ್ಲಿದ್ದೇನೆ; ಈಗಲೂ ಪ್ರಶ್ನೆಗಳ ಸುಳಿಯಲ್ಲಿ ಸುರುಳಿ ಸುತ್ತುತ್ತಿದ್ದೇನೆ...

ಹದಿಹರೆಯ ಮುಗಿದು ಬಾಲ್ಯ ಪ್ರವೇಶಿಸಿದಾಗ ಏನಾದೀತು? ಜ್ಞಾನ ಕಡಿಮೆಯಾಗುತ್ತಾ ಹೋದೀತೇ? ಮೊಸರಿನ ಹಲ್ಲುಗಳು ಉದುರಿ ಬಿದ್ದು ಹಾಲಿನ ಹಲ್ಲುಗಳು ಬಂದಾವೇ? ಮಾತು ಮರೆತು ಹೋದೀತೇ? ನಡಿಗೆ ನಿಂತು ಅಂಬೆಗಾಲಿಕ್ಕಲು ಆರಂಭಿಸಿಯೇನೇ? ಕೊನೆಗೊಂದು ದಿನ...

ಧ್ಯಾನಕ್ಕೆ ಕೂತ ಮನೆ...

▪ ಸದಾಶಿವ ಸೊರಟೂರು

sadasmiles@gmail.com

ಆ ಊರಲ್ಲಿ ಅವನೊಬ್ಬನು ಮಾತ್ರ ಎಳ್ಳಷ್ಟು ಸತ್ತಿರಲಿಲ್ಲ. ಇನ್ನೂ ಕಳೆಕಳೆಯಾಗಿ ಓಡಾಡಿಕೊಂಡಿದ್ದ ಶಿವಲಿಂಗ ಗೌಡನನ್ನು ಈಗಾಗಲೇ ಅರ್ಧರ್ಧ ಸತ್ತು ಹೋಗಿದ್ದ ಆ ಊರಿನ ಜನ ಮೂಗಿನ ಮೇಲೆ ಬೆರಳಿಟ್ಟು ನೋಡಿದ್ದರು. ಕೆಲವರು ಪೂರ್ತಿ ಸತ್ತು ಹೋಗಿ ಬರೀ ದೇಹವನ್ನು ಎಳೆದಾಡಿಕೊಂಡು ಬದುಕುತ್ತಿದ್ದರು. ಇನ್ನೂ ಕೆಲವರು ಕಾಲು, ಮುಕ್ಕಾಲು ಪಾಲು ಇನ್ನೂ ಬದುಕಿರುವ ಬಗ್ಗೆ ಗುಮಾನಿ ಹುಟ್ಟಿಸುತ್ತಿದ್ದರು. ಕೆಲವರಂತೂ ಎಂದೋ ತಮ್ಮ ಬಳಗ ಕಟ್ಟಿಕೊಂಡು ಊರಿಂದ ಓಡಿ ಹೋಗಿ ನಾವು ಬದುಕಿ ಬಿಟ್ಟೆವು ಎಂಬ ಅಮೃತತ್ವದ ಭಾವನೆಯಲ್ಲಿ ಬೀಗುತ್ತಿದ್ದರು. ಶಿವಲಿಂಗಗೌಡ ಊರಿನ ಅಂಗಳದಲ್ಲೇ ತನ್ನ ಬದುಕಿಗೆ ಬೇಕಾದ ಕಸುವನ್ನು ಪಡೆದುಕೊಂಡವನಂತೆ ಓಡಾಡುತ್ತಿದ್ದ. ಊರಿನವರೆಲ್ಲರೂ ಶಿವಲಿಂಗ ಗೌಡ ಯಾವುದೊ ಮಾನಸಿಕ ಅಸ್ವಸ್ಥತೆಯಲ್ಲಿ ಬಳಲುತ್ತಿರಬಹುದು ಎಂಬ ಅನುಮಾನ ವ್ಯಕ್ತಪಡಿಸಿದ್ದರು.

ಶಿವಲಿಂಗಗೌಡನಿಗೆ ಹತ್ತು ವರ್ಷ ಒಬ್ಬ ಮಗನಿದ್ದ. ಆ ಹುಡುಗ ಮನೆಯ ಗೋಡೆಯ ಮೇಲೆ ಬರೆಯಲು ಎಳ್ಳಷ್ಟು ಜಾಗವಿಲ್ಲದಂತೆ ಗೀಚಿ ಗೀಚಿ ಏನೇನೊ ಬರೆದು ಮುಗಿಸಿ, ಇನ್ನೂ ಬರೆಯಲು ಜಾಗವಿಲ್ಲ ಏನಕ್ಕೆ ಬದುಕಬೇಕು ಎಂಬಂತೆಯೇನೊ ಅದೊಂದು ದಿನ ವಿಪರೀತ ಜ್ವರದಿಂದ ಬಳಲಿ ಅಲ್ಲಿಂದ ಮೂರು

ದಿನ ಸರ್ಕಾರಿ ಆಸ್ಪತ್ರೆಯಲ್ಲಿನ ಹಾಸಿಗೆಯ ಮೇಲೆ ನರಳಿ ಸತ್ತು ಹೋಗಿದ್ದ. ತಂದೆ ದಿಕ್ಕು ತೋಚದೆ ಕಂಗಾಲಾಗಿ ಹೋಗಿದ್ದ. ಮನೆಯಲ್ಲಿ ಮಗ ಬರೆದ ಸಾಲು ಸಾಲು ಗೀಚುಗಳನ್ನು, ಸಣ್ಣ ಸಣ್ಣ ಬರಹಗಳನ್ನು ದೇವರು ಬರೆದಿಟ್ಟು ಹೋದ ಸಾಲುಗಳಂತೆ ಜತನವಾಗಿ ಉಳಿಸಿಕೊಂಡಿದ್ದನು. ಅದರಲ್ಲಿ ನಿತ್ಯ ಮಗನನ್ನು ಹುಡುಕಿಕೊಳ್ಳುತ್ತಿದ್ದ. ದುಡಿದು ದಣಿದು ಬಂದಾಗ ಆ ಗೆರೆಗಳನ್ನು ನೇವರಿಸಿ ತನ್ನ ದಣಿವಿನಿಂದ ಕೊಂಚ ಬಿಡುಗಡೆ ಪಡೆಯುತ್ತಿದ್ದ. ಪ್ರತಿಬಾರಿ ಆ ಗೀಚುಗಳನ್ನು ನೋಡಿದಾಗ ಅವನ ಕಣ್ಣೊಳಗಿನ ಕಡಲು ಕನಲಿ, ಅಲೆ ಎಬ್ಬಿಸುತ್ತಿತ್ತು.

ಶಿವಲಿಂಗಗೌಡ ಮನೆ ಕಟ್ಟಿದ್ದು ಮಾತ್ರ ಒಂದು ದೊಡ್ಡ ಕಥೆ. ಬಡವರು ಬದುಕು ಕಟ್ಟಿಕೊಳ್ಳುವುದು ಯಾವತ್ತೂ ಒಂದು ಕಥೆಯೇ! ಅಪ್ಪ ಉಳಿಸಿ ಹೋಗಿದ್ದ ಹುಲ್ಲಿನ ಗುಡಿಸಲಿನಲ್ಲಿ ಇನ್ನೂ ಬದುಕಲು ಸಾಧ್ಯವಿಲ್ಲ ಎನಿಸಿ ಗ್ರಾಮಪಂಚಾಯಿ ಮೆಂಬರಿಗೆ ಹತ್ತು ಸಾವಿರ ಲಂಚಕೊಟ್ಟು ಒಂದು ಗ್ರಾಂಟು ಹಾಕಿಸಿಕೊಂಡಿದ್ದ. ಅದರಲ್ಲೂ ಕಮಿಷನ್, ಅದು ಇದೂ ಅಂತ ಕೈಗೆ ಉಳಿದದ್ದು ಬರೀ ಒಂದು ಲಕ್ಷ. ಪತ್ನಿ ಶೀಲಿ ಗಂಡನ ಮನೆಯಿಂದ ತಂದಿದ್ದ ಬಂಗಾರದ ಸರವನ್ನು ಮನೆಯ ಕಟ್ಟಿಸುವ ಸಲುವಾಗಿ ತೆಗೆದುಕೊಟ್ಟಿದ್ದಳು. ಅದನ್ನು ಮಾರಿ ಶಿವಲಿಂಗೇ ಗೌಡ ಒಂದಷ್ಟು ಹಣ ಹೊಂದಿಸಿದ್ದ. ಮನೆಯ ಪ್ರತಿ ಇಟ್ಟಿಗೆಗೂ ಇವರಿಬ್ಬರ ಬೆವರಿನ ಪರಿಚಯವಿತ್ತು. ಉಸಿರಿನ ಲೇಪನವಿತ್ತು. ನಾಳೆಯ ಬದುಕಿನ ಹೊದಿಕೆ ಇತ್ತು. ಮನೆ ಕಟ್ಟಿಕೊಳ್ಳುವುದರ ಜೊತೆ ಜೊತೆಯಲ್ಲಿ ಬದುಕಿನ ಕನಸನ್ನೂ ಕೂಡ ಕಟ್ಟಿದ್ದರು.

ಅಪ್ಪ ಮಾಡಿಟ್ಟು ಹೋಗಿದ್ದ ನಾಲ್ಕು ಎಕರೆ ಕೆಂಪು ಜಮೀನಿತ್ತು. ಜೋಳ ಹಾಕಿದರೆ ಯಾವುದೇ ಮೋಸವಿಲ್ಲದೆ ತೆನೆಗಟ್ಟುತ್ತಿತ್ತು. ಬಿಡುವಿದ್ದಾಗ ಕೂಲಿಗೆ ಹೋಗುತ್ತಿದ್ದ. ಗಟ್ಟಿಮುಟ್ಟಾದ ಅವನ ದೇಹ ಅಷ್ಟು ಸುಲಭಕ್ಕೆ ಸೋಲುವಂತದ್ದಾಗಿರಲಿಲ್ಲ... ಅನುರೂಪವಾಗಿದ್ದ ಪತ್ನಿ ಶೀಲಿ ಶಿವಲಿಂಗಗೌಡನ ದಪ್ಪ ತೋಳಿನ ಮೇಲೆ ತನ್ನ ಬದುಕನ್ನು ಚೆನ್ನಾಗಿಯೇ ಚೆಲ್ಲಿಕೊಂಡಿದ್ದಳು. ಅವಳು ಅಡುಗೆಯ ಮನೆಯಲ್ಲಿ ರೊಟ್ಟಿ ಬಡಿಯುವಾಗ ಒಲೆಯ ಬೆಂಕಿಗೆ ಹೊಳೆಯುತ್ತಿದ್ದ ಅವಳ ಮೂಗುತಿ ಮತ್ತು ಎರಡೆರಡು ಜಾರಿ ಬಿದ್ದಿರುತ್ತಿದ್ದ ಮುಂಗುರುಳು ಅವನಿಗೆ ಬಹಳ ಪ್ರಿಯವಾಗಿ ಸೇರುತ್ತಿತ್ತು. ಹಾಗೆಯೇ ನೋಡುತ್ತಲೇ ಅನೇಕ ಬೆಳಗುಗಳನ್ನು ಉಲ್ಲಾಸಿತನಾಗಿ ಕಳೆದುಬಿಡುತ್ತಿದ್ದ. ಆದರೆ ಇವರಿಬ್ಬರನ್ನೂ ಹಣಿದದ್ದು ಮಗನ ಸಾವು. ಅದೇ ದುಃಖದಲ್ಲಿ ದಿನಗಳನ್ನು ದೂಡುತ್ತಿದ್ದರು.

ಮುಂದೆ ಶಿವಲಿಂಗಗೌಡನಿಗೆ ಮತ್ತೊಂದು ಸಿಡಿಲು ಬಡಿಯಿತು. ಹೊಲದಲ್ಲಿ ಸೊಪ್ಪ-ಸೆದೆ ಆಯುವಾಗ ಶೀಲಿಗೆ ಹಾವು ಕಚ್ಚಿತು. ಎದೆ ಹೊಡೆದುಕೊಂಡ

ಶಿವಲಿಂಗ ಅವಳನ್ನು ನಾಟಿ ಔಷಧಿ ಕೊಡುವವರ ಮನೆಗೆ ಹೊತ್ತು ತಂದಿದ್ದ. ಔಷಧಿ ಮಾಡುವ ಸೊಪ್ಪು ಇಲ್ಲ ಅಂದ ಅವರು ಕೈಚೆಲ್ಲಿದ್ದರು. ಅಲ್ಲಿಂದ ಸರ್ಕಾರಿ ಆಸ್ಪತ್ರೆ ತಂದು ಸೇರಿಸಿದ್ದ. ಸರಿಯಾದ ಟೈಮಿಗೆ ಆಸ್ಪತ್ರೆಯಲ್ಲಿ ಔಷಧಿ ಸಿಗದೆ ಮಗ ಸತ್ತ ಅದೇ ಆಸ್ಪತ್ರೆಯಲ್ಲಿ ಇವಳು ಸತ್ತು ಹೋಗಿದ್ದಳು. ಈಗ ಶಿವಲಿಂಗಗೌಡ ಅಕ್ಷರಶಃ ಒಂಟಿಯಾಗಿ ಹೋದ.

ಹಗಲು ದುಡಿಯುವುದು ರಾತ್ರಿ ಹೆಂಡತಿ ಮಗನ ನೆನಪಲ್ಲಿ ಕಾಲ ಹಾಕುವುದು ಇವಿಷ್ಟೆ ಅವನ ದಿನಗಳಾಗಿದ್ದವು. ಇನ್ನೊಂದು ಮದುವೆ ಆಗು ಎಂದು ಅವನಿಗೆ ಭರಪೂರ ಸಲಹೆಗಳು ಬರುತ್ತಿದ್ದವು. ಅವನು ಅವರ ಕಡೆ ನೋಡಿ ನಕ್ಕು ಸುಮ್ಮನಾಗುತ್ತಿದ್ದ. ಅವನ ನಗುವಿನಲ್ಲಿ ಅದ್ಯಾವ ಅರ್ಥಗಳಿದ್ದವೊ ಏನೊ? ನೋಡಿದವರಿಗೆ ಗೊತ್ತಾಗುತ್ತಿರಲಿಲ್ಲ.

ಅವತ್ತೊಂದಿನ ಕೂಲಿಯಿಂದ ಬಂದು ದಣಿವ ಸಾವರಿಸಿಕೊಂಡು ಕೂತಿದ್ದ. ಬಳಿಕ ಚಹಾ ಮಾಡಿಕೊಂಡು ಕುಡಿದು ಹಾಗೆ ಮೈ ಚೆಲ್ಲಿದ್ದ. ಹೊರಗೆ ಏನೊ ಗುಜು ಗುಜು ಸದ್ದು ಜೋರಾಗಿ ಕೇಳಿಸಿತು. ಯಾವುದೊ ಒಂದು ಆತಂಕದ ಸುಳಿವೊಂದು ಆ ಸದ್ದಿನಲ್ಲಿತ್ತು. ಊರಿಗೆ ಊರೇ ಯಾವುದೊ ಸಮಸ್ಯೆಯಲ್ಲಿ ಸಿಕ್ಕಿ ಹಾಕಿಕೊಂಡಿದೆ ಅನ್ನುವಂತೆ ಹಲುಬುತ್ತಿದೆ ಅನಿಸಿತು. ಎದ್ದು ಹೊರಗೆ ಬಂದ. ಊರಿನ ಜನ ಅಂಗಳದಲ್ಲಿ ಸೇರಿಕೊಂಡು ಇನ್ನು ಬದುಕು ಮುಗಿದು ಹೋಯಿತು ಎನ್ನುವ ಸಂಕಟದಲ್ಲಿದ್ದರು. ಶಿವಲಿಂಗೇ ಗೌಡ ಅವರಲ್ಲೊಬ್ಬರನ್ನು ಹಿಡಿದು 'ಸೋಮಣ್ಣ ಯಾಕೆ ಎಲ್ರೂ ಹೀಗೆ ಆಡ್ತಿದಾರೆ...' ಚೂರು ಆತಂಕ, ಚೂರು ಉಡಾಫೆಯಲ್ಲೆ ಕೇಳಿದ.

'ಏ ಶಿವಲಿಂಗ ಇನ್ನೂ ಗೊತ್ತಾಗಿಲ್ವ? ಸರಸಿ ಡ್ಯಾಮು ಮತ್ತೆ ಎತ್ರ ಮಾಡ್ತಾರಂತೆ. ಇವತ್ತು ಅದೇಶ ಆಯ್ತಂತೆ. ಅದೇನೊ ಅಧಿವೇಷನದ್ಯಾಗೆ ಎಲ್ರೂ ಒಪ್ಪಿದ್ರಂತೆ. ಕೋಟಿ ಕೋಟಿ ದುಡ್ಡು ಎತ್ತಿಟ್ಟಾದರಂತೆ ಇದ್ಕೆ. ಪರಿಹಾರನೂ ಕೊಡ್ತಾರಂತೆ. ನಮ್ಮನ್ನು ಇಲ್ಲಿಂದ ಯಾವಾಗ ಬೇಕಾದರೂ ಖಾಲಿ ಮಾಡ್ಸಬಹುದು. ಇಪ್ಪತ್ತು ಊರು ಮುಳ್ಗಾತ್ತವಂತೆ... ನಮ್ಮ ಊರು ಮುಳುಗುತ್ತಪ್ಪ... ನೀನೇನು ಒಬ್ನೆ ಇದೆ... ಒಂದು ಬ್ಯಾಗ್ ಹಾಕೊಂಡು ಹೊಂಟ್ರೆ ಮುಗ್ದು ಹೋತು. ಹೆಂಡ್ತಿ ಮಕ್ಳು ದನಕರ... ಸಾಮಾನುಗಳು ಇವೆಲ್ಲಾ ಹೆಂಗಪ ನಂದು' ಅಂತ ಸೋಮಣ್ಣ ಹಲುಬಿದ.

ಈ ಮಾತು ಕೇಳಿ ಶಿವಲಿಂಗ ನಿಂತ ನೆಲ ನಡುಗತೊಡಗಿತು. ಆ ನಡುಗುವಿಕೆ ಅವನೊಳಗೂ ನುಗ್ಗಿ ಅವನನ್ನು ಅಲುಗಾಡಿಸತೊಡಗಿತು. ತಲೆ ಸುತ್ತು ಬಂದಂತಾಗಿ ಕಣ್ಣು ಮಂಜಾದವು. ನಡೆಯಲು ಕಷ್ಟವಾಗಿ ತಡವರಿಸಿದ. ಏನು ಮಾತಾಡಬೇಕು ಎಂಬುದು ಅವನಿಗೆ ತಿಳಿಯಲಿಲ್ಲ. ಮಂಜಾದ ಕಣ್ಣಲ್ಲೆ ಮನೆಯೊಳಗೆ ಮೆಲ್ಲನೆ ನಡೆದ. ಅಲ್ಲಿ ಕುಸಿದಂತೆ ಕೂತ. ಮಗ ಹೋದ,

ಹೆಂಡತಿ ಹೋದಳು, ಈಗ ಮನೆಯೂ ಹೋಗುವುದೆಂದರೆ ದೇವರು ತನ್ನ ಮೇಲೆ ಉದ್ದೇಶಪೂರ್ವಕವಾಗಿ ಸಾಧಿಸುತ್ತಿರುವ ಸೇಡು ಇರಬಹುದೆಂದು ಅವನಿಗೆ ಒಮ್ಮೆ ಅನಿಸಿತು. ಈ ಬದುಕು ತನ್ನನ್ನು ತನ್ನ ಪಾಡಿಗೆ ಸುಮ್ಮನೆ ಬದುಕಲು ಖಂಡಿತ ಬಿಡುವುದಿಲ್ಲ ಎಂಬುದು ಅವನಿಗೆ ಅರಿವಾಗಿಬಿಟ್ಟಿತು. ಜನರ ಗುಜುಗುಜು ಗಲಾಟೆ ಸಾಗಿಯೇ ಇತ್ತು. ಇನ್ನು ಯಾರೊಂದಿಗೂ ಮಾತಾಡಲು ಇಷ್ಟವಾಗದೆ ಮನೆಯೊಳಗೆ ಬಂದಿದ್ದ ಅವನು ಈಗ ಸಾವರಿಸಿಕೊಂಡು ಕಣ್ಣು ತೆರೆದ. ಮಗ ಬರೆದಿಟ್ಟು ಹೋಗಿದ್ದ ಸಾಲುಗಳು ಕಾಣಿಸಿದವು. ದುಃಖ ಉಮ್ಮಳಿಸಿಬಂತು. ಅಡುಗೆ ಮನೆಗೆ ಹೋದ. ಅಲ್ಲಿ ಶೀಲಿ ರೊಟ್ಟಿ ಬಡಿಯುತ್ತಿದ್ದ ಜಾಗ ಅವನಿಗೆ ಮತ್ತಷ್ಟು ತಿವಿಯಿತು. ತಾನು ಮತ್ತು ಅವಳೂ ಹಗಲು ರಾತ್ರಿ ಒಂದು ಮಾಡಿ ಕಟ್ಟಿದ ಈ ಮನೆ ಈಗ ನೀರು ಪಾಲಾಗಿ ತಾನು ಇನ್ನೆಲ್ಲೋ, ಯಾವುದೊ ನೆಲದ ಪಾಲಾಗುವುದು ನೆನೆದು ಕಂಗಾಲಾದ. ಕಣ್ಣೀರಿನ ಕೋಡಿ ಹರಿಯಿತು.

ಮರುದಿನದಿಂದ ಊರಿಗೆ ಊರೆ ಸತ್ತು ಬಿದ್ದಂತೆ ಬಿದ್ದಿತ್ತು. ಊರಲ್ಲಿ ಮಾತಿಲ್ಲ, ಕಥೆಯಿಲ್ಲ. ಕಥೆ ಮುಗಿದರೂ ಕಥೆಗಾರ ಸುಮ್ಮನೆ ಗೀಚುವ ಸಾಲುಗಳಂತೆ ಜನ ಉಳಿದಿದ್ದರು. ಊರ ತೊರೆಯಲು ಇಂದು ಹೇಳಬಹುದು, ನಾಳೆ ಹೇಳಬಹುದು ಎಂದು ಕಾಯತೊಡಗಿದರು. ಎಲ್ಲಿಗೆ ಹೋಗಬೇಕು? ಅಲ್ಲಿ ಆಗಿರುವ ವ್ಯವಸ್ಥೆ ಏನು? ತಮಗೆ ಸಿಗಬೇಕಾದ ಪರಿಹಾರವೇನು? ಯಾವುದೂ ಕೂಡ ಇನ್ನೂ ನಿಕ್ಕಿಯಾಗಿಲ್ಲ. ಆದರೆ ಆಣೆಕಟ್ಟು ಎತ್ತರಿಸುವ ಕಾಮಗಾರಿ ಶುರುವಾಗುವ ಎಲ್ಲಾ ಲಕ್ಷಣಗಳು ಕಾಣಿಸುತ್ತಿವೆ. ಜನ ತಮ್ಮ ಬದುಕನ್ನು ಒಂದು ಚೀಲದಲ್ಲಿ ತುಂಬಿಕೊಂಡು ಹೊತ್ತುಕೊಂಡೇ ನಿಂತಿದ್ದರು. ಹೊತ್ತು ನಿಂತೇ ಸುಸ್ತಾಗಿದ್ದಾರೆ. ಇಳಿಸುವಂತಿಲ್ಲ, ಹೊತ್ತ ಭಾರ ತಡೆಯಲಾಗುತ್ತಿಲ್ಲ.

ಊರಿನ ಬದುಕೇ ಅಡಗಿಹೋಯಿತು. ಜನರಲ್ಲಿ ಉತ್ಸಾಹ ಸತ್ತು ಹೋಯಿತು. ಸರ್ಕಾರದಿಂದ ಬರುವ ಸೂಚನೆಗಾಗಿ ದಿನ ಎಣಿಸತೊಡಗಿದರು. ಆ ದಿನಗಳು ತಿಂಗಳಾಗಿ, ತಿಂಗಳು ವರ್ಷಗಳಾಗಿ, ವರ್ಷಗಳು ಸಂದು ದಶಕ ಮುಟ್ಟಿತು. ಸಾಯುವುದು ಬೇರೆ; ಬದುಕುವುದು ಬೇರೆ ಆದರೆ ಸತ್ತಂತೆ ಬದುಕುವುದು ಕಷ್ಟ. ಇಲ್ಲಿ ಇರಲಾಗದು, ಹೋಗಲು ಊರು ತಿಳಿಯದು. ಊರಿನ ಜನರು ತಮ್ಮ ಬದುಕನ್ನಲ್ಲದೆ ಕನಸುಗಳನ್ನೂ ಸಾಯಿಸಿಕೊಂಡಿದ್ದರು. ಮನೆಗಳಿಗೆ ಬಣ್ಣ ಬಳಿಯುವುದು ಬಿಟ್ಟರು. ಎಂದೊ ನೀರು ಪಾಲಾಗುವ ಅದಕೇಕೆ ಬಣ್ಣ ಎಂಬ ಯೋಚನೆ. ಒಡೆದ ಹಂಚು ಹೊದಿಸದೆ ಕೂತರು. ಹೊಲವನ್ನು ಕೈ ಬಿಟ್ಟರು. ಊರಿನ ಗಂಡು ಮಕ್ಕಳಿಗೆ ಮದುವೆಗೆ ಹೆಣ್ಣುಗಳು ದಕ್ಕದೆ ಹೋದರು. ಬಾಡಿ ಬಿದ್ದ ಹೂವಿನಂತೆ ಊರು ಮಂಕಾಯಿತು. ಇತ್ತ

ಊರು ಸವೆದಷ್ಟೂ ಅತ್ತ ಆಣೆಕಟ್ಟು ಏರತೊಡಗಿತು. ಅದು ಏರಿದಷ್ಟು ಜನರ ಮನಸಲ್ಲಿ ತಳಮಳ ಹೆಚ್ಚಾಗತೊಡಗಿತು.

ಇಂತಹ ಭರವಸೆಹೀನ ಪರಿಸ್ಥಿತಿಯಲ್ಲಿ ಶಿವಲಿಂಗೇಗೌಡ ಮನೆಯ ರಿಪೇರಿಗೆ ನಿಂತ. ಒಡೆದು ಹೋದ ಗೋಡೆ ಸರಿ ಮಾಡಿಸಿದ. ಮನೆಯ ಮುಂದೆ ಸೀಟು ಹಾಕಿಸಿ ಒಪ್ಪ ಮಾಡಿಸಿದ. ಒಡೆದ ಹಂಚುಗಳನ್ನು ಬದಲಾಯಿಸಿದ. ಚೆಂದದ ಬಣ್ಣವನ್ನು ಬಳಿಸಿದ. ಹಳೆಯ ಟಿವಿ ತೆಗೆದು ಹೊಸ ಟಿವಿ ತಂದು ಕೂರಿಸಿದ. ಮಗನಿಗೆ ಇಷ್ಟವಾಗಿದ್ದ ಆಟದ ಸಾಮಾನುಗಳನ್ನು ತಂದು ಮನೆಯಲ್ಲಿ ಜೋಡಿಸಿದ. ತನ್ನ ಮಗ ಮತ್ತು ಹೆಂಡತಿಯ ಫೋಟೋಗೆ ಚೆಂದದ ಫ್ರೇಮ್ ಹಾಕಿಸಿ ತಂದಿಟ್ಟುಕೊಂಡ. ಇವನ ಈ ಕೆಲಸಗಳನ್ನು ನೋಡಿಯೆ ಜನ ಇವನಿಗೆ ತಲೆಕೆಟ್ಟಿದೆ ಎಂದು ಆಡಿಕೊಳ್ಳತೊಡಗಿದರು. ಯಾರ ಮಾತಿಗೆ ಕಿವಿಗೊಡದೆ ತನ್ನ ಮನೆಯನ್ನು ಅತೀ ಚೆಂದವಾಗಿ ಮಾಡಿದ. ಇತ್ತ ಈ ಕಡೆ ಮನೆಯ ಸರಿ ಸಮಾನಕ್ಕೆ ಆಣೆಕಟ್ಟು ಬೆಳೆಯಿತು. ಆ ಆಣೆಕಟ್ಟು ಇನ್ನೇನು ಮುಗಿಯುವ ಹಂತದಲ್ಲಿತ್ತು.

ಇದೆಲ್ಲಾ ಆಗಿ ತಿಂಗಳ ಬಳಿಕ ಒಂದು ಸಂಜೆಗೆ ಆ ಊರು ಕಾದು ಕೂತಿದ್ದ ಸಿಡಿಲೊಂದು ಬಡಿಯಿತು. ಹತ್ತು ದಿನಗಳ ಒಳಗಾಗಿ ಊರು ಖಾಲಿ ಮಾಡುವುದು. ಮತ್ತು ಸೂಚಿಸಿದ ಸ್ಥಳಕ್ಕೆ ತೆರಳುವುದು. ಆಸ್ತಿ ಪತ್ರ ಹಣಕಾಸಿನ ಸವಲತ್ತುಗಳಿಗೆ ಸಹಿ ಮಾಡುವುದು ಮತ್ತು ಸಾಗಿಸಲು ಬರುವ ವಾಹನದಲ್ಲಿ ತಮ್ಮ ಮನೆಯ ವಸ್ತುಗಳನ್ನು ತುಂಬಿಕೊಳ್ಳುವುದು ಹಾಗೂ ನೀಡಲಾದ ಮನೆಯಲ್ಲಿ ತಮ್ಮ ಮುಂದಿನ ಬದುಕು ಕಂಡುಕೊಳ್ಳುವುದು ಎಂದು ತಿಳಿಸಲಾಯಿತು. ತಮಗೆ ಕೊನೆಗೂ ಬಿಡುಗಡೆ ಸಿಕ್ಕಿತು ಎಂದು ಜನ ಹೊರಡಲು ಅನುವಾದರು. ಕೆಲವರು ಗೋಳಾಡಿದರು. ಕೆಲವರು ತಾವು ಬಿಟ್ಟು ಬರುವುದಿಲ್ಲ ಎಂದು ಹಠ ಹಿಡಿದರು. ಆದರೆ ಶಿವಲಿಂಗಗೌಡ ಇಂತಹ ಹೊತ್ತಿನಲ್ಲೂ ಮನೆಗೆ ಕಾಂಪೌಂಡ್ ಕಟ್ಟಿಸತೊಡಗಿದ್ದ. ತರಹವಾರಿ ಹೂವಿನ ಗಿಡಗಳನ್ನು ತಂದು ಮನೆಯ ಮುಂದೆ ಹಾಕಿದ. ಜನ ಅವನನ್ನು ಬೈದರು, ನಕ್ಕರು, ಬುದ್ಧಿ ಹೇಳಿದರು. ಅವನು ಎಲ್ಲರಿಗೂ ಒಂದೊಂದು ನಗು ಕೊಟ್ಟು ಕಳುಹಿಸಿದ ಅಷ್ಟೇ.

ಚೆಂದದ ಮನೆಯಷ್ಟೇ ಈಗ ಶಿವಲಿಂಗ ಬಹಳ ಖುಷಿಯಾಗಿದ್ದ. ಹಗಲು ದುಡಿಯುತ್ತಿದ್ದ. ಚೆನ್ನಾಗಿ ಉಣ್ಣುತ್ತಿದ್ದ. ರಾತ್ರಿ ಒಳ್ಳೆ ನಿದ್ದೆ ಮಾಡುತ್ತಿದ್ದ. ಊರ ಜನ ಬದುಕು ಕೈಯಲ್ಲಿಟ್ಟುಕೊಂಡು ಓಡಾಡುತ್ತಿದ್ದರೆ ಇವನು ಮಾತ್ರ ತನಗೇನು ಆಗಿಯೇ ಇಲ್ಲವೆಂಬಂತೆ ನೆಮ್ಮದಿಯಾಗಿದ್ದ.

ಊರು ದಿನೇ ದಿನೇ ಖಾಲಿಯಾಗತೊಡಗಿತು. ಸರ್ಕಾರ ಹೇಳಿದ ಕೊನೆಯ ದಿನದ ಹಿಂದಿನ ದಿನಕ್ಕೆ ಒಂದೆರಡು ಕುಟುಂಬಗಳು ಬಿಟ್ಟರೆ ಇನ್ಯಾರು ಇರಲಿಲ್ಲ. ಅವರೂ ಕೂಡ ಬೆಳಗ್ಗೆ ಹೊರಡುವ ತಯಾರಿ ಮುಗಿಸಿದ್ದರು. ಶಿವಲಿಂಗಗೌಡ

ಮನೆಯು ಮದುವೆ ಮನೆಯಂತೆ ಸಿದ್ಧವಾಗಿತ್ತು. ಯಾರೋ ಒಬ್ಬರು 'ಏನು ಶಿವಲಿಂಗ ನಾಳೆ ಬೆಳಗಾದರೆ ಮನೆ ನೀರು ಪಾಲು. ಅದು ಗೊತ್ತಿದ್ದೂ ಮನೆನಾ ಈ ಪಾಟಿ ಚೆಂದ ಮಾಡಿಯಲ್ಲಾ...? ಏನಿದು ಹುಚ್ಚು?' ಎಂದು ಕೇಳಿದಾಗ ಶಿವಲಿಂಗ ಮೂಕನಂತೆ ನಿಂತಿದ್ದ.

ಏನೇನೋ ಹೇಳಬೇಕು ಅನಿಸಿ ಬಾಯಿ ತೆರೆದು ಸುಮ್ಮನಾಗಿದ್ದ. ಕಣ್ಣಲ್ಲಿ ನೀರು ಜಿನುಗತೊಡಗಿತು. ದುಃಖ ಉಮ್ಮಳಿಸಿ ಬಂತು. ಅವರ ಮುಂದೆ ತುಟಿ ಬಿಗಿ ಹಿಡಿದು ಎದ್ದು ಬಂದ. ತನ್ನ ಮನೆಯೊಳಗೆ ಕೂತು ಒತ್ತರಿಸಿ ಬಂದ ದುಃಖವನ್ನು ಹರಿಯಬಿಟ್ಟ. ಕಣ್ಣೊಳಗಿನ ಅಲೆ ಚಿಮ್ಮಿ ಚಿಮ್ಮಿ ಆಚೆ ಬಂತು. ಕೂತು ನೆಮ್ಮದಿಯಾಗಷ್ಟು ಅತ್ತ.

ಇದೇ ಮೊದಲ ಬಾರಿ ಶಿವಲಿಂಗನ ಮೌನ ಊರಿನವರನ್ನು ಕಾಡಿತ್ತು. ಇವನ್ಯಾಕೆ ಹೀಗೆ ಆಡ್ತಿದಾನೆ ಅನ್ನುವ ಯೋಚನೆ ಅವನಿಗೆ. ಊರು ಬಿಡುವ ವಿಚಾರದಲ್ಲಿ ನೊಂದು ತಲೆಕೆಟ್ಟಿರಬೇಕು ಎಂದು ಭಾವಿಸಿದರು. ಅವನನ್ನು ಅವನ ಪಾಡಿಗೆ ಬಿಟ್ಟು ತಮ್ಮ ತಮ್ಮ ಮನೆಗಳನ್ನು ಖಾಲಿ ಮಾಡತೊಡಗಿದರು.

ಮತ್ತೊಮ್ಮೆ ಬೀದಿಯಲ್ಲಿ ಮೈಕಿನ ದನಿ ಕೇಳಿಸಿತು 'ಈ ರಾತ್ರಿಯೊಳಗೆ ಮನೆ ಖಾಲಿ ಮಾಡದಕ್ಕದ್ದೂ, ಊರು ಬಿಡತಕ್ಕದ್ದು. ಯಾರೂ ಮನೆಯಲ್ಲಿ ಇರಬಾರದು. ನೀರು ನುಗ್ಗುವುದು. ಇದು ಅಪಾಯಕಾರಿ. ಇದು ನಿಮ್ಮ ನಿಮ್ಮ ಬದುಕಿನ ವಿಚಾರ...' ಎಂದು ಜೋರಾಗಿ ಮೈಕಿನಲ್ಲಿ ಹೇಳುತ್ತಾ ಹೋಗುತ್ತಿದ್ದರು.

ಆ ರಾತ್ರಿ ಶಿವಲಿಂಗಗೌಡ ಮನೆಯ ಹೊರಗೆ ಬಂದು ತನ್ನ ಮನೆಗೆ ಹೊರಗಿನಿಂದ ಬೀಗ ಹಾಕಿದ. ಪಕ್ಕದ ಮನೆಯ ಪಡಸಾಲೆಯ ಮೂಲಕ ಮನೆಹತ್ತಿ ತನ್ನ ಮನೆಯ ಮೇಲ್ಭಾಗ ತಲುಪಿದ. ಹೆಂಚು ತೆಗೆದು ಒಳಗೆ ಇಳಿದು ಮತ್ತೆ ಯಥಾಪ್ರಕಾರ ಕಾಣುವಂತೆ ಒಳಗಿನಿಂದ ಹೆಂಚು ಸರಿಮಾಡಿದ. ಹೊರಗಿನಿಂದ ಮನೆಗೆ ಬೀಗ ಹಾಕಿದಂತೆ ಕಾಣುತ್ತಿತ್ತು. ಆದರೆ ಒಳಗೆ ಶಿವಲಿಂಗಗೌಡನಿದ್ದ. ಬೆಳಗ್ಗೆ ಇಡೀ ಊರು ಖಾಲಿಯಾಯಿತು. ಒಂದು ನರಪಿಳ್ಳೆಯೂ ಇರದಂತೆ ಬರಿದಾಯಿತು. ಬೀಗ ಹಾಕಿದ ಮನೆಯೊಳಗೆ ಮಾತ್ರ ಶಿವಲಿಂಗ ಮಗನ ಕೈಬರಹಗಳೊಂದಿಗೆ, ಹೆಂಡತಿಯ ನೆನಪಿನೊಂದಿಗೆ ಉಳಿದ. ಇದೇ ಮೊದಲ ಬಾರಿಗೆ ಅವನಿಗೆ ಎದೆಯೊಳಗೆ ಸಣ್ಣ ಸಮಾಧಾನದ ಅನುಭವವಾಯಿತು.

ಸರ್ಕಾರದ ಅಧಿಕಾರಿಗಳಿಂದ ಊರಲ್ಲಿ ಯಾರಾದರೂ ಇರಬಹುದ ಅಂತ ತಲಾಷು ನಡೆಯಿತು. ಪ್ರತಿಮನೆಯನ್ನು ಹುಡುಕಿ ಹುಡುಕಿ ನೋಡಿದರು. ಕೆಲವು ತೆರೆದಿದ್ದವು. ಕೆಲವು ಅರೆಬರೆ ಮುಚ್ಚಿದ್ದವು. ಒಂದೆರಡು ಮನೆಗಳಿಗೆ ಬೀಗವೂ ಹಾಕಲಾಗಿತ್ತು. ಅಧಿಕಾರಿಗಳಿಗೆ ಮನುಷ್ಯರ ಯಾವ ಸುಳಿವೂ ಸಿಗಲಿಲ್ಲ. ಅಲ್ಲದೆ ಬೀದಿಯಲಿ ಮೈಕಿನ ಮೂಲಕ 'ಯಾರಾದ್ರು ಉಳಿದಿದ್ದರೆ ಈ ಕೂಡಲೆ ಹೊರಡಿ. ಬೆಳಗ್ಗೆ ನೀರು ಹರಿಸಲಾಗುವುದು. ಇಡೀ ಊರು ಮುಳುಗಿ ಹೋಗುತ್ತದೆ...'

ಎಂದು ಕೂಗಿದರು. ಖಾಲಿ ಊರಿನಲ್ಲಿ ಅವೇ ಅವೇ ಮಾತುಗಳನ್ನು ದನಿಸಿದವು. ಎಷ್ಟೊ ಜನರ ಉಸಿರುಗಳು ಇನ್ನೂ ಉಳಿದಿವೆ ಎಂದು ಅಧಿಕಾರಿಗಳಿಗೆ ಅನಿಸಿತು. ಎಷ್ಟೊ ವರ್ಷಗಳಿಂದ ಅದೆಷ್ಟು ತಲೆಮಾರುಗಳನ್ನು ಪೊರೆದ ಈ ಊರು ಇಂದು ಕೊನೆಯ ಕ್ಷಣಗಳನ್ನು ಎಣಿಸುವ ಈ ಪರಿ ಎಷ್ಟೊಂದು ಶೋಚನೀಯ ಎಂದು ಭಾವುಕರಾದರು. ಇಡೀ ಊರು ಖಾಲಿಯಾಗಿದೆ. ಯಾವ ಮನುಷ್ಯರು ಇಲ್ಲಿ ಉಳಿದಿಲ್ಲ ಎಂಬುದು ಖಚಿತವಾಗಿದೆ. ನೀರು ಹರಿಸಲು ಯಾವ ಅಡ್ಡಿಯೂ ಇಲ್ಲ ಎನ್ನುವ ಸಂದೇಶವನ್ನು ಅಧಿಕಾರಿಗಳಿಗೆ ರವಾನಿಸಿದರು.

ಶಿವಲಿಂಗಗೌಡ ಎದ್ದು ಕೂತ. ಇದು ತನ್ನ ಕೊನೆಯ ಕ್ಷಣ ಎಂಬುದಕ್ಕೆ ಅವನಿಗೆ ಯಾವ ಯೋಚನೆಯೂ ಇರಲಿಲ್ಲ. ಮನೆ ತೊರೆಯುವುದು, ಮಣ್ಣು ತೊರೆಯುವುದು, ನೆನಪು ತೊರೆಯೊವುದು ಬದುಕು ತೊರೆದಂತೆಯೇ ಎಂದು ಭಾವಿಸಿಕೊಂಡಿದ್ದ. ಕೆಲವನ್ನು ತೊರೆದು ಜೀವಿಸಬೇಕು, ಕೆಲವು ತೊರೆದು ಹೋದಮೇಲೆ ಜೀವಿಸಬಾರದು ಎಂಬುದು ಅವನ ಯೋಚನೆಯಾಗಿತ್ತು. ಏನನ್ನೋ ಪ್ರಾರ್ಥಿಸುವವನಂತೆ ಚಕ್ಕಳಮಕ್ಕಳ ಹಾಕಿಕೊಂಡು ಧ್ಯಾನ ಮುದ್ರೆಯಲ್ಲಿ ಕೂತ. ಅವನೊಂದಿಗೆ ಮನೆಯೂ ಧ್ಯಾನಕ್ಕೆ ಕೂತಿತು. ತನ್ನಷ್ಟಕ್ಕೆ ತಾನೇ ಸಮಾಧಾನ ಮಾಡಿಕೊಳ್ಳುವವನಂತೆ ಕಾಣತೊಡಗಿದ. ಯಾವುದೋ ಅವ್ಯಕ್ತ ಪ್ರಾರ್ಥನೆಯೊಂದು ಅವನಿಂದ ಹೊಮ್ಮುತ್ತಿತ್ತು. ಇಡೀ ಊರು ಮಸಣ ಮೌನದಲ್ಲಿ ಬೀಗುತ್ತಿತ್ತು. ಎಷ್ಟೊ ಹೊತ್ತಿನ ಬಳಿಕ ಈ ನೀರವವನ್ನು ಕೊಲ್ಲುವಂತೆ ಜೋರಾಗಿ ನೀರು ಹರಿದು ಬರುತ್ತಿರುವ ಸದ್ದು ನೀರವತೆಯನ್ನು ಕೊಂದಿತು. ನೀರು ಊರನ್ನು ಆಕ್ರಮಿಸತೊಡಗಿತು. ಶಿವಲಿಂಗಗೌಡ ಕೂತ ಬುಡಕ್ಕೆ ನೀರು ಹರಿಯಿತು. ವಿಚಲಿತನಾಗದ ಅದೇ ಧ್ಯಾನ ಭಂಗಿಯಲ್ಲಿ ಕೂತು ಪ್ರಾರ್ಥನೆ ಮುಂದುವರೆಸಿದ್ದ. ಹರಿದು ಬಂದ ನೀರು ಹೆಚ್ಚಾಗಿ ಇಷ್ಟಿಷ್ಟೆ ಊರನ್ನು ನುಂಗತೊಡಗಿತು. ಶಿವಲಿಂಗಗೌಡ ನೀರಿನ ಅಪಾರ ಹರಿವನ್ನು ಪ್ರೀತಿಯಿಂದ ಅಪ್ಪಿಕೊಂಡ. ಅವನ ಧ್ಯಾನ ನೀರಲ್ಲಿ ಐಕ್ಯವಾಯಿತು. ಅರೆಕ್ಷಣಕ್ಕೆ ಅಲ್ಲೊಂದು ಊರಿತ್ತು ಅನ್ನುವ ಕುರುಹೂ ಇಲ್ಲದಂತೆ ನೀರು ಎಲ್ಲವನ್ನೂ ತೊಳೆದಿತ್ತು. ಅದರೊಳಗೆ ಬೆರೆತು ಹೋದ ಶಿವಲಿಂಗನ ಉಸಿರಿಗೆ ನೀರು ಬೆದರಿತ್ತು. ನೀರಿನಾಳದಲ್ಲಿ ಈ ಮನೆ ಧ್ಯಾನದಲ್ಲಿತ್ತು. ನದಿಯ ನೀರು ತನ್ನ ಬಾಹುಗಳಿಂದ ಮನೆ ತಬ್ಬಿಕೊಂಡಿತ್ತು.

ಬಿಡುಗಡೆ

■ ದೀಪ್ತಿ ಭದ್ರಾವತಿ

deepthibdvt@gmail.com

ಮಾಂದಲಪಟ್ಟಿಯ ಬೆಟ್ಟವೊಂದರ ತುದಿಯಿಂದ ಶೇಖರ ಕಣ್ಣು ಕಿರಿದಾಗಿಸಿ ಮುಳುಗುವ ಸೂರ್ಯನನ್ನೇ ನೋಡುತ್ತಿದ್ದ. ಸಾಲು ಸಾಲು ಬೆಟ್ಟದ ನಡುವೆ ಅವ, ತನ್ನ ಅಸ್ತಿತ್ವದ ಚೂರುಗಳನ್ನು ಆಯ್ದುಕೊಳ್ಳುವ ಹಾಗೆ ತಣ್ಣಗೆ ಕರಗುತ್ತಿದ್ದ. ಶೇಖರನಿಗೆ ಅದರ ಕುರಿತಾಗಿ ಯಾವುದೇ ಆಸಕ್ತಿಯಿರಲಿಲ್ಲ. ಅಷ್ಟೇ ಏಕೆ, ಆಚೆ ಕೇಕೆ ಹೊಡೆಯುತ್ತಿದ್ದ ಜೋಡಿಯ ಬಗ್ಗೆಯಾಗಲಿ, ಈಚೆ ಗದ್ದಲ ಎಬ್ಬಿಸುತ್ತಿದ್ದ ಪಡ್ಡೆಗಳ ಗುಂಪಿನ ಬಗ್ಗೆಯಾಗಲಿ ಗಮನವಿರಲಿಲ್ಲ. ಅವನ ತಲೆಯಲ್ಲಿ ಇದ್ದದ್ದು ಒಂದೇ “ಅನಿರುದ್ಧ” ಕಳೆದ ಹದಿನೆಂಟು ವರ್ಷದಿಂದ ತನ್ನ ಅನಾಥ ಕಣ್ಣುಗಳನ್ನು ಬಾಗಿಲಿನ ಬಳಿಯೇ ಹುದುಗಿಸಿಟ್ಟು, ಕಾಯುತ್ತ ನೋಯುತ್ತ ಕಂಡಕಂಡವರನ್ನೆಲ್ಲ ಕೇಳುತ್ತ ಇಂಚಿಂಚೇ ಕರಗುತ್ತ ಮಲಗಿದ್ದ ಅನಿರುದ್ಧ.

“ಶೇಖ್ರೂ ಒಮ್ಮೆ ಬಂದು ಹೋಗೋ, ಹೆಚ್ಚಿಗೆ ದಿನ ಇಲ್ಲ ಕಾಣತ್ತೆ ಮಡಿಕೇರಿಲಿ ಆಸ್ಪತ್ರೆಗೆ ಸೇರಿಸಿದ್ದಿ” ಅನಿರುದ್ಧನ ಅಮ್ಮ ಕರೆ ಮಾಡಿದಾಗ ಶೇಖರನಿಗೆ ಇನ್ನು ತಡೆದು ನಿಲ್ಲುವುದು ಸಾಧ್ಯವಿಲ್ಲ ಎಂದನ್ನಿಸಿ ಹೊರಟುಬಂದಿದ್ದ. ಈ ಹಿಂದೆಯೂ ಅವಳು ಅದೆಷ್ಟೋ ಬಾರಿ ಕರೆ ಮಾಡಿದ್ದಳು. ಆಗೆಲ್ಲ ಶೇಖರ ಕಾರಣಗಳ ಕೊಡುತ್ತ ಮುಂದೂಡುತ್ತಿದ್ದ. ನಿಜ ಹೇಳಬೇಕೆಂದರೆ ಅವನಿಗೆ

ಅನಿರುದ್ಧನನ್ನು ಎದುರಿಸುವ ಶಕ್ತಿ ಇರಲಿಲ್ಲ. ಒಂದು ಕಾಲಕ್ಕೆ ಹರಿಯುವ ನದಿಯಂತೆ ಚಟಪಟ ಚಿಮ್ಮುತ್ತ ಅಲೆದಾಡುತ್ತ ಅಲೆಗಳ ಎಬ್ಬಿಸುತ್ತಿದ್ದವನನ್ನು ಇದೀಗ ಮಲ ಮೂತ್ರದ ನಡುವಿರುವ ಅಸಹಾಯಕ ಜೀವವಾಗಿ ನೋಡುವುದು ತನಗೆ ಸಾಧ್ಯವಿಲ್ಲ ಎಂಬುದು ಅರಿವಾಗಿ ಹೋಗಿದೆ. ಆದರೆ "ಅನಿಗಾದರೂ ಯಾರಿದ್ದಾರೆ ಶೇಖ್ರೂ" ಅನಿರುದ್ಧನ ಅಮ್ಮನ ಮಾತು ಕೇಳುವಾಗಲೆಲ್ಲ "ಹೌದು" ಎನ್ನಿಸಿ ಎದೆ ಜಿನುಗುತ್ತದೆ. ಮರುಕ್ಷಣವೇ ಅನಿರುದ್ಧನಿಗೆ ಯಾರು, ಯಾವುದೂ ನೆನಪಿಲ್ಲ ಎನ್ನುವ ಸತ್ಯ ಕಣ್ಣ ಮುಂದೆ ಬಂದಂತಾಗಿ ಕೊರಳು ಬಿಗಿಯುತ್ತದೆ. ಅನಿರುದ್ಧ ಯಾಕಾದರೂ ಮುಂಬೈಗೆ ಹೋದನೋ ಎನ್ನಿಸುತ್ತದೆ? ಹೋಗದೇ ಇದ್ದಿದ್ದರೆ ಹೀಗೆಲ್ಲಾ ಆಗುತ್ತಲೇ ಇರಲಿಲ್ಲವೇನೋ ಅನ್ನಿಸುತ್ತದೆ. ಆದರೆ...?

ಊರು ಬಿಡುವ ಹಿಂದಿನ ದಿನ ಅನಿರುದ್ಧ ಇದೇ ಮಾಂದಲಪಟ್ಟಿಯ ತುದಿಯಲ್ಲಿ ಕೂತು "ಶೇಖ್ರು ನಾಳೆ ರಾತ್ರಿ ಮನೆ ಬಿಡ್ತೇನೆ. ಯಾರಿಗೂ ಹೇಳಬೇಡ" ಎಂದಿದ್ದ. ಶೇಖರನ "ಯಾಕೆ?" ಎನ್ನುವ ಪ್ರಶ್ನೆಯನ್ನು ಮೀರಿದವನಂತೆ, "ಈ ಸಂಪಾಜೆಯಲ್ಲಿ ಘಾಟಿಯೊಂದು ಬಿಟ್ಟರೆ ಏನುಂಟು ಮಹರಾಯ, ಮುಂಬೈಗೆ ಹೋಗಿ ದುಡೀತೇನೆ. ಅಮ್ಮನ್ನ ಅಪ್ಪನ್ನ ಚಂದ ನೋಡಿಕೊಳ್ಳಬೇಕು ತಂಗಿಗೆ ದಾರಿ ಮಾಡಬೇಕು ಇಲ್ಲಿದ್ದರೆ ಏನೂ ಆಗುವುದಿಲ್ಲ. ಇರೋ ಮುಕ್ಕಾಲು ಎಕರೆಲಿ ಎಂತ ಮಾಡೋದಿದೆ. ಲಕ್ಷ ಲಕ್ಷ ದುಡೀತೇನೆ. ಸಂಪಾಜೆಯಲ್ಲಿಯೇ ಫ್ಯಾಕ್ಟರಿ ಕಟ್ತೇನೆ. ಇಲ್ಲಿನ ಹುಡುಗರೆಲ್ಲ ಕೆಲಸ ಹುಡುಕಿ ಅಲೆಯದೆ ಇರೋ ಹಾಗೆ ಮಾಡ್ತೇನೆ" ಎಂದೆಲ್ಲ ಹೇಳುತ್ತಲೇ ಇದ್ದ. "ಮನೇಲಿ ಹೇಳಿ ಹೋಗು ಮಹರಾಯ" ಎಂದಾಗಲು ಅವ ನಿರಾಕರಿಸಿದ್ದ. "ಬೆನ್ನಿಗಿಂತ ಲಗೇಜು ಹೆಚ್ಚಾಗಬಾರದು ಶೇಖ್ರೂ" ಉದ್ದುದ್ದ ಮಾತುಗಳ ಆಡುತ್ತಲೇ ಇದ್ದ. ಶೇಖರನಿಗೆ ತಡೆದು ನಿಲ್ಲಿಸುವುದು ಸಾಧ್ಯವಿಲ್ಲ ಎನ್ನಿಸಿತ್ತು. ಅದಾಗಲೇ ತೋಳುಗಳಿಗೆ ರೆಕ್ಕೆ ಕಟ್ಟಿಕೊಂಡು ಹಾರಲು ಸಿದ್ಧವಾದವನನ್ನು ನೆಲದಲ್ಲಿ ಮುಚ್ಚಿಡುವ ಯತ್ನ ಮಾಡಬಾರದು ಅನ್ನಿಸಿತ್ತು. "ಹುಷಾರು ಅನಿ" ಎಂದಷ್ಟೇ ಹೇಳಿ ಪತ್ರ ಬರೀತಿರು ಮಹರಾಯ ಎಂದಿದ್ದ.

ಮುಂಬೈಗೆ ಹೋದ ಮೊದಮೊದಲು ಅನಿರುದ್ಧ ತನ್ನ ಕೌತುಕಗಳ ಮೂಟೆಯನ್ನೇ ಕಟ್ಟಿ ಪತ್ರ ಬರೆಯುತ್ತಿದ್ದರೂ ಅದಾದ ನಂತರ ಅದು ಕ್ರಮೇಣ ಕಡಿಮೆಯಾಗಿ ಒಂದು ದಿನ ನಿಂತೇ ಹೋಯಿತು. ಈ ಮಧ್ಯೆ ಡಿಗ್ರಿ ಮುಗಿಸಿ ಊರೂರು ಕೆಲಸಕ್ಕೆ ಅಲೆಯುತ್ತಿದ್ದ ಶೇಖರನಿಗೆ ಕೂಡ ಅನಿರುದ್ಧನ ಮಾತುಗಳು ಸತ್ಯ ಎನ್ನಿಸತೊಡಗಿದ್ದವು. ಅದೂ ಅಲ್ಲದೆ ಆ ದಿನ ಅನಿರುದ್ಧನ ಅಪ್ಪ ಅಚಾನಕ್ ಬಂದು "ಶೇಖ್ರೂ ನಮ್ ಅನಿ ಹತ್ತು ಸಾವಿರ ಕಳ್ಸಿದ್ದಾನೆ" ಎನ್ನುತ್ತ ಜೋರು ಬಿಕ್ಕಿ ಅತ್ತಾಗ ತಾನು ಕೂಡ ತನ್ನ ಅಪ್ಪನಿಗೆ ಅಂತಹದ್ದೊಂದು ಅಚ್ಚರಿಕೊಡುವ ಕಾತರ ಹೆಚ್ಚಿ ಶೇಖರ ಊರು ಬಿಟ್ಟು ದುಬೈಗೆ ಹಾರಿದ್ದ.

ಕತ್ತಲು ದಟ್ಟವಾಗಿ ಚಾಚತೊಡಗಿತ್ತು. ಶೇಖರ ಮೊಬೈಲನ್ನು ತೆಗೆದು ನೋಡಿದ. ವಾರುಣಿಯ ಮಿಸ್ಡ್ ಕಾಲ್‌ಗಳು ಬಿಟ್ಟರೆ ಏನೂ ಇರಲಿಲ್ಲ. ಅವಳಿಗೆ ಕರೆ ಮಾಡಿ ಇಲ್ಲಿನ ರಗಳೆ ಹೇಳುವ ಮನಸ್ಸಾಗಲಿಲ್ಲ. ಆದರೆ ಹೊರಡುವ ಮುನ್ನ ವಾರಿಣಿ "ಒಂದಿಷ್ಟು ಹಣ ತಗೊಂಡು ಹೋಗು ಖಾಸಾ ದೋಸ್ತ್ ಅಂತೀ ಈಗಲೂ ಏನೂ ಮಾಡದೆ ಹೇಗಿರ್ತಿ" ಎಂದಿದ್ದಳು. ಅನಿರುದ್ಧನನ್ನು ಒಮ್ಮೆಯೂ ನೋಡದ ಅವಳ ಕಣ್ಣುಗಳಲ್ಲಿ ಇದ್ದ ಕಾಳಜಿ ಶೇಖರನನ್ನು ಅಲುಗಾಡಿಸಿತ್ತು. ಆಕೆ ತನ್ನ ಹೆಂಡತಿಯಾಗಿದ್ದಕ್ಕೆ ಅಕ್ಕರೆ ಉಕ್ಕಿತ್ತು. ಹೊರಡುವ ಮೊದಲು ಏನಾದರೂ ಆಗಲಿ ಎಂದು ಅನಿರುದ್ಧನ ತಂಗಿಗೆ ಕರೆ ಮಾಡಿದ್ದ. ಆಕೆ "ಶೇಖರಣ್ಣ ಎಷ್ಟು ದಿನ ಅಂತ ಇದೆಲ್ಲ ಮಾಡೋದು. ಅಮ್ಮಂಗು ನಂಗೂ ಸಾಕಾಗಿ ಹೋಗಿದೆ. ಕಳೆದ ಎರಡು ವರ್ಷದಿಂದ ಅವ ಹೀಗೆ ಸೀರಿಯಸ್ ಆಗೋದು ನಾವು ಅವನ ಬಾಯಿಗೆ ನೀರು ಬಿಡುತ್ತ ಅಳೋದು ನಡೀತಾನೆ ಇದೆ. ಒಮ್ಮೆಗೆ ಹೋಗಿದ್ದರೆ ಬಹುಶಃ ಬದುಕುತ್ತಿದ್ದ. ಈಗ ನೋಡು ಎಲ್ಲರಿಗೂ ಕಷ್ಟ" ಎನ್ನುತ್ತ ಫೋನ್ ಇಟ್ಟಿದ್ದಳು.

ಶೇಖರ, ಆ ಗಳಿಗೆಯಲ್ಲಿ ಅಂತಹ ಮಾತುಗಳನ್ನು ನಿರೀಕ್ಷೆ ಮಾಡಿಲ್ಲದೆ ಹೋದರೂ, ಅವಳ ಅಸಹಾಯಕ ನುಡಿಗಳಲ್ಲಿ ಅನುಭವಿಸಿರಬಹುದಾದ ಸಂಕಟಗಳು ಕಾಣಿಸಿದ್ದವು. ಆ ದಿನ ಶೇಖರ ಸೆಕೆಂಡ್ ಶಿಫ್ಟಿನಲ್ಲಿರುವಾಗಲೆ ಸಂಪಾಜೆಯಿಂದ ಅವನ ಅಪ್ಪ "ಶೇಖ್ರೂ, ಅನಿರುದ್ಧನಿಗೆ ಮುಂಬೈನಲ್ಲಿ ಕಾರು ಆಕ್ಸಿಡೆಂಟ್ ಆಗಿದೆ ತಲೆಗೆ ಭಾರೀ ಏಟಾಗಿದೆ ಪರಿಸ್ಥಿತಿ ಗಂಭೀರ ಉಂಟು" ಎನ್ನುತ್ತ ಕರೆಮಾಡಿದ್ದ. ಶೇಖರನಿಗೆ ಜೀವ ಹಾರಿದಂತಾಗಿತ್ತು. ಎದ್ದು ಓಡಿ ಬರಬೇಕು ಎಂದುಕೊಂಡ, ಸಾಧ್ಯವಿರಲಿಲ್ಲ. ಆದರೆ ಅಂತಹ ಸಂಕಟದ ನಡುವೆಯೂ ತುಸು ನೆಮ್ಮದಿ ಎನ್ನಿಸಿದ್ದು, ಅಷ್ಟರಲ್ಲಿ ಆಗಲೇ ಅನಿರುದ್ಧ ಮುಂಬೈನಲ್ಲಿ ಸಣ್ಣ ಕಂಪನಿಯೊಂದರ ಮಾಲೀಕನಾಗಿ ಎರಡೆರಡು ಫ್ಲಾಟುಗಳನ್ನು, ಸಂಪಾಜೆಯಲ್ಲಿ ಎಂಟೆಕರೆ ಭೂಮಿಯನ್ನು ಕೊಂಡು ತಂಗಿಯ ಮದುವೆ ಮಾಡಿ, ಅಪ್ಪನ ಶ್ರಾದ್ಧ ಮುಗಿಸಿದ್ದ.

ಅನಿರುದ್ಧನಿಗೆ ಅಪಘಾತವಾಗಿ ಮೂರ್‍ನಾಲ್ಕು ತಿಂಗಳು ಕಳೆದು ಹೋಗಿತ್ತು. ಇನ್ನು ಕೋಮಾದಲ್ಲಿದ್ದ. "ಶೇಖರಣ್ಣ, ಅನಿಯಣ್ಣನಿಗೆ ಬಿಹಾರಿ ಹುಡುಗಿ ಜೊತೆ ಮದ್ವೆಯಾಗಿದ್ದು ನಿಂಗೊತ್ತಾ" ಅನಿರುದ್ಧನ ತಂಗಿ ಕರೆ ಮಾಡಿದ್ದಳು. ಶೇಖರನಿಗೆ ನಿಜಕ್ಕೂ ಗರಬಡಿದಂತಾಗಿತ್ತು. "ನಂಗೇನು ಗೊತ್ತಿಲ್ಲ ಮಹರಾಯ್ತಿ" ಎಷ್ಟು ಬಾರಿ ಹೇಳಿದಾಗಲೂ ಅವಳಿಗೆ ನಂಬಿಕೆ ಬಂದಿರಲಿಲ್ಲ. ಕೊನೆಗೆ "ಶೇಖರಣ್ಣ ಸಮಸ್ಯೆ ಗಂಭೀರ ಆಗಿದೆ, ನನ್ನ ಅತ್ತಿಗೆ ಅಂತ ಹೇಳಿಕೊಳ್ಳುತ್ತಿರುವ ಬಿಹಾರಿ ಹುಡುಗಿಯ ಕಡೆಯವರು ಮುಂಬೈನಲ್ಲಿರುವ ಅನಿಯಣ್ಣನ ಎರಡೂ ಫ್ಲಾಟು ನಮಗೇ ಸೇರಬೇಕು ಕಂಪನಿ

ಕೂಡ ನಮ್ಮದೇ ಅಂತ ಕೂತಿದ್ದಾರೆ, ಏನು ಮಾಡೋದು ತಿಳೀತಾ ಇಲ್ಲ" ಎನ್ನುತ್ತ ಅತ್ತಿದ್ದಳು.

ಶೇಖರ ಸ್ವಲ್ಪ ದಿನ ಏನು ಮಾಡಲು ತೋಚದೆ ಸುಮ್ಮನಿದ್ದ. ಕೊನೆಗೆ ಯಾವ್ಯಾವುದೋ ಸ್ನೇಹಿತರ ಸಹಾಯ ಪಡೆದು ಅನಿರುದ್ಧನ ಮದುವೆ ವಿಚಾರಗಳನ್ನು ವಿಚಾರಿಸಿದ್ದ. ಅದು ನಿಜವೇ ಆಗಿತ್ತು. ಅವಳು ಅವನ ಕಂಪನಿಯಲ್ಲಿಯೇ ಇದ್ದಳು. ಇಡೀ ಕಂಪನಿಯ ವ್ಯವಹಾರ ಅವಳಿಗೆ ಗೊತ್ತಿತ್ತು. ಅಲ್ಲದೆ ಅದರಲ್ಲಿ 51 ಶೇಕಡಾ ಷೇರುದಾರಳು ಆಗಿದ್ದಳು. ತೆಳ್ಳಗೆ ಬೆಳ್ಳಗೆ ಯಾರೂ ಕೂಡ ಮೋಹಿಸಬಹುದಾದ ಅವಳ ಪ್ರೇಮದಲ್ಲಿ ಅನಿರುದ್ಧ ಸಿಲುಕಿಕೊಂಡಿದ್ದರಲ್ಲಿ ಯಾವ ಅಚ್ಚರಿಯೂ ಇರಲಿಲ್ಲ. ಆದರೆ ಅವ ತನ್ನ ಮದುವೆ ಮುಚ್ಚಿಟ್ಟಿದ್ದು ಮಾತ್ರ ಯಾವ ಕಾರಣಕ್ಕೆ ಎಂದು ಶೇಖರನಿಗೆ ಹೊಳೆದಿರಲಿಲ್ಲ. ಅಲ್ಲದೆ ಮಗು ಹುಟ್ಟಿದ ನಂತರವೂ ತನ್ನ ಮನೆಯವರಿಗೆ ಕೂಡ ಸುದ್ದಿ ಮುಟ್ಟಿಸದೇ ಇದ್ದದ್ದು ವಿಚಿತ್ರ ಅನ್ನಿಸಿತ್ತು.

ಆದರೆ ಅದೆನ್ನೆಲ್ಲ ಹೆಚ್ಚು ಯೋಚಿಸುತ್ತ ಕೂರುವ ಸ್ಥಿತಿಯಲ್ಲಿ ಶೇಖರ ಇರಲಿಲ್ಲ. ಅವ ತನಗೆ ಗೊತ್ತಿದ್ದ ದೊಡ್ಡ ವಕೀಲರ ಇರಿಸಿ ಅನಿರುದ್ಧನ ಆಸ್ತಿ ಉಳಿಸುವ ಯತ್ನ ಮಾಡಿದನಾದರೂ ಪ್ರಯೋಜನವಾಗಿರಲಿಲ್ಲ. ಪುಣ್ಯಕ್ಕೆ ಸಂಪಾಜೆಯಲ್ಲಿ ಖರೀದಿಸಿದ ಭೂಮಿ ಯಾರ ಗಮನಕ್ಕೂ ಬಾರದೆ ಇದ್ದುದ್ದರಿಂದ ಉಳಿದುಕೊಂಡಿತ್ತು. ಅನಿರುದ್ಧ ಇನ್ನು ಕೋಮಾದಲ್ಲಿ ಇರುವಾಗಲೇ ಅವನಮ್ಮ "ಮತ್ತೆಲ್ಲಿ ಬಿಹಾರಿಗಳು ಬಂದು ಇದನ್ನು ಕೂಡ ಕಸಿಯುತ್ತಾರೋ" ಎನ್ನುವ ಭಯದಲ್ಲಿ ಅದನ್ನು ಅವನ ತಂಗಿಗೆ ಹೆಬ್ಬಟ್ಟು ಒತ್ತಿಸಿ ದಾನಪತ್ರ ಮಾಡಿಸಿದ್ದಳು. ಅಲ್ಲಿಗೆ ಅನಿರುದ್ಧ ಸಂಪಾಜೆ ಬಿಟ್ಟು ಹೋದ ಸ್ಥಿತಿಯಲ್ಲಿಯೆ ಮತ್ತೆ ನಿಂತಿದ್ದ. ಒಂದೂವರೆ ವರ್ಷ, ಇಹದ ಯಾವ ಅರಿವಿಲ್ಲದೆ ಮಂಗಳೂರಿನ ಸರ್ಕಾರಿ ಆಸ್ಪತ್ರೆಯಲ್ಲಿ ಮಲಗಿಯೇ ಇದ್ದ. ಅವನ ಹೆಂಡತಿ ಒಂದೆರಡು ಬಾರಿ ಪುಟ್ಟ ಮಗುವಿನೊಂದಿಗೆ ಬಂದಿದ್ದಳು ಎನ್ನುವ ಸುದ್ದಿ ಸಿಕ್ಕರೂ ಬಂದದ್ದು ಡಿವೋರ್ಸು ಪೇಪರಿನ ಮೇಲೆ ಹೆಬ್ಬೆಟ್ಟು ಪಡೆಯುವುದಕ್ಕೆ ಎನ್ನುವಲ್ಲಿಗೆ ಅದು ನಿಂತಿತ್ತು.

ಅದಾದ ನಂತರ ಶೇಖರ ತನ್ನ ಮದುವೆ ಸಂಸಾರಗಳಲ್ಲಿಯೇ ಕಳೆದು ಹೋದ. ಈ ಮಧ್ಯೆ ಅನಿರುದ್ಧನಿಗೆ ಪ್ರಜ್ಞೆ ಬಂದಿದೆ ಎನ್ನುವ ಸುದ್ದಿ ಬಂದರೂ ಅದು ಅಷ್ಟೇನು ಸಂತಸದ ವಿಷಯವಾಗಿರದೆ ಮತ್ತೊಂದು ಸಮಸ್ಯೆಯನ್ನು ಹುಟ್ಟುಹಾಕಿತ್ತು. "ಶೇಖರಣ್ಣ ಮಾತೆತ್ತಿದರೆ ಅನಿಯಣ್ಣ "ಮಗಳು ಮಗಳು" ಅಂತಾನೆ ಅದೊಂದು ಶಬ್ದ ಬಿಟ್ಟರೆ ಬೇರೆ ಮಾತಿಲ್ಲ" ಅವನ ತಂಗಿ ಕಣ್ಣೀರು ಹಾಕಿದ್ದಳು. ಶೇಖರನಿಗೆ ವಿಚಿತ್ರವೆನ್ನಿಸಿತ್ತು. ವರ್ಷಗಟ್ಟಲೆ ಜೊತೆಯಲ್ಲಿದ್ದ ತಾವ್ಯಾರು ಅವನ ನೆನಪಿನಲ್ಲಿ ಉಳಿಯದೇ ಇದ್ದದ್ದು. ಹೆಂಡತಿ ಕೂಡ ನೆನಪಾಗದೆ

ಹೋದದ್ದು. ಆದರೆ ಕೇವಲ ನಾಲ್ಕು ತಿಂಗಳ ಮಗು ಮಾತ್ರವೇ ತನ್ನದು ಎನ್ನಿಸಿದ್ದು ಹೇಗೆ ಎಂದು ಯೋಚಿಸುತ್ತಲೇ ಇದ್ದ. "ಈ ನಡುವೆ ಮುಂಬೈನ ಸ್ನೇಹಿತರೊಬ್ಬರು ಅನಿರುದ್ಧನ ಹೆಂಡತಿಗೆ ಮತ್ತೆ ಮದುವೆಯಾಯಿತು. ಬಿಹಾರಿ ಹುಡುಗ" ಎಂದಿದ್ದರು. ಶೇಖರ ತಕ್ಷಣಕ್ಕೆ "ಮಗು?" ಗಾಬರಿಯಲ್ಲಿ ಕೇಳಿದ್ದ. "ಅದನ್ನ ಅವರ ಕಡೆ ಯಾರಿಗೋ ದತ್ತು ಕೊಟ್ಟರು" ಎನ್ನುವ ಸುದ್ದಿ ಕೇಳಿದ ತಕ್ಷಣಕ್ಕೆ ನಿಂತ ನೆಲ ಕಳಚಿ ಬಿದ್ದಂತೆ ಅನ್ನಿಸಿತ್ತು.

ಪ್ರಜ್ಞೆ ಬಂದಾಗಿನಿಂದ ತೊದಲು ನಾಲಿಗೆಯ ಕಷ್ಟಪಟ್ಟು ಹೊರಳಿಸಿ "ಮಗಳು, ಮಗಳು" ಎನ್ನುವ ಅನಿರುದ್ಧನ ಎದುರು ನಿಂತಂತಾಗಿ ನಡುಗಿದ್ದ. "ಏನು ಮಾಡುವ ಹಾಗಿದೆ ಶೇಖರ್, ಅನಿರುದ್ಧ ಮೊದಲಿನ ಹಾಗೆ ಆಗಲ್ಲ ಎನ್ನುವುದು ಎಲ್ಲರಿಗೂ ಗೊತ್ತಿದೆ. ಆಕೆಗೆ ಅಬ್ಬಬ್ಬ ಎಂದರೆ ಇಪ್ಪತ್ತೆಂಟು. ಇಡೀ ಜೀವನ ಅವನ ಜೊತೆ ಇದ್ದು ಏನು ಸುಖ ಪಡೆಯೋದು ಸಾಧ್ಯ? ಬಿ ಪ್ರಾಕ್ಟಿಕಲ್" ವಾರುಣಿ ನುಡಿದಾಗ ಶೇಖರನಿಗೆ "ಹೌದು" ಎನ್ನಿಸಿತ್ತು. "ಆದ್ರೆ ಮಗೂನಾದ್ರು ಕೊಡಬಹುದಿತ್ತು ಅಲ್ವಾ?" ಪೆದ್ದು ಪೆದ್ದಾಗಿ ಕೇಳಿದ್ದ. ವಾರುಣಿ "ಎಮೋಷನಲ್ ಫೂಲ್ ಆಗಿ ಯೋಚಿಸಬೇಡ" ಸಾಕೋರು ಯಾರು? ಪ್ರಶ್ನೆ ಮುಂದಿಟ್ಟಿದ್ದಳು.

ಶೇಖರ, ದುಬೈನ ನಂಟು ಕಳಚಿಕೊಂಡು ದಿಲ್ಲಿಯಲ್ಲಿ ನೆಲೆ ನಿಲ್ಲುವ ಮೊದಲು ಸಂಪಾಜೆಗೆ ಬಂದಿದ್ದ. ಬಂದವನೇ ಅನಿರುದ್ಧನ ಮನೆಗೆ ಓಡಿದ್ದ. "ಶೇಖ್ರೂ ಬಂದಿದ್ದಾನೆ ನೋಡು ಅನಿ" ಎನ್ನುತ್ತ ಅವನಮ್ಮ ಅವನ ತಲೆಯನ್ನು ಬಲವಂತವಾಗಿ ತಿರುಗಿಸಿದ್ದಳು. ಅವನು ವಿಚಿತ್ರವಾಗಿ ನೋಡಿ ಸುಮ್ಮನಾಗಿದ್ದ. "ಏನೂ ಗೊತ್ತಾಗುದಿಲ್ಲ" ಎನ್ನುತ್ತ ಅವಳು ಸೆರಗಿನಲ್ಲಿ ಕಣ್ಣೊರೆಸಿಕೊಂಡಿದ್ದಳು. ಅನಿರುದ್ಧ ಮೊದಲಿಗಿಂತಲೂ ಹೆಚ್ಚು ದಪ್ಪವಾಗಿದ್ದ. ಬೆಳ್ಳಗಾಗಿದ್ದ. ತಲೆಗೂದಲು ಅಲ್ಲಲ್ಲಿ ನೆರೆದಿತ್ತು. ತನ್ನ ಅಂಗಿಯ ಗುಂಡಿಗಳನ್ನು ಹಿಡಿದು ಎಳೆಯುತ್ತಿದ್ದ. ತಾನೊಬ್ಬನೇ ಏನನ್ನೊ ಗೊಜಗೊಜ ಮಾತಾಡುತ್ತಿದ್ದ. "ನಾನು ಕಣೋ ಶೇಖರ" ಪದೇಪದೆ ಹೇಳಿದಾಗಲೂ ಇವನತ್ತ ಒಮ್ಮೆಯೂ ನೋಡಲಿಲ್ಲ.

ಶೇಖರನಿಗೆ ಆ ದಿನವೆಲ್ಲ ತಲೆ ಕೆಟ್ಟು ಹೋಗಿತ್ತು. ಎಷ್ಟೋ ಹೊತ್ತು ಇದೇ ಮಾಂದಲಪಟ್ಟಿಯಲ್ಲಿ ಬಂದು ಕೂತಿದ್ದ. ಮರಗಿಡಗಳ ಹಂಗಿಲ್ಲದೆ ಜೋರು ಗಾಳಿ ಬೀಸುವ ಈ ಬೋಳು ಗುಡ್ಡಗಳ ಸಣ್ಣ ಸಣ್ಣ ಕಾಲುದಾರಿಗಳಲ್ಲಿ ತಮ್ಮಿಬ್ಬರ ಹೆಜ್ಜೆಯನ್ನು ಅರಸಿ ಅತ್ತಿದ್ದ. ಸಂಪಾಜೆಯಲ್ಲಿ ಇದ್ದ ಹತ್ತೂ ದಿನವೂ ಸುಮ್ಮನೆ ಅನಿರುದ್ಧನ ಮುಂದೆ ಹೋಗಿ ಕೂರುವುದ ಬಿಟ್ಟು ಏನನ್ನು ಮಾಡಿರಲಿಲ್ಲ. ಪ್ರತಿ ಬಾರಿ ಹೋದಾಗಲು ಅನಿರುದ್ಧ ಗೊಜಗೊಜ ಭಾಷೆಯಲ್ಲಿ "ನೀವು ಯಾರು" ಅನ್ನೋದು, "ನಂಗೊಬ್ಬಳು ಮಗಳು ಇದ್ದಾಳೆ ಗೊತ್ತಾ" ಎನ್ನುವ ಮಾತು ಕೇಳಿ ಕೇಳಿ ಎದೆ ಬಿರಿಯೆ ಬಿಕ್ಕಿದ್ದ. ಹೊರಡುವ ದಿನ ಮಾತ್ರ ಅವನಮ್ಮ

"ಶೇಖ್ರು ಸಾಧ್ಯವಾದ್ರೆ ಅನಿಯ ಮಗಳನ್ನ ಹುಡುಕಿಸಿ ಕೊಡ್ತೀಯಾ?" ಎನ್ನುತ್ತ ಕೈ ಹಿಡಿದುಕೊಂಡಿದ್ದಳು.

ಶೇಖರನಿಗೆ ದಿಲ್ಲಿಯಲ್ಲಿ ಕೂತು ಮುಂಬೈ ಮಹಾನಗರಿಯಲ್ಲಿ ಅನಿರುದ್ಧನ ಮಗಳನ್ನು ಹುಡುಕುವುದು ಹೇಗೆ ಎನ್ನುವುದೇ ಅರ್ಥವಾಗಲಿಲ್ಲ. ಆದರೆ ಅವಳನ್ನೊಮ್ಮೆ ನೋಡಿದರೆ ಅನಿರುದ್ಧ ಸರಿಯಾಗಬಹುದೇನೊ ಎನ್ನುವ ಉತ್ಕಟ ಬಯಕೆ ಉಕ್ಕಿ ಅವ ಹಿಂದೆ ಕಟ್ಟಿದ ಕಂಪನಿಯ ಜಾಡು ಹಿಡಿದು ಯಾರ್ಯಾರನ್ನೋ ಹುಡುಕಿ ಅವಳನ್ನು ಕಂಡು ಹಿಡಿಯುವುದರಲ್ಲಿ ಒಂದೂವರೆ ವರ್ಷ ಕಳೆದುಹೋಗಿತ್ತು. ಅವಳು ಮುಂಬೈನ ಪ್ರತಿಷ್ಠಿತ ಶಾಲೆಯಲ್ಲಿ ಐದನೇ ತರಗತಿ ಓದುತ್ತಿದ್ದಳು. ಥೇಟ್ ಅಪ್ಪನದೆ ಮೂಗು ಕಣ್ಣುಗಳು ಇದ್ದರೂ ಅದು ಆಕೆಗೆ ಎಂದೂ ಗೊತ್ತೇ ಆಗದ ಹಾಗೆ ಅವಳ ಬದುಕು ಕಟ್ಟಿ ನಿಲ್ಲಿಸಿಯಾಗಿತ್ತು. ಬಿಹಾರಿಗಳ ಸರ್ ನೇಮ್‌ವೊಂದು ಅವಳ ಹೆಸರಿನ ತುದಿಗೂ ಇದ್ದು, ಅದು ಅನಿರುದ್ಧ ಮತ್ತು ಅವಳ ನಡುವಣ ನಂಟನ್ನು ಶಾಶ್ವತವಾಗಿ ಅಳಿಸಿ ಹಾಕಿತ್ತು.

ಅವಳು ಸಿಕ್ಕಿದಾಕ್ಷಣಕ್ಕೆ ಶೇಖರ ಇನ್ನಿಲ್ಲದ ಖುಷಿಯಲ್ಲಿ ಅನಿರುದ್ಧನ ಅಮ್ಮನಿಗೆ ಕರೆಮಾಡಿ ಸುದ್ದಿ ಮುಟ್ಟಿಸಿ ಮನೆಗೆ ಬಂದಿದ್ದ. ವಾರುಣಿ ಬೈದಿದ್ದಳು. "ಬುದ್ಧಿ ಇದೆಯಾ ನಿನಗೆ? ಮಗುವಿನ ಭವಿಷ್ಯ ಹಾಳು ಮಾಡೋದಕ್ಕೆ ಹೊರಟಿದ್ದೀಯಲ್ಲ. ಅದೇನು ಮಾಡ್ತೀಯೋ ಗೊತ್ತಿಲ್ಲ. ಆ ಮಗುವಿಗೆ ನೀನು ಏನೂ ಹೇಳಬಾರದು ಅಷ್ಟೇ. ನಿನ್ನ ಮಗಳ ಮೇಲಾಣೆ" ಎನ್ನುತ್ತ ಎದ್ದು ಹೋಗಿದ್ದಳು. ಶೇಖರನ ಉತ್ಸಾಹ ಕಳೆದುಹೋಗಿತ್ತು. ತನ್ನ ಪಾಡಿಗೆ ತನ್ನದೆ ಜಗತ್ತೊಂದನ್ನು ಕಟ್ಟಿಕೊಂಡ ಮಗುವನ್ನು ಏಕಾಏಕಿ ನಿನ್ನ ಪ್ರಪಂಚ ಅದಲ್ಲ ಇದು ಎನ್ನುವುದಾದರು ಹೇಗೆ? ಹೇಳಿದರೆ ಆ ಮಗು ಸ್ವೀಕರಿಸುವ ಹಂತದಲ್ಲಿ ಇರುತ್ತದೆಯಾ? ಯೋಚಿಸಿ ಹೈರಾಣಾಗಿ ಹೋದ. ಅದೇ ಮಾತನ್ನು ಅನಿರುದ್ಧನ ಅಮ್ಮನಿಗೆ ಹೇಳಿದ ಕೂಡ. ಆಕೆ, ಮಗ ಮೊಮ್ಮಗಳ ನಡುವೆ ಯಾವುದು ಮುಖ್ಯ ಎನ್ನುವ ಸಂದಿಗ್ಧತೆಯಲ್ಲಿ ಅದೆಷ್ಟು ರಾತ್ರಿಗಳನ್ನು ಕಳೆದಳೋ ಗೊತ್ತಿಲ್ಲ. ಒಂದು ದಿನ "ನೀ ಹೇಳೋದು ಸರಿಯಿದೆ, ಶೇಖ್ರು. ಬಿದ್ದು ಹೋಗೋ ಮರದ ಸಲುವಾಗಿ ಚಿಗುರನ್ನ ಯಾಕೆ ಕೀಳೋದು" ಎನ್ನುತ್ತ ಬಿಕ್ಕಿದ್ದಳು.

ಮಾಂದಲ ಪಟ್ಟಿಯಲ್ಲಿ ಇದೀಗ ಏನೂ ಕಾಣಿಸದಷ್ಟು ಕತ್ತಲು ಆವರಿಸಿತ್ತು. ಶೇಖರನಿಗೆ ಹೊರಡುವ ಮನಸ್ಸಿರಲಿಲ್ಲ. ಮೊಬೈಲ್ ತೆಗೆದು ಸಮಯ ನೋಡಿದ ಏಳು ಸಮೀಪಿಸುತ್ತಿತ್ತು. ಇಷ್ಟು ಹೊತ್ತಾದರೂ ಆಸ್ಪತ್ರೆಯಿಂದ ಅನಿರುದ್ಧನ ಅಮ್ಮನ ಕರೆ ಬರದೇ ಹೋಗಿದ್ದು ನೆನಪಾಗಿ ಹೊರಟು ನಿಂತ.

ಮಗಳು ಸಿಕ್ಕ ವಿಚಾರವನ್ನು ಅನಿರುದ್ಧನ ಅಮ್ಮ ಅವನಿಗೆ ಹೇಳಿದ್ದಳೋ ಏನೋ ಗೊತ್ತಿಲ್ಲ. ಆದರೆ ಅನಿರುದ್ಧನ ಆರೋಗ್ಯದಲ್ಲಿ ಮಹತ್ತರವಾದ ಬದಲಾವಣೆಯೊಂದು ಸಣ್ಣಗೆ ಕಾಣಿಸತೊಡಗಿತು. ಅವನ ಕೈ ಕಾಲುಗಳು

ನಿಧಾನಕ್ಕೆ ಆಡತೊಡಗಿದವು. ದೃಷ್ಟಿ ಆಚೀಚೆ ಹೊರಳುವಷ್ಟು, ಕಣ್ಣು ಅಗಲಿಸಿ ನೋಡುವಷ್ಟು, ಅಷ್ಟೇ ಏಕೆ ಸಣ್ಣಕ್ಕೆ ನಗುವಷ್ಟು. ಎಲ್ಲವೂ ಆರಂಭವಾಯಿತು. ಬೇರೆಯವರ ಗುರುತು ಹಿಡಿಯುವುದು ಅವನಿಗೆ ಸಾಧ್ಯವಾಗದೆ ಹೋದರೂ, ಬಂದವರ ಬಳಿಯೆಲ್ಲ "ನೀವು ನಂಗೆ ಪರಿಚಯ ಅಲ್ವ" ಎನ್ನುತ್ತ ಗೊಜಗೊಜ ಭಾಷೆಯಲ್ಲಿ "ನಂಗೊಬ್ಬಳು ಮಗಳಿದ್ದಾಳೆ" ಅವಳು ನಿಮಗೆ ಗೊತ್ತಾ? ಅವಳನ್ನು ನೋಡಲಿಕ್ಕೆ ಹೋಗೋದಿದೆ ನಂಗೆ. ಎನ್ನುತ್ತ ನಿಧಾನಕ್ಕೆ ವಾಕರ್ ಹಿಡಿದು ನಡೆದಾಡುವುದನ್ನು ರೂಢಿಸಿಕೊಂಡ. ಅವನ ಅಮ್ಮ ನೆಮ್ಮದಿಯ ಉಸಿರು ಬಿಟ್ಟಳು. ಅವನ ಈ ಮಾತು ಅವಳಿಗೆ ಗುರಾಣಿಯ ಹಾಗೆ ಸಿಕ್ಕು ಇವ ಹಾಸಿಗೆ ಹಿಡಿದು ಮಲಗಿದಾಗಲೆಲ್ಲ "ಮಗಳನ್ನು ನೋಡಲಿಕ್ಕೆ ಹೋಗೋದಿಲ್ವ ನಿಂಗೆ" ಎನ್ನುತ್ತ ಅವನನ್ನು ಎಬ್ಬಿಸುತ್ತಿದ್ದಳು. ಅವನು "ಹೌದಲ್ಲ" ಎನ್ನುತ್ತ ಏಳುತ್ತಿದ್ದ.

ಶೇಖರ ಆಸ್ಪತ್ರೆಗೆ ಹೊರಡುವಷ್ಟರಲ್ಲಿ ವಾರುಣಿ ಏನಿಲ್ಲವೆಂದರೂ ಏಳೆಂಟು ಬಾರಿ ಕರೆ ಮಾಡಿದ್ದಳು. ಅವಳ ಪ್ರಶ್ನೆಗೆ ಉತ್ತರ ಹೇಳುವ ಪರಿಸ್ಥಿತಿಯಲ್ಲಿ ಅವ ಇರಲಿಲ್ಲ. ಅಲ್ಲದೆ "ಬಿಪಿ ಜಾಸ್ತಿಯಾಗಿ ಬ್ರೈನ್ ಹ್ಯಾಮರೇಜ್ ಆಗಿದೆ. ಡಯಾಬಿಟಿಸ್ ಕಂಟ್ರೋಲ್‌ಗೆ ಬರ್ತಾ ಇಲ್ಲ. ಉಳಿಯುವ ಸಾಧ್ಯತೆ ಇಲ್ಲವೇ ಇಲ್ಲ" ಡಾಕ್ಟರ್ ಹೇಳಿದ ಮೇಲೆಯೂ "ನಿನ್ನ ಮಗಳನ್ನು ಆಗ ತೋರಿಸುತ್ತೇವೆ ಈಗ ತೋರಿಸುತ್ತೇವೆ" ಎನ್ನುತ್ತ ಅಗಾಧ ನಿರೀಕ್ಷೆ ಹುಟ್ಟಿಸಿ ಇದೀಗ ಸಾಯುವಾಗಲೂ "ಇಲ್ಲ ನಿನ್ನ ಮಗಳನ್ನು ತೋರಿಸುವುದು ನಮಗೆ ಸಾಧ್ಯವಿಲ್ಲ" ಎನ್ನುವ ಸತ್ಯ ಹೇಳಲಾಗದ ಪರಿಸ್ಥಿತಿಗೆ ಹೇವರಿಕೆ ಹುಟ್ಟಿ ಹೋಗಿತ್ತು. "ಸುಳ್ಳು ಮನುಷ್ಯನನ್ನು ಬದುಕಿಸುತ್ತದೆ ಎಂದಾದರೆ ಅದನ್ನು ಯಾಕೆ ಹೇಳಬಾರದು" ಎನ್ನುವ ಮಾತು ಈ ಗಳಿಗೆಯಲ್ಲಿ ತಮ್ಮ ಕ್ರೌರ್ಯದ ಪರಮಾವಧಿಯಂತೆ ಗೋಚರಿಸತೊಡಗಿತ್ತು.

ಅನಿರುದ್ಧ ನಿಧಾನಕ್ಕೆ ನಡೆದಾಡತೊಡಗಿದ್ದ. ರೂಮು ದಾಟಿ ಅಂಗಳಕ್ಕೆ ಬರುವಷ್ಟರ ಮಟ್ಟಿಗೆ ಸುಧಾರಿಸಿದ್ದ. ಗೇಟಿನ ಬಳಿ ನಿಂತು ಬಂದು ಹೋಗುವವರ ಬಳಿಯೆಲ್ಲ "ಮಗಳನ್ನು ನೋಡಕ್ಕೆ ಹೋಗಲಿಕ್ಕೆ ಇದೆ ನಂಗೆ" ಎನ್ನುತ್ತ, ತನ್ನ ಜೊಲ್ಲು ಸುರಿಯುವ ಬಾಯಿ ಒರೆಸಿಕೊಳ್ಳುತ್ತ. ಅಂಗಿಯನ್ನು ಪದೇ ಪದೆ ಸರಿಪಡಿಸಿಕೊಳ್ಳುತ್ತಿದ್ದ. ಕಾರು ಅಪಘಾತಕ್ಕೂ ಮುನ್ನ ನಾಲ್ಕು ತಿಂಗಳ ಮಗಳು ಈಗ ಹೇಗಿರಬಹುದು ಎನ್ನುವ ಕಲ್ಪನೆಯೂ ಇಲ್ಲದೆ. ತಾನು ಅವಳನ್ನು ಹೇಗೆಲ್ಲ ಎತ್ತಿ ಮುದ್ದಾಡುತ್ತೇನೆ ಎಂದೆಲ್ಲ ಹೇಳುತ್ತ ಪುಟ್ಟ ಮಗುವಿನ ಹಾಗೆ ಕೇಕೆ ಹಾಕಿ ನಗುತ್ತಿದ್ದ. ಆದರೆ ವರ್ಷಗಳು ಉರುಳಿದಂತೆಲ್ಲ ಅವನ ನಿರೀಕ್ಷೆಯ ಬೀಜಗಳು ಕರಕಲಾಗತೊಡಗಿದವೋ ಏನೋ, ಇದ್ದಕ್ಕಿದ್ದಂತೆ ಸುಮ್ಮನಾಗಿಬಿಟ್ಟ. ಅಲ್ಲದೆ ವಯೋಸಹಜ ಖಾಯಿಲೆಗಳು ಅಂಟಿ ನಡೆದಾಡುವುದಿರಲಿ ಮಾತನ್ನು ಕೂಡ ಬಿಟ್ಟುಬಿಟ್ಟ ಶೂನ್ಯದಲ್ಲಿ ಎಲ್ಲಿಯೋ ಕಣ್ಣುನೆಟ್ಟು "ಮಗಳನ್ನು ನೋಡೋದಿದೆ" ತನ್ನಷ್ಟಕ್ಕೆ ಹೇಳತೊಡಗಿದ.

ಶೇಖರ ಆಸ್ಪತ್ರೆಯ ಗೇಟಿನ ಬಳಿಗೆ ಬರುವಾಗಲೇ ಅನಿರುದ್ಧನ ಅಮ್ಮ ನಡುಗುವ ದನಿಯಲ್ಲಿ "ಎಲ್ಲ ಮುಗೀತು" ಎನ್ನುತ್ತ ಕರೆ ಮಾಡಿದಳು. ಅವ ಸಾಧ್ಯವಾದಷ್ಟು ವೇಗವಾಗಿ ನಡೆದು ವಾರ್ಡಿನ ಬಳಿಗೆ ಬಂದ. ವಾರುಣಿ ಅದಾಗಲೇ ವಾರ್ಡಿನ ಬಳಿ ನಿಂತದ್ದು ಕಂಡು ವಿಚಿತ್ರ ಎನ್ನಿಸಿತು "ವರು ನೀನಿಲ್ಲಿ!" ಗಾಬರಿಯಲ್ಲಿ ಕೇಳಿದ. "ನೀನು ಮೂರು ದಿನದಿಂದ ಕಾಲ್ ರಿಸೀವ್ ಮಾಡಲಿಲ್ಲ ಸೋ" ಶೇಖರನಿಗೆ ಏನೂ ಹೇಳಲು ತೋಚದೆ, "ಸ್ಸಾರಿ ಅದು ಅನಿ" ಎನ್ನುತ್ತ ಅನಿರುದ್ಧನನ್ನು ಎದೆಗೊತ್ತಿಕೊಳ್ಳುವ ಸಲುವಾಗಿ ಅತ್ತ ಓಡಿದ. ಹಿಂದಿನಿಂದ ಬಂದ ವಾರುಣಿ "ಶೇಖರ್ ಸ್ಸಾರಿ" ಎಂದು ಏನನ್ನೋ ಹೇಳುವಾಗಲೆ ಅನಿರುದ್ಧನ ಮುಚ್ಚಿದ ಕಣ್ಣುಗಳು ಮತ್ತು ತನ್ನದೇ ಮಗಳು ಜಾಹ್ನವಿ ಅವನ ಕೈ ಹಿಡಿದು ಕೂತಿರುವುದು ಕಾಣಿಸಿತು.

ಮೀಸೆ ಬಣ್ಣದ ಹುಡುಗ

■ ವಿನಯ ಗುಂಟೆ

vinaygunte@gmail.com

ಈ ಕೋಟೆ ಬೀದಿಯ ಇಕ್ಕಟ್ಟಾದ ರಸ್ತೆಯಲ್ಲಿ ನಡ್ಕೊಂಡ್ ಹೋಗೋಕ್ಕೇ ಆಗಲ್ಲ. ಅಂತದ್ರಲ್ಲಿ ಅಬ್ಬಾಜಾನ್ ನಂಗೆ ಎಲ್ಲಂದ್ರೆ ಅಲ್ಲೇ ಆಫಾಗೊ ಈ ಹಳೇ ಆಕ್ಟೀವಾ... ಇದ್ಕೆ ಬ್ರೇಕೇ ಇಲ್ಲ. ಇಲ್ಲಿ ಬ್ರೇಕ್ ಹಾಕುದ್ರೇ ಕೋಟೆ ಬೀದಿಯ ದಾಟಿ ಚೌಕದ ರೋಡತ್ರ ನಿಲ್ಲುತ್ತೆ. ಇಂತ ಗಾಡಿ ಕೊಟ್ಟ ಅಬ್ಬಾಜಾನ್ ಮಸೀದಿ ಮುಂದೆ ಮಟನ್ ಶಾಪಿನ ಓನರ್ ಶಬ್ಬೀರ್ ಬಯ್ಯನತ್ರ ಅಣ್ಣನ ಆಸ್ಪತ್ರೆ ಖರ್ಚಿಗೆ ದುಡ್ಡು ಈಸ್ಕಂಡ್ ಬರೋಕೆ ನಂಗೇ ಕಳ್ಸ್ಬೇಕಾ ಅಂದುಕೊಳ್ಳುತ್ತಾ ಮಾಬೂಬಿ ಅದೇ ಹಳೇ ಆಕ್ಟೀವಾ ಗಾಡಿಲಿ ಕೋಟೇ ಬೀದಿಯಿಂದ ಮಸೀದಿ ಕಡೆ ಹೋಗ್ತಾ ಇದ್ಳು. ಕಪ್ಪನ್ನ ಕರ್ರಗಿನ ಬುರ್ಖಾ ಧರಿಸಿದ್ದ ಅವಳು ಕಣ್ಣಿಗೂ ಕಪ್ಪು ಸುರ್ಮಾ ಹಚ್ಚಿದ್ದಳು. ಬುರ್ಖಾದ ಒಳಗಿಂದ ಬೆಳ್ಳಗಿನ ಗುಡ್ಡೆಗಳು ಕೆಂಪಾಗಿ ದುಗುಡದಲ್ಲಿದ್ದವು.

ಬ್ರೇಕಿಲ್ಲದ ಗಾಡಿಗೆ ತನ್ನೆರಡೂ ಕಾಲುಗಳನ್ನೇ ಬ್ರೇಕ್ ಮಾಡಿಕೊಂಡು ರಸ್ತೆಯಿಂದ ಕೀಳದೇ ಆ ಕಡೆ ಈ ಕಡೆ ಹಾಗೆ ಬ್ಯಾಲೆನ್ಸ್ ಮಾಡುತ್ತಾ ಎದುರು ಬರುತ್ತಿದ್ದ ಅಸಂಖ್ಯಾತ ಜನಗಳ ಸಂಧಿಯಿಂದ ಬರುತ್ತಿರಲು, ಅಕ್ಕ ಪಕ್ಕದ ಜನ ಗಾಡಿ ಗೀಡಿ ನೋಡದೇ, ಹಾರನ್ನುಗಳಿಗೆ ಮುಲಾಜಿಲ್ಲದೇ ತಮ್ಮ ತಮ್ಮ ಗುರಿ ಮುಟ್ಟಲು ಕಡಿವಾಣವೇ ಇಲ್ಲದ ಕುದುರೆಗಳಂತೆ ದಡಾಯಿಸಿ

ಬಡಾಯಿಸಿ ಹೋಗುತ್ತಿದ್ದರು. "ಕುರಿಗುಳ್ ಸಂದೀಲಿ ದಾರಿ ಮಾಡ್ಬೋದು, ಈ ಜನಗೂಳ್ ಸಂದೀಲಿ ಗಾಡಿ ತೂರ್ಸೋದು ನಂಗ್ ಬರಲ್ಲ. ಅದೇ ಮಸ್ತಾನಣ್ಣಾ ಆದ್ರೆ, ಈ ಸಂದಿಲಿಂದ ತೂರಿ ಮತ್ತೆಲ್ಲೋ ಮುಖ್ಯ ರಸ್ತೆಗೆ ಬಂದ್ಬಿಡ್ತಿದ್ದ. ಆದ್ರೇ ಈಗ ಆಸ್ಪತ್ರೆಯಲ್ಲಿ ಫುಲ್ಲು ಬ್ಯಾಂಡೇಜ್ ಸುತ್ಕಂಡ್ ಕಣ್ಣು ಮಾತ್ರಾನೆ ಮಿಟಿಗುಸ್ತಾ ಮಲ್ಗವ್ನೇ" ಅಂದುಕೊಳ್ಳುತ್ತಾ ತನ್ನಣ್ಣನು ಆಸ್ಪತ್ರೆಯಲ್ಲಿ ನರಳುತ್ತಾ ವೇದನೆ ಪಡುತ್ತಿದ್ದುದು ಅವಳ ಕಣ್ಣುಗಳಲ್ಲಿ ಬಿತ್ತರಗೊಳ್ಳುತ್ತಲೇ ಹನಿಗೂಡುತ್ತಿದ್ದವು. ತನ್ನ ಅಣ್ಣ ಯಾರ ಸಹವಾಸವನ್ನು ಮೈಗತ್ತಿಸಿಕೊಂಡವನಲ್ಲ, ಅವನಿಗ್ಯಾರೂ ಶತ್ರುಗಳು ಇದ್ದಿರಲಿಲ್ಲ. ಹಾಗಿದ್ದೂ ಅವನಿಗೆ ಈ ರೀತಿ ಹೊಡ್ದು ರಸ್ತೆಯಲ್ಲಿ ಮಲಗಿಸಿದವರ್‍ಯಾರು? ಯಾಕೆ ಹಿಂಗೆ ಮಾಡಿದರು? ಎಂದೆಲ್ಲಾ ಯೋಚಿಸುತ್ತಾ ಹಾಗೂ ಹೀಗೂ ಇಕ್ಕಟ್ಟಾದ ರಸ್ತೆಯ ಜನಜಂಗುಳಿಯಲ್ಲಿ ಹೇಗೋ ದಾರಿ ಮಾಡಿಕೊಂಡು ಚೌಕದ ರಸ್ತೆಗೆ ಬಂದಳು.

ಮಾಬೂಬಿಯ ಅಣ್ಣ ಮಸ್ತಾನ್ ಓದಿದ್ದು ಎಸ್ಸೆಸ್ಸೆಲ್ಸಿ ಆದರೂ ತನ್ನ ತಂಗಿಯನ್ನು ಮಾಸ್ಟರ್ಸ್ ಓದಿಸುತ್ತಾ, ಮನೆಯನ್ನೂ ನಿಭಾಯಿಸಿಕೊಂಡು ತಾನು ಮಸೀದಿ ಮುಂದಿನ ಮಟನ್ ಶಾಪಿನಲ್ಲಿ ಕೆಲಸ ಮಾಡುತ್ತಿದ್ದನು. ಅಲ್ಲಿ ಮಾರುತ್ತಿದ್ದುದು ಕುರಿ, ಮೇಕೆ ಮಾಂಸ ಮಾತ್ರವನ್ನೇ ಆದರೂ ಅಲ್ಲಿ ಬಡಾಘೋಶ್ (ಗೋಮಾಂಸ) ಅನ್ನು ಮಾರುತ್ತಾರೆಂಬ ಗುಮಾನಿ ಹರಡಿತ್ತು. ಆದರೂ ಆ ಮಟನ್ ಶಾಪ್ ಸುತ್ತು ಮುತ್ತಲ ಕಚೇರಿ ಪಾಳ್ಯ, ವೀರಭದ್ರನ ಪಾಳ್ಯ, ವಿವೇಕಾ ನಗರ, ಶಾಂತಿನಗರ, ಕೊಡಿಗೇಹಳ್ಳಿಗಳಲ್ಲಿ ಹದವಾದ, ರುಚಿಕಟ್ಟಾದ ಮಾಂಸದ ಕೀರ್ತಿಯ ಜೊತೆಗೆ ಯಾವುದೇ ಫಂಕ್ಷನ್ ನಡೆದರೂ ಗುಮಾನಿಗಳನ್ನೂ ಮೀರಿ ಅದೇ ಮಟನ್ ಶಾಪಿನಿಂದಲೇ ಮಟನ್ ಸರಬರಾಜಾಗುತ್ತಿತ್ತು. ಕೆಲವು ವೇಳೆ ಕರೆ ಮಾಡಿಯೇ ಇಂತಿಷ್ಟು ಮಟನ್ ಬೇಕು ಎಂದರೆ ಮಸ್ತಾನನೇ ಹೋಗಿ ಮನೆಗೆ ಡೆಲಿವರಿ ಕೊಟ್ಟು ಬರುತ್ತಿದ್ದನು. ಒಟ್ಟಿಗೆ ಎರಡಾಳುಗಳನ್ನು ನೆಲಕ್ಕೆ ಮಲಗಿಸುವಷ್ಟು ಬಲಶಾಲಿಯಾದರೂ ಎಂದಿಗೂ, ಯಾರೊಂದಿಗೂ ಗಲಾಟೆ ಗಿಲಾಟೆ ಮಾಡಿಕೊಳ್ಳದ ಮಸ್ತಾನ್, ಮಟನ್ ಶಾಪಿನಲ್ಲಿ ಕುರಿ ಮೇಕೆಗಳನ್ನು ಕುಯ್ದು ಕತ್ತರಿಸುವ ಕೆಲಸ ಮಾಡುತ್ತಿದ್ದರೂ ಸೌಮ್ಯ ಸ್ವಭಾವದ ಸದಾ ಹಸನ್ಮುಖಿಯಾದ ಹುಡುಗ.

ಅವನ ತಂದೆ ಶೇಕ್ ಮಸ್ತಾನ್ ಅದೇ ಹಳೇ ಆಕ್ಟೀವಾ ಗಾಡಿಲಿ ಸಂತೆಗಳಲ್ಲಿ. ಊರೂರುಗಳನ್ನು, ದಿಣ್ಣೆ ದ್ಯಾಪಳ್ಳೆಗಳನ್ನು ಅಲೆದು ಮೇಕೆ, ಕುರಿ, ಹಸುಗಳನ್ನು ಮಾರಿಸುವ ದಲ್ಲಾಳಿ ಕೆಲಸ ಮಾಡುತ್ತಿದ್ದನು. ಅವನಿಂದಲೂ ಶಬ್ಬೀರ್ ಮಟನ್ ಶಾಪ್ ಕುರಿ, ಮೇಕೆಗಳ ಕೊರತೆಯಾಗದಂತೆ ಲಾಭದಾಯಕವಾಗಿ ನಡೆಯುತ್ತಿತ್ತು. ಅಸಲಿಗೆ ಆ ಮಟನ್ ಶಾಪಿನ ಮೇಲೆ ಗುಮಾನಿ ಬರಲು ಶೇಕ್ ಮಸ್ತಾನ್ ದಲ್ಲಾಳಿಯಾಗಿ ಕುರಿ ಮೇಕೆಗಳ ಜತೆಗೆ ಹಸುಗಳನ್ನು ಕೂಡ

ವ್ಯಾಪಾರ ಮಾಡಿಸುತ್ತಿದ್ದರಿಂದ 'ಅವನು ಕಡಿಮೆ ಬೆಲೆಗೆ ಒಳ್ಳೆಯ ಹಸುಗಳನ್ನು ಸಾಬ್ರಿಗೆ ಮಾರ್ಸಿ ಕಸಾಯಿಖಾನೆಗೆ ಸಾಗಿಸ್ತಾನೆ. ಹಾಲಿಗಾಗಿ ಸಾಕೋರಿಗೆ ಮಾತ್ರ ಬಂಜ್ರು ಹಸಾ ಕೊಡುಸ್ತಾನೆ' ಎಂಬ ಬೇರೆ ದಲ್ಲಾಳಿಗಳ ಚಾಡಿಕೋರ ಮಾತಿನ ಕಾರಣ ಅವನ ಮಗ ಮಸ್ತಾನ್ ಕೆಲಸ ಮಾಡುತ್ತಿದ್ದ ಮಟನ್ ಶಾಪಿನ ಮೇಲೂ ಪರಿಣಾಮ ಬೀರಿತ್ತು. ಹೀಗೆ ಒಂದಿನ ಭಕ್ತರಳ್ಳಿಯಿಂದ ಶಬ್ಬೀರ್ ಮಟನ್ ಶಾಪಿಗೆ ಇಪ್ಪತು ಕೇಜಿ ಮಟನ್ ಆರ್ಡರ್ ಬಂದಿತ್ತು. ಎಂದಿನಂತೆ ಮಸ್ತಾನ್ ಮಟನ್ ತೂಕ ಮಾಡಿ, ಕತ್ತರಿಸಿಕೊಂಡು ಚೀಲದಲ್ಲಿ ಹಾಕಿ ಟೌನಿಂದ ಎಂಟತ್ತು ಕಿಲೋಮೀಟರ್ ದೂರವಿದ್ದ ಭಕ್ತರಳ್ಳಿಗೆ ಹೊರಟನು. ನಾಲ್ಕೈದು ಕಿಲೋಮೀಟರ್ ಬಂದಿದ್ದ ಮಸ್ತಾನನ ಗಾಡಿಯ ಮುಂದೆ ನಾಲ್ಕೈದು ಗಾಡಿಗಳು ಸುತ್ತುವರೆದು ಬಂದು ನಿಂತವು. ಮಸ್ತಾನನ ಗಾಡಿಯೂ ನಿಂತಿತು. ಮಸ್ತಾನನು ಗಾಬರಿಗೊಂಡು ಯಾಕ್ ಬಯ್ ಏನಾಯ್ತು ಅಂತ ಕೇಳುವ ಹೊತ್ತಿಗೆ ಗಾಡಿಗಳಿಂದ ಇಳಿದ ಎಂಟತ್ತು ಜನರ ಗುಂಪು ಅವನ ಸುತ್ತಲು ಅಮರಿಕೊಂಡಿತು. ಒಬ್ಬ ಜಿಹಾದಿ ಮಿಂಡ್ರಿ ಮಗ್ನೆ ಏನೋ ಸಾಗುಸ್ತಾ ಇದ್ದೀಯಾ? ಮತ್ತೊಬ್ಬ ನಿಮ್ಮಪ್ಪ ಸಂತೇಗ್ ಬಂದು ಒಳ್ಳೊಳ್ಳೆ ಹಸಾನ ಸಾಬ್ರಿಗೆ ಮಾರುಸ್ತಾನೆ, ನೀನು ಅದ್ರ ಮಾಂಸಾನಾ ಮಾರ್ತೀಯಾ? ಇನ್ನೊಬ್ಬ ಗೌರ್ಮೆಂಟ್ ಆಲ್ಡ್ರು ಮಾಡಿದ್ರು ಕದ್ದು ಗೋಮಾಂಸ ಮಾರ್ತೀಯ ಅಂದ ಮಾತಿಗೆ ಇಲ್ಲ ಬೈ, ಇಲ್ಲ ಬೈ, ಇದು ಅದಲ್ಲ ಬೈ. ಹೇ ಬಕ್ರಾ ಕಾ... ಅಂಥದ್ದೇ ಅವನ ಕೊನೆಯ ಮಾತು. ಕೈ ಕಾಲು ಮುಖ ಬೆನ್ನು ಜಜ್ಜುವ ಹಾಗೆ ಅವನ ದೇಹದ ಮಾಂಸ ಖಂಡಗಳು ತುಂಡಾಗುವಂತೆ ಹೊಡೆದರು. ಒಂದೈದು ನಿಮಿಷಗಳಲ್ಲಿಯೇ ಮಸ್ತಾನನ ದೇಹ ಖಾಲಿ ರಸ್ತೆಯ ಮೇಲೆ ದೊಪ್ಪನೆ ಬಿದ್ದಿತು. ಕಪ್ಪನೆಯ ಟಾರು ರಸ್ತೆ ಮಸ್ತಾನನ ದೇಹದಿಂದ ಹರಿದ ನೆತ್ತರು ಹೀರಿ ಕೆಂಪೇರಿತು. ಸುತ್ತುವರೆದಿದ್ದ ಗಾಡಿಗಳು ಸದ್ದಿಲ್ಲದೆ ಅದೇ ರಸ್ತೆಯ ಮುಂದಿನ ತಿರುವಿನಲ್ಲಿ ಮರೆಯಾದವು. ಅದೇ ಮಾರ್ಗದಲ್ಲಿ ಬಂದ ಯಾರೋ ಅವನನ್ನು ಆಸ್ಪತ್ರೆಗೆ ಸೇರಿಸಿದ್ದರು. ಎರಡು ದಿನಗಳ ನಂತರ ಪ್ರಜ್ಞೆ ಬಂದು ಕಣ್ಣು ಮಾತ್ರವೇ ಬಿಟ್ಟು ಮಾಬೂಬಿಯನ್ನೂ, ಅಬ್ಬಾಜಾನನ್ನು ನೋಡಿದ್ದನು. ಅದೇ ನೋಟ ಈಗಲೂ ಅವಳ ಅಕ್ಷಿಪಟಲದ ಗೋಡೆಯನ್ನು ಕೆಂಪಗಾಗಿಸಿತ್ತು. ಚೌಕದ ರಸ್ತೆಯಿಂದ ಎಡಕ್ಕೆ ತಿರುಗಿ ಬಸ್ಟಾಂಡ್ ಮಾರ್ಗವಾಗಿ ಮಸೀದಿ ಬಳಿಯ ಮಟನ್ ಶಾಪಿಗೆ ಹೋಗಬೇಕಿದ್ದ ಮಾಬೂಬಿ ಜನಜಂಗುಳಿಯ ರಸ್ತೆಯಿಂದ ಬಿಡಿಸಿಕೊಂಡು ಹೊರ ಬಂದ ಅವಳ ಕಾಲು ಗಾಡಿಯೊಟ್ಟಿಗೆ ಇನ್ನು ರಸ್ತೆಗೆ ಅಂಟಿಕೊಂಡೇ ಇತ್ತು. ತನ್ನಣ್ಣನ ಸ್ಥಿತಿಯನ್ನೇ ಯೋಚಿಸಿಕೊಂಡು ಬರುತ್ತಿದ್ದ ಅವಳು ಅದೇ ಗ್ಯಾನದಲ್ಲಿ ಬಲಕ್ಕೆ ಇಂಡಿಕೇಟರ್ ಹಾಕಿ ಎಡಕ್ಕೆ ತಿರುಗಿಸಿಬಿಟ್ಟಳು ಬಲದಿಕ್ಕಿನಿಂದ ಡಬಲ್ ರೈಡಿಂಗ್‌ನಲ್ಲಿದ್ದ ಗಾಡಿಯವನು ಅವಳು ಹಾಕಿದ್ದ ಇಂಡಿಕೇಟರ್ನು,

ಅವಳು ತಿರುಗಿಸಿದ ದಿಕ್ಕನ್ನೂ, ಅವಳ ಬುರ್ಖಾನೂ ನೋಡಿ ಯಾವಳೋ ಇವ್ಳು ಸೆಡೆ? ಹಿಂಗ್ ಹೋಯ್ತಾವ್ಳೆ, ಅಂದದ್ದು ಅವಳಿಗೂ ಕೇಳಿಸಿತು. ಮುಖ ಮುಚ್ಚಿದ್ದ ಹಿಜಾಬಿನ ಒಳಗಿಂದಲೇ ಒಂದು ಕಿಡಿಗಣ್ಣಿನ ನೋಟವೆಸೆದು ಏನೂ ಮಾತಾಡದೇ ಬಸ್ಟಾಂಡ್ ಮಾರ್ಗವಾಗಿ ಹೋದಳು.

ಮುಂದೇ ಹೋಗುತ್ತಲೇ ಬಸ್ಟಾಂಡಿನ ವಿಶಾಲವಾದ ಜಾಗದಲ್ಲಿ ಒಂದು ನೂರಿನ್ನೂರು ಜನರು ಅಲ್ಲಿ ಸೇರಿ ರಸ್ತೆ ಬಂದ್ ಮಾಡಿಸಿದ್ದರು. ನೋಡಿದವರಿಗೆ ತಕ್ಷಣಕ್ಕೆ ಸರಕಾರಕ್ಕೆ ಯಾವುದೋ ಬೇಡಿಕೆ ಇಟ್ಟು ಧರಣಿ ನಡೆಸುತ್ತಿರಬೇಕೆನಿಸುತ್ತಿತ್ತು. ಆ ಗುಂಪಿನ ಕಡೆಯಿಂದ ಕೈನಲ್ಲಿ ಹನುಮನ ಲಾಂಚನವಿದ್ದ, ಕೇಸರಿ ಧ್ವಜ ಹಿಡಿದಿದ್ದ ಆ ಗುಂಪಿನ ಮುಂದಾಳುವಿನಂತಿದ್ದವನು ಜಿಹಾದಿಗಳೇ ಭಾರತ ಬಿಟ್ಟು ತೋಲಗಿ, ತುರುಕರೇ ಭಾರತ ಬಿಟ್ಟು ತೊಲಗಿ, ನಿಲ್ಲಿಸಿ ನಿಲ್ಲಿಸಿ... ಲವ್ ಜಿಹಾದ್ ನಿಲ್ಲಿಸಿ, ಹಿಂದೂ ರಾಷ್ಟ್ರ ಜಿಂದಾಬಾದ್, ಇತ್ಯಾದಿಯಾದ ಘೋಷಣೆಗಳನ್ನು ಕೂಗುತ್ತಿದ್ದರೆ ಅವನ ಹಿಂದಿದ್ದವರು ಅದನ್ನೇ ಪುನಃರುಚ್ಚರಿಸುತ್ತಿದ್ದರು. ಅದು ಬಸ್ಟಾಂಡಿನ ಸುತ್ತಲೂ ಪ್ರತಿಧ್ವನಿಸಿ ಮಾಬೂಬಿಯ ಕಿವಿಯನ್ನೂ ಕಚ್ಚಿದವು. ಬಹಳ ಮುಂಚಿನಿಂದಲೂ ತಮ್ಮನ್ನು ತುರುಕರೆಂದೂ ಮತ್ತು ಇತ್ತೀಚೆಗಿಂದ ಜಿಹಾದಿಗಳೆಂದೂ ಕರೆಯುತ್ತಿದ್ದದ್ದನ್ನು ಗ್ರಹಿಸಿದ್ದ ಮಾಬೂಬಿಯು ಆ ಧ್ವನಿಯ ದಿಕ್ಕಿಗೆ ತಿರುಗಿ ನೋಡಿದಳು. ಕೇಸರಿ ಧ್ವಜಗಳ ಕೆಳಗೆ, ಅದೇ ಬಣ್ಣದ ಬಟ್ಟೆ ತೊಟ್ಟವರ ಘೋಷಣೆಗಳಿಗೆ ಅವಳ ಹೃದಯ ಭಾರವೆನಿಸಿತು. ಮೈಯಲ್ಲಿನ ರೋಮಗಳು ನಿಮಿರಿ ಮುಷ್ಠಿ ಬಿಗಿ ಹಿಡಿದಳು. ಅರೇ ಇಸ್ಕಿ ಈ ದೇಶ ನಮ್ಮದೂ ಕೂಡ. ನನ್ನ ತಾತ, ಮುತ್ತಾತನ ಕಾಲದಿಂದಲೂ ಈ ನೆಲದಲ್ಲಿಯೇ ಇದ್ದು ಬದುಕಿದವರು ನಾವು. ನಮ್ಮ ಮನೆ, ಕೆಲಸ ಎಲ್ಲವೂ ಇಲ್ಲಿಯೇ, ಸಾವಿರಾರು ವರ್ಷಗಳಿಂದ ಇಲ್ಲಿಯ ಗಾಳಿಯನ್ನ ಉಸಿರಾಡಿದ್ದೇವೆ, ಇಲ್ಲಿಯ ನೀರನ್ನು ಕುಡಿದಿದ್ದೇವೆ, ಇಲ್ಲಿಯ ಭೂಮಿಯಲ್ಲಿ ಏನೆಲ್ಲಾ ಬೆಳೆದಿದ್ದೇವೆ, ತಿಂದಿದ್ದೇವೆ, ಹಂಚಿದ್ದೇವೆ, ಈಗ ಹೇಗೆ ಜಿಹಾದಿಗಳಾದೆವು? ಯಾಕೆ ಈ ದೇಶ ಬಿಟ್ಟು ಹೋಗಬೇಕು. ಈ ಮಣ್ಣಿನಲ್ಲಿಯೇ ಬೇರು ಬಿಟ್ಟುಕೊಂಡಿರುವ ನಾವು ಹೋಗುವುದಾದರೂ ಎಲ್ಲಿಗೆ? ಎಂಬಿತ್ಯಾದಿ ಪ್ರಶ್ನೆಗಳನ್ನ ಅವರಿಗೆ ಕೇಳಬೇಕೆನಿಸಿತಾದರೂ ಹಿಂದಿನಿಂದ ಜೋರಾದ ಹಾರನ್ನಿನ ಶಬ್ದಕ್ಕೆ ಬೆಚ್ಚಿದ ಅವಳು ತನ್ನ ಅಬ್ಬಾಜಾನ್ ಹೇಳಿ ಕಳುಹಿಸಿದ ಕೆಲಸ ನೆನಪಾಗಿ ಗಾಡಿಯನ್ನು ಪಕ್ಕದ ಸಂದಿಯಿಂದ ತೂರಿಸಿಕೊಂಡು ಮಸೀದಿ ರಸ್ತೆಗೆ ತಿರುಗಿಸಿಕೊಂಡಳು.

ಮಸೀದಿಯ ಮುಂದಿದ್ದ ಶಬ್ಬೀರ್ ಮಟನ್ ಶಾಪಿಗೆ ಬಂದ ಅವಳು 'ಅಸ್ಸಲಾಮು ಅಲೈಕು ಭಯ್' ಎಂದು ನಮಸ್ಕಾರ ಹೇಳಿ ತನ್ನ ಅಬ್ಬಾಜಾನ್ ಶೇಕ್ ಮಸ್ತಾನ್ ಕಳುಹಿಸಿದರು ಎಂದು ಪರಿಚಯಿಸಿಕೊಳ್ಳುವಷ್ಟರಲ್ಲಿ ಓನರ್ ಶಬ್ಬೀರ್‌ಗೆ ಮಾಬೂಬಿ ಮಸ್ತಾನ್ ತಂಗಿ ಎಂಬುದು ತಿಳಿದಿತ್ತು. ಅರೇ

ಮೆಬೂಬಿ ಬೆಹೆನ್ ತುಮಾರಾ ಅಬ್ಬಾಜಾನ್ ಎಲ್ಲಾ ಹೇಳಿದಾರೆ. ಪಾಂಚ್ ಮಿನಿಟ್ ಬೈಟೊ ಎಂದವನು ಒಳಗೋದನು. ಅಲ್ಲಿಯೇ ಕುಳಿತ ಅವಳನ್ನು ಜೋಡಿ ಕಣ್ಣುಗಳೆರಡೂ ವಿಚಾರಿಸುವಂತೆ ಅವಳತ್ತಲೇ ಮುಖ ಮಾಡಿದ್ದವು. ಅವಳೂ ಆ ಕಣ್ಣುಗಳನ್ನು ದಿಟ್ಟಿಸಿದ ಕೂಡಲೆ ಅವು ಬೇರೆಡೆ ಚಲಿಸಿದವು. ಹಾಗೆ ಮೂರ್ನಾಲ್ಕು ಬಾರಿ ನಡೆಯಿತು. ಎಲ್ಲಿಯೋ ಸಂಧಿಸಿದ ನೋಟ, ಪರಿಚಿತವಾದ ಚಿಗುರು ಮೀಸೆಯ, ಆ ಮೀಸೆಯದ್ದೇ ಬಣ್ಣದ ಮುಖದಲ್ಲಿ ಕುತೂಹಲದ ಮುಗುಳ್ನಗೆ. ಅವನು ಕೂಡ ಮಟನ್ ಖರೀದಿಸಲು ಬಂದಿದ್ದನು.

ಒಳಗಿಂದ ಬಂದ ಶಬ್ಬೀರ್‌ನನ್ನು ನೋಡಿ ಅವನ ನೋಟ ತೂಗು ಹಾಗಿದ್ದ ಕುರಿಯ ಮಟನ್ ಮೇಲೆ ನೆಟ್ಟಿತ್ತು. ನೂರರ ನೋಟುಗಳ ಐದು ಕಂತೆಗಳನ್ನು ತಂದು ಒಂದು ಪ್ಲಾಸ್ಟಿಕ್ ಕವರಿನಲ್ಲಿ ಸುತ್ತಿ ಮಾಬೂಬಿ ಕೈಗೆ ಕೊಟ್ಟ ಶಬ್ಬೀರ್ ಹುಷಾರು ಬೇಟಾ ಎಂದನು. ಅಷ್ಟು ದುಡ್ಡಿನ ಕಂತೆಗಳನ್ನು ಮೊದಲ ಸರ್ತಿ ಕೈಲಿ ಹಿಡಿದ ಮಾಬೂಬಿ ಅದನ್ನು ಒಂದೆರೆಡು ಬಾರಿ ತೂಗಿಸಿದಳು. ಮೊದಲು ಕಂಡಿದ್ದ ಕಣ್ಣುಗಳು ಆ ಕಂತೆಯನ್ನು ದೃಷ್ಟಿಯಲ್ಲಿಯೇ ತೂಗಿಸಿ ಎಣಿಸುತ್ತಿದ್ದುದನ್ನು ಗಮನಿಸಿದ ಅವಳು ಟೀಕೆ ಭಯ್ಯಾ ಮೇ ಆತಾ, ಎಂದಷ್ಟೇ ಹೇಳಿ ದುಡ್ಡಿನ ಕಂತೆಗಳನ್ನು ಗಾಡಿಯ ಡಿಕ್ಕಿ ತೆಗೆದು ಅದರಲ್ಲಿ ಹಾಕಿ ಅದೇ ಬಸ್ಟಾಂಡ್, ಕೋಟೆ ಬೀದಿಯ ಮಾರ್ಗವಾಗಿ ಆಸ್ಪತ್ರೆಗೆ ಹೊರಟಳು. ಅವಳು ಹೊರಡುವಾಗ ಅದೇ ಆ ಜೋಡಿ ಕಣ್ಣುಗಳು ಅವಳನ್ನು, ಅವಳು ಹೋಗುವ ದಿಕ್ಕಿಗೇ ನೆಟ್ಟಿದ್ದವು. ಒಂದಷ್ಟು ದೂರದವರೆಗು ಧೂಳು ಹಾರಿ ಗಾಡಿಯ ಜೊತೆಗೆ ಮರೆಯಾದಂತೆ ತಿಳಿಯಾಯಿತು.

ಮಾಬೂಬಿ ಈಗಲೂ ಕೂಡಾ ಮೊದಲಿನಾಗೇ ಆಗಾಗ ಕಾಲುಗಳನ್ನ ಕೆಳಗೆ ಇಳಿಬಿಟ್ಟು ಗಾಡಿಯನ್ನ ಬ್ಯಾಲೆನ್ಸ್ ಮಾಡುತ್ತಾ ಗಾಡಿ ನಿಲ್ಲಿಸಬೇಕೆಂದಾಗ ಕಾಲುಗಳನ್ನು ರಸ್ತೆಗೆ ಉಜ್ಜುತ್ತಾ ಓಡಿಸುತ್ತಿದ್ದಳು. ಇನ್ನೇನು ಬಸ್ಟಾಂಡ್ ಬಳಿ ಬಂದು ಚೌಕದ ರಸ್ತೆಗೆ ತಿರುಗಿಸಬೇಕು ಎನ್ನುವಷ್ಟರಲ್ಲಿ ಅದೇ ಮೊದಲು ರಸ್ತೆ ಬಂದು ಮಾಡಿಸಿ ಘೋಷಣೆ ಕೂಗುತ್ತಿದ್ದ ಗುಂಪು ಆ ಮೊದಲಿದ್ದ ಗುಂಪಿನ ಸಂಖ್ಯೆ ಈಗ ಅದರ ದುಪ್ಪಟ್ಟಾಗಿ ಒಂದು ಕಡೆಯಿಂದ ಅಂಗಡಿಗಳನ್ನ ಮುಚ್ಚಿಸಿಕೊಂಡು ಬರುತ್ತಿದ್ದರು. ಅದೆಲ್ಲಿಂದಲೋ ಅವರ ಕೈಗಳಿಗೆ ದೊಣ್ಣೆಗಳು ಬಂದು ಸೇರಿದ್ದವು. ಅವರಿಗೆ ವಿರುದ್ಧವಾಗಿ ಹೋಗುತ್ತಿದ್ದ ಸವಾರರಿಗೆ ಅವಾಜ್ ಹಾಕಿಯೋ ಎದುರಾಡಿದವರಿಗೆ ಹೊಡೆದೋ ಕಳುಹಿಸುತ್ತಿದ್ದರು. ಅಷ್ಟರಲ್ಲಿ ಮಾಬೂಬಿಯ ಗಾಡಿಯ ಹಿಂದೆ ಸಾಕಷ್ಟು ಗಾಡಿಗಳು ಬಂದು ಅವಳು ಗಾಡಿಯನ್ನು ರಿವರ್ಸ್ ತಿರುಗಿಸಿಕೊಳ್ಳಲು ಸಾಧ್ಯವಾಗದ ಹಾಗೆ ರಸ್ತೆ ಜಾಮ್ ಆಯಿತು. ಅವಳ ಗಾಡಿಯೂ ಆಫ್ ಆಯಿತು. ಎಷ್ಟು ಕಿಕ್ ಹೊಡೆದರೂ ಚಾಲು ಆಗದೆ ನಿಂತುಬಿಟ್ಟಿತು.

ಅವಳ ಸುತ್ತಲೂ ಬೇರೆ ಸವಾರರು ಅವಳಂತೆ ಅಲ್ಲಿಂದ ಹೊರ ಹೋಗಲು ಹೆಣಗುತ್ತಿದ್ದರು. ಅವರಾಚೆ ಆ ಗುಂಪಿನ ಕೂಗಾಟ ಚೀರಾಟವೂ. ಅದೇ ಬಸ್ಟಾಂಡಿನ ಸರ್ಕಲ್ಲಿನಲ್ಲಿ ಹಳೇ ಟೈರುಗಳಿಗೆ ಹಾಕಿದ ಬೆಂಕಿ ಉಗುಳುತ್ತಿದ್ದ ಕಠ್ರಗಿನ ಹೊಗೆಯ ನಡುವೆ ದೊಣ್ಣೆ ಕೋಲುಗಳನ್ನಿಡಿದ ಅವರ ಸಂಖ್ಯೆ ಏರುತ್ತಲೇ ಇತ್ತು.

ಇತ್ತ ಗಾಡಿಯಿಂದ ಇಳಿದ ಮಾಬೂಬಿ ಅದನ್ನು ತಳ್ಳಿಕೊಂಡು ಹೋಗಲು ಪ್ರಯತ್ನಿಸಿ ಗಾಡಿಗಳ ನಡುವೆ, ಜನರ ನಡುವೆ ಸಿಕ್ಕಿಹಾಕಿಕೊಂಡಳು. ಒಂದಿಬ್ಬರು ಹರಿದ ಬಟ್ಟೆಯಲ್ಲಿ ರಕ್ತ ಸುರಿಸಿಕೊಂಡು ಓಡುತ್ತಿದ್ದುದ ಕಂಡು ಮತ್ತಷ್ಟು ಭೀತಿಗೊಂಡ ಅವಳು, ಅಂತಹ ಪ್ರಕ್ಷುಬ್ಧ ವಾತಾವರಣದಲ್ಲಿ ಬೇರೆ ದಾರಿ ಕಾಣದೇ ಅಳುತ್ತಾ, ಗಾಡಿಯಲ್ಲಿ ಶಬ್ಬೀರ್ ಕೊಟ್ಟಿದ್ದ ದುಡ್ಡು ಇರುವುದು ಇವರಿಗೆ ತಿಳಿದರೆ ಗತಿಯೇನು ಎಂಬ ಆತಂಕದಿಂದ ಬುರ್ಖಾದೊಳಗೆ ಬೆವೆತು ಕೈ ಕಾಲುಗಳು ನಡುಗುತ್ತಿದ್ದವು. ಅಲ್ಲಿ ಸಿಕ್ಕಿಹಾಕಿಕೊಂಡಿದ್ದ ಜನರಲ್ಲಿ ಅವಳೊಬ್ಬಳೇ ಬುರ್ಖಾ ತೊಟ್ಟಿದವಳಾದ್ದರಿಂದ ಬೆಳಗ್ಗೆ ಆ ಗುಂಪು ಘೋಷಣೆ ಕೂಗುತ್ತಿದ್ದವರು ನನ್ನ ಬುರ್ಖಾದಿಂದ ತನ್ನನು ಮುಸ್ಲಿಂ ಎಂದು ಗುರುತಿಸಿ ಹಲ್ಲೆ ಮಾಡಿದರೇ ಗತಿಯೇನು "ಯಾ ಅಲ್ಲಾಹ್ ಮಾಫ್ ಕರ್ ದೋ, ಹಮ್ ಕೋ ಬಚಾವೋ" ಎಂದು ಒಳಗೇ ಬೇಡಿಕೊಳ್ಳುತ್ತಿದ್ದಳು. ಅಲ್ಲಿ ಟೈರಿಗೆ ಹಚ್ಚಿದ್ದ ಬೆಂಕಿ ಅದೇ ರಸ್ತೆ ಬದಿಯಲ್ಲಿ ನಿಂತಿದ್ದ ಒಂದಷ್ಟು ಬೈಕುಗಳಿಗೂ ತಗುಲಿ ಉರಿಯತೊಡಗಿದವು.

ಅಲ್ಲಿಯವರೆಗೂ ಗಾಡಿಗಳನ್ನ ಅಲ್ಲಿಂದ ಹೊರಗೆ ಸಾಗಿಸಲು ಸಾಹಸ ಪಡುತ್ತಿದ್ದವರು ಒಂದಷ್ಟು ಜನ ಗಾಡಿಗಳನ್ನು ಅಲ್ಲಿಯೇ ಬಿಟ್ಟು ಓಟ ಕಿತ್ತಿದ್ದರು. ಒಂದಷ್ಟು ದೂರ ಗಾಡಿಯನ್ನ ತಳ್ಳಿಕೊಂಡು ಬಂದಿದ್ದ ಮಾಬೂಬಿ ಅದನ್ನು ಅಲ್ಲಿಯೇ ಬಿಟ್ಟು ಹೋಗಲು ಮನಸ್ಸು ಮಾಡಲಿಲ್ಲ. ಸುತ್ತಲಿನ ಕೂಗಾಟ, ಬೆಂಕಿ, ಹೊಗೆಯ ಮಧ್ಯೆ ಮಾಬೂಬಿ ಅಸಹಾಯಕಳಾದಳು. ಡಿಕ್ಕಿಯಲ್ಲಿನ ದುಡ್ಡು ತೆಗೆದುಕೊಂಡು ಗಾಡಿ ಅಲ್ಲಿಯೇ ಬಿಟ್ಟು ಹೊಗುವ ಯೋಚನೆ ತಲೆಯಲ್ಲಿ ಬಂದಿತಾದರೂ ತಾನು ದುಡ್ಡು ತೆಗೆಯುವುದನ್ನು ಆ ಆಗಂತುಕ ಗುಂಪು ನೋಡಿದರೆ ದುಡ್ಡೂ ಇಲ್ಲ, ಗಾಡಿನೂ ಇಲ್ಲ, ನಾನೂ ಇಲ್ಲ, ಎಂದುಕೊಂಡು ಮತ್ತಷ್ಟು ಪ್ರಯತ್ನ ಮಾಡಿ ಗಾಡಿಯನ್ನು ತಳ್ಳುತ್ತಲೇ ಚೌಕದ ರಸ್ತೆಯ ಮೂಲೆವರೆಗೂ ತಂದಳಾದರೂ ಇನ್ನು ಮುಂದಕ್ಕೆ ತಳ್ಳುವಷ್ಟು ಅವಳಲ್ಲಿ ಶಕ್ತಿಯೂ ಇಲ್ಲದೇ ನಿಂತುಬಿಟ್ಟಳು. ಸುತ್ತಲೂ ತನ್ನ ಭಯ ತುಂಬಿದ ಕಣ್ಣುಗಳಿಂದ ನೋಡುತ್ತಿದ್ದಳು. ಬುರ್ಖಾ ಬೆವರಿನಿಂದ ನೆಂದು ತೊಟ್ಟಿಕ್ಕುತ್ತಿತ್ತು.

ಆ ಹೊಗೆಯ ಮಧ್ಯೆಯೂ ಅದೇ ಪರಿಚಿತವೆನಿಸಿದ ಜೋಡಿ ಕಣ್ಣು. ಚಿಗುರು ಮೀಸೆ ಅದೇ ಪ್ರಾಮಾಣಿಕವೆನಿಸುವ ಮುಖ ಎದುರುಗೊಂಡಿತು. ಅವಳತ್ತಲೇ ಬಿರುಸಾಗಿ ಬಂದು ಅವಳ ತಲೆ, ಮುಖಕ್ಕೆ ಸುತ್ತಿಕೊಂಡಿದ್ದ ಹಿಜಾಬ್

ಅನ್ನು ಬಿಡಿಸಿ ಎಸೆದು ಬಿಟ್ಟ. ತನಗಾದ ಆಕಸ್ಮಿಕ ಇಕ್ಕಟ್ಟಿನ ಆತಂಕದಿಂದ ಬೆವೆತು ಅತ್ತಿದ್ದರಿಂದ ಕಣ್ಣಿಗೆ ಹಚ್ಚಿದ್ದ ಸುರ್ಮಾ ಅವಳ ಕೆನ್ನೆಯೆಲ್ಲವನ್ನು ಕಪ್ಪಾಗಿಸಿತ್ತು. ತನ್ನಲ್ಲಿದ್ದ ಕರವಸ್ತ್ರವನ್ನು ಅವಳಿಗೆ ನೀಡಿ ಮುಖ ಒರೆಸಿಕೊಳ್ಳಲು ಸಂಕೇತಿಸಿದ. ಬೇಗನೆ ಬುರ್ಖಾವನ್ನು ತೆಗೆಯಲು ಹೇಳಿದ. ಅವನ ಮಾತಿಗೆ ಮರು ಮಾತನಾಡದೇ ಅವಳು ಬುರ್ಖಾವನ್ನು ತೆಗೆದಳು. ಅದನ್ನು ಅವಳ ಕೈಯಿಂದ ಈಸಿಕೊಂಡು ಅದನ್ನ ಸುತ್ತಿ ತನ್ನ ಹೊಟ್ಟೆಯೊಳಗಿಟ್ಟುಕೊಂಡ ಅವನು ಆ ಡಕೋಟಾ ಗಾಡಿ ಸ್ಟಾಂಡ್ ಹಾಕಿ ಹಿಂದಿನಿಂದ ಕಿಕ್ಕರ್ ಒತ್ತಿದ. ಒಂದೇ ಏಟಿಗೆ ಗಾಡಿ ಸ್ಟಾರ್ಟ್ ಆಯ್ತು. ಅವನೇ ಮುಂದೆ ಕೂತು ಗಾಡಿ ಓಡಿಸಲು ತಯಾರಾಗಿ ಅವಳನ್ನು ಹಿಂದೆ ಕೂರಲು ಹೇಳಿದ. ಅವಳೂ ಕೂತಳು. ಆಗಲೇ ಮೂರು ರಸ್ತೆಯನ್ನು ಮುಚ್ಚಿಸಿ ಬೆಂಕಿ ಹಚ್ಚಿದ್ದ ಗುಂಪು ಚೌಕದ ರಸ್ತೆ ಕಡೆಯೆ ಬರುತ್ತಿತ್ತು. ಆ ಚಿಗುರು ಮೀಸೆಯ ಹುಡುಗ ಗಾಡಿಯನ್ನ ಆ ಗುಂಪಿಗೆ ವಿರುದ್ಧವಿದ್ದ ರಸ್ತೆಗೆ ತಿರುಗಿಸಿ ವೇಗವಾಗಿ ಓಡಿಸುತ್ತಾ ಅದೇಗೊ ಆ ಪ್ರಕ್ಷುಬ್ಧ ವಾತಾವರಣದಿಂದ ಮಾಬೂಬಿಯನ್ನ ಹೊರಗೆ ತಂದು ಮುಂದಿನಿಂದ ಎಲ್ಲಿಗೆ ಹೋಗಬೇಕು ಎಂದು ಕೇಳಿದ ಅವನ ಧ್ವನಿಯಲ್ಲಿ ಕರುಣೆಯಿತ್ತು. ಆಪ್ತತೆ ಇತ್ತು. ಹಿಂದಿನಿಂದ ಮೆಲ್ಲಗೆ ಜನತಾ ನರ್ಸಿಂಗ್ ಹೋಂ ಎಂದ ಅವಳ ಧ್ವನಿಯಲ್ಲಿ ಇನ್ನೂ ನಡುಕವಿತ್ತು.

ತಾನು ಸಿಕ್ಕಿಕೊಂಡಿದ್ದ ರಣವ್ಯೂಹದಲ್ಲಿ ತನ್ನ ಸ್ಥಿತಿಯನ್ನ ನೆನೆದು ಆಗಬಹುದಾಗಿದ್ದ ದುರಂತವನ್ನು ಕಲ್ಪಿಸಿಕೊಂಡು ಕಣ್ಣಲ್ಲಿ ಮತ್ತೂ ಒಂದಷ್ಟು ನೀರೂರಿಸುತ್ತಾ ಆ ಹುಡುಗ ಕೊಟ್ಟಿದ್ದ ವಸ್ತ್ರದಿಂದಲೇ ಮತ್ತೂ ಒರೆಸಿಕೊಳ್ಳುತ್ತಾ ಕೂತಿದ್ದಳು. ಅವನು ಬೇರೊಂದು ಮಾರ್ಗವಾಗಿ ಬಳಸಿಕೊಂಡು ಅವಳು ಹೇಳಿದ್ದ ಆಸ್ಪತ್ರೆಯ ಮುಂದೆ ಬಂದನು. ಗಾಡಿ ಆಫಾಗಿ ನಿಂತರೂ ಅವಳ ಕಣ್ಣೀರು ನಿಂತಿರಲಿಲ್ಲ. ಇಬ್ಬರೂ ಗಾಡಿಯಿಂದ ಇಳಿದು ಎದುರು ಬದುರು ನಿಂತರು. ಬಿಕ್ಕುತ್ತಲೇ ಕತ್ತೆತ್ತಿ ಅವನನ್ನು ನೋಡಿದಳು. ಕೊರಳಲ್ಲಿ ಹೊಳೆಯುತ್ತಿದ್ದ ಹನುಮನ ಡಾಲರ್ ಕಾಣಿಸಿತು. ಬಸ್ಟಾಂಡಿನ ಗುಂಪು ಅವರ ಕೈಗಳಲ್ಲಿನ ಧ್ವಜಗಳಲ್ಲಿ ಅದೇ ಹನುಮನಿದ್ದುದು ನೆನಪಿಗೆ ಬಂದು ಅವಳ ಮುಖ ಗಂಭೀರವಾಯಿತು. ಮತ್ತೂ ಮೇಲೆ ನೋಡಲು ಗುಳಿಕೆನ್ನೆಯ ತುಂಬಾ ಮುಗಳ್ನಗುವಿನ ಬುಗ್ಗೆ.

ಈಗ್ಗೆ ಕೆಲ ನಿಮಿಷಗಳ ಹಿಂದೇ ಅದೇ ಹನುಮ ಧ್ವಜಗಳೊಟ್ಟಿಗೆ ದೊಣ್ಣೆಗಳನ್ನಿಡಿದು ಬೆಂಕಿ ಹಚ್ಚುತ್ತಿದ್ದವರು ಅವಳಿಗೆ ರಾಕ್ಷಸರ ಹಾಗೆ ಕಂಡಿದ್ದರು. ಈ ಹೊಳೆವ ಕಂಗಳ ಮೀಸೆ ಬಣ್ಣದ ಹುಡುಗ ಎಷ್ಟೊಂದು ಒಳ್ಳೆಯವನು ಎನಿಸಿತು. ಡಿಕ್ಕಿಯನ್ನು ತೆಗೆದು ಅದರಲ್ಲಿದ್ದ ದುಡ್ಡಿನ ಕಂತೆಗಳನ್ನ ತೆಗೆದುಕೊಂಡಳು. ನೀವು ಈ ದಿನ ಬರದಿದ್ದರೆ ನನ್ನ ಕಥೆಯೇನಾಗುತ್ತಿತ್ತೋ? ಅಣ್ಣನ ಆಸ್ಪತ್ರೆಗೆಂದಿದ್ದ ಈ ಹಣವೇನೋಗುತ್ತಿತ್ತೋ? ನಿಮ್ಮಿಂದ ತುಂಬಾ ಸಹಾಯವಾಯಿತು. ನಿಮಗೆ ಎಷ್ಟು ಥ್ಯಾಂಕ್ಸ್ ಹೇಳಿದರೂ ಸಾಲಲ್ಲ. ನಿಮ್ಮನ್ನು ಎಲ್ಲಿಯೋ ನೋಡಿದ

ಹಾಗನಿಸುತ್ತದೆ ಆದರೆ ನೆನಪಾಗುತ್ತಿಲ್ಲ. ನಿಮ್ಮ ಹೆಸರೇನು? ಎಂದು ಕೇಳಿದಾಗ ನಾನು ಮಾರುತಿ, ನಿನ್ನ ಹೈಸ್ಕೂಲಿನ ಕ್ಲಾಸ್ಮೇಟ್ ಎಂದ. ನೆನಪಿನ ಬುತ್ತಿ ತೆರೆದುಕೊಂಡಿತು. ಒಂದೇ ತರಗತಿಯಲ್ಲಿ ಅವಳು ಮುಂದಿನ ಬೆಂಚು, ಅವನು ಹಿಂದಿನ ಬೆಂಚು. ಸ್ಪೋರ್ಟ್ಸ್‌ನಲ್ಲಿ, ಕಲ್ಚರಲ್ ಕಾರ್ಯಕ್ರಮಗಳಲ್ಲಿ ಎಲ್ಲದರಲ್ಲೂ ಮುಂದಿದ್ದ ಅವನು ಓದುವ ವಿಚಾರದಲ್ಲಿ ಮಾತ್ರ ಕೊನೆ ಮಾತ್ರವಲ್ಲದೇ ಭಲೇ ಛತ್ರಿ. ಎಷ್ಟೊ ವೇಳೆ ಅವನ ತರಲೆಯಾಟಗಳಿಗೆ, ಗಲಾಟೆಗೆ ಕ್ಲಾಸ್ ಲೀಡರ್ ಆಗಿದ್ದ ಮಾಬೂಬಿ ಬೋರ್ಡ್ ಮೇಲೆ ಮಾರುತಿ ಎಂದು ಹೆಸರು ಬರೆದು, ಅವನ ಪ್ರತಿ ಮಾತುಗಳಿಗೂ ಅದಕ್ಕೆ ಹತ್ತು ಹದಿನೈದು ಪ್ಲಸ್ ಚಿಹ್ನೆ ಸೇರಿಸಿ, ಟೀಚರ್ ಬಳಿ ಕಂಪ್ಲೆಂಟ್ ಮಾಡಿ ಹೊಡೆಸಿದ್ದಳು, ಬೈಸಿದ್ದಳು ಅದಕ್ಕೆಲ್ಲಾ ಸೇಡು ತೀರಿಸಿಕೊಳ್ಳಲು ಅವನು ಕಾಯುತ್ತಲೇ ಇದ್ದನು. ಕೊನೆಗೆ ಶಾಲೆಯೂ ಮುಗಿದು ಬೇರೆ ಬೇರೆ ಕಾಲೇಜಿಗೆ ಸೇರಿದ್ದರಿಂದ ಈಗ ಮಾಬೂಬಿ ಅವನನ್ನು ನಿನ್ನ ಹೆಸರೇನು ಎಂದು ಕೇಳುವಷ್ಟು ಬದಲಾವಣೆಗಳಾಗಿದ್ದವು.

ನೆನಪಿನಿಂದ ವಾಸ್ತವಕ್ಕೆ ಬಂದ ಮಾಬೂಬಿ "ಓಹ್ ಹೇಗ್ ಇದ್ದೀಯಾ ಮಾರುತಿ. ಗುರ್ತೆ ಸಿಕ್ಕಿಲ್ಲ ನಂಗೆ ಅಲ್ಲಾ ಪ್ರಾಮಿಸ್" ಎಂದಾಗ "ಆದ್ರೆ ನಂಗೆ ಆ ಮಟನ್ ಶಾಪಿನಲ್ಲೇ ನಿನ್ನ ಗುರ್ತು ಸಿಕ್ತು"

"ಬುರ್ಖಾ ಹಾಕ್ಕೊಂಡಿದ್ದರೂ ಹೇಗೆ" ಎಂದಳು "ಅದೂ ನಿನ್ನ ಬಲಗಣ್ಣಿನ ಅಂಚಿನಲ್ಲಿರುವ ಮಚ್ಚೆಯಿಂದ" ಎಂದನು. ಪ್ರತಿಯಾಗಿ ಒಂದು ನಗು, ಅದು ಅವನನ್ನು ಅನುಸರಿಸಿ ಗುಳಿಕೆನ್ನೆಯಲ್ಲಿ ಕೂಡಿಕೊಂಡಿತು.

ಅಷ್ಟರಲ್ಲಿ ಆಸ್ಪತ್ರೆಯ ಒಳಗಿಂದ ಬಂದ ಮಾಬೂಬಿಯ ಅಬ್ಬಾಜಾನ್ "ಕ್ಯಾ ಬೇಟಾ ಇಲ್ಲಿರೋ ಶಬ್ಬೀರ್ ಶಾಪಿಗೆ ಹೋಗ್ಬರಕ್ಕೆ ಇಷ್ಟೊತ್ತಾ?" ಎಂದು ಪ್ರಶ್ನಿಸುತ್ತಾ ಎದುರಿಗಿದ್ದ ಹುಡುಗನನ್ನು ಕುರಿತು "ವೋ ಲಡ್ಕಾ ಕೌನ್" ಎಂದನು "ಯಾ ಮೇರಾ ಕ್ಲಾಸ್ಮೇಟ್ ಅಬ್ಬಾ, ಬಸ್ಟಾಂಡ್ ಬಳಿ ಬರೋವಾಗ ದೊಡ್ ಗಲಾಟೆ ಅವಾಗ" ಎಂದು ತಾನು ಸಿಕ್ಕಿಕೊಂಡಿದ್ದ ರಣರಂಗದ ಬಗ್ಗೆ ವಿವರಿಸಲು ಮುಂದಾಗುತ್ತಲೇ "ಅದನ್ನ ಮೇಲೆ ಹೇಳು ಆವೋ ಬೇಟಾ" ಎಂದು ಅವಳ ಕೈಲಿದ್ದ ದುಡ್ಡಿನ ಕಂತೆಗಳನ್ನು ಈಸಿಕೊಂಡು ಒಳಗೆ ಹೋದನು. ಅಲ್ಲಿಯೇ ಇದ್ದ, ತನ್ನ ಹೊಟ್ಟೆಯಲ್ಲಿ ಸುತ್ತಿಟ್ಟುಕೊಂಡಿದ್ದ ಅವಳ ಬುರ್ಖಾವನ್ನ ತೆಗೆದು ಕೊಟ್ಟು ನಾನಿನ್ನು ಬರ್ತೀನಿ ಅಂತೇಳಿ ಹೊರಟನು. ತಲೆಯನ್ನು ಅಲ್ಲಾಡಿಸಿ ಸರಿ ಎಂದು ಸೂಚಿಸಿದಳು. ಅವಳಿಗೆ ಬೆನ್ನು ಮಾಡಿ ಹೊರಟವನು ತಿರುಗಿ ನೋಡದೆ ನಡೆಯುತ್ತಿದ್ದನು. ಅವನು ಮರೆಯಾಗುವವರೆಗೂ ಅವಳು ಅವನು ಹೋಗುತ್ತಿದ್ದ ದಿಕ್ಕನ್ನೇ ದಿಟ್ಟಿಸುತ್ತಾ, ಅವನು ಹೊಟ್ಟೆಯೊಳಗಿಂದ ತೆಗೆದುಕೊಟ್ಟಿದ್ದ ಬುರ್ಖಾವನ್ನು ತನ್ನ ಒದ್ದೆಗಣ್ಣಿಗೆ ಒತ್ತಿಕೊಂಡಳು. ಅವಳ ಕಣ್ಣು, ಕೆನ್ನೆಯೆಲ್ಲಾ ಬಿಸಿಯಾಯಿತು.

ಟವರ್ ಮಾರ ವಾಕಿ ಕಾಲಿಂಗ್ ಟೈಗರ್... ಟೈಗರ್...

▪ ಶ್ರೀಧರ ಪತ್ತಾರ

bspattar20@gmail.com

ಗೋಪನಹಾಡಿಯಲ್ಲಿ ಕರ‍್ರಗಿನ ದೇಹದ, ಸಾಧಾರಣ ಎತ್ತರದ ಯಾವಾಗಲೂ ಖಾಕಿಬಣ್ಣದ ದೊಗಳೆಪ್ಯಾಂಟು ಮೇಲೊಂದು ಅದೇ ಬಣ್ಣದ ಹರಿದ ಶರ್ಟು ತೊಟ್ಟು ಬಾಯಲ್ಲಿ ಸದಾ ಎಲೆ ಅಡಿಕೆ ಮೆಲ್ಲುತ್ತ ತಿರುಗುತ್ತಿದ್ದವನೇ ಮಾರ. ಎಲ್ಲರೊಂದಿಗೂ ಗಳಿಬಿಳಿಯಿಂದ ಮಾತಾಡುವವ. ಆ ಹಾಡಿಯಲ್ಲೇ ಚೂರು ಸುಸಂಸ್ಕೃತ. ಅರಣ್ಯ ಇಲಾಖೆಯ ಸಾಹೇಬರೊಬ್ಬರಿಗೆ ಬೆನ್ನು ಬಿದ್ದು ದಿನಗೂಲಿ ವಾಚರ್ ಆಗಿ ಸೇರಿಕೊಂಡ. ಆ ಹಾಡಿಗೆ ಹೊಂದಿಕೊಂಡಂತಿರುವ ಗಸ್ತನ್ನು ಕಾಯುವ ಕೆಲಸ ಇವನದೇ. ಹೀಗಿದ್ದರೂ ಹಾಡಿಯ ಜನ ಅವನ ಕಣ್ತಪ್ಪಿಸಿ ಸೊಪ್ಪು, ಸೌದೆ, ಜೇನು, ಗೋಂದು, ಪಾಚಿಹೂವನ್ನು ಸಂಗ್ರಹಿಸಲು ಕಾಡಿಗೆ ನುಗ್ಗುತ್ತಿದ್ದರು. ಒಮ್ಮೊಮ್ಮೆ ಶ್ರೀಗಂಧ, ಬೀಟೆ, ತೇಗ, ಹೊನ್ನೆಯಂತಹ ಮರಗಳನ್ನು ಅಕ್ರಮ ಕಡಿತಲೆ ಮಾಡಿ ತಮ್ಮ ಹುಂಬ ಧೈರ್ಯ ಪ್ರದರ್ಶಿಸುತ್ತಿದ್ದರು. ಹೀಗೆ ಅರಣ್ಯ ಇಲಾಖೆಗೆ ಸವಾಲಾಗಿದ್ದವರು ಮಾರನಿಗೆ ಹೆಚ್ಚುಕಮ್ಮಿ ಹತ್ತಿರದ ಸಂಬಂಧಿಗಳೇ. ಈ ವಿಷಯ ಮಾರನಿಗೆ ಬಹಳವೇ ಬೇಸರ ತರಿಸಿತ್ತು. ಮಾರ ಅವರಿಗೆ ಏನಾದರೂ ಬುದ್ಧಿವಾದ ಹೇಳಹೊರಟರೆ ಮುಗಿದೇ ಹೋಯ್ತು. ಅವರು ಅಕ್ಷರಶಃ ಕೆಂಡಾಮಂಡಲರಾಗಿ ಜಗಳಕ್ಕಿಳಿಯುತ್ತಿದ್ದರು.

ಮೊನ್ನೆ ರಾತ್ರಿ ಹಾಗೇ ಆಯ್ತು. ಕಾಡಾನೆಯೊಂದು ಆನೆತಡೆ ಕಂದಕ ದಾಟಿ ಹಾಡಿಯೊಳಗೆ ನುಗ್ಗಿ ದಾಂಧಲೆ ಮಾಡಿತು. ಇದರ ಆಟಾಟೋಪಕ್ಕೆ ಜಡಿಯನ ಕೋಳಿಗೂಡು ನಾಶವಾಯ್ತು. ಜಡಿಯ ಮೂಲೆಮನೆಯ ದೊಡ್ಡಕಾಳನ ಹಟ್ಟಿಗೆ ಹೋದವನೆ ಬೆಳಗ್ಗೆಯೇ ಸಾರಾಯಿ ಕುಡಿದುಬಂದ. ಆನೆತಡೆ ಕಂದಕದ ಪಕ್ಕದಲ್ಲಿ ನಿಂತು ಇಲಾಖೆಯವರನ್ನು ಹಿಗ್ಗಾಮುಗ್ಗಾ ಬೈಯ್ಯತೊಡಗಿದ. ಅವನ ಹಾರಾಟ ಕಂಡ ಮಾರ ಸಮಾಧಾನಪಡಿಸಲು ಹೋದರೆ "ಏನ್ಲಾ ಮಾರ, ಈ ಕಾಡಿನ ಮೇಹರ್ಬಾನಕಿ ನಿನಗೆ ಕೊಟ್ಟಿದ್ದಾರೇನು. ನಮಗಿಂತ ನಿನಗೆ ಇಲಾಖೆಯವರೆ ಹೆಚ್ಚಾಗಿ ಹೋದ್ರಾ...? ನೋಡ್ಲಾ, ನಿನ್ನ ಕಷ್ಟ–ಸುಖಕ್ಕಾಗೋರು, ನೀ ಸತ್ತರೆ ನಿನ್ನ ಚಟ್ಟಕ್ಕಾಗೋರು ಸಂಬಂಧಿಗಳೆನಿಸಿಕೊಂಡ ನಾವೇ ಕಣ್ಲಾ, ಇಲಾಖೆಯವರು ಯಾರು ಬರಲ್ಲ. ನೀನ್ಹಿಗೆ ಅವರ್ನ ವಹಿಸ್ಕೊಂಡು ನಮ್ಮ ಮ್ಯಾಲೇ ಗುಟುರು ಹಾಕಿದ್ರೆ ನೋಡು ಪರಿಸ್ಥಿತಿ ನೆಟ್ಟಗಿರೋದಿಲ್ಲ" ಎಂದು ತನಗಿಂತಲೂ ಐದಾರು ವರ್ಷ ಹಿರಿಯನಾದ ಮಾರನ ಮರ್ಯಾದೆ ಲೆಕ್ಕಿಸದೆ ರೋಪುಹಾಕಿದ. ಮಾರನಿಗೆ ಪಿತ್ತ ನೆತ್ತಿಗೇರಿ ಅವನಿಗೆರಡು ಒದೆ ಹಾಕಬೇಕೆಂದು ಮುಂದೆ ಬಂದವನನ್ನು ಅದುವರೆಗೂ ಇವರ ಜಗಳ ನೋಡುತ್ತ ನಿಂತವರಲ್ಲೊಬ್ಬ ತಡೆದು, "ಇರಲಿ ಬಿಡು ಮಾರ, ಅದಕ್ಕೇನೋ ಬುದ್ಧಿ ಇಲ್ಲ, ಬಾಯ್ಗೆ ಬಂದಂತೆ ಮಾತಾಡ್ತದೆ. ನೀನೂ ಅವನಂಗೆ ಮಾಡಿದ್ರೆ ಹೇಗೆ?" ಎಂದು ಸಮಾಧಾನಪಡಿಸಿ ಮಾರನನ್ನು ಅಲ್ಲಿಂದ ಕಳುಹಿಸಿದ್ದ. ಇದು ಒಂದಿನದ ಕಥೆಯಲ್ಲ. ಹೀಗಾಗಿ ಮಾರ ತನ್ನ ಹಾಡಿಯವರೊಡನೆ ಏಗಲೂ ಆಗದೇ, ಇತ್ತ ಇಲಾಖೆಯವರನ್ನು ಬಿಟ್ಟುಕೊಡಲಾಗದೇ ಉಭಯ ಸಂಕಟದಲ್ಲಿದ್ದ. ಇಲಾಖೆಯವರ ಮೇಲೆ ಅಭಿಮಾನದ ಜತೆಗೆ ಗಾರ್ಡ್ ಶರೀಫ್ ಮೇಲೆ ಬಹಳವೇ ಕಕ್ಕುಲಾತಿ ಹೊಂದಿದ್ದ.

ಶರೀಫ ಈ ಗಸ್ತಿಗೆ ವರ್ಗವಾಗಿ ಬಂದು ಆರೇಳು ವರುಷಗಳಾಗಿರಬಹುದು. ಇವರ ಒಳ್ಳೆಯ ಗುಣಸ್ವಭಾವಕ್ಕೆ ಮಾರುಹೋಗದವರಿಲ್ಲ. ಎಲ್ಲರ ಕಷ್ಟಸುಖ ಕೇಳುತ್ತಿದ್ದರು. ಅದರಲ್ಲಿ ಮಾರನನ್ನು ಬಹಳವೇ ಪ್ರೀತಿ ವಿಶ್ವಾಸದಿಂದ ಕಾಣುತ್ತಿದ್ದರು.

ಒಂದೊಮ್ಮೆ ಮಾರ ತಲೆಮೇಲೆ ಕೈಹೊತ್ತು ಯೋಚಿಸುತ್ತ ಕುಳಿತಿದ್ದ. ಶರೀಫ ಅವನನ್ನು ವಿಚಾರಿಸಿದರು. "ನನ್ ಕತೆ ಏನ್ ಕೇಳ್ತಿರಾ ಸರ್... ನಮಗೆ ಮದುವೆಯಾದ ಐದಾರು ವರ್ಷ ಮಕ್ಕಳಾಗಿರಲಿಲ್ಲ. ಕಾಡಿನ ಮಧ್ಯೇ ಇರುವ ಗಂಟೆ ಮಾರಮ್ಮನಿಗೆ ಹರಕೆ ಹೊತ್ತುಕೊಂಡೆ. ಒಂದೆರಡು ವರುಷಗಳ ನಂತರ ಅಮಾವಾಸ್ಯೆಯ ದಿನ ನನ್ನ ಮಗಳು ನನ್ನ ಬರಡಾಗಿದ್ದ ಬಾಳಿಗೆ ಬೆಳಕಿನಂತೆ ಬಂದಳು. ನಾವು ಗಂಡಹೆಂಡಿರು ಬಹಳ ಖುಶಿಪಟ್ಟೆವು. ಎಲ್ಲವೂ ಸರಿಯಾಗಿತ್ತು. ಆದರೆ ಅವಳಿಗೆ ನಾಲ್ಕು ವರುಷದವಳಿದ್ದಾಗ ಒಮ್ಮೆ ಹಟ್ಟಿಯ ಮುಂದೆ ಆಡುತ್ತಿದ್ದವಳು ತಲೆಸುತ್ತಿ ಬಿದ್ದಳು. ಆಸ್ಪತ್ರೆಯಲ್ಲಿ ಅವಳಿಗೆ ಹೃದಯದ

ಕಾಯಿಲೆ ಎಂದರು. ನಮಗೆ ಬಹಳ ಗಾಬರಿಯಾಯ್ತು. ಅಂದಿನಿಂದಲೂ ಹೊಟ್ಟೆ–ಬಟ್ಟೆ ಕಟ್ಟಿಕೊಂಡು ದುಡ್ಡು ಕೂಡಿಸಿ ವೈದ್ಯರ ಸಲಹೆಯಂತೆ ಚಿಕಿತ್ಸೆ ಕೊಡಿಸುತ್ತಿದ್ದೇನೆ. ಆದರೆ ಈಗ ಕೈ ಖಾಲಿಯಾಗಿದೆ. ಮುಂದಿನ ಚಿಕಿತ್ಸೆಯದೇ ಚಿಂತೆಯಾಗಿದೆ" ಎಂದು ಮಾರ ಹೇಳುತ್ತ ಕಣ್ಣೀರು ತೆಗೆದಿದ್ದ. ಶರೀಫರ ಮನಸ್ಸಿಗೆ ಬೇಜಾರೆನ್ನಿಸಿದರೂ ತೋರಗೊಡದೇ ಮಾರನ ಬೆನ್ನಿನ ಮೇಲೆ ಕೈಯಿಟ್ಟು ಸಾಂತ್ವನದ ಮಾತುಗಳನ್ನು ಹೇಳಿ ಸ್ಥೈರ್ಯ ತುಂಬಿದ್ದರು. ಮಾರ ಸ್ವಲ್ಪ ಗೆಲುವಾದಂತಾಗಿ ತನ್ನ ಕೆಲಸ ಮುಂದುವರೆಸಿದ್ದ. ಇದಾದ ಮರುದಿನ ಶರೀಫ ಒಂದಷ್ಟು ಹಣ ಕೊಟ್ಟು ಮಾರನ ಮಗಳ ಚಿಕಿತ್ಸೆ ಕೊಡಿಸಿದರು. ಅವಳು ಚೇತರಿಸಿಕೊಂಡಂತೆ ಮಾರ ಬಹಳವೇ ಸಂತಸಗೊಂಡ. ಗಾರ್ಡ್ ಸಾಹೇಬರು ನನ್ನ ಪಾಲಿಗೆ ದೇವರಿದ್ದಂತೆ ಎಂದು ಎಲ್ಲರ ಮುಂದೆ ಅವರ ಗುಣಗಾನ ಮಾಡತೊಡಗಿದ. ಶರೀಫರನ್ನು ಕಂಡು ಅರಗಿಸಿಕೊಳ್ಳಲಾಗದ ಕೆಲವರು ಮಾರನಿಗೆ "ಆ ಗಾರ್ಡ್ ಬಗ್ಗೆ ಅಷ್ಟೊಂದೇಕೆ ಕೊಚ್ಕೋತಿ. ನಾಲ್ಕು ಜನ ನಿನ್ನ ಮಾತಿಗೆ ಹೂಗುಟ್ಟಿ, ಆ ಸಾಹೇಬ್‌ನ ಜನ ಮೆಚ್ಚಬಹುದು. ಆದರೆ ನಿನ್ನ ಅಳಿಯನೇ ಅವರ ಬಗ್ಗೆ ಏನೋ ಹೇಳ್ತಾಯಿದಾನಲ್ಲ" ಎಂದು ಕುಚೇಷ್ಟೆ ಮಾಡಿ ನಕ್ಕಿದ್ದರು. ಅವರ ಈ ಕುಹಕ ನಗೆಗೆ ಕಾರಣವಿಲ್ಲದೇ ಇರಲಿಲ್ಲ.

ಅಂದು ಮಾರನ ಸೋದರಳಿಯ ಚಿಕ್ಕಬೊಮ್ಮ ಕಾಡಿನಲ್ಲಿ ಮರ ತರಿಯುವಾಗ ಶರೀಫರ ಕೈಗೆ ಸಿಕ್ಕು ಬಂಧನಕ್ಕೊಳಗಾಗಿ ಜೈಲು ಸೇರಿದವನು ಕೆಲ ದಿನಗಳಲ್ಲೇ ಜಾಮೀನಿನ ಮೇಲೆ ಹೊರಬಂದಿದ್ದ. ಅವರ ಮೇಲೆ ಹಲ್ಲು ಮಸೆಯುತ್ತಿದ್ದವನು ತನ್ನ ಮಾವನಿಗೆ "ನಾನು ಕೇವಲ ಒಂದು ಕೈಗಾತ್ರದ ಮರ ತರಿದಿದ್ದೆನಷ್ಟೇ. ಅದಕ್ಕೆ ಆ ಗಾರ್ಡು ಅಷ್ಟೊಂದು ರಂಪಾಟ ಮಾಡೋದೆ. ನಾ ಮಾಡಿದ ಅಂತಹ ದೊಡ್ಡ ತಪ್ಪಾದ್ರೂ ಏನು...ನಿನ್ನ ಮುಖ ನೋಡಿಯಾದ್ರೂ ನನ್ನನ್ನು ಬಿಡಬೇಕಾಗಿತ್ತು... ಸೂ...ಮಗ ಜೈಲಿಗೆ ಕಳಿಸಿಬಿಟ್ಟು ಮೆರೆದಾಡ್ತವ್ನೆ" ಎನ್ನುತ್ತ ತನ್ನ ಕೋಪ ಹೊರಹಾಕಿದ್ದ. "ತಿಕ್ಲನಂಗೆ ಮಾತಾಡಬೇಡಲೋ... ಅದರಲ್ಲಿ ಅವರದೇನು ತಪ್ಪಿದೆ. ನೀನು ಮಾಡೋದು ಮಾಡ್ಬಿಟ್ಟು ಹೀಗೆ ಎಗರಾಡಿದ್ರೆ ಹೇಗೆ? ನಿನ್ನ ಈ ಠಕ್ಕತನ ಕಂಡು ನನಗೇ ಅಸಹ್ಯವಾಗುತ್ತಿದೆ". ಎಂದು ಮಾರ ಅವನನ್ನು ತರಾಟೆಗೆ ತೆಗೆದುಕೊಂಡ. ಮಾರನ ಹೆಂಡತಿ ಕರ್ರಗಿ "ಏನಿದು, ಮನೆಯವರಿಗಿಂತ ನಿನಗೆ ಇಲಾಖೆಯವ್ರೆ ಮುಖ್ಯವಾದ್ರಾ...? ಎಂದು ತನ್ನ ತಮ್ಮನ ಪರ ವಕಾಲತ್ತು ವಹಿಸಿದ್ದಳು. ಶರೀಫರ ಸಹಾಯ ಮರೆತು ಕೃತಘ್ನಳಂತೆ ಮಾತಾಡ್ತಿದ್ದಾಳಲ್ಲ ಎಂದು ಅವಳ ಬಗ್ಗೆ ಮಾರನಿಗೆ ರೇಜಿಗೆಯಾಯ್ತು.

ಮಾರ ಹತ್ತಾರು ವರುಷ ಇಲಾಖೆಯಲ್ಲಿ ನಿಯತ್ತಿನಿಂದ ದುಡಿದವನು. ಈಗ ಇಲಾಖೆಗಾಗಿ ತನ್ನ ಹೆಂಡತಿ ಮತ್ತು ಅಳಿಯ ಇರ್ವರನ್ನೂ

ಎದುರುಹಾಕಿಕೊಳ್ಳುವುದೂ ಕಷ್ಟವಾಗತೊಡಗಿತು. ಅಲ್ಲದೇ ಹಾಡಿಯ ಜನರ 'ವಿರೋಧ' ಮಾರನಿಗೆ ಸಂಕಟಕ್ಕೀಡುಮಾಡಿತು.

**

ಈ ನಡುವೆ ಹೊಸದಾಗಿ ಬಂದಿದ್ದ ಸಾಹೇಬ ಮತ್ತು ಶರೀಫರಿಗೆ ಅಷ್ಟಕಷ್ಟೇ. ಶರೀಫರ ದಕ್ಷತೆ, ಜನಪ್ರಿಯತೆ ಆ ಸಾಹೇಬನಿಗೆ ಕಸಿವಿಸಿಯಾಗುವಂತೆ ಮಾಡಿತು. "ನೀನು ದೊಡ್ಡ ಸಾಹೇಬ್ನಂಗ ಆಡ್ಬೇಡ, ಇಲ್ಲಿ ನಾನು ಸಾಹೇಬ. ನಾನು ಹೇಳ್ದಂಗೆ ಮಾಡಬೇಕು ಇಲ್ಲದಿದ್ರೆ, ನಿನಗೆ ಕೆಲಸ ಮಾಡೋದು ಕಷ್ಟವಾಗ್ತದೆ ನೋಡು" ಎಂದು ಸಾಹೇಬ ಶರೀಫರ ಮೇಲೆ ಬಟ್ಟೆ ಹಾವು ಬಿಡಲು ನೋಡಿದ್ದ. ಆದರೆ ಇದಕ್ಕೆ ಜಗ್ಗದೆ ಶರೀಫ್ "ಇಲ್ಲ ಸರ್ ನನ್ನ ವರ್ತನೆ ಸರಿಯಾಗೇಯಿದೆ. ನಾನೇನು ತಪ್ಪು ಮಾಡುತ್ತಿಲ್ಲ. ನನ್ನನ್ನು ದಾರಿ ತಪ್ಪಿಸುವ ಪ್ರಯತ್ನ ಮಾಡಬೇಡಿ ಎಂದು ಖಾರವಾಗಿಯೇ ಪ್ರತಿಕ್ರಿಯಿಸಿದ್ದರು. ಸಾಹೇಬನಿಗೆ ಮುಖಭಂಗವಾದಂತಾಗಿ ಅಂದಿನಿಂದ ಷರಿಫರ ಬಗ್ಗೆ ಮತ್ತಷ್ಟೂ ಕೋಪಗೊಂಡ. ಷರಿಫರನ್ನು ಮನೆಗೆ ಕಳಿಸುವ ದಾರಿ ಹುಡುಕತೊಡಗಿದ.

ಮಾರನನ್ನು ತನ್ನ ಆಫೀಸಿಗೆ ಕರೆಸಿದ ಸಾಹೇಬ ಅವನಿಗೆ ಗುಟ್ಟಾಗಿ ಏನೋ ಹೇಳಿದ. ಎಲ್ಲದಕ್ಕೂ ಮಾರ 'ಹೂಂ' ಎಂದು ತಲೆಯಾಡಿಸಿದ. ಇವರಿಬ್ಬರ ನಡುವೆ ಏನು ನಡೆಯುತ್ತಿದೆ ಎಂದು ಯಾರೊಬ್ಬರಿಗೂ ಗೊತ್ತಾಗಲಿಲ್ಲ. ಸಾಹೇಬ ಮಾರನಿಗೆ ಒಂದಷ್ಟು ದುಡ್ಡು ಕೊಟ್ಟು ಕಳುಹಿಸಿದ. ಮಾರ ಬರುಬರುತ ಆ ಸಾಹೇಬನ ಕೈಗೊಂಬೆಯೇ ಆದ. ಶರೀಫರ ಮೇಲೆ ತಾನೂ ವಿನಾಕಾರಣ ಹಲ್ಲು ತಿನ್ನತೊಡಗಿದ. ಮೊದಲು ಮಾರನೆಂದರೆ ಬಹಳ ಕಾಳಜಿ ಪ್ರೀತಿಯಿಂದ ಮಾತಾಡಿಸುತ್ತಿದ್ದ ಶರೀಫರೂ ಈಗ ತಮ್ಮ ವರಸೆ ಬದಲಿಸಿದರು. ಮಾರನಿಂದ ಅಂತರ ಕಾಯ್ದುಕೊಂಡರು. ಆದರೆ ಇವರ ವಿರೋಧದ ನಡುವೆಯೂ ಮಾರನಿಗೆ ಬೆಂಕಿ ವೀಕ್ಷಣೆಯ ಕೆಲಸ ವಹಿಸಿದ ಸಾಹೇಬನ ಮನಸ್ಸಿನಲ್ಲಿ ಏನನ್ನೋ ಸಾಧಿಸಿದ ಖುಶಿಯಿತ್ತು. ಇತ್ತ ಮಾರ ಹುರುಪಿನಿಂದಲೇ ಬೆಂಕಿ ವೀಕ್ಷಣೆಯ ಕೆಲಸ ನಿರ್ವಹಿಸಲಣಿಯಾದ.

**

ಬೇಸಿಗೆಯ ಬಿರುಬಿಸಿಲು. ಕಾಡಿನ ಮರಗಿಡಗಳೆಲ್ಲ ಒಣಗಿದ್ದವು. ಅದರೊಂದಿಗೆ ಕಿಕ್ಕಿರಿದು ತುಂಬಿರುವ ಲಂಟಾನಾ ಯುಪಟೋರಿಂಯಂನಂತಹ ತರಹೇವಾರಿ ಕಳೆ ಸಸ್ಯಗಳೂ ಒಣಗಿ ನಿಂತಿದ್ದವು. ಅದರ ಬುಡದಲ್ಲಿ ರಾಶಿರಾಶಿ ತರಗೆಲೆಗಳು ಬೇರೆ. ಒಂದು ಬೆಂಕಿಕಡ್ಡಿ ತಾಗಿದರೂ ಸಾಕು ಇಡೀ ಕಾಡಿಗೇ ಕಾಡೇ

ಹೊತ್ತುರಿವ ಆತಂಕವಿತ್ತು. ಹೀಗೆಂದೇ ಇಲಾಖೆಯವರು ಒಂದು ಎತ್ತರವಾದ ಆಯಕಟ್ಟಿನ ಜಾಗದಲ್ಲಿ ಬೆಂಕಿ ವೀಕ್ಷಣಾ ಗೋಪುರ ನಿರ್ಮಿಸಿದ್ದರು. ಕಾಡಿನ ಮಧ್ಯೆ ಎಲ್ಲಿಯಾದರೂ ಹೊಗೆ ಕಂಡರೆ ತಕ್ಷಣವೇ ಎಲ್ಲ ಸಿಬ್ಬಂದಿಗೆ ಎಚ್ಚರಿಸಿ ಮುಂದೆ ಆಗಬಹುದಾದ ದೊಡ್ಡ ಅನಾಹುತವನ್ನು ತಪ್ಪಿಸಲು ಕಂಡುಕೊಂಡ ಉಪಾಯವದು. ತನಗೊಪ್ಪಿಸಿದ ಜವಾಬ್ದಾರಿಯಂತೆ ಮಾರ ಬೆಂಕಿ ವೀಕ್ಷಣಾ ಗೋಪುರದ ಮೇಲೆ ನಿಂತು ತನ್ನ ದೃಷ್ಟಿ ಹರಿವಷ್ಟೂ ದೂರಕ್ಕೆ ಬಿಟ್ಟ ಕಣ್ಣು ಬಿಟ್ಟಂತೆ ನೋಡುತ್ತ ನಿಂತಿರುತ್ತಿದ್ದ. ಸುತ್ತಲೆಲ್ಲ ಸಾಗರದಂತೆ ವ್ಯಾಪಿಸಿದ ಕಾಡು. ಅಲ್ಲಲ್ಲಿ ಮಧ್ಯೆ ಇರುವ ಬೆಟ್ಟ ಗುಡ್ಡಗಳಿಗೆ ಸವಾಲೊಡ್ಡುವಂತಿರುವ ಅವನ ವೀಕ್ಷಣಾ ಗೋಪುರ ಅನಾಮತ್ತಾಗಿ ಅವನ ದೃಷ್ಟಿಯನ್ನು ಕರಡಿಗುಡ್ಡದ ಬೆಟ್ಟದಿಂದಾಚೆಗಿನ ಹರಿಣಿ ಕಣಿವೆಯವರೆಗೂ ದಾಟಿಸುತ್ತಿತ್ತು. ಅವನ ಕಣ್ ದೃಷ್ಟಿಯೂ ಅಷ್ಟೇ ನಿಚ್ಚಳವಿತ್ತು. ಈ ಬಗ್ಗೆ ಅವನಿಗೆ ಬಹಳ ಹೆಮ್ಮೆ. ಗಳಿಗೆಗೊಮ್ಮೆ ಎಲೆ-ಅಡಿಕೆ ಬಾಯಿಗೆ ಹಾಕಿಕೊಂಡು ಜಗಿಯುತ್ತ ಪಿಚಕ್... ಪಿಚಕ್ ಎಂದು ಬಾಯಿಯಲ್ಲಿಯ ಕೆಂಪು ರಸವನ್ನು ಉಗುಳುತ್ತಾ ನಾಲ್ಕು ದಿಕ್ಕಿಗೂ ತಿರುತಿರುಗಿ ದೃಷ್ಟಿಹಾಯಿಸುತ್ತಿದ್ದವನು ಈ ಮಧ್ಯೆ ಅದೆಷ್ಟೋ ಬಾರಿ ತನ್ನ ವಾಕಿಟಾಕಿ ಕೈಗೆತ್ತಿಕೊಂಡು "ಟವರ್ ಮಾರ ಕಾಲಿಂಗ್ ಟೈಗರ್... ಟೈಗರ್...". "ಟವರ್ ಮಾರ ಕಾಲಿಂಗ್ ಚೀತಾ ಚೀತಾ"... ಎಂದು ಕೂಗುತ್ತ ಬೆಂಕಿಯ ಕುರಿತಾಗಿ ಕೇಳುತ್ತ ಅವರಿಗೆ ಜಾಗರೂಕರಾಗಿರುವಂತೆ ಹೇಳುತ್ತಿದ್ದ. ಆ ಕಡೆ ಯಾವ ಬೆಂಕಿಯ ಬಾತ್ಮಿ ಇಲ್ಲದಿದ್ದರೆ ಅವನ ಧ್ವನಿಯಲ್ಲಿ ಅಭಯವಿರುತ್ತಿತ್ತು. ಇದು ಅವನ ಬೆಂಕಿ ಕಾಲದ ದಿನಚರಿ.

ಹಗಲುಹೊತ್ತಿನ ಬಿಡುವಿಲ್ಲದ ಈ ಕೆಲಸದ ಮಧ್ಯೆಯೂ ಅವನಿಂದು ಬಹಳ ವಿಚಾರಮಗ್ನನಾಗಿದ್ದ. ಮೊದಲಾಗಿದ್ದರೆ ಎದುರಿಗೆ ಸಿಕ್ಕವರನ್ನು ತೀರ ಗಲಿಬಿಲಿಯಿಂದ ಮಾತಾಡುತಿದ್ದವನು ಇಂದು ಸುಮ್ಮನೇ ತಲೆ ಕೆಳಗಾಗಿಸಿ ನಡೆದುಹೋಗಿದ್ದ. ಆದರೆ ಮಾರ ತನ್ನೊಳಗೇ ಏನಾಗುತ್ತಿದೆ ಎಂದು ಯಾರೊಂದಿಗೂ ಹೇಳಿಕೊಳ್ಳಲಾಗದೇ ಒಳಗೊಳಗೆ ತೊಳಲಾಡುತ್ತಿದ್ದ. ಯೋಚಿಸುತ್ತಲೇ ತಲೆ ಧಿಮ್ಮೆಂದ ಹಾಗಾಯ್ತು. ತಲೆಮೇಲಿನ ಬಿಸಿಲು ಮೈಯಲ್ಲಿ ಬೆವರಿಳಿಸುತ್ತಿತ್ತು. ಒಂದು ಘಳಿಗೆ ಮಲಗಬೇಕೆಂದವನು ನೆರಳು ಬಿದ್ದ ಗೋಪುರದ ಒಂದು ಅಂಚಿಗೆ ಹೋಗಿ ಬೆನ್ನು ಆನಿಸಿ ಅಡ್ಡಾದ. ತೇಲುಗಣ್ಣು ಬಿಟ್ಟು ಮೇಲಕ್ಕೆ ನೋಡುತ್ತಾ ನಿದ್ರೆಗೆ ಜಾರಲೆತ್ನಿಸಿದ. ಯಾವ ಪ್ರಾಣಿಯ ಬಾಯಿಯಿಂದ ತಪ್ಪಿಸಿಕೊಂಡು ಬಂದಿತೇನೋ... ಕೆಂದಳಿಲು ಈಗ ಸರಸರನೇ ಓಡಿಬಂದು ದಿಂಡಲು ಮರದ ಪೊಟರೆಯೊಳಗೆ ನುಗ್ಗಿತು. ಅದನ್ನು ನೋಡಿದ ಮಾರ ಒಂದು ಕ್ಷಣ ಹೌಹಾರಿದ. ಈಗ ತನಗೆ ನಿದ್ರೆ ಹತ್ತುವುದಿಲ್ಲವೆಂದು ಖಾತ್ರಿಯಾದೊಡನೆ ಅಲ್ಲೇ ಎದ್ದು ಕುಳಿತ.

ಈಗ ಸೂರ್ಯ ನೇರ ನೆತ್ತಿಯ ಮೇಲಿದ್ದ. ವೀಕ್ಷಣಾಗೋಪುರದಿಂದ ಕೂಗಳತೆ ದೂರದಲ್ಲಿ ದಕ್ಷಿಣ ದಿಕ್ಕಿಗೆ ಮಾವಿನಕೆರೆಯ ಪಕ್ಕದಲ್ಲಿ ಸಣ್ಣದಾಗಿ ಹೊಗೆಯಾಡತೊಡಗಿತು. ಸಾಹೇಬ ಹೇಳಿದಂತೆ ಮಾರ ತನ್ನ ಕೆಲಸವನ್ನು ಅಚ್ಚುಕಟ್ಟಾಗಿ ಮುಗಿಸಿ ತನ್ನೊಳಗಿನ ಭಾರವನ್ನು ಹೊರಹಾಕಿ ಗೋಪುರವೇರಿ ನಿಂತ. ಎಷ್ಟೊತ್ತಿಗೋ ಸಿಬ್ಬಂದಿಗಳನ್ನು ಸಂಪರ್ಕಿಸಿ ತಾನೇ ಸುದ್ದಿ ಮುಟ್ಟಿಸಿದ. ಅದುವರೆಗೂ ಅತ್ತಿತ್ತ ಸುತ್ತಾಡುತ್ತ ಬೆಂಕಿಕಾವಲು ಮಾಡುತ್ತಲೋ, ಇಲ್ಲ ಊಟ ಮಾಡುತ್ತ ಹರಟೆ ಹೊಡೆಯುತ್ತಲೋ ಇದ್ದ ಸಿಬ್ಬಂದಿಗಳು ತಮ್ಮ ನೀರಿನ ಬಾಟಲಿ, ಕೋಲು, ಫೈರ್ ಬೀಟರ್ಗಳನ್ನು ಹೆಗಲಿಗೇರಿಸಿಕೊಂಡು ಬೆಂಕಿ ಬಿದ್ದ ಸ್ಥಳದತ್ತ ಅವಸರವಸರವಾಗಿಯೇ ಹೆಜ್ಜೆಹಾಕತೊಡಗಿದರು.

**

ಬೆಂಕಿ ತನ್ನ ಕೆನ್ನಾಲಿಗೆ ಚಾಚಿ ಮರ, ಗಿಡ, ಪೊದೆಯನ್ನದೇ ಎಲ್ಲವನ್ನೂ ಆಪೋಷನ ತೆಗೆದುಕೊಳ್ಳುತ್ತಿತ್ತು. ಇಲಾಖಾ ಸಿಬ್ಬಂದಿ, ಬೆಂಕಿ ವೀಕ್ಷಕರು ಬೆಂಕಿ ನಂದಿಸುವ ಕೆಲಸದಲ್ಲಿ ತಲ್ಲೀನರಾದರು. ಎಷ್ಟೇ ಪ್ರಯತ್ನಿಸಿದರೂ ಬೆಂಕಿ ನಿಯಂತ್ರಣಕ್ಕೆ ಬರುವ ಲಕ್ಷಣಗಳಿರಲಿಲ್ಲ.

ಇತ್ತ ಶರೀಫ ಬೆಂಕಿ ನಂದಿಸಲು ನಾಲ್ಕೈದು ಸಿಬ್ಬಂದಿಗಳೊಂದಿಗೆ ಲಂಟಾನಾ ಪೊದೆಯೊಳಗೆ ನುಗ್ಗಿದರು. ಸುತ್ತಲಿಂದಲೂ ಗಾಳಿ ಬೀಸುತ್ತಿದ್ದರಿಂದ ಎಲ್ಲ ಕಡೆಯಿಂದಲೂ ಬೆಂಕಿ ವೇಗವಾಗಿ ಬರತೊಡಗಿತು. ದಟ್ಟ ಹೊಗೆಯಿಂದ ಪಾರಾಗಿ ಹೋಗುವುದೇ ಎಲ್ಲರಿಗೂ ಸವಾಲೆನಿಸಿತು. ಸುತ್ತಲೂ ಮೂರು ಕಡೆಯಿಂದ ದಟ್ಟ ಬೆಂಕಿ ಆವರಿಸಿತು. ಅದರಲ್ಲಿನ ಮೂವರು ಓಡಿಹೋಗಿ ಹೇಗೋ ಪಾರಾದರು. ಒಳಗುಳಿದವರು ಶರೀಫ ಮತ್ತು ವಾಚರ್ ಮಡೇಯ ಇಬ್ಬರೇ. ಶರೀಫ್ ನಿತ್ರಾಣಗೊಂಡಂತಾದರು. ನಡೆಯಲೂ ಕಷ್ಟವಾಗಿ ಜತೆಗಿದ್ದ ಮಡೆಯನ ಭುಜಕ್ಕೆ ಜೋತು ಬಿದ್ದರು. ಮಡೆಯನಿಗೂ ಹೊಗೆಯಿಂದ ಉಸಿರಾಡಲು ಕಷ್ಟವಾಗಿ ತೋರಿತು. ಆದರೂ ತನ್ನ ಶಕ್ತಿಯನ್ನು ಒಗ್ಗೂಡಿಸಿ ಸುಮಾರು ದೂರ ಶರೀಫರನ್ನು ಹೊತ್ತುಕೊಂಡು ಬಂದ. ಆದರೆ ಶರೀಫ "ದಯವಿಟ್ಟು ನನ್ನನ್ನು ಉಳಿಸು, ಉಳಿಸು ಮಡೆಯ" ಅನ್ನುತ್ತ ಅವನ ಬೆನ್ನಿಂದ ಜಾರಿ ನೆಲಕ್ಕೆ ಕುಸಿದುಬಿದ್ದರು. ಅಷ್ಟರಲ್ಲೇ ನಾಲ್ಕು ಕಡೆಯಿಂದಲೂ ಬೆಂಕಿ ಕೂಡಿಕೊಳ್ಳತೊಡಗಿತು. "ಗಾರ್ಡ್ ಸಾಹೇಬರನ್ನು ಉಳಿಸುವುದು ಕಷ್ಟದ ಮಾತು, ಕ್ಷಣಹೊತ್ತಾದರೇ ತಾನು ಬೆಂಕಿಯಲ್ಲಿ ಬೆಂದು ಹೋಗಬಹುದು" ಎಂದುಕೊಂಡ ಮಡೆಯ ಮನಸ್ಸಿಲ್ಲದ ಮನಸ್ಸಿನಿಂದ ಬೆಂಕಿಯ ಮಧ್ಯೆದಿಂದ ಓಡುತ್ತ ರೋಡಿನ ಮೇಲೆ ಬಂದು ಅಂಗಾತ ಬಿದ್ದ. ನೋಡನೋಡುತ್ತಲೇ ಬೆಂಕಿಯ ಜ್ವಾಲೆಗಳು ಆಗಸದೆತ್ತರಕ್ಕೆ ಹಬ್ಬಿದವು. ಅದಾಗಲೇ ಶರೀಫರು ಬೆಂಕಿಗೆ ಆಹುತಿಯಾಗಿದ್ದರು.

ಮಡೆಯನ ಮುಖಕ್ಕೂ ಝಳ ಹಾಯ್ದಿದ್ದರಿಂದ ಆತ ನೋವಿನಿಂದ ನರಳುತ್ತ ತನ್ನ ಕೀರಲು ಧ್ವನಿಯಲ್ಲಿ ಗಾರ್ಡ್ ಸಾಹೇಬರು... ಗಾರ್ಡ್ ಸಾಹೇಬರು... ಎನ್ನುತ್ತ ಹೊತ್ತುರಿಯುತ್ತಿದ್ದ ಬೆಂಕಿಯ ಕಡೆಗೆ ಕೈಮಾಡುತ್ತಲೇ ಇದ್ದ. ಅವನ ಬಾಯಿಯಿಂದ ಬಂದ ಶಬ್ದಗಳು ಬೆಂಕಿಜ್ವಾಲೆಯ ಮೋರ್ಗರೆತದ ಮಧ್ಯೆಯೂ ದಟ್ಟ ಗಿಡಮರಗಳ ಮಧ್ಯೆ ಪ್ರತಿಧ್ವನಿಸಿದಂತಾದವು.

ಈ ಕೃತ್ಯದಿಂದ ತಾನೆಣಿಸಿದ್ದಕ್ಕಿತ ಹೆಚ್ಚು ಹಾನಿಯಾಗುವುದೆಂದು ಮಾರ ಅಂದುಕೊಂಡಿರಲಿಲ್ಲ. ಆ ಸಾಹೇಬನೂ ಅಷ್ಟೇ. ಶರೀಫನ ಗಸ್ತಿಗೆ ಬೆಂಕಿ ಹಾಕಿಸಿ, ಕೊನೆಗೆ ಅವನ ತಲೆದಂಡ ಮಾಡುವುದೇ ಆ ಸಾಹೇಬನ ಹುನ್ನಾರವಾಗಿತ್ತು. ಆದರೆ ಇಲ್ಲಿ ಆದದ್ದೇ ಬೇರೆ. ಇದರಿಂದ ಸಾಹೇಬ ಬಹಳ ಆತಂಕಕ್ಕೊಳಗಾದ. ಹೇಗೋ ಉಪಾಯ ಹೂಡಿ ತನ್ನ ತಲೆಯುಳಿಸಿಕೊಂಡು ಕೆಲವೇ ದಿನಗಳಲ್ಲಿ ಬೇರೆಡೆಗೆ ವರ್ಗಾವಣೆ ಮಾಡಿಸಿಕೊಂಡು ಅಲ್ಲಿಂದ ಪೇರಿಕಿತ್ತ. ಆದರೆ ತನ್ನ ಬಗ್ಗೆ ಮಾರ ಯಾರ ಮುಂದಾದರೂ ಬಾಯಿಬಿಡಬಹುದೇ... ಎಂಬ ಗುಮಾನಿ ಮತ್ತು ಅಳುಕು ಅವನೊಳಗೆ ಇದ್ದೇಯಿತ್ತು.

**

ಈ ಘಟನೆಯಾದ ನಂತರ ಒಂದಿನ ತನ್ನ ಮುರುಕು ಗುಡಿಸಲಿನಲ್ಲಿ ಊಟ ಮಾಡುತ್ತಿದ್ದ ಮಾರ ಅರ್ಧಕ್ಕೆ ತಟ್ಟೆಯಲ್ಲಿ ಕೈತೊಳೆದುಕೊಂಡು ಎದ್ದುನಿಂತ. ಅವನ ಮುಖದ ಮೇಲೆ ಆತಂಕದ ನೆರಳಿತ್ತು. "ಅದ್ಯಾಕೇ... ಅರ್ಧಕ್ಕೆ ಊಟ ಬಿಟ್ಟೇ... ಮಾರನ ಹೆಂಡತಿ ಕರ್‍ರಗಿ ಗಂಡನಿಗೆ ಕೇಳಿದಳು. ಏನಿಲ್ಲ...ಏನಿಲ್ಲ... ಎನ್ನುತ್ತಾ ಹೆಂಡತಿಗೆ ಮರುಮಾತಾಡಲು ಅವಕಾಶ ನೀಡದೇ ಮಾರ ತನ್ನ ಹಟ್ಟಿಯ ಹೊಸ್ತಿಲು ದಾಟಿ ಬಿರಬಿರನೇ ನಡೆದೇ ಬಿಟ್ಟ.

"ಇಂವ ಈಗೀಗ ಅದ್ಯಾಕ್ಹಾಗೆ ಆಡ್ತಿದ್ದಾನೋ" ಎಂದು ಯೋಚಿಸುತ್ತಲೇ ಕರ್‍ರಗಿ ಎಷ್ಟೊತ್ತಿನವರೆಗೂ ಗಂಡ ಹೋದ ದಿಕ್ಕಿನೆಡೆಗೆ ನೋಡುತ್ತ ನಿಂತಿದ್ದಳು. ಮೈಮೇಲೆ ದೆವ್ವ ಬಂದವರಂತೆ ನಡೆಯುತ್ತಿದ್ದ ಮಾರ ದಾರಿಯಲ್ಲಿ ಎದುರಾದವರಿಗೆ ವಿಚಿತ್ರವಾಗಿ ಕಂಡ. ಅವನ ಮುಖದ ಮೇಲೆ ರಾಹು ಕುಣಿಯುತ್ತಿತ್ತು.

ಮಾರ ದಾಸನಕೆರೆಯ ಮೇಲೆ ಹೋದವನೆ ದಿಬ್ಬ ಏರಿ ನಿಂತ. ಏರಿಯ ಮೇಲಿದ್ದ ಕಾಡುಮಾವಿನ ಮರದಲ್ಲಿ ಕುಳಿತ ಕೋತಿಯೊಂದು ಒಣಗಿದ ಮಾವಿನ ಕಾಯಿಗಳನ್ನು ಒಂದೊಂದಾಗಿ ಕೀಳುತ್ತ ಕೆಳಗಿರುವ ಕೆಸರಿಗೆ ಎಸೆಯುತ್ತಿತ್ತು. ಇದನ್ನು ಗಮನಿಸುತ್ತಿದ್ದ ಮಾರನಿಗೆ ಮನಸ್ಸು ಖಾಲಿಖಾಲಿಯೆನಿಸಿತು. ಕಾಡಿನ ದಿಕ್ಕಿಗೆ ದೃಷ್ಟಿ ಹರಿಸಿದ. ಕಾಳ್ಗಿಚ್ಚಿಗೆ ಆಹುತಿಯಾಗಿ ಅರೆಬರೆ ಸುಟ್ಟುಹೋಗಿದ್ದ ಮರಗಳೀಗ ಅಸ್ಥಿಪಂಜರದಂತೆ ಕಂಡವು. ಈ ಹಿಂದೆ ಕಾಡು ಇತ್ತು

ಎಂಬುದೇ ನಂಬಲಾಗದಷ್ಟು ಬರಿದಾಗಿ ಆ ಜಾಗವೀಗ ಭಣಗುಡುತ್ತಿತ್ತು. ಅಂದು ಬೆಂಕಿ ಬಿದ್ದಾಗ ಓಡುತ್ತಿದ್ದ ಆನೆ ಕಾಟಿಗಳು, ಜಿಂಕೆಗಳು, ಬೆಂಕಿಯಿಂದ ತಪ್ಪಿಸಿಕೊಳ್ಳಲಾಗದೇ ಕುಳಿತಲ್ಲಿಯೇ ಕರಕಲಾಗಿದ್ದ ಮುಶ್ಯಗಳು, ಗಂಟಲು ಹರಿದಂತೆ ಅರಚುತ್ತಿದ್ದ ಪಕ್ಷಿಗಳು ಮತ್ತು ಗಾರ್ಡ್ ಶರೀಫರ ಶವದ ಚಿತ್ರಣ ಕಣ್ಮುಂದೆ ಬಂದಹಾಗಾಯ್ತು. ಮನಸ್ಸು ಮತ್ತಷ್ಟೂ ಖೇದಗೊಂಡಿತು. "ನಾನು ಹೀಗೆ ಮಾಡಬಾರದಿತ್ತು" ಸ್ವಗತವೆಂಬಂತೆ ಹೇಳಿಕೊಂಡ ಮಾರ. ಈಗ ಕೋತಿ ಬಾಯ್ದೆರೆದು ವಿಚಿತ್ರವಾಗಿ ಗುರಗುಟ್ಟತೊಡಗಿತು. "ಇದ್ಯಾಕೆ ಹೀಗಾಡುತ್ತಿದೆ" ಎನ್ನುತಲೇ ಮಾರ ಬೆದರಿಸಲು ಮುಂದಾದ. ಮಾರನ ಕಣ್ಣಿಗೆ ಕೋತಿ ಹುಲಿಯಂತೆ ಕಂಡಿತು. ಕಣ್ಣುಜ್ಜಿಕೊಂಡು ಮತ್ತೇ ನೋಡಿದ. ಅದು ಮರವಿಳಿದು ತನ್ನನ್ನೇ ಬೆನ್ನಟ್ಟಿದಂತಾಯ್ತು. ಭಯಗೊಂಡ ಮಾರ ಓಡತೊಡಗಿದ. ಸ್ವಲ್ಪ ದೂರ ಓಡಿದವನು ದಿಗಿಲುಗೊಂಡು ಕಲ್ಲೆಡವಿ ದೊಪ್ಪನೆ ಕೆಳಕ್ಕೆ ಬಿದ್ದ. ಹುಲಿ ಮಾರನ ತಲೆಗೆ ಬಾಯಿಹಾಕಿದಂತಾಯ್ತು. "ಎಪ್ಪಾ ನಾ ಸತ್ತೆ,! ಎಂದು ಉದ್ಗಾರವೆಳೆದವನ ಧ್ವನಿಯೀಗ ಗಂಟಲಿನಾಳಕ್ಕಿಳಿಯಿತು. ಮಾರ ಮೂರ್ಛೆ ಹೋದ. ಎಷ್ಟೋ ಘಳಿಗೆಯ ನಂತರ ಎಚ್ಚರಗೊಂಡು ನೋಡಿದ. ಯಾರೋ ಒಬ್ಬಾತ ಮಾರನಿಗೆ ಶುಶ್ರೂಷೆ ಮಾಡುತ್ತಿದ್ದ. ಮಾರ ಎದ್ದವನೇ ತನ್ನ ಮೈಕೈ ಮುಟ್ಟಿಕೊಂಡು ತನಗೇನೂ ಆಗಿಲ್ಲವೆಂದು ಖಾತ್ರಿಪಡಿಸಿಕೊಂಡ. ಆದರೆ ಹೃದಯ ಇನ್ನೂ ಹೊಡೆದುಕೊಳ್ಳುತ್ತಿತ್ತು. ಏದುಸಿರು ಬಿಡುತ್ತ ಮಾರ ಆಗಂತುಕ ಕೊಟ್ಟ ನೀರು ಗುಟಕಿಸಿದ. ಸ್ವಲ್ಪ ಸಮಾಧಾನವೆನ್ನಿಸಿತು. ಒಂದು ಘಳಿಗೆ ಅಲ್ಲಿಯೇ ವಿಶ್ರಮಿಸಬೇಕೆಂದುಕೊಂಡವನಿಗೆ ಅವನ ಮಗಳು 'ಅಪ್ಪಾ' ಎಂದು ಕೂಗಿದಾಗ್ಹಾಯ್ತು. ಅವಸರವಸರವಾಗಿ ತನ್ನ ಹಟ್ಟಿ ಕಡೆಗೆ ನಡೆಯತೊಡಗಿದ.

**

ವರುಷ ಕಳೆದು ಮತ್ತೊಂದು ಬೆಂಕಿ ಋತು ಶುರುವಾಯ್ತು. ಅರಣ್ಯ ಇಲಾಖೆಯವರು ಬೆಂಕಿ ಕಾವಲಿಗೆ ಅಣಿಯಾದರು. ಆದರೆ ಮಾರ ಇಲಾಖೆಯ ಕೆಲಸವನ್ನು ಬಿಟ್ಟಬಿಟ್ಟಿದ್ದ. ಅವನಿಗಾವರಿಸಿದ ಭ್ರಮೆ ಹಗಲಿರುಳೆನ್ನದೇ ಬೇತಾಳದಂತೆ ಕಾಡತೊಡಗಿತ್ತು. ಆತ ಊಟ ನಿದ್ರೆಯನ್ನೇ ಬಿಟ್ಟ. "ಟವರ್"ಮಾರ ವಾಕಿ ಕಾಲಿಂಗ್ ಟೈಗರ್ ಟೈಗರ್... ಟವರ್ ಮಾರ ವಾಕಿ ಕಾಲಿಂಗ್ ಚೀತಾ... ಚೀತಾ..." ಎಂದು ಗುಣಗುಣಿಸುತ್ತ ಹಾಡಿಯಲ್ಲೆಲ್ಲ ಅಡ್ಡಾಡತೊಡಗಿದ. ಹಾಡಿಜನ "ಮಾರನಿಗೆ ಹುಚ್ಚು ಹಿಡಿದಿದೆ" ಎನ್ನತೊಡಗಿದರು.

ನಿರ್ಬಾಧ್ಯ

▪ ಕೌಂಡಿನ್ಯ ಕೊಡ್ಲುತೋಟ

koundinyaskr@gmail.com

“ಚಿನ್ನದ್ ತಟ್ಟೆ ಮಾಡೋ ಅಕ್ಕಸಾಲಿಗೆ ಅದ್ರಲ್ ಉಣ್ಣೋ ಭಾಗ್ಯ ದಕ್ಕೋದುಂಟೇನು ಗೋವಿಂದಣ್ಣಾ?” ಲಚ್ಚನ ಈ ಮಾತಿನಲ್ಲಿ ದಶಮಾನಗಳಿಂದ ಹುದುಗಿದ್ದ ನೋವಿನ ಗುರುತು ಎದ್ದು ಕಾಣುತ್ತಿತ್ತು. ಎಂದಿನಂತೆ ಅಂದೂ ಕೂಡಾ ಲಚ್ಚನ ಬಳಿ ನಾಲ್ಕು ಸಮಾಧಾನದ ಮಾತುಗಳನ್ನಾಡಿದ್ದ ಕರ್ಣಿಕರು, ತನ್ನ ಲೋಟದಲ್ಲಿದ್ದ ಕಾಫಿಯು ಖಾಲಿಯಾದ ತಕ್ಷಣ ತಮ್ಮ ಸ್ಕೂಟರ್ ಹತ್ತಿ ಹೊರಟಿದ್ದರು. “ಓಯ್ ಕರ್ಣಿಕರೇ ಕಂಡ್ ಕಂಡವ್ರಿಗೆಲ್ಲಾ ಕಾಫಿ, ಟೀ, ತಿಂಡಿ ಕೊಡ್ಲೋಕೆ ನಂಗೂ ಇಷ್ಟಾನೆ... ಆದ್ರೆ ಅಪ್ಪನ ಎದ್ರಿಗೆ ಪೈಸೆ ಪೈಸೆ ಲೆಕ್ಕ ಕೊಡ್ಬೇಕಾದ್ರೆ ಹೆಂಗಾಗತ್ತೆ ಗೊತ್ತಾ...” ಎಂದು ಲಚ್ಚ ಹೇಳಿದ್ದು ಕರ್ಣಿಕರ ಕಿವಿಗೆ ಬಿದ್ದಿರಲಿಕ್ಕಿಲ್ಲ. ಹೌದು... ಅರವತ್ತರ ಆಸುಪಾಸಿನಲ್ಲಿರುವ ಲಚ್ಚನು, ಇನ್ನೂ ಅವರ ತಂದೆಯಾದ ಶೇಷಪ್ಪ ಹೆಗ್ಡೆಯವರ ಯಜಮಾನಿಕೆಯಲ್ಲಿಯೇ ಇದ್ದನು. ಮೂರೂವರೆ ಎಕರೆ ಅಡಿಕೆ ತೋಟ, ಆರು ಎಕರೆ ಗದ್ದೆ, ಒಂದು ಎಕರೆ ಗೇರು ಪ್ಲಾಂಟೇಶನ್ ಮತ್ತು ಗೇಣಿಗೆ ಕೊಟ್ಟ ಎರೆಡು ಎಕರೆ ಗದ್ದೆಯ ಜೊತೆಗೆ ವಿಶಾಲವಾದ ಆರಂಕಣದ ಮನೆ, ಲತಾ ಎಂಬ ಸದ್ಗುಣವಂತೆ ಹೆಂಡತಿ ಮತ್ತು ವಿದೇಶದಲ್ಲಿ ಓದಿ, ಸದ್ಯಕ್ಕೆ ದೆಹಲಿಯಲ್ಲಿ ಉದ್ಯೋಗ ಮಾಡುತ್ತಿರುವ ಒಬ್ಬನೇ ಮಗ ಗೌತಮ, ಈ ಎಲ್ಲವೂ ಯಾವತ್ತಿಗಾದರೂ ಲಚ್ಚನ

ಆಸ್ತಿಯೇ ಆಗಿತ್ತಾದರೂ ಈಗ ಅಪ್ಪನ ಕಣ್ಣಳತೆ ಮೀರಿ ಏನನ್ನೂ ಮಾಡಲಾಗದ ಅಸಹಾಯಕತೆಯು ಅವನನ್ನು ಬಿಟ್ಟಿರಲಿಲ್ಲ. "ನಮ್ ಲಚ್ಚಣ್ಣಯ್ಯನ ಜನ್ಮಾನೇ ಇಷ್ಟ್ ಆಗೋತ್ ಕಾಣಿ ಗೋವಿಂದಣ್ಣಾ... ನಾಯಿ ಮೊಲೆ ಹಾಲಿನಾಂಗೆ... ಎಷ್ಟ್ ಬುದ್ವಂತ ಮತ್ತೆ ವಿನಯ್ವಂತ... ಆದ್ರೂ ಜುಟ್ಟು ಜನಿವಾರ ಎರಡೂ ಅಪ್ಪನ್ ಕೈಲಿ ಸಿಕ್ಕಿ... ಪಾಪ ಮಾರ್ರೆ" ಎಂಬ ಹೋಟೆಲ್ ಮಾಲಿಕ ಮಾಣಿ ಶೆಟ್ಟರ ಮಾತನ್ನು ಅಷ್ಟಾಗಿ ಕಿವಿಗೆ ಹಾಕಿಕೊಳ್ಳುವ ಗೋಜಿಗೆ ಹೋಗದ ಲಚ್ಚ, ಎದುರಿನ ಸೊಸೈಟಿಯನ್ನು ಹೊಕ್ಕಿದ್ದ.

ದಿನ ಕಳೆದಂತೆ ತನ್ನ ಮುಷ್ಟಿಯಲ್ಲಿದ್ದ ಯಜಮಾನಿಕೆ ಎಂಬ ವಜ್ರವನ್ನು ಭದ್ರಪಡಿಸುತ್ತಲೇ ಇರುವ ಅಪ್ಪ, ತನ್ನ ಸಣ್ಣ ಪುಟ್ಟ ನಿರ್ಧಾರಗಳಲ್ಲೂ ಸಲಹೆ ಕೊಡಲು ಪ್ರಾರಂಭಿಸಿದ ಮಗ, ಇವರುಗಳ ಮಧ್ಯೆ ಸಿಕ್ಕಿದ ಲಚ್ಚನ ಯಜಮಾನಿಕೆಯ ಕನಸು ಮಾತ್ರಾ ದಿನೇ ದಿನೆ ಮರೀಚಿಕೆಯಾಗುತ್ತಲೇ ಸಾಗಿತ್ತು. ಲಚ್ಚನಿಗೆ ಇದ್ದ ವ್ಯವಹಾರದ ಮೇಲಿನ ಪ್ರೀತಿ ಮತ್ತು ಚಾಕಚಕ್ಯತೆಯ ಅರಿವಿದ್ದ ಲತಾ ಕೂಡಾ ಗಂಡನ ಅಸಹಾಯಕತೆಯನ್ನು ನೋಡಿ ಬೇಸತ್ತುಕೊಂಡವಳೇ. ಹೆಗ್ಡೆಯವರು ತಮ್ಮ ಸೊಸೆಯನ್ನು ಯಾವತ್ತಿಗೂ ಪ್ರೀತಿಯಿಂದಲೇ ನೋಡಿಕೊಳ್ಳುತ್ತಿದ್ದುದರಿಂದ ಮತ್ತು ಲತಾಳದ್ದು ಮೃದು ಸ್ವಭಾವವಾದ್ದರಿಂದ ಅವಳು ಯಾವತ್ತೂ ಮಾವನ ವಿರುದ್ಧವಾಗಿ ಎದುರು ನಿಂತು ಮಾತನಾಡುವ ಧೈರ್ಯವನ್ನು ತೋರಿಸುತ್ತಿರಲಿಲ್ಲ. ಲಚ್ಚ ಅಪ್ಪನಿಗೆ ಹೆದರುತ್ತಾನೆ ಎಂದು ಊರವರು ಅಂದುಕೊಂಡಿದ್ದರೆ, ತೀರಾ ಆಪ್ತರ ದೃಷ್ಟಿಯಲ್ಲಿ, ಲಚ್ಚ ಅಪ್ಪನಿಗೆ ಅಪಾರವಾದ ಗೌರವವನ್ನು ಕೊಡುತ್ತಾರೆ ಎಂಬುದಾಗಿತ್ತು ಆದರೆ ಎಷ್ಟು ಹೇಳಿದರೂ ವಯಸ್ಸಾದವರು ಅವರ ಹಠವನ್ನೇ ಸಾಧಿಸುತ್ತಾರೆ, ಅವರೊಂದಿಗೆ ವಾದ ಮಾಡುತ್ತಾ ದಿನಾ ಮಾನಸಿಕ ನೆಮ್ಮದಿಯನ್ನು ಹಾಳುಮಾಡಿಕೊಳ್ಳುವುದು ಸರಿ ಅಲ್ಲ ಎಂಬ ಪಾಠವನ್ನು ಲಚ್ಚ ತನ್ನ ಮನಸ್ಸಿಗೆ ಕಲಿಸಿಕೊಟ್ಟಿದ್ದ. ಹೆಗ್ಡೆಯವರು ಮಾತಿನಲ್ಲಿ ಸ್ವಲ್ಪ ಜೋರು, ಯಜಮಾನಿಕೆ ನಿಭಾಯಿಸುವ ವ್ಯಕ್ತಿತ್ವದವರು ಮತ್ತು ತಮ್ಮ ಅನುಭವಗಳ ಆಧಾರದ ಮೇಲೆ ತಾವು ತೆಗೆದುಕೊಳ್ಳುವ ನಿರ್ಧಾರಗಳು ಸರಿ ಎಂಬ ಭಾವನೆ ಹೊಂದಿದ್ದವರು. ಅವರ ನಿರ್ಧಾರಗಳಿಂದ ಲಚ್ಚನನ್ನು ಹೊರತುಪಡಿಸಿದರೆ ಇನ್ನೊಬ್ಬರಿಗೆ ತೊಂದರೆ ಆಗಿರಲಿಲ್ಲ.

ಲಚ್ಚ ಸೊಸೈಟಿಯಲ್ಲಿ ಕೊಡುತ್ತಿದ್ದ ಖಾಲಿ ಗೋಣೀಚೀಲ ತೆಗೆದುಕೊಳ್ಳಲು ಬಂದವನಾಗಿದ್ದ ಆದರೆ ಅಲ್ಲಿ ನೆರೆದವರಿಂದೆಲ್ಲಾ" ಏನ್ ಲಚ್ಚಣ್ಣಾ ಇವತ್ ಅಪ್ಪ ಬಂದಿಲ್ವಾ?", "ಏನ್ ಲಚ್ಚೂ ಒಬ್ನೇ ಬಂದ್ಬಿಟಿದೀಯ... ಹೆಗ್ಡೇರು ಎಲ್ಲಿ?" ಲಕ್ಷ್ಮೀನಾರಾಯಣ ಹೆಗ್ಡೇರೆ... ಇವತ್ ಯಾವ್ದೂ ರುಜು ಹಾಕ್ಸಾ ಕೆಲ್ಸ ಇಲ್ವೇನ್ರೀ?" ಹೀಗೆ ಒಂದೇ ತರನಾದ ಪ್ರಶ್ನೆಗಳ ಮಹಾ ಪೂರವೇ ಅಲ್ಲಿ ಹರಿದು ಬರುತ್ತಿತ್ತು. ಅಪ್ಪನ ಹೊರತಾಗಿ ಜನ ನನ್ನ ಅಸ್ತಿತ್ವವನ್ನೇ ಗುರುತಿಸುತ್ತಿಲ್ಲ ಎಂಬ

ಬೇಸರ ಲಚ್ಚನನ್ನು ಇರಿಯುತ್ತಿದ್ದದ್ದು ಸುಳ್ಳಲ್ಲವಾದರೂ ಅದಕ್ಕಿಂತಾ ಹೆಚ್ಚು ಅವರ ಮನಸ್ಸನ್ನು ಇರಿದಿದ್ದು ವಿಲಿಯಮ್ ಫರ್ನಾಂಡೀಸ್ ಮಗ ಆಂಥೋಣಿ!. ಫರ್ನಾಂಡೀಸ್ ಸತ್ತು ಎರಡು ತಿಂಗಳೊಳಗೇ ಅವರ ಹದಿನೆಂಟರ ಹರೆಯದ ಮಗ ಆಂಥೋಣಿಯು ಮನೆಯ ಯಜಮಾನಿಕೆಯನ್ನು ವಹಿಸಿಕೊಂಡಿದ್ದ. ಅಪ್ಪ ಇದ್ದಾಗ ಇಲಿ ಮರಿಯಂತಿದ್ದವನು ಈಗ ಹುಲಿಯಂತಾಗಿದ್ದ. ಇಷ್ಟು ಚಿಕ್ಕ ವಯಸ್ಸಿಗೇ ಒಬ್ಬನೇ ಬಂದು ತನಗೆ ಇಷ್ಟವಾಗುವ ರೀತಿಯಲ್ಲಿ ಬಹಳ ಬುದ್ಧಿವಂತಿಕೆಯಿಂದ ವ್ಯವಹಾರ ಮಾಡುತ್ತಿರುವ ಆಂಥೋಣಿಯನ್ನು ನೋಡಿದಾಗಲೆಲ್ಲಾ ಲಚ್ಚನ ಎದೆಯಲ್ಲಿ ಕಾಳುಮೆಣಸು ಕುಟ್ಟಿದ ಅನುಭವವಾಗುತ್ತಿತ್ತು. “ಗೋಣಿಚೀಲ ತಗಳೋಕೂ ಖಾತೇದಾರರ ರುಜು ಬೇಕು ಅಂತ ಸರ್ಕಾರ ಫರ್ಮಾನು ಹೊರಡಿಸಿದೆ ಲಚ್ಚು ಸರ್...” ಎಂದು ಕಿಚಾಯಿಸಿದ ಸೆಕರೇಟರಿಗೆ ಗುರಾಯಿಸಿದ ಲಚ್ಚ “ ಹೆಗ್ಡೇರನ್ನ ಇಲ್ಲೇ ಬಿಟ್ ಹೋಗ್ತಿನಿ... ಸೊಸೈಟಿ ಕಾದಂಗೂ ಆಗ್ತದೆ... ಮತ್ತೆ ನಿಮ್ಗೆ ಬೇಕ್ ಬೇಕಾಗಿದ್ದಕ್ಕೆಲ್ಲಾ ಹೆಬ್ಬೆಟ್ ಒತ್ತಿಸ್ಕೊಬೋದ್ ಬಿಡು ಮಾಲ್ತೇಶ” ಎನ್ನುತ್ತಾ ಗೋಣೀಚೀಲ ಹೊತ್ತು ಮನೆಯತ್ತ ಮುಖ ಮಾಡಿದ್ದ.

ಜಮೀನಿನ ಪಹಣಿಗೆ ಸಂಬಂಧಿಸಿದ ಕೆಲಸಕ್ಕಾಗಿ ಲಚ್ಚ ಹೆಗ್ಡೆಯವರನ್ನು ಕರೆದುಕೊಂಡು ದಿನಾ ತಾಲ್ಲೂಕು ಕಚೇರಿಗೆ, ಬ್ಯಾಂಕಿಗೆ, ಗ್ರಾಮ ಪಂಚಾಯ್ತಿಗೆ ಪದೇ ಪದೆ ಅಲೆಯಬೇಕಾಗಿ ಬಂದಿತ್ತು. ಆಗ ಒಂದು ದಿನ ಬಿಸಿಲಿನ ಬೇಗೆ ತಾಳಲಾರದೇ ಎಚ್ಚರ ತಪ್ಪಿ ಬಿದ್ದ ಹೆಗ್ಡೆಯವರನ್ನು ಸರ್ಕಾರಿ ಆಸ್ಪತ್ರೆಗೆ ಸೇರಿಸಲಾಗಿತ್ತು. ವಯೋ ಸಹಜ ಅನಾರೋಗ್ಯದಿಂದ ಹೆಗ್ಡೆಯವರನ್ನು ಎರಡು ತಿಂಗಳು ಆಸ್ಪತ್ರೆಯಲ್ಲಿಯೇ ಬಿಟ್ಟುಕೊಂಡು ಶುಶ್ರೂಷೆ ಮಾಡಿದ್ದರು. ಈ ಸಂದರ್ಭದಲ್ಲಿ ಲಚ್ಚ ಮತ್ತು ಅವನ ಹೆಂಡತಿ ತಾವು ಬಹಳ ಕಾಲದಿಂದ ಕೂಡಿಟ್ಟ ಹಣದಿಂದ ಒಂದು ಸೆಕೆಂಡ್ ಹ್ಯಾಂಡ್ ಕಾರನ್ನು ತೆಗೆದುಕೊಂಡಿದ್ದರು. ‘ಅಜ್ಜನಿಗೆ ಹುಷಾರಿಲ್ಲದಿದ್ದಾಗ ಹೊರಗೆ ಹೋಗೋಕೆ ಬೈಕೆಲ್ಲಾ ಸರಿ ಆಗೊಲ್ಲಾ ಅಂತ ಕಾರ್ ತಗೊಂಡ್ವಿ’ ಅಂತ ಗೌತಮನ ಬಳಿ ಹೇಳಿದ್ದರು. ಮತ್ತು ಮಗನಿಂದ ಸ್ವಲ್ಪ ಹಣ ತೆಗೆದುಕೊಂಡ ಹಣದಲ್ಲಿ ಮನೆಯ ಎದುರಿನ ಅಂಗಳಕ್ಕೆ ಕಡಪಾ ಕಲ್ಲು ಹಾಕಿಸಿದ್ದರು. ಅಪ್ಪ ಇದ್ದರೆ ಇದಕ್ಕ್ಯಾವುದಕ್ಕೂ ಬಿಡುವುದಿಲ್ಲವೆಂಬುದು ಸತ್ಯವೇ ಆಗಿತ್ತು.

ಹೆಗ್ಡೆಯವರು ಆಸ್ಪತ್ರೆಯಿಂದ ಮನೆಗೆ ಬಂದು ಚೇತರಿಸಿಕೊಳ್ಳುತ್ತಿರುವ ಸಮಯದಲ್ಲಿ ತಾಲ್ಲೂಕು ಪಂಚಾಯ್ತಿಯ ಅಧಿಕಾರಿಗಳು, ಬ್ಯಾಂಕ್ ಮ್ಯಾನೇಜರ್, ಸೊಸೈಟಿಯವರು, ಆಸ್ಪತ್ರೆಯ ಡಾಕ್ಟರ್‌ನಿಂದ ಹಿಡಿದು, ಎಳನೀರು ಮಾರುವ ಹಾಲೇಶಿಯವರೆಗೂ ಎಲ್ಲರೂ ಹೆಗ್ಡೆಯವರಿಗೆ ಹೇಳಿದ್ದು ಒಂದೇ ಮಾತು ಅದು, “ಹೆಗ್ಡೇರೆ... ನಿಮ್ಗೆ ವಯಸ್ಸಾತಲ್ರಿ... ಇನ್ ನಿಮ್ ಜಮೀನು ಮನೆ

ಜವಾಬ್ದಾರೀನೆಲ್ಲ ಲಚ್ಚಣ್ಣಂಗೆ ವಹಿಸ್ಬಹುದಿತ್ತು... ಅದಿಲ್ಲ ಅಂದ್ರೆ ಪವರ್ ಆಫ್ ಅಟಾರ್ನಿ ಆದ್ರೂ ಅವ್ರಿಗ್ ಮಾಡ್ಕೊಡ್ಕಡಿ... ನೀವೂ ಎಷ್ಟೂ ಅಂತ ಈ ವಯಸ್ಸಲ್ಲಿ, ಈ ಬಿಸ್ಲಲ್ಲಿ ಸುತುತ್ತೀರ..." ಈ ಮಾತು ಕೇಳಿದಾಗಲೆಲ್ಲಾ ಹೆಗ್ಡೆಯವರ ಮುಖ ಬಾಡುತ್ತಿತ್ತಾದರೂ ಪಕ್ಕದಲ್ಲಿಯೇ ಇರುತ್ತಿದ್ದ ಲಚ್ಚನ ಮುಖ ಮಾತ್ರಾ ಹೂವಿನಂತೆ ಅರಳುತ್ತಿತ್ತು.

ಅಂದೊಂದು ಬೆಳಿಗ್ಗೆ ಮಗ ಮತ್ತು ಸೊಸೆಯನ್ನು ಜಗುಲಿಯಲ್ಲಿ ಕೂರಿಸಿಕೊಂಡು ಜೊತೆಗೆ ಹೆಸರಾಂತ ವಕೀಲರೂ ಮತ್ತು ಹೆಂಡತಿಯ ತಮ್ಮನೂ ಆಗಿದ್ದ ಹೇರಂಭ ಹೆಗ್ಡೆಯವರನ್ನೂ ಕರೆಸಿಕೊಂಡ ಹೆಗ್ಡೆಯವರು ವಿಷಯಕ್ಕೆ ಬಂದಿದ್ದರು. "ನನಗೂ ಎಲ್ಲಾ ಹೇಳ್ಳೋ ತರ ವಯಸ್ಸಾಗಿದೆ. ಈ ಯಜಮಾನಿಕೆ ಎಲ್ಲಾ ಬಿಡಕ್ಕೆ ನಂಗೇನ್ ಇಷ್ಟ ಇಲ್ಲ... ಆದ್ರೂ..." ಹೀಗೆ ಹೆಗ್ಡೆಯವರ ಮಾತು ಆರಂಭವಾಗುತ್ತಲೇ ಲಚ್ಚಣ್ಣನ ಮನದಲ್ಲಿ ಹಬ್ಬದ ತೋರಣ ಕಟ್ಟುವ ಕೆಲಸ ಪ್ರಾರಂಭಗೊಂಡಿತ್ತು. ಲತಾಳೂ ಸಂತಸ ಗೊಂಡಿದ್ದಳು. ಎಲೆಯ ತಬಕಿನಿಂದ ಒಂದು ಅಡಿಕೆ ಮತ್ತು ಕತ್ತರಿಯನ್ನು ತೆಗೆದುಕೊಂಡ ಹೆಗ್ಡೆಯವರು, ಅದನ್ನು ಹೋಳು ಮಾಡುತ್ತಾ "ಆದ್ರೂ ಊರವ್ರ ಸಮಾಧಾನಕ್ಕಾಗಿ ನಾನು ಇವತ್ ಈ ನಿರ್ಧಾರ ತಗಳದ್ ಅನಿವಾರ್ಯ ಆಗಿದೆ. ಪಾಪ ಲಚ್ಚೂನು ನನ್ ಕರ್ಕಂಡು ತಿರುಗ್ ತಿರುಗಿ ಹಣ್ಣಾಗಿ ಹೋಗಿದಾನೆ... ನಮ್ಗೆಲ್ಲಾ ಇನ್ನು ಈ ಬ್ಯಾಂಕು, ಪಂಚಾಯ್ತಿ ಅಂತ ಅಲ್ಯೋದು ಕಷ್ಟಾನೇ... ಅದ್ಕಾಗೇ ನಾನೊಂದ್ ತೀರ್ಮಾನಕ್ ಬಂದಿದೀನಿ..." ಮತ್ತೆ ಮಾತು ನಿಲ್ಲಿಸಿದ ಹೆಗ್ಡೆಯವರು ಪುಡಿಯಾದ ಅಡಿಕೆಯನ್ನು ಬದಿಗೆ ಇಟ್ಟು ಎಳೆಯ ವೀಳ್ಯದ ಎಲೆಯ ಮೇಲೆ ಸುಣ್ಣ ಹಚ್ಚಲು ಪ್ರಾರಂಭಿಸಿದ್ದರು. ಈಗ ಲಚ್ಚನ ತಲೆಯಲ್ಲಿ ಏನೋ ಅನುಮಾನದ ವಾಸನೆ ಎದ್ದಿತ್ತು. ಮತ್ತೆ ಮಾತು ಪ್ರಾರಂಭಿಸಿದ ಹೆಗ್ಡೆಯವರು, "ಏ... ಹೇರಂಭ, ನೀನು ನನ್ ಮಾತಿಗ್ ಸಾಕ್ಷಿ ಮತ್ತೆ... ನನ್ ತೀರ್ಮಾನ ಏನು ಅಂತಂದ್ರೆ... ನಮ್ ಮೊಮ್ಮಗ ಗೌತಮ ಇದಾನಲ್ವ... ಅವ್ನು ದೆಹಲೀಲಿ ಯಾರದ್ದೋ ನೌಕ್ರಿ ಮಾಡೋ ದರ್ದೇನು? ಅದೂ ಎಷ್ಟ್ ವರ್ಷ ಅಂತ ಮನೆ ಮಗ ಹೊರಗ್ ದುಡೀಬೇಕು ಹೇಳು? ನಮ್ಗಿಂತ ಬುದ್ವಂತ ಬೇರೆ ಅವ್ನು... ಅದ್ಕಾಗಿ ಅವನ್ನೇ ಇಲ್ಲಿಗ್ ಕರ್ಸಿ ಪವರ್ ಗಿವರ್ ಎಲ್ಲ ಅವ್ನಿಗೇ ನೋಡ್ಕೋ ಅಂತ ಕೊಟ್ಬಿಡನ ಅಂತಿದೀನಿ... ಏನಂತೀಯೋ..." ಹೆಗ್ಡೆಯವರು ಸೌಜನ್ಯಕ್ಕಾದರೂ ಮಗನ ಒಪ್ಪಿಗೆ ಕೇಳಬೇಕೆಂಬ ಚಿಂತೆಯನ್ನೂ ಮಾಡಿರಲಿಲ್ಲ. ಹೇರಂಭ ಹೆಗಡೆಯವರು ತಮ್ಮ ಬಾವನವರ ತೀರ್ಮಾನದ ಬಗೆಗೇ ತುಸು ಯೋಚಿಸುತ್ತಾ "ಬಾವಾ, ಲಚ್ಚು ಇಷ್ಟ್ ದಿನ ಎಲ್ಲಾ ವ್ಯವಹಾರನೂ ನೋಡ್ಕೊಳ್ತಾ ಬಂದಿದಾನೆ, ಅನುಭವಸ್ಥ ಬೇರೆ, ಅದ್ಕಾಗಿ ನೀನು ಅವನ್ನ ಒಂದ್ ಮಾತ್ ಕೇಳ್ದೇ ಈ ನಿರ್ಧಾರ ತಗೊಳ್ಳೋದು ನಂಗ್ಯಾಕೋ ಅಷ್ಟು ಸರಿ ಅನ್ನಿಸ್ತಿಲ್ಲ..."

ಎಂದರು. ಮತ್ತೆ ಮಾತು ಮುಂದುವರೆಸಿದ ಹೆಗ್ಡೆಯವರು "ಲಚ್ಚು ಮನೇ ಯಜ್ಮಾನ್ಕೆ ವಹಿಸ್ಕೊಂಡ್ರೆ ಈ ಮನೆ ಎಲ್ಲಿ ದಿವಾಳೀ ಆಗತ್ತೋ ಅನ್ನೋ ಚಿಂತೆ ನನಗೆ... ಮೊನ್ನೆ ನಾನ್ ಒಂದ್ ಎರಡ್ ತಿಂಗ್ಳು ಮನೇಲ್ ಇಲ್ದಿದ್ದೇ ನೋಡು, ಆ ಸುಟ್ ಕಾರ್ ತಗಂಡಿದಾರೆ... ಅಲ್ಲಾ ಯಾಕ್ ಬೇಕಿತ್ತಪ್ಪ ಅದು? ದೊಡ್ಡಸ್ತಿಕೇ ತೋರ್ಸೋಕಾ? ಅಲ್ದೇ ಮನೇ ಎದ್ರಿನ್ ಅಂಗ್ಳಕ್ಕೆ ಕಲ್ಲು ಹಾಸೆಲ್ಲಾ ಯಾಕೆ ಬೇಕಿತ್ತು ಹೇಳು... ಸುಮ್ನೇ ದುಂದು ವೆಚ್ಚ ಅಲ್ವಾ? ಅಪ್ಪಯ್ಯನ್ ಕಾಲ್ದಿಂದ ಇದ್ದ ಮಣ್ಣು ಅಂಗ್ಳ ಇವ್ನಿಗ್ ಅದೇನ್ ಮಾಡಿತ್ತು ಅಂತ?... ಎಜ್ಮಾನ್ಕೆ ನನ್ ಕೈಲಿದ್ದೇ ಹಿಂಗೆ... ಇನ್ನು ಇವ್ನ ಕೈಲಿ ದುಡ್ ಇದ್ದಿದ್ರೆ ಇಡೀ ಊರಿಗೇ ಕಲ್ ಹಾಸ್ ಹಾಕ್ಸಿದ್ರೂ ಹಾಕ್ಸಿದ್ನೇ... ಅದ್ಕಾಗೀನೇ ನಾನ್ ಯೋಚ್ನೆ ಮಾಡಿ ನಿರ್ಧಾರ ತಗೊಂಡಿದೀನಿ. ಗೌತಮನ್ನ ನಾನ್ ನೋಡಿದೀನಲ್ಲಾ ಹೇರಂಭ... ಅವ್ನು ನನ್ ತರ... ಏನೇ ಮಾಡದಾದ್ರೂ ನೂರ್ ಸಲ ಯೋಚ್ನೇ ಮಾಡ್ತಾನೆ... ಹಾಗಾಗೇ ಅವ್ನೇ ಮನೆ ಯಜಮಾನನಾದ್ರೆ ಒಳ್ಳೇದು ಅಂತ ನಂಗೆ ಅನ್ಸಿದೆ ನೋಡು" ಎಂದು ಹೇಳಿ ಹೆಗ್ಡೆಯವರು ಬಾಯಲ್ಲಿನ ರಸಗವಳವನ್ನು ಉಗಿದು ಬರಲು ಅಂಗಳದ ಮೂಲೆಗೆ ಹೊಗಿದ್ದರು. ಇತ್ತ, ಹೇರಂಭ ಹೆಗ್ಡೆಯವರು ಬೇಸರದ ಮುಖ ಹೊತ್ತು ಲಚ್ಚ ಮತ್ತು ಲತಾಳತ್ತ ನೋಡಿದ್ದರು. ಲಚ್ಚ ಒಂದೂ ಮಾತನಾಡದೇ ತೋಟದ ಕಡೆ ನಡೆದಿದ್ದ. ಅಲ್ಲಿಗೆ ಅಂದಿನ ಮಾತುಕತೆ ಮುಕ್ತಾಯಗೊಂಡಿತ್ತು. ಲಚ್ಚನ ಮನಸ್ಸಿನ ಹಬ್ಬದ ಮನೆಗೆ ಸೂತಕದ ಛಾಯೆ ಆವರಿಸಿತ್ತು.

ಅದೊಂದು ದಿನ, ಲತಾ ಪಕ್ಕದೂರಿನ ಮದುವೆಯ ಮನೆಗೆ ಹೋಗಿದ್ದಳಾದ್ದರಿಂದ ಲಚ್ಚ ಅಪ್ಪನಿಗೆ ಊಟ ಬಡಿಸುತ್ತಾ, "ಹೋದ್ ವರ್ಷದ್ ಅಡಿಕೇನ ಮಾರ್ಬೋದಿತ್ತು... ರೇಟ್ ಏರತ್ತೆ, ಏರತ್ತೆ ಅಂತ ಹಳೇ ಅಡ್ಕೇನ ಮನೇಲೇ ಇಟ್ಕಂಡು ಆಮೇಲೆ ಹುಳ ಹಿಡ್ದಿದ್ ಅಡ್ಕೇನ ಅರ್ಧ ರೇಟಿಗ್ ಮಾರಿ ಲುಕ್ಸಾನ್ ಮಾಡ್ಕೊಳ್ತಾ ಇರದ್ ಸಾಕು... ಇನ್ಮೇಲಾದ್ರೂ ಅಡ್ಕೇನ ಬೇಗ ಬೇಗ ಮಾರ್ಬಿಡೋಣ ಅಪ್ಪಯ್ಯ..." ಅದಕ್ಕೆ ಪ್ರತಿಕ್ರಿಯಿಸಿದ ಹೆಗ್ಡೆಯವರು, "ನಾನ್ ಸತ್ಮೇಲ್ ನಿನ್ ಮನ್ಸಿಗ್ ಅನ್ಸಿದ್ನ ಮಾಡು... ನೀನುಂಟು ನಿನ್ ಮಗ ಉಂಟು... ಆದ್ರೆ ಈಗ ನನ್ ತೀರ್ಮಾನದಲ್ಲಿ ಮೂಗ್ ತೂರ್ಸೋಕೆ ಬರ್ಬೇಡ..." ಎಂದರು. ಅದಕ್ಕೆ ಪ್ರತಿಕ್ರಿಯಿಸಿದ ಲಚ್ಚ" ನಮ್ ಶ್ರಮದ್ ಫಲ ನಾವ್ ಉಣ್ಣೋದೇ ಬೇಡ್ವಾ ಅಪ್ಪಯ್ಯಾ? ಈ ಮನೇಲ್ ನನ್ ಮಾತಿಗ್ ಬೆಲೇನೆ ಇಲ್ಲ ಅಲ್ವ? ಬರೀ ಕತ್ತೆ ದುಡಿದ ಹಾಗೆ ದುಡ್ಯೋದು, ನಿನ್ನ ಸೊಸೈಟಿ, ಬ್ಯಾಂಕು, ಮಂಡಿಗೆ ಕರ್ಕೊಂಡ್ ಹೋಗಿ ಸಹಿ ಹಾಕ್ಸೋದು, ಇಷ್ಟೇ ಅಲ್ವಾ ನನ್ ಜೀವ್ನ... ನನ್ ಆಸೆ ಹಾಗೆ ಒಂದೂ ಆಗ್ಬಾರ್ದು... ಡಿಗ್ರಿ ಓದ್ಬೇಕಾದ್ರೆ ಹಾಕಿದ್ದೇ ಕೊನೇ ಸಹಿ, ಅದಾದ್ಮೇಲೆ ವ್ಯವಹಾರಕ್ಕಾಗಿ ಒಂದೇ ಒಂದ್ ಸಹೀನ

ಮಾಡೋ ಸಂದರ್ಭ ಬರಕ್ ನೀ ಬಿಟ್ಟಿಲ್ಲ... ಅಷ್ಟೇ ಏಕೆ? ಒಂದ್ ಓಮಿನ್ ಕಾರ್ ತಗೊಳ್ಳೋಕೆ ನಾವ್ ಕೂಡಿಟ್ಟಿದ್ ಪುಡಿಗಾಸನ್ನೆಲ್ಲಾ ಸೇರ್ಸೋಹಾಗಾಯ್ತು ನನ್ ಹಣೇಬರಹಕ್ಕೆ... ಮಗ ಯಾವ್ ಸ್ಕೂಲ್ಗೆ ಹೋಗ್ಬೇಕು, ಏನ್ ಓದ್ಬೇಕು, ಮುಂದೇನ್ ಮಾಡ್ಬೇಕು ಇದನ್ನೂ ನನ್ ತೀರ್ಮಾನಕ್ ಬಿಡ್ಲಿಲ್ಲ... ಈಗ ಅವನಿಗೇ ಎಲ್ಲಾ ಜವಾಬ್ದಾರಿ ಕೊಡೋ ಮೂಲ್ಕ ಮುಂದೂ ಅವನ್ಮೇಲೆ ನಮ್ಗೆ ಹಕ್ಕೇ ಇಲ್ದಿರೋಹಾಗೆ ಮಾಡೋಕೆ ಹೊರ್ಟಿದೀರಿ... ಆವಾಗ್ಲೇ ನಾನು ನನ್ ಹೆಂಡ್ತಿ ಎಲ್ಲಾದ್ರೂ ಬೇರೆ ಕಡೆಗ್ ಹೋಗ್ ಇದ್ಬಿಡ್ತೀವಿ ಅಂದ್ರೆ ಅದಕ್ಕೂ ಬಿಡ್ಲಿಲ್ಲ... ನೀವ್ ನನ್ನ ಒಬ್ಬಂಟಿ ಮಾಡಿ ಹೋದ್ರೆ ನಾನು ಆತ್ಮಹತ್ಯೆ ಮಾಡ್ಕೊಂಡ್ಬಿಡ್ತೀನಿ ಅಂತ ಹೆದ್ರಿಸ್ತಿದ್ರಿ... ಸಣ್ ಪುಟ್ಟ್ ವಿಷ್ಯಕ್ಕೂ ನಿಮ್ ಒಪ್ಗೆ ಪಡ್ಯೋದು ಈ ವಯಸ್ಸಲ್ಲಿ ಎಷ್ಟ್ ಕಷ್ಟ ಅಂತ ನಿಂಗ್ನೆಲ್ಲಿ ಗೊತ್ತಾಗತ್ತೆ ಬಿಡು... ನನ ಅಜ್ಜ ನಿನ್ಗೆ ಸಣ್ ವಯಸ್ಸಲ್ಲೇ ಯಜ್ಮಾನ್ಕೇ ಬಿಟ್ ಹೋದ್ನಲ್ಲಾ..." ಲಚ್ಚ, ವಿಚಿತ್ರವಾಗಿ ಏರು ದನಿಯಲ್ಲಿ ಕೂಗುತ್ತಿದ್ದ. ಕಣ್ಣು ತೇವವಾಗಿತ್ತು. ಶಾಂತ ಸ್ವಭಾವದ ಲಚ್ಚನ ಸಹನೆಯ ಕಟ್ಟೆ ಅಂದು ಒಡೆದಿತ್ತು... ಹೆಗ್ಡೆಯವರು ಇದನ್ನೆಲ್ಲಾ ಕೇಳಿಸಿಕೊಳ್ಳುತ್ತಾ ಊಟ ಮುಗಿಸಿ ಕೈ ತೊಳೆದಿದ್ದರು.

"ಅವತ್ ಅದ್ಯಾವ ಬಾಯಲ್ಲಿ ಗೌತಮನ್ನ ಇಲ್ಲಿಗ್ ಕರ್ಸೋ ಸುದ್ದಿ ಎತ್ತಿದ್ಯೋ... ಅಷ್ಟರ ಮೇಲೆ ಅವ ನನ್ ಮಗ ಅನ್ನೋದನ್ನೂ ಮರ್ತು ಅವ್ನ ಮೇಲೆ ಅಸೂಹೆ ಪಡೋಹಾಗಾಗಿದೆ. ನೀನು ನನ್ ಮಾತನ್ನ ಕೇಳಿದ್ರೆ ವರ್ಷಕ್ಕೆ ಎಂಟ್ ಹತ್ ಲಕ್ಷ ಜಾಸ್ತಿ ಬರೋಹಾಗೆ ಮಾಡ್ತಿದ್ದೆ. ನಾನ್ ಹಾಕೋ ಕಸೆ ಗಿಡ, ಹೊಸ ಕೃಷಿ ಪ್ರಯೋಗಗ್ಳು ಎಲ್ಲೂ ಬೆಳ್ಕಿಗೆ ಬರ್ದೆ ಸಾಯ್ಲಿಕ್ಕೆ ನೀನೇ ನೇರ ಕಾರಣ ಅಪ್ಪಯ್ಯಾ..." ಎಂದು ಹಲ್ಲು ಕಚ್ಚುತ್ತಾ, ಅಲ್ಲೇ ಕಟ್ಟೆಯ ಮೇಲಿದ್ದ ಹುಲ್ಲು ಕತ್ತರಿಸುವ ಕತ್ತಿಯನ್ನು ತೆಗೆದುಕೊಂಡುಹೋಗಿ ಹೆಗ್ಡೆಯವರ ಕತ್ತಿನ ಮೇಲೆ ಇಟ್ಟ ಲಚ್ಚ, "ನಾನ್ ಏನ್ ತಪ್ ಮಾಡಿದ್ದೆ? ನೀನ್ ಹೇಳಿದನ್ನೆಲ್ಲಾ ಕೇಳಿದ್ದೇ ನನ್ ತಪ್ಪಾ? ಊರವರ ಎದುರಿಗೆ ಮತ್ತು ನಿನ್ನ ಎದುರಿಗೆ ಗೌರವವಾಗಿ ನಡೆದುಕೊಂಡಿದ್ದು ನನ್ನ ತಪ್ಪ? ನೀ ಹಾಕಿದ ಗೆರೆಯನ್ನು ಮೀರದ್ದು? ಏನು ನನ್ನ ತಪ್ಪು?" ಎಂದಿದ್ದ. ಹೆಗ್ಡೆಯವರು ಆತಂಕದಿಂದ ನಡುಗುತ್ತಾ ಎಂಜಲು ನುಂಗುತ್ತಿದ್ದರು. ಮತ್ತು ಅವರ ಮುಖದಿಂದ ಬೆವರು ಸುರಿಯುತ್ತಿತ್ತು. ಲಚ್ಚ ಮತ್ತೆ ಮಾತು ಮುಂದುವರಿಸಿ, "ನಮ್ಮ ಮನೇಲಿ ಏನೇ ಕಾರ್ಯಕ್ರಮ ನಡೆದ್ರೂ ಪೂಜೆಗೆ ಕೂರೋದು ನೀನು ಆದ್ರೆ ತಯಾರಿ ಮಾಡೋದು ನಾವು, ಮನೆಯ ಕೀಲೀ ಕೈನ ಅಷ್ಟು ಭದ್ರ ಮಾಡೋ ನೀನು ನಿನ್ನ ಮಗನ ಭವಿಷ್ಯವನ್ನೇ ಯಾಕೆ ಗಾಳೀಲಿ ತೂರ್ಬಿಟ್ಟೆ? ನೀನು ಮನ್ಸು ಮಾಡಿದ್ರೆ ಅವತ್ತು ನನಗೆ ಬ್ಯಾಂಕ್‌ನಲ್ಲಿ ಕೆಲ್ಸಾ ಸಿಗ್ತಿತ್ತು... ಅದಕ್ಕೂ ಕಲ್ಲು ಹಾಕಿದೆ. ಇದೆಲ್ಲಾದ್ರಿಂದ ನೀನು ಸಾಧ್ಸಿದ್ದಾದ್ರೂ ಏನು?" ಲಚ್ಚನ ಕತ್ತಿಯ ಅಲಗು ಈಗ ಹೆಗ್ಡೆಯವರ ಗಂಟಲಿಗೆ ಸೂಜಿ

ಮೊನೆಯ ಅಂತರದಲ್ಲಿತ್ತು. ಹಲವು ನಿಮಿಷಗಳ ಮೌನವನ್ನು ಮುರಿಯಲು ಹೆಗ್ಡೆಯವರಿಗೆ ಸಾಧ್ಯವೇ ಆಗಲಿಲ್ಲ.

ಮದುವೆ ಮನೆಯ ಊಟ ಮುಗಿಸಿ ಬಂದ ಲತಾಳು, ಅಲ್ಲಿ ಏನು ನಡೆಯುತ್ತಿದೆ ಎನ್ನುವುದನ್ನು ಅರಿಯದೇ ಒಂದು ಕ್ಷಣ ದಿಗ್ಭ್ರಾಂತಳಾಗಿದ್ದರೂ ಗಡಿಬಿಡಿಯಿಂದ ಅಲ್ಲಿಗೆ ಓಡಿಹೋಗಿ, ಗಂಡನ ಕೈಯಲ್ಲಿದ್ದ ಕತ್ತಿಯನ್ನು ಕಿತ್ತುಕೊಂಡು ದೂರಕ್ಕೆ ಎಸೆದಿದ್ದಳು. ಆಗ ದೊಡ್ಡ ನಿಟ್ಟುಸಿರು ಬಿಟ್ಟ ಹೆಗ್ಡೆಯವರು ಲತಾಳನ್ನು ನೋಡುತ್ತಾ, “ಲತಾ... ಅವ್ನು ನನ್ನ ಕೊಲ್ಬೇಕಿತ್ತು... ನೀನು ಅವ್ನನ್ನ ತಡೀಬಾರ್ದಿತ್ತು” ಎನ್ನುತ್ತಾ ಬೆವರಿದ್ದ ಮುಖವನ್ನು ತನ್ನ ಶಾಲಿನಿಂದ ಒರೆಸಿಕೊಳ್ಳುತ್ತಿದ್ದರು. ಲಚ್ಚ ತನ್ನ ಅಪ್ಪನನ್ನು ಗುರಾಯಿಸುತ್ತಾ, ಕೃತಕ ನಗುವಿನೊಂದಿಗೆ “ಹಹ್ಹಾ... ಯಜಮಾನನ ಪಟ್ಟ ನಿನಗೇ ಬೇಕು ಆದ್ರೆ ಕೊಲೆಗಾರನ ಪಟ್ಟ ಮಾತ್ರಾ ನಿನ್ನ ಮಗನಿಗೆ ಬರ್ಬೇಕು ಅಂತಲ್ವಾ?” ಎನ್ನುತ್ತಾ ಪಂಚೆಯನ್ನು ಎತ್ತಿ ಕಟ್ಟಿಕೊಂಡು ಒಳನಡೆದ. ಅಲ್ಲಿ ಏನು ನಡೆಯಿತು ಎಂಬ ಪ್ರಶ್ನಾರ್ಥಕ ಚಿಹ್ನೆ ಲತಾಳ ಮನದಲ್ಲಿ ಮೂಡಿತ್ತು. ಇದಾದ ಬಳಿಕ ಹೆಗ್ಡೆಯವರು ಸಂಪೂರ್ಣ ಮೌನಕ್ಕೆ ಜಾರಿದ್ದರು.

ಲತಾಳಿಗೆ ಗೌತಮ ಫೋನು ಮಾಡಿ “ಅಮ್ಮಾ ಅಪ್ಪಂಗೆ ಫೋನ್ ಕೊಡು, ಮಾತಾಡದೇ ತುಂಬಾ ದಿನ ಆಯ್ತು” ಎಂದ. ಲತಾಳು, “ಅವ್ರ್ ಇತ್ತೀಚೆಗ್ಯಾಕೋ ಮೊದ್ಲಿನ್ ತರ ಇಲ್ಲಾ ಕಣೋ... ಮೊನ್ನೆ ಆ ಜಗ್ಳ ಆದ್ಮೇಲೆ ನಿನ್ ಅಜ್ಜಾನೂ ಮಾತಾಡ್ತಿಲ್ಲ... ಇವ್ರೂ ಮಾತಾಡ್ತಿಲ್ಲ... ನನ್ಗೊಬ್ಳಿಗೇ ಇಲ್ಲಿ ಬೇಜಾರು ಬಂದೋಗಿದೆ. ನೀನ್ ಆದಷ್ಟ್ ಬೇಗ ಬಂದ್ಬಿಡೋ” ಎಂದಳು. ಅಮ್ಮನ ಈ ಮಾತನ್ನು ಕೇಳಿ ತುಸು ಸಿಟ್ಟಾದ ಗೌತಮ, “ಅಮ್ಮಾ ಅಜ್ಜಂಗೇನೋ ಬುದ್ಧಿ ಇಲ್ದೇ ನನಗೇ ಯಜ್ಮಾನ್ಕೆ ಕೊಡ್ತೇನಿ ಅಂದ್ರೆ ನೀವೂ ನಂಬಿದೀರಾ... ಅಪ್ಪ ಗಟ್ಟಿ ಇರೋ ತನ್ಕ ನಾನ್ ಈ ಕೆಲ್ಸಾನೆಲ್ಲಾ ಬಿಟ್ಟು ಅಲ್ಲಿಗೆ ಬರೊಲ್ಲಾ...” ಎಂದು ಹೇಳಿ ಫೋನ್ ಕಟ್ ಮಾಡಿದ. ಈ ವಿಷಯವನ್ನು ಗಂಡನಿಗೆ ತಿಳಿಸಲೆಂದು ಕೋಣೆಯ ಒಳಗೆ ಓಡಿದ ಲತಾಳು, ಕೋಣೆಯ ಟೇಬಲ್ಲಿನ ಮೇಲೆ ತಲೆಯೊರಗಿಸಿ ಮಲಗಿದ ಲಚ್ಚನನ್ನು ಮತ್ತು ಅಲ್ಲೇ ಪಕ್ಕದಲ್ಲಿ ಬಿದ್ದಿದ್ದ ಕಳೇನಾಶಕದ ಬಾಟಲನ್ನು ನೋಡಿ ನೆಲಕಚ್ಚಿದಳು! ಲಚ್ಚನ ಸಹಿ ಇದ್ದ ಡಿಗ್ರಿ ಮಾರ್ಕ್ಸ್ ಕಾರ್ಡ್ ಮೂಲೆಯಲ್ಲಿ ಬಿದ್ದುಕೊಂಡಿತ್ತು.

ಲೇಖಕರ ಪರಿಚಯ

■ ಸಂಜಯ್ ಚಿತ್ರದುರ್ಗ

ಮೂಲತಃ ಚಿತ್ರದುರ್ಗ ಜಿಲ್ಲೆಯವರಾದ ಸಂಜಯ್ ಸದ್ಯ ಉಜಿರೆಯ ಎಸ್‌ಡಿಎಂ ಕಾಲೇಜಿನಲ್ಲಿ ಪತ್ರಿಕೋದ್ಯಮದಲ್ಲಿ ಸ್ನಾತಕೋತ್ತರ ಶಿಕ್ಷಣ ಪಡೆಯುತ್ತಿದ್ದಾರೆ. ಕನ್ನಡ ಸಾಹಿತ್ಯ, ಸಿನಿಮಾ ಮತ್ತು ಬರವಣಿಗೆಯಲ್ಲಿ ಆಸಕ್ತಿ. ಹಲವಾರು ಬರಹಗಳು ಕನ್ನಡದ ಪ್ರಮುಖ ದಿನಪತ್ರಿಕೆಗಳಲ್ಲಿ ಪ್ರಕಟವಾಗಿವೆ. ಮೈಸೂರಿನ ಸಮತಾ ಅಧ್ಯಯನ ಕೇಂದ್ರದ ಡಾ. ವಿಜಯಾ ದಬ್ಬೆ ಸ್ಮರಣಾರ್ಥ ಕಥಾ ಸ್ಪರ್ಧೆಯಲ್ಲಿ ಪ್ರಥಮ ಬಹುಮಾನ ಮತ್ತು ಉತ್ಥಾನ ಮಾಸಪತ್ರಿಕೆಯ ವಾರ್ಷಿಕ ಕಥಾ ಸ್ಪರ್ಧೆ–2022ರಲ್ಲಿ ಸಮಾಧಾನಕರ ಬಹುಮಾನ ಲಭಿಸಿದೆ.

■ ಶರಣಬಸವ ಕೆ. ಗುಡದಿನ್ನಿ

ರಾಯಚೂರು ಜಿಲ್ಲೆಯ ಸಿರವಾರ ತಾಲ್ಲೂಕಿನ ಶರಣಬಸವ ಕೆ. ಗುಡದಿನ್ನಿಯವರು. ಪ್ರಾಥಮಿಕ ಶಾಲಾ ಶಿಕ್ಷಕರಾಗಿ ಪ್ರಸ್ತುತ ಲಿಂಗಸೂಗೂರಿನಲ್ಲಿ ನೆಲೆಸಿದ್ದಾರೆ. 'ಧಣೇರ ಬಾವಿ' (2020) ಇವರ ಮೊದಲ ಕಥಾ ಸಂಕಲನ. ಈ ಕೃತಿಗೆ ರಾಜ್ಯ ಮಟ್ಟದ ಪ್ರಾರ್ಥನಾ ಸಾಹಿತ್ಯ ಪುರಸ್ಕಾರ ದೊರಕಿದೆ. ಇವರ ಎರಡನೇ ಪುಸ್ತಕ 'ಉಡದಾರ' (2022) ಪ್ರಬಂಧಗಳ ಸಂಕಲನ. 'ಏಳು ಮಲ್ಲಿಗೆ ತೂಕದವಳು' ಮೂರನೆಯ ಕೃತಿ.ಸತತ ನಾಲ್ಕು ವರ್ಷ ವಿಜಯ ಕರ್ನಾಟಕ ಪತ್ರಿಕೆಯ ದೀಪಾವಳಿ ಕಥಾ ಸ್ಪರ್ಧೆಯ ಟಾಪ್–25, ಟಾಪ್–15ರಲ್ಲಿ ಇವರ ಕತೆಗಳು ಸ್ಥಾನ ಪಡೆದಿವೆ.

■ ಜಯರಾಮಾಚಾರಿ

ಮೂಲತಃ ಮೈಸೂರಿನವರಾದ ಜಯರಾಮಾಚಾರಿ ಅವರು ನಮ್ಮ ಮೆಟ್ರೊದಲ್ಲಿ ಸ್ಟೇಷನ್ ಸೂಪರಿಂಟೆಂಡೆಂಟ್ ಆಗಿದ್ದಾರೆ. ನಾಗತಿಹಳ್ಳಿ ಚಂದ್ರಶೇಖರ್‌ರವರ 'ಟೆಂಟ್ ಶಾಲೆ'ಯಲ್ಲಿ ಡಿಪ್ಲೊಮಾ ಇನ್ ಫಿಲ್ಮ್

ಮೇಕಿಂಗ್ ಮಾಡಿದ್ದು, ಕೆಲವು ಕಿರುಚಿತ್ರಗಳನ್ನು ನಿರ್ದೇಶಿಸಿದ್ದಾರೆ. ಕರಿಮುಗಿಲ ಕಾಡಿನಲಿ (ಕಥಾ ಸಂಕಲನ), 'ನನ್ನವ್ವನ ಬಯೋಗ್ರಫಿ' ಮತ್ತು 'ಲೆಟ್ಸ್ ಮೇಕ್ ಎ ಶಾರ್ಟ್ ಫಿಲಂ' ಪ್ರಕಟವಾದ ಪುಸ್ತಕಗಳು. ಬ್ಲಾಗರ್ ಜೊತೆಗೆ 'ಸುಯ್ ಟಪಕ್' ಚಾನೆಲ್‌ನ ಯೂಟ್ಯೂಬರ್. ಅಲ್ಲದೇ ಕ್ಲಬ್‌ಹೌಸಿನಲ್ಲಿ ನಿತ್ಯ ಓದಿನ ಜಾತ್ರೆಯಾದ 'ಓದು ಜನಮೇಜಯ' ಕಾರ್ಯಕ್ರಮ ಮತ್ತು 'ಅಡಕಸಬಿ ಅಡ್ಡ'ದ ರೂವಾರಿ ಇವರು.

- **ಪರಮೇಶ್ವರ ಕೆ.ಎನ್. ಕರೂರು**

ಕನ್ನಡ ಉಪನ್ಯಾಸಕರಾಗಿರುವ ಪರಮೇಶ್ವರ ಕರೂರ್ ಅವರು ಪ್ರಸ್ತುತ ಸಾಗರದ ಎಚ್. ಶಿವಲಿಂಗಪ್ಪ ಪ್ರೌಢಶಾಲೆಯಲ್ಲಿ ಮುಖ್ಯ ಕಾರ್ಯನಿರ್ವಹಣಾಧಿಕಾರಿಯಾಗಿದ್ದಾರೆ. 'ಕರಿಯ ಕುಡಿ' ಮತ್ತು 'ಹಸಿವು' ಇವರ ಕಥಾ ಸಂಕಲನಗಳು. ಶಿವಮೊಗ್ಗ ಕರ್ನಾಟಕ ಸಂಘದ ಕುವೆಂಪು ಪ್ರಶಸ್ತಿಯೂ ಸೇರಿದಂತೆ ಹಲವು ಪ್ರಶಸ್ತಿ ಗೌರವಗಳಿಗೆ ಪಾತ್ರರಾಗಿದ್ದಾರೆ.

- **ಮಮತಾ ಅರಸೀಕೆರೆ**

ಶಾಲಾ ಶಿಕ್ಷಕಿ, ಸಂಘಟಕಿ ಹಾಗೂ ಲೇಖಕಿ. 'ಸಂತೆ ಸರಕು', 'ನೀರ ಮೇಲಿನ ಮುಳ್ಳು' ಕವನ ಸಂಕಲನಗಳು. 'ಕಾಲಡಿಯ ಮಣ್ಣು' ಹಿಂದಿಯಿಂದ ಅನುವಾದಿತ ಕವನ ಸಂಕಲನ. 'ಒಳಗೂ ಹೊರಗೂ' ಲೇಖನಗಳ ಸಂಕಲನ. ವಿವಿಧ ಲೇಖಕರ 'ಮಕ್ಕಳ ಮೂರು ನಾಟಕಗಳು' ಕೃತಿಯನ್ನು ಸಂಪಾದಿಸಿದ್ದಾರೆ. ಹಲವಾರು ಕವಿಗೋಷ್ಠಿ, ಸಮ್ಮೇಳನಗಳಲ್ಲಿ ಕವನ ವಾಚಿಸಿದ್ದಾರೆ. ಕಣವಿ ಕಾವ್ಯ ಪುರಸ್ಕಾರ, ಗವಿಸಿದ್ಧ ಬಳ್ಳಾರಿ ಸಾಹಿತ್ಯ ಪ್ರಶಸ್ತಿ, ಮಯೂರವರ್ಮ ಪ್ರಶಸ್ತಿ ಇತ್ಯಾದಿ ಹಲವಾರು ಸಾಹಿತ್ಯ ಪ್ರಶಸ್ತಿಗಳಿಗೆ ಭಾಜನರಾಗಿದ್ದಾರೆ.

- **ಮಂಜುನಾಥ ಹಿಲಿಯಾಣ**

ಪತ್ರಿಕೋದ್ಯಮದ ಶಿಕ್ಷಣದ ಹಿನ್ನೆಲೆಯ ಯುವಕಥೆಗಾರ. ಮಣಿಪಾಲ ಮಾಹೆಯ ಅಂಗಸಂಸ್ಥೆ ಮಣಿಪಾಲ್ ಇನ್‌ಸ್ಟಿಟ್ಯೂಟ್ ಆಫ್ ಕಮ್ಯುನಿಕೇಶನ್ (ಎಮ್‌ಐಸಿ) ಶಿಕ್ಷಣ ಸಂಸ್ಥೆಯಲ್ಲಿ ಉದ್ಯೋಗಿ. ಅಮ್ಮ ಕುಂದಗನ್ನಡ ಕಥಾ ಪ್ರಶಸ್ತಿ, ಸನ್ಮಾರ್ಗ ಕಥಾ ಬಹುಮಾನ ಸೇರಿದಂತೆ ಹಲವು ಪುರಸ್ಕಾರಗಳು ಲಭಿಸಿವೆ.

■ ರವೀಂದ್ರ ನಾಯಕ್ ಸಣ್ಣಕ್ಕಿಬೆಟ್ಟು

ಎಂಆರ್‌ಪಿಎಲ್‌ನಲ್ಲಿ ಅಸಿಸ್ಟೆಂಟ್ ಸೂಪರ್‌ವೈಸರ್ ಆಗಿರುವ ರವೀಂದ್ರ ನಾಯಕ್ ಸಣ್ಣಕ್ಕಿಬೆಟ್ಟು ಅವರ ಮಸುಕು ತೊರೆದು, ತೂಗುದೀಪ, ಇರುವುದೆಲ್ಲವ ಬಿಟ್ಟು ಕವನ ಸಂಕಲನಗಳು ಪ್ರಕಟವಾಗಿವೆ. ಮೂರು ಭಾವಗೀತೆಯ (ಪ್ರೇಮದ ಶರಧಿಗೆ, ಆಕಾಶಬುಟ್ಟಿ, ಒಲವ ಶ್ರಾವಣ) ಸಿಡಿ ಬಿಡುಗಡೆಯಾಗಿದೆ.

■ ಚೀಮನಹಳ್ಳಿ ರಮೇಶಬಾಬು

'ಚೀಮನಹಳ್ಳಿ ರಮೇಶಬಾಬು' ಎಂಬ ಕಾವ್ಯನಾಮದಲ್ಲಿ ಬರೆಯುವ ಇವರು ಹುಟ್ಟಿದ್ದು ಚಿಂತಾಮಣಿ ತಾಲೂಕಿನ ಚೀಮನಹಳ್ಳಿಯಲ್ಲಿ. ಪ್ರಾಣಿಶಾಸ್ತ್ರ ವಿಭಾಗದಲ್ಲಿ ಸ್ನಾತಕೋತ್ತರ ಪದವಿಯನ್ನು ಪಡೆದು ಬೆಂಗಳೂರಿನ ಖಾಸಗಿ ಕಂಪನಿಯೊಂದರಲ್ಲಿ ಕೆಲಸ ಮಾಡುತ್ತಿದ್ದಾರೆ. 'ಪ್ರಶ್ನೆ ಮತ್ತು ದೇವರು', 'ಎರಡು ಲೋಟಗಳು'. 'ಮಾಯಾ ಸರೋವರ', 'ರಾಗಿಕಾಳು' ಎಂಬ ನಾಲಕ್ಕು ಕವನ ಸಂಕಲನಗಳು, 'ನಾಗ್ದಾಳೆ' ಎಂಬ ಖಂಡಕಾವ್ಯ, 'ಹಸ್ತಬಲಿ', 'ಜೀವರೇಶಿಮೆ' ಎಂಬ ಕಥಾಸಂಕಲನಗಳು ಹಾಗು 'ಬಲಿಹಾರ', 'ಹದ', 'ಟೈರ್‍ಸ್ವಾಮಿ' ಮತ್ತು 'ಮಂಪರು' ಎಂಬ ಕಾದಂಬರಿಗಳನ್ನು ಪ್ರಕಟಿಸಿದ್ದಾರೆ. 'ಕಾಡು ಹುವ್ವು' ಇವರ ಸಂಪಾದಕತ್ವದಲ್ಲಿ ಬಂದಿರುವ ಅನುವಾದಿತ ಕವಿತೆಗಳ ಸಂಗ್ರಹ. ಬೇಂದ್ರೆ ಗ್ರಂಥ ಬಹುಮಾನ, ವೀಚಿ ಉದಯೋನ್ಮುಖ ಪ್ರಶಸ್ತಿ ಸೇರಿದಂತೆ ಹಲವಾರು ಪ್ರಶಸ್ತಿಗಳು ಇವರಿಗೆ ಲಭಿಸಿವೆ. ಇವರ ಹಲವು ಕವಿತೆಗಳು ಇಂಗ್ಲಿಷ್, ಹಿಂದಿ, ತಮಿಳು ಮತ್ತು ತೆಲುಗಿಗೆ ಅನುವಾದಗೊಂಡಿವೆ.

■ ರೇಣುಕಾ ಕೋಡಗುಂಟಿ

ಮೂಲತಃ ರಾಯಚೂರು ಜಿಲ್ಲೆಯ ಮಸ್ಕಿಯವರು. ಕನ್ನಡದಲ್ಲಿ ಎಂ.ಎ. (ಮೈಸೂರು ವಿ.ವಿ.) ಎಂ.ಫಿಲ್. ಮಾಡಿದ್ದಾರೆ. ಕರ್ನಾಟಕದಲ್ಲಿ ಶವಸಂಸ್ಕಾರ 2009 (ಸಂಶೋಧನಾ ಲೇಖನಗಳ ಸಂಪಾದಿತ ಕೃತಿ), ನಮ್ಮ ಕನ್ನಾಡ ಪ್ರೇಮದ ಜೋತಿ (ಜನಪದ ಹಾಡುಗಳ ಸಂಪಾದಿತ ಕೃತಿ), ಬಳಪದ ಚೂರು (ಕವನ ಸಂಕಲನ), ಭಾಷಾವಿಜ್ಞಾನ ಸಂಶೋಧನೆ ಇಂದು (ಸಂಶೋಧನಾ ಲೇಖನಗಳ ಸಂಪಾದಿತ ಕೃತಿ), ಇಜಬೂಪನ ಪದ (ಜನಪದ ಖಂಡ ಕಾವ್ಯ), ಕರ್ನಾಟಕದ

ಹಿಂದುಳಿದ ಮತ್ತು ಸಮುದಾಯಗಳಲ್ಲಿ ಶವಸಂಸ್ಕಾರ–(ಸಂಶೋಧನಾ ಲೇಖನಗಳ ಸಂಪಾದಿತ ಕೃತಿ), ಕಂದೀಲಿನ ಕುಡಿ–2021 (ಕವನ ಸಂಕಲನ), ನಿಲುಗನ್ನಡಿ–ಕಥಾ ಸಂಕಲನ, ಕರ್ನಾಟಕದ ಜಾನಪದ ಆಟಗಳು (ಸಂಪಾದಿತ ಕೃತಿ) ಕೃತಿಗಳನ್ನು ಪ್ರಕಟಿಸಿದ್ದಾರೆ. ನಿಲುಗನ್ನಡಿ ಕಥಾ ಸಂಕಲನಕ್ಕೆ ಡಾ. ಪಂ. ಪುಟ್ಟರಾಜ ಸಾಹಿತ್ಯ ಪುರಸ್ಕಾರ ರಾಜ್ಯ ಪ್ರಶಸ್ತಿ, ಕಸಾಪನಿಂದ ನೀಡುವ 2021ನೇ ಸಾಲಿನ 'ಶ್ರೀಮತಿ ಮಲ್ಲಿಕಾ ದತ್ತಿ ಪ್ರಶಸ್ತಿ', 2021ನೇ ಸಾಲಿನ 'ತ್ರೀವೇಣಿ ಸಾಹಿತ್ಯ ಪುರಸ್ಕಾರ' ಲಭಿಸಿವೆ.

- **ಸಂತೆಬೆನ್ನೂರು ಫೈಜ್ನಟ್ರಾಜ್**

ದಾವಣಗೆರೆಯ ಸಂತೆಬೆನ್ನೂರು ಫೈಜ್ನಟ್ರಾಜ್ ವೃತ್ತಿಯಲ್ಲಿ ಕನ್ನಡ ಅಧ್ಯಾಪಕರು. ಎದೆಯೊಳಗಿನ ತಲ್ಲಣ (ಕವನಗಳು), ಬುದ್ಧನಾಗಹೊರಟು (ಕವನಗಳು), ಸ್ನೇಹದ ಕಡಲಲ್ಲಿ (ಮಕ್ಕಳ ಕತೆಗಳು), ಹಬ್ಬಿದಾ ಮಲೆ ಮಧ್ಯದೊಳಗೆ (ಕಥಾ ಸಂಕಲನ), ಕೇಳದೆ ನಿಮಗೀಗ (ಪ್ರೇಮ ಕಾವ್ಯ, ಮುಸ್ಲಿಂ ಕಾವ್ಯ ಪ್ರಶಸ್ತಿ ಪುರಸ್ಕೃತ), ಲೋಕದ ಡೊಂಕು (ಆಧುನಿಕ ವಚನಗಳು), ಮತ್ತೆ ಮತ್ತೆ ಹೇಗೆ ಹಾಡಲಿ (ಗವಿಸಿದ್ದ ಎನ್. ಬಳ್ಳಾರಿ ಕಾವ್ಯಪ್ರಶಸ್ತಿ ಪುರಸ್ಕೃತ), ಮಗಳಿಗೆ ಹೇಳಿದ ಕತೆಗಳು (ಮಕ್ಕಳ ಕಥಾ ಸಂಕಲನ), ಮಂತ್ರದಂಡ (ಮಕ್ಕಳ ಕವನಗಳು) ಇವರ ಪ್ರಕಟಿತ ಕೃತಿಗಳು. ಇವರ ಸಾಹಿತ್ಯ ಕೃಷಿಗೆ ಹಾಮಾನಾ ಕಥಾ ಪುರಸ್ಕಾರ, ಸಂಚಯ ಕಾವ್ಯ ಪುರಸ್ಕಾರ, ಹಾಸನ ರಾಜ್ಯ ಪ್ರಶಸ್ತಿ ಸೇರಿದಂತೆ ಹಲವು ಗೌರವಗಳು ಸಂದಿವೆ. ಇವರ ಒಂದು ಕತೆ ಮಹಾರಾಷ್ಟ್ರದ ಶಿಕ್ಷಣ ಇಲಾಖೆಯಲ್ಲಿ ಪಠ್ಯವಾಗಿದೆ. ದಾವಣಗೆರೆ ವಿವಿ ಎರಡನೇ ವರ್ಷದ ಬಿಎಸ್ಸಿ ಪ್ರಥಮ ಭಾಷೆ ಕನ್ನಡಕ್ಕೆ ಒಂದು ಪದ್ಯ ಪಠ್ಯವಾಗಿದೆ.

- **ಕವಿತಾ ಹೆಗಡೆ ಅಭಯಂ**

ಉತ್ತರ ಕನ್ನಡದ ಕುಮಟಾ ತಾಲೂಕಿನ ಕತಗಾಲದಲ್ಲಿ ಜನಿಸಿದವರು. ಪ್ರಸ್ತುತ ಹುಬ್ಬಳ್ಳಿಯ ಮಂಜುನಾಥ ನಗರದ ಕೆಎಲ್ಇ ಆಂಗ್ಲ ಮಾಧ್ಯಮ ಸಿಬಿಎಸ್ಇ ಶಾಲೆಯಲ್ಲಿ ಕಳೆದ 15 ವರ್ಷಗಳಿಂದ ಆಂಗ್ಲ ಭಾಷಾ ಶಿಕ್ಷಕಿ ಹಾಗೂ ವಿಭಾಗದ ಮುಖ್ಯಸ್ಥರಾಗಿದ್ದಾರೆ. ಕನ್ನಡ ಹಾಗೂ ಇಂಗ್ಲಿಷ್ ಎರಡೂ ಭಾಷೆಗಳಲ್ಲಿ ವಿವಿಧ ಪ್ರಕಾರದ ಸಾಹಿತ್ಯ ರಚನೆಯಲ್ಲಿ ತೊಡಗಿಸಿಕೊಂಡಿದ್ದಾರೆ. ವಚನಗಳು, ಕಥೆ, ಕವನ, ಪ್ರಬಂಧ, ಹಾಸ್ಯ

ಲೇಖನ, ವ್ಯಕ್ತಿತ್ವ ವಿಕಸನ ಲೇಖನ, ಅನುವಾದ, ಅಂಕಣ ಬರಹ, ಪ್ರವಾಸ ಕಥನ ಹಾಗೂ ವಿಮರ್ಶೆಗಳು ನಾಡಿನ ಖ್ಯಾತ ಪತ್ರಿಕೆಗಳು, ಮ್ಯಾಗಝಿನ್‌ಗಳು ಹಾಗೂ ಬ್ಲಾಗುಗಳಲ್ಲಿ ನಿಯಮಿತವಾಗಿ ಬರಹಗಳು ಪ್ರಕಟವಾಗುತ್ತಿವೆ. 2020ರಲ್ಲಿ ಪ್ರಕಟವಾದ 'ದ ನೆಸ್ಟೆಡ್ ಲವ್' ಇವರ ಮೊದಲ ಆಂಗ್ಲ ಕಥಾ ಸಂಕಲನ. ಕನ್ನಡದಲ್ಲಿ 2021ರಲ್ಲಿ 'ನೀವೂ ಗೆಲ್ಲಬಹುದು' ಎಂಬ ಪ್ರೇರಣಾತ್ಮಕ ಬರಹಗಳ ಸಂಕಲನ ಹಾಗೂ 2022ರಲ್ಲಿ 'ಮಂಜಿನ ಮನೆ ಹೊಕ್ಕ ಮನೆ' ಎಂಬ ಕವನ ಸಂಕಲನಗಳು ಪ್ರಕಟಣೆಗೊಂಡಿವೆ. ಇವರು ರಾಜ್ಯ ಹಾಗೂ ಜಿಲ್ಲಾ ಮಟ್ಟದ ಉತ್ತಮ ಶಿಕ್ಷಕಿ ಪ್ರಶಸ್ತಿಗೆ ಭಾಜನರಾಗಿದ್ದಾರೆ.

- **ಗೀತಾ ಕುಂದಾಪುರ**

ಗೀತಾ ಕುಂದಾಪುರ ಅವರು M.Com. ಪದವೀಧರೆ. ಹಲವು ವರ್ಷಗಳ ಕಾಲ ಗಲ್ಫ್ ದೇಶವಾದ ಕತಾರಿನಲ್ಲಿದ್ದು, ಈಗ ಬೆಂಗಳೂರಿನಲ್ಲಿ ನೆಲೆಸಿದ್ದಾರೆ. ಇವರ 80ಕ್ಕೂ ಹೆಚ್ಚು ಕಥೆಗಳು, 200ಕ್ಕೂ ಹೆಚ್ಚು ಲೇಖನಗಳು, ಪ್ರಬಂಧಗಳು, ಪ್ರವಾಸ ಕಥನಗಳು ಪ್ರಕಟವಾಗಿವೆ. ಆಕಾಶವಾಣಿಯಿಂದಲೂ ಕಥೆಗಳು ಪ್ರಸಾರವಾಗಿದೆ. ಇವರ ಸಾಹಿತ್ಯ ಕೃಷಿಗೆ ಹಲವಾರು ಪ್ರಶಸ್ತಿಗಳೂ ಸಂದಿವೆ. 'ಅಪ್ರಮೇಯ', 'ಚಿತ್ತದಲ್ಲಿ ಮೂಡಿದ ಚಿತ್ತಾರ', 'ಒಂಟಿ ಪಯಣಿಗರು ಪ್ರಕಟಿತ ಕಥಾ ಸಂಕಲನಗಳು. 'ದ್ವೀಪಗಳತ್ತ ಯಾನ', 'ಕಡಲ್ಗಳ್ಳರ ಸರಹದ್ದಿನಲ್ಲಿ', 'ಕಲ್ಲುಗಳೂ ಕಥೆ ಹೇಳುವ ಕಾಂಬೋಡಿಯಾ ಮತ್ತು ವಿಸ್ಮಯದ ವಿಯೆಟ್ನಾಂ' ಪ್ರವಾಸ ಕಥನಗಳು ಪ್ರಕಟವಾಗಿವೆ.

- **ಸಿದ್ದರಾಮ ಸುರೇಶ ತಳವಾರ**

ಸಿದ್ದರಾಮ ಸುರೇಶ ತಳವಾರ ಅವರು ಬೆಳಗಾವಿಯ ಕಿತ್ತೂರಿನ ದಾಸ್ತಿಕೊಪ್ಪದವರು. 'ತಮಸೋಮ' ಮತ್ತು 'ಬಯಲ ಮಾಯಾ ಪೆಟ್ಟಿಗೆ' ಪ್ರಕಟಿತ ಕವನ ಸಂಕಲನಗಳು. 'ತಮಸೋಮ' ಕವನ ಸಂಕಲನಕ್ಕೆ ಬಿ.ಎ. ಸನದಿ ಪ್ರತಿಷ್ಠಾನದಿಂದ ರಾಜ್ಯಮಟ್ಟದ ಜನ್ನಾ ಸನದಿ ಪ್ರಶಸ್ತಿ ಹಾಗೂ ಬೆಳಗಾವಿಯ ವಿಮಲಾ ವೀ ಜಗಜಂಪಿ ಪ್ರತಿಷ್ಠಾನದಿಂದ 'ಯುವ ಪ್ರತಿಭಾ ಪುರಸ್ಕಾರ' ಲಭಿಸಿದೆ. ಬೆಳಗಾವಿ ಸ್ಮಾರ್ಟ್ ಸಿಟಿ ಕಚೇರಿಯಲ್ಲಿ ವ್ಯವಸ್ಥಾಪಕ ನಿರ್ದೇಶಕರ ಆಪ್ತ ಕಾರ್ಯದರ್ಶಿಯಾಗಿ ಕೆಲಸ ಮಾಡುತ್ತಿದ್ದಾರೆ.

■ ಸಂಜೀವ್ ಜಗ್ಲಿ

ಮೂಲತಃ ರಾಯಚೂರು ಜಿಲ್ಲೆಯ ಮಾನವಿ ತಾಲೂಕಿನವನು. ಪತ್ರಿಕೋದ್ಯಮದಲ್ಲಿ ಸ್ನಾತಕೋತ್ತರ ಪದವಿ ಮಾಡಿದ್ದಾರೆ. ಪತ್ರಕರ್ತರಾಗಿದ್ದ ಇವರು, ಸದ್ಯ ಸಂವಾದ ಎಂಬ ಎನ್.ಜಿ.ಓ. ಸಂಸ್ಥೆಯಲ್ಲಿ ಯುವ ಮಾರ್ಗದರ್ಶಕರಾಗಿ ಕಾರ್ಯ ನಿರ್ವಹಿಸುತ್ತಿದ್ದಾರೆ. ಜೊತೆಗೆ ಸಾಹಿತ್ಯ ಕ್ಷೇತ್ರದಲ್ಲೂ ತೊಡಗಿಸಿಕೊಂಡಿದ್ದಾರೆ.

■ ಯೋಗೇಶ ಪಾಟೀಲ

ಜನಪದ ಸಾಹಿತ್ಯದಲ್ಲಿ ಸ್ನಾತಕೋತ್ತರ ಪದವೀಧರರಾಗಿರುವ ಯೋಗೇಶ ಪಾಟೀಲ ಧಾರವಾಡದಲ್ಲಿ ಶಿಕ್ಷಕನಾಗಿ ಸೇವೆ ಸಲ್ಲಿಸುತ್ತಿದ್ದಾರೆ. ಐವತ್ತಕ್ಕೂ ಹೆಚ್ಚು ನಾಟಕಗಳಲ್ಲಿ ಅಭಿನಯಿಸಿದ್ದು, ನೂರಕ್ಕೂ ಹೆಚ್ಚು ಬೀದಿ ನಾಟಕಗಳ ಪ್ರದರ್ಶನ ನೀಡಿದ್ದಾರೆ. 'ಆಯುಧ', 'ಕೊನೆ ಎಂದಿಗೆ?', 'ಜವಾಬ್ದಾರಿ', 'ನಾಕಾ' ನಾಟಕಗಳನ್ನು ರಚಿಸಿದ್ದಾರೆ. ನಮ್ಮ ಆಸ್ತಿ, ಚಿನ್ನದ ಚೆಂಡು, ತುಕ್ರನ ಕನಸು, ಏಣಿ ಮುಂತಾದ ನಾಟಕಗಳ ನಿರ್ದೇಶನ ಮಾಡಿದ್ದಾರೆ. ಸಿ.ಜಿ.ಕೆ. ರಂಗಪುರಸ್ಕಾರ 2019ರಲ್ಲಿ ದೊರೆತಿದೆ. ಕೇರಳದ ಫಾಸಿಲ್ಸನವರು ಜಾನಪದ ವಿಷಯಕ್ಕೆ ಸಂಬಂಧಿಸಿದಂತೆ ನಡೆಸಿದ ರಾಷ್ಟ್ರಮಟ್ಟದ ವಿಚಾರ ಸಂಕೀರ್ಣದಲ್ಲಿಮಂಡಿಸಿದ 'ಕರೆಂಟ್ ಸ್ಟೇಟಸ್ ಆಫ್ ದಿ ಲೆದರ್ ಪಪೆಟ್ರಿ ಯಾಸ್ ಅ ಫೋಕ್‌ಲೊರ್ ಫಾರ್ಮ್' ಪ್ರಬಂಧಕ್ಕೆ 'ಪ್ರೊ. ಕೆ.ಎಸ್. ಹರಿದಾಸ ಭಟ್ ಬೆಸ್ಟ್ ಪೇಪರ್ ಅವಾರ್ಡ್ 2018' ದೊರೆತಿದೆ.

■ ಗುರುಪ್ರಸಾದ್ ಕಂಟಲಗೆರೆ

ವೃತ್ತಿಯಲ್ಲಿ ಸರ್ಕಾರಿ ಶಾಲೆ ಶಿಕ್ಷಕ. 'ಗೋವಿನ ಜಾಡು', 'ಕೆಂಡದ ಬೆಳದಿಂಗಳು' ಕಥಾ ಸಂಕಲನಗಳನ್ನು, 'ಟ್ರಂಕು ತಟ್ಟೆ' ಎಂಬ ಅನುಭವಕಥನವನ್ನು ಪ್ರಕಟಿಸಿದ್ದಾರೆ. ಪ್ರಜಾವಾಣಿ ದೀಪಾವಳಿ ಕಥಾ ಸ್ಪರ್ಧೆಯಲ್ಲಿ ಮೊದಲ ಬಹುಮಾನ ಪಡೆದಿದ್ದಾರೆ. ವೀಚಿ ಉದಯೋನ್ಮುಖ ಪ್ರಶಸ್ತಿ, ಕೆ. ಸಾಂಬಶಿವಪ್ಪ ಸ್ಮರಣರಾಜ್ಯ ಪ್ರಶಸ್ತಿ ಸಂದಿವೆ.

■ ಮಂಜುನಾಥ್ ಕುಣಿಗಲ್

ತುಮಕೂರು ಜಿಲ್ಲೆಯ ಕುಣಿಗಲ್ ಪಟ್ಟದಲ್ಲಿ ಜನಿಸಿದ ಮಂಜುನಾಥ್ ಕುಣಿಗಲ್ ಅವರು ವೃತ್ತಿಯಲ್ಲಿ ಇಂಜಿನಿಯರ್. ಕೆಲವು ವರ್ಷ ಯುದ್ಧಪೀಡಿತ ದೇಶಗಳಲ್ಲಿ ನ್ಯಾಟೋ ಮತ್ತು ವಿಶ್ವಸಂಸ್ಥೆಗೆ ನೆರವಾಗುತ್ತಿದ್ದ

ದುಬೈನ ಕಂಪನಿಯೊಂದರಲ್ಲಿ ಕೆಲಸ ಮಾಡಿದ್ದಾರೆ. ಕೆಲಸದ ಸಲುವಾಗಿ ಯುದ್ಧಪೀಡಿತವಾಗಿದ್ದ ಅಫ್ಘಾನಿಸ್ತಾನ್ ಮತ್ತು ಇರಾಕ್ ಸೇರಿದಂತೆ, ಇತರೆ ಗಲ್ಫ್ ರಾಷ್ಟ್ರಗಳು, ಯುರೋಪ್ ಮತ್ತು ಅಮೇರಿಕ ದೇಶಗಳನ್ನು ಹಲವಾರು ಬಾರಿ ಸುತ್ತಿದ ಅನುಭವ. ಹವ್ಯಾಸಿ ಬರಹಗಾರ. ವಿಜಯಕರ್ನಾಟಕ ಆಯೋಜಿಸಿದ್ದ 2022ರ ದೀಪಾವಳಿ ಕಥಾಸ್ಪರ್ಧೆಯಲ್ಲಿ ಮೆಚ್ಚುಗೆ ಬಹುಮಾನ ಬಂದಿದೆ. ವೀರಲೋಕದಿಂದ ಪ್ರಕಟವಾದ ಅನುಭವ ಕಥನ 'ಕುಣಿಗಲ್ ಟು ಕಂದಹಾರ್' ಚೊಚ್ಚಲ ಕೃತಿ.

- **ಎಂ. ಮನೋಹರ ಪೈ**

ವೃತ್ತಿಯಲ್ಲಿ ಮೆಕ್ಯಾನಿಕಲ್ ಎಂಜಿನಿಯರ್ ಆಗಿರುವ ಮನೋಹರ ಪೈಯವರು ಗೋವಾ ಹಾಗೂ ಕೊಲ್ಲಿ ರಾಷ್ಟ್ರಗಳಲ್ಲಿನ ಉದ್ಯೋಗದ ಬಳಿಕ ಈಗ ಹುಟ್ಟೂರಾದ ಕಾರ್ಕಳದಲ್ಲಿ ವಾಸವಾಗಿದ್ದಾರೆ. ಆನ್‌ಲೈನ್ ವೇದಿಕೆಗಳ ಕಥೆ, ಕಾದಂಬರಿ ಸ್ಪರ್ಧೆಗಳಲ್ಲಿ ಹಲವು ಬಹುಮಾನಗಳನ್ನು ಗೆದ್ದಿರುವ ಪೈಯವರ ಸಣ್ಣಕಥೆಗಳು ಪ್ರಸಿದ್ಧ ವಾರಪತ್ರಿಕೆಗಳಲ್ಲಿ ಪ್ರಕಟವಾಗಿವೆ ಹಾಗೂ 'ಹರಿವ ನಿಲ್ಲಿಸದಿರು ತಾಯೇ...' ಎಂಬ ಸಾಮಾಜಿಕ ಕಾದಂಬರಿ ಪುಸ್ತಕ ರೂಪದಲ್ಲಿ ಪ್ರಕಟವಾಗಿದೆ.

- **ಸದಾಶಿವ ಸೊರಟೂರು**

ಮೂಲತಃ ದಾವಣಗೆರೆ ಜಿಲ್ಲೆ ಹೊನ್ನಾಳಿ ತಾಲೂಕಿನ ಸೊರಟೂರಿನವರು. ಪ್ರೌಢಶಾಲಾ ಶಿಕ್ಷಕರಾಗಿರುವ ಇವರು ಹರಿಹರ ತಾಲೂಕಿನ ಮಲೇಬೆನ್ನೂರು ಸರ್ಕಾರಿ ಪದವಿಪೂರ್ವ ಕಾಲೇಜಿನಲ್ಲಿ (ಪ್ರೌಢಶಾಲಾ ವಿಭಾಗ) ಕರ್ತವ್ಯದಲ್ಲಿದ್ದಾರೆ. ಹೊನ್ನಾಳಿಯಲ್ಲಿ ವಾಸವಾಗಿದ್ದಾರೆ. 'ಲೈಫ್‌ನಲ್ಲಿ ಏನಿದೆ ಸಾರ್?', 'ಷರತ್ತುಗಳು ಅನ್ವಯಿಸುತ್ತವೆ', ಅಪ್ಪನ ವೀಲ್ ಚೇರ್ ಮಾರಾಟಕ್ಕಿದೆ', 'ಆ ಹಾದಿ', 'ಅರ್ಧ ಬಿಸಿಲು ಅರ್ಧ ಮಳೆ' ಕಂಡಕ್ಟರ್ ಕವಿತೆಗಳು' ಇವರ ಪ್ರಕಟಿತ ಕೃತಿಗಳು. ಹಲವಾರು ಸಾಹಿತ್ಯ ಸ್ಪರ್ಧೆಗಳಲ್ಲಿ ಬಹುಮಾನ ಪುರಸ್ಕೃತರಾಗಿದ್ದಾರೆ.

- **ದೀಪ್ತಿ ಭದ್ರಾವತಿ**

ದಕ್ಷಿಣ ಕನ್ನಡದ ಮರವಂತೆ ಮೂಲದ ದೀಪ್ತಿ ಭದ್ರಾವತಿ ಆರೋಗ್ಯ ಇಲಾಖೆಯಲ್ಲಿ ವೃತ್ತಿಯಲ್ಲಿದ್ದಾರೆ. 'ಕಾಗದದ ಕುದುರೆ', 'ಗ್ರೀನ್ ರೂಮಿನಲ್ಲಿ' 'ಅಷ್ಟೇ' ಇವರ ಕವನ ಸಂಕಲನಗಳು 'ಆ ಬದಿಯ ಹೂವು'. 'ಗೀರು'

ಕತಾ ಸಂಕಲನ. ಮಾಸ್ತಿ ಕಥಾ ಪ್ರಶಸ್ತಿ ಕರ್ನಾಟಕ ಲೇಖಕಿಯರ ಸಂಘ ಕೊಡಮಾಡುವ ಗೀತಾ ದೇಸಾಯಿ ದತ್ತಿನಿಧಿ ಪ್ರಶಸ್ತಿ, ಮುಂಬೈಯ ಸುಶೀಲಾ ಶೆಟ್ಟಿ ಸ್ಮಾರಕ ಪ್ರಶಸ್ತಿ, ರಾಜ್ಯ ಕನ್ನಡ ಸಾಹಿತ್ಯ ಪರಿಷತ್ತಿನ ಶಾರದಾ ವಿ. ರಾವ್ ದತ್ತಿನಿಧಿ ಪ್ರಶಸ್ತಿ, ಧಾರವಾಡದ ಹರಪನಹಳ್ಳಿ ಭೀಮವ್ವ ಪ್ರಶಸ್ತಿ, ಮಂಡ್ಯದ ಬಿ.ಎಂ.ಶ್ರೀ ಕಾವ್ಯ ಪ್ರಶಸ್ತಿ ವಿಭಾ ಕಾವ್ಯ ಪ್ರಶಸ್ತಿ ಹಾಗೂ ಹಲವಾರು ಪ್ರಶಸ್ತಿಗಳು ಬಹುಮಾನಗಳು ಇವರಿಗೆ ಸಂದಿವೆ.

- **ವಿನಯ ಗುಂಟೆ**

ಬೆಂಗಳೂರು ಗ್ರಾಮಾಂತರ ಜಿಲ್ಲೆಯ ಚಿಕ್ಕನಹಳ್ಳಿಯ ವಿನಯ ಗುಂಟೆ ಬೆಂಗಳೂರು ವಿಶ್ವವಿದ್ಯಾಲಯದಲ್ಲಿ ಕನ್ನಡ ಎಂ.ಎ ಪದವಿ ಪಡೆದು ಅಲ್ಲಿಯೇ ಸಂಶೋಧನೆ ನಡೆಸುತ್ತಿದ್ದಾರೆ. ಸೃಜನಶೀಲ ಸಾಹಿತ್ಯ ರಚನೆಯಲ್ಲಿಯೂ ತೊಡಗಿಸಿಕೊಂಡಿದ್ದಾರೆ. ಹಲವು ಕವಿಗೋಷ್ಠಿಯಲ್ಲಿ ಕವಿತೆ ವಾಚನ ಮಾಡಿದ್ದು, ಸಂಪಾದಿತ ಪುಸ್ತಕಗಳಲ್ಲಿ ಪ್ರಕಟವೂ ಆಗಿವೆ.

- **ಶ್ರೀಧರ ಪತ್ತಾರ**

ವೃತ್ತಿಯಿಂದ ಬೀಟ್ ಫಾರೆಸ್ಟರ್, 'ಜೀವನ ಪ್ರೀತಿ' ಹಾಗೂ 'ಕಾಟಿಹಳ್ಳದ ತಿರುವು' ಇವರ ಪ್ರಕಟಿತ ಕೃತಿಗಳು.

- **ಕೌಂಡಿನ್ಯ ಕೊಡ್ಲುತೋಟ**

ವೃತ್ತಿಯಲ್ಲಿ ತ್ರಿ 2ಡಿ ಅನಿಮೇಟರ್ ಆಗಿರುವ ಕೌಂಡಿನ್ಯ ಶರ್ಮ ಕೆ.ಆರ್. ಶಿವಮೊಗ್ಗದ ಕೊಡ್ಲುತೋಟದವರು. ಸಾಹಿತ್ಯ ಇವರ ಆಸಕ್ತಿ.

- **ಪುನೀತ್ ಕುಮಾರ್ ವಿ.ಎನ್.**

ಮೂಲತಃ ಚಾಮರಾಜನಗರದ ವೆಂಕಟಯ್ಯನ ಛತ್ರದವರು. ವೃತ್ತಿಯಲ್ಲಿ ಸಾಫ್ಟ್‌ವೇರ್ ಎಂಜಿನಿಯರ್. 'ತರ್ಲೆಗಳು' ಮಕ್ಕಳ ಕಿರು ಹಾಸ್ಯ ನಾಟಕ, 'ಸಣ್‌ಪುಟ್ ಕಥೆಗಳು' ಎಂಬ ಮೌಲ್ಯಾಧಾರಿತ ಕಥೆಗಳ ಸಂಗ್ರಹ ಕೃತಿಯನ್ನು ಪ್ರಕಟಿಸಿದ್ದಾರೆ. ಸದ್ಯಕ್ಕೆ ಕೆನಡಾದಲ್ಲಿ ನೆಲೆಸಿದ್ದಾರೆ.

ವೀರಲೋಕದ ಪ್ರಕಟಣೆಗಳು

1. ಕೈ ಹಿಡಿದು ನೀ ನಡೆಸು ತಂದೆ–ವಿಶ್ವೇಶ್ವರ ಭಟ್ 250/–
2. ವಿಶ್ವಸುಂದರಿ–ಕುಂ. ವೀರಭದ್ರಪ್ಪ....................160/–
3. ನಿಮಗೆಷ್ಟು ಹಣ ಬೇಕು?–ಅನಂತ ಹುದೆಂಗಜೆ....................250/–
4. ಆರ್ಟ್ ಆಫ್ ಸಕ್ಸಸ್–ರಮೇಶ್ ಅರವಿಂದ್ 120/–
5. ಮನಿ ಮನಿ ಎಕಾನಮಿ–ರಂಗಸ್ವಾಮಿ ಮೂಕನಹಳ್ಳಿ....................160/–
6. ಇವರು ಅವರು ದೇವರು–ಜೋಗಿ 200/–
7. ಲಾಸ್ಟ್ ಡೇಸ್ ಆಫ್ ಲೆಜೆಂಡ್ಸ್–ಗಣೇಶ್ ಕಾಸರಗೋಡು 225/–
8. ಒಳ್ಳೆಯ ಬದುಕಿನ ಸೂತ್ರಗಳು–ರವಿ ಕೃಷ್ಣಾರೆಡ್ಡಿ....................150/–
9. ಸೋಲೆಂಬ ಗೆಲುವು–ದೀಪಾ ಹಿರೇಗುತ್ತಿ....................150/–
10. ಬೆಳ್ಳಿತೆರೆಯ ಬಂಗಾರದ ಗೆರೆ–ಗಣೇಶ್ ಕಾಸರಗೋಡು 150/–
11. ನಟನ ಕಥೆ–ಮಂಡ್ಯ ರಮೇಶ್–ಎನ್. ಧನಂಜಯ 250/–
12. ತ್ಯಾಗಕ್ಕಿಲ್ಲ ನೂಕುನುಗ್ಗಲು–ಡಾ. ಗವಿಸ್ವಾಮಿ ಎನ್. 140/–
13. ಬದುಕೇ ಭಗವಂತ–ಡಾ. ಡಿ.ಎಸ್. ಶ್ರೀನಿವಾಸ ಪ್ರಸಾದ್ 170/–
14. ಮಾದಕ ದೊರೆ–ಸಂತೋಷಕುಮಾರ ಮೆಹೆಂದಳೆ....................375/–
15. ದ್ವೈತ–ರಾಘವ್ 140/–
16. ಹೃದಯದ ಮಾತು ಕೇಳಿ–ಮಂಜುನಾಥ್ ಚಾಂದ್....................150/–
17. ಹಿಂದಿನ ನಿಲ್ದಾಣ–ಶುಭಶ್ರೀ ಭಟ್ಟ....................120/–
18. ಪ್ರೀತ್‌ಸು–ರಾಜೀವ ನಾರಾಯಣ ನಾಯಕ 170/–
19. ಕೃಷಿ ಯಾಕೆ ಖುಷಿ?–ನರೇಂದ್ರ ರೈ ದೇರ್ಲ....................140/–
20. ಕ್ಷಯ–ಡಾ. ವಾಸುದೇವ ಶೆಟ್ಟಿ....................120/–
21. ಅರ್ಧ ಬಿಸಿಲು ಅರ್ಧ ಮಳೆ...–ಸದಾಶಿವ ಸೊರಟೂರು....................120/–
22. ಯಾರೂ ಹೇಳದ ಕಥೆಗಳು–(ಸಂ.) ಸುದರ್ಶನ ಚೆನ್ನಂಗಿಹಳ್ಳಿ....................150/–
23. ಕಥಾ ಸಾಗರಿ–ನಾಗವೇಣಿ ವೆಂ. ಹೆಗಡೆ ಹೆಗ್ಗರ್ಸಿಮನೆ....................120/–
24. ಮೆಮರೀಸ್ ಆಫ್ ಬಾಸ್ಸಾ–ರಂಗಸ್ವಾಮಿ ಮೂಕನಹಳ್ಳಿ 160/–
25. ಮೇರುನಟ–ಡಾ. ಶರಣು ಹುಲ್ಲೂರು....................240/–
26. ನಾ ಸೆರೆಹಿಡಿದ ಕನ್ಯಾಸ್ತ್ರೀ–ಶಶಿಧರ ಹಾಲಾಡಿ 200/–
27. ಟ್ರಾಯ್–ಗಾಯಿತ್ರಿ ರಾಜ್....................200/–
28. ಫಾರೆಸ್ಟರ್ ಪೊನ್ನಪ್ಪ–ನೌಶಾದ್ ಜನ್ನತ್ತ್....................300/–
29. ವಿಶ್ವಯಾನಕ್ಕೆ ಗಣಿತವಾಹನ–ಎಸ್.ವಿ. ಶ್ರೀನಿವಾಸಮೂರ್ತಿ 200/–
30. ಲೆಟ್ಸ್ ಮೇಕ್ ಎ ಶಾರ್ಟ್ ಫಿಲಂ–ಜಯರಾಮಾಚಾರಿ 120/–
31. ಕುಣಿಗಲ್ ಟು ಕಂದಹಾರ್–ಮಂಜುನಾಥ್ ಕುಣಿಗಲ್.................... 260/–
32. ಗದಾಯುದ್ಧಂ–ಡಾ. ಎಂ.ಎ. ಜಯರಾಮ್ ರಾವ್....................350/–
33. ಫೀನಿಕ್ಸ್–ದೀಪಾ ಹಿರೇಗುತ್ತಿ....................120/–
34. ಹಿಟ್ಲರ್ ಲವ್ ಪಾಲಿಟಿಕ್ಸ್–ಸತೀಶ ಬಳೆಗಾರ 170/–
35. ಭಾನುಮತಿಯ ಪರಿವಾರ–ಕುಮಾರಸ್ವಾಮಿ ತೆಕ್ಕುಂಜ....................140/–
36. ನೀ ದೂರ ಹೋದಾಗ–ಫೌಝಿಯ ಸಲೀಂ....................220/–
37. ವ್ಯಗ್ರ ಮತ್ತು ಇತರ ಕಾದಂಬರಿಗಳು–ಕುಮಾರ ಬೇಂದ್ರೆ....................180/–
38. ಸತ್ಯದ ಅನಾವರಣ–ಕೆ.ಎಸ್. ರಮಾಸುಂದರಿ 100/–
39. ಅಂತಾರಾಷ್ಟ್ರೀಯ ಕುಂಬಳಕಾಯಿ ಮತ್ತು ಇತರ ಕಥೆಗಳು–ಅಬ್ದುಲ್ ರಶೀದ್....................120/–
40. ಅನಾಥ ಪ್ರೀತಿಯ ಅನುಬಂಧ–ಬಿ. ಮಂಜುನಾಥ್ ಕಾಮತ್ ಹಾಲಾಡಿ....................140/–
41. ಹಕ್ಕಿ ಮತ್ತು ಹುಡುಗಿ (ಕವನ ಸಂಕಲನ)–(ಸಂ.) ಪ್ರಜಾವಾಣಿ ಬಳಗ....................150/–

42. ಹಾವಿನ ಮನೆ–ಅನು ಬೆಳ್ಳೆ (ರಾಘವೇಂದ್ರ ಬಿ. ರಾವ್)....................250/–
43. ಈಗಲ್ಸ್ ಲೈನ್–ರಾಜೇಶ್ ಕುಮಾರ್ ಕಲ್ಯಾ....................220/–
44. ನಂಬಿಕೆಯೆಂಬ ಗಾಳಿಕೊಡೆ–ಡಾ. ಪ್ರೇಮಲತ ಬಿ. 180/–
45. 10 ಕುಟುಂಬ 18 ಗೋತ್ರದ ಗೌಡ ಪರಂಪರೆ–ಪುತ್ತೂರು ಅನಂತರಾಜ ಗೌಡ......300/–
46. ಗಿಳಿಯು ಬಾರದೆ ಇರದು (ಕಥಾಸಂಕಲನ)–ಪಿ.ಎಸ್. ಶ್ರೀಧರನ್ ಪಿಳ್ಳೆ
(ಅನುವಾದ: ಮೇರಿ ಜೋಸೆಫ್) 85/–
47. ಒಂದು ಆದಿಮ ಪ್ರೇಮ (ಕವನ ಸಂಕಲನ)–ನಂದಿನಿ ಹೆದ್ದುರ್ಗ....................150/–
48. ಮಣ್ಣೇ ಮೊದಲು... (ಕವನ ಸಂಕಲನ)–ಪಾಮುಗುರು....................120/–
49. ಬಿಂಜೆಮುಳ್ಳು (ಕವನ ಸಂಕಲನ)–ಫಾಲ್ಗುಣ ಗೌಡ ಅಚವೆ....................120/–
50. ಅಮೋಘವರ್ಷ–ಡಾ. ಲಕ್ಷ್ಮಣ ಕೌಂಟೆ....................420/–
51. ಗಾಯಗೊಂಡ ಸಾಲುಗಳು (ಕವನ ಸಂಕಲನ)–ಸದಾಶಿವ ಸೊರಟೂರು 110/–
52. ನಿನ್ನ ಧ್ಯಾನದ ನೂರೊಂದು ಹಣತೆ (ಕವನ ಸಂಕಲನ)–ವಾಸುದೇವ ನಾಡಿಗ್ 170/–
53. ಕ್ರಿಕೆಟಾಯಣ–ಎಚ್. ಪ್ರೇಮಾನಂದ ಕಾಮತ್ 230/–
54. ಹೂವಿನಕೊಲ್ಲಿ–ಅಬ್ದುಲ್ ರಶೀದ್ 270/–
55. ಕನಸುಗಳ ಶ್ರಾದ್ಧ–(ಅನುವಾದ) ಡಾ. ಗೀತಾ ಸುನಿಲ್ ಕಶ್ಯಪ್....................200/–
56. ವೀರ ಸಿಂಧೂರ ಲಕ್ಷ್ಮಣ–ಕೌಂಡಿನ್ಯ....................190/–
57. ಸಹಭಾಷಿಕರ ಕನ್ನಡ ಪ್ರೇಮ–ಡಾ. ಡಿ.ಎಸ್. ಶ್ರೀನಿವಾಸ ಪ್ರಸಾದ್....................400/–
58. ಚಿತ್ರ–ವಿಚಿತ್ರ–ರವೀಂದ್ರ ವೆಂಶಿ....................220/–
59. ಜನಮಿತ್ರ ಅರಸು–ಡಾ. ಡಿ.ಎಸ್. ಚೌಗಲೆ 80/–
60. ಹಂಸಾಕ್ಷರ–ಜಯರಾಮಾಚಾರಿ 165/–
61. ನದಿಯೊಂದು ಕಡಲ ಹುಡುಕುತ್ತಾ–ಸಂತೆಬೆನ್ನೂರು ಫೈಜ್ನಟ್ರಾಜ್ 180/–
62. ನೀಲಿ ಮತ್ತು ಸೇಬು–ಸುಧಾ ಆಡುಕಳ....................180/–
63. ಕಾಗೆ ಮೇಷ್ಟ್ರು–ವಿಕ್ರಮ ಹತ್ವಾರ....................125/–
64. ಪರಿಮಳದ ಪಡಸಾಲೆ (ಎಸ್. ದಿವಾಕರ್ ಪ್ರಪಂಚಕ್ಕೊಂದು ಪ್ರವೇಶಿಕೆ)....................190/–
65. ಈ ಹೊತ್ತಿನ ಕಥೆಗಳು–(ಸಂ) ವಿಜಯ ಕರ್ನಾಟಕ....................250/–
66. ನಿಶ್ಚಲವ ಕಲಕಿದ ಹಕ್ಕಿ–ವಿಕ್ರಮ ಹತ್ವಾರ....................100/–
67. ಹರಿವ ಕನ್ನಡಿ–ಸ್ವಯಂಪ್ರಭಾ ಮಹೇಶ....................120/–
68. ನರಕದ ಕೆನ್ನಾಲಿಗೆಯಂಥ ನಿನ್ನ ಬೆನ್ನಹುರಿ–ಅಬ್ದುಲ್ ರಶೀದ್ 130/–
69. ಚಿಕ್ಕಪುಟ್ಟಮ್ಮನವರ ಗೃಹನ್ಯಾಯ–ಕೆ. ಸತ್ಯನಾರಾಯಣ 140/–
70. ಹಕ್ಕಿ ಅಟೆಂಡೆನ್ಸ್–ಡಾ. ಲೀಲಾ ಅಪ್ಪಾಜಿ.................... 595/–
71. ದಡ ಸೇರದ ದೋಣಿಗಳು–ಬೇಲೂರು ರಾಮಮೂರ್ತಿ....................275/–
72. ನಿಷಿತೆ–ಪ್ರೀತಿನಿ ಧನಂಜಯ....................250/–
73. ಮಲೆನಾಡ ಅಜ್ಜಿ–ಶೋಭಾ ರಾವ್ 175/–
74. ಮಲ್ಲಿಮಲ್ಲಿಗಿ–ಎಂ.ಎಲ್. ಪ್ರಸನ್ನ....................210/–
75. ಬೆಳವಡಿ ಮಲ್ಲಮ್ಮ–ಕೌಂಡಿನ್ಯ....................
76. ಆರೋಹಣ–ವಿವೇಕಾನಂದ ಕಾಮತ್ 190/–

www.ingramcontent.com/pod-product-compliance
Lightning Source LLC
LaVergne TN
LVHW100238051026
849517LV00006B/1909
* 9 7 8 9 3 9 4 9 4 2 9 0 5 *